ಸದ್ಗೃಹಸ್ಥೆ

(ಕಥಾ ಸಂಕಲನ)

ಸಾಯಿಸುತೆ

ಸುಧಾ ಎಂಟರ್‌ಪ್ರೈಸಸ್

ನಂ. 761, 8ನೇ ಮುಖ್ಯರಸ್ತೆ, 3ನೇ ಬ್ಲಾಕ್

ಕೋರಮಂಗಲ, ಬೆಂಗಳೂರು–560 034.

Sadgruhasthe (Kannada) - a collection of short stories by Smt. Saisuthe; published by Sudha Enterprises, # 761, 8th Cross, 3rd Block, Koramangala, Bangalore -560 034.

ಮೊದಲನೆಯ ಮುದ್ರಣ	:	2010
ಎರಡನೆಯ ಮುದ್ರಣ	:	2020
ಪುಟಗಳು	:	236
ಬೆಲೆ	:	ರೂ. 230
ಉಪಯೋಗಿಸಿದ ಕಾಗದ	:	70 ಜಿಎಸ್‌ಎಂ ಮ್ಯಾಪ್‌ಲಿಥೋ
ಮುಖಪುಟ ವಿನ್ಯಾಸ	:	ಪ.ಸ. ಕುಮಾರ್
ಹಕ್ಕುಗಳು	:	ಲೇಖಕಿಯವರದು

ಸಗಟು ಮಾರಾಟಗಾರರು:

ವಸಂತ ಪ್ರಕಾಶನ
360, 10ನೇ 'ಬಿ' ಮುಖ್ಯರಸ್ತೆ, 3ನೇ ಬ್ಲಾಕ್,
ಜಯನಗರ, ಬೆಂಗಳೂರು – 560 011.
ದೂರವಾಣಿ : 080–40917099 / ಮೊ: 7892106719
email : vasantha_prakashana@yahoo.com
website : www.vasanthaprakashana.com

ಅಕ್ಷರ ಜೋಡಣೆ :
ಲೇಜರ್ ಲೈನ್ ಗ್ರಾಫಿಕ್ಸ್
ಬೆಂಗಳೂರು

ಮುದ್ರಣ :
ರೀಗಲ್ ಪ್ರಿಂಟರ್ಸ್

ಮುನ್ನುಡಿ

ಆತ್ಮೀಯ ಓದುಗರಲ್ಲಿ,

ಕೆಲವು ಓದುಗರು ನಾನು ಮರೆತಿದ್ದರೂ ಹಿಂದೆ ಪತ್ರಿಕೆಗಳಲ್ಲಿ ಪ್ರಕಟವಾದ ಕತೆಗಳನ್ನು ನೆನಪಿಸಿ ಅವನ್ನೆಲ್ಲ ಸಂಕಲಿಸಿ ಕಥಾ ಸಂಕಲನ ಪ್ರಕಟಿಸಿ ಎಂದು ಸಲಹೆ ನೀಡುತ್ತಿದ್ದರು. ಇಲ್ಲಿ ಅವರ ಸಲಹೆ ರೂಪ ಪಡೆದು ಕೊಂಡಿದೆ.

'ಸುಧಾ' ವಿಶೇಷಾಂಕದಲ್ಲಿ ಪ್ರಕಟಗೊಂಡಿದ್ದ ಪುರುಷೋತ್ತಮನ ಮಗ ಹೆಚ್ಚು ಮೆಚ್ಚಿಗೆ ಪಡೆದುಕೊಂಡಿತ್ತುಲು. 'ವನಿತಾ' ವಿಶೇಷಾಂಕದ 'ನಿರ್ಧಾರ' ಅದ್ಭುತವಾದ ಟೆಲಿಫಿಲಂ ಆಗಿ ಡಿ.ಡಿ.1 ರಲ್ಲಿ ಪ್ರಸಾರವಾಗಿ ಹೆಣ್ಣೊಬ್ಬಳ ಅಂತರಾಳದ ನೋವು-ನಲಿವುಗೆ ಕನ್ನಡಿ ಹಿಡಿದಿತ್ತು.

ಸುಧಾ, ಮಂಗಳ, ವನಿತಾ, ಮಯೂರ, ಮಲ್ಲಿಗೆ, ರಾಗಸಂಗಮ, ಸೂರ್ಯ ಮುಂತಾದ ಪತ್ರಿಕೆಗಳ ಸಂಪಾದಕರನ್ನು ಅತ್ಯಂತ ಕೃತಜ್ಞತೆಯಿಂದ ನೆನೆಯುತ್ತೇನೆ.

ಈ ಕಥಾ ಸಂಕಲವನ್ನು ಅತ್ಯಂತ ಅಚ್ಚುಕಟ್ಟಾಗಿ ಮುದ್ರಿಸಿ ಹೊರತಂದ ಶ್ರೀ ಕೆ.ಎಸ್. ಮುರುಳಿಯವರಿಗೆ ಧನ್ಯವಾದಗಳು.

– ಸಾಯಿಸುತೆ

ಪರಿವಿಡಿ

1. ಪುರುಷೋತ್ತಮನ ಮಗ

ಸೂರ್ಯನಾರಾಯಣ್‌ಗೆ ಮೂರು ಮಕ್ಕಳು. ಮೊದಲನೆಯವನೇ ವೆಂಕಟೇಶ್. ಡಿಗ್ರಿ ಮುಗಿಸಿದ ಕೂಡಲೆ ಕೆಲಸ ಸಿಕ್ಕಿತ್ತು. ಎರಡನೆಯವನು ಮಾಧವ. ಮೂರನೆಯವಳೇ ವತ್ಸಲ. ಖಂಡಿತ ಅವಳೇ ಕಥಾನಾಯಕಿಯಲ್ಲ. ಜೊತೆಗೆ ಅವರ ಅಕ್ಕ ಇಲ್ಲೆ ಹುಟ್ಟಿ ಇಲ್ಲೆ ಬೆಳೆದು ಇಲ್ಲೇ ಉಳಿದುಹೋಗಿದ್ದರು. ಆಕೆಗೆ ವಿವಾಹವಾಗಿದ್ದು ಹದಿಮೂರನೆ ವಯಸ್ಸಿನಲ್ಲಂತೆ. ಅತ್ತೆ ಮನೆ ಮುಖ ನೋಡುವ ಮೊದಲೇ ಗಂಡ ತೀರಿಕೊಂಡು ಶಾಶ್ವತವಾಗಿ ಇಲ್ಲೇ ಉಳಿದು ಇಲ್ಲಿಗೊಂದು ದಿಕ್ಕಾಗಿದ್ದರು. ತಮ್ಮನ ಹೆಂಡತಿ ಅಕಾಲದಲ್ಲಿ ತೀರಿಕೊಂಡಾಗ ಇವರನ್ನೆಲ್ಲ ಸಾಕಿದ್ದು ಆಕೆಯೇ. ಅದರಿಂದಲೇ ಆ ಹಿರಿಯ ಜೀವದ ಮಾತಿಗೆ ಬೆಲೆ ಇತ್ತು.

ಎಂಟು ದಿನ ಆಫೀಸಿಗೆ ರಜೆ ಹಾಕಿ ಹೋಗಿದ್ದು ಬರುವಾಗ ಐದು ಅಥವಾ ಐದಕ್ಕಿಂತ ಒಂದಾರು ತಿಂಗಳು. ಇಲ್ಲ ವರ್ಷ ದೊಡ್ಡದಾದ ಗಂಡು ಮಗುವಿನೊಂದಿಗೆ ಮನೆಗೆ ಬಂದಾಗ ಎಲ್ಲಾ ವಿಸ್ಮಿತರಾದರು. ಅದಂತು ಅವನಿಗೆ ಅಂಟಿಕೊಂಡೇ ಇತ್ತು.

'ಯಾರ್ದೂ ಈ ಕೂಸು?' ವೆಂಕಮ್ಮ ಕೇಳಿದರು.

'ನನ್ನ ಗೆಳೆಯನದು. ಇವ್ನಿಗೆ ಒಂದಿಷ್ಟು ಆಶೀರ್ವಾದ ಮಾಡಿ, ಸದ್ಯಕ್ಕೆ ಇವನಿಗೆ ಬೇಕಾಗಿರೋದು ನಿಮ್ಮ ಆಶೀರ್ವಾದ.' ಅವನ ರೆಟ್ಟೆ ಹಿಡಿದುಕೊಂಡು ಬಂದು 'ವೆಂಕತ್ತಗೆ ನಮಸ್ಕಾರ ಮಾಡು' ತೀರಾ ಬಲವಂತದಿಂದ ಅವರ ಕಾಲಿನ ಮೇಲೆ ಹಾಕಿದ್ದು ನೋಡಿ "ಸುಮ್ನೆ ಅದಕ್ಕೆ ಹಿಂಸೆ ಅನಿಸುತ್ತೆ. ಯಾರು ಇಲ್ದೇ ಒಂಟಿಯಾಗಿ ಕರ್ಕಂಡ್ ಬಂದಿರೋದರಿಂದ ಅದು ಗಾಬ್ರಿಯಾಗಿದೆ" ವಸುಂಧರ ಅಂದಳು. ವೆಂಕಟೇಶನ ಹೆಂಡತಿ, ಮನೆಯ ಮೊದಲ ಸೊಸೆ, ಮಗನ ನಿರಾಕರಣೆಯನ್ನು ಪಕ್ಕಕ್ಕೆ ಸರಿಸಿ ಕೊಟ್ಟ ಮಾತಿಗೆ ಬದ್ಧರಾಗಿ ಸೊಸೆಯಾಗಿ ತಂದುಕೊಂಡು ನಾಲ್ಕೂವರೆ ವರ್ಷವಾಗಿತ್ತು. ಎಲ್ಲರು ವಿವಾಹದ ಸಮಯದಲ್ಲಿ ಆಶೀರ್ವಾದ ಮಾಡಿದಂತೆ ಒಂದು ಮಗುವನ್ನು ಹೆತ್ತು ಈ ಮನೆಗೆ ಸಲ್ಲಿಸಲು ಸಾಧ್ಯವಾಗಿರಲಿಲ್ಲ. ಈಚೆಗೆ ಒಂದು ವರ್ಷದಿಂದ ಅವಳಪ್ಪ, ಅಮ್ಮ ಕರೆದೊಯ್ದು ಡಾಕ್ಟರ್‌ಗಳಿಗೆ ತೋರಿಸುತ್ತಿದ್ದರು.

'ವತ್ಸಲಾ, ಇವನ್ನ ಸ್ವಲ್ಪ ಬಚ್ಚಲಿಗೆ ಕರೆದೊಯ್ದು ಮುಖ ತೊಳೆಸಿ ಹಾಲು ಕುಡಿಸು' ಎಂದು ಅವನನ್ನ ತನ್ನ ಕಾಲುಗಳಿಂದ ಬಿಡಿಸಲು ನೋಡಿದ, ಜಪ್ಪಯ್ಯ ಅಂದರೂ ಅದು ಅಲುಗಾಡಲಿಲ್ಲ. ಕಡೆಗೆ ವೆಂಕಟೇಶನೇ ಎತ್ತಿ ಒಯ್ದು ಬಲವಂತದಿಂದ ಮುಖ ತೊಳೆಸಿ ಹಾಲು ಕುಡಿಸಬೇಕಾಯಿತು. 'ಬಾರೋ.... ಇಲ್ಲಿ' ವೆಂಕಮ್ಮನ ಕರೆಗೆ ಓಗೊಡಲಿಲ್ಲ

ಅವನು. "ಇಂಥ ಮಗುನ ಒಂಟಿಯಾಗಿ ಯಾಕೆ ಕರ್ಕಂಡ್ ಬಂದೆ? ತೀರಾ ಮನೆ, ಹೆತ್ತವರಿಗೆ ಅಂಟಿಕೊಂಡೇ ಬೆಳೆದಿರಬಹುದು. ಮೂರು ತುಂಬದ ಮಕ್ಳುನ ತಗೊಂಡ್ ಹೋಗಿ ಶಾಲೆಗೆ ಹಾಕ್ತಾರೆ" ಎಂದರು. ಆದರೂ ಇದು ತೀರಾ ಅಚ್ಚರಿಯ ವಿಷಯವೆ.

ಆಮೇಲು ಕೂಡ ಅದು ಅವನನ್ನು ಬಿಟ್ಟು ಅಲುಗಾಡಲಿಲ್ಲ. ಅದರ ಕಣ್ಣುಗಳಲ್ಲಿ ಭಯ. ಎಲ್ಲಾ ಪುಸಲಾಯಿಸಿ ಸುಮ್ಮನಾದರು. ರಾತ್ರಿ ತನ್ನ ಪಕ್ಕ ಮಲಗಿಸಿಕೊಂಡಾಗ ವಸುಂಧರ ಧುಮ ಧುಮ ಎಂದಳು. 'ಯಾರ್ದು ಮಗು? ಏನಾದ್ರೂ ಹಾಸಿ ಕೆಳ್ಗೆ ಮಲಗಿಸಿ. ಅದ್ಹೆಂಗೆ ಒಂಟಿಯಾಗಿ ಕಳಿಸಿದರು ಇವನನ್ನ?' ಎನ್ನುತ್ತಲೆ ಕೆಳಗೆ ಗೋಡೆಯಂಚಿಗೆ ಹಾಸಿ 'ಅಪ್ನ ಇಲ್ಲಿ ಮಲಗ್ಸೀ' ಹೇಳಿ ರೂಮಿನಿಂದ ಹೊರಗೆ ಬಂದವಳು ನೀರಿಡಿದು ಬಂದಾಗಲು ಮಗು ಅಲ್ಲೇ ಇತ್ತು. 'ಪ್ಲೀಸ್ ಕೆಳ್ಗಡೆ ಮಲಗ್ಸೀ ನಂಗೆ ನಿದ್ದೆ ಬರ್ತಾ ಇದೆ. ಎಂಟು ದಿನಾಂತ ಹೋದವರು ಹದಿನೈದು ದಿನಗಳ ನಂತರ ಬರ್ತಾ ಇದ್ದೀರಾ. ನಾನು ಎಷ್ಟೋ ಮಾತಾಡೋದಿದೆ. ಮಗುನ ತಂದು ಮಧ್ಯ ಯಾಕೆ ಮಲಗ್ಸಿಕೊಂಡಿದ್ದೀರಾ?' ಬೇಸರ ವ್ಯಕ್ತಪಡಿಸಿದಾಗ ವೆಂಕಟೇಶ್ 'ಹೇಗೂ ಕೆಳ್ಗಡೆ ಹಾಸಿದೀಯಲ್ಲ, ಆರಾಮಾಗಿ ಅಲ್ಲೆ ಮಲಕ್ಕೋ. ಹೊಸ ಜಾಗ ಒಂಟಿಯಾಗಿ ಮಲಗೋಲ್ಲ' ಎಂದು ಅರ್ಧ ಮಲಗಿದ್ದವನು ಪೂರ್ತಿಯಾಗಿ ಮಲಗಿ ಹೊದಿಕೆಯನ್ನೆಳೆದುಕೊಂಡಾಗ ಕೈ ಹಿಡಿದವಳು ಗರಬಡಿದಂತೆ ನಿಂತಳು. ಎಂದೂ ನೋಡದ ಒಂದು ಮಗುವಿಗಾಗಿ ಗಂಡ ತನ್ನನ್ನು ದೂರ ಮಲಗಿಸಿದ್ದು ಕೆಟ್ಟ ಕೋಪ ತರಿಸಿತು. ಹದಿನೈದು ದಿನಗಳಿಂದ ವಿರಹದಲ್ಲಿ ಬೆಂದವಳಿಗೆ ಗಂಡನ ಸಾಮೀಪ್ಯ ಅಗತ್ಯವಾಗಿತ್ತು. ಬಯಕೆಯ ಮಹಾಪೂರಕ್ಕೆ ಒಡ್ಡು ಹಾಕಲು ಪ್ರಯಾಸಪಡಬೇಕಾಗಿತ್ತು. ಮಂಚದ ತುದಿಗೆ ಮಲಗಿ ಒದ್ದಾಡಿದ ನಂತರ ಎದ್ದು ಹೋಗಿ ಕೆಳಗೆ ಮಲಗಿದಾಗ ಬ್ಲಾಂಕೆಟ್ ತಂದು ಹೊದ್ದಿಸಿದ ಗಂಡನ ಕೈ ಹಿಡಿದು 'ನಿಮ್ಗೆ ನನ್ಮೇಲೆ ಪ್ರೀತೀನೇ ಇಲ್ಲ. ನಿಮ್ಮ ಬರುವಿಗಾಗಿ ನಿಮಿಷಗಳ ಲೆಕ್ಕ ಹಾಕ್ದೆ. ಆದರೆ, ನೀವು ಪೂರ್ತಿ ನನ್ನ ನೆಗ್ಲೆಟ್ ಮಾಡ್ತಾ ಇದ್ದೀರಿ. ಅದೇನು ಮಗೂನ ಹತ್ತಿರ ಮಲಗಿಸ್ಕೊಂಡ್ ತಟ್ಟೋಕೆ? ಕೆಳ್ಗೆ ಮಲಗ್ಸಿ' ಅವಳ ಕಣ್ಣುಗಳ ಹೊಳಪು ಮಂಕು ಬೆಡ್‌ಲೈಟ್ ಬೆಳಕಿನಲ್ಲಿ ರಾರಾಜಿಸುತ್ತಿತ್ತು. ಈಗ ಮಲ್ಗು. ನನ್ನ ಮೈಂಡ್ ಡಿಸ್ಟರ್ಬ್ ಆಗಿದೆ' ಕೈ ಸರಿಸಿ ಹೋಗಿ ಮಗುವಿನ ಪಕ್ಕ ಮಲಗಿದ.

ವಸುಂಧರಗೆ ದಿಕ್ಕೆಟ್ಟಂತಾಯಿತು. ಗಂಡ ತನ್ನನ್ನು ಉಪೇಕ್ಷಿಸಿದ್ದು ಇಂದೇಯೆನಿಸಿತು. ಮಗ್ಗುಲಿಗೆ ತಿರುಗಿದಳು. ಕಣ್ಣಿಂದ ಹರಿದ ಕಂಬನಿ ದಿಂಬನ್ನು ತೋಯಿಸಿತು. 'ನಿನ್ನ ಮದ್ವೆ. ಈ ಆರು ತಿಂಗಳಲ್ಲಿ ನಡೆದು ಹೋಗ್ಲೇಬೇಕು. ಹೆತ್ತವರು ಕೊಡೋ ಮನೆಯಲ್ಲಿ ಇವಳಿಗೆಷ್ಟು ಭದ್ರತೆ ಸಿಗುತ್ತೇಂತ ಯೋಚಿಸ್ತಾರೆ. ಏನು ಇಲ್ದ ಭಿಕಾರಿಗೆ ಕೊಟ್ಟು ತಮ್ಮ ತಲೆಯ ಮೇಲಿನ ಚಪ್ಪಡಿ ಎಳೆದುಕೊಳ್ಳೋಕೆ ರೆಡಿಯಾಗೋಲ್ಲ' ಎಚ್ಚರಿಕೆಯೊಂದಿಗೆ ದಮಕಿ ಹಾಕಿದ್ದರು. ಅವಳ ತಂದೆ, ಮಹಾ ಪಟ್ಟಿನ ಮನುಷ್ಯ. ಅಂದುಕೊಂಡಂತೆ ಮಗಳ ಕುತ್ತಿಗೆಗೆ ಮಾಂಗಲ್ಯ ಬಿಗಿಸಿ ಕೈ ತೊಳೆದುಕೊಂಡಿದ್ದರು. ಅವಸರ ಅವಸರವಾಗಿ, ಹೌದು. ಇಲ್ಲಿ ಅವಳಿಗೇ ಎಲ್ಲಾ

ಸಿಕ್ಕಿತ್ತು! ಆದರೆ ನಾಲ್ಕು ವರ್ಷದ ದಾಂಪತ್ಯದಲ್ಲಿ ಒಂದು ಪ್ರೇಮದ ಕುಸುಮ ಅರಳಿಲ್ಲವೆನ್ನುವುದೇ ತಾಪತ್ರಯದ ವಿಷಯವಾಗಿತ್ತು.

ಸ್ವಲ್ಪ ಬೇಗನೇ ಎದ್ದಿದ್ದ ವೆಂಕಟೇಶ್ ಮತ್ತೆರಡು ದಿನಕ್ಕೆ ರಜ ಬರೆದು ಮಾಧವನ ಕೈಯಲ್ಲಿ ಕಳಿಸಿ, ಮನೆಯಲ್ಲೇ ಉಳಿದ. ತಂದ ಕೂಸಿನ ಸಲುವಾಗಿ ಎಲ್ಲಾ ಅವನೇ ಮಾಡಿದ್ದು ನೋಡಿ ಮನೆಯವರೆಲ್ಲ ಬೆರಗಾದರು.

'ಅಣ್ಣಾ, ರಿಹರ್ಸಲ್ಲಾ?' ಕೇಳಿದಳು ವತ್ಸಲ ಬಾಯಿ ತುಂಬ ನಗುವನ್ನು ತುಂಬಿಕೊಂಡು.

'ಹಾಗೇ ಅಂದ್ಕೋ. ಇದನ್ನ ಸ್ವಲ್ಪ ಅಭ್ಯಾಸ ಮಾಡ್ಕೋ. ಎರಡು ದಿನ ರಜ ಹಾಕಿ. ನಿನ್ಹತ್ರಾನೇ ಇಟ್ಕೋ' ಪುಸಲಾಯಿಸಿ ಅವನನ್ನು ತಂಗಿಯ ಕೈಗೆ ಕೊಡಲು ಹರ ಸಾಹಸ ಮಾಡಿದ. ಅವನು ಜಪ್ಪಯ್ಯ ಎನ್ನಲಿಲ್ಲ. 'ಇವತ್ತು ಕಾಲೇಜಿಗೆ ಹೋಗ್ಬೇಡ. ಮನೆಯಲ್ಲೇ ಇರು' ಅಂದ. ನಡೆದುಹೋದ ದೃಶ್ಯಗಳು ಅವನ ಕಣ್ಮುಂದೆ ಮೂಡಿ ಮರೆಯಾಗಿ ಹೋಗುತ್ತಿತ್ತು. ಆದರೆ ಮನೆಯವರಿಗಂತು ತೀರಾ ವಿಚಿತ್ರವಾಗಿ ಕಂಡಿತು. ತೀರಾ ಎಳೆಯ ಮಗುವಲ್ಲ. ಐದು ತುಂಬಿದ ಬಾಲಕನ ವಿಷಯದಲ್ಲಿ ಇಷ್ಟೊಂದು ಮುತುವರ್ಜಿ ವಹಿಸಿರುವುದು ಸೋಜಿಗವೆನಿಸಿತು. ಇವನು ಯಾರು? ಬರೀ ಪ್ರಶ್ನೆಯೇ? ಎಲ್ಲಾ ತಾನಾಗಿ ಗೊತ್ತಾಗುವುದೆಂದು ಸುಮ್ಮನಿದ್ದರು.

ಉಪಹಾರದ ಸಮಾರಂಭದ ನಂತರ 'ಯಾರ್ದೋ ಈ ಕೂಸು? ಅಪ್ಪ, ಅಮ್ಮ ಜೊತೆಯಲ್ಲಿ ಬರದೇ ನಿನ್ಜೊತೆ ಕಳಿಸಿದ್ದಾರಲ್ಲ' ವೆಂಕಮ್ಮ ಉದ್ಗಾರ ತೆಗೆದರು. ವರ್ಷಗಳ ಹಿಂದೆ ಘಟಿಸಿ ಹೋದ ಒಂದು ಘಟನೆಯಿಂದ ಇನ್ನು ಚೇತರಿಸಿಕೊಂಡಿರಲಿಲ್ಲ.

ಐದು ನಿಮಿಷಗಳಷ್ಟು ದೀರ್ಘ ಮೌನದ ನಂತರ ವೆಂಕಟೇಶ್ 'ಸ್ವಲ್ಪ ದಿನ ನಮ್ಮಲ್ಲೇ ಇರ್ತಾನೆ' ಅಂದು ಉಗುಳು ನುಂಗಿದ. ವಸುಂಧರ ಕೈಯಲ್ಲಿನ ನೀರಿನ ಲೋಟ ಶಬ್ದದೊಂದಿಗೆ ಕೆಳಗೆ ಬಿತ್ತು. ಸಮತಟ್ಟಾದ ನೆಲದಲ್ಲಿ ನೀರು ಹರಿದು ಹೋಗದೆ ಹರಡಿಕೊಂಡು ನಿಂತಿತು. 'ಇದ್ಯಾಕೆ, ಈ ಪಾಟಿ ಸದ್ದು ಮಾಡ್ತೀಯಾ ವಸುಂಧರ. ಬೆಳಗ್ನಿಂದ ಒಂದಲ್ಲ..... ಒಂದು ನಿನ್ನ ಕೈಯಿಂದ ಜಾರಿ ಬೀಳ್ತಾ ಇದೆ. ಒಂದಿಷ್ಟು ಎಚ್ಚರಿಕೆ ಇಟ್ಕೋ' ಹೇಳಿದರು ವೆಂಕಮ್ಮ. ವಸುಂಧರ ಮುಖ ತಿರುವಿಕೊಂಡು ಹೋದಳು. ಆದರೆ ವೆಂಕಮ್ಮನದು ಈ ಮನೆಯಲ್ಲಿ ಯಾವ ಸ್ಥಾನ ಎಂದು ಗೊತ್ತಿದ್ದರಿಂದ, ಆಕೆಯ ವಿರುದ್ಧ ತುಟಿ ತೆರೆಯಲಿಲ್ಲ. ಸೊಸೆಯಾಗಿ ತಂದುಕೊಂಡ ಸೂರ್ಯನಾರಾಯಣ್ ಈಗ ಇರದಿದ್ದರೂ ಆತನ ಮಾತುಗಳು ಚೆನ್ನಾಗಿ ನೆನಪಿತ್ತು. 'ವೆಂಕಮ್ಮ ಹಿರಿಯ ಜೀವ. ಅವ್ಳು ಯಾವ ಸುಖ ಸುರಿದುಕೊಳ್ಳಲಿಲ್ಲ. ಗಂಡನ ಮುಖ ಪರಿಚಯವಾಗುವ ಮುನ್ನವೇ ಹೋದ. ಇಲ್ಲಿಗಾಗಿಯೇ ಜೀವನ ಸವೆಸಿದ್ದಾಳೆ. ಎಂದೂ ಅವಳ ಮಾತಿಗೆ ಎದುರಾಡಬೇಡ, ಇಲ್ಲಿ ಆಕೀ ಮಾತೇ ಫೈನಲ್' ಎಚ್ಚರಿಕೆಯೆನ್ನುವಂತೆ ನಡೆದುಕೊಳ್ಳುತ್ತಿದ್ದಳು. ಆಕೆ ಕೂಡ ವತ್ಸಲ ಇವಳಲ್ಲಿ ಭೇದವೆಣಿಸುತ್ತಿರಲಿಲ್ಲ. ಅದರಿಂದ ಎಲ್ಲಾ ಸುಮುಖವಾಗಿಯೇ ನಡೆದುಹೋಗುತ್ತಿತ್ತು.

ಅಂದಿನ ಸಂಜೆ ಅಣ್ಣನ ಮಡಿಲಲ್ಲಿ ಮುಖ ಮುಚ್ಚಿಕೊಳ್ಳುವ ಅವನನ್ನು ಬಲವಂತದಿಂದ ಎತ್ತಿಕೊಂಡು ಹೋದ ವತ್ಸಲ ತಿರುಗಾಡಿಕೊಂಡು 'ಚಾಕಲೇಟು, ಬಿಸ್ಕತ್ ತೆಗೆಸಿಕೊಟ್ಟು ಕರೆತಂದಾಗ ಏಳು ದಾಟಿತ್ತು. ವೆಂಕಟೇಶ್‌ನ ನೋಡಿದ ಕೂಡಲೇ ಅವನ ಮಡಿಲೇರಿ ಎದೆಯಲ್ಲಿ ಮುಖ ಮರೆಸಿಕೊಂಡಿತು.

'ವೆಂಕಟೇಶ್, ಇವ್ನು ಇನ್ನು ಅಮ್ಮನ ಮಡಿಲ ಕೂಸೆ! ನೀನು ಯಾಕೆ ಕರ್ಕೊಂಡ್ಬಂದೆ?' ತುಸು ಆಕ್ಷೇಪಣೆ ಬೆರೆಸಿ ಕೇಳಿದ ವೆಂಕಮ್ಮನಿಗೆ ಏನು ಹೇಳಬೇಕೋ ತೋಚದೆ ಒಂದೆರಡು ಕ್ಷಣದ ಮೌನದ ನಂತರ 'ಪರಿಸ್ಥಿತಿ ಹಾಗಿತ್ತು. ಅಮ್ಮನ ಮಡಿಲ ಸುಖಾನೇ ಕಂಡಿಲ್ಲ ಬಿಡು' ಎಂದು ನಿರ್ವಿಕಾರ ಚಿತ್ತದಿಂದ. ಆಕೆ ಬಿಟ್ಟ ಕಣ್ಣುಗಳಿಂದ ನೋಡಿ 'ಹಾಗಾದರೇ, ಇವ್ನಿಗೆ ತಾಯಿ ಇಲ್ಲಾಂತ ಅಂದ್ಕೋ. ಪಾಪದ... ಮಗು... ಅವನ ಕೂದಲು, ಮೈ ಮತ್ತು ಮುಖದ ಮಂಕುತನ ನೋಡಿದಾಗಲೇ ಆರೈಕೇ ಸಾಲ್ದೂಂತ ಅಂದ್ಕೊಂಡೆ. ಆಕೀ ಹೋದರೇನು.... ಅಜ್ಜಿ, ತಾತ.... ಬಂಧುಗಳೂಂತ ಇರ್ತಾರಲ್ಲ. ಅಂಥದ್ದರಲ್ಲಿ ನೀನು ಯಾಕೆ ಕರ್ಕಂಡ್ ಬಂದೆ?' ಮತ್ತೆ ಅದೇ ಪ್ರಶ್ನೆ. ಒಮ್ಮೆ ಬೇರೆಯವರ ಮಗನನ್ನು ಮನೆಯಲ್ಲಿಟ್ಟುಕೊಂಡು ಪಾಠ ಕಲಿತಿದ್ದರು. ಈಗ ಅದು ಮರುಕಳಿಸುವುದು ಬೇಡವಾಗಿತ್ತು. ಬಂದಾಗಿನಿಂದ ಅವನ ದನಿಯೇ ಕೇಳದಿದ್ದೊಂದು ಗಾಬರಿ ಅವರಿಗೆ.

'ಇನ್ನೊಂದ್ಮಾತು, ಕೂಗಿದಾಗ ನೋಡುತ್ತೆ. ಅದರಿಂದಲೇ ಕಿವಿ ಕೇಳಿಸುತ್ತೇಂತ ಅಂದ್ಕೋಬಹ್ದು. ಮಾತು ಬರೋಲ್ವಾ? ಹುಟ್ಟು ಮೂಕನಾ? ಆಮೇಲೆ ಮಾತು ಹೋಯ್ತಾ? ಎಂಥ ಚೆಂದದ ಕೂಸುಗೆ ಇಂಥದೊಂದು ಊನಾ!' ಆಕೆ ನೊಂದುಕೊಂಡರು. ವೆಂಕಮ್ಮನ ವ್ಯಾಪ್ತಿ ಚಿಕ್ಕದೇ. ಅಷ್ಟರಲ್ಲಿಯೇ ಬದುಕಿನ ವೈಚಿತ್ರ್ಯ ಕಂಡವರು. ಅವರಂತು ಅತ್ತೆಯ ಮನೆ ಮುಖ ನೋಡದಿದ್ದರೂ ಅವರುಗಳು ಬಂದು ಹೋಗುತ್ತಿದ್ದರು, ಪಡಪೋಶಿಯಂತೆ ತಿರುಗುತ್ತಿದ್ದ ಮೈದುನ ಆಗಾಗ ಬಂದು ತಿಂಗಳುಗಟ್ಟಲೆ ಟೆಂಟ್ ಹಾಕುತ್ತಿದ್ದ. ಬೇಡದ ಸಂಬಂಧವಾದರೂ ಬರಬೇಡವೆಂದು ಹೇಳುವುದು ಇಷ್ಟವಿರಲಿಲ್ಲ.

ಮುಗುಮ್ಮಾಗಿ ಕೂತ ವೆಂಕಟೇಶ್‌ನನ್ನು ನೋಡಿ ಚಕಿತರಾದರು. ಯಾವುದಾದರೂ ಗೊಂದಲದಲ್ಲಿ ಸಿಕ್ಕಿಕೊಂಡಿದ್ದಾನಂತ ಹೆದರಿದರು. ವಿವಾಹ ಬೇಡವೆಂದ ಮಗನಿಗೆ ಜೋರು ಮಾಡಿಯೇ ಸೂರ್ಯನಾರಾಯಣ ಮದುವೆ ಮಾಡಿದ್ದು. ಅಂಥದ್ದರಲ್ಲಿ... ಬೇರೆ ಬೇರೆ ವಿಚಾರಗಳು ಆಕೆಯ ಮಿದುಳಿನಲ್ಲಿ ಸುಳಿದು ಮರೆಯಾದವು.

'ಏನಾದ್ರೂ ಹೇಳು, ನಾನು ಮಾತಾಡುತ್ತಾನೇ ಇದ್ದೀನಿ, ನೀನು ಸುಮ್ನೆ ಕೂತೇ ಇದ್ದೀಯ ಅವನಿಗೆ ಮಾತು ಬರೋಲ್ವಾ? ಅದರ ಹೆಸರೇನು? ಸಹಾಯ ಮಾಡಿದರೇ ಬೇಡಾಂತ ಅನ್ನೋಲ್ಲ. ನಾವು ಮನೆಯಲ್ಲಿ ಇಟ್ಟುಕೊಳ್ಳೋದಂತು ಬೇಡ. ಈ ತರಹ ಏಕಾಏಕಿ ಕರಕೊಂಡು ಬಂದರೇನು ಗತಿ? ಇಂಥ ವಿಷ್ಯದಲ್ಲಿ ಮನೆಯವರನ್ನ ಕೇಳಬೇಕಾಗುತ್ತೆ' ಮತ್ತಷ್ಟು ಕೊರೆದರು. ವೆಂಕಟೇಶ್ ಏನಾದರೂ ಹೇಳಲೇಬೇಕಿತ್ತು.

'ಮಿಕ್ಕಿದ್ದು ಯಾವಾಗಲಾದ್ರೂ ಹೇಳ್ತೀನಿ. ಸದ್ಯಕ್ಕೆ ಇವ್ನು ಇಲ್ಲೇ ಇರ್ತಾನೆ. ಮೂಗ ಅಲ್ಲ, ಚೆನ್ನಾಗಿ ಮಾತಾಡ್ತಾನೆ. ಹೊಸ ಜಾಗಕ್ಕೆ ಹೊಂದಿಕೊಳ್ಳೋಕೆ ಸಾಕಷ್ಟು ದಿನ ಬೇಕಾಗುತ್ತೆ. ಸ್ವಲ್ಪ ಚೆನ್ನಾಗಿ ಆರೈಕೆ ಮಾಡು ಅತ್ತೆ. ನಿನ್ನ ಕೈನ ಆರೈಕೆಯಲ್ಲಿ ಎಂಥ ಒಣಗಿದ ಕೊಂಬೆಯಾದ್ರೂ ಚಿಗುರೊಡೆಯುತ್ತೆ' ಅವನ ಮಾತಿಗೆ ವೆಂಕಮ್ಮ ಗಾಬರಿಯಾದರು. ಒಂದೆರಡು ದಿನ ಇರುತ್ತೆ ಅಂದುಕೊಂಡಿದ್ದ ಮಗು ಆರೈಕೆ ಬಗ್ಗೆ ಹೇಳೋದು ಕೇಳಿ ಒಂದು ತರಹ ಮುಖ ಮಾಡಿದರು.

'ನಂಗೆ ಏನೇನೂ ಅರ್ಥವಾಗಲಿಲ್ಲ. ಸ್ವಲ್ಪ ಎಲ್ಲ ಬಿಡಿಸಿ ಹೇಳು. ಯಾರ್ದೋ ಮಗುನ ಮನೆಯಲ್ಲಿಟ್ಕೊಂಡ್ ನಾವು ಯಾಕೆ ಆರೈಕೆ ಮಾಡೋಣ? ನಮ್ಗೆ ನಮ್ದೇ ಆದ ಜವಾಬ್ದಾರಿಗಳು. ನಾಲ್ಕಾರು ಸಲ ವಸುಂಧರ ತವರುಮನೆಗೆ ಹೋಗಿ ಬಂದರೂ, ಇನ್ನು ತಾಯಿ ಆಗೋ ಲಕ್ಷಣ ಕಾಣಲಿಲ್ಲ. ನೀನು, ಅವ್ಳು ಕೂಡಿಯೇ ಹೋಗ್ಬಂದ್ರಿ. ಏನೋ ಒಂದು ಸಣ್ಣ ಆಪರೇಷನ್ ಅಂದೆ. ಅದನ್ನಾದ್ರೂ ಬೇಗ ಮಾಡಿಸಬೇಡ್ವಾ? ಈ ನಡು ಮನೆಯಲ್ಲಿ ನಿನ್ನ ಒಂದ್ಮಗು ಓಡಾಡಿದರೆ ಸೂರ್ಯನಾರಾಯಣನ ಆತ್ಮಕ್ಕೆ ಶಾಂತಿ ಸಿಗುತ್ತೆ' ಇಂಥದೊಂದು ಮಾತು ಕೂಡ ಸೇರ್ಪಡೆ ಆಯಿತು. 'ಅದೆಲ್ಲ ನಿಧಾನವಾಗಿ ಆಗುತ್ತೆ ನಾಳೆ ಒಂದಿಷ್ಟು ಹಬ್ಬದ ಅಡ್ಗೇ ಮಾಡು. ಇವನಿಗೊಂದು ಒಳ್ಳೆ ಹೆಸರು ಇಡಬೇಕು. ಆ ಹೆಸರಿನ ಆಯ್ಕೆ ಕೂಡ ನಿಂದೆ. ನೀನು ಯಾವ ಹೆಸರಿನಲ್ಲಿ ಕೂಗಿದರೆ ನಾವುಗಳು ಆ ಹೆಸರಿನಿಂದ ಕೂಗ್ತೀವಿ' ಎಂದು ಅಂಟಿಕೊಂಡು ನಿಂತಿದ್ದ ಅವನನ್ನು ಕರೆದುಕೊಂಡು ಹಿತ್ತಲಿಗೆ ಹೋದ.

ರಾತ್ರಿ ಮಾಧವ, ವತ್ಸಲ ಚರ್ಚೆಗೆ ಬಿದ್ದರು.

'ಏನಾದ್ರೂ ವಿಷ್ಯ ಗೊತ್ತಾಯ್ತ? ಆ ಮಗು ಯಾರ್ದು? ಅದ್ಕೇ ಯಾರು ದಿಕ್ಕು ಇಲ್ವಾ? ಇಲ್ಲಿ ಎಷ್ಟು ದಿನ ಇರುತ್ತೆ?' ಈ ಮೂರು ಪ್ರಶ್ನೆಗಳಿಗೆ ಅರ್ಜೆಂಟಾಗಿ ಉತ್ತರ ಬೇಕು. ವತ್ಸಲ ತನ್ನ ಮೂರು ಪ್ರಶ್ನೆಗಳನ್ನು ಮಾಧವನ ಮುಂದಿಟ್ಟ ಕೂಡಲೇ ಹೌಹಾರಿದ. 'ಬೇಡ, ನನ್ನ ಪಾಡಿಗೆ ನನ್ನ ಬಿಡು. ಇದನ್ನೆಲ್ಲ ನಾನು, ನೀನೂ ಕೇಳೋಕ್ಕಾಗುತ್ತ? ಯಾರ್ದೋ.... ಮಗು! ನಾಲ್ಕು ದಿನವಿದ್ದು ಹೋದರೇ ನಮ್ಮಪ್ಪನ ಗಂಟು ಏನು ಹೋಗುತ್ತೆ' ಬೇಕಾಬಿಟ್ಟಿ ಹೇಳಿದಾಗ ವತ್ಸಲ ಅವನನ್ನು ಮೊಟಕಿಯೇಬಿಟ್ಟಳು. ಅವರಿಬ್ಬರಲ್ಲಿ ಬರೀ ಒಂದು ವರ್ಷ ವಯಸ್ಸಿನ ಅಂತರ. ಅದಕ್ಕೆ 'ಬಾರೋ... ಹೋಗೋ...' ಎಂದು ಮಾತಾಡುತ್ತಿದ್ದರು. ಆ ಬಗ್ಗೆ ಮನೆಯವರದು ಕೂಡ ತಕರಾರು ಇರಲಿಲ್ಲ.

'ಅದಲ್ಲ, ಅತ್ತಿಗೆ ಮುಖವನ್ನೂದಿಸಿಕೊಂಡು ಓಡಾಡ್ತ ಇದ್ದಾರೆ. ಅದರ ಪರಿಣಾಮ ಮನೆಯವರ ಮೇಲೆಲ್ಲ ಆಗುತ್ತೆ. ಸಮಯ ಸಿಕ್ಕರೇ, ಅಣ್ಣನಿಗೊಂದು ಮಾತು ಹೇಳಿ ನೋಡು. ನಮಗ್ಯಾಕೆ ಇಲ್ದ ತಲೆನೋವು' ಎಂದು ಮಾಧವ ತಲೆಕೊಡವಿದ. ಸೂರ್ಯನಾರಾಯಣ್ ಮಕ್ಕಳಲ್ಲಿ ಇವನೊಬ್ಬನಿಗೆ ಸ್ವಲ್ಪ ಸ್ವಾರ್ಥ ಜಾಸ್ತಿ ಅನ್ನೋದು ವೆಂಕಮ್ಮನ ಅಭಿಪ್ರಾಯ. ಆದರೂ ಅವನಿಗೆ ಅಣ್ಣ ಅಂದರೆ

ಪಂಚಪ್ರಾಣ. 'ಒಂದು ಗೆರೆ ಎಳೆದು ಆ ಕಡೆ ಹೋಗಬೇಡ ಅಂದರೇ ಖಂಡಿತ ಹೋಗೋಲ್ಲ' ಅನ್ನೋ ಮಾತೊಂದು ಚಾಲ್ತಿಯಲ್ಲಿತ್ತು.

'ಏಯ್ ಮಾಧವ' ಇನ್ನಷ್ಟು ಅವನತ್ತ ಸರಿದು 'ನೋಡೋಕೆ ಎಷ್ಟೊಂದು ಮುದ್ದಾಗಿದ್ದಾನೆ. ಒಳ್ಳೆ ಬಣ್ಣ ಕೂಡ ಇದೆ. ಯಾರದಿರಬೇಕು ಮಗು? ಒಂದು ಕ್ಲೂ ಕೊಡು, ನಾನು ಗೆಸ್ ಮಾಡ್ತೀನಿ. ಅದರ ಮುಖ ತುಂಬ ಫೆಮಿಲಿಯರ್ ಅನಿಸುತ್ತೆ' ಇಂಥದೊಂದು ಸುದ್ದಿ ಎತ್ತಿದ ಕೂಡಲೇ 'ಮಹಾರಾಯ್ತಿ ನನ್ನ ಪಾಡಿಗೆ ನನ್ನ ಬಿಡು. ನಿಂಗೆ ಓದೋಕೆ ಇಷ್ಟವಿಲ್ಲದಿದ್ದರೇ ಎದ್ದು ಹೋಗು. ನೀವು ಓದದಿದ್ದರೂ ಬಚಾವ್ ಆಗ್ಬಿಡ್ತೀನಿ! ನಮ್ಮ ಹಣೆಬರಹಕ್ಕೆ ಓದಲೇಬೇಕು. ಆಮೇಲೆ ಸಂಪಾದನೆ ಬೇಕು. ಇಲ್ಲದಿದ್ದರೇ ಫುಟ್‌ಪಾತೇ ಗತಿ ಅಷ್ಟೇ. ನೀನು ಸುಮ್ನೆ ಎದ್ದು ಹೋಗು' ಗದರಿದ. ವತ್ಸಲ ಮುಖವನ್ನೂದಿಸಿಕೊಂಡು ಕೂತಳು.

ಮರುದಿನ ವೆಂಕಟೇಶ್ ವೆಂಕಮ್ಮನ ಮುಂದೆ ಕೂಡಿಸಿ ಅದಕ್ಕೆ ಎಣ್ಣೆ ಹಚ್ಚಿಸಿದ ನಂತರ ಬಚ್ಚಲಿನಲ್ಲಿ ಕೂಡಿಸಿ 'ವಸುಂಧರ ಸ್ವಲ್ಪ ನೀರು ತುಂಬಿ ಹಾಕ್ಬಾ' ಕೂಗಿದ. ಅವಳು ಕೇಳಿಸದಂತೆ ಅಡಿಗೆ ಮನೆಯಲ್ಲಿ ಇದ್ದುಬಿಟ್ಟಾಗ ವೆಂಕಮ್ಮನೇ ಹೋಗಿ ನೀರು ತುಂಬಿ ಹಾಕಿ 'ವಸು ಬೇಜಾರು ಮಾಡಿಕೊಂಡಿದ್ದಾಳೆ. ಅವಳಿಗಾದ್ರೂ ಏನಾದ್ರೂ ಹೇಳಿದ್ಯಾ? ಸುಮ್ನೇ ಈಗ ಯಾರ್ದೋ ಮಗುನ ತಂದು ಮೇಲೆಳೆದುಕೊಳ್ಳೋದೂಂದರೇ ಅರ್ಥವೇನು? ಯಾವ್ದೇ ಒಂದು ಕೆಲ್ಸ ಮಾಡೋಕೆ ಮೊದ್ಲು ಹತ್ತು ಸಲ ಯೋಚ್ಸೇ ಜಾಯಮಾನದ ನೀನು ಈ ತರಹ ಮಾಡೋದು ಸರಿಯೆನಿಸೋಲ್ಲ. ಅವ್ನಿಗೆ ಹೆತ್ತವರೂಂತ ಅನ್ನಿಸ್ಕೊಂಡೋರು ಹೆಸರೇ ಇಟ್ಟಿಲ್ವಾ? ಕೂಗೋಕೆ ಒಂದು ಹೆಸರು ಇದ್ದೇ ಇರುತ್ತೆ. ನಾವು ಮತ್ತೆ ಹೆಸರು. ಇಡೋದು ಯಾಕೆ? ವಿಚಿತ್ರವೆನಿಸುತ್ತೆ. ಅವ್ಳಿಗೆ ಇದ್ನ ಅರಗಿಸಿಕೊಳ್ಳೋಕೆ ಆಗ್ತಾ ಇಲ್ಲ. ಧುಮುಗುಟ್ಟಿಕೊಂಡು ಓಡಾಡ್ತ ಇದ್ದಾಳೆ?' ಅನ್ನುತ್ತಲೇ ನೀರು ಹಾಕಿ ಮುಗಿಸಿ ಟವಲು ತಂದು ಅವನನ್ನು ಹತ್ತಿರಕ್ಕೆಳೆದುಕೊಂಡು ತಲೆಯೊರೆಸಿದರು. ವೆಂಕಟೇಶ್ ತುಟಿ ತೆರೆಯಲಿಲ್ಲ.

ಅಂತು ದೇವರ ಮನೆಯಲ್ಲಿ ಮಣೆ ಹಾಕಿ ಕೂಡಿಸಿ ವೆಂಕಟೇಶನೇ ದೇವರ ಮೇಲಿನ ಕುಂಕುಮವನ್ನು ಪ್ರಸಾದದ ರೂಪದಲ್ಲಿ ಅವನ ಹುಬ್ಬುಗಳ ನಡುವೆ ಇಟ್ಟು ಕ್ರಾಪ್ ಸರಿ ಮಾಡಿದ. ಇಣುಕಿದ ಮಾಧವನನ್ನು ಅಲ್ಲೇ ಇರುವಂತೆ ಸನ್ನೆ ಮಾಡಿ 'ಇವ್ನಿಗೆ ಹೆಸರು ಇಡೋ ಕಾರ್ಯಕ್ರಮ. ಒಂದು ಒಳ್ಳೆಯ ಹೆಸರು ಇಡೋ ಕಾರ್ಯಕ್ರಮ. ಒಂದು ಒಳ್ಳೆಯ ಹೆಸರು ಸೆಲೆಕ್ಟ್ ಮಾಡು. ವತ್ಸಲನ್ನೂ ಕರೀ. ಕರೆಯೋಕೆ ಸುಲಭವಾಗಿ ಇರಬೇಕು. ತೀರಾ, ದೊಡ್ಡದು ಬೇಡ. ಎರಡು ಅಥವಾ ಮೂರು ಅಕ್ಷರದ ಪುಟ್ಟ ಹೆಸರು ಇರಲೀ. ಅದನ್ನ ವೆಂಕತ್ತೆ ಒಪ್ಕೋಬೇಕು' ಸೂಚಿಸಿದ. ಮಾಧವನ ಮುಖ ಒಂದು ತರಹ ಆಯಿತು. ಯಾರದೋ ಮಗುವಿಗೆ ನಾವು ಹೆಸರು ಇಡುವ ಕಾರ್ಯಕ್ರಮ ಅವನಿಗೆ ತಲೆ ಬುಡ ಅರ್ಥವಾಗಲಿಲ್ಲ. ತೆಪ್ಪಗೆ ಸುಮ್ಮನೆ ನಿಂತ. ಅದಕ್ಕೆ ಧೈರ್ಯವಾಗಿ ವಿರೋಧ ಸೂಚಿಸಿದವಳು ವಸುಂಧರ.

'ಏನು ಇದೆಲ್ಲ? ಯಾರ್ದೋ ಮಗುವಿಗೆ ನಾವು ಹೆಸರು ಇಡೋದು ಯಾಕೆ? ನಂಗೆ ಸ್ವಲ್ಪನೂ ಸರಿ ಕಾಣೋಲ್ಲ. ವೆಂಕತ್ತೆ ನೀವಾದ್ರೂ... ಹೇಳಿ' ಅವಳನ್ನು ವೆಂಕಮ್ಮ ಕಣ್ಣಲ್ಲಿಯೇ ಸುಮ್ಮನಾಗಿಸಿದರು. ವೆಂಕಟೇಶನನ್ನು ಚೆನ್ನಾಗಿ ಬಲ್ಲವರು. ಜವಾಬ್ದಾರಿ ಗೊತ್ತು. ಮನೆಯವರಿಗೆ ಇಷ್ಟವಿಲ್ಲದ್ದನ್ನು ಮಾಡಲಾರ. ತಂದೆಯ ಮಾತಿಗಾಗಿ ವಸುಂಧರಳಿಗೆ ತಾಳಿ ಕಟ್ಟಿ ಹೆಂಡತಿಯನ್ನು ಪ್ರೀತಿಯಿಂದ ನಡೆಸಿಕೊಳ್ಳುವವನು. ಆದರೆ ಮೃದು ಸ್ವಭಾವ. ಮೌಲ್ಯಗಳಿಗೆ ಹೆಚ್ಚು ಬೆಲೆ ಕೊಡುವ ಸಮಾಜಮುಖಿ ಅನ್ನೋದೊಂದು ವಿಷಯಕ್ಕೆ ಹೆದರುತ್ತಿದ್ದರು.

ಪೈಪೋಟಿಗೆ ನಿಂತ ಮಾಧವ, ವತ್ಸಲ ತಮಗೆ ತೋರಿದ ಹೆಸರುಗಳನ್ನೆಲ್ಲ ಪಟ್ಟಿ ಮಾಡತೊಡಗಿದಾಗ ಮಧ್ಯದಲ್ಲಿ ವೆಂಕಟೇಶ 'ಸೂರ್ಯ ಅನ್ನೋಣ. ಹೆಸರು ಚೆನ್ನಾಗಿದೆ. ಕೂಗೋಕು ಸುಲಭ. ಅಪ್ಪನನ್ನು ಸದಾ ಆ ಹೆಸರಿನಿಂದಲಾದರೂ ನೆನೆಸಿಕೊಂಡಾಗುತ್ತೆ' ಅಂದ. ಕೂಡಲೇ ಎಲ್ಲರ ಸಮ್ಮತಿ ಸಿಕ್ಕಂತಾಯಿತು. 'ಆಯ್ತು, ಸೂರ್ಯ ಅನ್ನೋಣ. ಅಪ್ರ ಮನೆಯವರು ಇದಕ್ಕೆ ಒಪ್ಪಿಕೊಳ್ಳಬೇಕಲ್ಲ. ಅವನ್ನು ನಾರಾಯಣಾಂತ ಕರೀತಾ ಇದ್ದೆ. ಇವನನ್ನ ಸೂರ್ಯ ಅಂತೀನಿ ಬಿಡು' ವೆಂಕಮ್ಮ ಹರ್ಷದಿಂದ ಅವನನ್ನು ಹತ್ತಿರಕ್ಕೆಳೆದುಕೊಂಡು ಕೆನ್ನೆ ಸವರಿ ನಟಿಕೆ ತೆಗೆದವರು, ಅವನ ಗದ್ದ ಹಿಡಿದು ಅತ್ತಿತ್ತ ತಿರುಗಿಸಿ ನೋಡಿ 'ಈ ಮುಖದ ಪರಿಚಯವಿದೆಯೆನ್ನಿಸುತ್ತೆ ಯಾರ್ದು ಈ ಮಗು?' ಅದೇ ಪ್ರಶ್ನೆ.

'ಹೇಳ್ತೀನಿ.... ಅತ್ತೆ' ಅಷ್ಟಕ್ಕೆ ಆ ವಿಷಯ ಕೈ ಬಿಟ್ಟ.

ವಸುಂಧರ ಅಡಿಗೆ ಮನೆಯ ಗೋಡೆಗೆ ಕಣ್ಣೀರು ಸುರಿಸಿದಳು. ಈ ಪುಟ್ಟನನ್ನು ಮನೆಗೆ ತಂದಿದ್ದರಲ್ಲಿ ಏನೋ ರಹಸ್ಯವಿದೆಯೆನಿಸಿತು. ಎಲ್ಲಾ ಸೇರಿ ತನ್ನ ಮೇಲೆ ಪಿತೂರಿ ಮಾಡುತ್ತಿದ್ದಾರಾ? ಅದನ್ನು ಒಪ್ಪಲು ಮನ ಹಿಂಜರಿಯಿತು. ಎಂದೂ ಅವಳಿಗೆ ನೋವಾಗುವಂತೆ ಯಾರು ಮಾತಾಡಿದ್ದೇ ಇಲ್ಲ. ವೆಂಕಟೇಶ್ ಕೂಡ ತಲೆ ಸವರಿ 'ಮಕ್ಕು ನಿಧಾನವಾಗಿ ಆಗ್ಲಿಬಿಡು. ಮಗುವಾದ ಮೇಲೆ ಪೂರ್ತಿ ಎಂಗೇಜ್ ಆಗಿಬಿಡ್ತೀಯ. ಆಮೇಲೆ ಈ ವೆಂಕಟೇಶನ ಕಡೆ ನೋಟ ಹರಿಸೋಕು ಪುರುಸತ್ತು ಸಿಗೋಲ್ಲ' ಹಾಸ್ಯ ಮಾಡುತ್ತಿದ್ದ. ಅವಳ ಸಲಹೆಯಂತೆ ಡಾಕ್ಟರಲ್ಲಿ ಟೆಸ್ಟ್‌ಗೆ ಒಳಗಾಗಿ ಸರ್ಟಿಫಿಕೇಟ್ ತಂದು ಹೆಂಡತಿಗೆ ಕೊಟ್ಟಿದ್ದ. 'ನನ್ನಲ್ಲೇನು ಫಾಲ್ಟ್ ಇಲ್ಲ. ಇದು ನಿನ್ನ ಗಮನದಲ್ಲಿದ್ದರೇ ಸಾಕು' ನಗೆಯಾಡಿದ್ದ. ಅಂಥ ಗಂಡ ತನ್ನನ್ನು ಮೋಸ ಮಾಡಬಹುದೇ? 'ಹೌದು ಅಥವಾ ಇಲ್ಲ' ಎನ್ನುವ ನಿರ್ಧಾರಕ್ಕೆ ಬರಲಾರದೆ ತಳಮಳಿಸಿ ಹೋದಳು. ಆದರೂ ಅವಳಲ್ಲಿನ ಅಸಹನೆ ಕಮ್ಮಿಯಾಗಲಿಲ್ಲ. ಬೇರೆ ಬೇರೆ ರೀತಿಯಲ್ಲಿ ತೋರ್ಪಡಿಸಿದರೂ ಗಂಡ ಅರ್ಥ ಮಾಡಿಕೊಳ್ಳುವಂತೆ ಕಾಣದಾಗ ಅವಳಿಗೆ ಹುಚ್ಚು ಹಿಡಿಯುವುದೊಂದು ಬಾಕಿ.

ದಿನ ಕಳೆದಂತೆ ಸೂರ್ಯ ಒಗ್ಗಿಕೊಂಡ. 'ಅಪ್ಪ.... ಅಪ್ಪ' ಎಂದು ವೆಂಕಟೇಶ್ ಮನೆಯಲ್ಲಿರೋವರೆಗೂ ಅವನ ಹಿಂದೆ ಮುಂದೆ ಸುತ್ತುತ್ತಿದ್ದವನು ನಂತರ ವತ್ಸಲ

ರೂಮು ಸೇರುತ್ತಿದ್ದ. ಅವಳು ಕಾಲೇಜಿಗೆ ಹೊರಡುವ ಮುನ್ನ ಕರೆದುಕೊಂಡು ಬಂದು ವೆಂಕಮ್ಮನ ಬಳಿ ಬಿಡುತ್ತಿದ್ದಳು.

'ಅತ್ತೆ, ಇವ್ನ ಜವಾಬ್ದಾರಿ ನಿಮ್ದು. ಅಣ್ಣ ಸಾರಿ ಸಾರಿ ಹೇಳಿ ಹೋಗಿದ್ದಾನೆ. ಹುಷಾರಾಗಿ ನೋಡಿಕೊಳ್ಳಿ' ಅಂತ ವತ್ಸಲ ಇಂದು ಸ್ವಲ್ಪ ಬಗ್ಗಿ 'ಅತ್ತಿಗೆಯಂತು ಇವನ್ನ ಕಂಡರೆ ಗುರ್ ಅಂತಾರೆ. ಅವರ ಸಂತಾನಕ್ಕೆ ಒಬ್ಬ ರೈವಲ್ ಬಂದಂತೆ' ಪಕ್ಕನೆ ನಕ್ಕಳು. ಅತ್ತಿತ್ತ ನೋಟ ಹರಿಸಿದಾಗ ಆಕೆ ನಕ್ಕು 'ನೀನು ಎಷ್ಟೇ ಮೆತ್ತಗೆ ಹೇಳಿದರೂ ಎಲ್ಲರಿಗೂ ಕೇಳಿಸಿರುತ್ತೆ. ಅದ್ಬಿಡು, ಅದೇನೋ ರೈವಲ್ ಅಂದೆಯಲ್ಲ. ಹಾಗಂದರೇನು?' ಕೇಳಿದರು. ಕುಕ್ಕರುಗಾಲಿನಲ್ಲಿ ಕೂತು ವೆಂಕಮ್ಮನ ಕಿವಿಯ ಬಳಿ ಬಾಯಿ ಇಟ್ಟು 'ಪ್ರತಿಸ್ಪರ್ಧಿ ಅಂತ. ಸ್ವಲ್ಪ ನಿಧಾನವಾಗಿ ಅರ್ಥವಾಗುತ್ತೆ' ಅಂದು ಮಾಯವಾದಳು.

'ಕಾಯಿ ತುರಿಯುತ್ತಿದ್ದ ಆಕೆ ಈಳಿಗೆ ಮಣೆಯನ್ನು ಎತ್ತಿಟ್ಟು 'ಬಾರೋ ಸೂರ್ಯ' ಎಂದು ಎರಡು ಹುರುಳಿ ಹಪ್ಪಳ ಸುಟ್ಟು ಅವನ ಕೈಯಲ್ಲಿಟ್ಟು ಅಲ್ಲೇ ಕೂಡಿಸಿಕೊಳ್ಳುವ ವೇಳೆಗೆ ವಸುಂಧರ ಬಂದವಳು ಅವನತ್ತ ದುರುಗುಟ್ಟಿಕೊಂಡು ನೋಡಿ 'ಇದು ಇಲ್ಲಿ ಬಂದು ಕುಕ್ಕರಿಸಿಕೊಂಡಿದೆ. ವೆಂಕತ್ತೆ ಇವನು ಎಷ್ಟು ದಿನ ಇಲ್ಲಿ ಇರ್ತಾನೆ? ಯಾರು ಇವ್ನ ಹೆತ್ತವರು? ವಿಚಾರಿಸಿದ್ರಾ?' ಅಲ್ಲೇ ಕೂತು ಈಳಿಗೆ ಮಣೆಯನ್ನು ಮುಂದಿಟ್ಟುಕೊಂಡಾಗ 'ಈಗೇನು ಕಾಯಿ ತುರಿಯೋದು ಬೇಡ. ನಿಮ್ಮುಖ ನೋಡಿದ ಕೂಡಲೇ ಓಡುತ್ತೆ. ಈಳಿಗೆ ಮಣೆಯ ಮೇಲೆ ಬಿದ್ದರೇ ದೇವರೇ ಗತಿ. ವೆಂಕಟೇಶ್ ಆಫೀಸ್‌ಗೆ ಹೋಗುವಾಗ ಒಂದು ನೂರು ಸಲವಾದರೂ ಹೇಳಿ ಹೋಗ್ತಾನೆ' ಎಂದು ಇನ್ನಷ್ಟು ಸೂರ್ಯನನ್ನು ಹತ್ತಿರಕ್ಕೆಳೆದುಕೊಂಡಿದ್ದು ನೋಡಿ ಒಳಗೆ ಉರಿದು ಹೋದಳು.

'ಅದೆಲ್ಲ ಇರಲೀ, ಇವ್ನು ಯಾರ ಮಗನಂತೆ?' ಬಿರುಸುನಿಂದಲೇ ಕೇಳಿದಳು.

ವೆಂಕಮ್ಮ ಒಂದು ತರಹ ನೋಡಿ 'ಇದೇ ಪ್ರಶ್ನೆ ನಿನ್ನ ಗಂಡನಿಗೆ ಹಾಕಬೇಕಿತ್ತು. ನನ್ನ ಅಷ್ಟು ಜೋರಾಗಿ ಯಾಕೆ ಕೇಳ್ತೀಯಾ?' ಅಂದ ಕೂಡಲೇ ಎಚ್ಚೆತ್ತುಕೊಂಡ ವಸುಂಧರ 'ಕ್ಷಮ್ಸಿ ವೆಂಕತ್ತೆ. ನಂಗೆ ತಲೆ ಕೆಟ್ಟಂಗೆ ಆಗಿದೆ. ಇವ ಯಾರ ಮನೆಯವನೂಂತ ಇಂದಿನವರ್ಗೂ ಹೇಳಿಲ್ಲ. ಇವ್ನಿಗೆ ಮನೆಯವರೆಲ್ಲ ಸೇವೆ ಮಾಡ್ಬೇಕು. ಹತ್ತಿರ... ಹತ್ತಿರ... ತಿಂಗ್ಳು ಆಗ್ತಾ ಬಂತು. ಇಂದಿಗೂ ಅವ್ರು ಬಾಯಿ ಬಿಟ್ಟಿಲ್ಲ. ನಂಗಂತು ಸೂರ್ಯನ್ನ ಮನೆಯಲ್ಲಿ ಇಟ್ಟುಕೊಳ್ಳೋದು ಇಷ್ಟವಿಲ್ಲ. ನೀವೇ ಹೇಳಿ, ಇವೆಲ್ಲ ಬೇಡದ ಜವಾಬ್ದಾರಿಗಳು. ಇಂದಿನವರ್ಗೂ ನೋಡೋ ಸಲುವಾಗಿ ಕೂಡ ಯಾರೂ ಬಂದಿದ್ದಿಲ್ಲ. ಯಾವ್ದೋ ಅನಾಥ ಮಗು ಇರ್ಬೇಕು. ಸುಮ್ನೇ ನಮ್ಮತ್ರ ಸ್ನೇಹಿತನ ಮಗೂಂತ ಸುಳ್ಳು ಹೇಳಿದ್ದಾರೆ' ಅಂದು ಕಣ್ಣೀರು ಹಾಕಿಕೊಂಡಳು.

'ನೀನೇನು ಕಣ್ಣೀರು ಹಾಕಬೇಡ. ನಾನೆಲ್ಲ ವಿಚಾರಿಸ್ತೀನಿ. ನೀನು ಒಂದ್ಮಾತು ಕೇಳು. ಸಮಸ್ಯೆಗಳು ಬಂದಾಗ ದಂಪತಿಗಳು ಸಾಮರಸ್ಯ ಕಾಪಾಡಿಕೊಳ್ಳಬೇಕು. ವೆಂಕಟೇಶ ತಪ್ಪು ಮಾಡೋಂಥವನಲ್ಲ' ಎಂದು ಸಮರ್ಥಿಸಿಕೊಂಡರು. ಮನೆಯ ಶಾಂತಿ ಕದಡುವುದು ಆಕೆಗೆ ಬೇಕಿರಲಿಲ್ಲ.

ಹಪ್ಪಳ ತಿನ್ನುತ್ತಿದ್ದ ಸೂರ್ಯ ಆಗಾಗ ವಸುಂಧರಳತ್ತ ಭಯದ ನೋಟ ಹರಿಸುತ್ತಿದ್ದ. ಇಂದಿನವರೆಗೂ ಅವನನ್ನು ಹತ್ತಿರ ಸೇರಿಸಿರಲಿಲ್ಲ. ಮುಟ್ಟಿರಲಿಲ್ಲ. ಶತ್ರು ಎನ್ನುವಂತೆ ನೋಡುತ್ತಿದ್ದ ಅವಳನ್ನು ಕಂಡರೆ ಅವನಿಗೆ ಭಯವೇ.

'ಅಡಿಗೆ ಮನೆಗೆ ಬಿಟ್ಕೋಬೇಡಿ' ಅಂದ ವಸುಂಧರ 'ಎದ್ದು ಹೊರ್ಗೇ ನಡೀ' ಎಂದು ಗದರಿಸಿದವಳೆ 'ಇವನೇನು ಮಗುನಾ ವೆಂಕತ್ತೆ? ದಾಂಢಿಗ ಇದ್ದಂಗೆ ಇದ್ದಾನೆ. ಈ ವಯಸ್ಸಿನ ಮಕ್ಕಳೆಲ್ಲ ನರ್ಸರಿಯಲ್ಲಿ ಇರ್ತಾರೆ. ನೀವು ಇಂದು ಇವನ ಬಗ್ಗೆ ಮಾತಾಡಲೇಬೇಕು' ತುರಿದ ಕಾಯನ್ನು ಎತ್ತಿಟ್ಟು ಈಳಿಗೆ ಮಣೆ ಪಕ್ಕಕ್ಕೆ ಸರಿಸಿ ಮೇಲೆದ್ದಾಗ 'ಹೋಗ್ಲಿ ಇವ್ನ... ಒಂದಿಷ್ಟು ಹೊರ್ಗಡೆ ಕರ್ಕಂಡ್ ಹೋಗು ಕೆಲ್ಸ ಮುಗ್ಸಿಕೊಂಡು ಬರ್ತೀನಿ' ಅವನನ್ನು ತುಸು ಸರಿಸಿದ ಕೂಡಲೇ ಎದ್ದು ಅವರ ಕತ್ತನ್ನು ತಬ್ಬಿಕೊಂಡು ಬಿಟ್ಟ. ಆಕೆಯಲ್ಲಿನ ಮಾತೃತ್ವ ಜಾಗೃತವಾಯಿತು. ಅಪ್ಪುಗೆ ಅಪ್ಯಾಯಮಾನವೆನಿಸಿತು. ಎಳೆದುಕೊಂಡು ಲೊಚಲೊಚ ಮುತ್ತಿಟ್ಟು ಕೂಡಲೇ 'ವೆಂಕತ್ತೆ ಇವ್ನ ಯಾರೂಂತ ನಿಮ್ಗೆ ಗೊತ್ತು. ನನ್ನತ್ರ ಮುಚ್ಚಿಡುತ್ತಾ ಇದ್ದೀರಾ! ಎಲ್ಲಾ ಸೇರಿ ನನ್ನ ಭವಿಷ್ಯದ ಮೇಲೆ ಬರೆಯನ್ನೆಳೆಯೋ ತೀರ್ಮಾನ ಮಾಡಿದ್ದೀರಿ' ಅನ್ನುತ್ತ. ಅಳುತ್ತ ಎದ್ದು ಹೋದವಳತ್ತ ನೋಡಿದರು. ಇದು ಸರಿಯೆನಿಸಿತು. ಪ್ರಕ್ಷುಬ್ಧ ವಾತಾವರಣದ ಮುನ್ನಿನ ದಿನಗಳಂತೆ ಕಂಡವು. ತೀರಾ ಖಿನ್ನರಾದರು. ಇಂದು ವೆಂಕಟೇಶನೊಂದಿಗೆ ಮಾತಾಡಲೇಬೇಕೆಂಬ ನಿರ್ಣಯಕ್ಕೆ ಬಂದರು. ತಮಗೆ ವಹಿಸಿ ಹೋದ ಜವಾಬ್ದಾರಿಯನ್ನು ಸರಿಯಾಗಿ ನಿರ್ವಹಿಸುವುದು ಕರ್ತವ್ಯವೆಂದು ತಿಳಿದಾಕೆ. ಆದರೆ ಮಗುವಿನ ಬಗ್ಗೆ ಕೆಂಡ ಕಾರುವಿಕೆ ಮಾತ್ರ ಇಷ್ಟವಾಗದು. 'ಮಗು ಮೇಲೆ ನಿನ್ನ ಕೋಪ ಬೇಡ. ಅದೇನು ಮಾಡ್ತು? ಐದು ವರ್ಷದ ಚಟುವಟಿಕೆ ಇದ್ಯಾ ಇವನಲ್ಲಿ? ಮಂಕು ಕವಿದುಕೊಂಡಿದೆ. ಈಗೀಗ ಗೆಲುವಾಗ್ತ ಇದ್ದಾನೆ. ನೀನು ಗದರಿಸೋಕೆ ಹೋಗ್ಬೇಡ' ಎಂದು ಅವನ ಸಮೇತ ಹೊರಗೆ ಬಂದರು. ಸೊಂಟದ ಮೇಲೆ ಹಾಕಿಕೊಂಡು ಓಡಾಡುವುದೆಂದರೆ ಅವರಿಗೆ ಸಂತೋಷದ ವಿಷಯವೆ.

ಸಂಜೆ ಇಂದು ವೆಂಕಟೇಶ ಬರೋವಾಗ ಸೂರ್ಯನಿಗಾಗಿ ಡ್ರೆಸ್‌ಗಳನ್ನು ಕೊಂಡು ತಂದಿದ್ದು ಸ್ವಲ್ಪ ಎಲ್ಲರಿಗೂ ಪೆಚ್ಚೆನಿಸಿದರು ಮರುಕ್ಷಣ ಮರೆತರು. ವಸುಂಧರ ಹೊಟ್ಟೆಯಲ್ಲಂತು ಬೆಂಕಿ ಬಿದ್ದಂಗಾಯಿತು. ಎರಡು ಸಲ ಕಾಫಿ ಲೋಟಗಳು ಅಡಿಗೆ ಮನೆಯ ನೆಲದ ಮೇಲೆ ಉರುಳಾಡಿದ ಸದ್ದು ನಡುಮನೆಯಿಂದ ಅಂಗಳ ತಲುಪಿ ಆಗಿತ್ತು.

'ಅಣ್ಣ, ಅತ್ತಿಗೆಗೆ ಕೋಪ ಬಂದಿದೆ' ವೆಂಕಟೇಶನತ್ತ ಸರಿದು ವತ್ಸಲ ನುಡಿದಾಗ ಅವನ ಮುಖದ ಮೇಲಿನ ಭಾವನೆಗಳೇನು ಬದಲಾಗಲಿಲ್ಲ. 'ಇವ್ನಿಗೆ ಈ ಡ್ರೆಸ್ ಹಾಕಿ ಪಾರ್ಕ್‌ಗೆ ಕರ್ಕಂಡ್ ಹೋಗು. ಅಲ್ಲಿ ಸಾಕಷ್ಟು ಹುಡುಗರು ಇರ್ತಾರೆ' ತಂಗಿಗೆ ಹೇಳಿದ. ಅವಳು ತುಟಿಕಚ್ಚಿ ಮಾಧವನತ್ತ ನೋಡಿ ಹೇಳುವಂತೆ ಕಣ್ಣಲ್ಲಿಯೇ ಸನ್ನೆ ಮಾಡಿದಳು. 'ಅಣ್ಣ, ವತ್ಸಲಾ ಅತ್ತಿಗೆ ಬೇರೆಲ್ಲೋ ಹೋಗೋ ಪ್ಲಾನ್ ಹಾಕ್ಕೊಂಡಿದ್ದಾರೆ. ನಾನು, ನೀನೂ ಪಾರ್ಕ್‌ಗೆ ಹೋಗೋದು. ಒಬ್ಬೊಬ್ಬರೇ

ಹೋದರೆ ಬೇಡಾಂತಾರಾ? ಹೇಗೂ ಇಬ್ಬರೂ ಹೊರ್ಗಡೆ ತಾನೇ ಹೋಗ್ತಾ ಇರೋದು. ಅವ್ರುಗಳೇ ಕರ್ಕಂಡ್ ಹೋಗ್ಲಿ' ಅಂದು ರೂಮಿಗೆ ಹೋದ, ವತ್ಸಲಾಗೆ ಖುಷಿಯೇ. ಮೊದಲಿನಿಂದಲೂ ಅವಳಿಗೆ ಮಕ್ಕಳೂಂದರೇ ಇಷ್ಟವೇ. ಗೆಳತಿಯರ ಮನೆಯ ಮಕ್ಕಳ್ನ ಎತ್ತಿಕೊಂಡು ಬರುತ್ತಿದ್ದುದ್ದುಂಟು. 'ಬೇಗ ನಮ್ಮ ಅತ್ತಿಗೆಗೆ ಒಂದ್ಮಗು ಆಗ್ಲಿ' ಎಂದು ದೇವರಿಗೆ ಹರಸಿಕೊಂಡಿದ್ದು ಕೂಡ ಸುಳ್ಳಲ್ಲ.

ಬಹಳ ಸಂತೋಷದಿಂದಲೇ ಕುಣಿಯುತ್ತಾ ಹೊಸದಾಗಿ ತಂದ ಡ್ರೆಸ್ ಹಾಕಿ ಸಿದ್ಧಳಾಗಿ 'ಅತ್ಗೇ ನಾನು ರೆಡಿ'ಯೆಂದು ರೂಮಿನ ಬಾಗಿಲಿಗೆ ಬಂದಾಗ 'ಆ ಮಗುನ ಮನೆಯಲ್ಲಿ ಇಟ್ಟುಕೊಳ್ಳೋದು ನಂಗಿಷ್ಟವಿಲ್ಲ. ನಮ್ಗೇ ಸಾಕಷ್ಟು ಜವಾಬ್ದಾರಿಗಳು ಇವೆ. ಇಡೀಯಾಗಿ ಯಾರದೋ ಸ್ನೇಹಿತನ ಮಗುವೆಂದು ಅದರ ಜವಾಬ್ದಾರಿ ಹೊರೋದು ಮೂರ್ಖತನ' ವಸುಂಧರ ಆಡುತ್ತಿದ್ದ ಮಾತುಗಳನ್ನು ಕೇಳಿಸಿಕೊಂಡು ನೇರವಾಗಿ ಸೂರ್ಯನೊಂದಿಗೆ ವೆಂಕಮ್ಮನ ಬಳಿ ಬಂದು ಆಕೆ ಆರಿಸುತ್ತಿದ್ದ ಅವಲಕ್ಕಿಯಲ್ಲಿ ಸ್ವಲ್ಪವೆತ್ತಿ ಸೂರ್ಯನ ಬಾಯಿಗೆ ಹಾಕಿ, ತಾನು ಒಂದಿಷ್ಟು ಬಾಯಿಗೆ ಹಾಕಿಕೊಂಡು 'ವೆಂಕತ್ತೆ ಅತ್ತಿಗೆ ಅಣ್ಣ ಜಗಳ ಆಡ್ತಾ ಇದ್ದಾರೆ. ನಾನು ಮಾತ್ರ ವಸುಂಧರ ಮಾತು ಕೇಳ್ಸಿಕೊಂಡೆ. ಹಿಗ್ಗಾಮುಗ್ಗಾ ಮಾತಿನಲ್ಲೇ ಜಡಿತಾ ಇದ್ದಾಳೆ. ಇಷ್ಟು ಕೋಪ, ಇಷ್ಟು ಬಾಯಿ ಇರೋದು ಈಗ್ಲೆ ಗೊತ್ತಾಗಿದ್ದು. ಅತ್ತಿಗೇನು... ಜೋರೇ! ನಮ್ಮಣ್ಣ ಹಿಮಾಲಯ. ಅವ್ನ ಮುಂದೆ ಇವಳಾಟ ಏನು ನಡ್ಯೋಲ್ಲ. ಅವ್ನ ಈ ಮನೆಯ ಅತ್ತೆಯಾಗಿ ಸೊಸೆಗೆ ಹೇಳು' ಅಣಕಿಸಿ ಅವಲಕ್ಕಿ ತಿನ್ನುತ್ತ ಸೂರ್ಯನನ್ನು ಕರೆದುಕೊಂಡು 'ನಾನು ಪಾರ್ಕ್‌ಗೆ ಹೋಗ್ತೀನಿ. ಆಕೆ ಎಲ್ಲಿಗಾದ್ರೂ ಹೋಗಿಕೊಳ್ಳಿ. ಅಣ್ಣನ ಮೇಲೆ ಜೋರು ಮಾಡಿದರೇ ಮಾತ್ರ.... ನನ್ನ ಸಪೋರ್ಟ್ ಸಿಗೋಲ್ಲ' ಮೂತಿ ತಿರುಗಿಸಿ ಹೊಸಲು ದಾಟಿ ಹೋದಳು. ಇದುವರೆಗೂ ಅತ್ತಿಗೆ, ನಾದಿನಿಯರ ಮಧ್ಯೆ ವಿರಸವೆಂಬುದೇ ಇರಲಿಲ್ಲ. ಇದು ಚೆನ್ನೆನಿಸಲಿಲ್ಲ. ಆಕೆಗೆ, ವಸುಂಧರದು ಕೂಡ ತಪ್ಪೆನ್ನಲಾರರು. ದಿಢೀರನೆ ಬಂದು ಈ ಮನೆಯಲ್ಲಿ ಬಿರುಗಾಳಿಗೆ ಮುನ್ಸೂಚನೆ ನೀಡಿದ ಸೂರ್ಯನ ಬಗ್ಗೆ ಕೂಡ ಕೋಪ ಬಂತು. ಅವನನ್ನು ಏನು ಮಾಡುವುದು? ಈಚೆಗೆ ಅವನು ಕೂಡ 'ವೆಂಕತ್ತೆ ವೆಂಕತ್ತೆ' ಎಂದು ಕೂಗಲು ಶುರು ಮಾಡಿದ ಮೇಲಂತು ಅವನು ತುಂಬ ಇಷ್ಟವಾಗಿಬಿಟ್ಟಿದ್ದ. ಇನ್ನು ಸಂತಾನ ಕಾಣದ ವಸುಂಧರ ಎಳೆ ಕಂದನನ್ನು ಬಯ್ಯುವುದು ಶ್ರೇಯಸ್ಕಾಗಿ ಕಾಣಲಿಲ್ಲ.

ಮುಖ ಗಂಟಿಕ್ಕಿಕೊಂಡೇ ಬಂದ ವಸುಂಧರ 'ವತ್ಸಲ ಎಲ್ಲಿ?' ಕೇಳಿದಳು. ಮುಖದ ಮೇಲಿನ ಕೆಂಪು ಇನ್ನು ಕರಗಿರಲಿಲ್ಲ. 'ಅವ್ಳು ಸೂರ್ಯನನ್ನು ಕರೆದುಕೊಂಡು ಪಾರ್ಕ್‌ಗೆ ಹೋದ್ಲು' ಮಾಧವ ಏನೋ ಓದುತ್ತಿದ್ದವನು ತಲೆಯೆತ್ತದೆ ಹೇಳಿದ. ಇದು ನಿರಾಸಕ್ತಿ. ಉತ್ಪ್ರೇಕ್ಷೆ ಎನಿಸಿತು ಅವಳಿಗೆ. 'ವತ್ಸಲಾಗೆ ಹೊರ್ಗಡೆ ಹೋಗೋ ವಿಷ್ಯ ತಿಳಿಸಿದ್ದೆ. ಅದಕ್ಕೆ ಕಾಲೇಜಿನಿಂದ ಕೂಡ ಬೇಗ ಬಂದ್ಲು. ಅಂಥದ್ದರಲ್ಲಿ ಪಾರ್ಕ್‌ಗೆ ಹೋಗಿದ್ದು ಯಾಕೆ?' ಎಂದಳು. ಅವಮಾನದಿಂದ ಅವಳ ಮೈ ಲಘುವಾಗಿ ಕಂಪಿಸುತ್ತಿತ್ತು. ವೆಂಕಮ್ಮ ಮಾತೇ ಆಡಲಿಲ್ಲ. ಮಾಧವ ಸುಮ್ಮನೆ ಕೂತೇ ಇದ್ದ. ಅವಳಿಗೆ

ಅಳು ಬಂತು. ರೂಮಿಗೆ ದಢಾರನೆ ಹೋದವಳೇ 'ನೀವೇ ವತ್ಸಲನ ಪಾರ್ಕ್‌ಗೆ ಕಳಿಸಿದ್ರಾ?' ಕೇಳಿದ ರಭಸಕ್ಕೆ ತಲೆಯೆತ್ತಿದ. 'ಹೋಗೋಕೆ ಹೇಳಿದ್ದೆ. ನೀನು, ಅವ್ನು ಎಲ್ಲೋ ಹೋಗೋ ಪ್ರೋಗ್ರಾಂ ಇದೆಂದ್ಲು. ಸೂರ್ಯನ ಜೊತೆಯಲ್ಲಿ ಕರ್ಕಂಡ್ ಹೋಗೀಂತ ಅಂದೆ ಈಗೇನಾಯ್ತು?' ತಣ್ಣಗಿತ್ತು ಅವನ ಸ್ವರ. ಅಲ್ಲಿ ಉದ್ವೇಗವಿರಲಿಲ್ಲ.

'ನಂಗಿಂತ ನಿಮ್ಗೇ ಸೂರ್ಯನೇ ಹೆಚ್ಚು' ಅಬ್ಬರಿಸಿದ್ದಕ್ಕೆ ಕೂಡ ಅವನು ಅಲುಗಲಿಲ್ಲ. 'ಯಾರು ಹೆಚ್ಚು... ಯಾರು ಕಡ್ಮೇ ಅನ್ನೋದು ಸಂದರ್ಭಗಳಿಗೆ ಅನುಸಾರವಾಗಿ ಅಷ್ಟೇ. ಒಬ್ಬ ಪ್ರಾಮಾಣಿಕ ಡಾಕ್ಟ್ರುಗು ಪ್ರಾಣಾಪಾಯದಲ್ಲಿರೋ ಪೇಷೆಂಟ್ ಮುಖ್ಯವಾಗುತ್ತಾನೆ ವಿನಃ ಹೆಂಡ್ತಿ ಜೊತೆ ನೋಡೋ ಮೂವೀಯಲ್ಲ. ಈಗ ಸೂರ್ಯನ ಚೇತರಿಕೆನೇ ಇಂಪಾರ್ಟೆಂಟ್. ಹೇಗೂ ನಿನ್ನ ನಾದಿನಿ ಪಾರ್ಕಿನಲ್ಲಿ ಸಿಕ್ತಾಳೆ ಮೂವರು ಜೊತೆಯಾಗಿ ಹೋಗ್ಬನ್ನಿ' ಹೇಳಿದ ಸಹನೆಯಿಂದ.

ದೊಪ್ಪೆಂದು ಮಂಚದ ಮೇಲೆ ಕುಕ್ಕರಿಸಿ 'ಎಲ್ಲಿಂದಲೋ ಬಂದವನ್ನ ಊರೆಲ್ಲ ಪ್ರದರ್ಶನ ಮಾಡ್ಕಿಕೊಂಡು ಬರೋಕೆ ನಾನು ಸಿದ್ಧವಾಗಿಲ್ಲ. ಅವ್ನು ನನ್ನ ದಾಂಪತ್ಯ ಜೀವನ, ಸುಖ ನೆಮ್ದಿಯನ್ನು ಕಿತ್ತುಕೋತಾ ಇದ್ದಾನೆ. ಇದನ್ನೆಲ್ಲ ಸಹಿಸಿಕೊಂಡು ಇರೋಕ್ಕಾಗಲ್ಲ. ದಯವಿಟ್ಟು ಅವ್ನ ಕಳ್ಸಿಬಿಡಿ' ವೆಂಕಟೇಶನ ಎದೆಯ ಮೇಲೆ ತಲೆ ಇಟ್ಟು ಬಿಕ್ಕಿಬಿಕ್ಕಿ ಅಳತೊಡಗಿದಳು. ಅವನ ಕೈ ಕೂಡ ಅವಳನ್ನು ಬಳಸಲಿಲ್ಲ. 'ವಸು, ಡೋಂಟ್ ಗೆಟ್ ಎಕ್ಸೈಟೆಡ್. ಪಾಪ ಆ ಕಂದನ ಬಗ್ಗೆ ನಿಂಗೆ ಯಾಕೆ ಕೋಪ! ಹುಲಿಯಂಥ ದುಷ್ಟ ಕೂಡ ತನ್ನ ಮರಿಗಳ್ನ ಪೋಷಿಸುತ್ತ ಕಾಪಾಡುತ್ತೆ. ಬರೀ ಬುದ್ಧಿ ಇರುವ ಮನುಷ್ಯ ಬರೀ ತನ್ನ ಸಂತಾನಕ್ಕೆ ಮಾತ್ರ ಅವನ ಪ್ರೀತಿ. ಪ್ರೇಮವನ್ನೆಲ್ಲ ಮುಡುಪಾಗಿಸಿ ಬಿಟ್ಟರೇ, ಆ ದುಷ್ಟ ಪ್ರಾಣಿಗೂ, ಮನುಷ್ಯನಿಗೂ ಅಂಥ ದೊಡ್ಡ ವ್ಯತ್ಯಾಸ ಕಾಣೋಲ್ಲ. ಅವ್ನ ಪ್ರೀತಿಯಿಂದ ಹತ್ತಿರಕ್ಕೆ ಕರೀ. ಅವ್ನು ನಿನ್ನ ಮಡಿಲ ಮಗುವಾಗ್ತಾನೆ' ಬುದ್ಧಿ ಹೇಳಿದ. 'ನೋ.... ನೋ' ಕಿವಿ ಮುಚ್ಚಿಕೊಂಡು ಅಬ್ಬರಿಸಿದಳು. 'ಸಾಧ್ಯನೇ ಇಲ್ಲ. ನಂಗೆ ನನ್ನದೇ ಮಗು ಬೇಕು. ಯಾವ್ದೊ ಒಂದು ಹುಡ್ಗನ್ನ ತಂದು ನಾಟಕದಂತೆ ಮಗುವಾಗಿ ಸ್ವೀಕರಿಸಿ ಅಮ್ಮನಾಗಿ ಪಾತ್ರ ಮಾಡುವುದು ನನ್ನಿಂದ ಸಾಧ್ಯವಿಲ್ಲ' ಎಂದಾಗ ಅವಳ ಪಾಡಿಗೆ ಅವಳನ್ನ ಬಿಟ್ಟು ಹೊರಗೆ ಬಂದ.

ನಡುಮನೆಯಲ್ಲಿ ಗೋಡೆಗೆ ಆತುಕೊಂಡು ಕೂತಿದ್ದ ವೆಂಕಮ್ಮ ಖಿನ್ನರಾಗಿದ್ದರು. ಕರಿನೆರಳು ಇವರ ದಾಂಪತ್ಯ ಮೇಲೆ ಎಲ್ಲಿ ಆವರಿಸಿಬಿಡುತ್ತದೆಯೋ ಎಂದು ಹೆದರಿದರು.

'ವೆಂಕಟೇಶ್ ನಂಗೆ ಇದು ಯಾವ್ದೂ ಸರಿಯೆನಿಸೋಲ್ವೋ? ಇಷ್ಟು ದೊಡ್ಡ ಗಂಟಲು. ಈ ಪರಿಯ ಕೋಪ ವಸುಂಧರಾಗೆ ಇದೆಯೆಂದು ಸೂರ್ಯ ಬಂದ ಮೇಲೆಯೇ ಗೊತ್ತಾಗಿದ್ದು. ಅಷ್ಟೊಂದು ಮೃದುವಾಗಿದ್ದ ಹುಡ್ಗೀ ಯಾವ ಪಾಟಿ ಜಗಳಕ್ಕೆ ನಿಲ್ತಾ ಇದ್ದಾಳೆ. ನಂಗ್ಯಾಕೋ ಭಯವಾಗುತ್ತೆ" ಎಂದರು. ಮಾಧವ ಕೂಡ ಬಂದು ಅವರ ಬಳಿಕೂತು 'ಅತ್ತಿಗೆ ತುಂಬ ಡಿಪ್ರೆಸ್ ಆಗಿದ್ದಾರೆ. ಸೂರ್ಯ ಅವ್ರಿಗೆ ಇಷ್ಟವಿಲ್ಲ. ಯಾರ್ದೋ ಮಗುವಿನ ಜವಾಬ್ದಾರಿ ನಾವು ಯಾಕೆ ತಲೆಮೇಲೆ

ಹಾಕ್ಕೋಬೇಕೂನ್ನೋದು ಅವ್ರ ಅಭಿಪ್ರಾಯ. ಇದೇನು ತಪ್ಪಿಲ್ಲ ತಾನೇ? ಹಿಂದೆ ಇಂಥದೊಂದು ಏಟು ನಮ್ಮ ಕುಟುಂಬಕ್ಕೆ ಬಿದ್ದಿದೆ. ಅಪ್ಪ ಅದ್ರ ಕೊರಗಾಗಿ ಹಚ್ಕೊಂಡ್ರು. ಈಗ ಮತ್ತೆ ಅಂಥ ಜವಾಬ್ದಾರಿಗಳೆಲ್ಲ ಬೇಡಣ್ಣ' ರಿಕ್ವೆಸ್ಟ್ ಮಾಡಿಕೊಂಡ ನಿಡಿದಾಗಿ ಉಸಿರೆಳೆದು ದಬ್ಬಿದ ವೆಂಕಟೇಶ್ 'ಒಬ್ಬ ಒಳ್ಳೇ ಸ್ನೇಹಿತನ ಮಗು. ಅದಕ್ಕೆ ದಿಕ್ಕಿಲ್ಲ. ಇಂಥ ಸಮಯದಲ್ಲಿ ನಾನೇನು ಮಾಡಬೇಕು' ಪ್ರಶ್ನಿಸಿದ. ಮಾಧವ ತಲೆ ತಗ್ಗಿಸಿದ. ವೆಂಕಮ್ಮನಿಗೆ ಏನು ಹೇಳಬೇಕೋ ತೋಚಲಿಲ್ಲ' ಅನಾಥಾಶ್ರಮಕ್ಕೆ ಒಪ್ಸಿ ಕೈ ತೊಳೆದುಕೊಳ್ಳೋದು ಉತ್ತಮ' ಇದನ್ನು ಆಗ ತಾನೇ ಪ್ರವೇಶಿಸಿದ ವಸುಂಧರ ಹೇಳಿದ್ದು.

ಒಮ್ಮೆ ಮಡದಿಯನ್ನು ನೇರವಾಗಿ ನೋಡಿದ. ರಾತ್ರಿಗಳಲ್ಲಿ ಪ್ರೀತಿಯಿಂದ ಉಸಿರುಗಟ್ಟಿಸಿದ ಮಡದಿ. ಒಂದು ದಿನ ಕೂಡ ಸ್ವರವೇರಿಸಿದ ಮೃದುಭಾಷಿಣಿ. ಸಂತೃಪ್ತ ದಾಂಪತ್ಯವೆನ್ನುವ ಹೆಗ್ಗಳಿಕೆ ಕೂಡ.

'ಸುಮ್ನೆ ಒಳಗಡೆ ಹೋಗು' ಎಂದ. ಅವನ ಸ್ವರದಲ್ಲಿನ ದೃಢತೆಗೆ ಗಾಳಿಪಟದಂತೆ ಹಾರಿ ಹೋಗಬೇಕಾದ್ದೆ.

ಗಂಡನ ಕಣ್ಣುಗಳನ್ನು ದಿಟ್ಟಿಸಲಾರದೇ ತಲೆ ತಗ್ಗಿಸಿ ಸರಿದುಹೋದಳು. 'ವೆಂಕಟೇಶ, ನಂಗ್ಯಾಕೋ ಭಯವಾಗುತ್ತೆ. ವಸು ಇಷ್ಟೊಂದು ಜೋರಿನವಳೆಂದು ಗೊತ್ತಾಗ್ಲಿಲ್ಲ. ಸುಮ್ನೆ ರಂಪ ರಾಮಾಯಣ ಬೇಡ. ಅವನ್ನ ಬೇರೆ ಎಲ್ಲಾದ್ರೂ ಕಳ್ಸಿಕೊಡೋ ನಿರ್ಧಾರ ಮಾಡು' ದನಿ ತಗ್ಗಿಸಿ ಹೇಳಿದರು. ಅವನು ಮಾತಾಡಲಿಲ್ಲ.

ಆದರೆ ಅಂದು ಆ ಘಟನೆ ನಡೆಯದಿದ್ದರೇ ಬೇರೇನು ತಿರುವು ಸಿಗುತ್ತಿತ್ತೋ ಕತೆಗೆ. ವತ್ಸಲ ಸೂರ್ಯನ್ನ ಓಡಿಯಾಡಿಸುತ್ತಿದ್ದವಳು ರೂಮಿನೊಳಕ್ಕೆ ಹೋದಳು. ಸೂರ್ಯನು ಓಡಿಬರುತ್ತಿದ್ದವನು ವಸುಂಧರೆಗೆ ಡಿಕ್ಕಿಯೊಡೆದು ಗೋಡೆಗೆ ಹೋಗಿ ಬಿದ್ದವನೇ ಅಬ್ಬರಿಸಿದ ಸದ್ದು, ಸದ್ದಿನ ಹಿಂದಿನ ಸೂರ್ಯನ ಅಳುವಿಗೆ ಎಲ್ಲರೂ ಧಾವಿಸಿ ಬಂದರು. ಹಣೆಯಂಚು ಗೋಡೆಗೊಡೆದು ನಿಂಬೆಕಾಯಿ ಗಾತ್ರದ ಬೋರು ಆಗಿತ್ತು. ಅವನು ಉಸಿರು ಬಿಗಿ ಹಿಡಿದು ಹಿಡಿದ.... ಅಳುತ್ತಿದ್ದ.

ವೆಂಕಮ್ಮ ಎತ್ತಿಕೊಂಡು 'ಏನಾಯಿತಮ್ಮ ನನ್ನ ಮರಿಗೆ?' ಎಂದು ಸಮಾಧಾನಿಸುವುದರ ಜೊತೆಗೆ ನೀರು ತರಿಸಿ ಕಾಟನ್ ಟವಲನ್ನು ಅದ್ದಿ ಬೋರೆಯಾದ ಗಂಟಿನ ಮೇಲೆ ಮೆಲ್ಲಗೆ ಒತ್ತುತ್ತ ಸಂತೈಯಿಸತೊಡಗಿದರು. ತಪ್ಪು ಮಾಡದ ವಸುಂಧರ ಎಲ್ಲರ ಮುಂದೆ ಅಪರಾಧಿಯಾಗಿ ನಿಲ್ಲಬೇಕಾಯಿತು.

'ನಂದೇನು ತಪ್ಪಿಲ್ಲ. ಅವ್ನೇ ಡಿಕ್ಕಿಯೊಡೆದು ಬಿದ್ದ' ಅವನು ಬಿದ್ದಿದ್ದಕ್ಕೆ ಕಾರಣ ತಿಳಿಸಿದಳು. ವತ್ಸಲ ಒಂದು ಸಲ ನೋಟ ಬೇರೆಡೆ ಹರಿಸಿದಳು. 'ನಾನು ಬೀಳಿಸಿದ್ದೀನಿ ಅನ್ನೋದು ನಿಮ್ಮಗಳ ಅಭಿಪ್ರಾಯನಾ? ಸ್ವಲ್ಪ ಬೇಜಾರು ಇರ್ಬಹ್ದು. ದ್ವೇಷಿಸೋಂಥ ಕಟುಕತನ ನನ್ನಲ್ಲಿಲ್ಲ. ಡಾಕ್ಟುಗೆ ಫೋನ್ ಮಾಡ್ಲಾ?' ಕೇಳಿದಳು.

'ಏನು ಬೇಡ. ಒಂದಿಷ್ಟು ಹರಿಶಿನ ತಗೊಂಡ್ಬಾ' ಅಂದ ವೆಂಕಮ್ಮ ಅವನನ್ನು ಸಮಾಧಾನಿಸತೊಡಗಿದರು. ವೆಂಕಟೇಶ್ ಎತ್ತಿ ಭುಜದ ಮೇಲೆ ಹಾಕ್ಕೊಂಡು 'ಕ್ಲಿನಿಕ್'ಗೆ

ಹೋಗಿ ಬಂದ್ಬಿಡ್ತೀನಿ' ಉಟ್ಟಬಟ್ಟೆಯಲ್ಲೇ ಹೊರಟಾಗ ಮಾಧವ ಅವನ ಜೊತೆಗೂಡಿದ. ಅವರು ಮನೆಗೆ ಹಿಂದಿರುಗುವವರೆಗೂ ವಸುಂಧರ ಮಾತಾಡುತ್ತಿದ್ದಳು. ಇವರಿಬ್ಬರು ತುಟಿ ಬಿಚ್ಚದೇ ಕೂತರು.

'ಏನು ವೆಂಕತ್ತೆ. ಆ ಮಗು ಯಾರ್ದು ಅನ್ನೋ ವಿಷ್ಯ ಕೂಡ ಬಾಯಿ ಬಿಟ್ಟಿಲ್ಲ. ಎಷ್ಟು ದಿನಾಂತ ತೆಪ್ಪಗಿರೋದು. ಇಷ್ಟೊಂದು ಅಕ್ಕರೆ ತೋರಿಸೋದು ನೋಡಿದರೇ, ಅವರದೇ ಮಗು ಇರಬೇಕು. ವಿವಾಹವಾಗೋಕೆ ನನ್ನ ನಿರಾಕರಿಸೋಕೆ ಇದು ಒಂದು ಕಾರಣ ಇರ್ಬಹ್ದು. ಈಗ ಮಾವನವರ ಭಯ ಇಲ್ಲ. ಅದ್ಕೇ ಆರಾಮವಾಗಿ ತಂದಿಟ್ಕೊಂಡಿದ್ದಾರೆ. ನಂಗೆ ಮೋಸ ಆಗಿದೆ' ಇಂಥ ಆಪಾದನೆಗಳನ್ನು ಆರಾಮಾಗಿ ಹಾಕಿದ ಅವಳನ್ನು ನೋಡಿ 'ಏನೇನೋ ಮಾತಾಡ್ಬೇಡ. ಬೇರೊಂದು ಸಂಸಾರ, ಮಗು ಇದ್ದಿದ್ದರೆ ನಿಂಗೆ ತಾಳಿ ಕಟ್ತಾ ಇರ್ಲಿಲ್ಲ. ಅಂಥದೇನು ಇರೋಲ್ಲ. ಸುಮ್ನೆ ಮನಸ್ಸನ್ನು ರಾಡಿ ಮಾಡ್ಕೋಬೇಡ' ಛೀಮಾರಿ ಹಾಕಿದರು.

ಒಮ್ಮೆ ಇಂಥ ಅನುಮಾನಗಳು ಮನದಲ್ಲಿ ಟಿಸಿಲೊಡೆದರೇ ಬೇರು ಬಿಡಲು ಸಾಕಷ್ಟು ಸಮಯ ಬೇಕಿರೋಲ್ಲ. ವೆಂಕಮ್ಮ ಕೈ ಕೈ ಹಿಸುಕಿಕೊಂಡರು. ಇದು ನಿಜವೇ? ಆಕೆಯ ಮನ ಪ್ರಶ್ನಿಸುತ್ತಿತ್ತು. ಇಂಥದೊಂದು ನಡೆಯಲು ಸಾಧ್ಯವೇ?

'ನಮ್ಮಣ್ಣನದೇ ಮಗು ಅನ್ನೋದಾದರೇ ನಮ್ಮಲ್ಲೇ ಇರಲೀ ಬಿಡಿ. ಅದಕ್ಕೆ ನಿಮ್ಮ ಅಪ್ಪಣೆ ಯಾಕೆ?' ವತ್ಸಲ ಎದುರು ಬಿದ್ದಳು. ಅಸ್ತಿತ್ವಕ್ಕೆ ಪೆಟ್ಟಾಗುವಂತೆ ವಸುಂಧರ ಮಾತಾಡುವುದು ಸರಿ ಕಾಣಲಿಲ್ಲ. ಮೊದಲ ಸಲ ಎದುರುಬಿದ್ದ ನಾದಿನಿಯತ್ತ ನೋಟ ಹರಿಸಿದಾಗ 'ನಿಮ್ಮ ಅನುಮಾನದ ಪ್ರಕಾರ ಆ ಮಗು ನಮ್ಮಣ್ಣನದೇ ಆದರೆ... ಅದು ಖಂಡಿತ ಇಲ್ಲೇ ಇರುತ್ತೆ. ನೀವೇ ಕ್ಲೂ ಕೊಟ್ಟಿದ್ದು ಒಳ್ಳೆದಾಯ್ತು. ನಾವು ಇನ್ನಷ್ಟು ಅಕ್ಕರೆಯಲ್ಲಿ ನೋಡ್ಕೋತೀವಿ' ಸವಾಲೆಸೆದಾಗ ವಸುಂಧರ ಎದ್ದು ಹೋದಳು ವೆಂಕಮ್ಮ ಹಣೆಗಟ್ಟಿಸಿಕೊಂಡರು. 'ಅವ್ಳು ಏನೇನೋ ಊಹಿಸಿಕೊಂಡು ಮಾತಾಡ್ತಾಳೆಂದರೆ ನೀನು ನಂಬಿಬಿಡ್ತೀಯಲ್ಲ. ಖಂಡಿತ ಅಂಥದೆಲ್ಲ ಏನಿಲ್ಲ' ಎಂದು ಮುಂದೆ ಆಗುವ ಪರಿಣಾಮದ ಬಗ್ಗೆ ಸೂಕ್ಷ್ಮವಾಗಿ ತಿಳಿಸಿ 'ನ್ನಾನು ವೆಂಕಟೇಶನ ಹತ್ರ ಮಾತಾಡ್ತೀನಿ. ಏನೋ ಕರುಣೆಯಿಂದ ತಂದಿದ್ದಾನೆ. ಯಾವುದಾದ್ರೂ ಅನಾಥಾಶ್ರಮಕ್ಕೆ ಒಪ್ಪಿಸ್ಲೀ. ಇದು ಎಲ್ಲರ ಮಾತು ಆಗ್ಲೀ' ಎಂದು ಇವಳನ್ನು ಒಪ್ಪಿಸಿ 'ವಸುಂಧರಾದೇನು ತಪ್ಪಿಲ್ಲ. ನಾಳೆ ಅವ್ಳಿಗೆ ಒಂದೆರಡು ಮಕ್ಳು ಆಯಿತೂಂತ ಇಟ್ಕೋ. ಸೂರ್ಯನ ಸ್ಥಿತಿ ನಿಕೃಷ್ಟವಾಗಿ ಬಿಡುತ್ತೆ. ಆ ಪಾಪಕ್ಕೆ ನಾವೆಲ್ಲ ಕಾರಣರಾಗಿ ಬಿಡ್ತೀವಿ. ಎಂದಾದ್ರೂ... ಆ ಮನುಷ್ಯ ಹಿಂದಿರುಗಿ ಬಂದು ನನ್ಮಗ ಅವ್ನ ಜೊತೆ ನಾನು ಕೊಟ್ಟ ಗಂಟು ಕೊಡೀಂದರೇ. ನಾವೆಲ್ಲಿಗೆ ಹೋಗೋಣ. ಅದ್ಕೇ ನಿಮ್ಮಪ್ಪ ತಲೆ ಮರೆಸಿಕೊಂಡು ಬೇಗ ಜಾಗ ಖಾಲಿ ಮಾಡ್ಕೊಂಡ್ರು. ಇರೋ ನಾವೇನು ಮಾಡೋಣ?' ನೆನಪಿನಿಂದ ಎಲ್ಲಾ ಹೆಕ್ಕಿ ತೆಗೆದು ಅವಳ ಮುಂದೆ ಸುರಿದರು. ಇದು ಅವಳಿಗೆ ಗೊತ್ತಿಲ್ಲದ ವಿಷಯವಲ್ಲ. ತಂದೆ ತೀರಿಕೊಂಡ ಮೇಲು ವೆಂಕಮ್ಮ ಜ್ಞಾಪಿಸಿಕೊಳ್ಳುತ್ತಿದ್ದರು. ಅವನು ಈಗ ಎಲ್ಲಿರಬಹುದು? ಧುತ್ತೆಂದು ಬಂದು ನಿಂತರೇ?

'ವೆಂಕತ್ತೆ ಅಪ್ಪ ಮಗನಲ್ಲಿ ಯಾರಾದರೊಬ್ಬರು ಬಂದರೂಂತ ಇಟ್ಕೋ. ಆಗ ಏನು ಮಾಡೋದು? ಆ ಪರಿಸ್ಥಿತಿನ ಹೇಗೆ ಫೇಸ್ ಮಾಡೋದು? ನಾವು ರೆಡಿಯಾಗಿರಬೇಕಲ್ಲ' ಇಂಥದೊಂದನ್ನು ಪ್ರಸ್ತಾಪಿಸಿದಳು. 'ಅಪ್ಪ ಬಂದರೆ ಕಷ್ಟ. ಒಪ್ಪಿಸಿ ಹೋದ ಅವ್ರ ಮಗನನ್ನು ಎಲ್ಲಿಂದ ತಂದುಕೊಡೋದು? ಮಗ ಬಂದರೆ ಈ ಮನೆ ಜೊತೆ ಸಮಸ್ತ ಅವನಿಗೆ ಒಪ್ಪಿಸಿ ಹೊರಟುಹೋಗೋಣಾಂತ ವೆಂಕಟೇಶ ಹೇಳ್ದ. ಅಷ್ಟನ್ನು ಮಾಡೋದು ಬಿಟ್ಟು ಬೇರೆ ದಾರಿ ಇಲ್ಲ' ಇದು ಎಂದೋ ತೀರ್ಮಾನವಾಗಿತ್ತು ಅನ್ನೋ ತರಹ ನುಡಿದರು. ವತ್ಸಲ ಮುಖದಲ್ಲಿ ಭಯ ಇಣಕಿತು. ಅಕಸ್ಮಾತ್ ಬಂದೇ ಬಿಟ್ಟರೇ ಗತಿಯೇನು? 'ಆಗ ನಾವೆಲ್ಲ ಹೋಗೋದು ವೆಂಕತ್ತೆ?'

'ಹೇಗೂ ವೆಂಕಟೇಶನಿಗೊಂದು ಕೆಲ್ಸ ಇದೆ. ಛಲದ ಮನುಷ್ಯ. ಯಾವುದಾದ್ರೂ ಒಂದು ಸಣ್ಣ.... ಮಾಡ್ತಾನೆ. ನಂಗೂ ಹಪ್ಪಳ ಸಂಡಿಗೆ ಮಾಡೋದು ಗೊತ್ತು. ಏನಾದ್ರೂ ಮಾಡ್ತೀನಿ. ನಿಮ್ಮಿಬ್ಬರ ಓದನ್ನು ಮಧ್ಯೆ ಬಿಡಿಸೋಲ್ಲ. ಈ ಮಾತ್ನ ವೆಂಕಟೇಶ ಎಷ್ಟೋ ಸಲ ನಂಗೆ ಹೇಳಿದ್ದಾನೆ' ಒಂದು ಸಂಪೂರ್ಣ ಚಿತ್ರವನ್ನೇ ಅವಳ ಮುಂದೆ ಬಿಡಿಸಿಟ್ಟರು ವೆಂಕಮ್ಮ 'ನಾವೇ ಇಂಥ ಅಯೋಮಯ ಸ್ಥಿತಿಯಲ್ಲಿ ಇರೋವಾಗ.... ಈ ಮಗು ಜವಾಬ್ದಾರಿನು ಹೊತ್ತರೆ ಇಡೀ ಸಂಸಾರ ಕುಸಿದು ಬೀಳುತ್ತೆ.'

ಅಂತು ಇಂತು ಮಗುವಿನ ಜವಾಬ್ದಾರಿ ಬೇಡವೆನ್ನುವ ತೀರ್ಮಾನಕ್ಕೆ ಬಂದರು. ಅದಕ್ಕೆ ಮಾಧವ ಕೂಡ ಬದ್ಧನಾದ. ಎಂದೋ ಬಂದು ಜವಾಬ್ದಾರಿ ಒಪ್ಪಿಸಿ ಹೋದವನ ಭೂತ ತಲೆಯ ಮೇಲಿನ ಕತ್ತಿಯಂತೆ ತೂಗುತ್ತಲೇ ಇತ್ತು. ಇದನ್ನು ಒಟ್ಟಾಗಿ ತಿಳಿಸಿದಾಗ ವೆಂಕಟೇಶ್ ನಸುನಕ್ಕ.

'ಯಾರ್ದೋ ಮಗು?' ಮತ್ತೆ ಅದೇ ಪ್ರಶ್ನೆ.

'ನಾಳೆ ಮಧ್ಯಾಹ್ನ ಹೇಳ್ತೀನಿ. ಯಾರೊಬ್ಬರು ಬೇಡಾಂದರು ಸೂರ್ಯನ ಅನಾಥಾಶ್ರಮಕ್ಕೆ ಬಿಡ್ತೀನಿ. ನೀವು ಯಾರೂ ಬೇಡಾಂತ ಅನ್ನೋಲ್ಲ ಅನ್ನೋ ಭರವಸೆ ನಂಗಿದೆ. ಆದರೂ ತಾತ್ಕಾಲಿಕವಾಗಿ ಅವನನ್ನು ಹೊರ್ಗೆ ಕಳಿಸಬೇಕಾದ ಪ್ರಸಂಗ ಬಂದರೂ... ಈ ವೆಂಕಟೇಶ್ ಅವನ ಜವಾಬ್ದಾರಿಯಿಂದ ಕಳಚಿಕೊಳ್ಳೋಲ್ಲ. ಇದಂತು ಸತ್ಯ. ಸೂರ್ಯ ಎಂದಿಗೂ ಈ ಮನೆಯ ಮಗುವೆ' ಗಂಭೀರವಾಗಿ ಘೋಷಿಸಿದ. ಎಲ್ಲರು ಅವಾಕ್ಕಾದರು. ಆದರೂ ತಾವು ಒಪ್ಪದಿದ್ದರೇ ಮಗುವನ್ನು ಅನಾಥಾಶ್ರಮಕ್ಕೆ ಸೇರಿಸಲು ಒಪ್ಪಿಕೊಂಡನಲ್ಲ ಎಂದು ಸಮಾಧಾನಗೊಂಡರು. ಎಲ್ಲರ ಮುಖದಲ್ಲೂ ಗೆಲುವು ಉಕ್ಕಿತು.

ವೆಂಕಟೇಶ್ ತೀರಾ ಗಂಭೀರವಾದ. ಯಾರೊಂದಿಗೂ ಮಾತಾಡಲಿಲ್ಲ. ರಾತ್ರಿ ಊಟ ಮಾಡಿದ್ದು ಕೂಡ ಸ್ವಲ್ಪವೇ. ಸೂರ್ಯನ ಮೈ ಕೂಡ ಬೆಚ್ಚಗಾಗಿತ್ತು. ವತ್ಸಲಾನ ಹಾಸಿಗೆಯ ಮೇಲೆ ಮಲಗಿದ್ದ ಅವನನ್ನು ಎತ್ತಿಕೊಂಡು ಹೋಗಿ ತನ್ನ ರೂಮಿನಲ್ಲಿ ಮಲಗಿಸಿಕೊಂಡಾಗ ವಸುಂಧರ ಧುಮುಗುಟ್ಟಿದಳು.

"ಅವ್ನ ಕೆಳ್ಗೆ ಮಲಗ್ಸಿ. ಇದು ನಂಗೆ ಇಷ್ಟವಾಗೋಲ್ಲ' ಅಂದಳು ಮುಖ ದಪ್ಪಗೆ ಮಾಡಿಕೊಂಡು 'ನೀನೇ ಕೆಳ್ಗೇ ಮಲ್ಗು' ಎಂದ ಕೂಡಲೇ ಮುಖ ಇಷ್ಟು ದಪ್ಪ

ಮಾಡಿಕೊಂಡು ಹೊರಗೆ ಹೋದವಳು ವೆಂಕಮ್ಮನ ಬಳಿ ಕೂತು 'ಜ್ವರ ಬಂದ ಮಗುನ ಪಕ್ಕದಲ್ಲಿ ಮಲಗ್ಸಿಕೊಂಡಿದ್ದಾರೆ. ಇದೇನು ಹುಚ್ಚು!' ಹಣೆ ಚಚ್ಚಿಕೊಂಡಳು. ಆ ಕ್ಷಣ ಕಪಾಳಕ್ಕೊಂದು ಕೊಡಬೇಕೆನಿಸಿತು. 'ನಿಂಗ್ಯಾಕೋ ಸಹನೆನೆ ಕಮ್ಮಿಯಾಯ್ತು ಕಣೆ. ಜ್ವರ ಬಂದ ಮಗುನ ಒಂಟಿಯಾಗಿ ಮಲಗಿಸೋಕೆ ಆಗುತ್ತಾ? ನಿನ್ನ ಗಂಡ ಆದರ್ಶ ಇಟ್ಕೊಂಡ ವ್ಯಕ್ತಿ ಕಣೇ. ಸ್ವಲ್ಪ ಹೊಂದಿಕೊಳ್ಳೋದ್ರಿಂದ ನಿಂಗೆ ಒಳ್ಳೇದು. ನಾಳೆ ಸೂರ್ಯ ಯಾರ ಮಗಾಂತ ಹೇಳ್ತಾನಂತೆ. ಆಮೇಲೆ 'ಬೇಡ' ಅಂದರೆ ಅನಾಥಾಶ್ರಮಕ್ಕೆ ಸೇರಿಸೋಕೆ ಒಪ್ಕೊಂಡಿದ್ದಾನೆ. ಯಾರೊಬ್ಬರು ಬೇಡಾಂದ್ರು ಸೂರ್ಯ ಹೊರ್ಗೇ ಹೋಗಬೇಕಾಗುತ್ತೆ. ಈಗ ಮಾಧವನಿಂದ ಹಿಡಿದು ನನ್ನವರ್ಗೂ ಒಪ್ಪಬಾರ್ದೂಂತ ತೀರ್ಮಾನ ಮಾಡಿದ್ದೀವಿ. ನಿನ್ನ ಒಪ್ಪಿಗೆಯಂತೂ ಇಲ್ಲವೇ ಇಲ್ಲ. ಇವತ್ತೊಂದು ದಿನ ಬೇಜಾರು ಮಾಡದೇ ಸುಧಾರಿಸ್ಕೋ' ಬುದ್ಧಿ ಹೇಳಿ ಕಳುಹಿಸಿದರು. ಹರ್ಷದ ಹೊನಲುನಲ್ಲಿ ತೇಲಿದಳು 'ಖಂಡಿತ ಅವ್ರು ಸೂರ್ಯನನ್ನ ಕಳ್ಸಿಬಿಡ್ತಾರ? ಅಷ್ಟಾದರೇ ಸಾಕು. ಅವ್ರ ಬದ್ಕಿನಲ್ಲಿ ನಾನೊಬ್ಳು ಇದ್ದೀನಿ ಅನ್ನೋದೆ ಮರ್ತುಬಿಟ್ಟಿದ್ದಾರೆ' ಕಣ್ಣೊರೆಸಿಕೊಂಡು ಎದ್ದು ಹೋದಳು.

ವೆಂಕಮ್ಮ ಕಣ್ಣೀರು ಹಾಕಿಕೊಂಡರು. 'ಆ ಮಗುನ ಕಳಿಸೋಕೆ ನಾವೆಲ್ಲ ಕಾರಣವಾಗ್ತಿವಲ್ಲ. ನಮ್ಗೇ ಅದೆಷ್ಟು ಪಾಪ ಸುತ್ತಿಕೊಳ್ಳುತ್ತೋ' ಇಡೀ ರಾತ್ರಿ ನಿದ್ರಿಸದೆ ಪಾಪ ಭಯದಿಂದ ರೋದಿಸಿದರು.

ಬೆಳಗಿನ ವೇಳೆಗೆ ಸೂರ್ಯನ ಮೈನ ಟೆಂಪರೇಚರ್ ಕಡಿಮೆ ಆಯಿತು. ತಾನೇ ಹಾಲು ಕುಡಿಸಿ ಮಲಗಿಸಿ ಹೊರಬಂದವನು ಭಾನುವಾರವಾದುದ್ದರಿಂದ ಮನೆಯಲ್ಲೇ ಉಳಿದಿದ್ದ. ಮಾಧವ, ವತ್ಸಲ ಒಂದಿಷ್ಟು ಟಿ.ವಿ. ಕಾರ್ಯಕ್ರಮಗಳನ್ನು ನೋಡಿದರು. ರಜದಿನದಲ್ಲಿ ಬೇಗ ಊಟ, ಸಂಜೆಯ ತಿಂಡಿಯ ಕಾರ್ಯಕ್ರಮ. ಸ್ವಲ್ಪ ಹೆಚ್ಚು ಕಡಿಮೆ ವೆಂಕಟೇಶ್ ಯಾರೊಂದಿಗೂ ಮಾತಾಡಲಿಲ್ಲ. ಸ್ವಲ್ಪ ಗಂಭೀರವಾಗಿಯೇ ಇದ್ದ. ಸೂರ್ಯನಿಗೆ ಗಂಜಿ ಕುಡಿಸಿದ ನಂತರ ಬಂದು ಊಟಕ್ಕೆ ಕೂತ.

ಆಮೇಲೆ ಎಲ್ಲಾ ಬಂದು ನಡುಮನೆಯಲ್ಲಿ ಕೂತರು. ಹಳೆಯ ಬೆಂಚಿನ ಮೇಲೆ ವೆಂಕಮ್ಮ ಕೂತರೇ. ಅವರ ಪಕ್ಕದಲ್ಲಿ ವೆಂಕಟೇಶ್ ಕೂತ. ತನ್ನ ರೂಮಿನಲ್ಲಿದ್ದ ಪುಟ್ಟ ಸ್ಟೂಲನ್ನು ತಂದು ಹಾಕಿಕೊಂಡು ಮಾಧವ ನಡುಮನೆಯ ಮಧ್ಯದಲ್ಲಿ ಕೂತ. ವತ್ಸಲ ಆರಾಮಾಗಿ ನೆಲದ ಮೇಲೆ ಕೂತು 'ಸೂರ್ಯ ಯಾರ ಮಗ?' ಎನ್ನುವುದನ್ನು ತನ್ನಲ್ಲಿಯೇ ವಿಶ್ಲೇಷಿಸಿಕೊಳ್ಳತೊಡಗಿದರೇ, ಯಾವ ಕ್ಷಣ ಈ ಸೂರ್ಯ ಮನೆಯಿಂದ ಹೊರಗೆ ಹೋಗುತ್ತಾನೆಯೆನ್ನುವ ನಿರೀಕ್ಷೆ ವಸುಂಧರಳದು. ಇವಳ ಸಂತಾನದ ಜಾಗ ಸೂರ್ಯನಿಗೆ ಬಿಟ್ಟುಕೊಡಲು ಸಿದ್ಧವಿಲ್ಲ.

'ಒಂದು ಸಣ್ಣ ಆಪರೇಷನ್ ನಂತರ ಮಗುವಿಗಾಗಿ ಪ್ರಯತ್ನಿಸಬಹುದ್ದು' ಡಾಕ್ಟರ್ ಸಲಹೆ. ಯಾಕೋ ಒಂದಿಷ್ಟು ಹಿಂಜರಿಕೆ ಇವಳದೇ. "ಆ ರಿಪೋರ್ಟ್‌ಗಳ್ನ ತಗೊಂಡ್ಬಾ ಇಲ್ಲೇ ತೋರಿಸ್ತೀನಿ" ಎಷ್ಟೋ ಸಲ ವೆಂಕಟೇಶ್ ಹೇಳಿದ್ದರು ಒತ್ತಾಯಪಡಿಸಿರಲಿಲ್ಲ.

ಅವನದು ಗೌರವಿಸುವಂಥ ಕ್ಯಾರೆಕ್ಟರ್ ಎಂದು ಅವಳಿಗೆ ಗೊತ್ತು. ಎಲ್ಲರನ್ನೂ ವಾಸ್ತವಕ್ಕೆ ಎಳೆದು ತರುವಂತೆ ನುಡಿದ.

'ಸೂರ್ಯ ಪುರುಷೋತ್ತಮ್ ಮಗ. ಅಪ್ಪಯ್ಯ ಶಾಸ್ತ್ರಿಗಳ ವಂಶದ ಕುಡಿ' ಅಂದ ಕೂಡಲೇ ಎಲ್ಲ ವಿಚಲಿತರಾದರು. 'ಪುರುಷೋತ್ತಮ್ ತೀರಿಕೊಂಡ. ಅವ್ರು ನನ್ನ ಕೈಗೆ ಒಪ್ಪಿಸಿ ಹೋದ ಈ ಕುಡಿಯನ್ನು' ಅಂದವನು ಎಲ್ಲರ ಮುಂದೆ ಒಂದು ದಾರುಣ ಕತೆಯನ್ನು ಇಟ್ಟ. ಆಮೇಲೆ ಪುರುಷೋತ್ತಮ್ ಹೋಟೆಲ್‌ನಲ್ಲಿ ಮಾಣಿಯಾಗಿ ಹಂತಹಂತವಾಗಿ ಮೇಲೇರಿ. ನಂತರ ಎಂದು ಹೆಣ್ಣಿನಿಂದ ಮೋಸ ಹೋಗಿ. ಕಡೆಯಲ್ಲಿ ಅವಳಲ್ಲಿ ಮೊಳಕೆಯೊಡೆದ ತನ್ನ ಕುಡಿಗಾಗಿ ಎಲ್ಲವನ್ನು ಕಳೆದುಕೊಂಡ ಸಂಕ್ಷಿಪ್ತ ಕಥನ-ಹೃದಯ ಕಿತ್ತು ಬಾಯಿಗೆ ಬಂದಂತಾಯಿತು. ಯಾರೂ ತುಟಿ ಬಿಚ್ಚಲಿಲ್ಲ. ಅವನ ನೋಟ ಒಂದೇ ಒಂದು ಸಲ ವಸುಂಧರಳ ಮೇಲೆ ನಿಂತು ನಂತರ ಚಲಿಸಿತು. ಅವಳ ನೋಟ ನೆಲದಲ್ಲಿತ್ತು. 'ನಿಮ್ಮಲ್ಲಿ ಯಾರೊಬ್ಬರು ಸೂರ್ಯ ಈ ಮನೆಯಲ್ಲಿರೋದು ಬೇಡವೆಂದರೇ, ಅವ್ನಿಗೆ ಬೇರೆ ವ್ಯವಸ್ಥೆ ಮಾಡ್ತೀನಿ. ಸಂಜೆಯ ವೇಳೆಗೆ ಹೇಳಿದರಾಯ್ತು' ಎಂದು ಹೇಳಿ ಹೋಗಿ ಕೋಣೆಯ ಬಾಗಿಲು ಹಾಕಿಕೊಂಡ.

ಪುರುಷೋತ್ತಮ್ ಅವನಿಗೆ ಸಿಕ್ಕಿದ್ದು ಆಕಸ್ಮಿಕವಾಗಿ. ಅವನು ವಾಸಿಸುತ್ತಿದ್ದುದ್ದು ದೇವಸ್ಥಾನದ ಹಿಂಬದಿಯ ಜೋಪಡಿಯಲ್ಲಿ. ತೀರಾ ಜೀರ್ಣವಾಗಿದ್ದ ಅವನು ದೇವಸ್ಥಾನಕ್ಕೆ ಬರುವ ಭಕ್ತಾದಿಗಳು ಕೊಡುವ ಅಷ್ಟಿಷ್ಟು ದಕ್ಷಿಣೆ ಕಾಸಿನಿಂದಲೇ ಮಗನನ್ನು ಸಲಹಬೇಕಿತ್ತು.

'ನೀನು ಸಿಕ್ಕಿದ್ದು ಒಳ್ಳೆದಾಯ್ತು ವೆಂಕಟೇಶ್. ಏನಪ್ಪ ಇವ್ನ ಗತಿ ಅಂತ ಯೋಚಿಸ್ತಾ ಇದ್ದೇ. ದೇವರೇ ಒಂದು ದಾರಿ ತೋರಿಸ್ದ. ನಂದು ಗಳಿಗೆಗಳ ಎಣಿಕೆಯ ದಿನಗಳು' ನಂತರ ತನ್ನ ಪ್ರೀತಿ ಪ್ರೇಮದ ಬಗ್ಗೆ ಉಸುರಿ ಈ ಮಗುವನ್ನು ತರಲು ತಾನು ಪಟ್ಟ ಪಾಡೆಲ್ಲ ತಿಳಿಸಿದ. 'ನನ್ನ ಆರೋಗ್ಯ ತೀರಾ ಕೆಟ್ಟುಹೋಗಿದೆ. ಅವ್ಳು ನಂಗೆ ಮೋಸ ಮಾಡಿಬಿಟ್ಲು. ನನ್ನ ರೂಪ ಅವಳಿಗೆ ಮೋಸ ಮಾಡಿರಬೇಕು. ಎಲ್ಲೋ... ಸುಖವಾಗಿದ್ದುಕೊಳ್ಲಿ. ತಾಯಿ ಬದುಕಿದ್ದು ಕೂಡ ಈ ಮಗು ಪರದೇಶಿ' ಕಣ್ಣೀರು ಮಿಡಿದ ಗಳಿಗೆಗಳನ್ನು ಲೆಕ್ಕ ಹಾಕಿದ ವೆಂಕಟೇಶ್.

'ನೀನೇನು ಯೋಚ್ನೆ ಮಾಡಬೇಡ. ಇವ್ನ ಪೂರ್ತ ಜವಾಬ್ದಾರಿ ನಂದೆ. ನೀನು ಕೂಡ ನನ್ನೊತೆ ಬರ್ತಾ ಇದ್ದೀಯಾ. ನಮ್ಮ ಕುಟುಂಬದಿಂದ ನಿಂಗೆ ಅನ್ಯಾಯವಾಗಿದೆ. ಅಷ್ಟಿಷ್ಟು ನ್ಯಾಯ ಸಲ್ಲಿಸೋಕೆ ಇದೊಂದು ಅವಕಾಶ' ಎಂದು ಒಪ್ಪಿಸಿ ಮಂಕಾಗಿದ್ದ ಮಗುವನ್ನು ಎತ್ತಿಕೊಂಡು ಹೋಗಿ ಹಿಂದಿರುಗುವ ವೇಳೆಗೆ ಪುರುಷೋತ್ತಮ ಹೆಣವಾಗಿದ್ದ. ಯಾಕೆ, ಏನೂಂತ ತಲೆ ಕೆಡಿಸಿಕೊಳ್ಳಲು ಆಗಲಿಲ್ಲ. ಎಲ್ಲ ಮುಗಿಸಿಯೇ ದೃಢ ನಿರ್ಧಾರದಿಂದ ಮಗುವಿನೊಂದಿಗೆ ಹಿಂದಿರುಗಿದ್ದ, ಪ್ರೇಮಿಸಿ ಮಗುವನ್ನು ಹೆತ್ತುಕೊಟ್ಟು ಅದೃಶ್ಯವಾದ ಹೆಣ್ಣಿನ ಫೋಟೋ ನೋಡಿದ ನಂತರ ಭವಿಷ್ಯದ ಬಗ್ಗೆ ಒಂದು ಸಿದ್ಧಾಂತಕ್ಕೆ ಬಂದು ನಿಂತಿದ್ದ.

ರೂಮಿಗೆ ಹೋದ ವೆಂಕಮ್ಮ ತೆಪ್ಪಗೆ ಕೂತುಬಿಟ್ಟರು. ಆ ದಿನದ ನೆನಪಾಯಿತು. ಪುರುಷೋತ್ತಮನನ್ನು ಹಿಂದಿಟ್ಟುಕೊಂಡು ಬಂದ ಅಪ್ಪಯ್ಯ ಶಾಸ್ತ್ರಿ ಗಂಡನ್ನ ತಂದು ವೆಂಕಟೇಶನ ತಂದೆಯ ಮುಂದಿಟ್ಟು 'ಸಮಸ್ತವನ್ನು ಮಾರಿಕೊಂಡು ಇವನ್ನ ನಿಮ್ಮ ಕೈಯೊಳಗೆ ಹಾಕಿ ಹೋಗೋಕೆ ಬಂದಿದ್ದೀನಿ. ವಿರಕ್ತಭಾವ ಮುಸುಕಿದೆ. ಬದುಕಿನ ಬಗೆಗಿನ ವ್ಯಾಮೋಹ ಮಾಯವಾಗಿದೆ. ಇವ್ನ ಜವಾಬ್ದಾರಿ ನಿಮ್ದೇ' ಅಂದ ಮನುಷ್ಯನಿಲ್ಲದೆ ಹೋದಾಗ ವೆಂಕಟೇಶನದೆ ವಯಸ್ಸು ಪುರುಷೋತ್ತಮನದು ಕೂಡ. ಆ ಜವಾಬ್ದಾರಿ ಪ್ರಾಮಾಣಿಕವಾಗಿಯೇ ಸ್ವೀಕರಿಸಿದ್ದರು ಸೂರ್ಯನಾರಾಯಣ್. ಗಂಟಿನಲ್ಲಿನ ಹಣ, ಚಿನ್ನ ಎಷ್ಟಿದೆಯೆಂದು ನೋಡುವ ಉಸಾಬರಿಗೆ ಹೋಗಲಿಲ್ಲ ಆ ಮನುಷ್ಯ. ಆದರೆ ನಡೆದು ಹೋದ ದುರ್ಘಟನೆ ಅರಿವಾಗಿದ್ದು ಆರು ತಿಂಗಳ ನಂತರವೇ.

ವೆಂಕಮ್ಮನ ಮೈದುನೆನಿಸಿಕೊಂಡ ವ್ಯಕ್ತಿ ಬಂದು ಒಂದು ತಿಂಗಳಿದ್ದು ಹೋದ. ಅವನ ಜಾಡು ತಿಳಿಯಲಿಲ್ಲ. ಇಂದಿಗೂ ಅದೃಶ್ಯವಾಗಿ ಹೋದ ಗಂಟಿನ ಬಗ್ಗೆ ನಿಖರವಾಗಿ ಹೇಳುವವರೆ ಇರಲಿಲ್ಲ. ಆಮೇಲೆ ಮೂರು ವರ್ಷದ ನಂತರ ಪುರುಷೋತ್ತಮ ಎಲ್ಲಿಯೋ ಓಡಿ ಹೋಗಿಬಿಟ್ಟ. ಸಾಕಷ್ಟು ಹುಡುಕಿಸಿದರು ಪ್ರಯೋಜನವಾಗಿರಲಿಲ್ಲ. ಇದೇನು ಮರೆತುಹೋದ ಕತೆಯಲ್ಲ. ಆ ಬಗೆಗಿನ ಮಾತುಗಳು ಆಗಾಗ ಆಡಿ ಪುರುಷೋತ್ತಮನನ್ನು ಅಲ್ಲಿ ಜೀವಂತವಾಗಿ ಇಟ್ಟಿತ್ತು. ಪುರುಷೋತ್ತಮ ತುಂಬ ಸ್ಫುರದ್ರೂಪಿ ಎಂದು ಎಲ್ಲರಿಗೂ ನೆನಪಿತ್ತು.

ಸಂಜೆಯವರೆಗೂ ರೂಮಿನ ಬಾಗಿಲು ತೆಗೆಯಲಿಲ್ಲ.

'ವೆಂಕಟೇಶ್... ಬಾಗ್ಲು ತೆಗೀ' ವೆಂಕಮ್ಮ ಬಾಗಿಲು ತೆಗೆದಾಗ ಗೊಳೋ ಎಂದು ಅಳುತ್ತ ಬಂದ ಆಕೆ 'ನನ್ನಿಂದಲೇ ಅವ್ನಿಗೆ ಅಪಕಾರವಾಗಿರೋದು. ಮೈದುನ ಅನ್ನಿಸ್ಕೊಂಡ ವ್ಯಕ್ತಿನೇ ಗಂಟೊಡೆದುಕೊಂಡು ಹೋಗಿದ್ದು. ನಾನು ಬದ್ಕಿರೋವರ್ಗೂ ಸೂರ್ಯನ್ನ ಕಣ್ಣಿನ ರೆಪ್ಪೆಯಂಗೇ ನೋಡ್ಕೊಂಡ್... ಆ ಋಣ ತೀರಿಸ್ತೀನಿ' ಕಣ್ಣೀರಿಟ್ಟರು. ತುಟಿ ಕಚ್ಚಿ ಕಣ್ಣಲ್ಲಿಯೇ ಸಾಂತ್ವನಿಸಿದ.

ವೆಂಕಟೇಶ್ ಹೊರಬಂದು ಕೂತ. ಮಾಧವ ಮತ್ತು ವತ್ಸಲ ಸ್ವಲ್ಪ ಚಿಕ್ಕವರೇ ಪುರುಷೋತ್ತಮ ಮನೆಬಿಟ್ಟು ಹೋದಾಗ 'ನಂಗಿಂತ ಅವ್ರು ತುಂಬ ಹಿರಿಯನಾದ್ರೂ ಹಂಗಿಸಿ ಗೋಳೊಯ್ದುಕೊಂಡಿದ್ದೆ. ಮೋಸ್ಟ್‌ಲೀ ಅವ್ರು ನನ್ನಿಂದ್ಲೇ ಓಡಿ ಹೋಗಿರಬೇಕು' ಎಂದು ಪಶ್ಚಾತ್ತಾಪದ ಕಣ್ಣೀರು ಸುರಿಸಿದ ಮಾಧವ.

ವತ್ಸಲ ಬಿಕ್ಕಿ ಬಿಕ್ಕಿ ಅತ್ತು ಕಣ್ಣು ಮೂಗು ಕೆಂಪಗೆ ಮಾಡಿಕೊಂಡು 'ಕೆಲವೊಮ್ಮೆ ಪುರುಷೋತ್ತಮಣ್ಣನ ನಾನು ತುಂಬ ಹರ್ಟ್ ಮಾಡಿದ್ದೀನಿ. ಸೂರ್ಯನ್ನ ಹೊರ್ಗೆ ಕಳಿಸೋದು ಬೇಡ. ಅವ್ರ ಹಣ, ಚಿನ್ನ ಎಲ್ಲಾ ಕಳೆದಿದ್ದು ನಮ್ಮ ಮನೆಯಲ್ಲೇ' ಕರಗಿ ನೀರಾಗಿ ಹೋದಳು. ಪುರುಷೋತ್ತಮನ ಸಾವಿನ ಸಂತಾಪದ ಜೊತೆ ಪಶ್ಚಾತ್ತಾಪ ಕಣ್ಣೀರು ಕೂಡ ಬೆರೆತಿತ್ತು. ಆ ಮಗು ನಮ್ಮ ಮನೆಗೆ ಸೇರಿದ್ದು ಎನ್ನುವ ತಾಕಲಾಟ ಅವಳಲ್ಲಿ ಶುರುವಾಗಿತ್ತು.

'ಸೂರ್ಯ ನಮ್ಮಲ್ಲೇ ಇರಲೀ. ಅತ್ತಿಗೆಗೆ ಇಷ್ಟವಿಲ್ಲದಿದ್ದರೇ ನೋಡಿಕೊಳ್ಳೋದೆ ಬೇಡ. ವೆಂಕಟೇಶಣ್ಣನ ಜೊತೆ ನಾನು ಕೂಡ ಅವ್ನ ಜವಾಬ್ದಾರಿ ತಗೋತೀನಿ. ಇದೇ ನನ್ನ ತೀರ್ಮಾನ. ಹೇಗೂ ಈ ಮನೆಯಲ್ಲಿ ನನ್ನ ಪಾಲು ಕೂಡ ಇರೋದ್ರಿಂದ ನಂಗೂ ಕೂಡ ಹಕ್ಕು ಇರುತ್ತೆ. ನಾನೇ ಅತ್ತಿಗೇನಾ ದಬಾಯಿಸಿಬಿಡ್ತೀನಿ. ಬರೀ ಪ್ರೇಮಿಸಿ ಗಂಡಸರು ಕೈ ಕೊಡೋದಿತ್ತು. ಈಗ ಪುರುಷೋತ್ತಮಣ್ಣನಿಗೆ ಯಾವೋಳೋ ಕೈಕೊಟ್ಟಿದ್ದಾಳೆ. ನನ್ನ ಕೈಗಾನಾದರೂ ಅವ್ಳು ಸಿಕ್ಕರೇ ಭೂತ ಬಿಡಿಸಿಬಿಡ್ತೀನಿ' ಪುರುಷ ಸಿಂಹನಂತೆ ಗರ್ಜಿಸಿದ. ವತ್ಸಲಬಾಯಿ ಮೇಲೆ ಕೈ ಇಟ್ಟುಕೊಂಡು ಕಣ್ಣೀರಿನಲ್ಲು ಕಿಸಕ್ಕನೆ ನಕ್ಕು 'ಇವ್ನು ಮಹಾ ಜವಾಬ್ದಾರಿ ತಗೋತಾನೆ. ಇವತ್ತು ನಿನ್ನ ಕೂದಲು ಕಟ್ಟಿಂಗ್‌ನಿಂದ ಹಿಡಿದು ಪಾಕೆಟ್ ಮನೀವರ್ಗೂ ಅಣ್ಣನೇ ನೋಡ್ತಾನೆ' ತಮಾಷೆ ಮಾಡಿ ಬೈಸಿಕೊಂಡ ನಂತರ ಮತ್ತಷ್ಟು ದೃಢವಾದರು.

ಇಬ್ಬರು ರೂಮಿಗೆ ಬಂದು ವೆಂಕಮ್ಮನ ತೊಡೆಯ ಮೇಲಿದ್ದ ಸೂರ್ಯನ ಮುಂದೆ ನಿಂತರು. ಯಾರ ಬಾಯಿಂದಲೂ ಮಾತುಗಳು ಬರಲಿಲ್ಲ. 'ಎಲ್ಲಾ ಪುರುಷೋತ್ತಮಣ್ಣನ ಅಚ್ಚೇ" ಉದ್ಗರಿಸಿ ಅಲ್ಲೇ ಕೂತು 'ವೆಂಕತ್ತೆ ನಾವು ಸೂರ್ಯನ್ನ ಹೊರ್ಗೆ ಕಳಿಸೋದ್ಬೇಡ. ನಾವು ಪುರುಷೋತ್ತಮ್ಮನ್ನ ಸಾಕಲಿಲ್ಲಾಂತ ಅಪ್ಪ ಕೊರಗೋರು. ಅವ್ರ ಆತ್ಮಕ್ಕೂ ಶಾಂತಿ ಸಿಗುತ್ತೆ. ಎಷ್ಟು ಅತ್ತಿಗೆ ವಿರೋಧಿಸಿದರು ಅಷ್ಟೆ. ನಾವಂತು ಇವ್ನ ಕಳಿಸೋಕೆ ತಯಾರಿಲ್ಲ' ಸೂರ್ಯನ ಕೆನ್ನೆ ಸವರಿದಳು ವತ್ಸಲಾ.

ಬಂದ ವೆಂಕಟೇಶನ ಮುಂದೆ ಈ ತೀರ್ಮಾನವಿಟ್ಟು 'ಅತ್ತಿಗೆ ಬೇಡಾಂದರೆ ಏನಾ್ಮಡೋದು? ಅವ್ನ ಕಂಡರೇ ಆಗೋಲ್ಲ. ಬೀಳಿಸಿದಾಯ್ತು. ಮತ್ತೇನು ಮಾಡ್ತಾರೋ' ವತ್ಸಲ ಅನುಮಾನ ವ್ಯಕ್ತಪಡಿಸಿದಳು.

'ಹಾಗೇನು ಆಗೋಲ್ಲ. ಅವ್ಳು ವಿರೋಧ ಈ ವಿಷ್ಯದಲ್ಲಿ ಇರೋಲ್ಲ. ನಂಗೆ ನಂಬ್ಕೆ ಇದೆ' ಎಂದ ವೆಂಕಟೇಶನ ಕಣ್ಣುಗಳಲ್ಲಿ ಏನೋ ಇತ್ತು. ಅದೇನೆಂದು ಯಾರಿಗೂ ಅರ್ಥವಾಗಲಿಲ್ಲ. 'ಹಾಗಂತೀಯಾ?' ಪುರುಷೋತ್ತಮ ಮಗನ ಬಗ್ಗೆ ನಮ್ಗೇ ಅಕ್ಕರೆ ಇರೋದು ಸಹಜ....' ಅನ್ನುವ ವೇಳೆಗೆ ಬಿರುಗಾಳಿಯಂತೆ ಬಂದ ವಸುಂಧರ ಸೂರ್ಯನನ್ನು ಅಪ್ಪಿಕೊಂಡು ಕಣ್ಣೀರು ಸುರಿಸತೊಡಗಿದಾಗ ವೆಂಕಟೇಶನನ್ನು ಬಿಟ್ಟು ಎಲ್ಲರ ಕಣ್ಣುಗಳಲ್ಲಿ ಇದ್ದಿದ್ದು ಒಂದೇ ಪ್ರಶ್ನೆ.

ಇಷ್ಟು ವಿರೋಧ ವ್ಯಕ್ತಪಡಿಸುತ್ತಿದ್ದ ವಸುಂಧರ ಬದಲಾದದ್ದು ಯಾಕೆ?

'ಪುರುಷೋತ್ತಮ ಮಗ' ಅನ್ನೋ ಒಂದೇ ಕಾರಣಕ್ಕಾ?'

ವೆಂಕಟೇಶ ತಣ್ಣಗೆ ಹೊರಗೆ ಹೋದ. ಸತ್ಯ ಗೊತ್ತಿದ್ದು ಅವನೊಬ್ಬನಿಗೆ ಮಾತ್ರ.

●

2. ಯಶು ಹೇಳಿದ್ದೇನು?

ಕೋದಂಡಪಾಣಿ ಕಾಲೇಜಿನಿಂದ ಮನೆಗೆ ಬಂದಾಗ ಸದ್ದು ಗದ್ದಲವಿರಲಿಲ್ಲ. ಈ ಸಮಯದಲ್ಲಿ ಒಂದಿಷ್ಟು ಗದ್ದಲವೇ. ಮಹಿಳೆಯರ ಹಿಂಡನ್ನು ಸೇರಿಸಿಕೊಂಡು ಕಂಠ ಶೋಷಣೆ ಮಾಡಿಕೊಳ್ಳುವ ಹೆಂಡತಿಯನ್ನು ಕಂಡರೆ ಒಂದಿಷ್ಟು ಕನಿಕರ ಜೊತೆ ಕೋಪವು ಕೂಡ. ಕಲಿಕೆಯ ದಿನಗಳಲ್ಲಿ ತೀರಾ ಬುದ್ಧಿವಂತೆ. ಸ್ವಲ್ಪ ಸ್ತ್ರೀವಾದಿ ಅಂದರೆ ತಪ್ಪಿಲ್ಲ. ಅವಳೊಬ್ಬ ಫೆಮಿನಿಸ್ಟ್ ಅನ್ನುತ್ತಿದ್ದರು ಸಹಪಾಠಿಗಳು. ಸ್ತ್ರೀ ತಾನೇ ಸ್ವತಃ ತನಗೆ ಬೇಕಾದಂಥ ಶಿಕ್ಷಣ ಪಡೆದು ಬದುಕನ್ನು ತನ್ನಿಷ್ಟದಂತೆ ರೂಪಿಸಿಕೊಳ್ಳಬೇಕೆಂಬುದನ್ನು ಪ್ರತಿಪಾದಿಸುತ್ತಿದ್ದ ಅವಳು, ಪ್ರಾಣಿಯ ಎದೆಯಾಳಕ್ಕೆ ಅತುರಾತುರವಾಗಿ ನುಗ್ಗಿದ್ದು ಅರಿವಾಗುವ ವೇಳೆಗೆ ಅನಾಮತ್ತಾಗಿ ತೆಕ್ಕೆಯೊಳಕ್ಕೆ ಸೇರಿ ಹೋಗಿದ್ದು ಒಂದು ಕತೆಯಾಗಿಬಿಡುವಂಥ ವಸ್ತುವೇ. ಆದರೆ ಅದು ಈಗ ಅಷ್ಟು ಮುಖ್ಯವಾಗದು. ಮುಂದೆ ಕೂಡ ಎರಡು ಕಡೆಯ ಹಿರಿಯರ ಒಪ್ಪಿಗೆಯಿಂದಲೇ ಇವರ ವಿವಾಹ ನೆರವೇರಿಸಿದ್ದರು. ತಕ್ಷಣ ಕಾಲೇಜಿಗೆ ನಮಸ್ಕಾರ ಹಾಕಿ ಪೂರ್ತಿ ಸೆಟಲ್ ಆಗಿದ್ದು ಮಾತ್ರ ಆಶ್ಚರ್ಯಕರವಾಗಿತ್ತು.

ಫೆಮಿನಿಸ್ಟ್, ಸ್ತ್ರೀವಾದ, ಭಾಷಣಗಳೆಲ್ಲ ಮನೆಗೆ ಸೀಮಿತವಾಗಿ ಹೋಯಿತು. ಬೆಚ್ಚನೆ ದಿನಗಳು ಯಾವುದನ್ನೂ ಲೆಕ್ಕ ಹಾಕಲಿಲ್ಲ. ತಂಟೆ-ತಕರಾರು ಇಲ್ಲದಂಥ ಸಂಸಾರ. ಆಗಾಗ ಬಂದು ಹೋಗುತ್ತಿದ್ದ ವಿಶಾಖಳ ತಂಗಿ ಯಶುದು ಸೆಳೆಯುವಂಥ ವ್ಯಕ್ತಿತ್ವ. ಚೆಲುವೆಯೆನ್ನುವುದು ಒತ್ತಟ್ಟಿಗೆ ಸರಿಸಿದರೂ ಸುಶಿಕ್ಷಿತೆ. ಸುಸಂಸ್ಕೃತೆಯೆನ್ನುವುದನ್ನು ಮುಲಾಜಿಲ್ಲದೆ ಒಪ್ಪಿಕೊಳ್ಳಬೇಕಿತ್ತು.

ಆ ನೆನಪುಗಳಿಂದ ಹೊರಬಂದ ಮುನ್ನವೇ ಬಂದ ವಿಶಾಖ 'ಪಾಣೀ ನಿಂಗೊಂದು ಸರ್‌ಪ್ರೈಸ್ ನ್ಯೂಸ್. ಯಶು ಬರ್ತಾ ಇದ್ದಾಳೆ. ಒಂದು ಮೂರು ತಿಂಗಳಾದ್ರೂ ಇಲ್ಲಿ ಉಳೀತಾಳೆ. ಈಗಲಾದ್ರೂ ಅವ್ಳ ಕುತ್ತಿಗೆಗೆ ತಾಳಿ ಬಿಗಿಸಿಯೇ ಕಳಿಸಬೇಕು. ಅಪ್ಪ ಅದೇ ಚಿಂತೆಯಲ್ಲಿ ತೀರಿಕೊಂಡ್ರು" ಅಂದವಳ ಮುಖ ದಿಟ್ಟಿಸಿದ. ಮೊದಲು ಬಳ್ಳಿಯಂತಿದ್ದ ವಿಶಾಖ ಒಂದಷ್ಟು ಮೈ ತೂಕ ಹೆಚ್ಚಿಸಿಕೊಳ್ಳುವುದರ ಜೊತೆಗೆ ಕೃತಕ ಮೇಕಪ್‌ನಿಂದ ಮುಖದ ಸಹಜ ಚೆಲುವನ್ನು ಕೆಡಿಸಿಕೊಂಡಿದ್ದಳು. 'ಇವಳಲ್ಲಿ ಏನನ್ನು ಕಂಡೆ?' ಪಾಣಿ ಪ್ರಶ್ನಿಸಿಕೊಂಡ. ಇಂಥ ಪ್ರಶ್ನೆ ಪ್ರತಿಯೊಬ್ಬರಲ್ಲೂ ಒಂದಲ್ಲ ಒಂದು ಸಲ ಮೂಡದೇ ಹೋಗದು.

"ಅಂಥದೆಲ್ಲ ಮನಸ್ಸಿನಲ್ಲಿ ಇಟ್ಕಂಡು, ಬಂದ ಕೂಡಲೇ ಯಶು ತಲೆ ಬಿಸಿ ಮಾಡಬೇಡ. ನಂಗೆ ಅವಳಿನ್ನು ಮದುವೆಯಾಗದೇ ಉಳಿದಿದ್ದಾಳಾ ಅನ್ನೋದೇ ಡೌಟು. ಇಲ್ಲಿಗಿಂತ ಅಲ್ಲಿ ಆಕರ್ಷಣೆಗಳು, ಅವಕಾಶಗಳು ಹೆಚ್ಚು. ಡೈವೋರ್ಸ್ ಕೂಡ ಸುಲಭ. ಎಷ್ಟೋ ಸಲ ನಿನ್ನ ಡೈವೋರ್ಸ್ ಮಾಡಿ ಬಿಡೋಣಾಂತ ಅನಿಸುತ್ತೆ. ಸಾಧ್ಯವಿಲ್ಲ... ಬಿಡು" ಕಣ್ಣೊಡೆದು ಹೆಂಡತಿಯನ್ನು ರೇಗಿಸಿಯೇ ರೂಮಿಗೆ ಹೋದದ್ದು.

ಯಶುನ ಮುಂದೆ ಹರಡಿಕೊಂಡು ಕೂತಳು.

ಸ್ವತಂತ್ರ ವಿಚಾರದ ಹೆಣ್ಣು. ತನಗೆ ಅನಿಸಿದ್ದನ್ನು ಕಡಕ್ ಅಂತ ಹೇಳದಿದ್ದರೂ ಬಹಳ ನಿಧಾನವಾಗಿ ಎಲ್ಲರೂ ಒಪ್ಪುವಂತೆ ಬಿಡಿಸಿಡುವಂಥ ಜಾಣೆ. ಇಲ್ಲೇ ಕೋದಂಡಪಾಣಿಯ ಕಾಲೇಜಿನಲ್ಲಿ ಲೆಕ್ಚರರ್ ಆಗಿ ಒಂದೆರಡು ವರ್ಷ ಕೆಲ್ಸ ಮಾಡಿದ ನಂತರವೇ ಟೊರಾಂಟೋಗೆ ಹೋಗಿದ್ದು. ಎರಡು ಸಲ ಇಲ್ಲಿಗೆ ಬಂದು ಹೋಗಿದ್ದಳಷ್ಟೇ. ಮೊದಲ ಸಲ ಅವಳ ಅಮ್ಮ ಸತ್ತಾಗ, ಎರಡನೆ ಸಲ ತಂದೆ ಸತ್ತಾಗ ಬಂದು ಹೋದವಳು ಈಗಲೇ ಬರುತ್ತಿರುವುದು. ಫೋನ್, ಇ-ಮೇಲ್ ಅಪರೂಪವೇ. ಯಾವಾಗಲಾದರೂ ದೀರ್ಘ ಒಂದೆರಡು ಪುಟಗಳ ಕಾಗದ ಬರೆಯುತ್ತಿದ್ದಳು. ಅಲ್ಲಿ ಪರ್ಸನಲ್ ವಿಷಯಗಳೇ ಇರುತ್ತಿರಲಿಲ್ಲ. ತಾನು ಕಂಡು ಮೈಮರೆತ ಗಿಡ, ಹೂ, ಬಳ್ಳಿ, ಸಮುದ್ರ ಅಂಥದ್ದರ ಬಗ್ಗೆ ಮಾತ್ರ ವಿವರಿಸುವುದರ ಜೊತೆಗೆ ಚಿಕ್ಕಂದಿನ ನೆನಪುಗಳಿಗೆ ಹೆಚ್ಚು ಪ್ರಾಶಸ್ತ್ಯ ಸಿಗುತ್ತಿತ್ತಷ್ಟೆ. ಆಗ ತಂಗಿಯ ಮೇಲೆ ಬೇಸರವೋ ಬೇಸರ. 'ಇವಳೊಬ್ಬ ಈಡಿಯಟ್! ಸ್ವಲ್ಪ ಕೂಡ ಕಾಮನ್‌ಸೆನ್ಸ್ ಇಲ್ಲ. ಸ್ವಂತ ವಿಚಾರವೇ ಇಲ್ಲ, ಇವ್ಳಿಗೆ' ಗೊಣಗಿ ತಂಗಿ ಮೇಲೆ ಕೋಪಿಸಿಕೊಂಡಿದ್ದಿದೆ. ಅದರಿಂದೇನೂ ಪ್ರಯೋಜನವಾಗಿರಲಿಲ್ಲ. ಇವಳು ತಿಳಿವಳಿಕೆ ನೀಡಿ ಸೋತಿದಷ್ಟೇ ಅವಳೇನೂ ಬದಲಾಗಲಿಲ್ಲ. ರಾತ್ರಿ ಊಟದ ಟೇಬಲ್ ಮುಂದೆ ಕೂಡ ಯಶು ವಿಚಾರವೆ.

"ನೀವೊಂದು ಗಂಡು ನೋಡಿ. ಅಕ್ಕನಾಗಿ ನಾನು ಜವಾಬ್ದಾರಿ ತಗೊಳ್ಳಲೇಬೇಕು. ನನ್ನ ಗಂಡನಾಗಿ ನೀವೊಂದಿಷ್ಟು ಜವಾಬ್ದಾರಿ ತಗೊಳ್ಳಿ. ಅವ್ಳು ಸ್ವಂತ ನಿಮ್ಮ ನಾದಿನಿ" ತಟ್ಟೆಗೆ ಹಾಗಲಕಾಯಿ ಗೊಜ್ಜು ಬಡಿಸುತ್ತ ಹೇಳಿದಾಗ ಪಾಣಿ ಕೆನ್ನೆ ಕೆರೆದುಕೊಂಡು "ನಾನು ನಿಂಗೆ ಎಷ್ಟು ಸಲ ಹೇಳಿಲ್ಲ. ನಂಗೆ ಹಾಗಲಕಾಯಿ ಸೇರೋದಿಲ್ಲ" ಮುಖ ಸಿಂಡರಿಸಿದ. ಮದುವೆಯಾದಾಗಿನಿಂದ ಹಾಗಲಕಾಯಿ ಒಂದಿಷ್ಟು ತಗಾದೆ ತಂದು ಹಾಕುತ್ತಲೇ ಇತ್ತು. ಆದರೆ ಗೆಲುವು ಇಲ್ಲಿ ಹಾಗಲಕಾಯಿಯದೇ.

"ಹೆಲ್ತ್‌ಗೆ ಒಳ್ಳೇದು. ನನ್ನ ಅಜ್ಜ, ಅಜ್ಜಿ ದಿನ ಹಾಗಲಕಾಯಿ ತಿಂತಾ ಇದ್ದರಂತೆ. ಸಾಯೋವರ್ಗೂ ಎಷ್ಟೊಂದು ಆರೋಗ್ಯವಾಗಿದ್ರೂ ಗೊತ್ತಾ? ಡಯಾಬಿಟೀಸ್, ಬಿ.ಪಿ. ಅಂಥದ್ದು ಅವ್ರ ಹತ್ತಿರ ಸುಳಿದಿದ್ದಿಲ್ಲ. ನಂಗೆ ನಿಮ್ಮ ಆರೋಗ್ಯ ಮುಖ್ಯವಪ್ಪ" ಲಲ್ಲೆಗೆರೆದಾಗ ತಿನ್ನಲೇಬೇಕಾಗಿತ್ತು. ವಾರದಲ್ಲಿ ನಾಲ್ಕು ದಿನವಾದರೂ ಹಾಗಲಕಾಯಿ

ಚಟ್ನಿ, ಪಲ್ಯ ಸಿಹಿ ಗೊಜ್ಜು, ಮಸಾಲೆ ಗೊಜ್ಜು ಅಂಥದ್ದು ಇರ್ತಾನೆ ಇತ್ತು. ಅಂತು ಇದೊಂದು ಹಣೆಬರಹ.

ಊಟ ಮುಗಿಸಿ ಹಾಲ್‌ಗೆ ಬಂದು ಕೂತರು. ಮನೆಯಲ್ಲಿ ಇಬ್ಬರದೇ ಕಾರುಬಾರು. ಇರೋ ಇಬ್ಬರ ಮಕ್ಕಳ ಉಸ್ತುವಾರಿಯನ್ನು ಪಾಣಿಯ ಅಪ್ಪ, ಅಮ್ಮ ವಹಿಸಿಕೊಂಡು ಇವರಿಗೂ ಪೂರ್ತಿ ಸ್ವಾತಂತ್ರ್ಯ ಒದಗಿಸಿದ್ದರು. ಕೋದಂಡಪಾಣಿ ಎಂ.ಎ., ಪಿಹೆಚ್.ಡಿ.,ನಂತರ ಒಂದೆರಡು ಸಲ ವಿದೇಶಗಳಿಗೆ ಹೋಗಿ ಬಂದಿದ್ದುಂಟು. ಒಳ್ಳೆಯ ಉಪನ್ಯಾಸಕನೆಂಬ ಹೆಸರೂ ಇದೆ. ಕಾಲೇಜು ವಿದ್ಯಾರ್ಥಿಗಳ ಜೊತೆ ಸಹೋದ್ಯೋಗಿಗಳು, ಸೆಮಿನಾರ್‌ಗಳೊಂದಿಗೆ ಕೋದಂಡಪಾಣಿಯ ದಿನಗಳು ಮುಗಿಯುತ್ತಿತ್ತು. ಆಗೀಗ ಪಾರ್ಟಿಗಳ ಭರಾಟೆ ಕೂಡ ಇತ್ತು. ಕುಡಿಯೋದರಲ್ಲಿ ಕೂಡ ತೀರಾ ಲಿಮಿಟ್.

ಹೆಂಡತಿ ಕೊಟ್ಟ ಪಾನ್‌ಬೀಡಾ ಬಾಯೊಳಕ್ಕೆ ತುರುಕಿಕೊಳ್ಳುತ್ತ, "ನನ್ನ... ನಲ್ಲೆ ವಿಶಾಖ.... ನೀನು ಹಾಗಲಕಾಯಿ ಮಾಡಿ ಬಡಿಸೋದಿಕ್ಕೆ ನಾನೇನು ಬಹುಮಾನ ಕೊಡಲಿ ಹೇಳು" ಅಂದ ಕೂಡಲೇ ಇನ್ನಷ್ಟು ಗಂಡನತ್ತ ಸರಿದು, "ಪಾಣಿ, ನೀವು ಆರೋಗ್ಯವಾಗಿರ್ಬೇಕು. ಯಾವಾಗ್ಲೂ ಯಂಗ್ ಆಗಿ ಕಾಣಬೇಕು. ಆಗ್ಲೇ ತಲೆಯಲ್ಲಿ ಬಿಳಿ ಕೂದಲು ಜಾಸ್ತಿ ಆಗ್ತಾ ಇದೆ. ಒಂದಿಷ್ಟು ಡೈ ಹಾಕಬೇಕು. ಮುಪ್ಪು ಅಂದರೇನೇ ಭಯ" ಅಂದ ಮಡದಿಯನ್ನು ನೋಡಿ ಪಾಣಿ ಜೋರಾಗಿ ನಕ್ಕರು. ಮುಪ್ಪಿನ ಭಯ! ಇದು ಎಲ್ಲರನ್ನು ಕಾಡುವುದೇ! ಆದರಿಂದ ತಪ್ಪಿಸಿಕೊಳ್ಳಲು ಸಾಧ್ಯವಿಲ್ಲಾಂದರೆ ಶರಣಾಗಿ ಬಿಡೋದೆ ಒಳ್ಳೇದು.

"ನೀನು ಮುಪ್ಪಿನ ಚಿಂತೆ ಹಚ್ಕೊಂಡರೇ ನಿನ್ನ ಕೂದಲೆಲ್ಲ ಬೇಗ ಬೆಳ್ಳಗಾಗಿ ಬಿಡುತ್ತೆ. ಎರಡಿಂಚು ಮೇಕಪ್ ಹಾಕಿದರೂ ಮುಖದ ಸುಕ್ಕುಗಳು ಎದ್ದು ಕಾಣುತ್ತೆ" ಎಂದು ರೇಗಿಸಿ ಇಬ್ಬರೂ ಸ್ವಲ್ಪ ಹೊತ್ತು ಕಿತ್ತಾಡಿದರು. ಆಮೇಲೆ ಎಲ್ಲಾ ಮಾಮೂಲು. ಗೆಳತಿಯರು ಬಂದರೂಂತ ಯಾವುದೋ ಮೀಟಿಂಗ್ ನೆಪವೊಡ್ಡಿ ವಿಶಾಖ ಹೊರಗೆ ಹೋದಾಗ ಟಿ.ವಿ. ಹಚ್ಚಿದ ಪಾಣಿ ಆಫ್ ಮಾಡಿ ಹೋಗಿ ಬಾಲ್ಕನಿಯಲ್ಲಿ ನಿಂತರು.

ಯಶೂ ಬಂದು ಹೋಗಿ ಹನ್ನೆರಡು ವರ್ಷಗಳೆ ಆಯಿತು. ವಿಶಾಖ ಎಷ್ಟು ಗೋಗರೆದರೂ ಒಂದು ಸಣ್ಣ ಫೋಟೋ ಕೂಡ ಕಳಿಸಿರಲಿಲ್ಲ. ಇಂಟರ್‌ನೆಟ್ ಮೂಲಕ ಮಾತಾಡುವಂತೆ ಹೇಳಿದರೂ ಅವಳು ಒಪ್ಪಿರಲಿಲ್ಲ. "ನಾನೇ ಬರ್ತೀನಿಲ್ಲ; ನಂಗೂ ನಿಮ್ಮನ್ನೆಲ್ಲ ನೋಡಬೇಕೂಂತ ಅನ್ನಿಸಿದೆ, ಎಂಬ ಉತ್ತರ. ಆಗ ವಿಶಾಖ ಗೊಣಗಿ ತಂಗಿಯನ್ನು ಬೈಯ್ದು ಸುಮ್ಮನಾಗುತ್ತಿದ್ದಳು. ಆದರೆ ಇದ್ದೊಬ್ಬ ತಂಗಿಯ ಮೇಲೆ ಪ್ರೀತಿಯಿದೆ.

ಹಾಗಲಕಾಯಿ ಪಲ್ಯ ನೆನೆಸಿಕೊಂಡವರೇ ಇಡೀ ಬಟ್ಟಲನ್ನು ಕೆಲಸದ ಗೋಪಮ್ಮನಿಗೆ ಕೊಟ್ಟು "ಬೇಗ ಒಯ್ದುಬಿಡು. ಇಲ್ಲ ತಕ್ಷಣಕ್ಕೆ ಗೊತ್ತಾದರೇ, ಮತ್ತೇನಾದರೂ ಹಾಗಲಕಾಯಿಯಲ್ಲಿ ಮಾಡ್ತಾಳೆ" ಎಂದು ಹೇಳಿ ಕಳುಹಿಸಿ ಕೊಟ್ಟು ಬಂದು ಬಾಲ್ಕನಿಯಲ್ಲಿ ನಿಂತರು ಮತ್ತೆ.

ತನಗೆ ಹಾಗಲಕಾಯಿ ಇಷ್ಟವಿಲ್ಲದಿದ್ದರೂ ಪಟ್ಟು ಹಿಡಿದು ನಿರಂತರವಾಗಿ ಅಭ್ಯಾಸ ಮಾಡಲು ಹೊರಟಿದ್ದಕ್ಕೆ ಅವಳೊಂದು ಪುಟ್ಟ ಕತೆ ಹೇಳುತ್ತಿದ್ದಳು. ಇದು ದಯಾನಂದ ಸರಸ್ವತಿಗಳ ಅನುಭವ. ಒಮ್ಮೆ ದಯಾನಂದ ಸರಸ್ವತಿಗಳು ತಮ್ಮ ಶಿಷ್ಯನ ಮನೆಗೆ ಊಟಕ್ಕೆ ಹೋಗಿದ್ದರು. ಅಲ್ಲಿ ಹಾಗಲಕಾಯಿಯಲ್ಲಿ ಒಂದು ಪದಾರ್ಥ ಮಾಡಿ ಬಡಿಸಿದರಂತೆ. ಅವರಿಗೆ ಹಾಗಲಕಾಯಿ ಅಂದರೆ ಆಗುತ್ತಿರಲಿಲ್ಲ. ಆದರೆ ಶಿಷ್ಯನ ತಾಯಿಗೆ ಬೇಸರವಾಗಬಾರದೆಂದು ತಿಂದರಂತೆ. ಅದನ್ನು ನೋಡಿ ಬಂದ ಅತಿಥಿಗಳಿಗೆ ಹಾಗಲಕಾಯಿ ಪಲ್ಯ ಇಷ್ಟವೆಂದು ತಂದು ಬಿಡಿಸಿದರಂತೆ. ಮತ್ತೆ ಅದನ್ನು ತಿಂದರಂತೆ. ಮತ್ತೊಂದು ಊರಿಗೆ ಹೋದಾಗ ಹಾಗಲಕಾಯಿ ಪದಾರ್ಥ ತಂದು ಬಡಿಸಿದರಂತೆ. ಆ ಬಗ್ಗೆ ದಯಾನಂದ ಸರಸ್ವತಿಗಳು ವಿಚಾರಿಸಿದಾಗ, ಇವರಿಗೆ ಹಾಗಲಕಾಯಿ ಇಷ್ಟವೆಂದು ಹೇಳಿಕಳಿಸಿದ್ದರಂತೆ. ಅದು ಹಾಗೆಯೇ ಮುಂದುವರಿದು ಕೆಲವು ಕಡೆ ಊಟ ಮಾಡಿದಾಗ ಹಾಗಲಕಾಯಿ ಪದಾರ್ಥ ಇದ್ದೇ ಇರುತ್ತಿತ್ತಂತೆ. ನಂತರ ಅವರು ಅಮೆರಿಕಾಗೆ ಹೋದಾಗಲು ಊಟಕ್ಕೆ ಹಾಗಲಕಾಯಿ ಪದಾರ್ಥ ಇತ್ತಂತೆ. ಭಾರತದ ಭಕ್ತರು ದಯಾನಂದ ಸರಸ್ವತಿಯವರಿಗೆ ಹಾಗಲಕಾಯಿ ಇಷ್ಟವೆಂದು ದೂರವಾಣಿಯಲ್ಲಿ ತಿಳಿಸಿದ್ದರಂತೆ. 'ನನಗೆ ತಿಂದು ತಿಂದು ಹಾಗಲಕಾಯಿ ಇಷ್ಟವಾಯಿತು' ಈ ಕಥೆಯನ್ನು ಪದೇ ಪದೇ ಹೇಳಿದ್ದ ಹೆಂಡತಿಯ ಬಗ್ಗೆ ಮರುಕವೆನಿಸಿತು.

'ನಾನು ಸಾಮಾನ್ಯ, ಅವರು ಮಹಾತ್ಮರು. ಆ ಪ್ರಯೋಗ ನನ್ನ ಮೇಲೆ ಫಲಿಸದು' ಎಂದು ಹೇಳಬೇಕೆನಿಸಿದರೂ ಹೇಳದಿದ್ದಕ್ಕೆ ಒಂದು ಕಾರಣವಿತ್ತು. ಅರ್ಥಮಾಡಿಕೊಳ್ಳುವಂಥ ಮೈಂಡ್ ಅವಳಿಗಿಲ್ಲವೆಂದು ವಿವಾಹವಾದ ಕೂಡಲೇ ಅವಳು ಕಾಲೇಜು ಬಿಟ್ಟಾಗಲೇ ಅಂದುಕೊಂಡಿದ್ದರಿಂದ ಮಡದಿಯೊಂದಿಗಿನ ಬದುಕು ಸುಲಭವಾಗಿತ್ತು.

ಕಾಲೇಜು ದಿನಗಳಲ್ಲಿ ವಿಶಾಖಳನ್ನು ಕಂಡು ರೋಮಾಂಚಿತರಾಗಿದ್ದರು. ಆದರೆ ಅಂಥ ವಿಶೇಷ ಅವಳಲ್ಲಿ ಏನಿಲ್ಲವೆಂದು ಅರಿವಾದ ನಂತರ ಎಲ್ಲರ ದಾಂಪತ್ಯ ಬದುಕಿನಲ್ಲಿ ಒಮ್ಮೆ ಇಣುಕಿ ನೋಡಬೇಕೆನಿಸಿತ್ತು. "ನನ್ನ ಆಯ್ಕೆಯಲ್ಲಿ ಪೆದ್ದುತನವಿರಬಹುದು. ನಂದು ನಿನ್ನದಕ್ಕಿಂತ ಡಿಫೆರೆಂಟೇನಿಲ್ಲ. ನಾನು ಮೂವತ್ತೈದರಲ್ಲಿ ಇಂಥ ತಪ್ಪು ಮಾಡ್ದೇ. ನಾವು ರಿಸ್ಕ್ ತಗೊಳ್ಳೋ ಬದಲು ಹೆತ್ತವರಿಗೆ ಬಿಟ್ಟಿದ್ದರೆ ಚೆನ್ನ ಎನಿಸಿತು" ಅಂದಿದ್ದರು ಪ್ರೊಫೆಸರ್ ಅಪ್ಪಾರಾವ್. ಅಂದಿನಿಂದ ಒಂದು ರೀತಿಯ ನಿರ್ಲಿಪ್ತ ಭಾವ ಬೆಳೆಸಿಕೊಂಡಿದ್ದರು.

ಇಂದು ಹೆಂಡತಿ ಫ್ಲಾಟ್‌ಗೆ ಬರುವ ಮುನ್ನವೇ ಊಟ ಮುಗಿಸಿ ರೂಮಿನಲ್ಲಿದ್ದರು. ಪದೇ ಪದೇ ನಾದಿನಿ ಯಶುಳ ಜೇನುಗಣ್ಣು ನೆನಪಾಗುತ್ತಿತ್ತು. ಈಗ ಅವಳಿಗೂ ವಯಸ್ಸಾಗಿದೆ. ಕಣ್ಣುಗಳಲ್ಲಿ ಅಂಥ ಹೊಳಪು ಇಲ್ಲವೇನೋ! ಸ್ವಲ್ಪ ದಿಟ್ಟಳಾಗಿ ಕಂಡಳು. ಯಾವ ಸೆಂಟಿಮೆಂಟ್‌ಗೂ ಒಳಗಾಗದೆ ಭಾರತದಿಂದ ದೂರವಿದ್ದಳು. 'ವಿವಾಹವಾಗಿರಬಹುದು. ನಂತರದ ಡೈವೋರ್ಸ್ ಸಿಕ್ಕಿರಬಹುದು.

ಮತ್ತೆ... ಮದುವೆ'-ತಮ್ಮಲ್ಲೆ ನಕ್ಕರು. ಇಂಥ ಅವಕಾಶ ತಮಗೂ ಸಿಕ್ಕಿದ್ದರೆ ಬೇಡ ಎನ್ನುತ್ತಿದ್ದೆನಾ! ಮನದಲ್ಲಿ ಬಂದ ವಿಷಯಕ್ಕೆ ಮುಸುಕು ಹೊದಿಸಿ ಹೆಂಡತಿಯೇನಾದರೂ ಇತ್ತ ಸುಳಿದಾಳೇಂತ, ಅತ್ತಿತ್ತ ನೋಟಹರಿಸಿ ಮನದಲ್ಲಿಯೇ ನಕ್ಕರು. 'ಗಂಡು ಅವಕಾಶವಾದಿ ಅಂದುಕೊಳ್ಳೋದು ಸರೀನಾ' ತಮ್ಮಲ್ಲಿಯೇ ಪ್ರಶ್ನೆ ಹಾಕಿಕೊಂಡರು.

ಅಂದು ಕಾಲೇಜಿನಲ್ಲಿ ಮುಖ್ಯವಾದ ಮೀಟಿಂಗ್ ಇದ್ದುದರಿಂದ ಯಶುನ ಎದುರುಗೊಳ್ಳಲು ವಿಮಾನ ನಿಲ್ದಾಣಕ್ಕೆ ಹೋಗಲಾಗದಿದ್ದರೂ ಅವಳನ್ನು ನೋಡಬೇಕೆನ್ನುವ ಸಲುವಾಗಿಯೇ ಮೀಟಿಂಗ್ ಮುಗಿದ ಕೂಡಲೇ ಫ್ಲಾಟ್‌ಗೆ ಧಾವಿಸಿದರು.

'ವಾಟ್ ಎ ಸರ್‌ಪ್ರೈಸ್' ಎನಿಸುವಂತೆ ಆರಾಮವಾಗಿ ಯಶು ಸೋಫಾ ಮೇಲೆ ಕೂತು ಅಕ್ಕನೊಂದಿಗೆ ಮಾತನಾಡುತ್ತಿದ್ದುದನ್ನು ನೋಡಿ ದಂಗಾದರು. ಅಂಥ ದೊಡ್ಡ ಬದಲಾವಣೆ ಏನೂ ಕಾಣಲಿಲ್ಲ. ಹಿಂದಿನಂತೆ ತೆಳ್ಳಗೆ ಮತ್ತು ಬೆಳ್ಳಗೆ ಇರುವುದರ ಜೊತೆಗೆ ಬೌದ್ಧಿಕ ಮಂದಹಾಸ ಮುಖದಲ್ಲಿ. ಇವರ ನಿರೀಕ್ಷೆ ಎಲ್ಲವೂ ತಲೆಕೆಳಗಾಯಿತು. ಅಂಚಿಗೆ ಕಸೂತಿ ಮಾಡಿದ ತಿಳಿ ಗುಲಾಬಿ ಬಾರ್ಡರ್‌ನ ಸೀರೆಯುಟ್ಟು, ತೋಳು ಇರುವ ಬ್ಲೌಸ್ ತೊಟ್ಟಿದ್ದಳು. ಅಕ್ಕ, ತಂಗಿಯನ್ನು ಬದಲಿಸಿ ನೋಡಿದರು. ವಿವಾಹ ಅಕ್ಕನಲ್ಲಿ ಸಾಕಷ್ಟು ಬದಲಾವಣೆ ತಂದಿತ್ತು. ಸ್ವಪ್ರತಿಜ್ಞೆ, ಸ್ವಸಂಪಾದನೆ ಇರುವ ಯಶು ಮಾತ್ರ ಹಿಂದಿನಂತೆ ಇದ್ದಿದ್ದು ಹುಬ್ಬೇರಿಸುವಂತೆ ಮಾಡಿತು.

"ಐ ಯಾಮ್ ಷಾಕಿಂಗ್... ಮೊದ್ಲಿನ ಹಾಗೇ ಇದ್ದೀಯಲ್ಲ ಹುಡ್ಗೀ! ಒಬ್ಬಳೇನಾ... ಬಂದಿದ್ದು?" ಕೋದಂಡಪಾಣಿ ಹೋಗಿ ಎದುರಿನಲ್ಲಿ ಕೂತರು. ಮಂದಹಾಸ ಚೆಲ್ಲಿದ ಯಶು, "ಮೊದ್ಲಿನ ಹಾಗೇ ಇರೋಕೆ ಸಾಧ್ಯಾನಾ? ಇಲ್ಲಿಂದ ಹೋದಾಗ ಇಪ್ಪತ್ತೇಳು ವರ್ಷ. ಈಗ ನನ್ನ ವಯಸ್ಸು ನಲ್ವತ್ತು ಆಯ್ತು. ತಲೆಯಲ್ಲಿ ಎಷ್ಟೊಂದು ಬಿಳಿಗೂದಲು ಇದೆ" ತಲೆ ಸವರಿಕೊಂಡು, "ಭಾವ, ನೀವು ಮಾತ್ರ ಯಂಗ್ ಹಾಗೇ ಕಾಣಿಸ್ತೀರಿ. ನಮ್ಮಕ್ಕ ನಿಮ್ಮನ್ನ ಚೆನ್ನಾಗಿ ನೋಡಿಕೊಂಡಿದ್ದಾಳೆ" ಬಾಯಿ ತುಂಬ ನಕ್ಕರು.

"ಆರಾಮಾಗಿ ಪಂಜರದಲ್ಲಿಟ್ಟು ಸಮಯ ಸಮಯಕ್ಕೆ ಹಣ್ಣು, ನೀರು ಕೊಟ್ಟು ಗಿಣಿಯ ತರಹ ಸಾಕ್ಕೊಂಡಿದ್ದಾಳೆ. ಪಂಜರದಲ್ಲಿರೋ ಗಿಣಿಗೆ ಗೊತ್ತು ಅದರ ಸ್ಥಿತಿಗತಿ. ಇಷ್ಟು ವರ್ಷದ ನಂತರ ಸಿಕ್ಕಿದ್ದೀ. ಬಟ್ಟೆ ಬದಲಾಯಿಸಿ ಬಂದು ಮಾತಿಗೆ ಕೂಡ್ತೇನೆ. ತುಂಬ ಮಾತಾಡೋದು ಇದೆ" ಪಾಣಿ ರೂಮಿಗೆ ಹೋದರು. ಒಂದು ರೀತಿಯ ತಾಕಲಾಟ ಶುರುವಾಗಿತ್ತು. ಅವರಲ್ಲಿ, ಕಳೆದ ಹದಿಮೂರು ವರ್ಷಗಳು ಒಂಟಿಯಾಗಿ ಕಳೆದಳಾ? ಜೊತೆ ಬೇಕೂಂತ ಅನ್ನಿಸಲಿಲ್ಲವಾ? ವಿದೇಶದಲ್ಲಿನ ಪದ್ಧತಿಗಳಿಗೆ ಹೊಂದಿಕೊಂಡಳಾ?.... ಬರೀ ಪ್ರಶ್ನೆಗಳೇ. ಅಲ್ಲಲ್ಲಿ ಕಾಣುತ್ತಿರೋ ಬಿಳಿ ಕೂದಲಿಗೆ ಕೂಡ ಡೈ ಮಾಡಿಸದ ಇವಳ ಇರಾದೆ ಏನು?

ಹಿಂದೆಯೇ ಬಂದ ವಿಶಾಖ, "ನಿಜವಾಗ್ಲೂ ಯಶು ಮದ್ವೇನೆ ಆಗಿಲ್ವಂತೆ. ನೋಡೋಕು ಚೆನ್ನಾಗಿ ಇದ್ಲು. ಇವ್ಳಿಗೆ ಗಂಡು ಸಿಗಲಿಲ್ವಾ? ನಂಗಂತು ಷಾಕಾಯ್ತು ಏನಾದರಾಗ್ಲಿ ಅವ್ಳಿಗೆ ಮದ್ವೆ ಮಾಡೋ ಜವಾಬ್ದಾರಿ ನಮ್ದು. ನಾನು ಖಡಾಖಂಡಿತವಾಗಿ ಹೇಳಿದ್ದೀನಿ. ಆಯ್ತು ಅಂದಿದ್ದಾಳೆ. ಮಿಕ್ಕಿದ್ದು ನಿಮ್ದು" ಒಂದೇ ಉಸುರಿನಲ್ಲಿ ಹೇಳಿ ಮುಗಿಸಿದಾಗ ಟೈ ಬಿಚ್ಚಿ ಹೆಂಡತಿಯ ಕೈಗೆ ಕೊಟ್ಟು ಅವಳ ಭುಜಗಳ ಮೇಲೆ ಕೈಗಳನ್ನೂರಿ. "ಬಂದ ಒಂದೆರಡು ಗಂಟೆಗಳಲ್ಲಿ ಇಷ್ಟೆಲ್ಲ ಮಾತು ಆಡಿ ಮುಗ್ಸಿಬಿಟ್ಟಿದ್ದೀಯ. ಅಂತು ನಿನ್ತಂಗೀನ ಮದ್ವೆಗೆ ಒಪ್ಪಿಸಿದ್ದೀಯ. ಈಗ ಅವ್ಳ ವಯಸ್ಸು ಎಷ್ಟು ಗೊತ್ತಾ? ನಿಂಗಿಂತ ಮೂರು ವರ್ಷ ಚಿಕ್ಕೋಳು. ಪರ್ವಾಗಿಲ್ಲಾಂತ ಅಂದುಕೊಂಡು ನಿನ್ನ ಮಗ್ಳಿಗೆ ವಿವಾಹವಾಗಿ ಬಿಟ್ಟರೇ ಮುಂದಿನ ವರ್ಷ ಅಜ್ಜಿಯಾಗಿಬಿಡ್ತೀಯಾ. ಸುಮ್ನೆ ಅವ್ಳ ವಿವಾಹದ ಬಗ್ಗೆ ನೀನು ತಲೆಕೆಡಿಸ್ಕೋಬೇಡ. ಬದ್ಕನ್ನು ತನಗೆ ಇಷ್ಟ ಬಂದಂತೆ ರೂಪಿಸಿಕೊಳ್ಳೋಂಥ ಸಮರ್ಥೆ ಅವ್ಳು" ಹೆಂಡತಿಯ ಹಣೆಗೆ ರೋಮ್ಯಾಂಟಿಕ್ಕಾಗಿ ಢೀ ಹೊಡೆದು, "ಬೇಗ ಬರ್ತೀನಿ, ಮೀಟಿಂಗ್‌ನಲ್ಲಿ ತುಂಬ ಬೋರಾಯ್ತು. ತಿನ್ನೋಕೆ ಏನಾದ್ರೂ ರೆಡಿ ಮಾಡು" ಹೆಂಡತಿಯನ್ನು ಕಳಿಸಿಯೇ ಬಾತ್‌ರೂಮಿಗೆ ಹೋಗಿದ್ದು ಕೋದಂಡಪಾಣಿ.

ವಿವಾಹದ ವಿಷಯದಲ್ಲಿ ಬಹಳಷ್ಟು ಬದಲಾವಣೆಗಳಾಗಿ ಒಂದು ಚೌಕಟ್ಟು ಅನ್ನುವ ಕಾನೂನು ಕಿತ್ತು ಹೋಗುತ್ತಿದೆಯೆನಿಸಿತು. ಪ್ರೊಫೆಸರ್ ಪ್ರಾಣಕಾಂತ್ ಹೆಂಡತಿಗೆ ಡೈವೋರ್ಸ್ ಕೊಟ್ಟು ತಮ್ಮ ಸ್ಟೂಡೆಂಟ್ ಮಿಲಿಯನ್ನ ವಿವಾಹವಾಗಿದ್ದು ಅಂಥ ದೊಡ್ಡ ಸುದ್ದಿಯೇನೂ ಅಲ್ಲ ಎನ್ನುವಂತೆ, ಸಹೋದ್ಯೋಗಿಗಳು ಭಾಗವಹಿಸಿ ಶುಭ ಹಾರೈಸಿದ್ದರು. ಮಿಲಿಯ ವಯಸ್ಸು ಹದಿನೆಂಟು, ಪ್ರೊಫೆಸರ್ ಪ್ರಾಣಕಾಂತ್‌ಗೆ ಐವತ್ತುನಾಲ್ಕರ ಹರೆಯ. ಮಿಲಿಗಿಂತ ವಯಸ್ಸಾದ ಮಕ್ಕಳು ಇದ್ದರು. ಆದರೂ ವಿವಾಹದ ನಂತರ ಪ್ರೊಫೆಸರ್ ಪ್ರಾಣಕಾಂತ್, ಮಿಲಿ ಖುಷಿಖುಷಿಯಾಗಿ ಓಡಿಯಾಡಿಕೊಂಡಿದ್ದರು.

ಫ್ರೆಷ್ಷಾಗಿ ಬಂದ ಕೋದಂಡಪಾಣಿ ನಾದಿನಿಯ ಜೊತೆ ಮಾತಾಡುತ್ತ ಬಿಸಿಬಿಸಿ ಮೆಣಸಿನಕಾಯಿ ಬಜ್ಜಿ ತಿನ್ನುತ್ತಾ ಹರಟಿದರು. ಬರೀ ತನ್ನ ಪ್ರೊಫೆಷನ್ ಬಗ್ಗೆ ಮಾತಾಡಿದಳಷ್ಟೇ ಯಶು.

ಟೀ ಕಪ್ ಕೈಗೆತ್ತಿಕೊಳ್ಳುತ್ತ, "ನೀನ್ಯಾಕೆ ಮದ್ವೆ ಆಗಿಲ್ವಾ?" ಎಂದು ಕೇಳಿದಾಗ ತನ್ನ ಅಕ್ಕನ ಕಡೆ ತುಂಟ ನೋಟ ಬೀರಿದ ಯಶು, ಪಾಣಿಯನ್ನು ಉದ್ದೇಶಿಸಿ, "ನಿಮ್ಮಷ್ಟು ಹ್ಯಾಂಡ್‌ಸಮ್ ಆದ ಗಂಡು ಸಿಗ್ಲಿಲ್ಲ ಅಷ್ಟೇ" ಎಂದು ನಕ್ಕಳು.

ಮೊದಲು ವಿಶಾಖ ಮುಜುಗರಪಟ್ಟುಕೊಂಡರೂ ಆರಾಮಾಗಿ ನಗುತ್ತ, "ಹಂಗಿಸ್ತಾ ಇದ್ದೀಯಾ? ನಾನು ಆಗೋ ಹೊತ್ಗೆ ಇವ್ರನ್ನ ಮದ್ವೆ ಆದೆ. ಅದ್ಕೆ ಕನ್ನಡಿ ಮುಂದೆ ನಿಲ್ಲೋಕೆ ಅಂಜುತ್ತಾರೆ" ಗಂಡನನ್ನು ಛೇಡಿಸುವ ವೇಳೆಗೆ ಪಾಣಿ ಕೂಡ ಹಿಂದೆ ಬೀಳಲಿಲ್ಲ. ಅವರಿಬ್ಬರ ನಡುವೆ ಬಿರುಸಾದ ವಾಗ್ವಾದ ನಡೆಯಿತು.

ಬಹಳ ಇಷ್ಟವಾಗಿ ಅವರಿಬ್ಬರ ಮಾತುಕತೆಗಳನ್ನು ಕೇಳಿದಳು ಯಶು.

"ನೀನು ಬೇಗ ಒಂದು ಮದ್ವೇ ಆಗು; ನಾನು ನಿನ್ನ ಭಾವನಿಗಿಂತ ಒಳ್ಳೆ ಗಂಡನ್ನ ಹುಡ್ಕಿ ಕೊಡ್ತೀನಿ" ಅಲ್ಲಿಗೆ ವಿಶಾಖ ತಮ್ಮ ಮಾತುಕತೆಗಳನ್ನು ಮುಕ್ತಾಯ ಮಾಡಿದಳು.

ಇದು ಬರೀ ಮಾತಿನಲ್ಲೇ ನಿಲ್ಲಲಿಲ್ಲ. ವಿಶಾಖ ಅದು ಫುಲ್‌ಟೈಮ್ ವರ್ಕ್ ಎನ್ನುವಂತೆ ಸೀರಿಯಸ್ಸಾಗಿ ತಗೊಂಡು, ಮ್ಯಾರೇಜ್ ಬ್ಯೂರೋ ಸಂಪರ್ಕಿಸಿದಳು. ನಲವತ್ತರ ವಯಸ್ಸಿನ ಯಶುಗೆ ಬರೀ ವಿಧುರ, ಡೈವೋರ್ಸಿ ಅಂಥ ಗಂಡುಗಳೇ ಲಭ್ಯವೆನಿಸಿದಾಗ, ಸ್ವಲ್ಪ ಚಿಂತಿತರಾದರು. ತಕ್ಷಣ ಒಬ್ಬ ವ್ಯಕ್ತಿ ಕಣ್ಮುಂದೆ ಪ್ರತ್ಯಕ್ಷನಾಗಿಯೇಬಿಟ್ಟ. ಅವರೇ ಡಾ॥ ವಿಷ್ಣುಶರ್ಮ! ಒಂದು ಮಟ್ಟಿಗೆ ಕೋದಂಡಪಾಣಿಯ ಸಹೋದ್ಯೋಗಿ. ವಿದೇಶದಲ್ಲಿ ಕೆಲಸ ಮಾಡಿ ಒಳ್ಳೆಯ ಹೆಸರು ಪ್ರಶಸ್ತಿಗಳನ್ನು ಗಿಟ್ಟಿಸಿಕೊಂಡ ಪ್ರತಿಭಾವಂತ. ವಯಸ್ಸು, ನಲ್ವತ್ತು, ನಲವತ್ತೈದರ ನಡುವೆ ಇರಬೇಕು. ಫುಲ್ ಬ್ರೈಟ್ ಸ್ಕಾಲರ್‌ಶಿಪ್ ಪಡೆದು ಅಮೆರಿಕಾಗೆ ಹೋಗಿ ಒಂದಷ್ಟು ವರ್ಷ ಉಳಿದು ತಂದೆಯ ಸಾವಿನ ನಂತರ ಇಲ್ಲೇ ರೀಡರ್ ಆಗಿದ್ದರು. ಒಂಟಿಯಾಗಿದ್ದ.

ತಕ್ಷಣ ವಿಶಾಖ ವಿಷಯಕ್ಕೆ ಬಂದೇಬಿಟ್ಟಳು.

"ಡಾ॥ ವಿಷ್ಣುಶರ್ಮ ಒಂಟಿಯಾಗಿದ್ದಾರಲ್ಲ, ಜೋಡೀನೂ ಸಮ ಇರುತ್ತೆ. ಒಮ್ಮೆ ಯಾಕೆ ವಿಚಾರಿಸಬಾರ್ದು?" ಈ ಪ್ರಸ್ತಾವಕ್ಕೆ ಕೋದಂಡಪಾಣಿ ಬೆಚ್ಚಿಬಿದ್ದರು. "ಆ ಮನುಷ್ಯನ ವರ್ತನೆ ಸ್ವಲ್ಪ ಹೈಲೆವೆಲ್‌ನದು. ಬರೀ ಅಮೆರಿಕಾಗೆ ಹೋಗಿ ಬಂದ ವಿಷ್ಯ ಬಿಡು, ತಾತನ ಕಡೆಯ ಆಸ್ತಿ ಬಂದಿದೇಂತ ಮಾತಾಡ್ಕೋತಾರೆ. ಸ್ವಲ್ಪ ರಿಸರ್ವ್ ನೇಚರ್. ಸಿಟ್ಟಿನವ ಅಂತ ಮಾತಾಡ್ಕೋತಾರೆ ವಿದ್ಯಾರ್ಥಿಗಳು. ನಿನ್ತಂಗೀಗೇ ಈ ವಯಸ್ಸಿನಲ್ಲಿ ವರಾನ್ವೇಷಣೆ ಪ್ರಾರಂಭಿಸೋದು ಸರಿಯಲ್ಲ. ನಂಗೆ ಸಂಕೋಚಾಂತ ಅನಿಸುತ್ತೆ. ಅವ್ಳು ಅಮೆರಿಕಾಗೆ ಹೋಗುವವಳು. ಈ ಮನುಷ್ಯ ಇಲ್ಲೆ ಸೆಟಲ್ ಆಗಿದ್ದಾನೆ. ಇನ್ನು ವಿವಾಹದ ವಿಷ್ಯ ನಿಲ್ಸಿಬಿಡು. ನಿನ್ತಂಗಿ ಕುತ್ತಿಗೆಯಲ್ಲಿ ಮಾಂಗಲ್ಯ ನೋಡಲೇ ಬೇಕೆನ್ನೋ ಆಸೆ ಇದ್ದರೇ, ನಾನೇ ಆ ಆಸೆ ಪೂರೈಸುತ್ತೇನೆ" ಅಂದಕೂಡಲೇ, ಸೋಫಾ ಮೇಲಿನ ದಿಂಬು ತೆಗೆದು ಗಂಡನತ್ತ ಎಸೆದೇಬಿಟ್ಟಳು ವಿಶಾಖ.

"ಛೀ, ಎಂಥ ಜನಾರೀ! ಎಷ್ಟೊಂದು ಕಳ್ಳ ಆಸೆಗಳ್ನ ಮನಸ್ಸಿನಲ್ಲಿ ಬಚ್ಚಿಟ್ಟುಕೊಂಡು ಇರ್ತೀರಾ! ಅವ್ಳಿಗೇನು ಅಂಥ ಹಣೆಬರಹ? ಅಲ್ಲಿ ಗಂಡುಗಳ ಬರ ಇತ್ತಾ? ಒಂದ್ಮದ್ವೇಂತ ಅವಳು ಆಗಿದ್ದರೆ ಇಂಥ ಮಾತುಗಳಿಗೆ ಅವಕಾಶ ಇರ್ತಾ ಇತ್ತಾ? ಚೆನ್ನೈನಲ್ಲಿ ಅರವತ್ತೈದು ವರ್ಷದ ಮಹಿಳೆಯೊಬ್ಬರು ಒಂದು ಮಗುವಿಗೆ ಜನ್ಮ ನೀಡಿದ್ದಾರೆ. ಇವ್ಳ ವಯಸ್ಸು ಮತ್ತೆ ಯಾವ ಲೆಕ್ಕ? ಹೆಣ್ಣಿಗೆ ವಿವಾಹವಾದರೇನೆ, ಪರಿಪೂರ್ಣತೆ" ಈ ದಿಕ್ಕಿನಲ್ಲಿ ಸಾಗಿತು ವಿಶಾಖ ಮಾತು. ಎರಡು ಕೈನಲ್ಲು ತಲೆ ಹಿಡಿದುಕೊಂಡು ಕೂತುಬಿಟ್ಟರು ಕೋದಂಡಪಾಣಿ. ಅವರಂತು ಮಧ್ಯಸ್ತಿಗೆ ವಹಿಸಲು ಸಿದ್ಧವಿಲ್ಲ. "ಈ ಬಗ್ಗೆ ಯಶು ಹತ್ರ ಮಾತಾಡು. ಡಾ॥ ವಿಷ್ಣುಶರ್ಮನದು ತೀರಾ ವಿಚಿತ್ರ ಮೆಂಟಾಲಿಟಿ. ಇಬ್ರೂ ತೀರಾ ಪ್ರತಿಭಾವಂತರು. ಮಿಕ್ಕಿದ್ದು ನಿನ್ನಿಷ್ಟ" ಕೈ ಕೊಡವಿಕೊಂಡು ಮೇಲೆದ್ದರು.

ಅಷ್ಟಕ್ಕೆ ವಿಶಾಖ ಸುಮ್ಮನಾಗಲಿಲ್ಲ. ಅಂತು ಡಾ॥ ವಿಷ್ಣುಶರ್ಮರ ದೂರದ ಸಂಬಂಧಿ ಒಬ್ಬರನ್ನು ಹಿಡಿದು ಪ್ರಪೋಸಲ್ ಕಳುಹಿಸಿಯೇಬಿಟ್ಟರು. ಆಶ್ಚರ್ಯವೆನ್ನುವಂತೆ ಕೋದಂಡಪಾಣಿ ಜೊತೆ ಆ ವ್ಯಕ್ತಿ ಮರುದಿನ ಸಂಜೆ ಬಂದರು. ಹೆಣ್ಣು ತೋರಿಸುವ ವಯಸ್ಸು ಮೀರಿತ್ತು. ಅವರು ಯಶು ಜೊತೆ ಸರಳವಾಗಿ ಮಾತಾಡಿದರು.

"ಐ ಲೈಕ್ ಯು. ಸುಮಾರು ವರ್ಷ ನೀವು ಅಮೆರಿಕಾದಲ್ಲಿದ್ರು... ಅಲ್ಲಿನ ಕಲ್ಚರ್ ನಿಮ್ಮ ಮೇಲೆ ಪರಿಣಾಮ ಬೀರಿದಂತಿಲ್ಲ. ನೀವು ಸಿಂಪ್ಲಿ ಇಂಡಿಯನ್ ಲೇಡಿ ತರಹಾನೆ ಕಾಣಿಸ್ತೀರಿ. ಇದು... ಅಪರೂಪ" ಇಂತಹ ಮೆಚ್ಚಿಗೆಯ ದಾಳ ಉರುಳಿಸುವುದರ ಜೊತೆಗೆ ಒಂದು ಆಹ್ವಾನವನ್ನು ಕೂಡ ಕೊಟ್ಟರು. "ನಾಳೆ ಪೂರ್ತಿ ನನ್ನ ಗೆಸ್ಟ್ ಆಗಿರಿ. ಇಬ್ರೂ ಕೂತು ತುಂಬ ಮಾತಾಡೋಣ." ಅದಕ್ಕೆ ಒಪ್ಪಿಗೆ ಸೂಚಿಸಿದ್ದು ವಿಶಾಖನೇ. "ಖಂಡಿತ ಬರ್ತಾಳೆ, ನಾನು ಅವ್ಳಿಗಿಂತ ದೊಡ್ಡವಳು. ಅವ್ಳ ಬಗ್ಗೆ ನಂಗೊಂದಿಷ್ಟು ಜವಾಬ್ದಾರಿ ಇದೆ" ಈ ಫರ್ಮಾನುಗೆ ಒಪ್ಪಿಗೆ ಸೂಚಿಸಲೇಬೇಕಿತ್ತು. ಅಕ್ಕನ ಒತ್ತಾಯದ ಜೊತೆ ಒಂದಿಷ್ಟು ಪರ್ಸನಲ್ ಕಮೀಟ್‌ಮೆಂಟ್ ಕೂಡ ಬೇಕೆನಿಸಿತು. 'ಓಕೇ...' ಎಂದಿತು ಯಶು ಮನ.

ಮರುದಿನ ಜೊತೆಯಲ್ಲಿ ಹೊರಟ ಕೋದಂಡಪಾಣಿ, "ಅಂತು ನಿನ್ನ ವಿವಾಹದ ಓಡಾಟದಲ್ಲಿ ಅವ್ಳು ನನ್ನ ಮರ್ತು ಬಿಡೋಂಗೆ ಕಾಣ್ತಾಳೆ. ಡಾ. ವಿಷ್ಣುಶರ್ಮ ಜಬರುದಸ್ತಿನವ. ಒಂದೇ ಕಾಲೇಜಿನಲ್ಲಿ ಕೆಲ್ಸ ಮಾಡ್ತಾ ಇದ್ದರು, ಮಾತಾಡಿದ್ದೇ ಕಡ್ಮೆ. ಅಂತು ನಿನ್ನ ನೆವದಲ್ಲಿ ಅವ್ರ ಮನೆಗೆ ಹೊರಟಿರೋದು. ಆ ಮನುಷ್ಯನ ತೀರಾ ವೈಯಕ್ತಿಕ ವಿಷ್ಯಗಳು ನಂಗೇನೂ ಗೊತ್ತಿಲ್ಲ. ಮಾತುಕತೆ ನೇರವಾಗಿ ಇರಲೀ. ಸಾರಿ.... ನಿಂಗೆ ಸಜೆಷನ್ ಕೊಡೋ ಅಗತ್ಯವಿಲ್ಲ" ಎಂದೇ ತಮ್ಮ ಮಾರುತಿ ಹತ್ತಿದ್ದು. ಅಕ್ಕನತ್ತ ತಿರುಗಿ ಮುಗುಳ್ನಕ್ಕಳು ಯಶು.

ಗಂಡನ ಮುಂದೆ ತಲೆ ತಗ್ಗಿಸಿ ಕೂಡುವಂಥ ವಧು ಪರೀಕ್ಷೆಗೆ ಒಳಗಾಗಿದ್ದಿಲ್ಲ. ಅದಕ್ಕೆ ಕಾರಣಗಳನ್ನು ಹುಡುಕುತ್ತ ಹೋದರೇ ಸಾಕಷ್ಟು ಸಿಗಬಹುದು.

ಮೊದಲ ಸಲ ಸ್ವಲ್ಪ ಇರಸುಮುರುಸಿನಿಂದ ಡಾ. ವಿಷ್ಣುಶರ್ಮರ ಫಲಕವಿದ್ದ ವಿಶಾಲವಾದ ಗೇಟಿನಲ್ಲಿ ಕಾಲಿಟ್ಟವರು ಒಳಗಿನ ವೈಭವಕ್ಕೆ ಬೆರಗಾದರು ಪಾಣಿ. ಆದರೆ ಯಶು ನಿರ್ಲಿಪ್ತವಾಗಿಯೇ ಇದ್ದಳು. ಎಷ್ಟೋ ಸಲ ವಿವಾಹದ ವಿಷಯ ಇಣಕಿ ಮರೆಯಾಗಿತ್ತು. ಬಂದ ಕೆಲವು ಪ್ರಪೋಸಲ್‌ನ ನಿರಾಕರಿಸಿದ್ದು ಬೇರೆ ಬೇರೆ ಕಾರಣಕ್ಕೆ.

"ವೆಲ್‌ಕಮ್..." ಎಂದು ಆಹ್ವಾನಿಸಿದ ಡಾ. ವಿಷ್ಣುಶರ್ಮನ ಕಣ್ಣುಗಳಲ್ಲಿ ಬೆಡಗು ಹೆಚ್ಚಿತು. "ನೀವ್ಯಾಕೆ ಕೂದಲು ಡೈ ಮಾಡಿಲ್ಲ. ಆ ಬಿಳಿಗೂದಲು ಸ್ವಲ್ಪ ಕಪ್ಪಗಾದರೆ ಹದಿನೆಂಟರ ಹುಡುಗಿಯನ್ನು ನಾಚಿಸುವಂತೆ ಕಾಣ್ತೀರಿ. ನಿಮ್ಮ ಪರ್ಸನಾಲಿಟಿಯನ್ನು ಬಹಳ ಚೆನ್ನಾಗಿ ಮೈಂಟೈನ್ ಮಾಡಿದ್ದೀರಾ!" ಹೇಳಿದಾಗ ಮುಗುಳ್ನಗೆ ಬೀರಿದಳು ಯಶು. ಏನಾದರೂ ಹೇಳಬೇಕೂಂತ ಅನ್ನಿಸಲೇ ಇಲ್ಲ ಅವಳಿಗೆ.

"ಎಲ್ಲಾ ವಿದೇಶಿ ಡ್ರಿಂಕ್ಸ್. ನಾನು ತೀರ ವಿ.ಐ.ಪಿ.ಗಳಿಗೋಸ್ಕರ ರಾಯಲ್ ಸೆಲ್ಯೂಟ್ ಓಪನ್ ಮಾಡೋದು" ಎಂದರು. ಕೋದಂಡಪಾಣಿ ಕಣ್ಣರಳಿಸಿದರು. ವಿಶಿಷ್ಟವಾದ ಉಪಚಾರ ಸಿಕ್ಕಿದ್ದಕ್ಕೆ. ಸ್ವತಃ ಡಾ. ವಿಷ್ಣುಶರ್ಮ ಗ್ಲಾಸ್ ಬಗ್ಗಿಸಿ ಅವಳತ್ತ ನೀಡಿದಾಗ, "ಸಾರಿ, ನಾ ಕುಡಿಯೋಲ್ಲ. ನಂಗೆ ಡ್ರಿಂಕ್ಸ್ ಯಾವಾಗ್ಲೂ ಇಷ್ಟವಾಗೋಲ್ಲ" ಅಂದಾಗ ಡಾ. ವಿಷ್ಣುಶರ್ಮರ ಕೈಯಲ್ಲಿನ ಗ್ಲಾಸ್ ಭೂಶಾಯಿಯಾಗಬೇಕಿತ್ತು. "ಸ್ಕಾಚ್... ವಿಸ್ಕಿ... ಬೇರೇನಾದ್ರೂ ತರಿಸಲಾ?" ವಿಚಾರಿಸಿದಾಗ ತಲೆಯಾಡಿಸಿ, "ಬೇಡ, ಸಾಫ್ಟ್ ಡ್ರಿಂಕ್ಸ್ ತಗೋತೀನಿ. ಅಂದರೆ ಹಣ್ಣಿನ ರಸ... ಅಷ್ಟಾದರೇ ಸಾಕು." ಇದನ್ನು ಅರಗಿಸಿಕೊಳ್ಳಲು ಡಾ. ವಿಷ್ಣುಶರ್ಮರಿಗೆ ಕಷ್ಟವಾಯಿತು. ಬಂಗಾರದ ಕಟ್ಟಿನ ಕನ್ನಡಕದೊಳಗಿನ ಕಣ್ಣುಗಳು ಫಳಫಳ ಎಂದವು. "ನಿಮ್ಮ ಬಂಗ್ಲೆಯ ಇನ್-ಡೋರ್-ಡೆಕೋರೇಷನ್ ತುಂಬ ಇಂಟರೆಸ್ಟಿಂಗಾಗಿದೆ. ನಾನು ಒಮ್ಮೆ ನೋಡ್ಬರ್ತೀನಿ ನೀವು ತಗೊಳ್ಳಿ" ಡಾ. ಯಶು ಎದ್ದು ಹೋದಳು.

ನಾಲ್ಕಾರು ಪೆಗ್ ಇಳಿಸಿದ ನಂತರವೇ ಕೋದಂಡಪಾಣಿ ಮೇಲೆ ಎದ್ದರು.

"ಇಂದು, ಇಲ್ಲೇ ಇರಲೀ... ಯಶು" ಎಂದಾಗ ಬೇಡವೆನ್ನಲಾಗಲಿಲ್ಲ. ಅವರಿಬ್ಬರು ಮಾತಾಡಿ ತೀರ್ಮಾನಿಸಿಕೊಳ್ಳಲಿ ಎನ್ನುವ ಇರಾದೆ ಇದ್ದುದರಿಂದ ಕೋದಂಡಪಾಣಿ ಮೇಲೆದ್ದರು. "ಓಕೇ..." ಎಂದು ಹೊರಟೇಬಿಟ್ಟರು.

ಗಂಡನಿಗಾಗಿ ಕಾದಿದ್ದ ವಿಶಾಖ "ಏನು... ವಿಷ್ಯ? ಯಶು ಅಲ್ಲೇ ಉಳಿದುಕೊಂಡ್ಲಾ? ಪ್ರಶ್ನೆಗಳಿಗೆ ಉತ್ತರಿಸಿದೆಯೇ ರೂಮಿಗೆ ಹೋದರು. ಹೆಂಗಸರಿಗೆ ಕುತೂಹಲ ಹೆಚ್ಚು. ಅದರಲ್ಲೂ ವಿಶಾಖಗೆ ಒಂದಿಷ್ಟು ಹೆಚ್ಚಿನ ಕುತೂಹಲವೇ. ಪ್ರಖರವಾದ ಭಾಷಣಕ್ಕೆ ಮೆಚ್ಚಿಯೇ ವಿಶಾಖನ ಕೈ ಹಿಡಿದಿದ್ದು. ಈಗಿನ ಮಡದಿನ ಅಂದಿನ ವಿಶಾಖಳ ನಡುವೆ ಒಂದಿಷ್ಟು ಸ್ವಾಮ್ಯ ಕಾಣದಷ್ಟು ನಾರ್ಮಲ್ಲಾಗಿದ್ದಳು. ಬಹುಶಃ ಯಶುಗೂ ಒಂದು ವಯಸ್ಸಿನಲ್ಲಿ ವಿವಾಹವಾಗಿದ್ದರೆ ಅಕ್ಕನಂತೆ ಇರುತ್ತಿದ್ದಳೇನೋ? ಬರೀ ಇದೊಂದು ಪ್ರಶ್ನೆ ಅಷ್ಟೆ.

"ಏನು ಚಿಂತೆಗೆ ಬಿದ್ದಿದ್ದೀರಿ?" ತೀರಾ ಸಮೀಪದಲ್ಲಿ, ಉಸಿರು ಕೆನ್ನೆಗೆ ರಾಚುವಂತೆ ವಿಶಾಖ ಸ್ವರ ಅಪ್ಪಳಿಸಿದಾಗ ಬೆಚ್ಚಿದಂತೆ, "ಮಹರಾಯ್ತಿ, ನೀನು ಇಲ್ಲೇ ಇದ್ದೀಯ. ನಾನು ಹಗಲಿನ ವೇಳೆ ಎಂದು ಕುಡಿದಿದ್ದಿಲ್ಲ. ಡಾ. ವಿಷ್ಣುಶರ್ಮರ ಬಲವಂತದ ಜೊತೆ ರಾಯಲ್ ಸೆಲ್ಯೂಟ್ ನೋಡಿದ ಕೂಡಲೇ ಮನ ಕುಪ್ಪಳಿಸಿತ್ತು. ಈಗ ನನ್ನ ಒಂಟಿಯಾಗಿ ಬಿಟ್ಬಿಡು. ಕುಡಿದಿದ್ದನ್ನು ಹಾಗೇ ಮಲ್ಗೀ ಎಂಜಾಯ್ ಮಾಡ್ತೀನಿ" ಎಂದವರು ಹಾಸಿಗೆಯ ಮೇಲೆ ಉರುಳಿಕೊಂಡು ಕಾಲುಗಳನ್ನು ನೀಡಿದಾಗ ಚಾಚಿ ಕಣ್ಣು ಮುಚ್ಚಿಕೊಂಡರು.

ಯಶು ಚಿತ್ರ ಕಣ್ಮುಂದೆ ತೇಲಿತು. ಈಗಲೂ ಯಂಗಾಗಿಯೇ ಕಂಡಳು. ಒಳ ಮನಸ್ಸು ಕುಪ್ಪಳಿಸಿತು. ಹೇಗೂ ತಂಗಿಯ ಕುತ್ತಿಗೆಯಲ್ಲಿ ಮಾಂಗಲ್ಯ ನೋಡಲೇಬೇಕೆಂದು ಕನವರಿಸ್ತಾ ಇದ್ದಾಳೆ. ಆ ಛಾನ್ಸ್ ನಂಗೆ ಕೋಡೋಷ್ಟು ಧಾರಾಳತನ ತೋರಿಸಬೇಕು. ಆ ಮೇಲಿನ ಪರಿಣಾಮಗಳನ್ನು ಮರೆತು ದುಂಡು

ಮಲ್ಲಿಗೆ ಮೊಗ್ಗುಗಳನ್ನು ಆರಿಸಿ... ಆರಿಸಿ ಮನದ ಬುಟ್ಟಿಯಲ್ಲಿ ತುಂಬಿಕೊಂಡರು. ಪಾಣಿ.

ಸಂಜೆಯಾದರೂ ತಂಗಿ ಬರದಿದ್ದಾಗ ವಿಶಾಖ ವ್ಯಾಕುಲಗೊಂಡಳು.

"ಏನು ವಿಚಾರ? ಅವರಿಬ್ರೂ ಕೂಡಿ ಎಲ್ಲಾದರೂ... ಹೋದರಾ? ನಂಗೆ ತುಂಬ ಚಿಂತೆ ಆಗಿದೆ" ಮಡದಿಯ ಮಾತಿಗೆ "ಖೋ ಖೋ ಖೋ" ಎಂದು ಜೋರಾಗಿ ನಕ್ಕ ಪಾಣಿ. "ನೀನು ಈ ಪಾಟಿ ಮುಗ್ದೆ ಅಂತು ಅಂದುಕೊಂಡಿರಲಿಲ್ಲ. ಅಮೆರಿಕಾದಂಥ ದೇಶದಲ್ಲಿ ಒಂಟಿಯಾಗಿ ಇಷ್ಟು ವರ್ಷ ಇದ್ದೋಳು. ಅವಳೇನು ಸಣ್ಣ ಹುಡ್ಗೀನಾ? ನೀನು ಡಾ. ವಿಷ್ಣುಶರ್ಮ ಒಬ್ಬೆ ಗಂಡು ಅನ್ನೋ ತರಹ ಆಡ್ತೀಯಲ್ಲ" ಗದರಿಕೊಂಡರು. ಗಂಡ ಹೇಳಿದ್ದೆಲ್ಲ ಸರಿಯೆನಿಸಿದರೂ ಅರ್ಥವಾಗದಂಥ ತಾಕಲಾಟ ಮನದಲ್ಲಿ. ಒಂದೆರಡು ಸಲ ತಂಗಿಗೆ ಫೋನ್ ಮಾಡಬೇಕೆನಿಸಿತು. ತೀರಾ ಕತ್ತಲಾದ ಮೇಲೆ "ಫೋನ್ ಮಾಡ್ಲಾ?" ಗಂಡನನ್ನು ಕೇಳಿದಾಗ ಸ್ವಲ್ಪ ಒರಟಾಗಿಯೇ ಹೇಳಿದ್ದು "ಸ್ವಲ್ಪ ತೆಪ್ಪಗೆ ಇರ್ತೀಯಾ? ನಿನ್ನ ತಂಗಿ ಸ್ವೀಟ್ ಸಿಕ್ಸ್‌ಟೀನಾ? ಆ ಮನುಷ್ಯನ ವಯಸ್ಸು ಎಷ್ಟು ಗೊತ್ತಾ? ಅವ್ನ ಹಿನ್ನೆಲೆ ಇರಲೀ, ನಿನ್ನ ತಂಗಿ ಕಳೆದು ಹೋದ ವರ್ಷಗಳ ಬಗ್ಗೆ ನಂಗೆ ಖಂಡಿತ ಗೊತ್ತಿಲ್ಲ. ವಿವಾಹವಾಗಿಲ್ಲಾಂತ ನಿನಗೆ ಹೇಳಿದ್ದಾಳೆ. ಸತ್ಯ ಶೋಧನೆ ನಡೆಸೋಕೆ ಆಗುತ್ತಾ? ಇಲ್ಲಿಗಿಂತ ಗಂಡು-ಹೆಣ್ಣಿನ ಪ್ರೇಮ, ಪ್ರೀತಿ, ಪ್ರಣಯಕ್ಕೆ ಹೆಚ್ಚು ಅವಕಾಶ ಅಲ್ಲಿರುತ್ತೆ. ಇದನ್ನೆಲ್ಲ ನಿಂಗೆಷ್ಟು ಸಲ ಹೇಳಲೀ..." ಸಿಡಿಮಿಡಿಗುಟ್ಟಿದ ಪಾಣಿ.

ಆದರೂ ಇಡೀ ರಾತ್ರಿ ಗಂಡ ಹೆಂಡತಿ ಕಣ್ಣು ಮುಚ್ಚಲಿಲ್ಲ. ಇದೆಲ್ಲ ಏನು ಸರಿ? ಬಾಟಲು, ಗ್ಲಾಸ್‌ಗಳ ಮಧ್ಯೆ ಕೂಡ ಡಾ. ವಿಷ್ಣುಶರ್ಮ ರಸಿಕನಂತೆ ಕಂಡ. ಕೆಲವನ್ನು ಬಾಯಿಬಿಟ್ಟು ಹೇಳಿಯೇ ಎಂಜಾಯ್ ಮಾಡಿದ್ದ 'ವಿವಾಹವಾಗದಿರೋಕೆ ಸಾಕಷ್ಟು ಕಾರಣಗಳು ಇವೆ, ಹಾಗೆಂದು ನಾನೇನೂ ಬ್ರಹ್ಮಚಾರಿಯಲ್ಲ. ಸಾಕಷ್ಟು ಹೆಣ್ಣುಗಳು...." ಕಣ್ಣು ಮಿಟುಕಿಸಿ, "ಇದ್ನ ನಾನು ಫ್ರಾಂಕಾಗಿಯೇ ಯಶು ಮುಂದೆ ಹೇಳ್ತೀನಿ. ಈಗ್ಲೂ ತುಂಬ ಸ್ಮಾರ್ಟಾಗಿ ಕಾಣೋ ಅವ್ಳು ಹತ್ತು ವರ್ಷದ ಹಿಂದೆಯೇ ಹೇಗಿದ್ದಿರಬಹುದು?" ಎಂದು ಮಹಾಶಯನ ಮುಖದಲ್ಲಿ ರಸಿಕತೆ ವ್ಯಕ್ತವಾಗಿತ್ತು. ನಾಲಿಗೆ ಚಪ್ಪರಿಸಿದ್ದ. ಮಾತುಗಳು ತೀರಾ ಸೊಫೆಸ್ಟಿಕೇಟೆಡ್ ಆಗಿಯೇ ಇತ್ತು.

ಒಂಬತ್ತರ ಸುಮಾರಿಗೆ ಡಾ. ವಿಷ್ಣುಶರ್ಮನ ವಿದೇಶಿ ಕಾರು ಬಂದು ಮನೆಯ ಮುಂದೆ ನಿಂತಾಗ ಪಾಣಿ, ವಿಶಾಖ ಕೂಡಿಯೇ ಹೊರಗೆ ಬಂದರು. ನಗುನಗುತ್ತಲೇ ಬೀಳ್ಕೊಟ್ಟ ಡಾ. ವಿಷ್ಣುಶರ್ಮನನ್ನು ನೋಡಿ ಅವಾಕ್ಕಾದರು.

"ಹಲೋ... ಅಕ್ಕ... ಹಲೋ... ಭಾವ, ಕಾಯ್ತಾ ಇದ್ದೀರಾ?" ಅಂದು ಹಸನ್ಮುಖಿಯಾಗಿ ಕೈ ಬೀಸಿ ಒಳಗೆ ನಡೆದಾಗ, ಕಾರಿನಿಂದ ಇಳಿದ ಡಾ. ವಿಷ್ಣುಶರ್ಮ "ಫೆಂಟಾಸ್ಟಿಕ್ ವುಮನ್! ಅಮೆರಿಕಾದಲ್ಲಿ ಇದ್ದರೂ ಶುದ್ಧ ಭಾರತೀಯ ಮನಸ್ಥಿತಿ ಯಶುದು. ಡಿಸಿಷನ್ ಅವಳದೇ" ಕಾರು ಹತ್ತಿ ಹೊರಟೇಬಿಟ್ಟರು. ದಂಪತಿಗಳಿಗೆ ಅಯೋಮಯವೆನಿಸಿತು.

ವಾರದ ನಂತರ ಯಶು ಅಮೆರಿಕಾಗೆ ಹೊರಟು ನಿಂತಳು. "ನಿನ್ನ ವಿವಾಹದ ವಿಷ್ಯ ಏನ್ಮಾಡ್ದೇ?" ಕೇಳಿದಳು. ಯಶು ಮುಖದಲ್ಲಿ ಗಂಭೀರ ನಗೆ ತೇಲಿತು. "ಇಲ್ಲಿವರ್ಗೂ ಒಂದು ರೀತಿಯ ಬದ್ಕು ಕಟ್ಟಿಕೊಂಡಿದ್ದೇನೆ. ಮುಂದೆ ಅಂಥ ರಿಸ್ಕ್ ಬೇಡಾಂತ ಅನ್ನಿಸಿದೆ. ಐ ಲೈಕ್ ವಿಷ್ಣುಶರ್ಮ, ಆ ಮನುಷ್ಯನ ಪ್ರಾಮಾಣಿಕತೆ ಇಷ್ಟವಾಯಿತು."

ಯಶು ಹೋದ ಎಷ್ಟೋ ದಿನಗಳವರೆಗೂ ಇಬ್ಬರೂ ಆ ಬಗ್ಗೆ ಯೋಚಿಸುತ್ತಲೇ ಇದ್ದರು. ಆ ಬಗ್ಗೆ ಜಗಳ, ವಾದ-ವಿವಾದಗಳು ನಡೆದರೂ ಒಂದು ತೀರ್ಮಾನಕ್ಕೆ ಬರದೇಹೋದರು.

ಯಶು ಹೇಳಿದ್ದೇನೂಂತ ನಿಮಗೆ ಅರ್ಥವಾಗಿದೆಯೇ?

●

3. ಸದ್ಗೃಹಸ್ಥೆ

ಮೊದಲೆ ಸುಸ್ತಾಗಿದ್ದೆ. ಲಾಸ್ಟ್ ಅವರ್ ಲೆಕ್ಚರ್ ಕ್ಲಾಸ್ ಬೇರೆ, ಮಿದುಳಿನಲ್ಲಿ ಸಿಡಿತ ಶುರುವಾಯಿತು. ವಿದ್ಯಾರ್ಥಿಗಳ ಮುಖದ ಮೇಲೆ ಅನಾಸಕ್ತಿ ಕಂಡಾಗ ಇದ್ದ ಉತ್ಸಾಹವು ಕುಸಿಯಿತು. ಕಾಲೇಜಿಗೆ ಬರೋ ವಿದ್ಯಾರ್ಥಿಗಳಿಗೆ ಪಾಠ ಕೇಳೋಕ್ಕಿಂತ ಮಜಾ ಮಾಡುವುದರಲ್ಲಿಯೇ ಆಸಕ್ತಿ. ಮನಸ್ಸಿನಲ್ಲಿ ಬೇಸರ ಇಣುಕಿತು. ಶಂಭು ಹಾಗೇ ರಾಜಕೀಯಕ್ಕೆ ಇಳಿದು ಹಾಯಾಗಿ ಗತ್ತಿನಿಂದ ಓಡಾಡಿಕೊಂಡಿದ್ದರೆ ಚೆನ್ನಿತ್ತು. ಹತ್ತು ಸಲವಲ್ಲ ನೂರು ಸಲ ಹೇಳಿಕೊಂಡ.

ತಕ್ಷಣ ಎದುರು ಮನೆಯ ಸದ್ಗೃಹಸ್ಥೆಯ ನೆನಪಾಯಿತು. ಸದಾ ಮೈ ತುಂಬಾ ಸೆರಗನ್ನ ಹೊದ್ದು ತುಳಸಿ ಪೂಜೆ ಮಾಡುತ್ತಿದ್ದ ಹೆಣ್ಣನ್ನ ಹುಬ್ಬೆತ್ತಿ ನೋಡಿದ್ದೆ. ಆ ಮನೆಗೆ ಬಂದಾಗ ನೂಲಿನ ಸೀರೆಯುಡುತ್ತಿದ್ದ ಹೆಣ್ಣು ಈಗ ನೀರಿಗೆ ಹಾಕಿದ ರೇಶಿಮೆ ಸೀರೆಯನ್ನುಡುತ್ತಿದ್ದಳು. ಅವಳ ಹಣೆಯಲ್ಲಿದ್ದ ದೊಡ್ಡ ಕುಂಕುಮದ ಬೊಟ್ಟು ಕಿರಿದಾದುದ್ದೇ ಇಲ್ಲ. ಇಪ್ಪತ್ತೈದರ ಒಳಗಿನ ಹೆಣ್ಣಿನ ಹೆಚ್ಚೆನಿಸುವಂಥ ಗಾಂಭೀರ್ಯ ಆ ತುಟಿಗಳಿಗೆ ಮಾತನಾಡುವುದು ಗೊತ್ತಿಲ್ಲವೆನ್ನದಂತೆ ಬಿಗಿದು ಕೂರುತ್ತಿದ್ದವು.

ಅಮ್ಮ ಬೆಳಿಗ್ಗೆ ಕಾಲೇಜಿಗೆ ಹೊರಟಾಗ ಸ್ವಲ್ಪ ಅಸಹನೆಯಿಂದಲೇ ಹೇಳಿದ್ದಳು. "ನೋಡಿದ್ಯಾ, ಎದ್ರುಮನೆಯವ್ರು ಹೊಸ್ದಾಗಿ ಸೈಟು ಕೊಂಡ್ರಂತೆ. ಯಾವ್ದೋ ಖಾಸಗಿ ಕಂಪನಿಯಲ್ಲಿ ಗುಮಾಸ್ತನಂತೆ. ಎಷ್ಟು ಸಂಬಳ ಬಂದೀತು! ಅಪ್ಪ, ಮಗ ಇಬ್ರೂ ದುಡೀತೀರಾ. ಆದ್ರೂ ಈ ಬಾಡ್ಗೆ ಮನೆಯಲ್ಲಿರೋ! ಹಣೆಬರಹ ತಪ್ಪಲಿಲ್ಲ" ಅಮ್ಮನ ಉವಾಚಕ್ಕೆ ಕೊನೆಯಿಲ್ಲವೆಂದು ತುಟಿ ಕೊಂಕಿಸಿ ನಕ್ಕಿದ್ದೆ.

ಒಲ್ಲದ ಹ್ಯಾಮ್ಲೆಟನ್ನು ವಿದ್ಯಾರ್ಥಿಗಳ ತಲೆಗೆ ತುರುಕಲು ಹೋಗಿ ಸೊರಗಿದೆ. ಒದರಿ ಒದರಿ ಕಡ್ಡಿಯಾಗೋ ಹಣೆಬರಹ ನನ್ನದು. ಗಂಟೆ ಬಾರಿಸಿದ ಕೂಡಲೇ ಕಾದಿದ್ದವನಂತೆ ಪುಸ್ತಕ ಮುಚ್ಚಿ ಹೊರಗೆ ಬಂದೆ. ಕಾರಿಡಾರ್‌ನಲ್ಲಿ ಹರಟುತ್ತಿದ್ದ ವಿದ್ಯಾರ್ಥಿಗಳನ್ನು ನೋಡಿದರೂ ನೋಡದವನಂತೆ ನಡೆದೆ. ಅಧ್ಯಾಪಕರು ತಮ್ಮ ಘನತೆ ಕಾಪಾಡಿಕೊಳ್ಳುವ ರೀತಿಯಿದು. ಡಿಪಾರ್ಟ್‌ಮೆಂಟಿನ ರೂಮಿಗೆ ನುಗ್ಗಿದೆ. ಸೂರ್ಯನ ಪ್ರಖರ ಕಮ್ಮಿಯಾಗಿ ಸಂಜೆಯಾಗಿದ್ದರೂ 'ಸೆಕೆ, ಸೆಕೆ' ಎಂದು ಮೈ ಅರಚಿಕೊಳ್ಳತೊಡಗಿತು. ಟೈ ಸಡಿಲಿಸಿ, ಷರಟಿನ ಮೇಲಿನ ಗುಂಡಿ ಬಿಚ್ಚಿ ಎದೆಯನ್ನು ಫ್ಯಾನ್ ಗಾಳಿಗೆ ಒಡ್ಡಿದೆ. ದೊಡ್ಡ ಧ್ವನಿಯಲ್ಲಿ ವಿಮರ್ಶಿಸುತ್ತಿದ್ದ ಬೇರೆ ಅಧ್ಯಾಪಕರ ಬೋರೆನಿಸುವಂಥ ಮಾತುಗಳನ್ನು ಕೇಳಿಸಿಕೊಳ್ಳಲು ಇಷ್ಟವಾಗಲಿಲ್ಲ.

ಎದ್ದು ನಿಂತೆ. ಬಾಟನಿ ಲೆಕ್ಚರರ್ ವಿಶ್ವಾಸದಿಂದ ಕೈ ಹಿಡಿದರು. ಹುಬ್ಬೆತ್ತಿ ಮುಖವನ್ನ ಅವಲೋಕಿಸುತ್ತ ಕೇಳಿದರು. "ಮೈಯಲ್ಲಿ ಹುಷಾರಿಲ್ವಾ? ತುಂಬ ಟಾಯರ್ಡ್ ಆದ ಹಾಗೆ ಕಾಣ್ತೀರಾ!" ಹಣೆಯುಜ್ಜಿ ನಸು ನಕ್ಕೆ. "ಓಹ್! ನಥಿಂಗ್, ಈಗಾಗ್ಲೇ ಬೋರು! ಇವ್ರಿಗೆ ಪಾಠ ಹೇಳಿ ನಮ್ಮ ಮೈಯಲ್ಲಿ ಮೂಳೆ ಕಾಣಬೇಕಷ್ಟೆ! ಉತ್ಸಾಹವೇ ಬತ್ತಿ ಹೋಗಿದೆ" ಎಂದಾಗ ಅವರು ಘೊಳ್ಳೆಂದು ನಕ್ಕರು. ಅಲ್ಲಿ ನಿಲ್ಲುವ ಮನಸ್ಸಾಗದೆ ಬಾಗಿಲಿನ ಕಡೆ ನಡೆದೆ.

ಈ ಪ್ರೊಫೆಶನ್‌ಗೆ ಎಷ್ಟೊಂದು ಉತ್ಸಾಹದಿಂದ ಬಂದಿದ್ದೆ. ಆರಂಭದಲ್ಲಿಯೇ ಉತ್ಸಾಹ ಕುಗ್ಗಿ ಹೋಗಿದೆಯಲ್ಲ ಎಂದು ಚಿಂತಿತನಾದೆ. ಮನೆಯ ಒಳಗೆ ಬಂದಾಗ ಮಾಮೂಲಿನಂತೆ ನೋಟ ಎದುರು ಮನೆಯತ್ತ ಹಾರಿತು ಆ ಸದ್ಗೃಹಸ್ಥೆ ಬದನೆಕಾಯಿ ಮಾರುವವಳ ಬಳಿ ಮಾತಾಡುತ್ತಿದ್ದಳು. ಮನ ಸ್ವರ ಕೇಳಲು ಕುತೂಹಲಿಸಿತು. ತುಟಿಗಳು ಅಲುಗಾಡಿದ್ದು ಕಾಣಿಸಿತೆ ವಿನಹಃ ಧ್ವನಿ ಕೇಳಲಿಲ್ಲ. ಈಕೆಯನ್ನು ಹೊಗಳುವಾಗ ಅಮ್ಮನಿಗೆ ಕನಿಷ್ಠ ನಾಲ್ಕು ಬಾಯಿಗಳಾದರೂ ಬೇಕಾಗಿತ್ತು.

"ವಿಶೂ, ಹೆಣ್ಣು ಅಂದ್ರೆ ಎದುರು ಮನೆಯವರಿದ್ದ ಹಾಗೆ ಇರ್ಬೇಕೂ. ಮನೆಯಲ್ಲಿ ಕೂಡ ಸೆರಗು ಹೊದ್ದೆ ಓಡಾಡುತ್ತಾಳೆ. ಇಲ್ಲಿ ಬಂದಾಗ ಕೈಯಲ್ಲಿ ಆರಾರು ಗಾಜಿನ ಬಳೆಯಿತ್ತು. ಈಗ ಎರಡೆರಡು ಬಂಗಾರದ ಬಳೆ ಹಾಕ್ಕೊಂಡಿದ್ದಾಳೆ." ನನಗೆ ತಮಾಷೆಯೆನಿಸಿತು. ಅಮ್ಮನನ್ನು ಛೇಡಿಸುವಂತೆ ಕೇಳಿದೆ. "ಸೆರಗೊದ್ದು ಓಡಾಡಿದ ಮಾತ್ರಕ್ಕೆ ಗಾಜಿನ ಬಳೆ ಬಂಗಾರದ್ದು ಆಗೋಕೆ ಸಾಧ್ಯಾನಾ? ಏನೋ ಒಳಗುಟ್ಟಿದೆ...." ಅಮ್ಮ ಕಣ್ಣು ಕೆಂಪಗೆ ಮಾಡಿಕೊಂಡು ಒಳಗೆದ್ದು ಹೋಗಿದ್ದರು. ತೀರಾ ಸರಳ ಸ್ವಭಾವದ ಅಮ್ಮನ ಮುಗ್ಧತೆಯ ಬಗ್ಗೆ ನಕ್ಕೆ.

ಎದುರು ಮನೆಯಾಕೆಯ ಬದನೆಕಾಯಿ ವ್ಯಾಪಾರ-ಮುಗಿಯುವವರೆಗೂ ಕಾಂಪೌಂಡಿನಲ್ಲಿಯೆ ಅಡ್ಡಾಡಿದೆ. ನನ್ನ ಬಗ್ಗೆ ಅವರಿವರು ತಪ್ಪು ತಿಳಿಯುವರೆನ್ನುವ ಭಯವಿರಲಿಲ್ಲ. ನೂರಾರು ವಿದ್ಯಾರ್ಥಿಗಳಿಗೆ ಪಾಠ ಕಲಿಸುವವೆನ್ನುವ ಗತ್ತು ಮುಖದ ಮೇಲಿತ್ತು. ಆದರೂ ನೀವುಗಳು ತಪ್ಪು ತಿಳಿಯುವುದು ಬೇಡ-ಯಾವ ಕೆಟ್ಟ ಭಾವನೆಯಿಂದಲೂ ಅತ್ತ ನೋಡುತ್ತಿರಲಿಲ್ಲ. ಹೆಣ್ಣುಗಳನ್ನು ಕಾಣದ ಗಂಡು ನಾನಲ್ಲ. ಮತ್ತೆ ನೀವು ಆ ಹೆಣ್ಣಿನಲ್ಲಿ ನಿನಗೆಂತ ಆಸಕ್ತಿಯೆಂದು ಪ್ರಶ್ನಿಸಿದರೆ ಮಾತ್ರ ಉತ್ತರ ನನ್ನ ಬಳಿ ಇಲ್ಲ. ಆಸಕ್ತಿಗಿಂತ ಆ ಹೆಣ್ಣು ಕುತೂಹಲ ಹುಟ್ಟಿ ಹಾಕಿದ್ದಳು ಏಕೆ. ಏನು, ಎತ್ತ? ಒಂದು ಗೊತ್ತಿಲ್ಲ.

ಬಾಗಿಲು ಚಿಲಕ ಸದ್ದಾದಾಗ, ಹಿಂದಕ್ಕೆ ತಿರುಗಿದೆ. ಅಮ್ಮ ಬಿಚ್ಚು ಗೂದಲನ್ನು ಗಂಟು ಹಾಕಿಕೊಳ್ಳುತ್ತ ಹೊರಗೆ ಬಂದಳು. ಬೇಸರದ ಮುಖ ಮಾಡಿದಳು. "ಎಷ್ಟೊತ್ತು ಆಯ್ತು, ಬಂದು? ಒಳಗಿನ ಕೆಲ್ಸದಲ್ಲಿ ಮುಳುಗಿಬಿಟ್ಟೆ ಕಾಲಿಂಗ್ ಬೆಲ್ ಸದ್ದು ಆಗೋದು ಕೂಡ ಕೇಳೋಲ್ಲ!" ಮೆಲು ನಗೆ ನಗುತ್ತ ಅಮ್ಮನನ್ನ ಸವರಿಕೊಂಡೆ ಒಳಗೆ ಹೋದೆ. ಬೆವರು ಅಂಟಿದ್ದ ಮುಜುಗರವೆನಿಸಿದ ಬಟ್ಟೆಗಳನ್ನು ಕಳಚಿ ಹತ್ತಿಯ ಲುಂಗಿಯುಟ್ಟು ಛೇರ್ ಮೇಲೆ ಅಡ್ಡಾದೆ;

ಬೆರಳಿನಿಂದಲೆ ಮುಂಗೂದಲನ್ನು ಸರಿಮಾಡಿಕೊಳ್ಳುತ್ತ ಬಂದ ಅಮ್ಮ ಬಾಯಿ ತೆರೆಯುವ ಮೊದಲೆ ಹೇಳಿದೆ. ಆ ಸದ್ಗಹಸ್ಥೆಯ ವಿಷ್ಯ ಆಮೇಲೆ ಹೇಳ್ಬಹ್ದು. ಸದ್ಯಕ್ಕೆ ನಂಗೇನಾದ್ರೂ ಕೊಡು "ಅಮ್ಮ ಕೋಪದ ಮುಖ ಮಾಡಿದಾಗ ಮುಖ ಮೇಲೆತ್ತಿ ನಕ್ಕೆ. ಅಮ್ಮನಿಗೆ ಹಾಗೆ ಹೇಳಿ ಕಳಿಸಿದರೂ ವಿಷಯ ತಿಳಿಯಲು ಆಸಕ್ತಿ ಇತ್ತು. ನಾನು, ಅಪ್ಪ ಇಲ್ಲದ ಸಮಯಗಳಲ್ಲಿ ಆಕೆ ಆಗಾಗ ಬಂದು ಹೋಗುತ್ತಿದ್ದಳು. ಅಮ್ಮ ಕೂಡ ಹೋಗಿ ಬರುತ್ತಿದ್ದುದುಂಟು. ಜೈಮಿನಿ ಭಾರತ ಭಕ್ತಿಭಾವದಿಂದ ಓದಿ ಹೇಳುತ್ತಿದ್ದಳಂತೆ. ಅಂದೆಲ್ಲ ಅಮ್ಮನಿಗೆ ಆಕೆಯದೇ ಧ್ಯಾನ." ಇಂಥ ಹೆಣ್ಣುಗಳು ಇರೋದ್ರಿಂದ್ಲೆ ಈಗ್ಲೂ ಹಗಲು-ರಾತ್ರಿಗಳಾಗೋದು! ಸುಟ್ಟು ಸುಡುಗಾಡು ನಾಲ್ಕು ಅಕ್ಷರ ಕಲ್ತು ಮೆರೆಯೋ ಹೆಣ್ಣುಗಳು ಕಮಲಳಿಂದ ಬುದ್ಧಿ ಕಲೀಬೇಕು!" ಎಂದು ಕೂಗಾಡಿದಾಗಲೆ ಆ ಎದುರು ಮನೆಯ ಸದ್ಗಹಸ್ಥೆಯ ಹೆಸರು ತಿಳಿದಿದ್ದು. ಆದರೂ ನಾನು ಮಾತ್ರ ಸದ್ಗಹಸ್ಥೆಯೆಂದೆ ಸಂಬೋಧಿಸುತ್ತಿದ್ದುದು.

ಕಾಫೀ ಹಿಡಿದು ಬಂದ ಅಮ್ಮನ ಮುಖದ ಮೇಲಿನ ಕೋಪ ತಗ್ಗಿರಲಿಲ್ಲ. ಸಿಡಿಯಬಾರದೆಂದು ಲೋಟಕ್ಕೆ ತಲೆ ತಗ್ಗಿಸಿ ಕೈ ಚಾಚಿದೆ. ಕೈಗೆ ಸಿಕ್ಕಿದ ಪತ್ರಿಕೆಯನ್ನು ಎಳೆದುಕೊಂಡು ಪುಟಗಳನ್ನು ಮೊಗಚುತ್ತ ಕಾಫೀ ಗುಟುಕರಿಸತೊಡಗಿದೆ. ವ್ಯಂಗ್ಯ ಚಿತ್ರವಿದ್ದ ಪುಟ ಬಂದಾಗ ಕೈಯನ್ನ ಸುಮ್ಮನಾಗಿಸಿ ನೋಟವನ್ನು ನೆಟ್ಟೆ, ತಲೆ ಕೆಡಿಸಿಕೊಳ್ಳದೇ ಅರ್ಥವಾಗದ ವ್ಯಂಗ್ಯ ಚಿತ್ರಗಳ ಬಗ್ಗೆ ಅಮ್ಮನಿಗೆ ಕೋಪ. ಕೆಲವೊಮ್ಮೆ ಸಂಪಾದಕರ ಬಗ್ಗೆನೂ ಸಿಡುಕಿ ತನ್ನ ಅಸಹನೆ ಪ್ರಕಟಿಸುತ್ತಿದ್ದಳು. 'ಓ! ಅಮ್ಮ ನಿಂಗ್ಯಾಕೆ ಬುದ್ಧಿಯಿಲ್ಲಾ! ಸ್ವಲ್ಪ ತಲೆಗೆ ಕೆಲ್ಸ ಕೊಡು-ಎಂಥ ಖುಷಿ ಸಿಕ್ಕುತೇಂತ!' ಎಂದು ಭುಜ ಕುಣಿಸಿದಾಗ ಮುಖ ಗಂಟಾಕ್ಕಿದ್ದಳು. ಅವಳ ಕೋಪಕ್ಕೆ ಮತ್ತೊಂದು ಕಾರಣವು ಇತ್ತು. ನಾಲ್ಕು ಗೆರೆಯಲ್ಲಿ ಎದುರು ಮನೆಯ ಹೆಣ್ಣನ್ನು ಚಿತ್ರಿಸಿ 'ಸದ್ಗಹಸ್ಥೆ ಎಂದು ಹೆಸರಿಟ್ಟು ಅವಳ ಮುಂದಿಡಿದು ನಕ್ಕಿದ್ದೆ, ಸಮಾಜದ ಅಂಕು-ಡೊಂಕು, ವ್ಯಕ್ತಿಗಳ ಓರೆಕೋರೆಗಳಿಗೆ, ನಗೆ-ಟೀಕೆ-ಉತ್ಪ್ರೇಕ್ಷೆಗಳಿಗೆ ರಾವುಗನ್ನಡಿ ಹಿಡಿಯುವ ವ್ಯಂಗ್ಯ ಚಿತ್ರಗಳು ನನಗೆ ಹೆಚ್ಚುಖುಷಿ ಕೊಡುತ್ತಿತ್ತು.

"ಈ ಬೀಗದ ಕೈ ನಮ್ಮಾಕ್ಕೆಗೆ ಕೊಡ್ತೀರಾ?" ಸೋತ ಸ್ವರ ಕೇಳಿಸಿದಾಗ ಹೊರಗೆದ್ದು ಬಂದೆ. ಪೊದೆ ಗಡ್ಡ, ಮೀಸೆಯ ಜೋಲುಮುಖದ ಗಂಡೆಂಬ ಪ್ರಾಣಿ ನಿಂತಿದ್ದು ಕಂಡು ತುಸು ಅಸಹನೆಯುಂಟಾಯಿತು ಕಣ್ಣು ಸನ್ನೆಯಿಂದಲೇ ವಿಚಾರಿಸಿದೆ. ಆ ವ್ಯಕ್ತಿ ಮತ್ತೆ ಹಳೇ ರಾಗ ಹಾಡಿದ, "ನಮ್ಮಾಕೆ ದೇವಸ್ಥಾನಕ್ಕೆ ಹೋಗಿದ್ದಾಳೆ. ಈ ಬೀಗದ ಕೈನ ಕೊಟ್ಬಿಡಿ". ನನಗೆ ಸಹಾನುಭೂತಿಯಿಂದ ಅಳಬೇಕೆನಿಸಿತು. ಮಾತಾಡದೆ ಕೈ ಚಾಚಿದೆ. ಅದರಲ್ಲಿಟ್ಟು ನಕ್ಕ "ನೀನು ನಗಬೇಡ್ವೋ ಮಗ್ನೇ." ಮುಷ್ಟಿ ಬಿಗಿಯುವಂತಾಯಿತು. ಕೆಲವು ವ್ಯಕ್ತಿಗಳನ್ನು ನೋಡಿದ ಕೂಡಲೆ ಕೋಪ, ಬೇಸರ ಜಿಗುಪ್ಸೆಗಳು ಹುಟ್ಟಿಕೊಳ್ಳುತ್ತೆ. ಎಷ್ಟು ವಿಶ್ಲೇಷಿಸಿದರೂ ಸ್ಪಷ್ಟ ಕಾರಣ ಸಿಗದು. ಅವನ ಎಣ್ಣೆ ಸುರಿಯೋ ಮುಖ ನೋಡಿ ಕುಡಿದ ಕಾಫೀ ಬಾಯಿಗೆ ಬಂತು. ಉಗುಳಲು ಬಚ್ಚಲಿಗೆ ಹೋದೆ.

"ಬೀಗದ ಕೈ ಒಂದೆಡೆ ಇಟ್ಟು ಸುಮ್ಮನೇ ಕೂತೆ. ಅಷ್ಟೊಂದು ಕುತೂಹಲ ಕೆರಳಿಸುವ ಸದ್ಗೃಹಸ್ಥೆಯ ಪಕ್ಕದಲ್ಲಿ ಈ ನರಪೇತಲವನ್ನು ನಿಲ್ಲಿಸಿ ನೋಡಿದೆ. ಹರಳೆಣ್ಣೆ ಕುಡಿದಂತೆ ಹೊಟ್ಟೆ ತೊಳೆಸಲು ಶುರುವಾಯಿತು. ಕೈ ಹೊಟ್ಟೆಯ ಮೇಲಾಡಿತು. ಸ್ವಲ್ಪ ಹೊಟ್ಟೆಯಲ್ಲಿ ಸಂಕಟ ಮಲಕ್ಕೋತೀನಿ." ಕೋಣೆಗೆ ಹಿಂದಿನಿಂದಲೆ ಅಮ್ಮ ಬಂದಳು. ಒಬ್ಬನೆ ಕುಮಾರ ಕಂಠೀರವನ ಮೇಲೆ ಅಪಾರವಾದ ಕಾಳಜಿ. ಏನಾದರೂ ಹೆಚ್ಚು ಕಡಿಮೆಯಾದರೆ ಈ ವಂಶದ ಗತಿಯೇನು? ತಲೆ ಬುಡದಲ್ಲಿ ಕುಸಿದು ಅತ್ತಂತಾಯಿತು.

ಕೈ ಹೊಟ್ಟೆಯ ಮೇಲಾಡಿದಾಗ ನಸುನಕ್ಕೆ "ಇದು ನಿಜ್ವಾದ ಹೊಟ್ಟೆ ಸಂಕಟನಾ? ಇಲ್ಲಾ ತೋರಿಕೆಯದಾ?" ಅಮ್ಮ ಮುಖ ಗಂಟಿಕ್ಕಿ ಎದ್ದು ಹೋದರು. ಆಕೆಯ ಪ್ರಪಂಚ ತೀರಾ ಸಣ್ಣದು. ಪರಿಧಿ ಬಿಟ್ಟು ಯೋಚಿಸಲಾರಳು.

ಕಾಲುಂಗುರಗಳು ಸದ್ದು ಕೇಳಿಸಿದಾಗ ಬಾಗಿಲ ಬಳಿಗೆ ನೆಗೆದಿದ್ದೆ. ಎದುರು ಮನೆಯಾಕೆಯ ಕೈಯಲ್ಲಿ ಬುಟ್ಟಿಯಿತ್ತು. ಪೂಜೆ ಮಾಡಿಸಿಕೊಂಡು ಬಂದಿದ್ದರಿಂದ ಪ್ರಸಾದವಿತ್ತು. ಸೂಕ್ಷ್ಮವಾಗಿ ಆಕೆಯನ್ನು ಅವಲೋಕಿಸಿದೆ. ಕೆನ್ನೆಗೆ ತೊಡೆದ ಅರಿಶಿನ, ಹಣೆಯಲ್ಲಿ ವಿರಾಜಿಸುತ್ತಿದ್ದ ಅಗಲದ ದುಂಡು ಕುಂಕುಮದ ಬೊಟ್ಟಿನ ಕೆಳಗಿನ ಸಣ್ಣ ಕುಂಕುಮದ ಬೊಟ್ಟು ಅಪ್ಪಟ ಹದಿನಾರಾಣೆಯ ಸದ್ಗಹಸ್ಥೆಯೆಂದು ಸಾರಿತು.

ಹೊರಗೆ ಬಂದ ಅಮ್ಮನ ಮುಖ ಮೊರದಗಲವಾಗಿದ್ದು ಕಂಡಿತು. "ಅವ್ರು ಹೋಗೋದ್ರಲ್ಲೇ ಬರ್ಬೇಕೂಂತ ಹೊರಟೆ..." ಸಂಕೋಚದಿಂದ ಆ ಹೆಣ್ಣು ಬಾಯಿ ಬಿಟ್ಟಂತಿತ್ತು. "ಆಯ್ತು ಬಿಡು ನಿನ್ನಂಥ ಹೆಣ್ಣನ್ನ ಪಡ್ಯೋಕೆ ಸಾವಿರ ಜನ್ಮದ ಪುಣ್ಯವಿರಬೇಕು. ಒಂದು ತೊಟ್ಟು ಕಾಫೀ ಕುಡ್ದು ಹೋಗೀವಂತೆ ಕೂತ್ಕೋ" ಅಮ್ಮ ಎರಡು ಬಾಯಲ್ಲಿ ಹೇಳಿದಾಗ ಗಹಗಹಿಸಿ ನಗಬೇಕೆನಿಸಿತು. ತಲೆ ಕೆರೆದುಕೊಂಡೆ. ಇಂತಹ ಕುತೂಹಲ ಹುಟ್ಟಲು ಈ ಹೆಣ್ಣಿನಲ್ಲಿ ಏನು ಕಂಡೆ? ಈ ಪ್ರಶ್ನೆಗೆ ಉತ್ತರಿಸದೇ ಮಿದುಳು ಮೊಂಡು ಬಿತ್ತು. "ನಾನು ಕಾಫೀ ಕುಡ್ಯೋಲ್ಲ-ತಣ್ಣಗೆ ಒಂದ್ಲೋಟ ಮಜ್ಜಿಗೆ ಇದ್ರೆ ಕೊಡಿ" ಆ ಹೆಣ್ಣು ಕಂಠ ಮೃದುವಾಗಿ ಹೇಳಿದಾಗ ಸೊಟ್ಟಗೆ ಮುಖ ಮಾಡಿ ನಕ್ಕೆ. ನಾನು ಬಾಗಿಲು ಸರಿಸಿ ಹೊರಗೆ ಹೋದಾಗ ಸೆರಗನ್ನು ಎಳೆದು ಹೋದಳು. ತುಟಿ ಕಚ್ಚಿ ಹೊರಗೆ ಬಂದೆ.

"ಅಯ್ಯಯ್ಯೋ ಕಾಫೀ ಕುಡ್ಯೋಲ್ಲ! ಈಗ ಮಡಿ ಹೆಂಗ್ಸರೆಲ್ಲ ಕುಡೀತಾರೆ. ಈ ಚಿಕ್ಕ ವಯಸ್ಸಿಗೆ ಎಂಥ ನಿಯಮ, ನಿಷ್ಠೆ-ನಿನ್ನಂಥ ಹೆಣ್ಣುಮಕ್ಳು ಇರೋದ್ರಿಂದ್ಲೇ ಮಳೆ-ಬೆಳೆಗಳು ಆಗ್ತಾ ಇರೋದು!"

ಅಮ್ಮನ ಮಾತಿಗೆ ನನ್ನ ಬುದ್ಧಿ ಚುರುಕಾಯಿತು. ಬರಗಾಲದ ಪ್ರದೇಶವೆಂದು ಘೋಷಿಸಿ ಸರ್ಕಾರ ಕೆಲವು ಜಿಲ್ಲೆಗಳ ಕ್ಷಾಮ ಪರಿಹಾರಕ್ಕೆ ಹೆಣಗಾಡುತ್ತಿತ್ತು. ಈ ಹೆಣ್ಣನ್ನ ಅಂತಹ ಪ್ರದೇಶಗಳಿಗೆ ಯಾಕೆ ಕರೆದೊಯ್ಯಬಾರದು. ನಮ್ಮ ವಿಜ್ಞಾನಿಗಳು ಇಂತಹ ವಿಷಯಗಳತ್ತ ಯಾಕೆ ಗಮನ ಹರಿಸಬಾರದು? ನನ್ನಲ್ಲಿ ಎದ್ದ ಈ ವಿಚಾರಧಾರೆ ಪರಿಹಾಸ್ಯಕ್ಕೆ ಡಿಕ್ಕಿ ಹೊಡೆದು ಚೂರು ಚೂರಾಯಿತು.

"ವಿಶು ಬೀಗದ ಕೈ ಎಲ್ಲಿಟ್ಟಿದ್ದೀಯಾ?" ಅಮ್ಮ ಕೂಗಿಕೊಂಡಾಗ ಹತ್ತಿರದಿಂದ ಆ ಹೆಣ್ಣನ್ನ ನೋಡಬೇಕೆಂದುಕೊಂಡು ಒಳಗೆ ಹೋದೆ. ಸಾಕಷ್ಟು ಹೊತ್ತು ಸತಾಯಿಸಬೇಕೆನಿಸಿತು. ಅಂತಹ ಕೃತ್ರಿಮ ನಾಟಕದ ಅಗತ್ಯತೆ ಕಾಣಲಿಲ್ಲ. ಬೀಗದ ಕೈ ಹುಡುಕಿ ಅಮ್ಮ ಬೇಸತ್ತರು. ಅಮ್ಮ ನನ್ನ ವಯಸ್ಸನ್ನೇ ಮರೆತು ಕಣ್ಣಿನಲ್ಲಿಯೇ ಗದರಿಸಿದಳು.

ಎದ್ದು ನಿಂತ ಆ ಸದ್ಗ್ರಹಸ್ಥೆ ಒಮ್ಮೆ ಬುಟ್ಟಿಯಲ್ಲಿ ಹುಡುಕಾಡಿದಳು. "ಇನ್ನೊಂದು ಬೀಗದ ಕೈ ಇದೆ. ಸಿಕ್ಕಾಗ ಕೊಡಿ" ಮೆಲ್ಲಗೆ ಹೇಳಿದಾಗ ವಿಷಯ ಸಾಮಾನ್ಯವಾಗಿದ್ದರೂ ಮಿದುಳಿನಲ್ಲಿ ಬೇಹುಗಾರಿಕೆ ಜಾಲ ಹುಟ್ಟಿಕೊಂಡಿತು. ಇನ್ನೊಂದು ಬೀಗದಕ್ಕೆ ಒಯ್ದಿರೋದು ತಿಳಿದೂಕೂಡ ಆ ಗಂಡು ಪ್ರಾಣಿ ಬೀಗದ ಕೈ ಕೊಟ್ಟಿದ್ದೇಕೆ? ಬುಟ್ಟಿಯಲ್ಲಿ ಬೀಗದ ಕೈ ಇಟ್ಕೊಂಡು ಇಲ್ಲಿಗೆ ಬಂದಿದ್ದೇಕೆ ಆ ಗಂಡನೆನ್ನುವ ಪ್ರಾಣಿ ಹೊರಡೋಕೆ ಐದು ನಿಮಿಷ ಮೊದಲು ದೇವಸ್ಥಾನಕ್ಕೆ ಹೋದುದೇಕೆ? ಅದಕ್ಕೆ ಮೊದಲು ಹೋಗಿ ಬರಬಹುದಿತ್ತಲ್ಲ! ಇಲ್ಲ ಆಮೇಲಾದರೂ ಹೋಗಬಹುದಿತ್ತು! ಎಳೆ ಎಳೆಯನ್ನು ಮನ ಬಿಡಿಸತೊಡಗಿತು. ವಿವೇಕ ಎಚ್ಚೆತ್ತು ಶಭಾಷ್‌ಗಿರಿ ಕೊಟ್ಟಿತು. "ನಿನ್ದೂ ಪತ್ತೇದಾರಿ ತಲೆ ಕಣೋ! ಹ್ಯಾಮ್ಲೇಟ್, ರೋಮಿಯೋ, ಜೂಲಿಯೆಟ್ ಆ ಹುಡುಗರ ತಲೆಗೆ ತುರುಕೋ ಬದಲು ಪತ್ತೇದಾರನಾಗು!" ಎದೆ ಸೆಟೆದು ನಿಂತೆ.

ಗರಿಗರಿಯಾಗಿ ಮಿಂಚುವ ಸೂಟು, ಕೈಯಲ್ಲಿ ಸಿಗಾರ್ ಪೆಟ್ಟಿಗೆ, ಬಾಯಲ್ಲಿ ಉರಿಯುವ ಸಿಗಾರ್, ಮಿಂಚುವ ಕಣ್ಣುಗಳು, ಚುರುಕು ನೋಟ ನೀಳಕಾಯದ ಆಕರ್ಷಕ ವ್ಯಕ್ತಿತ್ವದ ಎರಡು ಕೈಗಳನ್ನು ಹಿಂದಕ್ಕೆ ಕಟ್ಟಿಕೊಂಡು ಶತಪಥ ಹಾಕುತ್ತಿರುವ ಸರ್ ಆರ್ಥರ್ ಕಾನನ್ ಡೈಲ್‌ನ ಪತ್ತೇದಾರಿ ಕಾದಂಬರಿಗಳ ನಾಯಕ ಶರ್ಲಾಕ್ ಹೋಮ್ಸ್ ತಲೆಯಲ್ಲಿ ಮಿನುಗಿದ. ಸಣ್ಣನಗೆ ನಕ್ಕೆ. ಈಚೆಗೆ ನನ್ನ ಆಲೋಚನಾ ದಿಕ್ಕುಗಳೇ ಬದಲಾಯಿಸಿದೆ. ಸಣ್ಣಗೆ ಗೊಣಗಿಕೊಂಡೆ ಆ ಕ್ಷಣದಲ್ಲಿ.

"ಅಮ್ಮನ ಹುಡುಗಾಟ, ಗೊಣಗಾಟ ನಿಂತಿರಲಿಲ್ಲ. ಪರ್ವಾಗಿಲ್ಲ ಸಿಕ್ಕುತ್ತೆ ಬಿಡಿ. ಇನ್ನು ಪೂರ್ತಿ ಅಡ್ಗೇ ಆಗಿಲ್ಲ. ಬೇಗ ಮಾಡಿದ್ರೆ ಅವ್ರು ಬರೋ ಹೊತ್ಗೆ ಆರಿ ಹೋಗುತ್ತೆ" ಸಣ್ಣಗೆ ಹೇಳಿದಾಗ, ಹಳೆಯ ಜಾಡಿನ ಒಂದು ವರ್ಗದ ಪ್ರತಿನಿಧಿಯಂತೆ ಕಂಡಳು. ನನ್ನ ಮುಂದೆನೆ ಮೈಯನ್ನ ಹಿಡಿ ಮಾಡಿಕೊಂಡು ಹೋದಾಗ ಮುಡಿಯಲ್ಲಿದ್ದ ದುಂಡು ಮಲ್ಲಿಗೆಯ ಪರಿಮಳ ಗಾಳಿಯಲ್ಲಿ ತೇಲಿ ಬಂತು.

ಹೊರಗೆ ಬಂದು ನಿಂತ ಅಮ್ಮ ಸರಿದು ಹೋದವಳತ್ತಲೇ ನೋಡಿ ಉದ್ಗರಿಸಿದಳು. "ಇಂಥ ಹೆಣ್ಣು ಈ ಮನೆಗೆ ಸೊಸೆಯಾಗಿ ಬಂದ್ರೆ ನೂರೆಂಟು ದೇವರಿಗೆ ಪೂಜೆ ಮಾಡಿಸ್ತೀನಿ" ಜೋರಾಗಿ ನಕ್ಕೆ. ಆಮೇಲೆ ಸಣ್ಣಗೆ ನುಡಿದೆ. "ಅಂತೂ ನಿನ್ನ ಪ್ರಕಾರ ನೂರೆಂಟು ದೇವರು ಇರೋದು ಸುಳ್ಳಲ್ಲ!" ಇಂಥವಕ್ಕೆ ಉತ್ತರಿಸುವುದಿಲ್ಲ. ಸಿಟ್ಟು ಮಾಡಿಕೊಂಡು ಹೋಗುತ್ತಾಳೆ. ಇದು ನನಗೆ ಗೊತ್ತಿದ್ದ ಸಂಗತಿಯೆ. ಆದ್ದರಿಂದಲೇ ಉತ್ತರದ ನಿರೀಕ್ಷೆಯಲ್ಲಿ ಪ್ರಶ್ನೆಗಳನ್ನು ಹಾಕುವುದಿಲ್ಲ.

ರಾತ್ರಿ ಊಟ ಮುಗಿಸಿ ಹೊರಗೆ ಬಂದು ನಿಂತೆ. ಮೋಡಗಳು ಆವರಿಸಿಕೊಂಡಿದ್ದರಿಂದ ಆಕಾಶ ಮಂಕಾಗಿತ್ತು. ನೋಟ ಆಟೋವನ್ನು ಅನುಸರಿಸಿ ನಿಂತಿತು. ಬೀಗದ ಕೈಕೊಟ್ಟು ಹೋಗಿದ್ದ ವ್ಯಕ್ತಿ ಇಳಿದು ಬ್ಯಾಸ್ಕೆಟ್, ಕ್ಯಾರಿಯರನ್ನು ಇಳಿಸಿಕೊಂಡ. ಬಗ್ಗಿ ಆಟೋದವನ ಬಳಿ ಏನೋ ಗೊಣಗಿದ. ನನ್ನ ಮುಖ ಗಂಟಾಯಿತು. ಬಾಯಲ್ಲಿದ್ದ ಕಹಿ ಎಂಜಲನ್ನು ಚರಂಡಿಗೆ ಉಗಿದೆ. ಇಂದೇ ಆ ಪುಣ್ಯಾತ್ಮನ್ನ ಸರಿಯಾಗಿ ನೋಡುವ ಅವಕಾಶ ಸಿಕ್ಕಿದ್ದು.

ಹೊರಗೆ ಬಂದು ಅಮ್ಮ ಬೀಗದ ಕೈಯನ್ನು ನನ್ನ ಕೈಯಲ್ಲಿರಿಸಿದಳು. "ಇದ್ನ ಕೊಟ್ಬಿಡು, ಎಲ್ಲೋ ಇಟ್ಟು ಮತ್ತೆ ಹುಡುಕೋದು ಬೇಡ. ಆತ ಬಂದಿದ್ದಾನೆ" ಒತ್ತಿ ಹೇಳಿದರು. ಪ್ರಥಮ ಬಾರಿಗೆ ಆ ಮನೆಗೆ ಹೋಗುವ ಅವಕಾಶ ಒದಗಿ ಬಂದಿತ್ತು. ಖುಷಿಯಿಂದಲ್ಲದಿದ್ದರೂ ಮುಜುಗರದಿಂದ ಹೆಜ್ಜೆ ಹಾಕಲಿಲ್ಲ.

ಬಾಗಿಲಿನಲ್ಲಿ ಹೋಗಿ ನಿಂತವನಿಗೆ ಅರೆತೆರೆದ ಕಿಟಕಿಯಲ್ಲಿ ಕಂಡದ್ದು ಸ್ಟೀಲ್‌ನ ದೊಡ್ಡ ಕ್ಯಾರಿಯರ್. ಹಣ್ಣು ತುಂಬಿದ ಬ್ಯಾಸ್ಕೆಟ್‌ನ ಮೇಲೆ ದುಂಡು ಮಲ್ಲಿಗೆಯ ದಂಡೆಗಳು. ಕದ್ದು ನೋಡುವ ತಪ್ಪನ್ನು ನನ್ನ ಸಂಸ್ಕಾರ ಖಂಡಿಸಿತು. ಬೆರಳಿನಿಂದ ಬಾಗಿಲನ್ನ ತಟ್ಟಿದೆ. ಬಾಗಿಲು ತೆರೆದ ಆ ಮಹಾಶಯನ ಕಣ್ಣುಗಳಲ್ಲಿ ವಿವಿಧ ಭಾವಗಳು ಸರಸರನೆ ಓಡಿಯಾಡಿದವು. ಆಮೇಲೆ ಪಾಚಿಗಟ್ಟಿದ ಹಲ್ಲುಗಳನ್ನು ಬಿಟ್ಟ, ಕಪಾಳಕ್ಕೆ ಹೊಡೆಯಬೇಕೆನಿಸಿತು. ಬೀಗದ ಕೈ ಕೆಳಗೆಸೆದು ದುರ್ದಾನ ತೆಗೆದುಕೊಂಡವನಂತೆ ದಾಪುಗಾಲು ಹಾಕುತ್ತ ಮನೆಗೆ ನಡೆದೆ.

ಹಾಸಿಗೆ ಸೇರಿದೆ. ಅಪ್ಪ, ಅಮ್ಮನ ಮಾತುಗಳಿಗೆ ಕಿವಿ ತೆರೆದಿಟ್ಟೆ.

"ಎದ್ರೂ ಮನೆ ಕಮಲನ ನೋಡಿದ್ರೆ ಕೈಯೆತ್ತಿ ಮುಗಿಬೇಕೂನ್ಸುತ್ತೆ, ಎಂಥ ಅಚ್ಚುಕಟ್ಟು, ಕೆಟ್ಟಮೋರೆಯ ಗಂಡನ ಬಗ್ಗೆ ಒಂದು ದಿನವಾದ್ರೂ ಎರಡು ಮಾತಿಲ್ಲ." ಹೊಗಳಿದ್ದೆ ಹೊಗಳಿದ್ದು, ಅಪ್ಪ ಹ್ಞೂಗುಟ್ಟುತ್ತ ಊಟ ಮಾಡುತ್ತಿದ್ದರು. ಅಮ್ಮನ ಮಾತುಗಳನ್ನು ಕೇಳಿ ಕೇಳಿ ಅವರಿಗೆ ಅಭ್ಯಾಸವಾಗಿರಬಹುದು. ಕಿವಿಯನ್ನು ಹೆಂಡತಿಯ ವಶಕ್ಕೆ ಕೊಟ್ಟು ತುಟಿ ಬಿಗಿದುಕೂಡುತ್ತಿದ್ದರು. ತೀರಾ ಬೇಸತ್ತಾಗ ಒಂದೆರಡು ಹಿತವಚನಗಳನ್ನು ಹೇಳುತ್ತಿದ್ದರು. "ಇಂಥ ಹೆಣ್ಣು ನಮ್ಮನೆಗೆ ಸೊಸೆಯಾಗಿ ಬಂದ್ರೆ ಎಷ್ಟು ಚೆನ್ನಾಗಿರುತ್ತೆ." ಈಗ ಅಪ್ಪನ ತಾಳ್ಮೆ ತಪ್ಪಿರಬೇಕು. ಸ್ವಲ್ಪ ಕಟುವಾಗಿಯೇ ಹೇಳಿದರು. "ನಿಂಗ್ಯಾಕೆ ಬುದ್ಧಿಯಿಲ್ಲ! ನೀನು ಕೂಡ ಇಷ್ಟು ವರ್ಷ ಅಚ್ಚುಕಟ್ಟಾಗಿಯೇ ಸಂಸಾರ ಮಾಡಿದ್ಯಲ್ಲ! ಇರೋ ಒಬ್ಬ ಮಗನಿಗೆ ವಿದ್ಯಾಭ್ಯಾಸ ಕೊಡ್ಸಿ ನಾಲ್ಕು ಕಾಸು ಕೂಡಿಸೋಕೆ ನಮ್ಮ ಕೈಯಲ್ಲಾಗಲಿಲ್ಲ. ಸದಾ ಪುರಾಣ ಪುಣ್ಯಕತೆ ಓದೋದರ ಜೊತೆ ಹೊರಗಿನ ಪ್ರಪಂಚದ ಕಡೆಗು ಗಮನಹರಿಸು."

ನನಗೆ ಬುದ್ಧಿ ಬಂದಾಗಿನಿಂದ ಅಮ್ಮನಲ್ಲಿ ಸ್ವಲ್ಪ ಕೂಡ ಬದಲಾವಣೆ ಕಂಡಿಲ್ಲ. ವಿವೇಚನಾಶಕ್ತಿ ಬೆಳೆಸಿಕೊಳ್ಳದೆಯೇ ಮೂಢನಾಗಿ ಎಲ್ಲವನ್ನು ನಂಬಿ ಬಿಡುತ್ತಿದ್ದಳು. ಎಷ್ಟೋ ಸಲ ಮುಜುಗರವಾದದ್ದುಂಟು.

ಇಡೀ ರಾತ್ರಿ ನನ್ನ ಕನಸಿನಲ್ಲಿ ಕ್ಯಾರಿಯರ್, ಹಣ್ಣಿನ ಬುಟ್ಟಿಯ ಮೇಲಿದ್ದ ಮಲ್ಲಿಗೆಯ ದಂಡೆಗಳು ಉರುಳಾಡಿದವು. ಬೆಳಿಗ್ಗೆ ಬೇಸರದಿಂದಲೇ ಎದ್ದುಕೂತೆ. ನನಗೇಕೆ ಬೇರೆಯವರ ವಿಷಯದಲ್ಲಿ ಆಸಕ್ತಿ? ಕೊಡವಿಕೊಂಡು ಮೇಲಕ್ಕೆದ್ದೆ. ಮೈ ಸ್ವಲ್ಪ ಹಗುರವೆನಿಸಿತು. ಸ್ನಾನ ಮಾಡುವ ಮುನ್ನ ಹತ್ತು ನಿಮಿಷ ಕಾಂಪೌಂಡಿನಲ್ಲಿ ಅಡ್ಡಾಡ ಬರುವುದು ನನ್ನ ದಿನನಿತ್ಯದ ಅಭ್ಯಾಸ. ಎದುರು ಮನೆಯತ್ತ ನೋಡಬಾರದೆಂದು ನಿರ್ಧಾರ ಹೊತ್ತು ಹೋದೆ. ಕೈ ಅಡ್ಡ ಹಿಡಿದರೂ ನೋಟ ಡಿಕ್ಕಿ ಹೊಡೆದು ಅತ್ತ ಧಾವಿಸಿದಾಗ ಗಡಬಡಿಸಿ ನಿಂತೆ. ನೋಟದ ಮೇಲಿನ ಹಿಡಿತವನ್ನು ಸ್ವಲ್ಪಸ್ವಲ್ಪವಾಗಿ ಕಳೆದುಕೊಳ್ಳುತ್ತಿರುವ ಅನುಭವವಾಯಿತು. ಇದು ಆತಂಕಕಾರಿಯೆನಿಸಿತು.

ಎದುರು ಮನೆಯಾಕೆ ಹೊರಗೆ ಬಂದಳು. ಕೈಯಲ್ಲಿ ತಟ್ಟೆಯಿತ್ತು. ತಟ್ಟೆಯ ಬೆಳ್ಳಿಯ ಬಟ್ಟಲುಗಳು ಕಣ್ಣುಗಳನ್ನು ಕುಕ್ಕಿದವು. ಹೆಜ್ಜೆಯ ಮೇಲೆ ಹೆಜ್ಜೆಯಿಡುತ್ತ ಮೆಲ್ಲಗೆ ಇತ್ತ ನಡೆದು ಬಂದಳು. ಮಡಿ ಮಾಡಿ ಉಟ್ಟ ರೇಶಿಮೆಯ ಸೀರೆ ಸುಕ್ಕುಸುಕ್ಕಾಗಿತ್ತು. ಶಬ್ದವಾಗದಂತೆ ಗೇಟು ತೆಗೆದು ನನ್ನನ್ನು ನೋಡಿದರೂ ನೋಡದಂತೆ ಹಾದುಹೋದಳು. ಕೋಸಂಬರಿಗೆ ಬಿದ್ದ ಇಂಗಿನ ಪರಿಮಳ ತೇಲಿ ಬಂತು. ನನ್ನ ವಿವೇಕವೂ ತಬ್ಬಿಬ್ಬಾಯಿತು. ಕುತೂಹಲ, ಆಸಕ್ತಿ ಕರಗಿ ಅದರ ಸ್ಥಾನವನ್ನು ಗೌರವ ಆಕ್ರಮಿಸಿದಂತೆ ಕಂಡಿತು. ಆದರೂ ಎಂದಾದರೊಮ್ಮೆ ತಪ್ಪಿಸಿಕೊಂಡು ಓಡಾಡುವ ಕಣ್ಣಿನ ಆಳಕ್ಕೆ ಇಣುಕಿ ನೋಡಬೇಕೆನಿಸಿತು.

ನಾನು ಸ್ನಾನ ಮುಗಿಸಿ ಬಂದಾಗ ಅಪ್ಪ ಕೋಸಂಬರಿ ಬಾಯಾಡಿಸುತ್ತಿದ್ದರು. ತುಂಬ ರುಚಿಯಾಗಿರಬೇಕೆನಿಸಿತು. ಅವರು ತಿನ್ನುವ ರೀತಿ ನೋಡಿ. ನನ್ನಲ್ಲಿ ಭಾವನೆಗಳು ಕಲಸುಮೇಲೋಗರವಾಗಿತ್ತು.

ಕಾಲೇಜಿಗೆ ಹೊರಟಾಗ ಆ ಕೆಟ್ಟ ಮುಖದ ಆಸಾಮಿ ಎದುರಾದ. ಆ ಅಸಹ್ಯ ನಗೆ ನೋಡಲಾರದೆ ಮುಖವನ್ನು ಪಕ್ಕಕ್ಕೆ ತಿರುಗಿಸಿಕೊಂಡೆ.

ಇಡೀ ದಿನ ಕಾಲೇಜು ಭೋರೆನಿಸಿತು. ಹುಚ್ಚುಚ್ಚು ವಿಚಾರಗಳು, ಸಲ್ಲದ ಆಲೋಚನೆಗಳು, ಕೆಟ್ಟ ಕುತೂಹಲ, ಅರ್ಥವೆನಿಸದ ಆಸಕ್ತಿ ತಾನಾಗಿ ಮೇಲೆ ಎಳೆದುಕೊಳ್ಳುವ ಬಂಡೆಯೆನಿಸಿತು. ಪಶ್ಚಾತ್ತಾಪವು ಆಯಿತು. ಸಂಜೆ ನೇರವಾಗಿ ಮನೆಯ ಹಾದಿ ಹಿಡಿಯದೇ ಗೆಳೆಯ ರವೀಂದ್ರನ ಕೋಣೆಯತ್ತ ನಡೆದೆ. ನಮ್ಮಲ್ಲಿ ಆತ್ಮೀಯತೆ ಇದ್ದರೂ ಮನದಲ್ಲಿದ್ದುದ್ದನ್ನು ಒದರಲಾರದಷ್ಟು ಸಂಕೋಚ ಮನೆಮಾಡಿತ್ತು.

ಮೊದಲು ಬೆನ್ನ ಮೇಲೆ ಗುದ್ದಿಯೆ ಅವನು ಮಾತನಾಡಿಸಿದ್ದು.

"ಅಂತೂ ನಿನ್ನ ವಿದ್ಯಾರ್ಥಿಗಳ ನಡುವೆ ನನ್ನ ಜ್ಞಾಪಕ ಬಂತಲ್ಲ!" ಪೆಚ್ಚಾಗಿ ನಕ್ಕಾಗ ಅವನು ಹುಬ್ಬೇರಿಸಿದ. ಆದರೂ ತೀರಾ ಗಂಭೀರ ಕಳೆದುಕೊಳ್ಳದ ಮಾತುಗಳಲ್ಲಿ ತಮಾಷೆ ಮಾಡಲಾರ. ಒಂದು ಗಂಟೆಗೆ ಮೀರಿ ಹರಟಿದ್ದೀವಿ. ಕೆಲವು ಪುಸ್ತಕಗಳ ಬಗ್ಗೆ ಗಹನವಾಗಿ ಚರ್ಚೆ ಮಾಡಿದ್ದೆವು. ಆಮೇಲೆ ಅವನೆದ್ದ. ಈ ಮಾತುಗಳಲ್ಲಿ ನಾಲಿಗೆ ಒಣಗಿಹೋಯಿತು. "ಕಾಫೀನಾದ್ರೂ ಕುಡ್ಯೋಣ" ಎಂದು ಎಬ್ಬಿಸಿಕೊಂಡು ಹೊರಟ.

ಸುಮ್ಮನೆ ಅವನ ಜೊತೆ ನಡೆದೆ. ಅಲ್ಲಲ್ಲಿ ಸುತ್ತಾಡಿ ಮತ್ತೊಮ್ಮೆ ಕಾಫೀ ಕುಡಿದು ಹೋಟೆಲಿನಿಂದ ಹೊರಗೆ ಬಂದು ವಾಚ್‌ಕಡೆ ನೋಡಿದೆ. ಒಂಬತ್ತು ತೋರಿಸುತ್ತಿತ್ತು.

ನಮ್ಮ ಮುಂದೆನೆ ಹಾದುಹೋದ ಕಾರು ಅಷ್ಟು ದೂರದಲ್ಲಿ ನಿಂತಿತು. ಮಲ್ಲಿಗೆ ದಂಡೆ ಮುಡಿದ ಚೆಲುವೆ ಇಳಿದಳು. ನನ್ನ ಕಣ್ಣಿವೆಗಳು ನಿಶ್ಚಲವಾಗಿ ನಿಂತವು. ಅವಳ ಗಂಡನೆನಿಕಿಕೊಂಡ ಆಸಾಮಿ ಇಳಿದಾಗ ಅಚ್ಚರಿಗೊಂಡೆ. ಅವನನ್ನು ಗುರ್ತಿಸಿದಂತೆ ರವಿ ನುಡಿದ.

"ಇಂಥ ಹೆಣ್ಣುಗಳ ರೇಟ್ ಜಾಸ್ತಿ, ಚೆಲ್ಲು ಚೆಲ್ಲಾದ ಹೆಣ್ಣುಗಳಲ್ಲಿ ಆಕರ್ಷಣೆ ಕಳೆದುಕೊಂಡ ಕೆಲವು ಜನ ಇಂತಹ ಗರತಿಯರನ್ನು ಬಯಸುತ್ತಾರೆ.

ಏಕದ ನನ್ನಲ್ಲಿ ಕುತೂಹಲ, ಆಸಕ್ತಿಗಳು ಒಣಗಲಾರಂಭಿಸಿದವು. ನಿಧಾನವಾಗಿ ಹೇಳಿದೆ. "ನೀನೂ ಯಾರನ್ನ ನೋಡಿ ಹೇಳ್ತೀಯಾ? ಆಕೆ, ಅವ್ಳ ಗಂಡ ನಮ್ಮನೆ ಎದುರಿನಲ್ಲಿಯೇ ವಾಸಿಸ್ತಾರೆ. ಎಂಥ ಗುಣ! ಒಬ್ಬ ಸದ್ಗಹಸ್ಥೆಯ ಬಗ್ಗೆ ಹೀಗೆಲ್ಲ ಮಾತಾಡ್ಬಾರ್ದು!" ಅವನ ಗಟ್ಟಿ ನಗು ನನ್ನ ಕೆನ್ನೆಗೆ ಅಪ್ಪಳಿಸಿದಂತಾಯಿತು. ಖಂಡಿತ ಸುಳ್ಳಲ್ಲ ಬೇಕಾದ್ರೆ ಆ ಬಕರಾನ ಕೇಳೋಣ, ಸದ್ಗಹಸ್ಥೆಯಂತೆ... ಆ ಮಲ್ಲಿಗೆಯ ದಂಡೆ, ಕೋಸಂಬರಿ ತಟ್ಟೆ ಪ್ರಸಾದದ ಬುಟ್ಟಿ ನನ್ನೆದುರಿನಲ್ಲಿ ಬಿದ್ದು ಹೊರಳಾಡಿದಂತಾಯಿತು.

ಅದು ನಡೆದು ಇಂದಿಗೆ ಎರಡು ತಿಂಗಳಾಗಿರಬಹುದು. ಅಪ್ಪಿತಪ್ಪಿಯು ಆ ಸದ್ಗಹಸ್ಥೆಯ ಮನೆಯ ಕಡೆ ನೋಟ ಹರಿಸಿಲ್ಲ. ಆಸಕ್ತಿ, ಕುತೂಹಲ ಕರಗಿ ನಿರ್ಲಿಪ್ತತೆ ಆವರಿಸಿದೆ. ಅಮ್ಮನಿಗೂ ಅವಳನ್ನು ಹೊಗಳಿ ಹೊಗಳಿ ಬೇಸರ ಬಂದಿರಬಹುದು. ಈ ನಡುವೆ ಅವಳ ಮಾತನ್ನೇ ಎತ್ತುವುದನ್ನು ಬಿಟ್ಟಿದ್ದಾರೆ, ಯಾರಿಂದಲೋ ಮನೆ ಕಟ್ಟುವ ಸುದ್ದಿ ತಿಳಿದಾಗ ಮುಖವನ್ನು ಬೇರೆಡೆ ತಿರುಗಿಸಿದೆ. ಸಮಾಜವನ್ನು ವಂಚಿಸುವ ಕಲೆಗಳಲ್ಲಿ ಇದೊಂದು-ಎಂದು ಮಾತ್ರ ತಿಳಿದೆ.

•

4. ಕುಂಟಿ ಪದ್ಯ

ಸುಮಾರಾಗಿ ಮರೆತೇ ಹೋಗಿರುವ ನನ್ನ ಬಾಲ್ಯದ ದಿನಗಳ ಪೈಕಿ ಇನ್ನೂ ಆಗಾಗ ನೆನಪಿಗೆ ಬರುತ್ತಿರುವ ಕೆಲವೇ ಘಟನೆಗಳಲ್ಲಿ ಇದೊಂದು ಮುಖ್ಯವಾಗಿರುವಂಥದ್ದು. ನಾವು ಮನೆಯವರೆಲ್ಲ ಕೂಡಿಕೊಂಡು ನಗರದಿಂದ ಐವತ್ತು ಕಿಲೋಮೀಟರ್ ದೂರದಲ್ಲಿರುವ ಲಕ್ಷ್ಮೀಪುರಕ್ಕೆ ತಪ್ಪದೆ ಹೋಗುತ್ತಿದ್ದೆವು. ಅಲ್ಲಿರುವ ಮೂರಂಕಣದ ಲಕ್ಷ್ಮೀದೇವಸ್ಥಾನದಲ್ಲಿ ಪ್ರತಿದಿನವೂ ಪರಿಶೆಯಂತೆ ನೆರೆಯುತ್ತಿದ್ದರು ಭಕ್ತವೃಂದ.

ನನ್ನ ಅತ್ತಿಗೆ, ಸೊಸೆಯಾಗಿ ನಮ್ಮ ಮನೆಗೆ ಕಾಲಿಟ್ಟ ನಂತರ ನಾವು ಪೂಜಿಸುವ ದೇವರುಗಳಲ್ಲಿ ಮುಖ್ಯ ಸ್ಥಾನವನ್ನು ಪಡೆದುಕೊಂಡಿತ್ತು ಲಕ್ಷ್ಮೀಪುರದ ಲಕ್ಷ್ಮೀ. ಅತ್ತಿಗೆಗಂತೂ ಅಪರಿಮಿತ ಭಕ್ತಿ. ಶುಕ್ರವಾರ ಎಣ್ಣೆ ನೀರು ಸ್ನಾನ ಮಾಡಿಕೊಂಡು, ನೀರು ಕೂಡ ಮುಟ್ಟದೇ ಮಧ್ಯಾಹ್ನದವರೆಗೂ ಲಕ್ಷ್ಮೀ ಸಹಸ್ರನಾಮ ಪೂಜೆಯ ನಂತರವೇ ಏನಾದರೂ ತೆಗೆದುಕೊಳ್ಳುತ್ತಿದ್ದುದ್ದು. ಅಷ್ಟೇ ನಯ ವಿನಯ, ಸೌಜನ್ಯ, ಸದಾ ಹಸನ್ಮುಖಿಗಳಾಗಿರುತ್ತಿದ್ದ ವೈನಿ ಹೆಸರಿನಂತೆ ಸಾಕ್ಷಾತ್ ಅನ್ನಪೂರ್ಣೆಯೇ. ಆಕೆ ಕಾಲಿಟ್ಟ ವರ್ಷದಲ್ಲಿಯೇ ಅಣ್ಣ ಮುಟ್ಟಿದ್ದೆಲ್ಲ ಚಿನ್ನವಾದಾಗ ಹೆಂಡತಿಯನ್ನು ಚಿನ್ನದಲ್ಲಿಯೇ ಸಿಂಗರಿಸಿದ್ದು ಮಾತ್ರವಲ್ಲ, ಹೇಳಿದ್ದನ್ನು ತಪ್ಪದೇ ನಡೆಸುವಂಥ ಪ್ರಾಮಾಣಿಕ ಗಂಡನಾದ. ಇದು ಮನೆಯವರಿಗೆ ಅತಿಶಯವೆನಿಸಲಿಲ್ಲ. ಇಷ್ಟವೆನಿಸಿತು. ಪ್ರತಿಯೊಂದಕ್ಕೂ 'ಅನ್ನಪೂರ್ಣ, ಅನ್ನಪೂರ್ಣ' ಎನ್ನುತ್ತಿದ್ದರು.

ವರ್ಷಕ್ಕೊಮ್ಮೆ ಶ್ರಾವಣ ಮಾಸದಲ್ಲಿ ನಡೆಯುವ ಹದಿನೈದು ದಿನಗಳ ವಿಶಿಷ್ಟವಾದ ಪೂಜಾ ಕೈಂಕರ್ಯಗಳಿಗಾಗಿಯೇ ಲಕ್ಷ್ಮೀಪುರದಲ್ಲಿ ಅಣ್ಣ ಒಂದಿಷ್ಟು ಜಮೀನು ಖರೀದಿಸಿ ಪಂಪು ಹಾಕಿಸಿ, ತೋಟ ಮಾಡಿಸಿದ. ಅದು ಕೂಡ ಒಂದಿಷ್ಟು ಲಾಭದಾಯಕವೇ ಆಯಿತು. ಆ ಉತ್ಸವದ ದಿನದಲ್ಲಿ ಅತಿ ಹೆಚ್ಚಿನ ಭಕ್ತರು ಸೇರುತ್ತಿದ್ದುದು ವರಮಹಾಲಕ್ಷ್ಮಿ ಹಬ್ಬದ ದಿನ. ಅಂದಿನ ಖರ್ಚಿನ ಪಾಲೆಲ್ಲ ಅಣ್ಣನದೇ. ದೈವಭಕ್ತರು, ಧರ್ಮಭೀರುಗಳು ಆದ ತಾಯ್ತಂದೆಯರಿಗೆ ಇದು ಹೆಚ್ಚಿನ ಸಂತೋಷ ಕೊಡುತ್ತಿತ್ತು. ಅತ್ತಿಗೆ ಅತ್ಯಂತ ನಂಬಿಕೆ-ಶ್ರದ್ಧೆ-ಭಕ್ತಿಯಿಂದ ಇದರಲ್ಲಿ ಪಾಲ್ಗೊಳ್ಳುತ್ತಿದ್ದರು.

ಹದಿನೈದು ದಿನ ನಡೆಯುವ ಉತ್ಸವ ಪ್ರತಿದಿನ ಕಾರ್ಯಕ್ರಮದ ಖರ್ಚನ್ನು ನಗರದ ಗಣ್ಯ ಶ್ರೀಮಂತರು ವಹಿಸಿಕೊಳ್ಳುತ್ತಿದ್ದರಿಂದ, ದಿನದಿಂದ ದಿನಕ್ಕೆ ಬಂದು ಹೋಗುವ ಕಾರುಗಳ ಸಂಖ್ಯೆ ಜಾಸ್ತಿಯಾಯಿತು. ದೇವಸ್ಥಾನಕ್ಕೆ ಸ್ವಲ್ಪ ದೂರದ ಪಾಳುಬಿದ್ದ ಪ್ರದೇಶವನ್ನು ಚೊಕ್ಕಟ ಮಾಡಿ ಕಾರುಗಳು ನಿಲ್ಲಲು ಸ್ಥಳಾವಕಾಶ ಮಾಡಿಸಿದರು. ಉತ್ಸವದಲ್ಲಿ ಸೇರುವ ಭಕ್ತಾದಿಗಳಿಗೆ ಪ್ರತಿದಿನವೂ ಭೋಜನದ

ಏರ್ಪಾಟು ಇತ್ತು. ಒಂದೊಂದು ದಿನ ಒಂದೊಂದು ಸಿಹಿ-ಲಾಡು, ಮೈಸೂರುಪಾಕು ಜಿಲೇಬಿ, ಜಹಂಗೀರುಗಳು ಮಧ್ಯಾಹ್ನದ ಊಟಕ್ಕೆ ಬಡಿಸಿದರೆ, ವರಮಹಾಲಕ್ಷ್ಮಿ ಹಬ್ಬದ ದಿನ ಮಾತ್ರ ಲಕ್ಷ್ಮಿಗೆ ಪ್ರಿಯವಾದ ಬೇಳೆಯ ಒಬ್ಬಟ್ಟು, ಅಂದು ಲಕ್ಷ್ಮೀಪುರವೆಲ್ಲ ತೊಗರಿಬೇಳೆ ಬೆಂದ ವಾಸನೆಯ ಜೊತೆ ಕಾವಲಿಯ ಮೇಲೆ ಬೇಯುವ ಹೋಳಿಗೆಯ ಹದವಾದ ವಾಸನೆ ಎಲ್ಲೆಡೆ ಹರಡುತ್ತಿತ್ತು.

ಅತ್ತಿಗೆ ಸೆರಗು ಕಟ್ಟಿ ತಾನೇ ಬಡಿಸಲು ನಿಲ್ಲುತ್ತಿದ್ದಳು. ಆಗ ಎಲ್ಲೆಲ್ಲೂ ಕಾಣುತ್ತಿದ್ದುದ್ದು ಲಂಗ, ಜಂಪರ್ ತೊಟ್ಟು ಮೇಲೊಂದು ದಾವಣಿ ತೊಟ್ಟು ಪ್ರತಿಯೊಂದು ಕಡೆಯೂ ಕಾಣುತ್ತ ಪಾದರಸದಂತೆ ಕೆಲಸ ಮಾಡುತ್ತಿದ್ದ ಪದ್ಮ. ಸಂಪಿಗೆ ಮೈಬಣ್ಣದ, ಗುಂಗುರಾದ ಮೋಟು ಜಡೆಯ ಹುಡುಗಿ ಅತ್ತಿಗೆಗೆ ಅಸಿಸ್ಟೆಂಟ್. ಹಿಂದುಮುಂದು ಓಡಾಡಿಕೊಂಡು ಹೇಳಿದ್ದೆಲ್ಲಾ ಮಾಡುವ ಅವಳು ಬಹಳ ಬೇಗ ಎಲ್ಲರಿಗೂ ಮೆಚ್ಚಿಗೆಯಾದಳು. ಪ್ರತಿಯೊಂದಕ್ಕೂ ಅವಳನ್ನೇ ಕೂಗುತ್ತಿದ್ದರು. ದಣಿವಿಲ್ಲದ ಹುಡುಗಿ ಪ್ರತಿಯೊಂದಕ್ಕೂ ಸೈ. ಕುಕ್ಕೆಗಟ್ಟಲೆ ಬಿಸಿಬಿಸಿ ಹೋಳಿಗೆಗಳನ್ನು ಹೊಸ ಬಿದಿರಿನ ಕುಕ್ಕೆಯಲ್ಲಿ ಹೊತ್ತು ತರುತ್ತಿದ್ದವಳು ಅದರ ಬಿಸಿಗೆ ಬೆವರಿನಿಂದ ತೊಯ್ದು ಹೋಗುತ್ತಿದ್ದಳು. ಆದರೆ ಅದೇ ಮಾಸದ ಮುಗುಳ್ನಗೆ.

ಅತ್ತಿಗೆ ಬಂದ ಎರಡೇ ವರ್ಷದಲ್ಲಿ ಲಕ್ಷ್ಮೀಪುರ ಎಷ್ಟು ನಮಗೆ ಹತ್ತಿರವಾಯಿತೆಂದರೆ, ಪ್ರತಿ ಶುಕ್ರವಾರ ಅಲ್ಲಿಗೆ ಹೋಗಿ ಪೂಜೆ ಮಾಡಿಸಿಕೊಂಡು ಬಂದ ನಂತರವೇ ಮನೆಯವರೆಲ್ಲ ಏನಾದರೂ ತಿನ್ನುತ್ತಿದ್ದುದು. ಅಷ್ಟು ಭಕ್ತಿ-ಶ್ರದ್ಧೆ. ನಮ್ಮ ಕಾರು ಹೋಗಿ ನಿಲ್ಲುವ ವೇಳೆಗೆ ಹೂವಿನ ಬುಟ್ಟಿ ಹಿಡಿದ ರತ್ನ, ಪದ್ಮ ಕಾದಿರುತ್ತಿದ್ದಳು ನಗುಮುಖದಿಂದ. ಅಂದು ಐದು ಜನ ಮುತ್ತೈದೆಯರಿಗೆ ಒಂದೊಂದು ಕಣ ಕೊಡುವಾಗ ಅತ್ತಿಗೆ ಅವಳಿಗೂ ಒಂದು ಕೊಡುತ್ತಿದ್ದಳು. ಹಣ ಕೊಡಲು ಹೋದಾಗ ಮಾತ್ರ ಒಲ್ಲೆಯೆನ್ನುತ್ತಿದ್ದಳು.

"ನಂಗೆ ಬೇಡಕ್ಕಾ! ಹೂವಿನಿಂದ ನಾರು ಸ್ವರ್ಗಕ್ಕೆ ಅನ್ನೋ ಹಾಗೆ ಚೂರುಪಾರು ಕೆಲ್ಸ ಮಾಡಿಕೊಡ್ತೀನಿ" ಎನ್ನುತ್ತಿದ್ದಳು ಸಂಕೋಚದಿಂದ. ಪ್ರತಿಸಲ ನಾವು ಬಂದಾಗಲೆಲ್ಲ ಅವಳು ಧರಿಸುತ್ತಿದ್ದುದ್ದು ನೀಲಿ ದಾವಣಿ ನೋಡಿ ಬೇಸತ್ತರೂ ನಗುತ್ತಲೇ ಕೇಳಿದೆ. "ಇಂಥ ಕಲರ್ ದಾವಣಿಗಳು ಎಷ್ಟು ಇವೆ?" ತಲೆ ತಗ್ಗಿಸಿ ಒಂದಿಷ್ಟು ನೋಟ ಎತ್ತಿ "ಸೀರೆ ಹರ್ದು ಎರ್ಡು ಮಾಡಿಕೊಂಡಿದ್ದೀನಿ" ಎಂದಾಗ ಅವಳ ಸ್ಥಿತಿಯ ಅರಿವಾಯಿತು. ಹಣ ಕೊಡಲು ಹೋದಾಗ ಬೇಡವೆನ್ನುವುದು ಸ್ವಾಭಿಮಾನದಿಂದಲೋ, ಅಹಂಕಾರದಿಂದಲೋ ಅಥವಾ ತಾನು ಮಾಡಿದ ಕೆಲಸಗಳಿಗೆ ದೇವರಿಂದಲೇ ಫಲ ಪಡೆಯಬೇಕೆನ್ನುವ ಹಟದಿಂದಲೋ-ಅಂತೂ ಒಗಟಾಗಿದ್ದಳು. ಇನ್ನೊಂದು ಸಲ ಲಕ್ಷ್ಮೀಪುರಕ್ಕೆ ಹೊರಡುವಾಗ ಕಾಲೇಜಿಗೆ ಉಡುತ್ತಿದ್ದ ಎರಡು ಸೀರೆಗಳನ್ನು ತಗೊಂಡೆ ಅವಳಿಗೆ ಕೊಡಲು, ಅಣ್ಣ ಸ್ವಲ್ಪ ಕಸಿವಿಸಿಗೊಂಡ.

"ಸ್ವಲ್ಪ ಹಳೆದಾದ ಸೀರೆಗಳ್ನ ತಗೋಬಹುದಿತ್ತಲ್ಲ. ಹೊಚ್ಚ ಹೊಸ ಸೀರೆಗಳೇಕೆ? ಸಂಪಾದ್ನೆ ಇದೇಂತ ಸಿಕ್ಕಾಪಟ್ಟೆ ಧಾರಾಳತನ ತೋರ್ಸೋದು ತಪ್ಪು" ಬುದ್ಧಿ ಹೇಳಿದ ಅವನಿಗೆ ಬೇಸರವಾಗಿದೆಯೆಂದು ಅವನ ಮುಖವೇ ಹೇಳುತ್ತಿತ್ತು.

ಅವನನ್ನು ನೋಡಿದೆ. ಪ್ರತಿಸಲ ಲಕ್ಷ್ಮೀಪುರಕ್ಕೆ ಹೋಗುವಾಗಲೆಲ್ಲ ಬುಟ್ಟಿಗಟ್ಟಲೆ ಹಣ್ಣುಹೂಗಳನ್ನು ಒಯ್ಯುತ್ತಿದ್ದ. ಧಾರಾಳವಾಗಿ ದಕ್ಷಿಣೆ ಕೊಡುತ್ತಿದ್ದ. ಅಂಥದ್ದರಲ್ಲಿ, ತಾವು ಹೋದಾಗಲೆಲ್ಲ ತಮ್ಮ ಸಮಸ್ತ ಕೆಲಸವನ್ನು ಮಾಡುವ ಬಡ ಹುಡುಗಿಗೆ ಕೊಡೋವಾಗ ಲಾಭ-ನಷ್ಟದ ಲೆಕ್ಕಾಚಾರವೇ?

"ನಂಗೆ ಅರ್ಥವಾಗ್ಲಿಲ್ಲ ಕಣೋ! ನಾನು ಕೊಡ್ತಾ ಇರೋದು ಕೂಡ ಸ್ವಲ್ಪ ಹಳೆಯದೇ, ಹೊಚ್ಚ ಹೊಸತನ್ನು ಬೀರುವಿನಿಂದ ತೆಗ್ದು ಕೊಡ್ತಾ ಇಲ್ಲ. ಅಂಥದ್ದರಲ್ಲಿ ಈ ಮಾತೇಕೆ? ಆ ಹುಡ್ಗಿ ಮಾಡೋ ಕೆಲ್ಸಕ್ಕೆ ಎಷ್ಟು ಕೊಟ್ಟರೂ ಕಡೀಮೇನೇ! ನಾವು ಕೊಟ್ಟರೂ ತಗೊಳ್ಳೋ ಆಸೆಬುರುಕಿಯಲ್ಲ" ಎಂದು ಅಲ್ಲೇ ನಿಂತಿದ್ದ ಅತ್ತಿಗೆಯ ಕಡೆ ನೋಡಿದೆ. ಆಕೆ ನನ್ನ ಪರ ಮಾತಾಡಬಹುದೆನ್ನುವ ಅಂದಾಜು ಸುಳ್ಳಾಯಿತು. "ನಿಮ್ಮಣ್ಣ ಹೇಳೋದು ಸರೀನೇ!" ಅಷ್ಟೇ ನುಡಿದಿದ್ದು.

ಎಷ್ಟು ಸೋಜಿಗವಾಯಿತೆಂದರೆ, ಅದನ್ನು ವರ್ಣಿಸಲು ಪದಗಳು ಸಿಗವು. ವರ್ಷದಲ್ಲಿ ಒಂದೆರಡು ಸಲವಾದರೂ ಲಕ್ಷ್ಮೀದೇವರಿಗೆ ಕಾಣಿಕೆಯಾಗಿ ಭರ್ಜರಿಯಾದ ರೇಷ್ಮೆ ಸೀರೆಗಳನ್ನು ಆರಿಸುವಾಗ ಆಕೆಯೇ ಸ್ವತಃ ಹೋಗುತ್ತಿದ್ದರು. ಸೀರೆ ಭಾರಿಯಾಗಿಯೇ ಇರುತ್ತಿತ್ತು. ಮಜಬೂತಾದ ಬಣ್ಣ, ಜರಿ, ಅದನ್ನು ಉಡಿಸಿದಾಗ ಲಕ್ಷ್ಮಿಯ ವಿಗ್ರಹ ಅಪಾರವಾದ ಕಳೆಯಿಂದ ಶೋಭಿಸುತ್ತಿತ್ತು. ಆದರೆ ನೀಲಿಯ ಎರಡು ದಾವಣಿಗಳ ಒಡತಿಗೆ ಈ ಎರಡು ಸೀರೆಗಳನ್ನು ಕೊಟ್ಟರೆ ಆಕೆ ಇನ್ನಷ್ಟು ಐಶ್ವರ್ಯ, ಪುಣ್ಯವನ್ನು ಪ್ರಸಾದಿಸಲಾರಳೇ? ಜಿಜ್ಞಾಸೆಗೆ ಕೊನೆ ಮೊದಲಿಲ್ಲವೆನಿಸಿತು.

ನಾನು ಮೊದಲಿನಿಂದ ಒಂದಿಷ್ಟು ಹಟಮಾರಿ, ಅನಿಸಿದ್ದು ಮಾಡುವವಳೇ, ಹೊರಡುವಾಗ ಸೀರೆಗಳನ್ನ ಒಯ್ದಿದ್ದು ಆಗಿತ್ತು. ಇಂದು ಪದ್ಮಳ ಮುಖ ಕಾಣದಾದಾಗ ಚಿಂತೆಯಿಂದ ಎಲ್ಲೆಡೆ ನೋಟ ಹರಿಸಿದೆ. ನೆರೆದವರಲ್ಲಿ ಹುಡುಕಿದೆ. ಮನೆಯವರೆಲ್ಲ ದೇವಸ್ಥಾನದ ಒಳಗೆ ಹೊರಟಾಗ, ನಾನು ಹುಡುಕಾಡಿದ್ದು ಪದ್ಮಳನ್ನ.

ಹೊರಗೆ ಬಂದ ಅಮ್ಮ "ಇಲ್ಲೇನು ಮಾಡ್ತೀಯಾ? ಒಳ್ಗಡೆ ಅರ್ಚನೆ ನಡೀತಾ ಇದೆ. ಈಗಿನ ಹುಡ್ಗೀಯರಿಗೆ ದೇವ್ರಲ್ಲಿ ನಂಬ್ಕೆ ಕಡ್ಮೆ" ಮೊಟಕಿ ಎಳೆದೊಯ್ದರು. ಅಣ್ಣನ ಮುಖವಂತೂ ಬಿಗಿದುಕೊಂಡಿತ್ತು. ಪ್ರೀತಿಯ ತಂಗಿಯೆಡೆ ದುರುದುರು ನೋಟ ಹರಿಸಿದ ಒಂದೆರಡು ಸಲ. ಅದನ್ನೆಲ್ಲ ಲೆಕ್ಕದಲ್ಲಿಡುವಂಥವಳಲ್ಲ. ನನ್ನ ಮನಸ್ಸಿಗೆ ಸರಿಯೆನಿಸಿದ್ದನ್ನು ಹೇಳಲು ಹಿಂಜರಿಯೇ. ಮಾಡಲು ಕೂಡ ಹಿಂಜರಿಯೇ. ಕೆಲವೊಮ್ಮೆ ಇವರಿಗೆ ನನ್ನ ಸ್ವಭಾವ ವಿಲಕ್ಷಣವಾಗಿ, ವಿಪರೀತವಾಗಿ ಕಾಣುವಂಥದ್ದೆ.!

ನಿಜವಾಗಿಯೂ ದೇವರ ಮುಂದೆ ನಿಂತಿದ್ದರೂ, ನನಗೆ ಆ ಕಡೆ ಜ್ಞಾನವೇ ಇರಲಿಲ್ಲ. ಅತ್ತಿಗೆ ಮೊಣಕೈನಿಂದ ಸೊಂಟವನ್ನ ತಿವಿದು "ನೋಡು ದೇವಿ ಈ ಸೀರೆಯಲ್ಲಿ ಎಷ್ಟು ಲಕ್ಷಣವಾಗಿ ಕಾಣ್ತಾ ಇದಾಳೆ ಎಂದು ಕಣ್ಣರಳಿಸಿ ಕೆನ್ನೆಗೆ ತಟ್ಟಿಕೊಂಡು

ಆನಂದಬಾಷ್ಪ ಹರಿಸಿದಾಗ ಅಣ್ಣ ಧನ್ಯತೆಯಿಂದ ಮಡದಿಯನ್ನ ನೋಡುತ್ತಿದ್ದ. 'ಸಕಲ ಸೌಭಾಗ್ಯ'ವೂ ನೀನೇ ಎನ್ನುವಂತಿತ್ತು ಅವನ ನೋಟ. ಇಂಥ ಸೊಸೆಯನ್ನು ಪಡೆದಿದ್ದೇ ಏಳು ಜನ್ಮದ ಪುಣ್ಯ ಎನ್ನುವಂಥ ಭಾವ ಅಪ್ಪ-ಅಮ್ಮನದು.

ಜನಜಂಗುಳಿಯಿಂದ ಈಚೆ ಬಂದು ನಾನು ಹೊರಗಡೆ ಜಗುಲಿಯ ಮೇಲೆ ಕೂತೆ. ಹೂವು, ಹಣ್ಣು ಕಾಯಿಗಳ ವ್ಯಾಪಾರ ಭರಾಟೆಯಿಂದ ನಡೆಯುತ್ತಿತ್ತು. ನನ್ನ ಕಣ್ಣುಗಳು ಹುಡುಕುತ್ತಿದ್ದುದು ಪದ್ಮಳನ್ನು. ಇವಳು ಎಲ್ಲಿ ಹೋಗಿರಬಹುದು? ಒಮ್ಮೆ ಕೂಡ ತಪ್ಪಿಸಿದವಳಲ್ಲವಲ್ಲ.

"ಇಲ್ಲೇನು ಮಾಡ್ತೀಯಾ?" ಅಮ್ಮ ಕೇಳಿದರು. ಆಕೆಗೆ ಬೇಸರವಾಗಿತ್ತು. ನಾನು ಬೇಗ ಹೊರಗೆ ಬಂದಿದ್ದು ನೋಡಿ. "ಹಾರ ಅಮ್ಮನವ್ರ ಕೊರಳಿಗೆ ಒಪ್ಪುವಂತಿತ್ತು. ಅದೇನು ಭಕ್ತಿ, ಅನ್ನಪೂರ್ಣಾದು? ಒಂದಿಷ್ಟು ನೋಡಿ ಕಲೀಬಾರ್ದು. ಅವ್ಳು ಹೊಸಲು ದಾಟಿ ನಮ್ಮ ಮನೆಯೊಳ್ಗೆ ಕಾಲಿಟ್ಮೇಲೆ ನಿಮ್ಮಣ್ಣ ಮುಟ್ಟಿದ್ದೆಲ್ಲ ಚಿನ್ನವಾಗ್ತಾ ಇದೆ" ಹಿಂದೆಯೇ ಮಾತಿನ ಪ್ರವಾಹ ಹರಿಸಿದರು.

"ಹೌದು" ಆ ಬಗ್ಗೆ ಎರಡು ಮಾತಿರಲಿಲ್ಲ. ನಂಗೆ ಅವನ ಬಿಜಿನೆಸ್‌ನ ಬಗ್ಗೆ ಎಂದೂ ಆಸಕ್ತಿ ಇರಲಿಲ್ಲವಾದುದರಿಂದ ತಲೆ ಕೆಡಿಸಿಕೊಂಡಿರಲಿಲ್ಲ. ಆದರೆ ಅತ್ತಿಗೆ ಬಂದ ಮೇಲಿನ ಬದಲಾವಣೆಗಳು ಮಾತ್ರ ಗಮನಕ್ಕೆ ಬಂದಿತ್ತು. ಅಮ್ಮನ ಕೈಯಲ್ಲಿದ್ದ ಹತ್ತು ಸಾದಾ ಚಿನ್ನದ, ಬಂಗಾರದ ಬಳೆಗಳ ಜೊತೆ, ನಾಲ್ಕು ಕೆಂಪು ಕಲ್ಲಿನ ಬಳೆಗಳು ಸೇರ್ಪಡೆಯಾಗಿತ್ತು. ಈಚೆಗೆ ಒಂದು ಬಂಗ್ಲೆ ಖರೀದಿಸಿದ ಮಾತುಕತೆ ಕೇಳಿದ್ದಳು. ಮನೆಯಲ್ಲಿ ಹೊಸ ಹೊಸ ಸಾಮಾನುಗಳು ಸೇರ್ಪಡೆಯಾಗಿದ್ದವು. ಎಷ್ಟೋ ಸಲ "ಒಳ್ಗಡೆ ಗಾಳಿ-ಬೆಳಕು ಧಾರಾಳವಾಗಿ ಬರೋಕೆ ಒಂದಿಷ್ಟು ಜಾಗ ಇರ್ಲಿ" ಹೇಳಿದಾಗ ಒಟ್ಟಿಗೆ ಎಲ್ಲಾ ವಿರೋಧಿಸಿದ್ದರು. ಅಂದಿನಿಂದ ಆ ವಿಷಯ ಕೈಬಿಟ್ಟರೂ, ತನ್ನ ರೂಮಿಗೆ ಬಂದ ಹೊಸ ಬೀರು ಅಂದೇ ಹೊರಗೆ ಸಾಗಿಸಿದ್ದಳು. "ನಂಗಂತೂ ಬೇಡ, ಬೇರೆ ಕಡೆ ಪ್ರತಿಷ್ಠಾಪಿಸಿಕೊಳ್ಳಿ" ಎಂದಾಗ ಅಣ್ಣನ ರೂಮು ಸೇರಿತು. ತಾನು ಪೆದ್ದಿಯಾಗಿ ಅವರುಗಳಿಗೆ ಕಂಡಿರಬೇಕು.

ಮಾತಾಡದೇ ನಾನು ಕೂತಿದ್ದನ್ನು ನೋಡಿ ಅಮ್ಮ "ನಡೀ, ರೂಮಿಗೆ ಹೋಗೋಣ! ನೀನೇನು ಬದಲಾಗೋಲ್ಲ" ಎಬ್ಬಿಸಿಕೊಂಡು ಹೋಗುವ ವೇಳೆಗೆ ಅಣ್ಣ, ಅತ್ತಿಗೆ ಅಲ್ಲೇ ಇದ್ದರು. ಇತ್ತೀಚೆಗೆ ಕಟ್ಟಲ್ಪಟ್ಟಿದ್ದ ಛತ್ರಕ್ಕೆ ಭಾರಿ ದೇಣಿಗೆ ನೀಡಿದ್ದರಿಂದ ಇವರುಗಳಿಗಾಗಿಯೇ ಎರಡು ಕೋಣೆಗಳನ್ನು ಬಿಟ್ಟಿದ್ದರು. ಎಲ್ಲಾ ಅನುಕೂಲವು ಇತ್ತು ಅಲ್ಲಿ.

"ನೀನು ಸ್ವಲ್ಪ ಹೊತ್ತು ಮಲ್ಗೀ ರೆಸ್ಟ್ ತಗೋ. ಮತ್ತೆ ಓಡಾಡೋದ್ಬೇಡ. ಇಲ್ಲಿಗೆ ಊಟ ತಂದು ಬಡಿಸೋಕೆ ಹೇಳ್ತೀನಿ" ಅಣ್ಣ ಹೇಳಿ ಹೊರಟಾಗ ನಾನು ತಡೆದು "ನೀನು ಇಲ್ಲೇ ಇರು. ನಾನ್ಹೋಗಿ ತೆಗ್ಗಿಕೊಂಡ್ಬರ್ತೀನಿ" ಎಂದು ನಾನೇ ಹೊರಟೆ. ಅವನಿಗೂ ಕೂಡ ಅದೇ ಬೇಕಿತ್ತು. ಉಪವಾಸ ಅಂಥದ್ದು ಅವನಿಗೆ ಆಗದು. ಬೆಳಿಗ್ಗೆ ಭರ್ಜರಿಯಾಗಿ ನಾಲ್ಕು ಮಸಾಲೆ ದೋಸೆ ಕತ್ತರಿಸಿದ್ದರೂ ಮಧ್ಯಾಹ್ನ ಎರಡರ ವೇಳೆಗೆ

ಬಕಾಸುರನಾಗಿ ಬಿಡುತ್ತಿದ್ದ. ಅಂಥ ಭಯಂಕರ ಹಸಿವು ಹೊಟ್ಟೆ. ಈಚೆಗೆ ದೇವರಲ್ಲಿನ ಭಯ, ಭಕ್ತಿಗಾಗಿ ಒಂದಿಷ್ಟು ಉಪವಾಸ ಮಾಡುವ ಅಗತ್ಯವಿತ್ತು.

ನಾನು ದೇವಸ್ಥಾನದ ಪ್ರಾಂಗಣ ಬಳಸಿಕೊಂಡು ಅಡಿಗೆಯ ಶಾಲೆಗೆ ಹೋಗುವ ವೇಳೆಗೆ ಅಲ್ಲಿ ಎದುರಾದ ಪದ್ಮ ತುಂಬ ಬಳಲಿದಂತೆ ಕಂಡಳು. "ಬಂದು ತುಂಬ ಹೊತ್ತಾಯ್ತೇ ಅಕ್ಕ. ನಾನು ಒಳಗೆಲ್ಲ ಹುಡುಕಾಡಿ ಹೂಬುಟ್ಟಿ ಕೊಟ್ಬಂದೇ" ಎಂದಳು ಏದುಸಿರುಬಿಡುತ್ತ. ಅದೇ ಹಳೆಯದಾದ ಅಲ್ಲಲ್ಲಿ ತೂತುಬಿದ್ದ ನೀಲಿ ದಾವಣಿ ಹೊದ್ದಿದ್ದಳು.

ನಾನು, ಅವಳು ಕೂಡಿಯೇ ಊಟ ತೆಗೆಸಿಕೊಂಡು ಬಂದಿದ್ದು ಛತ್ರಕ್ಕೆ. ಮುಚ್ಚಿದ ಎರಡು ಬಕೆಟ್‌ಗಳನ್ನು ತರುತ್ತಿದ್ದವಳ ಜೊತೆ ನಾನು ಬರೀ ಪಲ್ಯದ ಬಟ್ಟಲು ಹಿಡಿದಿದ್ದೆ. ಮಿಕ್ಕ ಎರಡು ಹರಿವಾಣಗಳನ್ನು ಅಡಿಗೆಯ ಹುಡುಗ ತಂದ.

ಇದು ಅಣ್ಣನಿಗೆ ಇಷ್ಟವಾಗಲಿಲ್ಲವೇನೋ! ಅವರುಗಳು ಹೋಗುವವರೆಗೂ ಮುಖದಪ್ಪಗೆ ಮಾಡಿಕೊಂಡಿದ್ದ ಅವನು "ನೀನು ತರೋ ಉಸಾಬರಿ ಯಾಕೆ ತಗಂಡೆ? ಆ ಪದ್ಮ ಹೋಗಿ ಇನ್ನೊಂದ್ಸಲ ತರೋಳು ಅವ್ಳೇನು ಬಿಟ್ಟಿ ಕೆಲ್ಸ ಮಾಡ್ತಾಳ? ಮಿಕ್ಕಿದ್ದು, ಪಕ್ಕಿದ್ದು ಬಕೆಟ್‌ಗಟ್ಲೇ ಒಯ್ತಾಳೆ" ತರಾಟೆಗೆ ತಗೊಂಡ. ಅವಳು ಒಯ್ಯುವುದೇನೂ ತಪ್ಪಾಗಿ ಕಾಣಲಿಲ್ಲ. ಮನೆಯ ಪರಿಸ್ಥಿತಿ ಹೇಗಿದೆಯೋ?

ಹೊರಗೆ ಉರಿಯುವ ಬಿಸಿಲಿತ್ತು. ಛತ್ರ ಇದ್ದಿದ್ದು ಸ್ವಲ್ಪ ದೂರದ ಗುಡ್ಡದ ಮೇಲೆ. ಕಾರು ಪಾರ್ಕಿಂಗ್ ಬೇರೆ ಕಡೆ ಇದ್ದುದರಿಂದ ನಡೆದೇ ಓಡಾಡಬೇಕಿತ್ತು. ಇನ್ನೂ ಸರಿಯಾದ ರಸ್ತೆ ಆಗಿರಲಿಲ್ಲ. ನಾನು ಬಿಡುಬೀಸಾಗಿ ಬರೋದು, ಅವಳು ಇನ್ನೊಮ್ಮೆ ಹೋಗಿ ತರುವುದು ಕಟುಕತನವೆನಿಸಿತು. ಅವನ ಜೊತೆ ವಾದ-ವಿವಾದ ಈ ಸಮಯದಲ್ಲಿ ಬೇಡವೆನಿಸಿತು.

"ಇದೆಲ್ಲ ಹೊಟ್ಟೆ ಹಸಿವಿನ ಮಾತುಗಳು. ಮೊದ್ಲು ಊಟ ಮಾಡೋಣ, ನಡೀ" ಅವನ ರಟ್ಟೆ ಹಿಡಿದು ಒಳಗೆ ಕರೆದೊಯ್ಯುವ ವೇಳೆಗೆ ಪದ್ಮ ಎಲೆ ಹಾಕಿ ನೀರಿಡುತ್ತಿದ್ದಳು ಶ್ರದ್ಧೆಯಿಂದ. ಅಷ್ಟೇ ನಾಜೂಕಿನ ಹುಡುಗಿ. ಸಂಪಿಗೆಯಿಂದ ಅವಳ ಮುಖ ಬಣ್ಣ ಬಿಸಿಲಿನಲ್ಲಿ ಓಡಾಡಿ ಓಡಾಡಿ ಕೆಂಪು ದಾಸವಾಳದ ಬಣ್ಣಕ್ಕೆ ತಿರುಗಿ ಬಿಟ್ಟಿತ್ತು.

"ಅಕ್ಕ, ಊಟಕ್ಕೆ ಕೂತ್ಕೊಳ್ಳಿ" ಎಂದವಳು ತನ್ನ ಲಂಗದ ನೆರಿಗೆಗಳನ್ನು ತುಸು ಎತ್ತಿ ಸಿಕ್ಕಿಸಿಕೊಂಡು ಉಪ್ಪು, ಉಪ್ಪಿನಕಾಯಿ ಬಡಿಸತೊಡಗಿದಳು. ಎಲ್ಲಾ ಸಾಲಾಗಿ ಕೂತೆವು. ಬಲವಂತ ಮಾಡುತ್ತ ಅಚ್ಚುಕಟ್ಟಾಗಿ ಬಡಿಸಿದ ಅವಳ ವೈಖರಿಯಿಂದ ಊಟ ಎಷ್ಟು ತೃಪ್ತಿ ತಂದಿತೆಂದರೆ, ಎಂದೂ ಇಂಥ ಊಟ ಮಾಡಿಲ್ಲವೇನೋಂತ ಅನ್ನಿಸಿತು. ಮೊದಲು ಲೋಟಗಳನ್ನೆಲ್ಲ ಒಯ್ದವಳು, ಎಲೆಗಳನ್ನೆತ್ತಿ, ಉಳಿದ ಅಡಿಗೆಯನ್ನು ಮುಚ್ಚಿಡುವಾಗ ನಾನು ಹೋದೆ.

"ನಿನ್ನ ಊಟ ಕೂಡ ಮುಗ್ದು ಹೋಗ್ಲಿ" ಎಂದೆ ಅವಳನ್ನು ನೋಡುತ್ತ "ಬೇಡಕ್ಕಾ, ಸಾಕಷ್ಟು ಕೆಲ್ಸ ಇದೆ. ಮನೆಗೆ ಹೋದ್ಮೇಲೆ ಊಟ" ಅಂದ ಅವಳು ನನ್ನತ್ತ ತಿರುಗಿ "ಅತ್ತಿಗೆ, ತುಂಬ ಸೊರಗಿದಂತೆ ಕಂಡ್ರು, ಒಂದಿಷ್ಟು ದೃಷ್ಟಿ ನಿವಾಳಿಸಲಾ?" ಅವಳ

ಮಾತಿಗೆ ಪಕಪಕನೆ ನಕ್ಕೆ. ನನಗಿಂತ ವಯಸ್ಸಿನಲ್ಲಿ ಚಿಕ್ಕವಳು. ಆಡುತ್ತ, ಹುಡುಗಾಟವಾಡುತ್ತ ಬೆಳೆಯುವ ತಾನೆಲ್ಲಿ, ಅವಳೆಲ್ಲಿ? ಅಯ್ಯೋ ಅನ್ನಿಸಿತು.

"ಈ ಅಡ್ಗೆಯೆಲ್ಲ ಒಯ್ಯಲಾ? ರಾತ್ರಿಗೆ ಉಳ್ದುಕೊಂಡರೆ ಬೇರೆ ಬಿಸಿ ತಿಳಿಸಾರು, ಅನ್ನ ಮಾಡಿ ಬಡಿಸ್ತಾರೆ" ಎಂದಳು ಕೈಗಳನ್ನ ದಾವಣಿಗಳಿಗೊರೆಸಿಕೊಳ್ಳುತ್ತ "ನಿನ್ಮಾತು ಅತಿಯಾಯ್ತು, ಸುಮ್ನೆ ಬಾ" ಅಣ್ಣ ಕೂಗಿಕೊಂಡಾಗ ಹೋದೆ. ಬಕೆಟ್‌ಗಳನ್ನು ಹೊತ್ತ ಪದ್ಮ ದೇವಸ್ಥಾನದ ಹಿಂಭಾಗದ ಛತ್ರದತ್ತ ನಡೆದಳು.

ಅತ್ತಿಗೆ ಆಯಾಸದಿಂದ ಮಲಗಿದ್ದಳು. ಅಣ್ಣ ಶತಪಥ ಹಾಕುತ್ತಿದ್ದ ಸಿಡಿಮಿಡಿಗುಟ್ಟುತ್ತ ತನಗೆ ಸಿರಿಯನ್ನು ತಂದ ಮಡದಿ ಒಂದಿಷ್ಟು ಸಪ್ಪಗಾದರೂ ಸಹಿಸಲಾರದಷ್ಟು ಪ್ರೀತಿ.

"ಒಂದೇ ಸಮ ನೋಡ್ತಾ ಇದ್ಲು. ಎಲ್ಲೋ ಅವ್ಳ ಕಣ್ಣ್ಗೇ ಬಿದ್ದಿದೆ" ಅಮ್ಮನ ಗೊಣಗುಟ್ಟುವಿಕೆಗೆ ಅಣ್ಣ ಒಂದಿಷ್ಟು ಬೆಂಕಿ ಹಾಕುವಂತೆ "ಹೌದೌದು, ಅವಳದ್ದು ಕೆಟ್ಟ ಕಣ್ಣೇ. ನಾವು ಬಂದರೆ ನಮ್ಮ ಹಿಂದೆ ಬಿದ್ದು ಸಾಯ್ತಾಳೆ. ಕೈಗೆ ನಾಲ್ಕು ಕಾಸು ಸಿಗುತ್ತೆ. ನಮ್ಮ ಮುಖ ನೋಡಿ ಬಕೆಟ್‌ಗಟ್ಲೇ ಅಡ್ಗೇ ಕೊಡ್ತಾರೆ. ಅಂತೂ ಘಾಟಿ ಹುಡ್ಗೀ. ಸಾಲದಕ್ಕೆ ನಿನ್ಮಗ್ಳು ಕೊಡೋಕೆ ಸೀರೆಗಳ್ನ ತಂದಿದ್ದಾಳೆ."

ಕೇಳುತ್ತಲೇ ಹೋಗಿ ಅತ್ತಿಗೆಯ ಬಳಿ ಕೂತೆ. ಸೌಮ್ಯವಾಗಿ ಕಣ್ಮುಚ್ಚಿ ಮಲಗಿದ್ದರು. ರೂಪವತಿ, ಅದಕ್ಕೆ ಅನುಗುಣವಾಗಿ ಶ್ರೀಮಂತಿಕೆ, ಮೈತುಂಬ ಒಡವೆ, ಓಲೈಸುವ, ಅತ್ತೆ, ಮಾವ, ಹೇಳಿದ ಕೂಡಲೇ ನಡೆಸಲು ತುದಿಗಾಲಿನಲ್ಲಿ ನಿಂತಿರುವ ಗಂಡ ಇವಿಷ್ಟು. ಅತ್ತಿಗೆ ಪೂರ್ಣ ಸುಖಿಯೇ. ಇವೆಲ್ಲ ಬೆರೆತಿದ್ದರಿಂದ ಮತ್ತಷ್ಟು ತುಂಬಿಕೊಂಡು ಚೆಲುವಾಗಿ ಕಾಣುತ್ತಿದ್ದದ್ದೇನು ಹೆಚ್ಚುಗಾರಿಕೆಯಲ್ಲ. ಹಾಗೆಂದು ಎಲ್ಲರ ಎದುರು ಹೇಳಲು ನಾನು ಸಿದ್ಧಳಿಲ್ಲ.

"ಹೋದ್ಲಾ ಅವ್ಳು? ಪದ್ಮನ ಕಣ್ಣು ಒಳ್ಳೇದಲ್ಲ" ಅಮ್ಮ ನುಡಿದಾಗ ತಮಾಷೆಯಿಂದ "ಹಾಗೇನು, ಕಾಣೋಲ್ಲ! ನಮ್ಮೆಲ್ಲರ ಕಣ್ಣುಗಳಿಗಿಂತ ಅವ್ಳ ಕಣ್ಣುಗಳು ಚೆನ್ನಾಗಿವೆ. ನೋಡಲು ಆಕರ್ಷಕವಾಗಿವೆ, ಅಷ್ಟೇ ಆರೋಗ್ಯವಾಗಿಯೂ ಇದೆ" ಮೆಲ್ಲಗೆ ಛೇಡಿಸಿದೆ. ಅಮ್ಮ ಮುಖ ಗಂಟಿಕ್ಕಿದ್ದರು.

"ನಿಂಗೇನೂ ಗೊತ್ತಾಗೋಲ್ಲ, ಸುಮ್ಮನಿರು" ಗದರಿದರು.

ಅಷ್ಟರಲ್ಲಿ ಮಲಗಿದ್ದ ಅತ್ತಿಗೆ 'ವಾಕ್' ಎಂದು ವಾಂತಿ ಮಾಡಿಕೊಂಡಿದ್ದು ಹಾಸಿಗೆ, ದಿಂಬಿನಿಂದ ಹಿಡಿದು ನೆಲವೆಲ್ಲ ಸಿಡಿಯಿತು. ಪಿತ್ತದ ನೀರಿನ ಜೊತೆ ತಿಂದದ್ದೆಲ್ಲಾ ವಾಂತಿಯಾಗಿ ವಾಸನೆ ಹರಡಿತು.

"ಯಾರನ್ನಾದ್ರೂ ಕರೆದು ಕ್ಲೀನ್ ಮಾಡ್ಸು" ಎಂದು ಅಮ್ಮ ಅಣ್ಣನಿಗೆ ಆಣತಿ ಇತ್ತು ಪಕ್ಕದ ಕೋಣೆಗೆ ಕರೆದೊಯ್ದಳು. ಅಣ್ಣ ಆತಂಕದಿಂದ ಧಾವಿಸಿದ "ಏನಾಯ್ತು, ಏನಾಯ್ತು?"

ಅತ್ತಿಗೆಗೆ ಬೇರೆ ಸೀರೆಗಳನ್ನೊಯ್ದು ಕೊಟ್ಟೆ. ಬಟ್ಟೆ ಬದಲಾಯಿಸುವ ವೇಳೆಗೆ ಇನ್ನೆರಡು ಸಲ ವಾಂತಿಯಾಯಿತು. ಆ ಸಮಯದಲ್ಲಿ ಛತ್ರದಲ್ಲಿ ಕೆಲಸ ಮಾಡುವ ಜನ ಇಲ್ಲದ್ದರಿಂದ ಹೋದ ಅಣ್ಣ ಹಿಂದಿರುಗಿ ಬಂದ. ಪೆಚ್ಚುಮುಖ ಮಾಡಿಕೊಂಡು.

"ಪದ್ಮನ ಕರ್ಕೊಂಡು ಬಾ ಹೋಗು" ನನ್ನನ್ನ ಅಟ್ಟಿದಳು ಅಮ್ಮ ಬಡಿಸುತ್ತಿದ್ದವಳು ವಿಷಯ ತಿಳಿದ ಕೂಡಲೇ ಓಡಿ ಬಂದಳು. ಸ್ವಲ್ಪ ಕೂಡ ಮುಖ ಕುಗ್ಗಿಸದೇ ವಾಂತಿಯನ್ನೆಲ್ಲಾ ಬೊಗಸೆಯಲ್ಲಿಯೇ ಎತ್ತಿ, ಮತ್ತೆರಡು ಸಲ ರೂಮನ್ನೆಲ್ಲಾ ಚೊಕ್ಕಟ ಮಾಡಿ ನಂತರ ಫಿನಾಯಿಲ್ ತಂದು ಹಾಕಿ ಒರೆಸಿದಳು. ಮತ್ತೆರಡು ಸಲ ವಾಂತಿ ಅನ್ನಪೂರ್ಣಾಗೆ. ಡಾಕ್ಟರ್ ಬಂದು ನೋಡಿದ ನಂತರ ತಕ್ಷಣ ಹೊರಟೆವು. ಅಂದೇ ನಾನು ಪದ್ಮನ ಕಡೆಯ ಸಲ ನೋಡಿದ್ದು. ರಿಸಲ್ಟ್, ಸೀಟುಗಳ ದಾಂಧಲೆಯ ನಡುವೆ ನಾನು ಲಕ್ಷ್ಮೀಪುರಕ್ಕೆ ಹೋಗಲಿಲ್ಲ. ಬಳ್ಳಾರಿಯಲ್ಲಿ ಮೆಡಿಕಲ್ ಸೀಟು ಸಿಕ್ಕಿದ್ದರಿಂದ ವರ್ಷದ ನಂತರವೇ ಬಂದಾಗ ಲಕ್ಷ್ಮೀಪುರಕ್ಕೆ ಹೋಗುವ ಅವಕಾಶ ಕೂಡಿ ಬಂದಿದ್ದು. ಇಂದು ಕೂಡ ಕಾರಿನಿಂದ ಇಳಿದ ಕೂಡಲೇ ನೆನಪಾದದ್ದು ಪದ್ಮನೇ. ಕೆನ್ನೆಗೆ ಹಾಕಿಕೊಂಡೆ? ಪ್ರತಿಮೆಯಾಗಿ ನಿಂತಿದ್ದ ಲಕ್ಷ್ಮಿಗಿಂತ ನಂಗೆ ಪದ್ಮನೇ ಪ್ರಿಯವಾಗಿದ್ದಳು. ಯಾಕೆ? ಇಂಥ ಪ್ರಶ್ನೆಗಳು ಎಲ್ಲರಿಗೂ ಒಂದಲ್ಲ ಒಂದು ಸಂದರ್ಭದಲ್ಲಿ ಕಾಡಬಹುದು. ಕೆಲವೊಮ್ಮೆ ಉತ್ತರ ಕೂಡ ಸಿಗದು.

ಛತ್ರಕ್ಕೆ ಪೂಜೆ ಮುಗಿಸಿಕೊಂಡು ಹಿಂದಿರುಗುವವರೆಗೂ ಕಾದು ಸಾಕಾದ ನಾನು "ಅಮ್ಮ, ಪದ್ಮ ಎಲ್ಲಿ?" ಕೇಳಿದೆ. ತಕ್ಷಣ ಅಮ್ಮ ಉತ್ತರಿಸಲಿಲ್ಲ. ಅದಕ್ಕೆ ಬದಲಾಗಿ ಆಯಾಸದಿಂದ ಕೂತ ಅತ್ತಿಗೆ "ಎಂಟತ್ತು ತಿಂಗಳಿಂದ ನೋಡೇ ಇಲ್ಲ" ಎಂದರು. ವಿಪರೀತ ಸುಖದಿಂದ ಮತ್ತಷ್ಟು ದಪ್ಪಗಾದ ಅತ್ತಿಗೆ ಈಚೆಗೆ ಆಯಾಸದಿಂದ ನರಳುತ್ತಿದ್ದರು. ಜೊತೆಗೆ ಮದುವೆಯಾಗಿ ಮೂರು ವರ್ಷವಾದರೂ ಇನ್ನೂ ತೊಟ್ಟಿಲು ಕಟ್ಟಲಿಲ್ಲವೆನ್ನುವ ಕೊರಗು ಇದ್ದರೂ, ದಿನ ದಿನಕ್ಕೆ ವೃದ್ಧಿಯಾಗುತ್ತಿದ್ದ ಶ್ರೀಮಂತಿಕೆಯ ಮೇಲಿನ ಅಭಿಮಾನ ಆ ನೋವನ್ನು ತಾತ್ಕಾಲಿಕವಾಗಿ ಮರೆಸುತ್ತಿತ್ತು.

ನಂಗಂತೂ ತುಂಬಾ ಗಾಬರಿಯಾಯಿತು. "ಯಾಕೆ, ಯಾರನ್ನಾದ್ರೂ ವಿಚಾರಿಸಬೇಕಾಗಿತ್ತು" ಆಕ್ಷೇಪಿಸಿದೆ. ಜೊತೆಯಲ್ಲಿ ಕರೆತಂದ ಕೆಲಸದ ಹುಡುಗನ ಮೇಲೆ ರೇಗಾಡುತ್ತಿದ್ದ ಅಮ್ಮ "ಇಲ್ಲಿಗೆ ಬರೋದು ಅವರಿವ್ರನ್ನ ವಿಚಾರಿಸೋಕಲ್ಲ. ನಿಂಗ್ಯಾಕೆ ಅವ್ಳ ಮೇಲೆ ಅಷ್ಟೊಂದು ಸಹಾನುಭೂತಿ" ರೇಗಿಕೊಂಡರು. ಅವಳ ವಿಷಯ ಎತ್ತುವುದು ಯಾರಿಗೂ ಇಷ್ಟವಾಗಿ ಕಾಣಲಿಲ್ಲ. ನಂಗೆ ಏನೇನೂ ಅರ್ಥವಾಗಲಿಲ್ಲ. ನಮ್ಮ ಕುಟುಂಬಕ್ಕೆ ಅವಳು ಮಾಡಿದ್ದು ತುಂಬ. ಬಂದ ಕೂಡಲೇ ಹಾಜರಾಗುತ್ತಿದ್ದವಳು ನಮ್ಮ ಕಾರು ಕದಲುವವರೆಗೂ ನಮ್ಮ ಎಲ್ಲಾ ಕೆಲಸಗಳನ್ನೂ ನಮ್ರತೆಯಿಂದ ಅಚ್ಚುಕಟ್ಟಾಗಿ ಮಾಡುತ್ತಿದ್ದ 'ಪದ್ಮ'ಳ ಬಗ್ಗೆ ಕಿಂಚಿತ್ ವಿಶ್ವಾಸವಿಲ್ಲದ ಜನರಾಗಿ ಕಂಡರು.

ಅವರುಗಳನ್ನು ಅವರ ಪಾಡಿಗೆ ಬಿಟ್ಟು ಹೊರಬಂದೆ. ಛತ್ರದಲ್ಲಿ ಹೊಸದಾಗಿ ಕೆಲಸಕ್ಕೆ ಸೇರಿಕೊಂಡಿದ್ದವರಿಗೆ ಅವಳ ಬಗ್ಗೆಯೇನೂ ಗೊತ್ತಿಲ್ಲ. ದೇವಸ್ಥಾನದ

ಹಿಂಬದಿಯಲ್ಲಿರುವ ಪಾಕಶಾಲೆಯ ಬಳಿ ನಡೆದೆ. ಅಲ್ಲೂ ಕೂಡ ಜನರಲ್ಲಿ ನನ್ನ ಕಣ್ಣುಗಳು ಪದ್ಮಳನ್ನು ಅರಸುತ್ತಿದ್ದವು.

ಬಡಿಸುವ ಹಳೆಯ ಹುಡುಗನನ್ನು ಕರೆದು "ಪದ್ಮ ಎಲ್ಲಿ?" ವಿಚಾರಿಸಿದೆ. "ಯಾವ ಪದ್ಮ? ನಂಗೇನೂ ಗೊತ್ತಿಲ್ಲ." ಹೊರಟವನನ್ನ ನನ್ನ ಕೂಗು ಹಿಡಿದು ನಿಲ್ಲಿಸಿತು. ನಮ್ಮ ಕುಟುಂಬಕ್ಕೆ ಇಲ್ಲಿ ರಾಜ ಮರ್ಯಾದೆ ಇತ್ತು. ಪ್ರಧಾನ ಅರ್ಚಕರಿಂದ ಹಿಡಿದು ಸಣ್ಣಪುಟ್ಟ ಕೆಲಸ ಮಾಡುವ ಜನ ಕೂಡ ಭಯ-ಭಕ್ತಿಯಿಂದ ನಡೆದುಕೊಳ್ಳುತ್ತಿದ್ದರು. "ಪದ್ಮ ಎಲ್ಲಿ? ನಿಂಗೆ... ಗೊತ್ತಿಲ್ವಾ?" ಗಟ್ಟಿಯಾಗಿಯೇ ಕೇಳಿದೆ "ಅಲ್ಲೆಲ್ಲೋ ಹೂವು ಮಾರೋಳೂ, ಮೂರು ದಿನದಿಂದ ಬಂದಿಲ್ಲ, ಅಷ್ಟೆ" ಎಂದು ಬಕೆಟ್‌ನೊಂದಿಗೆ ಓಡಿದ.

ಸರಿಯಾದ ವಿಷಯ ತಿಳಿದಿದ್ದು ಅಡಿಗೆಯವರಿಂದ. ಎಂಟು ತಿಂಗಳ ಹಿಂದೆ ಕಾರಿಗೆ ಸಿಕ್ಕಿ ಎರಡು ಕಾಲುಗಳನ್ನು ಕಳೆದುಕೊಂಡ ಪದ್ಮ ಕುಂಟಿಯಾಗಿದ್ದಳು. ಮನೆಯ ಬಳಿ ಕಟ್ಟಿದ ಹೂಗಳನ್ನು ತೆವಳಿಕೊಂಡು ಬಂದು ದೂರದಲ್ಲಿ ಕೂತು ಮಾರಾಟ ಮಾಡಿಕೊಂಡು ಹೋಗುತ್ತಿದ್ದವಳು ಮೂರು ದಿನದಿಂದ ಬಂದಿರಲಿಲ್ಲ.

ನೊಂದು ಛತ್ರದ ಬಳಿಗೆ ಹಿಂದಿರುಗಿದಾಗ ಅಣ್ಣ ಹೊರಗಡೆಯೇ ನಿಂತಿದ್ದ. "ಎಲ್ಹೋಗಿದ್ದೆ ಬಿಸಿಲಲ್ಲಿ? ಎಲ್ಲಾ ನಿಂಗೋಸ್ಕರ ಊಟಕ್ಕೆ ಕಾಯ್ತಾ ಇದ್ದಾರೆ" ಎಂದ ಸ್ವಲ್ಪ ಸಿಡಿಮಿಡಿಯಿಂದ. ಯಾಕೋ ನಂಗೆ ಮಾತೇ ಬೇಡವೆನಿಸಿತು. ನಂಗೆ ತುತ್ತು ಕೂಡ ಎತ್ತಲಾಗಲಿಲ್ಲ. ಲಂಗದ ನೆರಿಗೆಗಳನ್ನು ಸಿಕ್ಕಿಸಿಕೊಂಡು ಓಡಾಡುತ್ತಿದ್ದ ಆ ಹುಡುಗಿಯ ನೆನಪು ಬಾಧಿಸಿತು. ಅತ್ತಿಗೆಯ ವಾಂತಿಯನ್ನು ಸ್ವಲ್ಪ ಕೂಡ ಅಸಹ್ಯಿಸಿಕೊಳ್ಳದೆ ಬಾಚಿ ಹಾಕಿದ ಅವಳು ನೆನಪಾಗಿ ಕಾಡಿದಳು.

ನನ್ನ ಮೌನ ಯಾರಿಗೆ ಏನು ಅನ್ನಿಸಿತೋ, ಅಂತೂ ಸತ್ಯ ಹೊರಬರಲು ಸಹಾಯ ಮಾಡಿತು.

"ಆತುರಕ್ಕೆ ಬಿದ್ದು ಕಾಲುಗಳ್ನ ಕಳೆದುಕೊಂಡ್ಲು. ಹಾಳಾದವ್ಳು ನಮ್ಮ ಕಾರು ಕೆಳ್ಗೇ ಬೀಳಬೇಕಿತ್ತಾ? ಅದ್ಕೆ ನಾವು ಹೊಣೆನಾ?" ಉದ್ಗಾರವನ್ನು ಅತ್ತಿಗೆ ಬಿಡಿಸಿಟ್ಟಳು. ಛತ್ರದ ರೂಮಿನಲ್ಲಿ ಮರೆತು ಹೊರಟಿದ್ದ ಬೆಳ್ಳಿಯ ತಟ್ಟೆಯನ್ನು ಕೊಡಲು ಬಂದು ಕಾಲುಗಳನ್ನು ಕಳೆದುಕೊಂಡ ನತದೃಷ್ಟೆ ಅವಳು. ಅಂದು ಐದು ಸಾವಿರದಷ್ಟು ಹಣವನ್ನು ಪಾರುಪತ್ತ್ರದಾರರಿಗೆ ಕೊಟ್ಟು ಚಿಕಿತ್ಸೆ ಮಾಡಿಸಲು ಹೇಳಿ ಹೋಗಿದ್ದರೆ ವಿನಃ ಕನಿಷ್ಟ ರಕ್ತದ ಮಡುವಿನಲ್ಲಿ ಬಿದ್ದ ಅವಳನ್ನು ಆಸ್ಪತ್ರೆಗೆ ಸೇರಿಸುವ ಕನಿಕರ ತೋರಿರಲಿಲ್ಲ ಇವರುಗಳು. ಬಸುರಿಯ ಬಯಕೆಯಿಂದ ನರಳುತ್ತಿದ್ದ ಮಡದಿಯೊಂದಿಗೆ ಆದಷ್ಟು ಬೇಗ ಹಿಂದಿರುಗುವುದು ಅಣ್ಣನಿಗೆ ಬೇಕಿತ್ತು. ಆಮೇಲೆ ಒಂದು ಸಲ ಕೂಡ ಪದ್ಮನ ನೋಡಿರಲಿಲ್ಲ.

ಪ್ರಜ್ಞೆ ಬಂದ ಮೇಲೆ ಆ ನತದೃಷ್ಟ ಹುಡುಗಿ ಬೇರೆ ಯಾವುದೋ ಕಾರು ತನ್ನ ಕಾಲುಗಳ ಮೇಲೆ ಹಾಯ್ದು ಹೋಯಿತೆಂದು ತಿಳಿಸಿದಳೇ ವಿನಃ ಇವರುಗಳ ಬಗ್ಗೆ ಚಕಾರವೆತ್ತಿರಲಿಲ್ಲ. ನನ್ನ ಕಣ್ಣುಗಳು ಹನಿಗೂಡಿದವು. ವಿದ್ಯೆ ಇಲ್ಲದ ಆ ಬಡ ಹುಡುಗಿ

ಉತ್ತಮ ಸಂಸ್ಕಾರವಂತಳಾಗಿ ಕಂಡಳು. ಅವರುಗಳ ಮಾತುಗಳಿಂದ ಇಂದಿಗೂ ಅವಳು ತಪ್ಪಿತಸ್ಥಳು. ಪಶ್ಚಾತ್ತಾಪವಿಲ್ಲದ ಜನ ರಾಕ್ಷಸರಾಗಿ ಕಂಡರು.

ಸಾಕ್ಷಾತ್ ಅನ್ನಪೂರ್ಣೆಯೆನಿಸಿದ ಅತ್ತಿಗೆಯ ಪಕ್ಕ ಹೋಗಿ ಕೂತು "ಅತ್ತಿಗೆ, ನಿಮ್ಗೆ ಎಂದೂ ಪದ್ಮನ ನೋಡ್ಬೇಕೂಂತ ಅನ್ನಿಸ್ಲಿಲ್ವಾ?" ಕೇಳಿದೆ. ಶಾಂತವಾಗಿದ್ದ ಅತ್ತಿಗೆಯ ಮುಖ ವಿವರ್ಣವಾಯಿತು. "ಇಲ್ಲಿಗೆ ಬರೋದು ಬರೀ ಪೂಜೆಗೋಸ್ಕರ. ಅತ್ತಿತ್ತ ನನ್ನ ಮನಸ್ಸು ಅಲ್ಲಾಡೋಲ್ಲ. ಈಗ ಕೆಲ್ಸದ ಹುಡ್ಗನ್ನ ಜೊತೆಯಲ್ಲಿ ಕರ್ಕೊಂಡ್ ಬರೋದ್ರಿಂದ ಬೇರೆಯವ್ರ ಅಗತ್ಯ ಕಾಣೋಲ್ಲ" ಸಹಜವಾಗಿ ನುಡಿದ ನುಡಿಗಳಲ್ಲಿ ಭಾವವಿಕಾರವಿರಲಿಲ್ಲ. ಒಮ್ಮೆಲೇ ಅತ್ತಿಗೆಯ ಬಗ್ಗೆ ಇದ್ದ ಗೌರವದ ಪ್ರಮಾಣ ಅರ್ಧದಷ್ಟಾದರೂ ಕುಸಿಯಿತು.

ಸುಮ್ಮನೆ ಎದ್ದು ಹೊರಗೆ ಬಂದವಳು ಅವರಿವರನ್ನು ಕೇಳಿಕೊಂಡು ಸ್ವಲ್ಪ ಊರಿನಿಂದ ಹೊರಗಡೆ ತೋಟದಲ್ಲಿದ್ದ ಪದ್ಮಳ ಪುಟ್ಟ ಮನೆಗೆ ಬಂದಾಗ, ಕಾಲುಗಳು ಇಲ್ಲದ ಪದ್ಮ ಮರದ ಬೊಡ್ಡೆಗೆ ಒರಗಿ ಸರಸರನೆ ಹೂ ಕಟ್ಟುತ್ತಿದ್ದವಳು ತಲೆಯೆತ್ತಿ "ಅಕ್ಕಾ... ಎಂದಳು. ಅವಳ ಕಣ್ಣುಗಳಿಂದ ಆನಂದಬಾಷ್ಪ ಹರಿದವು.

ಹತ್ತಿರದಲ್ಲಿ ಹೋಗಿ ಕೂತೆ. ಬಿಕ್ಕಿಬಿಕ್ಕಿ ಅತ್ತಳು. ಆಕ್ಸಿಡೆಂಟ್‌ನ ನಂತರ ಇವರ ಕುಟುಂಬವನ್ನು ನೋಡಿಯೇ ಇರಲಿಲ್ಲ. ಒಮ್ಮೆ ಅಂಥ ಪ್ರಯತ್ನ ಮಾಡಿದಾಗ "ಆ ಕುಂಟಿ ಪದ್ಮ ಬರೋದ್ಬೇಡ" ಸಾಕ್ಷಾತ್ ಅನ್ನಪೂರ್ಣೆಯ ಸ್ವರೂಪಳಾದ ಅವಳ ಅತ್ತಿಗೆಯೇ ಬೇರೆಯವರಿಂದ ಹೇಳಿ ಕಳಿಸಿದ್ದಳು.

ಅವಳ ಕುಟುಂಬದ ಸದಸ್ಯರನ್ನು ಪರಿಚಯಿಸಿದಳು. ಹತ್ತು ಜನರಿದ್ದ ಕುಟುಂಬದಲ್ಲಿ ಇವಳೇ ಸಮರ್ಥಳಾಗಿದ್ದುದು ಅವಳ ತಾಯಿ ಮಂಚ ಹಿಡಿದಿದ್ದರೆ, ಅವಳಪ್ಪ ದೇಶಾಂತರ ಹೋಗಿದ್ದ. ಒಬ್ಬ ಅಣ್ಣ ಅರೆಹುಚ್ಚ, ಇದ್ದ ಅಜ್ಜಿ-ತಾತಾ ಪೂರ್ತಿ ವಯಸ್ಸಾದ ಅಸಹಾಯಕರು. ಇನ್ನು ಎರಡು ಪುಟ್ಟವು ಓಡಾಡುತ್ತಿದ್ದವು. ಇಷ್ಟು ಸಂಕಷ್ಟಗಳ ಸರಮಾಲೆಯನ್ನು ಕುತ್ತಿಗೆಗೆ ಹಾಕಿಕೊಂಡಿದ್ದರೂ, ಒಮ್ಮೆ ಕೂಡ ತನ್ನ ಕುಟುಂಬದ ಬಗ್ಗೆ ಹೇಳಿಕೊಂಡಿದ್ದಿಲ್ಲ.

ಎಲ್ಲರನ್ನೂ ಹತ್ತಾರು ಸಲ ವಿಚಾರಿಸಿದಳು ಅಕ್ಕರೆಯಿಂದ. ಒಂದಿಷ್ಟು ಕೋಪವಾಗಲೀ, ವಿಷಾದವಾಗಲೀ ಇರಲಿಲ್ಲ ಅವಳ ಮಾತುಗಳಲ್ಲಿ. "ನೀವು ದೊಡ್ಡ ಡಾಕ್ಟ್ರು ಆದ್ಮೇಲೆ ಒಮ್ಮೆ ಬನ್ನಿ ಅಕ್ಕ" ಎಂದಳು ಆತ್ಮೀಯವಾಗಿ. ನಾನು ಮೂಕಳಾಗಿದ್ದೆ. "ಈ ತೋಟದಲ್ಲಿ ಇರೋಕೆ ಜಾಗ ಕೊಟ್ಟಿದ್ದಾರೆ. ಅದೇ ಅನ್ನಕ್ಕೆ ದಾರಿಯಾಗಿದೆ. ನಾನೇ ತೆವಳಿಕೊಂಡ್ಹೋಗಿ ಮಾರ್ತಾ ಇದ್ದೆ. ಯಾಕೋ ಆಗ್ತಾ ಇಲ್ಲ. ಕೆಲವರು ಇಲ್ಲಿಗ್ಬಂದು ಕೊಂಡ್ಹೋಗ್ತಾರೆ" ಹೇಳಿದವಳು ಕಟ್ಟಿದ ಎರಡು ಮೂರು ಮಾರು ಹೂವನ್ನು ಎಲೆಯಲ್ಲಿ ಸುತ್ತಿ ಅವಳ ಕೈಯಲ್ಲಿಟ್ಟಳು. "ಅತ್ತಿಗೆಗೆ ಕೊಡಿ, ಆದರೆ ನಾನು ಕೊಟ್ಟೇಂತ ಹೇಳ್ಬೇಡಿ" ಎಂದು ಕಣ್ತುಂಬಿದಾಗ ಅವಳು ಬೆಳೆದ ಎತ್ತರಕ್ಕೆ ದಂಗಾದೆ.

ಹಿಂದಿರುಗುವಾಗ ಹೂವಿಗಾಗಿ ಅರಸಿಕೊಂಡು ಬಂದ ಭಕ್ತಾದಿಗಳು "ಕುಂಟಿ ಪದ್ಮ ಮನೆ ಎಲ್ಲಿ?" ಎಂದು ವಿಚಾರಿಸಿದಾಗ ಅತ್ತ ಕೈ ತೋರಿಸಿದೆ. ತಾನು

ಕುಂಟಿಯಾದನೆಂಬ ವಿಷಾದಕ್ಕಿಂತ ಬದುಕಬೇಕೆಂಬ ಛಲವೇ ಪದ್ಮಳಲ್ಲಿ ನಾನು ಕಂಡಿದ್ದು. ಗಡಿಯಾರದಲ್ಲಿರಬೇಕಾದ ದೈವಲಕ್ಷ್ಮಿ ಅವಳ ಕೈಯಲ್ಲಿ ಹೂಗಳ ರೂಪದಲ್ಲಿ ನಲಿಯುತ್ತಿದ್ದಾಳೆನಿಸಿತು.

ಅಂದು ಬಂದನಂತರ ನಾನು ಲಕ್ಷ್ಮೀಪುರದ ಕಡೆ ಹೋಗಲಿಲ್ಲ. ಮೆಡಿಕಲ್ ಕೋರ್ಸ್ ಮುಗಿದ ಮೇಲೆ ಮದುವೆಯೂ ಆಯಿತು. ನನ್ನವರು ಕೂಡ ಒಬ್ಬ ಡಾಕ್ಟರ್. ಇಬ್ಬರೂ ಕೂಡಿಯೇ ಹೈದರಾಬಾದ್‌ನಲ್ಲಿ ನರ್ಸಿಂಗ್ ಹೋಂ ನಡೆಸುತ್ತಿದ್ದೇವೆ. ಇಬ್ಬರು ಮಕ್ಕಳು, ವರ್ಷಗಳು ಉರುಳಿಹೋಗಿವೆ. ತವರುಮನೆ ಹಂಬಲ ಕಡಿಮೆಯಾಗಿದೆ. ನನ್ನಣ್ಣ ದೊಡ್ಡ ಶ್ರೀಮಂತ. ಇಂದು ಕೂಡ ಲಕ್ಷ್ಮೀಪುರದ ಒಡನಾಟವಿದೆ. ಒಂದೆರಡು ಸಲ ಅಬಾರ್ಷನ್ ಆದ ಮೇಲೆ ನನ್ನ ಅತ್ತಿಗೆಗೆ ಮುಟ್ಟು ನಿಲ್ಲಲಿಲ್ಲ. ಮಕ್ಕಳಿಲ್ಲದ ಮನೆ ಬಿಕೋ ಅನ್ನುತ್ತೆ.

ದಯವಿಟ್ಟು ನೀವುಗಳು ಯಾರಾದರೂ ಲಕ್ಷ್ಮೀಪುರಕ್ಕೆ ಹೋದರೆ ಪದ್ಮ ಸಿದ್ಧಪಡಿಸಿದ ಹಾರವನ್ನೇ ದೇವರಿಗೆ ಅರ್ಪಣೆ ಮಾಡಿ, ಕುಂಟಿ ಪದ್ಮ ಹೃದಯವಂತ ಹುಡುಗಿ.

●

5. 'ಮನದನ್ನೆ!'

ಕಥೆ ಓದುವ ಮುನ್ನ....

(ಮಲ್ಲಿಗೆ ಸಂಪಾದಕರು 'ಸೌಂದರ್ಯ' ವಸ್ತು ಆಧಾರಿತ ವಿಶೇಷ ಸಂಚಿಕೆಗೆ ಒಂದು ಕಥೆ ಕಳಿಸಿ ಎಂದು ಪತ್ರ ಬರೆದಿದ್ದರು, ನನ್ನ ಮನಸ್ಸಿಗೆ ಒಂದು ವಿಷಯ ಹೊಳೆಯಿತು. ನನ್ನ ಕಾದಂಬರಿ 'ಚಿರಂತನ'ದಲ್ಲಿನ ಒಂದು ಸನ್ನಿವೇಶದ ಬಗ್ಗೆ ಓದಿದ ಓದುಗರೆಲ್ಲ ಮೆಚ್ಚಿಗೆ ವ್ಯಕ್ತಪಡಿಸುವುದರ ಜೊತೆಗ ಅವರ ನೆನಪುಗಳನ್ನು ನನ್ನ ಮುಂದೆ ಹರಡಿದ್ದಾರೆ. ಆ ಸನ್ನಿವೇಶ, ಸಂದರ್ಭ ಹೆಚ್ಚಿನ ಓದುಗರಿಗೆ ಇಷ್ಟವಾಗಿದೆ. ಆ ಸಂದರ್ಭ, ಸನ್ನಿವೇಶವನ್ನೇ ಇಟ್ಟುಕೊಂಡು ಯಾಕೆ ಒಂದು 'ಕಥೆ' ಬರೆಯಬಾರದೆನಿಸಿತು. ವಸ್ತುವಿಗೆ ಅನುಗುಣವಾಗಿ ಸಾಕಷ್ಟು ಬದಲಾವಣೆಗೊಂಡ ಕಥೆ ನಿಮ್ಮ ಮುಂದಿದೆ....)

ನನ್ನಕ್ಕನ ಊರು ನೇತ್ರಾವತಿ!

ಹಾಗೆಂದು ನೇತ್ರಾವತಿ ಅವಳ ತವರಲ್ಲ, ಗಂಡನ ಮನೆ. ಅವಳಿಗೆ ವಿವಾಹದ ನಂತರವೇ ನಾನು ಮೊದಲ ಸಲ ನೇತ್ರಾವತಿಗೆ ಬಂದಿದ್ದು. ಸಿಟಿಯಲ್ಲಿ ಬೆಳೆದ ನನಗೆ ಈ ಊರು ಇಷ್ಟವಾಗಿದ್ದು ಹಲವು ಕಾರಣಕ್ಕೆ. ಗದ್ದೆ ಬಯಲು, ತೋಟ, ಹುಣಸೇ ತೋಪು, ತೆಂಗಿನ ಮರಗಳು-ಇವೆಲ್ಲ ಒಂದಕ್ಕಿಂತ ಒಂದು ಇಷ್ಟವಾಗುವುದರ ಜೊತೆಗೆ ಗುಂಡಪ್ಪನವರ ಮಗಳು ರುಕ್ಮಿಣಿ ಕೂಡ ಆಕರ್ಷಣೆಗೆ ಕಾರಣವಾಗಿದ್ದಳು. ಆ ವಯಸ್ಸಿನಲ್ಲಿ ಜೊತೆ ಜೊತೆಯಲ್ಲಿ ಓಡಾಡುವಷ್ಟು ಸಲಿಗೆ ಇಲ್ಲದಿದ್ದರೂ, ಆಗಾಗ ಅವರ ಮನೆಗೆ ಹುಡುಕಿಕೊಂಡು ಹೋಗಿದ್ದಂತು ಉಂಟು. ತುಂಬ ಸರಳವಾದ ಜನ, ಆತ್ಮೀಯ ಕುಟುಂಬದಲ್ಲಿ ಅಚ್ಚಿಯ ಮಗಳಾಗಿ ಬೆಳೆದಿದ್ದರಿಂದ ದುಂಡು ದುಂಡಗೆ ಮುದ್ದು ಮುದ್ದಾಗಿದ್ದಳು. ಸ್ನೇಹಿತ ಅನ್ಯೋನ್ಯತೆರ ಮಟ್ಟಿಗೆ ಬೆಳೆದಿತ್ತು ಗೆಳೆತನ.

ಆಗಾಗ, ಅಂದರೆ ಸ್ಕೂಲು, ಕಾಲೇಜಿಗೆ ರಜೆ ಬಂದಾಗ ಬರುತ್ತಿದ್ದರಿಂದ ನೇತ್ರಾವತಿಯ ಇಂಚು ಇಂಚು ಪರಿಚಯವಾಗಿತ್ತು. ಈ ಸಲ ಮಾತ್ರ ಹತ್ತು ವರ್ಷಗಳ ನಂತರವಷ್ಟೇ. ಆ ಮಧ್ಯೆ ನನ್ನ ಬದುಕಿನಲ್ಲಿ ಸಾಕಷ್ಟು ಬದಲಾವಣೆಗಳು ಬಂದು ಹೋಗಿತ್ತು. ಮದುವೆಯಾಗಿತ್ತು. ಒಂದು ಮಗುವಿನ ತಂದೆ. ಸರಸ, ವಿರಸ ಜೊತೆ ಬದುಕಿನ ಬಗ್ಗೆ ಸಾಕಷ್ಟು ಉತ್ಸಾಹಮಾಯವಾಗಿದ್ದು ಮಾತ್ರ ದೊಡ್ಡ ದುರಂತ. ಅನಿರೀಕ್ಷಿತವಾದ ಸವಾಲನ್ನೆದುರಿಸುತ್ತಿದ್ದ.

ಬೆಳಿಗ್ಗೆ ಎದ್ದವನೆ ಅಕ್ಕ ಕೊಟ್ಟ ಕಾಫಿ ಕುಡಿದು "ಒಂದಿಷ್ಟು ಆಡ್ಡಾಡಿಕೊಂಡು ಬರ್ತೀನಿ" ಅತ್ತಿತ್ತ ದೃಷ್ಟಿ ಹಾಯಿಸುತ್ತ ಹೊರಟವನನ್ನು ಹಲವರು ಗುರುತು ಹಿಡಿದು ಮಾತಾಡಿಸಿದರು. ಅಷ್ಟಿಷ್ಟು ಬದಲಾವಣೆ ಕಂಡ ಊರಿನಲ್ಲಿ ಅಲ್ಲಲ್ಲಿ ಮಣ್ಣಿನ ಮಾಡಿನ

ಮನೆಗಳು ಮಾಯವಾಗಿ ಆರ್.ಸಿ.ಸಿ. ಬಿಲ್ಡಿಂಗ್‌ಗಳು ತಲೆಯೆತ್ತಿದ್ದು ಸೋಜಿಗವೆನಿಸಲಿಲ್ಲ. ಬಿದ್ದು ಈಜಾಡುತ್ತಿದ್ದದ್ದುಂಟು. ಆಗ ದಂಡೆಯ ಮೇಲೆ ನಿಂತ ರುಕ್ಮಿಣಿ ಎಷ್ಟೋ ಸಲ ಚಪ್ಪಾಳೆ ತಟ್ಟುವುದರ ಜೊತೆಗೆ 'ವಿಶ್ವ ತುಂಬಾ ದೂರದವರೆಗೂ ಈಜಿಕೊಂಡು ಹೋಗ್ಬೇಡ' ಕೂಗುತ್ತಿದ್ದುಂಟು. ಈಗ ರುಕ್ಮಿಣಿ ಹೇಗಿದ್ದಾಳೋ? ನೆನಪು ಪ್ರಶ್ನೆಯಾಗಿ ಬಂದು ಎದುರು ನಿಂತಿತು. ನಂತರ ಎದೆ ಭಾರವೆನಿಸಿ, ಒಂದು ಘಳಿಗೆ ವಿಷಾದ ಇಣಕಿ ಮರೆಯಾದಾಗ ಕೆರೆಯ ನೀರು ನಿಶ್ಚಲವಾಗಿ ಕಂಡಿತು.

"ಏಯ್...ವಿಶ್ವ" ದನಿ ಹರಿದು ಬಂದು ಬೆಚ್ಚಗೆ ಎದೆ ತಟ್ಟಿದಾಗ, ಅತ್ತ ನೋಟ ಹರಿಸಿ ನಿಂತಾಗ, ರುಕ್ಕು ಸೀರೆಯ ನೆರಿಗೆಗಳು ಎತ್ತಿಡಿದು ಹಾರುತ್ತ ಬಂದವಳ ಮುಂಗುರುಳು ಗಾಳಿಗೆ ಹಾರುತ್ತಿತ್ತು. ಎದುರುಸಿರು ಬಿಡುತ್ತ "ಅಂಥ ಬದಲಾವಣೆ ಏನಿಲ್ಲ, ಮತ್ತಷ್ಟು ಸಪೂರಾಗಿದ್ದಿ. ನೀನು ಇಷ್ಟಪಟ್ಟ ಹುಡ್ಗೀ ಹೆಂಡ್ತಿ, ಒಳ್ಳೆ ಹುದ್ದೆ, ಒಂದು ಹೆಣ್ಣು ಮಗುವಿನ ತಂದೆ. ಮತ್ತೆ ಯಾತರ ಕೊರತೆ? ಆದ್ರು ತುಂಬಾ ಡಲ್ಲಾಗಿ ಕಾಣ್ತೀಯ" ಬಡಬಡಿಸಿದವಳ ಮುಖದಲ್ಲಿ ಮೇಕಪ್ ಇರಲಿಲ್ಲ. ಹಣೆಯಲ್ಲೊಂದು ಬೊಟ್ಟು. ಆದರೆ ಕಣ್ಣುಗಳಲ್ಲಿ ಇದ್ದಿದ್ದು ಅಗಾಧವಾದ ಉತ್ಸಾಹ, ಉಲ್ಲಾಸ ತುಟಿಯ ಮೇಲೆ ಮುಗುಳ್ನಗೆ ಹರಡಿ "ಹೇಗಿದ್ದೀ ನೀನೇನು ಬದಲಾದಂಗೆ ಕಾಣ್ಲಿಲ್ಲ" ಅಂದ. ಸ್ವಲ್ಪ ನಾಚಿದಂತೆ ಒದ್ದೆಯಾದ ನೆರಿಗೆಗಳನ್ನು ಬಿಟ್ಟು ಸೆರಗಿಗೆ ಒದ್ದೆಯ ಕೈಗಳನ್ನು ಒತ್ತಿ ತುಸು ನಗೆ ಬೀರಿದಳು. ಅದೇ ಮುಗ್ಧ ನಗೆ.

"ನನ್ನ ನೋಡಿ ಹತ್ತು ವರ್ಷವೇ ಆಯಿತಲ್ಲ. ಒಂದಿಷ್ಟು ಬದಲಾವಣೆ ಬಂದಿರುತ್ತೆ. ಹೆಣ್ಣು ತಾಯಿಯಾದಾಗ ಮಕ್ಕಳಿಗೆ ಕೆಲವನ್ನು ಧಾರೆಯೆರೆದುಬಿಡ್ತಾಳೆ. ನಾನು ಎರಡು ಮಕ್ಕಳ ತಾಯಿ. ನಂಗಂತು ನಿನ್ನ ನೋಡಿ ತುಂಬ ಸಂತೋಷ ಆಯ್ತು. ತುಂಬಾ ಮಾತಾಡಬೇಕೂಂತ ಅನಿಸುತ್ತೆ. ಇನ್ನು ನಾಲ್ಕು ಬಟ್ಟೆ ಇದೆ. ಬೇಗ ಮಂಕರಿಗೆ ಹಾಕಿ ಬಂದ್ಬಿಡ್ತೀನಿ. ಅಲ್ಲಿವರ್ಗೂ.... ಇರ್ತೀಯಾ?" ಕೇಳಿದಾಗ ನಂಗೆ ನಗು ಬಂತು. ಯಾಕೋ ನಂಗೂ ರುಕ್ಮಿಣಿಯೊಂದಿಗೆ ಮಾತಾಡಬೇಕೂಂತ ಅನ್ನಿಸ್ತು. "ಆಯ್ತು ಆ ಮರಗಳ ಕೆಳ್ಗೇ ಆಡಾಡ್ತ ಇರ್ತೀನಿ. ಬೇಗ್ಬಾ. ಅಕ್ಕ ನಂಗೋಸ್ಕರ ತಿಂಡಿ ಮಾಡ್ಕೊಂಡ್ ಕಾಯ್ತಾ ಇರ್ತಾಳೆ" ಎಚ್ಚರಿಸಿ ಕಳಿಸಿ ಮರಗಳ ಕಡೆ ನಡೆದ. ಇದೇ ರುಕ್ಮಿಣಿ. ನಾನು ಜೀವನ ಪೂರ್ತಿ ಜೊತೆಯಾಗಿ ಇರಬಹುದಿತ್ತು. ಆದರೆ ಅದನ್ನು ನಿರಾಕರಿಸಿದ್ದು ನಾನೇ.

ಮದುವೆಗೆ ಎರಡು ಮನೆಯವರ ಒಪ್ಪಿಗೆ ಇತ್ತು. ಅಕ್ಕನಿಗಂತು ರುಕ್ಮಿಣಿ ಇಷ್ಟವಾಗಿರೋದರ ಜೊತೆಗೆ ಗಂಡನ ಕಡೆಯ ಸಂಬಂಧಿಕರ ಹುಡುಗಿ. ಆದರೆ ವಿರೋಧಿಸಿದ್ದು ನಾನೇ. ಹತ್ತು ಜನ ಹಿಂದಿರುಗಿ ನೋಡುವಂಥ ಚೆಲುವೆ ನನಗೆ ಹೆಂಡತಿಯಾಗಿ ಬರಬೇಕು. ರುಕ್ಮಿಣಿಯದು ಸಾಧಾರಣ ರೂಪು ಬೇಡ ಎಂದೆ. ಆ ಬಗ್ಗೆ ಟೋಟಲ್ಲಾಗಿ ಎಲ್ಲಾ ಬೇಸರ ವ್ಯಕ್ತಪಡಿಸಿದರು. ಅಮ್ಮನಂತು ಕೋಪಗೊಂಡರು.

"ಅಯ್ಯೋ, ರುಕ್ಮಿಣಿಯಲ್ಲಿ ನೀನು ಕಂಡ ಕುಂದೇನು, ಮೂಗು ಮುಖ ಲಕ್ಷಣವಾಗಿದೆ. ಮತ್ತೇನು ಬೇಕು, ನಿಂಗೆ?" ಗದರಿಸಿದಾಗ ಸ್ಪಷ್ಟವಾಗಿ ನನ್ನ ಅಭಿಪ್ರಾಯ ವ್ಯಕ್ತಪಡಿಸಿದ್ದೆ. "ಇವಳ ಬಣ್ಣ ಏನೇನು ಸಾಲ್ದು. ಸಂಪಿಗೆಯ ಬಣ್ಣ ಇರ್ಬೇಕು, ಇವಳು

ಸ್ವಲ್ಪ ದಪ್ಪ. ಒಂದು ಹೆಣ್ಣು ಇಷ್ಟಿಷ್ಟೇ ಇರ್ಬೇಕೂನ್ನೋದು ಇದೆ. ನಂಗೆ ಅಂಥ ಹುಡ್ಗಿನೇ ಬೇಕು."

"ನೀನೇ ಹುಡುಕ್ಕೋ. ನೀನೇಂದಾದ್ರೂ ಪಶ್ಚಾತಾಪ ಪಡ್ತೀಯ! ಏನೋ ಸೌಂದರ್ಯ ಅಂದರೆ? ಬರೀ ಬಣ್ಣದಲ್ಲಿ ಅಡಗಿದ್ಯಾ ಚೆಲುವು? ರವಿವರ್ಮನ ಚಿತ್ರಗಳಲ್ಲಿನ ಹೆಣ್ಣುಗಳನ್ನು ಗುರ್ತಿಸಿದ್ದೀಯಾ? ಅಯ್ಯೋ ಬಿಡು" ಎಂದು ಸುಮ್ಮನಾಗಿದ್ದರು. ಅಪ್ಪನಿಗೂ ಬೇಸರ, ಅಕ್ಕನಂತು ತುಂಬ ವ್ಯಸನದಿಂದ "ರುಕ್ಮಿಣಿ ನಿನ್ನ ತುಂಬ ಇಷ್ಟಪಟ್ಟಿದ್ದಾಳೆ. ಅವ್ರ ಮನೆಯವರು ಕೂಡ ನಿನ್ನನ್ನೆಲ್ಲ ಅಳಿಯಾಂತ ತಿಳ್ಕೊಂಡಿದ್ದಾರೆ. ನೀನು ಅವಳಲ್ಲಿ ಏನು ಕುಂದು ಕಂಡೆಯೋ ಗೊತ್ತಿಲ್ಲ. ಬರೀ ಹೊರ್ಗಿನ ರೂಪ ಮಾತ್ರ ಸಾಲ್ದು. ಬದುಕನ್ನು ಸುಂದರವಾಗಿ ಇಡಲು ಆಂತರ್ಯದ ಸೌಂದರ್ಯವು ಅಗತ್ಯ. ಅಂಥ ಸುಂದರವಾದ ಮನಸ್ಸು ರುಕ್ಮಿಣಿಗೆ ಇದೆ. ಸ್ವಲ್ಪ ಯೋಚ್ನೇ ಮಾಡು" ಕೈ ಹಿಡಿದು ಕೇಳಿಕೊಂಡಾಗ ಮುಖ ತಿರುಗಿಸಿದೆ. 'ಮನದನ್ನೆ'ಯ ಆಯ್ಕೆ ನನ್ನದೇ ಆಗಿರಬೇಕೆನ್ನುವ ಆಸೆ. ಆಕಾಂಕ್ಷೆಯ ಜೊತೆ ಹಟವು ಕೂಡ. ಅದನ್ನು ಸಾಧಿಸಿದ್ದೆ. ಫಲ ಮಾತ್ರ ಬೇರೆ ರೂಪ ಪಡೆದುಕೊಂಡಿತು.

ಆಮೇಲೆ ಹತ್ತು ವರ್ಷಗಳು ನೇತ್ರಾವತಿಯ ಕಡೆಗೆ ಹೋಗಿರಲಿಲ್ಲ. ಒಮ್ಮೆ ಅಕ್ಕ 'ರುಕ್ಮಿಣಿ ಮದ್ವೆ ನಿಶ್ಚಿತಾರ್ಥ ಆಯ್ತು. ನಿಂಗೆ ಕೊಡೂಂತ ಇನ್ವಿಟೇಷನ್ ಕೊಟ್ಟು ಕಳಿಸಿದ್ದಾಳೆ' ಅಂದಾಗ ನಾನು ಆಹ್ವಾನ ಪತ್ರಿಕೆ ನೋಡುವ ಆಸಕ್ತಿ ಕೂಡ ವಹಿಸಲಿಲ್ಲ. ಆಮೇಲೆ ಸಾಕಷ್ಟು ಹೆಣ್ಣುಗಳನ್ನು ನೋಡಿದ ನಂತರವೇ ವಿನುತಾನ ಆಯ್ಕೆ ಮಾಡಿದ್ದು. ಮಲ್ಲಿಗೆ ಹೂವಿನ ಬಣ್ಣ ಬಡನಡುವಿನ ಸುಂದರಿ. ಅಂಥ ಹುಡುಗಿ ಸಿಕ್ಕಿದ್ದಾಳೆಂದು ಕುಣಿದಾಡಿ ಬಿಟ್ಟೆ. ರಂಭೆ, ಊರ್ವಶಿಯವರನ್ನು ಪಡೆದಷ್ಟು ಸಂತಸದಿಂದ ಬೀಗಿದೆ.

ಬೆಳಕು ಹರಿಯುವುದರೊಳಗೆ ಭ್ರಮನಿರಸನ.

ಆದರೆ ಯಾರು ಪೂರ್ತಿಯಾಗಿ ಸಂತೋಷ ವ್ಯಕ್ತಪಡಿಸಿದ್ದರು. ವಿರೋಧಿಸಲು ಹೋಗಿರಲಿಲ್ಲ. 'ಹೇಗೋ ನಿಂಗೆ ಒಪ್ಪಿಗೆಯಾಗೋಂಥ ಹುಡ್ಗೀ ಸಿಕ್ಕಿದಳಲ್ಲ, ಅಷ್ಟು ಸಾಕು' ಅನ್ನೋಷ್ಟು ಸಮಾಧಾನ ವ್ಯಕ್ತಪಡಿಸಿದರು. ನನಗಂತು ಗೆದ್ದ ಸಂಭ್ರಮ. ಇದು ಬಹಳ ದಿನಗಳು ಕೂಡ ಉಳಿಯಲಿಲ್ಲ. ತಿಂಗಳು, ವರ್ಷ ತಲುಪದ ಮುನ್ನವೇ ವಿನುತಳ ಸ್ವಭಾವಕ್ಕೆ ಬೆಚ್ಚ ಬೇಕಾಯಿತು. ಸದಾ ಮುಖ ಗಂಟಾಕಿಕೊಂಡೇ ಇರುತ್ತಿದ್ದ ಅವಳು ಯಾರೊಂದಿಗೂ ನಗುನಗುತ್ತ ಮಾತಾಡಿದ್ದೇ ಇಲ್ಲ. ಪ್ರತಿಯೊಂದಕ್ಕೂ ಅಸಹನೆ. ಪ್ರತಿಯೊಂದರಲ್ಲೂ ತಪ್ಪುಗಳ ಹುಡುಕಾಟ. ಮೂರು ತಿಂಗಳು ತುಂಬುವ ವೇಳೆಗೆ ಅಮ್ಮ, ಅಪ್ಪ ಬೇಸತ್ತು ಹೋದರು.

"ವಿಶ್ವ ಬೇಜಾರು ಮಾಡ್ಕೋಬೇಡ. ನೀನು ಏನು ತಿಳ್ಕೋಬೇಡ. ಸದಾ ಮುಖ ಗಂಟಾಕಿಕೊಂಡೇ ಬಡಾಡೋ ವಿನುತಾನ ಸಹಿಸಿಕೊಳ್ಳೋದು ಕಷ್ಟವಾಗಿದೆ. ಅವಳ ಮನಸ್ಸಿನಲ್ಲಿ ಏನಿದ್ಯೋ ತಿಳ್ಕೋ. ನಮ್ಗೆ ಯಾವಾಗ್ಲೂ ನಿಮ್ಮನ್ನ ಹೊರ್ಗೇ ಕಳಿಸೋ ಇರಾದೆ ಇರ್ಲಿಲ್ಲ. ಆದರೆ ಅನಿವಾರ್ಯವಾಗಿಬಿಟ್ಟಿದೆ. ದಿನಗಳು ತೀರಾ ದುರ್ಭರ ಕಣೋ" ಅಮ್ಮ ಕೈ ಹಿಡಿದು ಅತ್ತಾಗ, ಗಾಬರಿಯಾದೆ. ಆತಂಕಗೊಂಡೆ. ಚಾಡಿ ಅಂತ

ಅನ್ನಿಸಲಿಲ್ಲ. ವಿನುತಾಳ ಸ್ವಭಾವವನ್ನು ಸೈರಿಸಿಕೊಳ್ಳಲೂ ನನಗೂ ಕಷ್ಟವಾಗಿತ್ತು. "ನಂಗೆ ಅರ್ಥವಾಗುತ್ತೆ, ಒಂದು ನಾಲ್ಕು ದಿನ ಹೋಗಲೀ" ಸಂತೈಸಿದೆ.

ಒಂದು ಸಂಜೆ ವಿನುತನ ಹೊರಗೆ ಕರೆದೊಯ್ದು ಹೋಟೆಲ್‌ನಲ್ಲಿ ತಿಂಡಿ ಕೊಡಿಸಿ, ಐಸ್ ಕ್ರೀಮ್ ಪಾರ್ಲರ್‌ಗೆ ಕರೆದೊಯ್ದು, ಅವಳು ಇಷ್ಟಪಡುವ ಬ್ರಾಂಡ್‌ನ ಐಸ್‌ಕ್ರೀಮ್ ಕೊಡಿಸಿ, ನಂತರ ಡ್ರೆಸ್ ಕೊಡಿಸಿ ಪಾರ್ಕ್‌ಗೆ ಕರೆದೊಯ್ದು ಅವಳ ಮುಖದಲ್ಲಿ ಸಂತೋಷ ಕಾಣಲು ಯತ್ನಿಸಿದ್ದು ಮೂರ್ಖತನವೆನಿಸಿತು.

ಮುಖ ಗಂಟಿಕ್ಕಿಯೇ "ನಂಗೇ ಡ್ರೆಸ್ ಇಷ್ಟವಾಗ್ಲಿಲ್ಲ, ಬದಲಾಯಿಸಿಕೊಂಡು ಬಿಡಲೇ" ಅಂದು ಅಪಸ್ವರ ತೆಗೆದಾಗ ಸುಸ್ತಾದೆ. "ಎಷ್ಟೊಂದು ಹುಡುಕಾಡಿದ ಮೇಲೆ ಆಯ್ಕೆ ಮಾಡಿಕೊಂಡಿದ್ದು. ಸೇಲ್ಸ್‌ಮ್ಯಾನ್ ಬೇಸರದ ಮುಖ ಮಾಡಿದರೆ ಕೌಂಟರ್‌ನಲ್ಲಿ ಕೂತಿದ್ದ ಯಜಮಾನ ಮುಖ ಒಂದು ತರಹ ಮಾಡಿದ್ದ. ಅಂಥದ್ದರಲ್ಲಿ ಎಕ್ಸ್‌ಛೇಂಜ್ ಮಾಡೋಕೆ ಸಾಧ್ಯವೇ ಇಲ್ಲ. ಇನ್ನೊಮ್ಮೆ ಬೇರೊಂದು ಖರೀದಿಸಿದರಾಯ್ತು. ಪ್ರತಿಯೊಂದರಲ್ಲೂ ಅಸಹನೆ ಬೇಡ. ಇಂಥ ಭಾವನೆ ನಮಗೆಂದು ಸಂತೋಷ, ತೃಪ್ತಿ ಕೊಡೋಲ್ಲ. ಬಿ ಚಿಯರ್...." ಕೈ ಹಿಡಿದುಕೊಂಡೆ, ಕೊಡವಿಕೊಂಡಳು.

"ಹೊರ್ಗೆ ಬಂದಿದ್ದೇ ವೇಸ್ಟ್. ಹೋಟೆಲ್ ತಿಂಡಿಯಲ್ಲಿ ಟೇಸ್ಟ್ ಇರ್ಲಿಲ್ಲ. ಆ ಐಸ್‌ಕ್ರೀಮ್ ಪಾರ್ಲರ್‌ನಲ್ಲಿ ವೆರೈಟಿ ಸಿಗ್ಲಿಲ್ಲ. ಈ ಡ್ರೆಸ್ ತೀರಾ ಛೀಪ್ ಅನ್ನಿಸ್ತು" ತೀರಾ ಜಿಗುಪ್ಸೆಯ ಮಾತುಗಳೆ. ಇದು ಅವಳಿಗೆ ಒಗ್ಗಿಕೊಂಡ ಸ್ವಭಾವವೇ? ಅಥವಾ ತಾನಾಗಿ ಮೈಗೂಡಿಸಿಕೊಂಡಿದ್ದೇ? ಇಲ್ಲ. ಇದು ನಟನೆಯೇ? ನನಗೇನು ಅರ್ಥವಾಗಲಿಲ್ಲ. ಇಂಥ ಒಂದು ಸ್ವಭಾವದಿಂದ 'ಭಾರ್ಯ ರೂಪವತಿ ಶತ್ರು' ಅನ್ನೋದು ಬೇರೆ ರೀತಿಯಲ್ಲಿ ನನ್ನ ಬದುಕಿಗೆ ಅನ್ವಯವಾಗಿತ್ತು. ನೇರವಾಗಿ ಅವಳನ್ನೇ ನೋಡಿದ. "ಹೋಟೆಲ್, ಐಸ್‌ಕ್ರೀಮ್, ಡ್ರೆಸ್ ಇವು ಮೂರರ ಆಯ್ಕೆ ನಿಂದೇ ಆಗಿತ್ತು. ನನ್ನ ಇಂಟರ್‌ಫಿಯರೆನ್ಸ್ ಇರ್ಲಿಲ್ಲ. ಆದ್ರೂ... ಆ ಬಗ್ಗೆ ನೀನು ಅತೃಪ್ತೆ ಯಾಕೆ?" ಪ್ರಶ್ನಿಸಿದ ಕೂಡಲೇ ಮುಖ ದಪ್ಪಗೆ ಮಾಡಿ "ನಂಗೆ ನೀವು ಈತರಹ ಮಾತಾಡೋದು ಇಷ್ಟವಾಗೋಲ್ಲ" ಸಿಡಿದು ಹೋದಾಗ ಮೌನವಾಗಿ ಹಿಂಬಾಲಿಸಿದೆ. ಮನೆಗೆ ಹೋದ ಕೂಡಲೇ ಅಮ್ಮ "ಏನಾದ್ರೂ... ವಿಚಾರಿಸಿದ್ಯಾ? ನಮ್ಜೊತೆ ಅವ್ಳಿಗೆ ಇರೋಕೆ ಇಷ್ಟವಾಗದಿದ್ದರೇ, ಬೇರೆ ಮನೆ ಮಾಡು. ತುಂಬ ಇಷ್ಟಪಟ್ಟು ಮಾಡಿಕೊಂಡ ಸಂಬಂಧ" ಬುದ್ಧಿ ಹೇಳಿದರು. ಮೊದಲು ಪೂರ್ತಿ ವಿರೋಧಿಸಿದರೂ ಅಪ್ಪ ಕೂಡ ತಗಾದೆ ಶುರು ಮಾಡಿದರು. "ವಿಶ್ವ, ನನ್ಮಾತು ಕೇಳು. ನೀನು ಸುಖವಾಗಿದ್ಯಾ? ಅವಳು ಸುಖವಾಗಿದ್ದಾಳಾ? ಇಲ್ಲ, ನಾವು ಸುಖವಾಗಿ ಇದ್ದೀವಾ? ನಿನ್ನಕ್ಕ ಬಂದರೆ ನಾಲ್ಕು ದಿನ ಇರೋಲ್ಲ. ಯಾರ್ಗೂ ನೆಮ್ದಿ ಇಲ್ಲದಿದ್ದರೇ, ಕೂಡಿ ಬಾಳೋದರಲ್ಲಿ ಅರ್ಥವೇನು? ನೀನು ಬೇರೆ ಮನೆ ಮಾಡೋದರಿಂದ ಪರಿಸ್ಥಿತಿ ಸುಧಾರಿಸಬಹುದು."

ನಿರಂತರ ಒತ್ತಡ ಜಾಸ್ತಿಯಾಗಿ ಬೇರೆ ಮನೆ ಮಾಡಿದೆ. ಆದರೂ ಬದಲಾವಣೆ ಕಾಣಲಾಗಲಿಲ್ಲ. ಅದೇ ಸಿಡುಕು ಮುಖ್ಯ. ಅಸಹನೆಯ ಮಾತುಗಳ ನಡುವೆ ಉಷಾ

ಹುಟ್ಟಿದಾಗ ಕಿರಣ ಮೂಡಿದಂತೆ ಸಂತಸಗೊಂಡೆ. ಅಪ್ಪ, ಅಮ್ಮ ಅಕ್ಕ ಮಗುವಿನ ಸಲುವಾಗಿಯಾದರೂ ಮನೆಗೆ ಬರುತ್ತಿದ್ದರು. ತಾಯಿಯಾದ ವಿನುತಳಲ್ಲಿ ಅಂಥ ದೊಡ್ಡ ಸುಧಾರಣೆ ಕಾಣಲಾಗಲಿಲ್ಲ. ನನ್ನ ಮಾತ್ರವಲ್ಲ ಮಗುವಿನ ಬಗ್ಗೆ ಕೂಡ ಪ್ರೀತಿಯ ಜೊತೆ ಅಸಹನೆ ಬೆಳೆಸಿಕೊಂಡಿದ್ದರಿಂದ ಮನೆ ಕುದಿ ನೆಲವೇ.

"ಮಗು ನಮ್ಮಲ್ಲಿ ಇರ್ಲಿ, ಶಾಲೆಗೆ ಹತ್ತಿರವಾಗುತ್ತೆ" ಎಂದು ಅಮ್ಮ ಹೇಳಿದಾಗ ಮೊದಲು ವಿರೋಧಿಸಿದರೂ ಆಮೇಲೆ ಒಪ್ಪಿಗೆ ಸೂಚಿಸಿದ್ದು "ಉಷಾ ತನ್ನಷ್ಟು ಬೆಳ್ಳಗಿಲ್ಲ' ಅನ್ನೋ ಒಂದು ಕಾರಣವನ್ನು ಮುಂದಿಟ್ಟುಕೊಂಡು, ಹಾಗೆಂದು ಮಗುವನ್ನು ದ್ವೇಷಿಸುತ್ತಿರಲಿಲ್ಲ. ಅವಳು ಮಮತೆಯುಳ್ಳ ತಾಯಿಯೇ, ಒಂಟಿಯಾಗಿದ್ದಾಗ ಬಹುಶಃ ನಾರ್ಮಲ್ಲಾಗಿರುತ್ತಿದ್ದಳೆನಿಸುತ್ತಿತ್ತು. ಒಮ್ಮೊಮ್ಮೆ ದಿನ ಕಳೆದಂತೆ ಅವಳ ಸ್ವಭಾವ ಅಭ್ಯಾಸವಾಯಿತು. ಕೆಲವರು ಸಲಹೆ ಇತ್ತರು.

"ಇದೊಂದು ಮಾನಸಿಕ ಕಾಯಿಲೆ ಇರಬಹುದು. ಒಮ್ಮೆ ಸೈಕಿಯಾಟ್ರಿಸ್ಟ್ ಬಳಿಗೆ ಕರೆದ್ಯೊಯ್ಯಿರಿ."

ಆ ಪ್ರಯತ್ನ ಮಾಡಿ ಸಾಕಾಯಿತು. 'ನಂಗೆ ಹುಚ್ಚಾ? ಬೇಕಾಗಿ ಹುಚ್ಚಿ ಪಟ್ಟ ಕಟ್ಟೋಕೆ ಹೊರಟಿದ್ದೀರಿ' ಎಂದು ಊಟ, ತಿಂಡಿ ಬಿಟ್ಟು ಕೂತಳು. ಅವಳ ಹೆತ್ತವರು ಬುದ್ಧಿ ಹೇಳಿ ಸೋತರು. ಆದರೆ ಅವಳ ದೂರದ ಅತ್ತೆಯೊಬ್ಬರು "ಅವಳ ಸೋದರ ಮಾವನೊಬ್ಬನ ಸ್ವಭಾವ ಇದೇ ತರಹ. ಅವಳ ತಾತ ಮತ್ತಷ್ಟು ಅತಿರೇಕಕ್ಕೆ ಒಳಗಾಗಿ ಮೂರು ಜನ ಹೆಂಡತಿಯರು ಆತ್ಮಹತ್ಯೆ ಮಾಡಿಕೊಂಡರಂತೆ. ಇದು ವಾಸಿಯಾಗೋ ಅಂಥದ್ದಲ್ಲ ಮೇಲಿನ ಬಣ್ಣ, ರೂಪಿಗೆ ಮೆಚ್ಚಿ ಮದ್ವೆಯಾದ್ರಿ. ತಿಳಿದವರಾರು ಸಂಬಂಧ ಬೆಳೆಸೋಕೆ ಬರಲಿಲ್ಲ. ನಿಮ್ದು ದೂರದ ನೆಂಟಸ್ತಿಕೆ. ನೋಡಿದ ಕೂಡಲೇ ಒಪ್ಕೊಂಡ್ರಿ. ಅವರು ಆರಾಮಾಗಿ ನಿಮ್ಮ ತಲೆಗೆ ಕಟ್ಟಿ ಕೈ ತೊಳೆದುಕೊಂಡರು. ನೀವು ಜೀವನ ಪೂರ್ತಿ ಅನುಭವಿಸಬೇಕಾದ್ದೇ" ವಿಷಯ ಮುಟ್ಟಿಸಿ ಹಗುರಾದರು.

ನನ್ನ ತಲೆಯಮೇಲೆ ಬಂಡೆ ಬಿದ್ದಂತಾಯಿತು. ಆದರೆ ಸೈಕಿಯಾಟ್ರಿಸ್ಟ್ ಮೂಲಕ ಗುಣಪಡಿಸುವ ಆಸೆ. ಅದೇನು ಪ್ರಯೋಜನಕ್ಕೆ ಬರಲಿಲ್ಲ. ನನಗೂ ಅಭ್ಯಾಸವಾಯಿತು. ಅಷ್ಟೇ ಜೀವನ ಎಂದುಕೊಂಡು ಸುಮ್ಮನಿದ್ದುಬಿಟ್ಟಿದ್ದೀನಿ.

ತೀರಾ ಬಿಕ್ಕಟ್ಟು ಒಂದಿಷ್ಟು ಬದಲಾವಣೆ ಬೇಕೆಂದೆ ನೇತ್ರಾವತಿಗೆ ಬಂದಿದ್ದು ಹತ್ತು ವರ್ಷಗಳ ನಂತರ.

* * * *

ಸೂರ್ಯನ ಬಿಸಿಲಿನ ತಾಪ ಹೆಚ್ಚಿದ್ದರಿಂದ ಇನ್ನೊಂದು ಮರದ ನೆರಳಿಗೆ ಹೋಗುವಷ್ಟರಲ್ಲಿ "ಸಾರಿ.... ಸಾರಿ... ವಿಶ್ವ... ಬಟ್ಟೆಯಲ್ಲಂತು ಕೊಳೆ ಹೋಗಿರಲಿಲ್ಲ. ಸುಮ್ನೆ ತೊಳೆದು ಒಣಗಿ ಹಾಕಿದೆ" ಎನ್ನುತ್ತ ಸೆರಗಿನಿಂದ ಮುಖದ ಬೆವರು, ಒದ್ದೆಯನ್ನು ತೊಡೆದುಕೊಳ್ಳುತ್ತ ಬಂದು ಕೂತಳು. ಮುಖದಲ್ಲಿ ಅಂಥ ದೊಡ್ಡ

ಬದಲಾವಣೆಯೇನು ಇರಲಿಲ್ಲ. ಬಹುಶಃ ಇನ್ನೊಂದು ಸುತ್ತು ದಪ್ಪವಾಗಿದ್ದರು ಚೆಂದ ಕಂಡಳು.

"ನೀನು ಹೇಗಿದ್ದೀ?" ಕೇಳಿದ.

"ಚೆನ್ನಾಗಿದ್ದೀನಿ, ನನ್ನ ಗಂಡ ಮೇಷ್ಟರು, ಮನೆ, ಸ್ಕೂಲು ವ್ಯತ್ಯಾಸ ತಿಳಿದಂಗೆ ಪಾಠ ಹೇಳ್ತಾರೆ, ಅತ್ತೆ ಮಾವ, ಇಬ್ಬರು ನಾದಿನಿಯರು, ಒಬ್ಬ ಮೈದುನ, ಜೊತೆಗೆ ನಂಗೆ ಇಬ್ಬರು ಮಕ್ಕಳು. ಮನೆಗೆ ಹಿರಿಯ ಸೊಸೆ, ಸಹನೆ ಬೇಕು. ನನ್ನವರ ಪಾಲಿಗೆ ಮಾತ್ರ ಮಾತಿನ ಮಲ್ಲಿ" ಜುಳು ಜುಳು ನೀರು ಹರಿಯುವಂತೆ ನಕ್ಕ ಅವಳ ಮುಖದಲ್ಲಿ ನಕ್ಷತ್ರಗಳು ಮಿನುಗಿದವು. ಉತ್ಸಾಹ ಉಲ್ಲಾಸ ತುಂಬಿಕೊಂಡ ಹೆಣ್ಣು ಚೆಲುವೆಯಾಗಿ ಕಂಡಳು. ತಕ್ಷಣ "ನಿನ್ನ ಅದೃಷ್ಟ ದೊಡ್ಡದು ವಿಶ್ವ. ನೀನು ಇಷ್ಟಪಡೋಂಥ ಹುಡ್ಗೀನೆ ಸಿಕ್ಕಳೂಂತ ಅಕ್ಕ ಹೇಳಿದ್ಲು. ತುಂಬ ಬೆಳ್ಳಗೆ, ಸಣ್ಣಗೆ ಅತ್ಯಂತ ಸುಂದರವಾಗಿದ್ದಾರಂತಲ್ಲ ನಿನ್ನ ಹೆಂಡ್ತಿ. ಒಮ್ಮೆ ಕೂಡ ನೇತ್ರಾವತಿಗೆ ಕರ್ಕೊಂಡ್ ಬಂದಿಲ್ವಂತೆ. ನಾನು ಬಂದಾಗಲೆಲ್ಲ. ನಿನ್ನ ಬಗ್ಗೆ ವಿಚಾರಿಸ್ತ ಇದ್ದೆ. ಮದ್ವೆಯಾದ್ಮೇಲೆ ನೀನು ಕೂಡ ಇಲ್ಲಿಗೆ ಬಂದಿಲ್ಲಾಂತ ಗೊತ್ತಾಯ್ತು. ಇಲ್ಲಿಗೆ ಬಂದಾಗ ಮಾತ್ರವಲ್ಲ ಸದಾ ನನ್ನ ನೆನಪಿನಲ್ಲಿ ಇದ್ದೇ ಇದೆ" ಮೈ ಮರೆತಂತೆ ಭಾವುಕಳಾಗಿ ಮಾತಾಡಿದಳು. ಆ ಸಮಯದಲ್ಲಿ ಸ್ನೇಹ, ಪ್ರೇಮ ತುಂಬಿಕೊಂಡ ಕಣ್ಣುಗಳು ತೇಜೋಃಪುಂಜವಾಗಿದ್ದವು. "ನೀನು ಏನೇನು ಬದಲಾಗಿಲ್ಲ!" ಛೇಡಿಸಿದೆ.

"ಅದು ಹೇಗೆ ಸಾಧ್ಯ? ಪ್ರತಿಯೊಬ್ಬರಿಗೂ ಒಂದು ಸ್ವಭಾವ ಇರುತ್ತೆ. ಅದರಲ್ಲಿ ಅನುಭವಗಳು ಒಂದಿಷ್ಟು ಬದಲಾವಣೆ ತಂದರೂ, ನಂಗೇನೋ ತಾತ್ಕಾಲಿಕವೆನಿಸುತ್ತೆ. ಹಾಗೆಲ್ಲ ಬದಲಾಗಿ ಬಿಡಬಹುದೆಂದುಕೊಂಡರೇ, ಎಂದೋ ಸಾಧ್ಯವಾಗಿ ಬೇರೊಂದು ರೀತಿಯ ಸಮಾಜ ನಿರ್ಮಾಣವಾಗಿ ಬಿಡುತ್ತಿತ್ತು. ನಂಗೇನೋ ಅದೆಲ್ಲ ಸಾಧ್ಯವಿಲ್ಲವೆನಿಸಿದೆ. ನಾನೇನು ದೊಡ್ಡದಾಗಿ ಓದಿಕೊಂಡವಳಲ್ಲ" ಅವಳ ಅರ್ಥಪೂರ್ಣ ಮಾತುಗಳು ಮನಸ್ಸಿಗೆ ನಾಟಿದವು. ಸರಿಯೆನಿಸಿತು ಕೂಡ. ನಾನು ಮಾತ್ರವಲ್ಲ, ಅಮ್ಮ ಅಪ್ಪ ಕಡೆಗೆ ಸೈಕಿಯಾಟ್ರಿಸ್ಟ್ ಕೂಡ ವಿನುತಳಲ್ಲಿನ ಅಸೂಯೆ, ಅಸಹನೆ ಅನ್ನೋ ಭೂತವನ್ನು ಬಿಡಿಸಲು ಸಾಧ್ಯವಾಗಿರಲಿಲ್ಲ. ಟೋಟಲೀ ಅವಳದು 'ನೆಗೆಟೀವ್ ಥಿಂಕಿಂಗ್' ಅದರಿಂದ ಅವಳಿಗೂ ಸುಖವಿಲ್ಲ. ಸುತ್ತಲಿನ ಜನ ಕೂಡ ನೆಮ್ಮದಿಯಿಂದ ಇರಲು ಸಾಧ್ಯವಿರಲಿಲ್ಲ.

ನಾನು ಮೌನವಾಗಿ ಕೂತೆ. ಅವಳಷ್ಟು ಮುಕ್ತವಾಗಿ ನನ್ನಿಂದ ಮಾತಾಡಲು ಸಾಧ್ಯವಾಗಿರಲಿಲ್ಲ. ಗದ್ದಕ್ಕೆ ಕೈಯೂರಿ ಮರದ ಬೊಡ್ಡೆಗೆ ಒರಗಿ ಕೂತವಳ ಮೇಲೆ ಬಿಸಿಲಿನ ಝಳ ಹೆಚ್ಚೆನಿಸಿದಾಗ, ಮರಕ್ಕೆ ಒರಗಿ ನಿಂತವನು ಎರಡು ಹೆಜ್ಜೆ ಮುಂದಕ್ಕೆ ಬಂದೆ.

"ಏನಿದು ಕೈ ಮೇಲೆ?" ಸ್ವಲ್ಪ ಗಾಬರಿಯಿಂದಲೇ ಅವಳ ಮುಂಗೈ ಹಿಡಿದು ಕೈನ ಮಧ್ಯ ಭಾಗದಲ್ಲಿದ್ದ 'ವಿಶ್ವ' ಎನ್ನುವ ಹೆಸರಿನ ಅಚ್ಚೆಯನ್ನು ನೋಡಿ ದಿಗ್ಮೂಢನಾದೆ. ಒಂದು ರೀತಿಯ ಗಾಬರಿಯೇ "ಅಯ್ಯೋ ಬಿಡು, ಮನೆಯಲ್ಲಿ ನನ್ನ, ನಿನ್ನ ಮದ್ವೆಯ

ಮಾತುಕತೆ ನಡೆದಾಗ ಜೊತೆಯಲ್ಲಿ ಖುಷಿಗಾಗಿ ಹಾಕ್ಸಿಕೊಂಡೇ. ಆಮೇಲೆ ಅಳಿಸಿ ಹಾಕೋಕೆ ಆಗಲಿಲ್ಲ. ನೆನಪಿನ ಹಾಗೆ ಅದು ಹಾಗೆಯೇ ಉಳಿದುಕೊಂಡಿತು. ಆ ಬಗ್ಗೆ ಎಲ್ಲರಿಂದಲೂ ಬೈಗುಳ. ನಮ್ಮ ಮೇಷ್ಟ್ರುಗೆ ಹೇಳ್ದೆ 'ಡೋಂಟ್‌ವರೀ, ಆ ಗಂಡ ನಿನ್ನ ನಿರಾಕರಿಸಿರೋದರಿಂದ ನಂಗೆ ಭಯವಿಲ್ಲ. ಇಲ್ಲದಿದ್ದರೇ ಒಂದು ತರಹ ಆತಂಕ ಇರ್ತಾ ಇತ್ತು. ಬಂದು ನಿನ್ನ ಎಲ್ಲಿ ಹಾರಿಸಿಕೊಂಡು ಹೋಗತಾನೊಂತ ನೀನೇನು ತಲೆ ಕೆಡಿಸ್ಕೋಬೇಡ. ಅವನ ನಿರಾಕರಣೆಯಿಂದಲೇ ನೀನು ನಂಗೆ ಸಿಕ್ದೇ' ಎಂದರು ಧಾರಾಳ ಮನಸ್ಸಿನಿಂದ. "ಆ ವಿಷ್ಯ ಬಿಡು. ನಿನ್ನ ಹೆಂಡ್ತಿ ಸಂಸಾರದ ಬಗ್ಗೆ ಹೇಳು" ಅಂದವಳು ಮೇಲೆದ್ದು "ಇನ್ನು ಎಷ್ಟು ದಿನ ಇರ್ತೀಯಾ? ಹೇಗೂ ಸಿಕ್ಕಿದ್ದೀಯಾ ಒಂದರ್ಧ ಗಂಟೆ ಕೂತು ಮಾತಾಡೋಣ. ಮತ್ತೆ ನಾವಿಬ್ರೂ ಭೇಟಿ ಆಗ್ತೀವೋ ಇಲ್ವೋ. ಮನೆಯಲ್ಲಿ ಅಮ್ಮ ಕಾಯ್ತಾ ಇದ್ದಾಳೆ. ಅಪ್ಪ ತೀರಿಕೊಂಡ್ಮೇಲೆ ಅವಳು ತುಂಬ ಮೆತ್ತಗಾಗಿದ್ದಾಳೆ. ನಾಳೆಯಂತು ನಾನು ಹೋಗ್ಬೇಕು. ಸಂಜೆ ಮಾತಾಡಿದರೇ ಹೇಗೆ?" ಅಂದವಳ ಮುಖ ನೋಡಿದ. ಪರಿಶುಭ್ರವಾಗಿತ್ತು. ಕೋಪ ಅಂಥದೇನು ಇರಲಿಲ್ಲ. ಸ್ವಲ್ಪ ಕಟುವಾಗಿಯೇ ನಿರಾಕರಿಸಿದ್ದ. ಆದರೆ ಅವನೇನು ತೋರ್ಪಡಿಸಿಕೊಳ್ಳದೇ ಅತ್ಯಂತ ಸರಳವಾಗಿ ಸ್ನೇಹಮಯವಾಗಿ ಮಾತಾಡುವುದು ರುಕ್ಮಿಣಿಗೆ ಹೇಗೆ ಸಾಧ್ಯವಾಯಿತು?

"ಸಿಕ್ತೀಯಾ ತಾನೆ ವಿಶ್ವ?" ಮತ್ತೆ ಕೇಳಿದಾಗ ಪ್ರಾರ್ಥನೆ ಇದೆಯೆನಿಸಿತು. "ಖಂಡಿತ, ರುಕ್ಕು ನನ್ಮೇಲೆ ನಿಂಗೆ ಕೋಪ ಇಲ್ವಾ?" ಪ್ರಶ್ನಿಸಿದೆ. ಅವಳು ಉತ್ತರಿಸದೆ ಮುಗುಳು ನಗು ಬೀರಿ, "ಸಂಜೆ ದೇವಸ್ಥಾನದ ಬಳಿ ಸಿಗೋಣ" ಎಂದು ಹೊರಟವಳ ನಡೆಯಲ್ಲಿ ಲಾಲಿತ್ಯವಿತ್ತು. ಇಂಥ ಒಂದೇ ಮಾತು, ನಗೆ ವಿನುತಳಿಂದ ಸಾಧ್ಯವೇ? ಅದು ಬರೀ ನಿರೀಕ್ಷೆ ಪ್ರತೀಕ್ಷೆಯಾಗಿತಷ್ಟೇ. ಸುಂದರವಾದ ಮುಖದಲ್ಲಿ ಒಂದು ಶುಭ ನಗೆ ಇಂದಿಗೂ ಕಾಣಲು ಸಾಧ್ಯವಾಗಿರಲಿಲ್ಲ.

ಮನೆಗೆ ಬಂದಾಗ ಭಾವ, ಹುಡುಗರು ಖಾಲಿಯಾಗಿದ್ದರು. ಅಕ್ಕ ಒಬ್ಬಳೇ ದೊಡ್ಡ ರೀತಿಯಲ್ಲಿ ತಿಂಡಿ ತಯಾರಿ ನಡೆಸಿದ್ದವಳು, "ನೀನು ನಾಲ್ಕು ದಿನ ಉಳಿತೀಯಾಂತ ತಿಳ್ದು ನಿನ್ನ ಭಾವನಿಗೂ ಸಂತೋಷವಾಯ್ತು. ವಿನುತಾ ಕೂಡ ಬಂದಿದ್ದರೇ ಚೆನ್ನಾಗಿತ್ತು. ಬೇಗ ಸ್ನಾನ ಮುಗ್ಸಿ ಬಂದ್ಬಿಡು" ಎಂದು ಅವಸರಿಸಿದವಳು ಬಚ್ಚಲಲ್ಲಿ ಕೂಡಿಸಿ ಹಂಡೆಯಿಂದ ಒಂದು ನಾಲ್ಕು ಚೊಂಬು ನೀರು ಮೊಗೆದು ಹಾಕಿ ಟವಲು ಕೊಟ್ಟು ಅಡಿಗೆ ಮನೆಗೆ ಹೋದವಳು ಅಲ್ಲಿಂದಲೇ ಹೇಳಿದ್ದು.

"ರುಕ್ಮಿಣಿ ಬಂದಿದ್ದಾಳಂತೆ. ನಂಗೆ ದೂರದ ಸಂಬಂಧದಲ್ಲಿ ಹಿರಿ ನಾದಿನಿಯ ಮಗಳು. ವರ್ಷಗಳೂ ಕಳೆದರೂ ಅವರಿಗೆ ನನ್ಮೇಲಿನ ಕೋಪ ಕಡ್ಮೇ ಆಗಿಲ್ಲ. ನಿನ್ನ, ಅವಳ ಮದ್ವೇಂತ ಎಲ್ಲರಿಗೂ ಗೊತ್ತಾಗಿತ್ತು. ಅದು ಏಕಾಏಕಿ ತಪ್ಪಿಹೋಯ್ತು. ಅದಕ್ಕೆ ಸರ್ಯಾಗಿ ಅವಳು ಕೈಮೇಲೆ 'ವಿಶ್ವ' ಅಂತ ಅಚ್ಚೆ ಹಾಕಿಸಿಕೊಂಡಿದ್ದು ದೊಡ್ಡ ವಿಷ್ಯವಾಯ್ತು. ಬಂದ ಎಂಥ... ಎಂಥ ಸಂಬಂಧಗಳು ಮುರಿದು ಕಡೆಗೆ ಒಬ್ಬ ಮೇಷ್ಟರಿಗೆ ಮದ್ವೆ ಮಾಡಿಕೊಟ್ರು. ಅದೊಂದು ಕೋಪ ಅವರಲ್ಲಿ ಉಳಿದುಹೋಯ್ತು.

ಅದನ್ನು ರುಕ್ಮಿಣಿ ಏನು ಮನಸ್ಸಿನಲ್ಲಿ ಇಟ್ಕೊಂಡಂಗೆ ಕಾಣೋಲ್ಲ. ಎದುರಿಗೆ ಸಿಕ್ಕಾಗ ಮಾತುಕತೆಯಷ್ಟೇ. ಎರಡು ಮನೆಯ ಓಡಾಟ ಮಾತ್ರ ಕಮ್ಮಿ."

ನನಗೆ ಮುಜುಗರವೆನಿಸಿತು. ತುಂಬಾ ಅನ್ಯೋನ್ಯವಾಗಿದ್ದ ಮನೆಗಳ ನಡುವೆ ನಾನು ಗೆರೆಯಾದೆನೆನಿಸಿತು. ಅದಕ್ಕೆ ನಾನು ತೆತ್ತ ಬೆಲೆ ಕೂಡ ತೀರಾ ದೊಡ್ಡದೇ ಅಂದುಕೊಂಡು ಮೌನವಹಿಸಿದೆ.

ತಿಂಡಿ ಮುಗಿಸಿ ಆರಾಮಾಗಿ ರೂಮಲ್ಲಿ ಮಲಗಿಬಿಟ್ಟೆ. ವಿನುತ ಮತ್ತು ರುಕ್ಮಿಣಿ ಇಬ್ಬರ ಚಿತ್ರಗಳು ಪದೇ ಪದೇ ಮುಖದ ಮುಂದೆ ಬಂದು ನಿಲ್ಲುತ್ತಿತ್ತು. 'ಬಣ್ಣವನ್ನೇನು ಅರೆದು ಕುಡಿತೀಯಾ? ನಂಗೆ ನೋಡಿದರೆ ತೀರಾ ತೆಳ್ಳಗೆ, ಮೂಳೆ ಕಾಣೋಂಗೆ ಇರೋ ವಿನುತಾಗಿಂತ ರುಕ್ಮಿಣಿನೆ ಚೆಂದ ಇದ್ದಾಳೆ' ಅಮ್ಮ ಹಲವು ಭಾರಿ ಅಂದಾಗ ಉದಾಸೀನದ ನಗೆ ಬೀರಿದೆ. 'ಬದುಕು ಸುಂದರವಾಗಿರಬೇಕಾದರೆ ಒಳ್ಳೆ ಮನಸ್ಸು ಮುಖ್ಯ' ಅಪ್ಪನ ಹಿತದ ನುಡಿ. ಇದು ಯಾವುದು ಅಂದು ನನ್ನನ್ನು ವಿಮುಖನಾಗಿರಸಲಿಲ್ಲ.

ಯೋಚಿಸುತ್ತಲೇ ಕಣ್ಮುಚ್ಚಿದೆ.

* * * *

ಸಂಜೆ ಇವನು ದೇವಸ್ಥಾನದ ಬಳಿಗೆ ಹೋಗೋ ವೇಳೆಗೆ ಕಲ್ಯಾಣಿಯ ಮೆಟ್ಟಿಲು ಮೇಲೆ ಒಂಟಿಯಾಗಿ ಕೂತ ರುಕ್ಮಿಣಿ ಕಂಡಳು. ಅವಳೇನು ವಿಶೇಷವಾದ ಅಲಂಕಾರ ಮಾಡಿಕೊಂಡು ಬಂದಿರಲಿಲ್ಲ.

"ವಿಶ್ವ, ಬಾ ಕೂತ್ಕೋ" ಎಂದು ನಗೆ ಬೀರಿದಳು. ನನ್ನ ಮನಸ್ಸಿನಲ್ಲಿ ಅನುಮಾನ ಮೂಡಿತು. ಬಹುಶಃ ಅಂದಿನ ಕೋಪ, ನಿರಾಸೆ ತೋಡಿಕೊಳ್ಳಬಹುದು. ಎದೆಗೆ ಮುಖವಾನಿಸಿ ಬಿಕ್ಕಬಹುದು. ತಾನು ಅನುಭವಿಸಿದ ನಿರಂತರ ನೋವು ತನ್ನ ಮುಂದೆ ಇಡಬಹುದು. ಆಗ ತನ್ನ ಪ್ರತಿಕ್ರಿಯೆ ಹೇಗಿರಬಹುದೆಂದು ಲೆಕ್ಕ ಹಾಕ ತೊಡಗಿದಾಗ, ಅವಳದು ವಿಭಿನ್ನವಾದ ನಡವಳಿಕೆ "ಇಲ್ನೋಡು..." ಒಂದು ಕಸೂತಿ ಮಾಡಿದ ರಾಜಾಸ್ಥಾನಿ ಮಾದರಿಯ ಕೇಸರಿ ಮಿಶ್ರಿತ ಬ್ಯಾಗಿನಿಂದ ಮೊದಲೊಂದು ಕರ್ಚಿಫ್‌ನ ತೆಗೆದು ಹಾಸಿ, ಚೀಲದಲ್ಲಿನ ಸಂಗ್ರಹವನ್ನೆಲ್ಲ ಒಂದೊಂದಾಗಿ ತೆಗೆದಿಟ್ಟಳು."

ಚಾಕಲೇಟು ಪೇಪರ್‌ಗಳು, ಎರಡು ತುಂಡು ಪೆನ್ಸಿಲ್, ಒಂದು ಡಾಟ್ ಪೆನ್, ನಾಲ್ಕು ಗುಂಡಿಗಳು, ಪುಟ್ಟ ಕಲ್ಲುಗಳು, ರಿಬ್ಬನ್ ಪಟ್ಟಿ, ಸೀಮೆಸುಣ್ಣ.... ಇಂಥ ಹಲವಾರು ವಸ್ತುಗಳ ಸಣ್ಣ ಉಗ್ರಾಣ ನೋಡಿ ನಗು ಬಂತು.

"ಇದೆಲ್ಲ ಏನು?" ಕೇಳಿದೆ ಹಾಸ್ಯವಾಗಿ.

"ಬಹುಶಃ ಇವೆಲ್ಲ ನನ್ನ ನೆನಪಿನಂಗಳದ ಅಮೂಲ್ಯ ವಸ್ತುಗಳು. ನೀನು ಸುಲಭವಾಗಿ ಮರೆತಿರಬಹುದು. ನನ್ನ ಮಟ್ಟಿಗೆ ಇವೆಲ್ಲ ಅಮೂಲ್ಯವೇ" ಅವಳ ಕಣ್ಣಂಚಿನಲ್ಲಿ ತೇವವಿತ್ತು. ಸ್ವರ ಆರ್ದ್ರತೆಯಿಂದ ಕೂಡಿತ್ತು. "ರುಕ್ಕು ನನ್ಮೇಲೆ ಕೋಪ ಇಲ್ವಾ? ನಾನು ಒಬ್ಬ ಅನಾಗರಿಕನಾಗಿ ವರ್ತಿಸಿದೆ" ಅವಳು ನನ್ನ ಪ್ರಶ್ನೆಯಿಂದ ಹರಿದ

ಕಣ್ಣೀರನ್ನು ಸುಲಭವಾಗಿ ತೊಡೆದುಕೊಂಡು"ನೋವು, ಕೋಪಕ್ಕಿಂತ ಆಗ ಅಳು ಬಂತು. ಆಮೇಲೆ ನೇರವಾಗಿ ನಿಂತೆ. ನೀನು ಕೈಹಿಡಿಯಬೇಕಾದ ಒಂದು ಹುಡ್ಗಿಯ ಬಗ್ಗೆ ಕಲ್ಪನೆ, ಕನಸು ಇರೋದು ಸಹಜವೇ ಅಂದುಕೊಂಡೆ. ಆ ನೆನಪುಗಳು ನನ್ನದಾಗಿದೆ. ನನ್ನಿಂದ ನೀನು ದೂರವಾದೆ ಎಂದು ಅನ್ನಿಸಲಿಲ್ಲ. ಅಂದಿನ ಭಾವನೆಗಳು ತೀರಾ ಅಮೂಲ್ಯ ಬದುಕಿನುದ್ದಕ್ಕೂ ಇರುತ್ತೆ" ಎಂದು ಒಂದೊಂದು ವಸ್ತುವನ್ನು ಅಮೂಲ್ಯವೆನ್ನುವಂತೆ ಎತ್ತಿ ಸ್ವಸ್ಥಾನಕ್ಕೆ ಸೇರಿಸುತ್ತ ಹೋದವಳನ್ನು ನೋಡಿದೆ ತದೇಕಚಿತ್ತನಾಗಿ.

"ಸಾರಿ, ಮೇಷ್ಟ್ರು ನಿನ್ನ ಪ್ರೀತಿಸ್ತಾರಾ?" ಕೇಳಿದೆ.

ಪೇಪರ್‌ನಲ್ಲಿ ಸುತ್ತಿಟ್ಟುಕೊಂಡು ಬಂದಿದ್ದ ಕೊಬರಿ ಮಿಠಾಯಿಯನ್ನು ತೆಗೆದು ನನ್ನ ಮುಂದಿಡಿದು "ನಿಂಗೆ ಇಷ್ಟಾಂತ ಮಾಡಿ ತಂದೆ. ನೀನು ಪ್ರೇಮ, ಪ್ರೀತಿಯ ಬಗ್ಗೆ ಕೇಳಿದೆ. ನನ್ನ ಪತಿನ ಒಮ್ಮೆ ಹೀಗೆ ಕೇಳಿದಾಗ ಕೆ.ಎಸ್. ನರಸಿಂಹಸ್ವಾಮಿಯವರ ಒಂದು ಕವನ ಹೇಳಿದರು" ಎಂದು ರಾಗವಾಗಿ ಹಾಡಿದಳು.

"ಇವತ್ತು ನನ್ನ ಮೇಷ್ಟ್ರು ಬರ್ತಾರೆ. ನನ್ನ ನಾದಿನಿಯ ಮದ್ವೆ ಗೊತ್ತಾಗಿದೆ. ನಿನ್ನ ಹೆಂಡ್ತಿ, ಮಗು ಬಗ್ಗೆ ಏನು ಹೇಳಲೇ ಇಲ್ಲ. ಬರಲಾ" ಎದ್ದು ಸರಿದು ಹೋದಳು.

"ಅವ್ಳಿಗೆ ಒಳ್ಳೆ ಮನಸ್ಸು ಇದೆ. ಬದ್ಕು ಸುಂದರವಾಗುತ್ತೆ" ಅಂದು ಅಕ್ಕ ಹೇಳಿದ ಮಾತು ನೆನಪಾಗಿ ಮುಖದ ಮೇಲೆ ವಿಷಾದ ಮೂಡಿತು. ಸೂರ್ಯ ಮುಳುಗತೊಡಗಿ, ಕತ್ತಲು ಆವರಿಸಿದಾಗ ಕೈಯಲ್ಲಿದ್ದ ಕೊಬ್ಬರಿ ಮಿಠಾಯಿ ತಿಂದು ಮೇಲೆದ್ದೆ.

ಈ ಸಂಜೆ ಅಮೂಲ್ಯವೆನಿಸಿತು.

ಸೌಂದರ್ಯವೆಂದರೆ ಕುತೂಹಲ, ಅನನ್ಯ, ಅದ್ಭುತ, ರೋಮಾಂಚನದ ವಾಸ್ತವ ಪ್ರಜ್ಞೆ.

●

6. ರೇಷ್ಮೆ ಸೀರೆ

ಸಾಂಬಯ್ಯ ವಾಸಿಸುವುದು ವಠಾರದಲ್ಲಿ. ಇಲಿಯ ಬಿಲದಂಥ ಹನ್ನೆರಡು ಹನ್ನೆರಡು ಮನೆಗಳು ಇವೆ. ಅದರಲ್ಲಿ ಇವನ ಕುಟುಂಬವು ಒಂದು. ಇಲ್ಲಿ ವಾಸಕ್ಕೆ ಬಂದು ಹೇಗೆ ಲೆಕ್ಕ ಹಾಕಿದರೂ ಇಪ್ಪತ್ತು ವರ್ಷಗಳಾಗಿ ಹೋಯಿತು. ಇಲ್ಲಿ ಬಂದ ವರ್ಷಕ್ಕೆ ವಿವಾಹವಾಗಿ ಹೆಂಡತಿಯನ್ನು ಕರೆತಂದ ದಿನ ಇದ್ದ ಹುರುಪು ಉತ್ಸಾಹ ಈಗಿಲ್ಲ. "ಮೂವತ್ತು ತುಂಬ್ತು. ಮತ್ತೆ ಯಾವಾಗ ನಿನ್ಮದ್ವೆ" ಅವನ ಚಿಕ್ಕಪ್ಪ ಪದೇ ಪದೇ ಹಂಗಿಸಿ.... ಅವನ ಗಂಡಸುತನದ ಬಗ್ಗೆಯೇ ಪ್ರಶ್ನಿಸಿದಾಗ ಅವರು ತೋರಿಸಿದ ಹುಡುಗಿ ಗಿರಿಜೆಗೆ ತಾಳಿ ಕಟ್ಟಿ ಇಲ್ಲಿಗೆ ಕರೆತಂದಾಗ ಬರೋಬರಿ ವಯಸ್ಸು ಮೂವತ್ತು. ಅವಳ ವಯಸ್ಸು ಹದಿನೆಂಟು ಇದ್ದೀತು.

"ವರ್ಷಕ್ಕೆ ಮುನ್ನ ತೊಟ್ಟಿಲು ಕಟ್ಟು" ಯಾರೋ ಆಶೀರ್ವಾದ ಮಾಡಿ ಕೈ ತೊಳೆದುಕೊಂಡರು. ಹಿರಿಯರ ಆಶೀರ್ವಾದ ನಿಜವಾಗುತ್ತೆ ಅನ್ನುವಂತೆ ಕೈ ಹಿಡಿದವಳು ವರ್ಷ ತುಂಬುವ ಮೊದಲು ಬಸುರಾಗಿ ತವರಿಗೆ ಹೋದವಳು ಮೂರು ತಿಂಗಳ ಕೂಸನ್ನೆತ್ತಿಕೊಂಡು ಹಿಂದಿರುಗಿದಾಗ, ಅವನ ಸಂಬಳದಲ್ಲಿ ದೊಡ್ಡ ವ್ಯತ್ಯಾಸವೇನು ಆಗಿರಲಿಲ್ಲ. "ನನ್ನ ಹಾಲು ಮಗುಗೆ ಸಾಲೋಲ್ಲ. ಬೇರೆ ಹಾಲು ಹಾಕಿಸ್ಕೋಬೇಕು" ಎಂದು ಹೆಂಡತಿ ಮುದ್ದಾಗಿ ರಾಗ ತೆಗೆದಾಗ, ಬೆಳಗಿನ ಟೀ ನಿಲ್ಲಿಸಿ ಅದಕ್ಕೆ ಬದಲಾಗಿ ತಣ್ಣೀರು ಕುಡಿಯಲು ಶುರು ಮಾಡಿದ "ತರಕಾರಿ ಬೇಯಿಸಿದ ನೀರು ಚೆಲ್ಲಬೇಡ. ಮಗುಗೆ ಕುಡಿಸು ಒಳ್ಳೇದು" ಯಜಮಾನನಿಗೆ ಆದೇಶವಿತ್ತ. ಅದು ಜಾರಿಗೆ ಬಂತು. ಮತ್ತೆ ವರ್ಷ ತುಂಬುವ ಮುನ್ನವೇ ಗಿರಿಜ ಬಸುರಿ "ಅಲ್ಲಿ ಅಷ್ಟು ಅನ್ಕೂಲವಿಲ್ಲ... ಇಲ್ಲೇ ಇರ್ತೀನಿ" ಗಂಡನ ಷರಟಿನ ಗುಂಡಿ ಬಿಚ್ಚುತ್ತ ಹೇಳಿದಾಗ ನಿರ್ವಿಕಾರ ಚಿತ್ತನಾಗಿ ಹ್ಞೂಗುಟ್ಟಿದ. ಅಂದಿನಿಂದಲೇ ತಣ್ಣೀರು ಸ್ನಾನಕ್ಕೆ ಮೊದಲಿಟ್ಟ.

ಹೆರಿಗೆಗಾಗಿ ಗಿರಿಜ ತಾಯಿಯನ್ನು ಕರೆಸಿಕೊಂಡಾಗ, ಮನೆಯ ಖರ್ಚು ಹೆಚ್ಚಿತು. ಯಾರಿಂದಲೋ ಅಂಗಡಿಯಲ್ಲಿ ಲೆಕ್ಕ ಬರೆಯುವ ಕೆಲಸಕ್ಕೆ ಜಮಾ ಆದ. ಮನೆ ಸೇರುವುದು ತಡವಾಯಿತು. ಹತ್ತಕ್ಕೆ ಮುನ್ನ ಮನೆ ಸೇರುವಂತಿರಲಿಲ್ಲ. ಈ ಸಲ ಗಿರಿಜ ಹೆತ್ತಿದ್ದು ಹೆಣ್ಣು ಮಗುವೆ.

"ಅಳಿಯಂದಿರೇ ಮಗು ನಿಮ್ಮ ತರಹ ಇದೆ" ಅವನ ಮುಂದೆ ಹಿಡಿದಾಗ, ಅದು ಭೂಮಿಗೆ ಬಂದು ಐದಾರು ಗಂಟೆಗಳಾಗಿ ಹೋಗಿತ್ತು. ಆಕೆ ವಠಾರದವರಿಗೆಲ್ಲ ಸಕ್ಕರೆ ಹಂಚಿ ಬಂದಿದ್ದು ಆಗಿತ್ತು. ಮೊಮ್ಮಗಳು ಹುಟ್ಟಿದ ಸಂಭ್ರಮಕ್ಕಾಗಿ ಆ ಮನುಷ್ಯನಿಗೇನು ಸಂತೋಷವಾಗಲಿಲ್ಲ. ಎಳೆ ಮಗುವಿನ ಕೆನ್ನೆ ಸವರಿದ "ಇದರ ಹಿಂದೆ ಒಂದು

ಗಂಡಾಗ್ಲೀ. ನಮ್ಮ ಕಡೆಯಲ್ಲೆಲ್ಲ ಅಷ್ಟೇ. ಎರಡು ಹೆಣ್ಣಿನ ಹಿಂದೆ ಒಂದು ಗಂಡು" ಊರಗಲ ಬಾಯಿ ತೆರೆದು ಹೇಳಿದ್ದು ಸಮವೆನಿಸಿತು. ಅದರ ಹಿಂದೆ ಮತ್ತೊಂದು ಹೆಣ್ಣು ಮಗು. ಈ ಸಲ ಬಾಣಂತನಕ್ಕೆ ಅವನ ನಾದಿನಿ ಗಿರಿಜೆಯ ತಂಗಿ ಬಂದಳು. ಒಂದೇ ಸಮನೆ ಖರ್ಚು ಏರಿತು. ಬೆಳಿಗ್ಗೆ ಫಲಹಾರ ನಿಲ್ಲಿಸಿದ "ಗಿರಿಜ ಬರೋ ಸಂಬಳ ಯಾತಕ್ಕೂ ಸಾಲೋಲ್ಲ. ಕನಿಷ್ಠ ಮಕ್ಳಿಗೆ ಹೊಟ್ಟೆ ತುಂಬನಾದ್ರೂ ಊಟ ಹಾಕಬೇಕಲ್ಲ. ಎಂದೋ ಟೈಪಿಂಗ್ ಕಲಿತಿದ್ದು ಈಗ ಅನ್ಕೂಲಕ್ಕೆ ಬಂದಿದೆ. ಲಾಯರ್ ಆಫೀಸಿನಲ್ಲಿ ಬೆಳಗಿನ ವೇಳೆ ಟೈಪ್ ಮಾಡೋಕೆ ಒಪ್ಕೊಂಡಿದೀನಿ. ಇನ್ನು ನಾಲ್ಕು ಕಾಸು ಸಿಕ್ಕುತ್ತೆ. ಅನ್ನ, ಸಾರೂನ್ನೋ ರೇಜಿಗೇನೇ ಬೇಡ. ಒಂದಿಷ್ಟು ರಾಗಿ ಗಂಜಿ ಕಾಯ್ಸಿ ಕೊಡು. ಅದಕ್ಕೆ ಒಂದಿಷ್ಟು ಮಜ್ಜಿಗೆ ಹಾಕ್ಕೊಂಡ್ ಕುಡಿದು ಮನೆ ಬಿಡ್ತೀನಿ. ರಾತ್ರಿ ಒಟ್ಟಿಗೆ ಊಟ ಮಾಡ್ತೀನಿ" ಇಂಥ ಒಂದು ನಿಲುವಳಿ ಸೂಚನೆ ಮಂಡಿಸಿದ.

ಗಂಡನ ಬಗ್ಗೆ ಮರುಕವೇ, ಆದರೆ ಅವಳ ಗಮನ ಇದ್ದಿದ್ದು ಮಕ್ಕಳ ಲಾಲನೆ ಪಾಲನೆಯಲ್ಲಿ. "ಮಕ್ಳಿಗೂ ರಾಗಿ ಗಂಜಿನೆ ಕೊಡು. ಆರೋಗ್ಯಕ್ಕೆ ಒಳ್ಳೇದು" ಅನ್ನೋ ಒಂದು ಅತ್ಯುತ್ತಮ ಸಲಹೆ ಕೊಟ್ಟಾಗ ಗಿರಿಜೆಯೇನು ಗೊಣಗಲಿಲ್ಲ. ಅವಳು ಹುಟ್ಟಿ ಬೆಳೆದಿದ್ದೆಲ್ಲ ಬಡತನದಲ್ಲಿಯೇ. ಮುಂದೂ ಕೂಡ ತಮ್ಮ ಬದುಕಿನಲ್ಲಿ ದೊಡ್ಡ ಬದಲಾವಣೆ ಬಂದು ಬಿಡುತ್ತದೆಯೆನ್ನುವ ಪುಟ್ಟ ಕನಸು ಕೂಡ ಇಲ್ಲದ ವ್ಯಕ್ತಿ ಕಾಲ ಕಾಲಕ್ಕೆ ಬದಲಾಗುತ್ತ ತಾನೇ ಹೊಂದಿಕೊಳ್ಳುವ ಜಾಣ್ಮೆ ಕಂಡುಕೊಂಡಳು.

ಮತ್ತೆರಡು ಮಕ್ಕಳಾಯಿತು. ಅವು ಕೂಡ ಹೆಣ್ಣೆ. ಬದುಕೊಂದು ಸವಾಲ್‌ನಂತೆ ಕಂಡಿತು. ಈಗಂತು ಮನೆಗೆ ಬರುವುದು ತೀರಾ ತಡವಾಗಿ. ಕೆಲವೊಮ್ಮೆ ಹನ್ನೊಂದರ ವೇಳೆಗೆ ವಠಾರದ ಮನೆಗಳಲ್ಲಿನ ದೀಪಗಳು ಆರಿ ಕತ್ತಲೆಯ ಗುಹೆಯೊಳಗೆ ನುಗ್ಗಿ ಬಂದಂಥ ಅನುಭವವಾಗಿತ್ತು. ಹೆಂಡತಿ ಗಿರಿಜೆ ಸಣ್ಣ ದೀಪದ ಬೆಳಕಿನಲ್ಲಿ ಗಂಡನಿಗಾಗಿ ಕಾದು ಕುಳಿತಿರುತ್ತಾಳೆ.

"ಮತ್ತಷ್ಟು ತಡವಾಯ್ತು!" ಮೇಲಕ್ಕೇಳುತ್ತಾಳೆ.

"ಹೌದೌದು, ಈಗ ಇನ್ನೊಂದು ಅಂಗ್ಡಿಗೆ ಲೆಕ್ಕ ಬರೆಯಲಿಕ್ಕೆ ಹೋಗ್ತಾ ಇದ್ದೀನಿ. ಸೈಕಲ್ ಮೂಲೆ ಹಿಡೀತು. ರಿಪೇರಿಗೇಂತ ಹಣ ಎತ್ತಿಟ್ಟರೇ ಖರ್ಚಾಗಿ ಅದು ಇಲ್ಲೇ ಉಳಿದಿದೆ" ಎಂದು ಹೇಳಿ ಅಂಗೀ ಬಿಚ್ಚಿ ಗೂಟಕ್ಕೆ ನೇತು ಹಾಕಿ ಕೈಕಾಲು ತೊಳೆಯಲು ನೀರಿನ ಪ್ಲಾಸ್ಟಿಕ್ ಬಕೆಟ್‌ನೊಳಕ್ಕೆ ಚೆಂಬು ಇಳಿಬಿಟ್ಟಾಗ ಪೂರ್ತಿ ಖಾಲಿ "ಮೂರು ದಿನದಿಂದ ನೀರು ಬಂದಿಲ್ಲ. ಇಂದು ಒಂದ್ಗಂಟೆ ನೀರು ಬಂತು. ದೊಡ್ಡ ಜಗಳವಾಯ್ತು. ಗೌಡರ ಹೆಂಡ್ತಿ ತಳ್ಳಿದ್ದಕ್ಕೆ ಬಿದ್ದು ಪೆಟ್ಟು ಮಾಡಿಕೊಂಡೇ" ಗಾಯವನ್ನು ಬಲಗೈ ಮಂಡಿಯನ್ನು ಗಂಡನ ಮುಂದಿಡಿದು ಕಣ್ಣೀರು ಸುರಿಸಿದಳು.

"ಅವ್ರಿಗೂ ನೀರಿನ ದರ್ದ್ ಇರುತ್ತೆ. ನೀನು ಯಾಕೆ ಜಗಳಕ್ಕೆ ಬಿದ್ದೆ."

ಗಂಡನ ಮಾತಿಗೆ ಗಿರಿಜ ಅಳೋಕೆ ಶುರು ಮಾಡುತ್ತ ಮೂಗು, ಕಣ್ಣೊರೆಸಿದಾಗ ತೀರಾ ತಲೆ ತಗ್ಗಿಸಿ "ಜೋರಾಗಿ ಅಳಬೇಡ. ಮಕ್ಳು ಎಚ್ಚರವಾಗ್ತಾರೆ" ಹೆಂಡ್ತಿ ಭುಜದ

ಮೇಲೆ ಕೈಯಿಟ್ಟು ಬರೀ ಕೈ ತೊಳೆದು ಬಂದು ತಟ್ಟೆಯ ಮುಂದೆ ಕೂರುತ್ತಾನೆ ಸಾಂಬಯ್ಯ.

ಎರಡು ಚಪಾತಿ, ಒಂದಿಷ್ಟು ಬದನೆಕಾಯಿ ಪಲ್ಯ ಇಷ್ಟೆ ಊಟ. ಈಚೆಗೆ ಕೆಲವು ತಿಂಗಳಿಂದ ಮಕ್ಕಳಿಗೆ ಒಂದಿಷ್ಟು ಅನ್ನ ಮಾಡಿ ಬಡಿಸಿ, ತಾವುಗಳು ಮಾತ್ರ ಚಪಾತಿ ತಿಂತಾರೆ. ಕೆಲವೊಮ್ಮೆ ಇದಕ್ಕೂ ಕಷ್ಟವೇ. ಸಾಂಬಯ್ಯ ಮನೆಯ ಯಜಮಾನನಾಗಿ ಸರ್ಕಸ್‌ನಲ್ಲಿ ತಂತಿಯ ಮೇಲೆ ನಿಂತು ಬ್ಯಾಲೆನ್ಸ್ ಮಾಡುವಂತೆ ಸಂಸಾರ ತೂಗಿಸುತ್ತಿದ್ದಾನೆ.

ಗಂಡ ತಿಂದ ತಟ್ಟೆಯಲ್ಲಿಯೇ, ಒಂದೆರಡು ಚಪಾತಿ ಹಾಕಿಕೊಂಡು ಕೂತ ಗಿರಿಜನ ಕಣ್ಣಲ್ಲಿ ನೀರು. ದಿನವು ಹೆಂಡತಿಗಾಗಿ ಚಪಾತಿಗೆ ನಂಜಿಕೊಳ್ಳಲು ಒಂದಿಷ್ಟು ಪಲ್ಯ ಉಳಿಸಿಯೇ ಉಳಿಸುತ್ತಾನೆ. ಇಂದು ಕೂಡ ಉಳಿಸಿದ್ದ. ಈ ಮನೆಯ ದೀಪ ಉರಿಯಲು ನಿರಂತರವಾಗಿ ಶ್ರಮಿಸುತ್ತಿದ್ದ ಗಂಡನ ಬಗ್ಗೆ ಮರುಕವೆ. ಬಸುರಿ, ಹೆರಿಗೆ, ಬಾಣಂತನ, ಮಕ್ಕಳ ಪಾಲನೆಯಲ್ಲಿ ಸಮಯ ಸರಿ ಹೋಗುತ್ತಿದ್ದರಿಂದ ಬೇರೆ ಯಾವುದೇ ಪುಟ್ಟ ಯೋಚನೆಗಳಿಗೂ ಅವಳಿಗೆ ಸಮಯವಿರಲಿಲ್ಲ.

ಊಟ ಮುಗಿಸಿದ ಸಾಂಬಯ್ಯ ಮಕ್ಕಳು ಮಲಗಿದ್ದಲ್ಲಿಗೆ ಹೋಗಿ ಕೂತರು. ನಾಲ್ಕರ ಪಕ್ಕ ಇನ್ನೊಂದು ಕೈಗೂಸು. ವಠಾರಕ್ಕೆ ಬಂದಾಗ ಅವನು ಒಂಟಿ. ಈಗ ಏಳು ಜೀವಕ್ಕೆ ನೆಲೆಯಾಗಿತ್ತು. ಮಕ್ಕಳಂತೆ ತಾಪತ್ರಯಗಳು ಕೂಡ ಬೆಳೆದಿತ್ತು. ಅದಕ್ಕ ಯಾರು ಹೊಣೆ ಎನ್ನುವುದನ್ನು ಆಗಾಗ ನಡೆದ ಬರುವಾಗಲೋ, ಸಿಟಿ ಬಸ್ಸು ಹತ್ತಿದಾಗಲೋ, ಅಂಥ ಯೋಚನೆಗಳು ಬರುತ್ತಿದ್ದ ತಮಗೆ ಒಂದೋ, ಎರಡೋ ಮಕ್ಕಳು ಮಾತ್ರ ಇದ್ದಿದ್ದರೇ... ಸ್ವಲ್ಪಮಟ್ಟಿನ ಸುಖ ಕಾಣಬಹುದಿತ್ತೇನೋ? ಸುಖ ಅಂದರೇನೂಂತಲೇ ಗೊತ್ತಾಗದೇ ದಿನಗಳು ಉರುಳಿ ಹೋಗಿತ್ತು.

ಊಟ ಮುಗಿಸಿ ತಟ್ಟೆ ತೊಳೆದಿಟ್ಟು ಬಂದ ಗಿರಿಜ ಗಂಡನಿಗೆ ಚಾಪೆ ಬಿಡಿಸಿಕೊಟ್ಟು ತಾನೊಂದು ಹರಿದ ಕಂಬಳಿಯನ್ನು ಪಕ್ಕದಲ್ಲಿಯೇ ಹಾಸಿಕೊಂಡಳು. ಕೈ ಹಿಡಿದ ಗಂಡನಿಗೆ ಪ್ರತಿ ರಾತ್ರಿ ವಿಧೇಯಳಾಗಿರಬೇಕೆಂದು ಅವಳ ಅಮ್ಮ ಅಥವಾ ಅಜ್ಜಿ ಹೇಳಿಕೊಟ್ಟಿದ್ದರೇನೋ, ಅದಕ್ಕೆ ನಿಷ್ಠಳಾಗಿ ನಡೆದುಕೊಂಡ ಮಹಾಸಾಧ್ವಿ!

"ಈ ಸಲ ಮೂರನೆಯದನ್ನು ಶಾಲೆಗೆ ಹಾಕಬೇಕು" ಎಂದು ಹೇಳುತ್ತ ಬಂದು ಕೂತ ಹೆಂಡತಿಯ ಕಡೆ ನೋಡಿದ ಸಾಂಬಯ್ಯ. ಹರಿದು ಹಂಚಿ ಕಡ್ಡಿಯಾದಂಗೆ ಕಂಡಳು. "ಹಾಕೋಣ.... ನಿಂಗೆ ಆರಾಮಿಲ್ಲವಾ?" ವಿಚಾರಿಸಿದ ಹೆಂಡತಿಯಿ ಕಣ್ಣು ಸುತ್ತಲಿನ ಕಪ್ಪು ವರ್ತುಲಗಳನ್ನು ಗಮನಿಸುತ್ತ "ಅಂಥದೇನಿಲ್ಲ" ನಾಚಿದಳು. ಚೆಲುವೆಯಲ್ಲದಿದ್ದರೂ ಲಕ್ಷಣವಾಗಿ ಆರೋಗ್ಯವಾಗಿದ್ದ ಹೆಣ್ಣೇ "ನಾನೊಂದ್ಮಾತು ಕೇಳ್ಲಾ? ಅಪ್ಪಯ್ಯ ಯಾರ ಕೈಯಲ್ಲೋ ಹೇಳಿ ಕಳಿಸಿದ್ರು. ನನ್ನ ತಮ್ಮನ ಲಗ್ನ ಗೊತ್ತಾಗಿದೆಯಂತೆ. ಕರಿಯಲಿಕ್ಕೆ ಬರಬಹುದು" ತೀರಾ ಸಂಕೋಚದಿಂದಲೇ ಹೇಳಿದಳು.

ಮೌನವಾಗಿ ಹೂಗುಟ್ಟಿದ. ಗಿರಿಜೆ ಈಚೆಗೆ ತವರು ಮನೆಗೆ ಹೋಗಿದ್ದೇ ಕಡಿಮೆ. ಅವರಿಗೆ ಬಂಡು ತಾಪತ್ರಯಗಳು ಇತ್ತು. ಇರೋ ಹೆಣ್ಣು ಮಕ್ಕಳಿಗೆ ವಿವಾಹ ಮಾಡಿ ಕೈ ತೊಳೆದುಕೊಳ್ಳುವ ವೇಳೆಗೆ ಮುಕ್ಕಾಲು ಆಯುಸ್ಸು ಮುಗಿದಿತ್ತು.

ಕರೆದು, ಕಳಿಸಿ ಮಾಡುವಷ್ಟು ಅನುಕೂಲವಂತರೇನು ಅಲ್ಲ. ಈಚೆಗೆ ಮಳೆ ಇಲ್ಲದೆ ಫಸಲು ಕಡಿಮೆಯಾದ ಮೇಲಂತೂ ತೀರಾ ಸೋತು ಹೋಗಿದ್ದರು. ಕಡೆ ಮಗನಿಗೊಂದು ವಿವಾಹ ಮಾಡಿ ಮುಗಿಸಿದರೆ ಅವರ ಜವಾಬ್ದಾರಿಗಳು ಮುಗಿದಂತೆಯೇ.

"ಮಲ್ಗೀ..." ನಿದ್ದೆಯನ್ನು ಜ್ಞಾಪಿಸಿದಾಗ ಒಂದು ಚಾಪೆಯ ಮೇಲೆ ಉರುಳಿಕೊಂಡ. "ನಾನೊಂದು ಕೇಳಲಾ? ನಂಗೆ ಮೊದ್ಲಿನಿಂದ ರೇಶಿಮೆ ಸೀರೆ ಉಡಬೇಕೆನ್ನೋ ಆಸೆ. ಮದ್ವೆಯಲ್ಲಾದ್ರೂ ಆ ಆಸೆ ನೆರವೇರುತ್ತೆ. ಅಂದ್ಕೊಂಡೆ. ಅಪ್ಪಯ್ಯನು ತರ್ಲಿಲ್ಲ, ನೀವು ತರಲಿಲ್ಲ. ಆ ರೇಶಿಮೆ ಸೀರೆಯ ಆಸೆ ಹಾಗೇ ಉಳಿದುಹೋಗಿದೆ. ಈಗ ತಮ್ಮನ ಮದ್ವೆಯಲ್ಲಾದ್ರೂ ರೇಶಿಮೆ ಪತ್ತಲ ಉಡಬೇಕೆನ್ನೋ ಆಸೆ. ಹೇಗಾದ್ರೂ ಒಂದಿಷ್ಟು ಹಣ ಜೊತೆ ಮಾಡಿ ರೇಶಿಮೆ ಸೀರೆ ತಂದ್ಕೊಡಿ" ತನ್ನ ಮಹತ್ತರ ಆಸೆಯನ್ನು ವ್ಯಕ್ತಪಡಿಸಿದಳು. ಇಂಥದೊಂದು ಆಸೆ ಎಷ್ಟೋ ವರ್ಷಗಳಿಂದ ಅವಳೆದೆಯ ಗೂಡಿನಲ್ಲಿ ಬಚ್ಚಿಟ್ಟುಕೊಂಡಿತ್ತು.

ಸಾಂಬಯ್ಯನ ಬಾಯಿಂದ ಮಾತುಗಳೇ ಹೊರಡಲಿಲ್ಲ. ಇದು ರೋಮಾಂಚನವೋ, ಕೋಪವೋ... ಇಲ್ಲ ಮತ್ತೊಂದು ಭಾವವೋ ಗಿರಿಜೆಗೆ ಅರ್ಥವಾಗಲಿಲ್ಲ. ತಾನು ಕೇಳಿದ್ದು ತಪ್ಪಾಯಿತೇನೋಂತ ಮಂಡಿಯಲ್ಲಿ ಮುಖವನ್ನು ಹುದುಗಿಸಿ ಬಿಕ್ಕಿಬಿಕ್ಕಿ ಅಳಲು ಶುರು ಮಾಡಿದಳು.

ಸಾಂಬಯ್ಯ ತೀರಾ ಸಪ್ಪಗಾದ. ತನಗಾಗಿ ಗಿರಿಜೆ ಏನನ್ನು ಕೇಳಿದ್ದು ಅವನಿಗೆ ನೆನಪಿಲ್ಲ. 'ಅನ್ನದ ಗಂಜಿ ಬಚ್ಚಲಿಗೆ ಸುರಿಬೇಡ. ಅದಕ್ಕೆ ನಾಲ್ಕು ಕಾಳು ಮೆಣಸು, ಉಪ್ಪು ಸೇರಿಸಿ ಮಕ್ಕಳಿಗೆ ಕೊಡು' ಎಂದಾಗಲೂ ಯಾಕೇಂತ ಪ್ರಶ್ನಿಸಲಿಲ್ಲ. ವರ್ಷಕ್ಕೆ ಒಂದೇ ಸಲ ಎರಡು ಸೀರೆಗಳನ್ನು ತರುತ್ತಿದ್ದದ್ದು. ವಠಾರದವರು ಮೂಟೆಯವರ ಹತ್ತಿರ ಸೀರೆಗಳನ್ನು ಕಂತಿನಲ್ಲಿ ಕೊಳ್ಳುತ್ತಿದ್ದರು. ಆಕೆ ಆ ಕಡೆ ಮುಖ ಹಾಯಿಸಿದವಳೇ ಇಲ್ಲ.

"ನೀವೆರಡು ಪತ್ತಲ ತಗೊಳ್ಳಿ. ತಿಂಗಳಿಗೆ ಇಷ್ಟೂಂತ ಹಣ ಕೊಟ್ಟರೇ ತೀರುತ್ತೆ" ವಠಾರದಲ್ಲಿ ಹೆಂಗಸರು ಒಬ್ಬರಲ್ಲ. ಒಬ್ಬರು ಬಲವಂತ ಮಾಡುತ್ತಿದ್ದರು. "ಅವ್ರಿಗ ಸಾಲ ತಗೊಳ್ಳೋದು ಸರಿ ಬರೋಲ್ಲ" ಎಂದು ನಿರಾಕರಿಸುತ್ತಿದ್ದ ಗಿರಿಜೆ ಉತ್ತಮ ಹೆಣ್ಣೆಂಬ ಅಭಿಮತ ಸಾಂಬಯ್ಯನದು.

ಇಂದು ಹೆಂಡತಿಯ ಮನದ ಆಸೆ ತಿಳಿದು ಹೇಗಾದರೂ ಪೂರೈಸಬೇಕೆಂಬ ನಿರ್ಧಾರಕ್ಕೆ "ಅಳು ನಿಲ್ಲಿಸು ಗಿರಿಜ. ನಿನ್ನ ತಮ್ಮನ ವಿವಾಹ ಸಮಯಕ್ಕೆ ರೇಶಿಮೆ ಸೀರೆ ತಂದುಕೊಡ್ತೀನಿ" ಭರವಸೆ ಕೊಟ್ಟ. ಸಮಾಧಾನ ಮಾಡಿದ. ಬರೀ ಸಾಂಬಯ್ಯನ ಮಿದುಳಿನಲ್ಲಿ ರೇಶಿಮೆ ಸೀರೆಯ ವಿಷಯವೇ ಇದ್ದುದ್ದರಿಂದ ಒತ್ತಟ್ಟಿಗೆ ತಿರುಗಿ ಮಲಗಿದ. ದೇಹ ಕೂಡ ಮೊದಲಿನಂತೆ ಅಗತ್ಯಕ್ಕಾಗಿ ಚಡಪಡಿಸುತ್ತಿರಲಿಲ್ಲ. "ಐದು

ಮಕ್ಳು ಸಾಲದಾ? ನೀನು ಅಪರೇಷನ್ ಮಾಡಿಸ್ಕೋ. ಆ ಉಸಾಬರಿ ಬೇಡಾಂದರೇ ನಿನ್ನ ಹೆಂಡ್ತಿಗೆ ಆಪರೇಷನ್ ಮಾಡ್ಸು" ಕೆಲವರು ನೀಡುತ್ತಿದ್ದ ಸಲಹೆ. 'ತನಗೆ ಮಕ್ಕಳಾಗಿದ್ದೇ ಅಪರಾಧ ಅನ್ನೋ ತರಹ ಮಾತಾಡುತ್ತಾರಲ್ಲ' ಎಂದು ಒಳಗೊಳಗೆ ಗೊಣಗಿದ್ದನೆ ವಿನಹ ಆ ಬಗ್ಗೆ ಮಾತಿಗೆ ನಿಲ್ಲುತ್ತಿರಲಿಲ್ಲ.

ಬೆಳಗ್ಗೆ ಎದ್ದು ಕೆಲಸಕ್ಕೆ ಹೊರಡುವಾಗ "ನಿನ್ನ ತಮ್ಮನ ಲಗ್ನ ಎಂದು?" ಷರಟಿನ ಎದೆಯ ಭಾಗದ ಗುಂಡಿಗಳನ್ನು ಹಾಕಿಕೊಳ್ಳುತ್ತ ಕೇಳಿದ. ಗಿರಿಜೆಯ ಮುಖ ಅರಳಿತು. "ಸಮ ಗೊತ್ತಿಲ್ಲ. ಅಂತು ಈ ಲಗ್ನಗಳಲ್ಲೇಂತ ಮಾತ್ರ ಗೊತ್ತು. ನಿಮ್ಮ ಹತ್ತಿರಾನು ಒಂದು ಒಳ್ಳೆ ಷರಟು ಇಲ್ಲ. ನೀವು ಒಂದು ಷರಟು ತಗೊಳ್ಳಿ" ಅಂದಳು ಉತ್ಸಾಹದಿಂದ.

"ಷರಟಿನ ಸುದ್ದಿ ಒತ್ತಟ್ಟಿಗೆ ಇರಲೀ. ಸದ್ಯಕ್ಕೆ ನಿಂಗೊಂದು ರೇಶಿಮೆ ಸೀರೆ ತಂದುಕೊಡ್ತೀನಿ" ಎಂದು ತುಂಬು ಭರವಸೆಯಿಂದ. ಹೆಂಡತಿಯ ಇದೊಂದು ಆಸೆಯನ್ನಾದರೂ ಪೂರ್ತಿ ಮಾಡಬೇಕೆಂಬ ನಿರ್ಧಾರಕ್ಕೆ ಬಂದಿದ್ದ. "ಯಾವ ಕಲರ್ ಸೀರೆ ಬೇಕು. ಅದಕ್ಕೆ ಜರೀ ಎಷ್ಟಿರಬೇಕೂಂತ ನೀನೇ ಹೇಳಬೇಕು" ಇಷ್ಟು ಹೇಳಿ ಮನೆ ಬಿಟ್ಟ ಮೇಲೆ ಕೈಗೂಸನ್ನು ಮಲಗಿಸಿ ಬಾಗಿಲನ್ನು ಮುಂದೆ ಮಾಡಿಕೊಂಡು, ಸ್ವಲ್ಪ ಸ್ನೇಹವಾಗಿದ್ದ ನಾಗಮಣಿಯ ಮನೆಗೆ ಬಂದಳು.

ಇವರಿದ್ದ ಮನೆಗಿಂತ ಅದು ಸ್ವಲ್ಪ ದೊಡ್ಡದಾಗಿತ್ತು. ಕನ್ನಡಿ ಬೀರುವಿನ ಜೊತೆ ಒಂದೆರಡು ಗಾಡ್ರೇಜ್ ಕುರ್ಚಿ, ಒಂದು ಮಂಚ ಇದ್ದು ಶ್ರೀಮಂತವಾಗಿ ಕಾಣುತ್ತಿತ್ತು.

"ಬಾ ಕೂತ್ಕೋ... ಅಪರೂಪಕ್ಕೆ ಈ ಕಡೆ ಬಂದಿದ್ದಿ?" ಅಂದಳು. ಎಸ್.ಎಸ್.ಎಲ್.ಸಿ.ವರೆಗೂ ಕಲಿತಿದ್ದ ನಾಗಮಣಿ ಗಂಡ ಸಾಂಬಯ್ಯನ ಎರಡಷ್ಟು ಸಂಬಳ ತರುತ್ತಿದ್ದ. ಇವಳು ಅಷ್ಟೇ ತೀರಾ ಹಣದ ಅಗತ್ಯವಿದ್ದವರಿಗೆ ಬಡ್ಡಿಗೆ ಹಣ ಕೊಡುತ್ತಿದ್ದಳು. ಅಷ್ಟೆ ಕರಾರು, ಅಷ್ಟೆ ಖಡಾಕ್. ಹೇಳಿದ ಸಮಯಕ್ಕೆ ಅವಳ ಅಸಲು, ಬಡ್ಡಿ ಸಂದಾಯವಾಗಲೇ ಬೇಕಿತ್ತು. ಇಲ್ಲದಿದ್ದರೇ ವಠಾರದ ನಲ್ಲಿಯ ಬಳಿ ನಿಂತಳೆಂದರೆ ಗೋವಿಂದ. ಕೆಲವೊಮ್ಮೆ ಮೃದುವಾಗಿ, ನಿಧಾನವಾಗಿ ಮಾತಾಡುತ್ತಿದ್ದ ನಾಗಮಣಿ ಹಣ ವಸೂಲಿಗೆ ಬಾಯಿ ತೆರೆದಳೆಂದರೆ ಹಣ ಬರಬೇಕಾದ್ದೇ. ಇದು ಗೊತ್ತಿದ್ದು ಕೂಡ ಅವಳಲ್ಲಿ ಬಡ್ಡಿಗೆ ಹಣ ಪಡೆಯುತ್ತಿದ್ದರೆಂದರೆ ಅವರುಗಳ ತಾಪತ್ರಯಗಳನ್ನು ಅಂದಾಜು ಮಾಡಿಕೊಳ್ಳಬಹುದು.

ಒಂದು ಲೋಟ ಕಾಫಿ ಕೊಟ್ಟೆ ಮಾತು ಪ್ರಾರಂಭಿಸಿದ್ದು.

"ಯಾತಕ್ಕಾದ್ರೂ ಹಣ ಬೇಕಿತ್ತಾ?" ನಾಗಮಣಿ ಕೇಳಿದ ಕೂಡಲೇ ಗಿರಿಜೆ ಬೆವೆತಳು. "ಅಯ್ಯೋ... ಬೇಡ! ಸಾಲ ನಮ್ಮವರಿಗೆ ಯಾವಾಗ್ಲೂ ಇಷ್ಟವಾಗೋಲ್ಲ. ನಿಮ್ಮ ಹತ್ರ ಇರೋ ರೇಶಿಮೆ ಸೀರೆಗಳ್ನ ನೋಡೋಣಾಂತ ಬಂದೆ. ನನ್ನ ತಮ್ಮನ ಮದ್ವೆ, ಅವರೊಂದು ರೇಶಿಮೆ ಸೀರೆ ತಂದು ಕೊಡ್ತೀನಿಂದ್ರು ಯಾವ ಕಲರ್? ಅಂಚು ಎಷ್ಟು ದೊಡ್ಡದಿರಬೇಕೆಂದು ಕೇಳಿದರು. ಅದಕ್ಕೆ ಬಂದೆ..." ಅಷ್ಟು ಹೇಳೋ ವೇಳೆಗೆ ಸಂಕೋಚದ ಮುದ್ದೆಯಾಗಿ ಬಿಟ್ಟಳು.

"ಅಷ್ಟೇ.... ನಾ" ಎಂದು ರಾಗ ಎಳೆದ ನಾಗಮಣಿ ಬೀರು ತೆಗೆದು ಕ್ಲೀನಾಗಿ ಮಡಚಿಟ್ಟು ಒಂದತ್ತು ಸೀರೆಗಳನ್ನು ತಂದು ಮಂಚದ ಮೇಲೆ ಇಟ್ಟು "ನೋಡ್ಕೋ....." ಎಂದೂ ಅವಳ ಮಡಿಲಲ್ಲಿದ್ದ ಮಗುನ ಕೆಳಗೆ ಕೂಡಿಸಿ ಒಂದು ಬಿಸ್ಕತ್ ಅದರ ಕೈಯಲ್ಲಿಟ್ಟಳು.

ಗಿರಿಜೆ ಆಸೆಯ ಕಣ್ಣುಗಳಿಂದ ಸೀರೆಗಳನ್ನು ಮುಟ್ಟಿ ಮುಟ್ಟಿ ನೋಡಿದಳು. ರೇಶಿಮೆಯ ಮೃದು ಸ್ಪರ್ಶವೆ ರೋಮಾಂಚನವೆನಿಸಿತು. 'ಇಷ್ಟೊಂದು ರೇಶಿಮೆ ಸೀರೆಗಳು' ತೀರಾ ಕಡಿಮೆ ಮಧ್ಯಮ ದರ್ಜೆ ಮನೆಯ ಮದುವೆಗಳಿಗೆ ಅಪರೂಪವಾಗಿ ಹೋಗುತ್ತಿದ್ದುದ್ದು. ಅಲ್ಲಿ ರೇಶಿಮೆ ಸೀರೆಗಳನ್ನು ಗಮನಿಸುವ ವ್ಯವಧಿ ಇರಲಿಲ್ಲವೋ ಅಥವಾ ನಿಬ್ಬೆರಗಾಗುವಂಥ ಸೀರೆಗಳನ್ನು ಮದುವೆಗೆ ಬರುವ ಹೆಂಗಸರು ಉಟ್ಟಿರಲಿಲ್ಲವೋ, ಅಂತು ಕಣ್ಮುಂದೆ ಇದ್ದ ಸೀರೆಗಳನ್ನು ನೋಡಿ ಮೈಮರೆತಳು.

"ಒಂದೊಂದೇ ತೆಗ್ದು ನೋಡ್ಲಾ?" ಕೇಳಿದಳು ಗಿರಿಜೆ.

"ನಾನೇ ತೋರಿಸ್ತೀನಿ ಇರು" ಅಂದಳು ನಾಗಮಣಿ.

ಒಂದೊಂದು ಸೀರೆಯನ್ನು ನಾಜೂಕಾಗಿ ಮಂಚದ ಮೇಲೆ ಹರವಿ ಅದರ ಅಂಚು, ಸೆರಗನ್ನು ತೋರಿಸಿ "ಇದೊಂದು ನನ್ನದ್ವೆ ಸೀರೆ. ಮಿಕ್ಕಿದ್ದೆಲ್ಲ ನಾನೇ ತಗೊಂಡಿದ್ದು" ಅದರ ಬೆಲೆಗಳನ್ನು ಕೊಂಡಿದ್ದಕ್ಕಿಂತ ಸ್ವಲ್ಪ ಹೆಚ್ಚಿಗೇನೇ ಹೇಳಿದಳು. ಪ್ರತಿಯೊಂದು ಸೀರೆಯು ಮೂರು ಸಾವಿರದ ಮೇಲೆಯೇ. ಅದರ ಕೆಳಗಿನ ಬೆಲೆಯ ಸೀರೆಯೇ ಇರಲಿಲ್ಲ.

"ಮೂರು ಸಾವಿರಕ್ಕಿಂತ ಕಡಿಮೆ ಬೆಲೆಯಲ್ಲಿ ರೇಶ್ಮೆ ಸೀರೆ ಸಿಕ್ಕೋಲ್ವಾ?" ಮುಜುಗರಪಡುತ್ತಲೇ ಕೇಳಿದಳು ಗಿರಿಜ. ಅವನ್ನೆಲ್ಲ ಎತ್ತಿಟ್ಟು, "ಯಾಕೆ ಸಿಗೋಲ್ಲ? ಖಂಡಿತ ಈಗ ಮೂರು ನೂರು.... ನಾಲ್ಕು ನೂರು ರೂಪಾಯಿಗಳಿಗೆಲ್ಲ ರೇಶಿಮೆ ಸೀರೆ ತರಹ... ಅದಕ್ಕಿಂತ ಚೆನ್ನಾಗಿರೋ ಸೀರೆಗಳೇ ಸಿಕ್ಕುತ್ತೆ. ಹಾಗಂತ ಅವೇನು ರೇಶ್ಮೆ ಸೀರೆಗಳಲ್ಲ. ಅಂಗಡಿಗೆ ಹೋದರೆ ಮೋಸ ಮಾಡಿಬಿಡ್ತಾರೆ" ಇಂಥ ಒಂದು ಎಚ್ಚರಿಕೆಯ ಮಾತನ್ನು ಹೇಳಿದಳು ನಾಗಮಣಿ. "ನೀನು ದುಡ್ಡು ಇಸ್ಕೋ. ನಾನೇ ಅಂಗ್ಡಿಗೆ ಕರ್ಕಂಡ್ ಹೋಗಿ ಕೊಡುಸ್ತೀನಿ" ಅನ್ನೋ ಒಂದು ಮಾತನ್ನ ಕೂಡ ಹೇಳಿದಳು.

"ಯಾವ ಬಣ್ಣ ಚೆನ್ನಾಗಿರುತ್ತೇಂತ ನಾನು ನೋಡಲೇ ಇಲ್ಲ. ಮತ್ತೊಂದು ಸಲ ನೋಡ್ಲಾ?" ತನ್ನ ಬೇಡಿಕೆಯನ್ನು ಮಂಡಿಸಿದಾಗ ನಾಗಮಣಿ ನಕ್ಕು "ರೇಶಿಮೆ ಸೀರೆಗಳು ಎಲ್ಲಾ ಕಲರ್‌ಗಳಲ್ಲಿಯು ಚೆನ್ನಾಗಿರುತ್ತೆ. ಕಾಂಜೀವರಂ, ಮೈಸೂರು ಸಿಲ್ಕು ಸೀರೆಗಳ ಜರೀ ಚೆನ್ನಾಗಿರುತ್ತೆ. ಅಷ್ಟು ದುಡ್ಡು ಹೊಂಚಿಕೊಳ್ಳೋದು ಕಷ್ಟ. ಟೆಸ್ಟೆಡ್ ಜರೀ ಇರೋ ರೇಶಿಮೆ ಸೀರೆ ತಗೋ" ಇಂಥ ಎಷ್ಟೋ ಮಾತುಗಳನ್ನು ರೇಶಿಮೆ ಸೀರೆಯ ಬಗ್ಗೆ ಹೇಳಿ ಕಳಿಸಿದಳು ನಾಗಮಣಿ.

ಗಿರಿಜೆಗೆ ಸಂಭ್ರಮವೋ... ಸಂಭ್ರಮ! ನಾನೇ ಅಂಗಡಿಗೆ ಹೋಗಿ ರೇಶ್ಮೆ ಸೀರೆಯನ್ನು ಆಯ್ಕೆ ಮಾಡಿಕೊಳ್ಳಬೇಕು. ಇಂಥದೊಂದು ಕನಸು ಶುರುವಾಗಿದ್ದೇ ತಡ

ಅದು ಬಣ್ಣಬಣ್ಣವಾಗಿ ರೂಪುಗೊಂಡಿತು. ಬರೀ ರೇಷ್ಮೆ ಸೀರೆಯ ಬಣ್ಣ, ಚಿನ್ನದ ಬಣ್ಣದ ಬಾರ್ಡರ್... ಅವಳ ಕಣ್ಮುಂದೆ ಕುಣಿಯತೊಡಗಿತು. 'ಲಗ್ನದ ದಿನ ಬೇಗ ಬರಲೀ' ದೇವರಿಗೆ ಮನದಲ್ಲಿಯೇ ಬೇಡಿಕೆ ಸಲ್ಲಿಸಿದಳು.

ಅಂದು ಪೋಸ್ಟ್‌ನಲ್ಲಿ ಒಂದು ಕವರ್ ಬಂತು. ಅವಳ ಅಪ್ಪಯ್ಯ ಮದುವೆಯ ಆಹ್ವಾನ ಪತ್ರಿಕೆಯ ಜೊತೆ ಒಂದು ಪತ್ರವನ್ನು ಇಟ್ಟಿದ್ದರು. 'ತೀರಾ ಹಣಕಾಸಿನ ಮುಗ್ಗಟ್ಟು ಇದೆ. ಲಗ್ನಪತ್ರಿಕೆ ಕೊಡೋಕೆ ಬರೋದೆ ದೊಡ್ಡ ಖರ್ಚು ಅನಿಸುತ್ತೆ. ಏನು ತಿಳ್ಕೋಬೇಡಿ. ನೀನು, ಅಳಿಯಂದಿರು, ಮಕ್ಳು ಖಂಡಿತ ಮದ್ವೆಗೆ ಬನ್ನಿ. ನಮ್ಮ ತಾಪತ್ರಯ ಸಮಸ್ಯೆಗಳಿಗೆ ಕೊನೆಯೇ ಇಲ್ಲ. ನಿನ್ನಮ್ಮ ನಿನ್ನ ದಾರಿ ಕಾಯ್ತಾ ಇರ್ತಾಳೆ. ಅಳಿಯನ ಜೊತೆಗೂಡಿ ಎಲ್ಲಾ ಬನ್ನಿ.'

ಇಂಥದ್ದೊಂದು ಒಕ್ಕಣೆ ಓದಿದಾಗ ಅವಳಿಗೆ ಅಳು ಬಂತು. ಕೂತು ಮೌನವಾಗಿ ಕಣ್ಣೀರು ಸುರಿಸಿದಳು. 'ತಮ್ಮನಿಗೆ ಮದುವೆಯ ಉಡುಗೊರೆಯಾಗಿ ಏನನ್ನು ಒಯ್ಯುವುದು? ಜೊತೆಗೆ ಅವಳ ಮದುವೆಯಲ್ಲಿ ತಾನುಟ್ಟು ಓಡಾಡುವ ರೇಶ್ಮೆಯ ಕಲ್ಪನೆ ಮಾಡಿಕೊಂಡು ಉಬ್ಬಿದಳು. ಮದುವೆ ಇಂಥ ದಿನ ಎಂದೂ ನಿಷ್ಕರ್ಷೆಯಾದ ಮೇಲೆ ರೇಶಿಮೆಯ ಸೀರೆ ಕೊಳ್ಳುವ ದಿನವು ಹತ್ತಿರವಿದೆಯೆನಿಸಿತು.'

ರಾತ್ರಿ ಗಂಡನ ಮುಂದೆ ಕವರ್‌ನ ಇಟ್ಟು "ಅಪ್ಪಯ್ಯ ಲಗ್ನಪತ್ರಿಕೆ ಕಳಿಸಿದ್ದಾರೆ. ಬರೋಕೆ ಹಣಕಾಸಿನ ತೊಂದರೆನಂತೆ. ಎಲ್ಲರನ್ನು ಬರೋದಿಕ್ಕೆ ಹೇಳಿದ್ದಾರೆ" ಅಂದಳು ಗಿರಿಜ. "ಎರಡು ಅಂಗ್ಡಿಗಳಲ್ಲಿ ಲೆಕ್ಕ ಬರೆಯೋದಿದೆ. ನಾನಂತು ಬರೋಕ್ಕಾಗೋಲ್ಲ. ನೀನು ಮಕ್ಳು ಹೋಗಿ ಬರೋದಿಕ್ಕೆ ಬಸ್ಸು ಖರ್ಚುಗೇಂತ ಸಾಕಷ್ಟು ಹಣ ಹೊಂದಿಸ್ಕೋಬೇಕು. ಅಕ್ಕ ಅನ್ನಿಸ್ಕೊಂಡೋಳು ನೀನು ಹೋಗದಿದ್ದರೇ ಆಗುತ್ತಾ? ಊಟಕ್ಕೆ ಇಡು. ಪ್ರತಿದಿನ ಚಹ ತರಿಸಿಕೊಡೋ ಅಂಗ್ಡೀಯವರು ಇವತ್ತು ಮರೆತರೇನೋ? ಹೊಟ್ಟೆಯಲ್ಲಿ ಒಂದೇ... ಸಂಕಟ" ಅಂದವನು ಒಂದು ಲೋಟ ನೀರು ಗಟಗಟ ಕುಡಿದ. ಈಚೆಗೆ ತುಂಬ ನಿಶ್ಶಕ್ತಿ ಸಾಂಬಯ್ಯನಿಗೆ. ಸಂಜೆ ವೇಳೆಗೆ ಸಾಕು ಸಾಕಾಗಿ ಮನೆಗೆ ಹೋಗಿಬಿಡೋಣಾಂತ ಅನ್ನಿಸ್ತಾ ಇತ್ತು. ಹಾಗಂತ ಬರಲು ಸಾಧ್ಯವೇ? ಏಳು ಹೊಟ್ಟೆಗಳು ತುಂಬ ಬೇಕು? ಒಮ್ಮೊಮ್ಮೆ ಇಷ್ಟೊಂದು ಮಕ್ಕಳನ್ನು ಭೂಮಿಗೆ ತರೋ ಅಗತ್ಯವಿತ್ತಾ? ಅನ್ನಿಸಿಬಿಡುತ್ತಿತ್ತು. ಹಾಗಂತ ನಿರ್ಧಾರ ಮಾಡಿ ತಂದೆ ಮಕ್ಕಳೇನು ಅಲ್ಲ.

ಎರಡು ಚಪಾತಿ ತಿಂದು ಮುಗಿಸಿದ ನಂತರ ಮಲಗಿದ್ದ ಮಕ್ಕಳ ಕಡೆ ನೋಡಿದ. ಸಾಂಬಯ್ಯ ಬೆಳಿಗ್ಗೆ, ಎದ್ದು ಹೋಗುವಾಗ ಕೆಲವೊಮ್ಮೆ ಮಕ್ಕಳು ಎದ್ದೇ ಇರೋಲ್ಲ. ಎದ್ದಿದ್ದರು ಮಾತಾಡಿಸುವ ಪುರಸತ್ತು ಇರೋಲ್ಲ. ಇನ್ನು ರಾತ್ರಿ ಬರೋ ವೇಳೆಗೆ ಮಲಗಿರುತ್ತೆ. ಇಷ್ಟೆ ತಂದೆ-ಮಕ್ಕಳ ನಡುವಿನ ಸಂಬಂಧ!

ಮಲಗೋಕೆ ಮೊದಲು ಜೇಬಿನಲ್ಲಿದ್ದ ನೋಟುಗಳನ್ನ ಹೆಂಡತಿಯ ಕೈಯಲ್ಲಿಟ್ಟು, "ಲೆಕ್ಕ ಬರೆಯೋ ಅಂಗ್ಡಿಯವರಲ್ಲಿ ಅಡ್ವಾನ್ಸ್ ಬೇಕೂಂತ ತಂದೆ. ರೇಶಿಮೆ ಸೀರೆಗೆ ಒಂದೂವರೆ ಸಾವಿರ ಸಾಕಾಗುತ್ತ?" ಕೇಳಿದ. ಬಹುಶಃ ಸೀರೆಗಾಗಿ ಒಂದೂವರೆ

ಸಾವಿರ ವಿನಿಯೋಗಿಸುತ್ತಿರುವುದು ಮೊದಲ ಸಲ. ಈ ಸಂಸಾರಕ್ಕೆ ಅದೊಂದು ದೊಡ್ಡ ಮೊಬಲಗು. ಸದಾ ಹಣ ಖರ್ಚು ಮಾಡುವಾಗ ಎಚ್ಚರದಿಂದಿರುತ್ತಿದ್ದ ಸಾಂಬಯ್ಯ ಇಂದು ಹೆಂಡತಿಯ ರೇಶಿಮೆಸೀರೆಯ ಆಸೆ ಪೂರೈಸಲು ಧಾರಾಳತನ ತೋರಿಸಿದ್ದ.

ನೋಟುಗಳನ್ನು ಕೈಯಲ್ಲಿಡಿದ ಗಿರಿಜೆಗೆ ನಾಗಮಣಿಯು ಹೇಳಿದ ಮಾತಿನ ನೆನಪಾಯಿತು. "ಸಾಧಾರಣ ರೇಶಿಮೆ ಸೀರೆಯೆಂದರೂ ಎರಡೂವರೆ ಸಾವಿರದಿಂದ ಮೇಲಕ್ಕೇನೆ" ಅಂದರೆ ಈ ಹಣ ಸಾಲೋಲ್ಲ. ಸಂಭ್ರಮದಿಂದಿದ್ದ ಅವಳ ಮುಖ ಮುದುಡಿತು.

"ಒಂದೂವರೆ ಸಾವಿರಕ್ಕೆ ರೇಶ್ಮೆಸೀರೆ ಬರೋಲ್ವಂತೆ" ಅಂದಳು.

"ಆಯ್ತು, ಇನ್ನೊಂದು ಅಂಗ್ಡಿಯವರಿಂದ ಒಂದಿಷ್ಟು ಸಾಲ ಕೇಳ್ತೀನಿ. ನಾಳೆನೇ ಆ ಕೆಲ್ಸ ಮಾಡ್ತೀನಿ. ನಾಳಿದ್ದು ಅರ್ಧ ದಿನ ರಜ ಹಾಕಿ ಮನೆಗೆ ಬರ್ತೀನಿ. ನಾವಿಬ್ರೂ ಕೂಡಿ ಹೋಗಿಯೇ ಸೀರೆ ತರೋಣ" ಆಶ್ವಾಸನೆ ಇತ್ತ.

ಕೆಲವರು ಸಾಂಬಯ್ಯನನ್ನು ಜುಗ್ಗ ಅನ್ನುತ್ತಿದ್ದರು. ಹಲ್ಲುಜ್ಜಲು ಬೇವಿನ ಕಡ್ಡಿ ಸಂಗ್ರಹಿಸಿ ತರುತ್ತಿದ್ದ. ಮಕ್ಕಳು ಹಟ ಮಾಡಿದರೂ ಎಂದೂ ಹಲ್ಲು ಪುಡಿ, ಪೇಸ್ಟ್ ಅಂತಹುದಕ್ಕೆ ಹಣ ಹಾಕಿದವನೇ ಅಲ್ಲ. ಅದರಿಂದಲೋ ಏನೋ... ಇಂದಿಗೂ ಹಲ್ಲಿನ ವೈದ್ಯರ ಬಳಿಗೆ ಎಂದು ಹೋಗಿದ್ದಿಲ್ಲ. ಮನೆಯಿಂದ ಹೋಗುವಾಗ ಒಂದು ಚೀಲವಿಡಿದು ಹೋಗುತ್ತಿದ್ದ. ಆಯಾ ಋತುಮಾನದಲ್ಲಿ ಸಿಗುವ ತರಕಾರಿ, ಸೊಪ್ಪುಗಳ ಬೆಲೆ ಕಡಿಮೆ ಇರುತ್ತಿತ್ತು. ಅದನ್ನೇ ಬ್ಯಾಗಿನಲ್ಲಿ ತುಂಬಿಕೊಂಡು ಬರುತ್ತಿದ್ದ. ಟೊಮೊಟೋ ಅಗ್ಗವಾದಾಗ ಬ್ಯಾಗ್ ತುಂಬ ಅದೇ ತುಂಬಿಕೊಂಡು ಬರುತ್ತಿದ್ದ.

"ಮಧ್ಯಾಹ್ನದ ವೇಳೆ ಮಕ್ಳಿಗೆ ಹೆಚ್ಚುಕೊಡು. ಹೊಟ್ಟೆಗೆ ತಂಪು, ಉಷ್ಣ ಅಂಥದೇನು ಆಗೋಲ್ಲ"

ಅದನ್ನು ಗಿರಿಜೆ ಶಿರಸಾ ವಹಿಸುತ್ತಿದ್ದಳು. ಎಂದೂ ಇಂಥದೇ ತರಕಾರಿ ತರಬೇಕೆಂದು ಹೇಳಿದವಳೇ ಇಲ್ಲ. ಸಾಂಬಯ್ಯ ಏನು ತಂದು ಹಾಕಿದರೂ ಗೊಣಗದೇ ಮಾಡಿಬಡಿಸುತ್ತಿದ್ದಳು. ಇಂಥ ಹೆಂಡತಿ ಎಷ್ಟು ಜನಕ್ಕೆ ಸಿಕ್ಕಾಳು?

ಹೇಳಿದಂತೆ ಸಾಂಬಯ್ಯ ಒಂದು ಸಾವಿರ ತಂದು ಹೆಂಡತಿಯ ಕೈಯಲ್ಲಿಟ್ಟ "ನಿನ್ನ ಸೀರೆ ಅಂಗ್ಡಿಗೆ ಕರ್ಕಂಡ್ ಹೋಗ್ತೀನಿ. ಬಣ್ಣ, ಅಂಚು ನೋಡಿ ಆರಿಸ್ಕೋಬಹ್ದು" ಇಂಥದೊಂದು ಆಸೆಯನ್ನು ಹೆಂಡತಿಯ ಮನದಲ್ಲಿ ನೆಟ್ಟ. ಅದು ಎಷ್ಟು ಬೇಗ ಬೆಳೆದು ಮರವಾಯಿತು ಗೊತ್ತಾ? ಕೈಗೆಟಕಿಸಿಕೊಳ್ಳುವುದೇ ಕಷ್ಟವೆನಿಸಿತು.

ಕೈಗೂಸನ್ನೊಂದು ಎತ್ತಿಕೊಂಡು ಮಿಕ್ಕವರನ್ನು ವಠಾರದ ಮಕ್ಕಳ ಜೊತೆ ಆಟಕ್ಕೆ ಬಿಟ್ಟು ಸಾಂಬಯ್ಯ ದಂಪತಿಗಳು ಹೊರಟಾಗ ವಠಾರದ ಜನ ಕಣ್ ಕಣ್ ಬಿಟ್ಟರು. ಅವರು ಹಿಂಗೆ ಜೊತೆಯಾಗಿ ಹೋಗಿದ್ದನ್ನ ಅವರ್ಯಾರು ನೋಡಿರಲಿಲ್ಲ. ಅಪರೂಪ ದೃಶ್ಯವೆನಿಸಿತು.

ದೊಡ್ಡ ದೊಡ್ಡ ಅಂಗಡಿಗಳನ್ನು ಬಿಟ್ಟು ಒಂದು ಪುಟ್ಟ ಸೀರೆಯ ಅಂಗಡಿಯನ್ನೇ ಆರಿಸಿಕೊಂಡರು. ಇಲ್ಲಿ ಎಲ್ಲಾ ತರಹದ ರೇಶಿಮೆ ಸೀರೆಗಳು ದೊರೆಯುತ್ತೆ. ಹಬ್ಬದ ಸಲುವಾಗಿ 50ಆಡಿ ಡಿಸ್ಕೌಂಟ್ ಎಂದಿದ್ದನ್ನು ಓದಿಕೊಂಡೆ ಒಳಗೆ ಹೋಗಿದ್ದು.

ಲೈಟಿನ ಬೆಳಕಿನ ಮಿರುಗುವ ರೇಶಿಮೆ ಸೀರೆಗಳ ಬಣ್ಣ, ಜರಿ ನೋಡಿ ಗಿರಿಜೆ ಸುಸ್ತಾದಳು. ಜೇಬಿನಲ್ಲಿದ್ದ ದುಡ್ಡನ್ನು ಲೆಕ್ಕದಲ್ಲಿ ಇಟ್ಟುಕೊಂಡು ಸಾಂಬಯ್ಯ "ಕಡಿಮೆ ಬೆಲೆಯ ರೇಶ್ಮೆ ಸೀರೆ ತೋರಿಸಿ" ಎಂದ. ಅಂಗಡಿಯವನು ಒಂದು ತರಹ ನೋಡಿ. "ಆ ಕಡೆ ಹೋಗಿ, ಇವೆಲ್ಲ ತೀರಾ ಬೆಲೆ ಬಾಳೋಂಥದ್ದು" ಎಂದ. ಸ್ವಲ್ಪ ಇಬ್ಬರಿಗೂ ಅವಮಾನವೆನಿಸಿತು.

ಅಂತು ಈ ಕಡೆ ತೋರಿಸಿದ ಸೀರೆಗಳಲ್ಲಿ ಕೂಡ ಆಯ್ಕೆ ಮಾಡುವುದು ಕಷ್ಟವೆನಿಸಿತು. ಅಂತು ಪುಟ್ಟ ಬಾರ್ಡರಿನ ಹಸಿರು ರೇಶಿಮೆ ಸೀರೆಯನ್ನು ಸೆಲೆಕ್ಟ್ ಮಾಡಿ ಪ್ಯಾಕ್ ಮಾಡಿಸಿ ದುಡ್ಡು ಪಾವತಿ ಮಾಡಿ ಹೊರಗೆ ಬಂದ ಮೇಲೆ ಬೆವತು ಹೋದರು.

"ಅಬ್ಬ... ಎಂಥೆಂಥ ಸೀರೆಗಳು ಇವೆ" ಸಂಭ್ರಮದಿಂದ ಗಿರಿಜೆ ಬಾಯಿಬಿಟ್ಟಳು.

ಸಾಂಬಯ್ಯ ಮಾತಾಡಲಿಲ್ಲ. ಹೆಂಡತಿಗೆ ಹಣ್ಣಿನ ರಸ ಕೊಡಿಸಿಕೊಂಡು ಸಿಟಿ ಬಸ್ಸು ನಿಲ್ದಾಣದ ಕಡೆ ಹೆಜ್ಜೆ ಹಾಕುವಾಗ "ಆಟೋನಲ್ಲಿ ಹೋಗ್ಬಿಡೋಣ. ನಾನು ಬೇಗ ಇನ್ನೊಂದು ಸಲ ನೋಡಬೇಕು" ಎನ್ನುವ ಆಸೆ ವ್ಯಕ್ತಪಡಿಸಿದಳು. ಸ್ವಲ್ಪ ಬೇಸರದಿಂದಲೇ ಆಟೋ ಕೈ ನೀಡಿದ. ಅದರಲ್ಲಿ ಒಬ್ಬ ಯುವತಿ ಕೂತಿದ್ದಳು. "ಹತ್ಕೊಳ್ಳಿ ಹೇಗೂ ನಾನು, ನೀವು ಮೀಟರ್ ಛಾರ್ಜ್ ಷೇರ್ ಮಾಡ್ಕೋಬಹುದ್ದು" ಅಂದಳು. ಹಣ ಉಳಿಯುತ್ತಲ್ಲ ಎನ್ನುವ ಸಂತೋಷದಿಂದ ಸಾಂಬಯ್ಯ ಒಪ್ಪಿಗೆ ಸೂಚಿಸಿದ.

ಆಟೋ ಹತ್ತಿದ ಯುವತಿ ಮಾರ್ಗ ಮಧ್ಯದಲ್ಲಿ ಇಳಿದು ಆಟೋದವನಿಗೆ ಲೆಕ್ಕ ಹಾಕಿ ಹಣ ಕೊಟ್ಟು ಜನ ಜಂಗುಳಿಯ ಮಧ್ಯೆ ಕಾಣೆಯಾದಳು. ವಠಾರದ ಬಳಿ ಆಟೋ ಇಳಿದಾಗ ಇಬ್ಬರು ಬೆಚ್ಚಿಬಿದ್ದರು. ಸೀರೆಯ ಬಾಕ್ಸ್ ಇಟ್ಟಿದ್ದ ಕ್ಯಾರಿಬ್ಯಾಗ್ ಅಲ್ಲಿರಲಿಲ್ಲ. ಗಿರಿಜೆಗೆ ಬಾಯಿ ಬಡಿದುಕೊಳ್ಳಬೇಕೆನಿಸಿತು. ಎರಡು ಸಾವಿರದ ನಾನೂರು ರೂಪಾಯಿ ಕೊಟ್ಟು ಖರೀದಿಸಿದ ರೇಶ್ಮೆಯ ಸೀರೆ.

ಸಾಂಬಯ್ಯನಿಗೆ ಮೂರ್ಛೆ ಹೋಗುವಂತಾಯಿತು.

"ಬೇಗ ಹಣ ಕೊಡಿ, ನಿಮ್ಮ ಸಾಮಾನು ಮೇಲೆ ನಿಮ್ಗೆ ನಿಗಾ ಇರಬೇಕು. ಇಂಥದ್ದು ಸಿಟಿಯಲ್ಲಿ ಎಷ್ಟೋ ನಡೆಯುತ್ತೆ. ಆಯಮ್ಮನ ಎಲ್ಲೀಂತ ಹುಡುಕ್ತೀರಾ? ನನ್ನ ಆಟೋ ಛಾರ್ಜ್ ಕೊಡಿ" ಅವಸರಿಸಿ "ನೀವು ನನ್ನ ಆಟೋ ನಂಬರ್ ಗುರುತು ಹಾಕಿಕೊಂಡಿರಿ. ಅಕಸ್ಮಾತಾಗಿ ತಗೊಂಡು ಹೋಗಿದ್ದರೇ, ಅವರು ಅಕಸ್ಮಾತಾಗಿ ತಂದುಕೊಟ್ಟರೇ, ನಿಮ್ಮ ಮನೆ ಒಡವೆನ ತಂದು ಒಪ್ಪಿಸ್ತೀನಿ. ಈಗೇಂತ ಪೊಲೀಸ್ ಸ್ಟೇಷನ್‌ನಲ್ಲಿ ಒಂದು ಕಂಪ್ಲೆಂಟ್ ಬರಿದು ಕೊಟ್ಟು ಬನ್ನಿ. ನಿಮ್ಮ ಅದೃಷ್ಟ ಸಿಕ್ಕರೆ... ತಂದು ಕೊಡ್ತಾರೆ" ಎಂದು ತನ್ನ ಹಣ ಪಡೆದು ಹೋದ.

ಸಪ್ಪೆ ಮುಖ ಹಾಕಿಕೊಂಡು ವಠಾರದೊಳಕ್ಕೆ ಬಂದರೆ ಅಲ್ಲಿನ ಜನಕ್ಕೆ ಸೀರೆ ನೋಡೋ ಕುತೂಹಲ. ಬರಿಗೈ ನೋಡಿ ಸುಮ್ಮನಾದರು.

ಘಟನೆ ನಡೆದು ವರ್ಷವಾಗಿದೆ. ಯಾವುದಾದರೂ ಆಟೋ ಆ ಕಡೆ ಬಂದರೇ... ಆ ಯುವತಿ ತನ್ನ ಸೀರೆ ಹಿಂದಿರುಗಿಸಿದ್ದಾಳಂತ ಆಸೆಯ ಕಣ್ಣುಗಳಿಂದ ನೋಡುತ್ತಾಳೆ ಗಿರಿಜೆ. ಪಾಪ ಸಾಂಬಯ್ಯನ ಕಣ್ಣುಗಳು ಸದಾ ಯಾರನ್ನೋ ಹುಡುಕುತ್ತಿರುತ್ತೆ. ಒಂದು ಪುಟ್ಟ ಆಸೆ ನೆರವೇರಲಿಲ್ಲ.

ದಯವಿಟ್ಟು ನಿಮಗೆ ಅಂಥ ಹುಡುಗಿ ಸಿಕ್ಕರೇ ಆ ಸೀರೆ ಹಿಂದಿರುಗಿಸಲು ಹೇಳಿ. ಮತ್ತೆಂದು ಗಿರಿಜೆ ಸೀರೆಯ ಪ್ರಸ್ತಾಪ ಮಾಡಲಿಲ್ಲ.

●

7. ಮರೀಚಿಕೆ

ರಾತ್ರಿ ಮನೆಗೆ ಬಂದಾಗ ಹತ್ತಕ್ಕೆ ಐದು ನಿಮಿಷ ಇತ್ತು. ಮೌನವಾಗಿ ತಟ್ಟೆ ಹಾಕಿದ ಅಮ್ಮ ಅನಾಸಕ್ತಿಯಿಂದ "ಮೃದುಲಾ ಬಂದಿದ್ದಾಳೆ. ಎಲ್ಲೋ ಭಾಷಣಕ್ಕೆ ಅಂದ್ರು, ಏನೋ.... ಎಂತೋ..." ಎಂದರು.

ಕ್ಷಣ ಅವನ ಮನಸ್ಸು ಹಕ್ಕಿಯಾದರೂ ತೋರ್ಪಡಿಸಿಕೊಳ್ಳದೇ ಕೈಕಾಲು ತೊಳೆದುಕೊಂಡು ಬಂದು ತಟ್ಟೆ ಹಾಕಿಕೊಂಡ. "ಇಲ್ಲಿಗೆ ಬಂದಿದ್ಲಾ?" ಅವನ ದನಿಯಲ್ಲಿ ಅಂತಹ ಉತ್ಸಾಹವೇನು ಇರಲಿಲ್ಲ. ಉಪ್ಪಿನಕಾಯಿ, ಅನ್ನ, ಹುಳಿ ಬಡಿಸಿದ ನಂತರವೇ ಅಮ್ಮ ತುಟಿ ತೆರೆದದ್ದು "ಯಾಕೆ ಬರ್ತಾಳೆ? ಅವಳೀಗ ದೊಡ್ಡ ಜನ. ಪ್ರಸಿದ್ಧಿಯ ಜೊತೆ ಹಣವನ್ನ ಸಂಪಾದಿಸಿರುತ್ತಾಳೆ" ದನಿಯಲ್ಲಿ ಅಸಹನೆಯ ನೆರಳಾಡಿದ್ದು ಗಮನಿಸಿದ.

ಊಟ ಮುಗಿಯುವವರೆಗೂ ಮಾತುಕತೆ ಪೂರ್ತಿ ಬಂದ್. ಸಂಗಾತಿಯಾಗಿ ಈ ಮನೆಗೆ ಬಂದು ಒಂದಲ್ಲ ಒಂದು ದಿನ ಹೀಗೇ ಬಡಿಸುವ ಕನಸನ್ನು ಕಂಡಿದ್ದವನು. ನನಸಾಗಲಿಲ್ಲ ಮಾತ್ರವಲ್ಲ ಅಂಥ ನೆನಪುಗಳೇ ಅನಗತ್ಯ.

ಕೋಣೆಗೆ ಬಂದವನು ಮಂಚದ ಮೇಲೆ ಉರುಳಿಕೊಂಡ. ಮೃದುಲಾ ಬುದ್ಧಿವಂತೆ! ಅದಕ್ಕೆ ಮೀರಿದ ಹಮ್ಮು. ಕಾಲೇಜು ಮೆಟ್ಟಲು ಹತ್ತುವ ವೇಳೆಗೆ ತನ್ನ ಚೂಪು ಲೇಖನಗಳಿಂದ ಪ್ರಸಿದ್ಧಿಗೆ ಬಂದವಳು. ಭಾಷೆಯನ್ನು ಸುಲಲಿತವಾಗಿ ಬಳಸುತ್ತಿದ್ದರೂ ವ್ಯಂಗ್ಯ, ಕಟುವೇ ಜಾಸ್ತಿ ಇರುತ್ತಿತ್ತು. ವೇದಿಕೆ ಹತ್ತಲೂ ಸದಾ ಮುಂದು. ಕಾಲೇಜಿನ ಚರ್ಚಾಗೋಷ್ಠಿ, ಭಾಷಣ ಸ್ಪರ್ಧೆಯಲ್ಲಿ ಅವಳದೇ ಮೇಲುಗೈ. ಅವಳಿಗೆ ಮಾತು ವರವಾಗಿದ್ದರೆ, ಅಹಂಕಾರ ಬಳುವಳಿಯಾಗಿತ್ತು. ಬೇರೆಯವರ ಬಗ್ಗೆ ಸದಾ ಹರಿಸುವುದು ತಿರಸ್ಕಾರದ ನೋಟವನ್ನ. ಅದು ಕಡೆಗೆ ಅವನತ್ತ ಕೂಡ ತಿರುಗಿತ್ತು. ಬೆಳೆದು ಬಂದ ಮಧುರವಾದ ಪ್ರೀತಿ ಛಿದ್ರ ಛಿದ್ರ, ಹುಡುಗರಾಗಿದ್ದಾಗಲೇ ನಿಷ್ಕರ್ಷೆಯಾಗಿದ್ದ ಮದುವೆಗೆ ಅರ್ಥವೆ ಉಳಿಯಲಿಲ್ಲ. ಅಂಥ ಮಾತುಗಳನ್ನಾಡುವ ಧೈರ್ಯ ಮನೆಯವರಿಗೆ ಇರಲಿಲ್ಲ.

ನಿರಾಸೆಗೊಂಡಿದ್ದರೂ ಮೃದುಲಾ ಬಗ್ಗೆ ಅವನಿಗೆ ಹೆಮ್ಮೆ. ಮದುವೆಯ ಕನಸುಗಳು ಸತ್ತರೂ ಅವಳು ತನ್ನ ಬಾಲ್ಯ ಗೆಳತಿಯೆಂದು ಹೇಳಿಕೊಳ್ಳಲು ಸಂತಸಪಡುತ್ತಿದ್ದೆ. ಆದರೆ ಅವಳು ಮಾತ್ರ ಅವನೊಂದಿಗೆ ಮಾತಾಡುವುದನ್ನೇ ಅವಮಾನವೆಂದು ತಿಳಿದಿದ್ದಳು.

ಒಮ್ಮೆ ಡಿಗ್ರಿಯ ಕೊನೆಯ ವರ್ಷದಲ್ಲಿದ್ದ ಮೃದುಲಾ ಲೇಖನ ಒಂದು ಪ್ರಸಿದ್ಧ ಪತ್ರಿಕೆಯಲ್ಲಿ ಪ್ರಕಟವಾಗಿತ್ತು. 'ಹೆಣ್ಣಿನ ಸಾಮಾಜಿಕ ಕಳಕಳಿ' ಲೇಖನದ ಶೀರ್ಷಿಕೆ. ಇಡೀ ಲೇಖನದಲ್ಲಿ ಚರ್ಚಿಸಿದ್ದಕ್ಕಿಂತ ಟೀಕಿಸಿದ್ದೇ ಹೆಚ್ಚು. ಒಂದೊಂದು ಪದವು ಖಾರದಲ್ಲಿ ಮಿಂದುಬಂದಂತೆ ಕಂಡವು. ಹೆಣ್ಣಿನ ಬೆಳವಣಿಗೆ, ಚಲನವಲನ, ಸಂಕೋಚ, ಲಜ್ಜೆ ಪ್ರತಿಯೊಂದನ್ನು ಅತ್ಯಂತ ಕಟುವಾಗಿ ಹೀಗೆಳೆದಿದ್ದಳು. ವ್ಯಂಗ್ಯದ ಬಿಸಿ. ಮೊನಚಿನಲ್ಲಿ ಅಕ್ಷರಗಳು ಹೊರಳಾಡಿದಂತಿದ್ದವು. ಇಡೀ ಒಂದು ವಾರ ಕಾಲೇಜಿನಲ್ಲಿ ಆ ವಿಷಯದ ಬಗ್ಗೆಯೇ ಚರ್ಚೆ. ಬಿಗುಮಾನದಿಂದ ಎದೆಯುಬ್ಬಿಸಿ ಓಡಾಡಿದ್ದಳು. ಅಂದು ಅವಳು ಅತ್ಯಂತ ಮೂರ್ಖ ಹೆಣ್ಣಾಗಿ ಅವನಿಗೆ ಕಂಡಿದ್ದಳು. ಪ್ರತಿಯೊಂದನ್ನು ಕಾಮಾಲೆ ಕಣ್ಣುಗಳಿಂದ ನೋಡುವ, ವ್ಯಂಗ್ಯವಾಗಿ ನೋಡುವ ಅವಳೆಂದು ಸುಖಿಯಾಗಲಾರಳೆಂದು ನಿರ್ಧರಿಸಿದ್ದ.

ಬಾಗಿಲಿಗೆ ಬಂದ ಅಮ್ಮ ಅಲ್ಲೇ ಕೂತರು. "ಅವಳಂತು ನಮ್ಮನ್ನೆಲ್ಲ ಮರ್ತುಬಿಟ್ಟಿದ್ದಾಳೆ. ಮನಸ್ಸು ಕೇಳದು. ಒಪ್ಪತ್ತು ಊಟಕ್ಕೆ ಕರೆಯೋಣ್ವಾ?" ಎಂದು ಎದ್ದು ಕೂತ. ಎಣ್ಣೆ ಹಚ್ಚಿ ಅವಳಿಗೆ ಎರೆದು ಇಷ್ಟವಾದುದ್ದನ್ನ ಮಾಡಿ ಬಡಿಸುತ್ತಿದ್ದ ದಿನಗಳನ್ನು ನೆನಪು ಮಾಡಿಕೊಂಡ. "ಯಾರು ಬೇಡಾಂದ್ರು? ನಂಗೆ ಅವ್ಳ ಮೇಲೆ ಕೋಪ, ದ್ವೇಷವೊಂದು ಇಲ್ಲ. ಸದಾ ಗುಡುಗು ಸಿಡಿಲು ಮಧ್ಯೆ ನಮ್ಗೇ ನೆಮ್ದಿಯಾಗಿ ಬದುಕೋಕೆ ಆಗ್ತಾ ಇತ್ತಾ? ಮೃದುಲಾ ತಗೊಂಡ ನಿರ್ಧಾರ ಮೆಚ್ಚುವಂಥದ್ದೇ" ಮುಕ್ತ ಮನಸ್ಸಿನಿಂದ ಹೇಳಿದ. ಆದರೂ ಒಮ್ಮ ಒಪ್ಪಲಿಲ್ಲ. "ಎಂಥ ಮೆಚ್ಚು! ಶುದ್ಧ ದುರಹಂಕಾರದ ಹುಡ್ಗಿ. ಆ ತರಹ ಬೆಳೆಯೋಕೆ ಬಿಟ್ಟಿದ್ದೆ ಮನೆಯವರ ತಪ್ಪು" ಗೊಣಗಿಕೊಂಡೇ ಎದ್ದುಹೋದರು.

ಮಲಗಿದವನ ತುಟಿಯಂಚಿನಲ್ಲಿ ತೆಲು ನಗೆ ಮಿನುಗಿತು. ಅವಳು ತಗೊಂಡ ನಿರ್ಧಾರ ಅಂದು ಮಾತ್ರವಲ್ಲ ಇಂದು ಕೂಡ ಅವನಿಗೆ ಸರಿಯೆನಿಸಿತ್ತು. ಇಲ್ಲದಿದ್ದರೆ ಟೀಕೆ, ವ್ಯಂಗ್ಯ, ಚರ್ಚೆಗಳ ನಡುವೆ ಹಗಲು ರಾತ್ರಿಗಳನ್ನ ಕಳೆಯಬೇಕಿತ್ತು.

ಆರಾಮಾಗಿ ನಿದ್ರಿಸಿಬಿಟ್ಟ, ನಾಲ್ಕು ವರ್ಷದ ನಂತರ ಊರಿಗೆ ಬಂದಿರುವವಳು. ಈಗ ಹೇಗಿದ್ದಾಳೆ? ಆಗಾಗ ಬೆಳಕು ಕಾಣುತ್ತಿದ್ದ ಅವಳ ಲೇಖನಗಳು ಈಚೆಗೆ ಕಮ್ಮಿಯಾಗಿದ್ದವು. ಇನ್ನೇನೋ, ಮತ್ತೇನೋ ಮಾಡುತ್ತಿದ್ದಳೆಂಬ ಸುದ್ದಿ ಮಾತ್ರ ಬರುತ್ತಿತ್ತು. ಒಂದು ಇಂಗ್ಲಿಷ್ ಮ್ಯಾಗಝೀನ್‌ನಲ್ಲಿ ಅವಳ ಸಂದರ್ಶನ ಪ್ರಕಟವಾಗಿತ್ತು. 'ಸೀರಿಯಸ್' ಪ್ರಶ್ನೆಗಳಿಗೆ ನಯವಾದ ಹಾರಿಕೆಯ ಉತ್ತರ-ಅವನಿಗೆ ಏನೇನೂ ಅರ್ಥವಾಗಿರಲಿಲ್ಲ.

ಇವೆಲ್ಲವನ್ನ ನಿದ್ದೆಯಲ್ಲಿಯೇ ಮೆಲುಕು ಹಾಕಿದ್ದ.

ಸ್ನಾನ ಮುಗಿಸಿ ಬಂದವನಿಗೆ ಅಕ್ಕಿಯ ಉಪ್ಪಿಟ್ಟು ಬಡಿಸಿದ ಅಮ್ಮ ಗೋಡೆಗೊರಗಿ ನಿಂತಳು. "ಮದ್ವೆ ಮಾತು ನಿಂತ್ಮೇಲೆ ಮೃದುಲಾ ಮನೆಗೆ ಹೋಗಿದ್ದೇ ಇಲ್ಲ ಹೊರ್ಗೇ ಸಿಕ್ಕಾಗಲೇ ಮಾತುಕತೆ. ಈಗ ಹೋಗೋಕೆ ಒಂದು ತರಹ ಸಂಕೋಚ" ತೋಡಿಕೊಂಡರು. ಅವನು ನಕ್ಕುಬಿಟ್ಟ. "ಬೇಡ ಬಿಡು. ಹಿಂದಿನ ಪರಿಚಯ

ನೆನಪಿನಲ್ಲಿದ್ರೆ... ಅವಳಾಗಿ ಬರ್ತಾಳೆ. ಇಲ್ದಿದ್ರೆ... ನಮ್ಗೇನು ನಷ್ಟವಿಲ್ಲ" ಸಹಜವಾಗಿ ನುಡಿದು ಉಪ್ಪಿಟ್ಟು ತಿನ್ನತೊಡಗಿದ. ಆಕೆಗೆ ಸಮಾಧಾನವಾಗಲಿಲ್ಲ. ಅವಳಮ್ಮನ ಬಳಿಗಿಂತ ಈಕೆಯ ಬಳಿಯೇ ಹೆಚ್ಚು ಬೆಳೆದಿದ್ದು. "ಅತ್ತೆ..." ಆ ಕರೆ ಇನ್ನೂ ಕಿವಿಯಲ್ಲಿ ಗುಂಯ್‌ಗುಡುತ್ತಿತ್ತು. ನೋಡಬೇಕೆಂಬ ಹಂಬಲ ಹೇಗೆ ತಡೆದಿಟ್ಟಾರು?

ಮಂಕಾದ ಅಮ್ಮನ ಮುಖ ನೋಡಿದ. "ಅವಳೇನು, ಅವಳಪ್ಪ, ಅವಳಮ್ಮ ನನ್ನ ನೋಡಿ ಹೋಗಲು ಬಂದಿಲ್ಲ. ಸೆಮಿನಾರ್‌ನಲ್ಲಿ ಭಾಗವಹಿಸಲು ಬಂದಿದ್ದಾಳೆ. ನಂಗೂ ಆಹ್ವಾನವಿದೆ ಸಿಕ್ಕೇ ಸಿಗುತ್ತಾಳೆ. ಆಗ ನಾನು ಬರೋಕೆ ಹೇಳ್ತೀನಿ ಬಿಡು" ಸಂತೈಸಿ ಕಾಫೀ ಕುಡಿದು ಮೇಲೆದ್ದ.

ಅಂದು ಸಂಜೆ ಸೆಮಿನಾರಿಗೆ ಹೋಗುವುದನ್ನು ತಪ್ಪಿಸಿಕೊಳ್ಳಲಿಲ್ಲ. ಕಾರ್ಯಕ್ರಮ ಪಟ್ಟಿಯ ಪ್ರಕಾರ ಅಂದು ಅವಳ ಭಾಷಣ ಮೂರನೆಯದಾಗಿತ್ತು.

ಸ್ವಲ್ಪ ಹಿಂದೆಯೇ ಕೂತ. ಈಗ ಮೃದುಲಾ ಹೇಗಿರಬಹುದು? ತನ್ನನ್ನ ಅವಳು ಬುದ್ಧಿಜೀವಿಗಳ ಪಟ್ಟಿಗೆ ಸೇರಿಸಿಕೊಂಡಿದ್ದಳು. ಮಾತುಗಳು ಕೂಡ ದೊಡ್ಡ ದೊಡ್ಡವೇ. ಬೆಳಿಗ್ಗೆ ಎದ್ದು ಬೃಂದಾವನ ಸುತ್ತುವ ಹೆಣ್ಣುಗಳ ಮೇಲೆ ಹಾರಿಬೀಳುತ್ತಿದ್ದ ಅವಳು ಇಂದು ಹೇಗಿರಬಹುದು? ತೀರಾ ಗಂಭೀರವಾಗಿ, ಕಣ್ಣಿಗೆ ಕನ್ನಡಕ, ಮುಖದಲ್ಲಿ ನಿರ್ಲಿಪ್ತತೆ, ಕಣ್ಣುಗಳಲ್ಲಿ ದಟ್ಟವಾದ ಚಿಂತನೆ-ಏನೇನೋ ಊಹಿಸಿಕೊಂಡ.

'ಮಕ್ಕಳ ವಿಷಯದಲ್ಲಿ ಮಹಿಳೆಯ ಸಾಮಾಜಿಕ ಪ್ರತಿಕ್ರಿಯೆ'-ಎನ್ನುವ ವಿಷಯದ ಬಗೆಗೆ ಮಾತಾಡಲು ಅತಿ ಪ್ರತಿಷ್ಠಿತ, ವಿದ್ಯಾವಂತ ಮಹಿಳೆಯರು ಬಂದಿದ್ದರು.

ಬಂದ ಮೃದುಲಾನ ನೋಡಿದ ಕೂಡಲೇ ಬೆಕ್ಕಸ ಬೆರಗಾದ. ಹೆಚ್ಚೆನಿಸುವಷ್ಟು ಮುಖಕ್ಕೆ ಮೇಕಪ್, ಸ್ಲೀವ್‌ಲೆಸ್ ಬ್ಲೌಸ್, ತುಸು ಹೊಕ್ಕಳು ತೋರಿಸುವಂತೆ ಉಟ್ಟ ಸೀರೆ, ಎಲ್ಲಕ್ಕಿಂತ ತುಟಿಗೆ ಹಚ್ಚಿದ ಬಣ್ಣ ಅವನನ್ನು ಕಂಗೆಡಿಸಿತು. ಸುಸ್ತಾಗಿಬಿಟ್ಟ. ಕಾಸ್ಮಾಟಿಕ್ ಪ್ರಪಂಚದ ರಾಣಿಯಂತೆ ಕಂಡಳು.

ಅವಳ ಭಾಷಣದಲ್ಲಿ ಇಂದು ಕೂಡಾ ತಾನು ಅತಿ ಬುದ್ಧಿವಂತೆಯೆನ್ನುವ ಭ್ರಮೆ ಇದ್ದಂತೆ ಕಂಡಿತು. ಹತ್ತಿಯ ಗಿರಣಿ, ತಂಬಾಕು ಗೋದಾಮುನಿಂದ ಹಿಡಿದು, ಬೀದಿಯಲ್ಲಿ ಬೂಟು ಪಾಲಿಷ್ ಮಾಡುವ ಮಹಿಳೆ ಮತ್ತು ಮಕ್ಕಳ ವಿಷಯದವರೆಗೂ ಮಾತಾಡಿದಳು. ಪುಂಖಾನುಪುಂಖವಾಗಿ ಹರಿದು ಬರುತ್ತಿದ್ದ ಪದಗಳ ಸಮೂಹಕ್ಕೆ ಬೆಕ್ಕಸ ಬೆರಗಾದ. ಅತಿ ಮುಖ್ಯವಾದ ವಿಷಯವನ್ನೆಲ್ಲ ಬಿಟ್ಟು ಬೇರೆಲ್ಲ ಮಾತಾಡಿದಂತಿತ್ತು.

ಹೊರಗೆದ್ದು ಬಂದು ತಂಗಾಳಿಗೆ ಮುಖವೊಡ್ಡಿದಾಗ ತಾನೆಂಥ ಧಗೆಯಲ್ಲಿದ್ದೆ ಎನ್ನುವ ಅನುಭವವಾಯಿತು ಅವನಿಗೆ. ಅವಳ ಬಗೆಗಿನ ಕುತೂಹಲ ಕರಗಿ ಭ್ರಮ ನಿರಸನವಾಗಿತ್ತು.

"ಹಾಯ್, ಹಲೋ... ವಿಶೂ ಅಲ್ವಾ!" ಪ್ರತಿಷ್ಠಿತರ ಗುಂಪಿನಿಂದ ಅವನತ್ತ ಹರಿದು ಬಂದಳು. ತುಟಿಯಂಚಿನಲ್ಲೇ ನಕ್ಕು ತಲೆದೂಗಿದ. "ನೀನು ಬಂದೇ

ಬರ್ತೀಯಾಂತ ನಂಗೆ ಗೊತ್ತಿತ್ತು." ಅವಳ ಮುಖದಲ್ಲಿ ಬಿಗುಮಾನ ತೇಲಿತು. 'ಬರದಿದ್ದರೇ ಚೆನ್ನಿತ್ತು' ಎಂದು ಮನಸ್ಸು ಹೇಳಿದರೂ ಮಾತು ತುಟಿ ದಾಟಿ ಬರಲಿಲ್ಲ.

ಅವಳೇ ಕೇಳಿದಳು-"ಹೇಗಿದ್ದೀಯಾ?" ಬಾಯಿ ತೆರೆದ-"ಚೆನ್ನಾಗಿದ್ದೀನಿ" ಎಂದವನು ಅವಳನ್ನು ಪ್ರಶ್ನಿಸಲಿಲ್ಲ. ಅರಲು ಉರಿದಂತೆ ಮಾತಾಡಿದವಳು "ಮತ್ತೆ ಯಾವಾಗ ಸಿಕ್ತೀಯಾ? ನನ್ನ ಭಾಷಣ ಹೇಗಿತ್ತು?" ಕಣ್ಣುಗಳಲ್ಲಿನ 'ಅಹಂ' ನೋಡಿ ಅವನಿಗೆ ಜಿಗುಪ್ಸೆಯಾಯಿತು. "ಇಂಗ್ಲಿಷ್‌ನಲ್ಲಿ ಒಂದು ಮಾತಿದೆ. ಹೀ ಸೆಡ್ ಮಚ್ ವಿತ್‌ಔಟ್ ಟೆಲಿಂಗ್ ಎನೀಥಿಂಗ್. ನಿನ್ನ ಭಾಷಣಕ್ಕೆ ಇಷ್ಟು ಕಾಮೆಂಟ್ಸ್ ಸಾಕು" ಎಂದ ತಣ್ಣಗೆ. ಅವಳ ಮೇಮೇಲೆ ಕೆಂಡಗಳನ್ನು ಎರಚಿದಂತಾಯಿತು. ಬಹುಶಃ ಇಂದಿನವರೆಗೂ ಯಾರು ಇಷ್ಟು ಕಟುವಾಗಿ ಹೇಳಿರಲಿಲ್ಲ." ನಿನಗೆ ಈರ್ಷ್ಯೆ. ಯು ಫೀಲ್ ಜಲಸಿ" ದಢ ದಢ ಹೊರಟುಬಿಟ್ಟಳು.

ಮೆಲ್ಲಗೆ ಮನೆಯತ್ತ ಹೆಜ್ಜೆ ಹಾಕಿದ. ಅಮ್ಮನ ಪ್ರಶ್ನೆಗಳಿಗೆ ಹೇಗೆ ಉತ್ತರಿಸುವುದು? ಅವಳ ಬಗೆಗಿನ ಆಕೆಯ ಪ್ರೀತಿ ಮಸುಕಾಗಿಲ್ಲವೆಂದು ಅವನಿಗೆ ಅರ್ಥವಾಗಿತ್ತು.

ಆಕೆ ಮಗನಿಗಾಗಿಯೆ ಕಾದವರಂತೆ ನಿಂತಿದ್ದರು "ಮೃದುಲಾ ಸಿಕ್ಕಿದ್ಲಾ? ನಿನ್ನ ಗುರುತು ಸಿಕ್ತಾ? ಮಾತಾಡಿಸಿದ್ಲಾ" ಪ್ರಶ್ನೆಗಳ ಹಿಂದಿನ ಕಾತುರವನ್ನು ಅರ್ಥಮಾಡಿಕೊಂಡು ನಸುನಕ್ಕ "ಎಲ್ಲಾ ಆಯ್ತು, ಗುರುತು ಸಿಗದಷ್ಟು ನಿನ್ಮಗನೇನು ಬದಲಾಗಿಲ್ಲ" ಒಳಗೆ ಹೋದ.

ಮೊದಲ ಬಾರಿ ಮೃದುಲಾ ಬಗ್ಗೆ ಯೋಚಿಸಿದ "ಆ ನಗು, ಮಾತು ಎಲ್ಲಾ ನಟನೆಯೇ? ಅವಳ ಬದ್ಕಿನಲ್ಲಿ ತೃಪ್ತಿ ಸಿಕ್ಕಿದೆಯೇ? ಅಥವಾ ನೈಜವಾಗಿ ಅಭಿನಯಿಸಲಾರದೆ ಸೋಲುತ್ತಿದ್ದಾಳೆಯೇ? ಬರೀ ತಲೆ ಕೆಟ್ಟಿತೇ ವಿನಹ ಏನೇನು ಅರ್ಥವಾಗಲಿಲ್ಲ."

ಅವರೆರಡು ಮನೆಗಳ ನಡುವೆ ಆತ್ಮೀಯತೆ, ಅಸಂಬಂಧ ಎಲ್ಲಾ ಇತ್ತು. ಅವಳು ನಿರಾಕರಣೆಯಿಂದ ದೊಡ್ಡ ಗೋಡೆಯೆ ಎದ್ದು ಏನು ಇಲ್ಲವಾಯಿತು. ನಾಲ್ಕು ವರ್ಷದಲ್ಲಿ ಒಮ್ಮೆಯಾದರೂ ಅತ್ತ ಹೋಗಿರಲಿಲ್ಲ. ಅವಳ ಬಗ್ಗೆ ವಿಚಾರಿಸಿರಲಿಲ್ಲ. 'ಮುಂಬಯಿಯ ಸೋದರ ಮಾವನ ಮನೆಯಲ್ಲಿದ್ದಾಳೆ" ಎನ್ನುವ ಸುದ್ದಿ ಮಾತ್ರ ಅವನಿಗೆ ಗೊತ್ತಿತ್ತು. ಅವಳು ಯಾವುದೋ ಪ್ರಸಿದ್ಧ ಕಂಪನಿಯ ಸೇಲ್ಸ್ ಎಗ್ಸಿಕ್ಯೂಟಿವ್, ಒಂದು ಪತ್ರಿಕೆಯಲ್ಲಿ ಕೆಲಸ ಮಾಡುತ್ತಿದ್ದಾಳೆ. ಒಂದು ಕಾಲೇಜಿನಲ್ಲಿ ಪ್ರೊಫೆಸರ್, ಈ ಸಲ ಚುನಾವಣೆಗೆ ನಿಲ್ಲಲಿದ್ದಾಳೆ-ಇವೆಲ್ಲ ಅಂತೆಕಂತೆಗಳಾಗಿ ಅವನ ಕಿವಿ ಸೇರಿತ್ತು. ಒಂದಕ್ಕೊಂದು ತಾಳಮೇಳವಿಲ್ಲದಿದ್ದರಿಂದ ಯಾವುದನ್ನು ನಂಬಿರಲಿಲ್ಲ.

ಸಂಜೆ ಮುಂದು ಅವಳ ಕಡೆಯ ತಮ್ಮ ಹುಡುಕಿಕೊಂಡು ಬಂದ "ನಿಮ್ಮನ್ನ ಅಕ್ಕ ಕರಕೊಂಡು ಬಾ ಅಂದ್ಲು." ಇಂಥ ಆಮಂತ್ರಣದ ಕಲ್ಪನೆಯೆ ಅವನಿಗಿರಲಿಲ್ಲ. "ಈಗ್ಲೇ ಬರ್ಬೇಕು, ಬರ್ತೀರಲ್ಲ" ಇನ್ನೊಂದು ಮಾತು ಸೇರಿಸಿದ... ನಾನು ಮೌನವಾಗಿ ಅಮ್ಮನ ಕಡೆ ನೋಡಿದೆ.'ಅವ್ರಿಗೆ ಬಂದಿದ್ರೆ, ಏನಾಗ್ತಿತ್ತು' ಎನ್ನುವ ಭಾವ ಆಕೆಯ ಮುಖದ ಮೇಲೆ, "ಹೋಗ್ಬರ್ತೀನಿ" ಮೇಲೆದ್ದೆ. ಅಮ್ಮ ಸರ್ರನೇ ಒಳಗೆ ಹೋದಳು.

"ನಾಳೆ ಇಲ್ಲಿಗೆ ಊಟಕ್ಕೆ ಬರೋಕೆ ಹೇಳ್ತೀನಿ" ಅದಕ್ಕೆ ಯಾವುದೇ ಪ್ರತಿಕ್ರಿಯೆ ಇಲ್ಲ ಅಮ್ಮನಿಂದ.

ಎರಡು ಫರ್ಲಾಂಗ್‌ನಷ್ಟು ಹಾದಿ, ಅವರ ಇವರ ಮನೆಯ ನಡುವೆ. ಮೌನವಾಗಿ ಹೆಜ್ಜೆ ಹಾಕಿದ. ಇದೇ ರೀತಿ ಜೊತೆ ಜೊತೆಯಾಗಿ ನಡೆದಾಡಿದ್ದರು ಈ ಹಾದಿಯಲ್ಲಿ. ಕಾಲೇಜು ಮೆಟ್ಟಿಲು ಹತ್ತಿದ ಮೇಲೆಯೇ ಮೃದುಲಾ ಬದಲಾಗಿದ್ದು. ಹೊಸ ಹೊಸ ಮಾತುಗಳು, ಭಾಷಣಗಳು, ಅದಕ್ಕೆ ಮೀರಿದ ಹಮ್ಮು ಅವಳಲ್ಲಿ ಬೆಳೆದು ನಿಂತಾಗ ಹಿಂದಕ್ಕೆ ಸರಿದಿದ್ದ. "ನೀನು ಬಂದ್ದು...." ಒಮ್ಮೆ ಹಂಗಿಸಿದ್ದಳು. "ನಮ್ಮಿಬ್ಬರ ನಡುವೆ ಬೌದ್ಧಿಕ ಅಸಮಾನತೆ. ಹೇಗೆ, ಜೊತೆಯಲ್ಲಿ ಬಾಳೋದು?" ಪ್ರಶ್ನಿಸಿದ್ದಳು. ಈಗೇನಾಯ್ತು! ಯಾವ್ದೇ ಕರಾರು ಆಗಿಲ್ವಲ್ಲ. ಬೇಡಾಂದ್ರೆ ಮುಗೀತು" ನವಿರಾದ ತೀರ್ಮಾನ ಕೊಟ್ಟಿದ್ದ. ಹಾಗೇ ನಡೆದುಕೊಂಡಿದ್ದ ಕೂಡ... ಸದಾ ಬೇರೆಯವರ ತಪ್ಪು ಒಪ್ಪುಗಳತ್ತ ಗಮನ ಕೊಡುವ ಅವಳು ವ್ಯಂಗ್ಯಚಿತ್ರಕಾರಿಣಿಯಾಗಿ ಅವನ ಮನದಲ್ಲಿ ಉಳಿದುಹೋಗಿದ್ದಳು.

"ಮಾವ, ಇದೇ ಮನೆ" ಮೃದುಲಾಳ ತಮ್ಮ ಎಚ್ಚರಿಸಿದಾಗಲೇ ಅವನು ನಿಂತಿದ್ದು. "ಮೃದುಲಾ ಅಕ್ಕ ಮುಂಬಯಿಗೆ ಹೋದ್ಮೇಲೆ ನೀವು ಬಂದಿದ್ದೇ ಇಲ್ಲ. ಅದ್ಕೇ ಮರೆತಿದ್ದೀರಿ" ನಗೆಯಾಡುತ್ತಲೇ ಒಳಗೆ ಕರೆದೊಯ್ದ.

ಈಗ ಬದಲಾದ ವಾತಾವರಣ. ತೀರಾ ಸಾಧಾರಣವಾಗಿ ಕಾಣುತ್ತಿದ್ದ ಮನೆ ಈಗ ಶ್ರೀಮಂತವಾಗಿತ್ತು. ಟಿ.ವಿ. ವಿ.ಸಿ.ಆರ್. ಜೊತೆಗೆ ನೆಲಕ್ಕೆ ರತ್ನಗಂಬಳಿ, ಹಿತ್ತಾಳೆ ವಾಚ್‌ಗಳಲ್ಲಿ ಬಣ್ಣಬಣ್ಣದ ಪ್ಲಾಸ್ಟಿಕ್ ಹೂಗಳು. ಇಷ್ಟರ ನಡುವೆಯೂ ಏನೋ ಕೊರತೆ ಇದೆಯೆನಿಸಿತು.

"ಕೂತ್ಕೊಳ್ಳಿ...." ಸೋಫಾದತ್ತ ಕೈ ತೋರಿಸಿ ಮೃದುಲಾಳ ತಮ್ಮ ಒಳಗೆ ಓಡಿದ. ಕೂತ ಕುಷನ್ ಸೋಫಾ ಮೆತ್ತಗಿತ್ತು. ಇವೆಲ್ಲ ಹೊಸತು.

ಈ ಮನೆಗೆ ಅವನು ಎಷ್ಟು ಸಲ ಬಂದಿದ್ದ. ಎಷ್ಟು ಗಂಟೆಗಳನ್ನು ಕಳೆದಿದ್ದ ಎನ್ನುವುದನ್ನು ಲೆಕ್ಕ ಹಾಕಲು ಸಾಧ್ಯವಿಲ್ಲ. ದಿನದ ಬಹು ವೇಳೆಯನ್ನು ಇಲ್ಲೇ ಕಳೆಯುತ್ತಿದ್ದುದು ಇನ್ನು ಅವನ ನೆನಪಿನಲ್ಲಿ ಹಚ್ಚ ಹಸುರಾಗಿತ್ತು.

ಫಾರಿನ್ ಪರಿಮಳದ ಹಿಂದೆಯೇ ಮೃದುಲಾ ಬಂದಳು. "ಹಾಯ್, ವಿಶೂ... ತೊಂದರೆ ಅಂದುಕೊಳ್ಳಲಿಲ್ಲ ತಾನೇ!" ನಗೆ ಬೀರಿದಳು. "ಹಾಗೇನು ಇಲ್ಲ. ಅಮ್ಮ ನಿನ್ನ ತುಂಬ ನೆನಸಿಕೋತಾ ಇದ್ಲು. ನೀನೇ ಬಂದಿದ್ರೆ.... ಚೆನ್ನಾಗಿತ್ತು. ಹೋಗ್ಲಿ... ಬಿಡು..." ಆಕ್ಷೇಪಿಸಲು ಹೋಗಲಿಲ್ಲ.

"ಈಗ್ಬಂದೆ..." ಒಳಗೆ ಓಡಿದಳು. ಟೀಪಾಯಿ ಮೇಲಿದ್ದ ದೊಡ್ಡ ಆಲ್ಬಮ್ ಎತ್ತಿಕೊಂಡ. ಮೃದುಲಾಳ ಪ್ರಸಿದ್ಧಿಗೆ ಪ್ರಾಮುಖ್ಯತೆ ನೀಡುವ ಭಾವಚಿತ್ರಗಳೇ. ಪಾರದರ್ಶಕ ಸೀರೆಯನ್ನು ಹೊಕ್ಕಳು ಕೆಳಗೆ ಉಟ್ಟು ಚಿಂದಿಯುಟ್ಟ ಕೊಳಚೆ ಪ್ರದೇಶದ ಹೆಣ್ಣುಗಳ ನಡುವೆ ನಿಂತಿದ್ದಳು. ಭಾಗವಹಿಸಿದ ಸೆಮಿನಾರ್‌ಗಳ ಜೊತೆ ಪ್ರಮುಖರ ನಡುವಿನ ಭಾವಚಿತ್ರಗಳು ಇತ್ತು. ಮುಚ್ಚಿ ಅಲ್ಲಿಯೇ ಇಟ್ಟ.

ಒಂದು ಟ್ರೇನೊಳಗೆ ಬಿಸ್ಕತ್ತು, ಸ್ವೀಟ್ಸ್ ತಂದಿಟ್ಟಳು. ಕೈಜೋಡಿಸಿದ "ನನ್ನ ಆರೋಗ್ಯ ಕೆಡಿಸೋ ಯೋಚನೇನಾ. ನಾವು ಚಪಾತಿ-ರೊಟ್ಟಿ ಜನ. ನಂಗೆ ಇದೆಲ್ಲ ಇಷ್ಟವಾಗೋಲ್ಲಾಂತ ಗೊತ್ತಿದೆ." ಮಾಮೂಲಿ ಧೋರಣೆಯಲ್ಲೇ ಹೇಳಿದ. ಅವನಲ್ಲಿನ ಸರಳತೆ ಎಂದೂ ಮಾಯವಾಗದು. 'ಆಡಂಬರ, ಡಂಭಾಚಾರ, ದೊಡ್ಡ ದೊಡ್ಡ ಮಾತುಗಳು ಅವನ ಬಳಿ ಸುಳಿಯದು' ಇದನ್ನು ಕೆಲವರು ಮೆಚ್ಚಿಗೆಯಿಂದ ಆಡುತ್ತಿದ್ದರು. ಮತ್ತೆ ಹಲವರು ವ್ಯಂಗ್ಯವಾಗಿ ಆಡುತ್ತಿದ್ದರು..... ಆದರೆ ಅವೆಲ್ಲ ಅವನನ್ನು ಮುಟ್ಟುತ್ತಿರಲಿಲ್ಲ.

"ಇವತ್ತು ನಂಗೋಸ್ಕರ ಏನಾದ್ರೂ ತಿನ್ಲೇಬೇಕು" ಬಲವಂತಪಡಿಸಿದಳು. ಸೌಜನ್ಯಕ್ಕಾಗಿ ತಿಂದ ಶಾಸ್ತ್ರ ಮಾಡಿದ ಈಗ ಸೀರೆಯುಟ್ಟ ಅವಳು ಸರಳವಾಗಿ ಕಾಣುತ್ತಿದ್ದಳು. "ನಾಳೆ ಇದ್ರೆ ಮನೆಗೆ ಬಾ. ಅಮ್ಮನ್ನ ಮಾತಾಡಿಸಿದಂತಾಗುತ್ತೆ" ಆಹ್ವಾನ ಕೊಟ್ಟ... ಅಂಥ ಬಲವಂತವನ್ನೇನು ಮಾಡಲಾರ. ನೋಟ ಕೆಳಗೆ ಹಾಕಿ ಮೃದುಲಾ ಕೂತಿದ್ದಳು. ಅವಳ ಮುಖಭಾವ ಶೂನ್ಯವಾಗಿತ್ತು. ಲೈಟುಗಳ ಬೆಳಕಿನಲ್ಲಿ ಹೊಳೆಯುತ್ತಿದ್ದ ಅವಳ ಮುಖದಲ್ಲಿ ಈಗ ನೆರಿಗೆಗಳು ಮೂಡಿತ್ತು.

ಏನೋ ನೆನಪಿಸಿಕೊಂಡಂತೆ ತಲೆ ಎತ್ತಿದಳು. "ನಾನು ಈ ಸಲ ಲಂಡನ್‌ಗೆ ಹೋದಾಗ ರೈಡಲ್ ಮೌಂಟ್‌ಗೆ ಹೋಗಿದ್ದೆ" ಎಂದ ಕೂಡಲೇ ಅವನು ಪುಳಕಿತನಾದ ರೈಡಲ್ ಮೌಂಟ್... ಮೈ ಮರೆತವನಂತೆ ಪುನರ್ ಉಚ್ಚರಿಸಿದ. "ಹೌದು, ವರ್ಡ್ಸ್ ವರ್ತ್ ನಿವಾಸ, ಅದೊಂದು ಭೂಸ್ವರ್ಗ."

ಅವನ ಮುಖ ಬಣ್ಣವೇ ಬದಲಾಯಿತು. ಅವನು ನಿಸರ್ಗ ಕವಿ ವರ್ಡ್ಸ್‌ವರ್ತ್‌ನ ಅಭಿಮಾನ... ಬಾಲ್ಯದಲ್ಲಿಯೇ ತಾಯಿ ತಂದೆಯರನ್ನು ಕಳೆದುಕೊಂಡ ಕವಿಯ ಬಗ್ಗೆ ಅವನಿಗೆ ಅಪಾರವಾದ ಸಹಾನುಭೂತಿ, ಅಭಿಮಾನ, ಗೌರವ, ಒಂದು ರೀತಿಯ ಪ್ರೇಮವಾಗಿ ಮಾರ್ಪಟ್ಟಿತ್ತು. ಅವನ ನಿಸರ್ಗ, ಪರಿಸರ, ಸಾಹಿತ್ಯ, ಸಂಸ್ಕೃತಿಗಳ ಆಳವಾದ ಅಧ್ಯಯನದ ಬಗೆಗೆ ಅಪಾರವಾದ ಮೆಚ್ಚುಗೆ. ಅವನ ಹರೆಯದ ಪ್ರೇಮ ಕಾಮಗಳಿಗೆ ಆಸರೆಯಾದ ಸುಂದರಿ ಅನೆಟ್‌ವೆಲಾನ್ ಅದೃಷ್ಟವನ್ನು ನೆನಪಿಸಿಕೊಳ್ಳುತ್ತಿದ್ದ.

ಆ ಕವಿ, ರೈಡಲ್ ಮೌಂಟ್‌ನ ಪರಿಸರ. ಅವನ ಜೀವನದ ಏರುಪೇರುಗಳ ಬಗ್ಗೆ ಅರ್ಧ ಗಂಟೆ ಮಾತಾಡಿದ್ದರು. ಅವರ ನಡುವಿನ ದೊಡ್ಡ ಗೋಡೆ ಕರಗಿ ಸಾಹಿತ್ಯ ಪ್ರೇಮಿಗಳಂತೆ ಮಾತ್ರ ಮಾತಾಡಿದ್ದರು.

"ಭಾವ... ಬಂದ್ರು" ಅವಳ ತಮ್ಮ ಹೊರಗಿನಿಂದ ಓಡಿ ಬಂದ. ಇಷ್ಟರವರೆಗೆ ಮೂಲೆ ಮೂಲೆಗಳಲ್ಲಿ ಆವರಿಸಿಕೊಂಡಂತಿದ್ದ ಮನೆಯ ಜನವೆಲ್ಲ ಹಾಲ್‌ನಲ್ಲಿ ಬಂದು ತುಂಬಿಕೊಂಡರು. ಒಂದು ರೀತಿಯ ಸಡಗರ, ಸಂಭ್ರಮ, ತುಂಬಿ ಅವನ ಕಣ್ಣುಗಳಲ್ಲಿ ಅಚ್ಚರಿ ತುಂಬಿಕೊಂಡಿತು. ಅವಳಿಗೆ ಮದುವೆಯಾದ ವಿಷಯವೇ ಅವನಿಗೆ ತಿಳಿದಿರಲಿಲ್ಲ. "ನನ್ಮದ್ವೆ ಆಗಿ ಎರ್ಡು ವರ್ಷ ಆಯ್ತು. ಆರ್ಮಿನಲ್ಲಿದ್ದಾರೆ" ಉಸುರಿ ಮೇಲೆದ್ದು ಹೋದಳು.

ಚಲನಚಿತ್ರದಲ್ಲಿನ ಸೀನ್ ಕ್ರಿಯೇಟ್ ಆಯಿತು. ನಗು, ಮಾತು, ಬರೀ ತೋರಿಕೆ. ಯಾವುದೋ ಒತ್ತಡದಿಂದ ನಕ್ಕಂತೆ ಕಾಣುತ್ತಿತ್ತು. ಶಿಲೆಯಂತೆ ಕೂತ.

"ಹಾಯ್...." ಹೂ ಹಾರಿ ಬಂದಂತಾಯಿತು ಮೃದುಲಾಳ ಆಗಮನ. ಅವನ ಹುಬ್ಬೇರಿತು. ಐದು ನಿಮಿಷದ ಹಿಂದಿನ ಅವಳ ಸರಳ ಸೌಂದರ್ಯ ಧಾರಾಳ ಕಾಸ್ಮೆಟಿಕ್‌ಗಳ ಲೇಪನ. ಉಟ್ಟ ಸೀರೆಗೆ ಬದಲು ಮಾಡ್ ಡ್ರೆಸ್ ಅಪ್ಪಿ ಇನ್ನೈದು ವರ್ಷ ಚಿಕ್ಕವಳಂತೆ ಕಂಡಳು. ಆಧುನಿಕ ಸಭ್ಯತೆ, ಸಾಮಾಜಿಕ ಪಿಡುಗು ಜಾಗೃತವಾಗಿತ್ತು ಅವಳಲ್ಲಿ.

ಅವರಲ್ಲಿನ ನಾಟಕೀಯ ಮಾತುಗಳು ಮುಗಿದ ಮೇಲೆ ಇವನತ್ತ ಗಮನ ಹರಿಸಿದಳು. "ಹ್ಞಾ, ಮೊದ್ಲು ಇವ್ರ ಪರಿಚಯ ನಿಮ್ಗೇ ಮಾಡಿಕೊಡಬೇಕಿತ್ತು" ಎಂದವಳು ಪರಿಚಯಿಸಿದಳು "ಗ್ಲಾಡ್ ಟೂ ಮೀಟ್ ಯು" ಔಪಚಾರಿಕವಾಗಿ ಕೈ ಕುಲುಕುವ ಮುನ್ನ ಆ ವ್ಯಕ್ತಿ ಅವನನ್ನು ದೀರ್ಘವಾಗಿ ಅಳತೆಗೋಲ್ಹಾಕಿ ನೋಟದಿಂದಲೇ ಪರೀಕ್ಷಿಸಿದ್ದ.

ಆತ ಆರ್ಮಿಯಲ್ಲಿನ ಒಬ್ಬ ಅಧಿಕಾರಿ ಮಾತ್ರವಲ್ಲ. ಅವನು ಮುಂಬಯಿಯಲ್ಲಿ ದೊಡ್ಡ ಪ್ರತಿಷ್ಠಿತ ಕುಟುಂಬಕ್ಕೆ ಸೇರಿದವನು. ರಾಜಕೀಯ ವ್ಯಕ್ತಿಗಳನ್ನು ಬಲ್ಲ ಜನ. ಹೆಂಗಸರು ಕೂಡ ಒಂದಲ್ಲ ಒಂದು ಚಟುವಟಿಕೆಯಲ್ಲಿ ಭಾಗಿಗಳು. ಸಮಾಜ ಸೇವೆಯ ಹೆಸರಿನಲ್ಲಿ ದುಡಿಮೆಯ ಫ್ಯಾಶನ್ನಿಗೆ ಅಂಟಿಕೊಂಡು ಜಾಹಿರಾತು ಕಂಪನಿಯ 'ಎಕ್ಸಿಕ್ಯುಟಿವ್' ಎನ್ನಿಸಿಕೊಂಡು ತಮ್ಮ ಹೆಸರನ್ನು ಮರೆಸಿಕೊಳ್ಳುವ ಚಾಲಾಕಿತನ ಅವರಿಗಿತ್ತು.

ನೃತ್ಯ-ನಾಟಕ ಪ್ರದರ್ಶನಗಳಲ್ಲಿ ಭಾಗವಹಿಸಿ ತಮ್ಮ ಕಲಾಪ್ರೇಮವನ್ನು ಜಾಹೀರುಪಡಿಸುವ ಕುಶಾಗ್ರಮತಿ ಉಳ್ಳವರು. 'ಇಕೆಬಾನ್, ಹಾಂಕಾಂಗ್ ತಿನಿಸುಗಳು, ಚಪಾನೀ ಚಹಾಕೂಟಗಳನ್ನು ಏರ್ಪಡಿಸಿ ಹಣ ದೋಚುವ ಕಲೆ ಗೊತ್ತಿದ್ದ ಜನ. ಕೊಳಚೆ ಪ್ರದೇಶದ ಹೆಣ್ಣುಗಳ ತಲೆಕೆಡಿಸಿ ಅವರಿಗಾಗುವ ಅನ್ಯಾಯದ ವಿರುದ್ಧ ಹರಕು ಬಟ್ಟೆಯ ಜನರೊಂದಿಗೆ ತಮ್ಮ ಉಬ್ಬು ತಗ್ಗುಗಳನ್ನು ಪಾರದರ್ಶಕ ಬಟ್ಟೆಗಳಿಂದ ಪ್ರದರ್ಶಿಸುತ್ತ ಪೇಪರ್ ಮಂದಿಗೆ ಪೋಜು ಕೊಡುವ ಜನ.

ಸ್ವಲ್ಪ ಸ್ವಲ್ಪ ಅರ್ಥವಾದಂತೆ ಅವನ ರಕ್ತ ಕುದಿಯತೊಡಗಿತು. ಮಹಿಳಾ ವಿಕಾಸ ಯೋಜನೆಯಂಥ ಚಳುವಳಿ. ಸಂಸ್ಥೆಗಳಿಗೆ ಮೃದುಲಾ ಅಧ್ಯಕ್ಷಿಣಿ.

"ಬರ್ತೀನಿ" ಮೇಲೆದ್ದ. ಇನ್ನು ಅಲ್ಲಿ ಕೂಡುವುದು ಅವನ ತಾಳ್ಮೆಗೆ ಸವಾಲ್ "ಅರೆ, ಯಾಕೆ ಎದ್ದೆ? ಕೂತ್ಕೋ!..." ಐಸ್ ಕ್ರೀಮ್ ನಗೆ ಚೆಲ್ಲಿದಳು. ಅದರಲ್ಲಿ ಒದ್ದಾಡಲಾರದಷ್ಟು ಬುದ್ಧಿವಂತನೇ "ಇಲ್ಲ. ಅಮ್ಮ ಕಾಯ್ತ ಇರ್ತಾರೆ." ಬೀಳ್ಕೊಟ್ಟು ಹೊರಗೆ ಬಂದ. ಯಾಕೋ ಮೃದುಲಾ ಅವನನ್ನು ಹಿಂಬಾಲಿಸಿದಳು. ಅವಳ ಲೇಖನ, ಚಟುವಟಿಕೆ, ಬುದ್ಧಿಮತ್ತೆಯ ಬಗ್ಗೆ ಎಲ್ಲಾ ಹೊಗಳಿದವರೇ. ಆದರೆ ಇಂದು ಭಾಷಣ ಕೇಳಿ ಕಟುವಾಗಿ ಟೀಕಿಸಿದ್ದ.

ಗೇಟು ತೆರೆದುಕೊಂಡು ಅವನನ್ನು ಹಿಂಬಾಲಿಸಿದಳು. ಅಷ್ಟು ದೂರ ಹೋದ ಮೇಲೆ ನಿಂತು ಪ್ರಶ್ನಿಸಿದ "ನೀನು ಸುಖವಾಗಿದ್ದೀಯಾ? ನಿನ್ನ ನಟನೆಯ ಜೀವನದ ಬಗ್ಗೆ ಎಂದಾದ್ರೂ ಸತ್ಯದರ್ಶನವಾಗಿದ್ಯೆ?" ಭರ್ಜಿ ಆಡಿಸಿದಂತಾಯಿತು ಅವಳೆದೆಯಲ್ಲಿ," "ವಿಶೂ..." ಅವಳ ಸ್ವರ ಕಂಪಿಸಿತು. ಉದಾಸೀನ ನಗೆ ಬೀರಿದ" ಬಹಳ ಮೊದ್ಲು ನಿನ್ನ ಧೈರ್ಯ ಮೆಚ್ಚಿಗೆಯಾಗಿತ್ತು. ನಿನ್ನ ಬರವಣಿಗೆಯಲ್ಲ ಪೊಳ್ಳು, ಬರೆದದಕ್ಕಿಂತ, ಬೇರೆಯವ್ರನ್ನ ವಿಮರ್ಶಿಸಿದ್ದೇ ಹೆಚ್ಚು. ನಿಂಗೆ ಸಮಾಜದ ಬಗ್ಗೆ ಒಲವಾಗಲಿ, ಮಹಿಳೆಯರ, ಮಕ್ಕಳ ಬಗ್ಗೆ ಕಳಕಳಿಯಾಗಲಿ ಇಲ್ಲ. ಹೆಸರನ್ನು ಮೆರೆಸೋ ದುರಾಸೆ. ನಿಮ್ಮಂಥವರು ಕಟ್ಟೋಕ್ಕಿಂತ, ಕೆಡವೋದೇ ಜಾಸ್ತಿ. ಬುದ್ಧಿವಂತೆ ಅನ್ನೋ ಭ್ರಮೆ ಬಿಟ್ಟುಬಿಡು. ತೀರಾ ಓದು ಬರಹ ತಿಳಿಯದ ಸಾಮಾನ್ಯ ಹೆಣ್ಣಿಗಿರೋ ಜ್ಞಾನ ಕೂಡ ನಿಂಗಿಲ್ಲ. ನೀನು ಬೆನ್ನಟ್ಟಿರೋದು ಮರೀಚಿಕೆನಾ.... ಎಂದೂ ಸಂತೃಪ್ತ ಬದ್ಕು ನಿನ್ನದಾಗೋಲ್ಲ" ಎಂದವನೇ ಸರಸರನೆ ನಡೆದುಬಿಟ್ಟ.

'ಮರೀಚಿಕೆ... ಮರೀಚಿಕೆ' ಗಾಳಿ ಬಂದು ಅವಳ ಕಿವಿಯಲ್ಲಿ ಉಸುರತೊಡಗಿತು.

ಅವನು ಮನೆಗೆ ಬಂದಾಗ ಶಾಲುವಿನ ಆಗಮನವಾಗಿತ್ತು. "ಅರೇ, ಇದೇನು ದಿಢೀರಂತ! ಪತ್ರ ಬರೆದಿದ್ರೆ ಬಸ್‌ಸ್ಟ್ಯಾಂಡ್‌ಗೆ ಬರ್ತಾ ಇದ್ದೆ" ಎಂದಾಗ ಮಾವನವರು ಮಗಳತ್ತ ನೋಡಿ ನಸುನಕ್ಕರು. ಅವನ ಪ್ರಶ್ನೆಗೆ ಮಗಳ ಮುಖದಲ್ಲಿ ಅವರು ಉತ್ತರ ಹುಡುಕಿರಬಹುದು.

ಕೋಣೆಯ ಏಕಾಂತದಲ್ಲಿ ಶಾಲು ಒಂದಷ್ಟು ಪುಸ್ತಕಗಳನ್ನು ಅವನ ಮುಂದೆ ಹಿಡಿದಳು. "ಇದೆಲ್ಲ ಓದೋದು ಒಳ್ಳೆದೂಂತಾರೆ. ನನ್ಮಗು ಭಗತ್‌ಸಿಂಗ್ ಹಾಗೆ ಸಾಹಸಿ, ಸುಭಾಷ್‌ಚಂದ್ರಬೋಸರ ತರಹ ರಾಷ್ಟ್ರಪ್ರೇಮಿ, ಗಾಂಧೀಜಿತರಹ ಸತ್ಯವಂತನಾಗ್ಲಿ ಅಂತ" ಅವಳ ಮಾತುಗಳಿಗೆ ದಂಗಾದ. ತನ್ನ ರಾಷ್ಟ್ರ ಋಣ ತೀರಿಸಲು ಅರಿತು ಅರಿಯದಂತೆ ಸಿದ್ಧವಾಗಿದ್ದಾಳೆ. ಮುಂದಿನ ಭವಿಷ್ಯದಲ್ಲಿ ಒಬ್ಬ ಸತ್ಪ್ರಜೆಯ ಪುನರುತ್ಥಾನ.

ಅವಳ ಮುಖದ ತೃಪ್ತಿಯನ್ನ ನೋಡಿದ. ಹೆಸರಿನ ಲಾಲಸೆ ಇಲ್ಲದ ಸರಳ ಹೆಣ್ಣು. ಪ್ರೀತಿಯಿಂದ ತಲೆ ನೇವರಿಸಿದ "ಹೌದು, ನಿನ್ಮಗ ಭಗತ್‌ಸಿಂಗ್, ಸುಭಾಷ್ ಚಂದ್ರಬೋಸರಂತೆ ಆಗ್ತಾನೆ, ಖಂಡಿತ ಮರೀಚಿಕೆ ಅಲ್ಲ."

ತಂಗಾಳಿ ಮೆಲ್ಲಮೆಲ್ಲಗೆ ಹರಿದು ಬಂದು ಇಡೀ ಕೋಣೆಯನ್ನು ವ್ಯಾಪಿಸಿತು.

●

8. ಕತ್ತಲೆ-ಬೆಳಕಿನಾಟ

ಹಾಸ್ಟೆಲ್ ರೂಮಿಗೆ ಬಂದ ಬಿಂದು ಹಾಸಿಗೆಯ ಮೇಲೆ ಮೈ ಚಾಚಿದಳು. ಪ್ರಶಾಂತವಾಗಿ ಪ್ರವಹಿಸುತ್ತಿದ್ದ ಅವಳ ಜೀವನದಲ್ಲಿ ಕಲ್ಲು ಎಸೆದಂತೆ ಒಂದು ಪತ್ರ ಬಂದು ರಾಡಿ ಮಾಡಿತ್ತು. ವಿಪರೀತವಾದ ಆಂದೋಳನ. ಪ್ರಪಂಚದಲ್ಲಿ ಬೇರೆಯವರಿಗೆ ಇರಲೀ. ತಮಗೆ ತಾವು ಪ್ರಾಮಾಣಿಕರಾಗಿ ಇರುವುದು ಕಷ್ಟವೆನಿಸಿತು. "ತನಗೆ ಸಂಬಂಧಪಟ್ಟದಲ್ಲ" ಎಂದು ಪತ್ರದ ಸಾರಾಂಶವನ್ನು ತಳ್ಳಿಹಾಕಿದಷ್ಟು ಭೂತಾಕಾರವಾಗಿ ಬೆಳೆದು ಪ್ರಶ್ನಿಸುತ್ತಿತ್ತು. ಬದುಕಿನ ಕತ್ತಲೆ-ಬೆಳಕಿನ ಆಟದಲ್ಲಿ ಎಲ್ಲೋ ತಪ್ಪಾಗಿದೆಯೆನಿಸುತ್ತಿತ್ತು. ಪದೇ ಪದೇ ಬೆಚ್ಚಿ ಬೀಳುತ್ತಿದ್ದಳು. ಮೋಹನನ ತಾಯಿ ಇವಳನ್ನು ಕಟಕಟೆಯಲ್ಲಿ ನಿಲ್ಲಿಸಿ 'ನನ್ನ ಮಗ ಮನೆ ಬಿಟ್ಟು ಹೋಗಲು ನೀನೇ ಕಾರಣ' ಎಂದು ಬೆಟ್ಟು ಮಾಡುವುದನ್ನು ಅರಗಿಸಿಕೊಳ್ಳುವುದು ತೀರಾ ಕಷ್ಟವೆನಿಸಿತು.

ಮೋಹನಾ, ಬಿಂದು ಬಿ.ಎಸ್‌ಸಿ.ಯಲ್ಲಿ ಸಹಪಾಠಿಗಳು ಅವರಿಬ್ಬರಲ್ಲಿ ಸ್ನೇಹವಿತ್ತು. ಒಟ್ಟಿಗೆ ಕೂತು ಚರ್ಚಿಸುತ್ತಿದ್ದರು. ಕಾಲೇಜಿನ ಕ್ಯಾಂಪಸ್ ಮತ್ತು ಕ್ಯಾಂಟೀನ್‌ನಲ್ಲಿ ಒಟ್ಟಿಗಿರುತ್ತಿದ್ದುದನ್ನು ಎಲ್ಲಾ ಕಂಡಿದ್ದರು. ಅವನಲ್ಲಿನ ಸರಳತೆ, ಬುದ್ಧಿವಂತಿಕೆಯನ್ನು ಇಷ್ಟಪಟ್ಟಿದ್ದಳು. ಆದರೆ ಎಂದೂ ಪ್ರೀತಿಯ ಮಾತಾಡಿರಲಿಲ್ಲ. ಮದುವೆಯ ವಿಷಯದವರೆಗೂ ಅವರ ಮಾತುಕತೆ ಹೋಗಿರಲಿಲ್ಲ. ಮರಗಳ ಕೆಳಗೆ, ಕೆರೆಯ ದಂಡೆಯ ಮೇಲೆ ಕೂತು ಗಂಟೆಗಟ್ಟಲೇ ಮಾತಾಡುತ್ತಿದ್ದರು. ನೂರೆಂಟು ಭಾವನೆಗಳನ್ನು ಹಂಚಿಕೊಂಡಿದ್ದರು. ಎರಡು ವರ್ಷ ಹೀಗೆಯೇ ಸಾಗಿತು. ಮೂರನೆಯ ವರ್ಷ ಪೂರ್ತಿ ಓದಿನಲ್ಲಿ ಮಗ್ನರಾಗಿದ್ದರು. ಒಂದು ದಿನ ನೇರವಾಗಿ ಇವನ ಹಾಸ್ಟೆಲ್‌ಗೆ ಒಬ್ಬ ಮಧ್ಯ ವಯಸ್ಸಿನ ಐವತ್ತರ ಹರೆಯದ ಕಪ್ಪಗಿದ್ದರೂ ತೀರಾ ಲಕ್ಷಣವಾಗಿದ್ದ ವ್ಯಕ್ತಿ ಬಂದವರು "ನಾನು ಬಿಂದು ತಂದೆ" ಪರಿಚಯ ಮಾಡಿಕೊಂಡವರು ಒಂದು ಬಾಂಬ್ ಹಾಕಿ ಹೋದರು.

"ಬಿಂದು ವಿವಾಹದ ಎಂಗೇಜ್‌ಮೆಂಟ್ ಆಗಿದೆ. ಅವಳ ಭಾವಿ ಪತಿ ಅವಳು ಮೆಡಿಸಿನ್ ಓದಬೇಕೆಂದೂ ಇಚ್ಛಿಸುವುದರಿಂದ, ಮೆಡಿಕಲ್‌ಗೆ ಜಾಯಿನ್ ಆಗ್ತಾಳೆ."

ಆಕಾಶದಲ್ಲಿ ಹಾಯಾಗಿ ವಿಹರಿಸುತ್ತಿದ್ದ ಪಕ್ಷಿಯ ರೆಕ್ಕೆಗಳನ್ನು ಕತ್ತರಿಸಿ ಭೂಸ್ಪರ್ಶ ಮಾಡಿಸಿದಂತಾಗಿತ್ತು ಅವನ ಸ್ಥಿತಿ. ಅವನು ಯೋಚಿಸಬಲ್ಲ! ಸ್ವಲ್ಪ ಅನಿಶ್ಚಿತ ಮನೋಭಾವದ ಭಾವುಕ, ಹುಚ್ಚು ಹಿಡಿದವನಂತೆ ಎರಡು ದಿನ ಹಾಸ್ಟೆಲ್ ರೂಮಿನಲ್ಲಿ ಉಳಿದ. ಮರುದಿನ ಹೊರಗೆ ಬಂದಾಗ ಜಗತ್ತು ಬಹಳ ಭಿನ್ನವಾಗಿ ಕಂಡಿತು. ಹೇಳಬೇಕೆಂದರೆ ಅವರಿಬ್ಬರ ನಡುವೆ ಏನೂ ಆಗಿರಲಿಲ್ಲ. ಆದರೂ ಬಹಳಷ್ಟು

ನಡೆದುಹೋಗಿದೆಯೆನ್ನುವಂತೆ ಕುಸಿದಿದ್ದ. ಯಾವುದೇ ಗುರಿ ಇಲ್ಲದೆ ಓಡಾಡತೊಡಗಿದ. ಕಾಲೇಜು ಕಡೆ ಮುಖ ಹಾಕಲಿಲ್ಲ.

ಹದಿನೈದು ದಿನಗಳ ನಂತರ ಮೋಹನ ಸಿಕ್ಕಾಗ ಬಹಳ ಬದಲಾಯಿಸಿದಂತೆ ಕಂಡ ಬಿಂದುಗೆ, ತುಸು ಗಾಬರಿಯಾದಳು. ಅಪ್ಪಿ ತಪ್ಪಿ ಪ್ರೀತಿ, ವಿವಾಹದ ಮಾತುಗಳು ಅವರಿಬ್ಬರ ನಡುವೆ ಬರದೇ ಇರದಿದ್ದರೂ, ತಾವಿಬ್ಬರೂ ಏನನ್ನೋ ಮುಚ್ಚಿಡುತ್ತಿದ್ದೇವೆನ್ನುವ ಅರಿವಿತ್ತು. ಆದರೆ ಜಗತ್ತನ್ನು ಬಿಟ್ಟ ಕಣ್ಣುಗಳಿಂದ ನೋಡುವ ಅಭ್ಯಾಸ ಬಿಂದುಗೆ.

"ಮೋಹನಾ, ಹುಷಾರು ಇರ್ಲಿಲ್ವಾ?" ವಿಚಾರಿಸಿದಳು.

ಸದಾ ಸ್ವಚ್ಛವಾಗಿ ಷೇವ್ ಮಾಡಿ ಕಾಲೇಜಿಗೆ ಬರುತ್ತಿದ್ದ ಅವನ ಮುಖದ ಮೇಲೆ ವಾರದ ಹುಲುಸು ಬೆಳೆ ಇತ್ತು. ಕೆನ್ನೆ ಕೆರೆದ, ಆಕಾಶದ ಕಡೆ ನೋಡಿದ. ಏನನ್ನೋ ಹುಡುಕುತ್ತಿತ್ತು ಅವನ ಮನ, ಮಾತೇ ಆಡಲಿಲ್ಲ.

"ನಿನ್ನ ತಾಯಿ ಹೇಗಿದ್ದಾರೆ?" ಮತ್ತೆ ಕೇಳಿದಳು.

ಎತ್ತಲೋ ನೋಡುತ್ತಾ ನುಡಿದ "ಚೆನ್ನಾಗಿದ್ದಾರೇಂತ ಪತ್ರ ಬಂದಿದೆ" ಎಂದು ಆತುರದಿಂದ. ಮಾತು ಕೂಡ ಸರಾಗವಾಗಿ ಬರಲಿಲ್ಲವೆನಿಸಿತು ಅವಳಿಗೆ.

"ಏನಾಗಿದೆ, ಕಾಲೇಜು ಕಡೆಗೂ ಮುಖ ಹಾಕಿಲ್ಲ!"

ಬೇಸರ ವ್ಯಕ್ತಪಡಿಸಿದಳು. ತೀರಾ ವೈಯಕ್ತಿಕವಾದ ವಿಷಯಗಳನ್ನು ಹೇಳಲಾಗಲೀ, ಚರ್ಚಿಸಲಾಗಲೀ ಇಷ್ಟಪಡಳು. ಅದಕ್ಕೆ ಸ್ವಲ್ಪ ಭಿನ್ನ ಸ್ವಭಾವದವ ಮೋಹನಾ. ಆಗಾಗ ತನ್ನ ತಾಯಿ, ಮನೆಯ ಬಗ್ಗೆ ಹೇಳಿಕೊಳ್ಳುತ್ತಿದ್ದ. ಅದನ್ನು ಶ್ರದ್ಧೆಯಿಂದ ಆಲಿಸುತ್ತಿದ್ದಳೇ ವಿನಃ ಕೆದಕಿ ಪ್ರಶ್ನಿಸಲು ಹೋಗುತ್ತಿರಲಿಲ್ಲ.

ಇಬ್ಬರೂ ಕೂಡಿಯೇ ಕೆರೆಯ ಏರಿಯ ಕಡೆ ಹೋದರು. ಅಷ್ಟೊಂದು ಮಾತಾಡುತ್ತಿದ್ದ ಮೋಹನಾ ಮೌನವಾಗಿ ಅವಳ ಪಕ್ಕದಲ್ಲಿ ನಡೆಯುತ್ತಿದ್ದುದು ಆಶ್ಚರ್ಯ ತಂದಿತು.

"ಏನಾಗಿದೆ.... ನಿಂಗೆ"

ಅವನತ್ತ ತಲೆ ತಿರುಗಿಸಿದಳು. ಮುಖ ನಿಸ್ತೇಜವಾಗಿತ್ತು. ಕಣ್ಣುಗಳು ಮಂಕಾಗಿತ್ತು. ಪೂರ್ತಿಯಾಗಿ, ಎತ್ತಲೋ ನೋಡುತ್ತಿದ್ದ. ನಡೆಯುತ್ತಿದ್ದ ದಾರಿಯ ಕಡೆ ಗಮನವಿರಲಿಲ್ಲ. ಸ್ವಚ್ಛವಾದ ಉಡುಪು ಧರಿಸುತ್ತಿದ್ದವನು ಇಂದು ಕೊಳೆ ಬಟ್ಟೆಗಳನ್ನು ಹಾಕಿಕೊಂಡಿದ್ದ. ಏನಾಗಿದೆ... ಇವನಿಗೆ?

"ಮೋಹನ್, ನಿಮ್ಗೇ ಹುಷಾರಿಲ್ವಾ? ಏನು ಸಮಸ್ಯೆ? ಸ್ವಲ್ಪ ಬಾಯ್ಬಿಟ್ಟು ಹೇಳ್ಕೊಂಡ್ರೆ.... ನಂಗೆ ಅರ್ಥವಾಗುತ್ತೆ. ತೋಚಿದ ಪರಿಹಾರ ಹೇಳಬಹುದು. ಸುಮ್ನೆ ಎಷ್ಟು ದೂರಾಂತ ನಡ್ಯೋದು. ಇಲ್ಲೇ ಕೂತುಕೊಳ್ಳೋಣ" ಹತ್ತಿರದಲ್ಲಿಯೇ ಇದ್ದ ಮರದ ಬಳಿ ಹೋಗಿ ಅಲ್ಲೇ ಇದ್ದ ಕಲ್ಲು ಹಾಸಿನ ಮೇಲೆ ಕೂತಳು. ಅವನು ಬಂದು ಬಿಂದು ಪಕ್ಕ ಕೂತ. ಅವರಿಬ್ಬರೂ ಹಾಗೇ ಕೂತು ಎಷ್ಟೋ ವಿಷಯಗಳನ್ನು

ಚರ್ಚಿಸುತ್ತಿದ್ದರು. ಆಗ ಅರಳು ಹುರಿದಂತೆ ಮಾತಾಡುತ್ತಿದ್ದ. ಹೆಚ್ಚಿಗೆ ಅವರಿಬ್ಬರ ಮಧ್ಯೆ ಚರ್ಚೆಗೆ ಬರುತ್ತಿದ್ದ ವಿಷಯಗಳು ಬೌದ್ಧಿಕ ವಿಕಾಸಕ್ಕೆ ಸಂಬಂಧಪಟ್ಟವು ಮಾತ್ರ.

ಬಗ್ಗಿ ಕೈಗೆ ಸಿಕ್ಕ ಕಲ್ಲನ್ನು ಜೋರಾಗಿ ಕೆರೆಗೆ ಎಸೆದು, ಬೀಳುವಾಗಿನ ನೀರಿನ ಕಂಪನವನ್ನು ನೋಡತೊಡಗಿದ ಬಿಂದು ಅವನಿಗೆ ಮಾತಾಡಲು ಅವಕಾಶ ಕೊಟ್ಟಳು.

"ನಂಗೆ, ಹೀಗೆ.... ಕೂಡೋಕೆ ಇಷ್ಟವಿಲ್ಲ. ನಿನ್ನ ಸಮಸ್ಯೆ ಏನೂಂತ ಮೊದ್ಲು ಹೇಳು, ಆಮೇಲೆ ಮಿಕ್ಕಿದ್ದು"

ಎಂದು ಎದ್ದು ಅಷ್ಟು ದೂರದಲ್ಲಿದ್ದ ಗಿಡದ ಬಳಿಗೆ ಹೋಗಿ, ಹಳದಿ ಹೂಗಳ ಚೆಂದದ ಜೊತೆ, ಎಲೆ ಕಾಂಡ ಭಾಗವನ್ನು ಮುಟ್ಟಿ ಮುಟ್ಟಿ ನೋಡತೊಡಗಿದಳು. ಅವಳು ಪರಿಸರ ಪ್ರೇಮಿ. ಆ ಬಗ್ಗೆ ಮಾತಾಡುವುದೆಂದರೆ ಅವಳಿಗೆ ಬಹಳ ಇಷ್ಟ. ತೀರಾ ಭಾವುಕಳಲ್ಲ. ಅಗತ್ಯಕ್ಕಿಂತ ಹೆಚ್ಚಿನ ಭಾವುಕತೆ ಜೀವನವನ್ನು ಹಾಳು ಮಾಡುತ್ತದೆಯೆನ್ನುವ ನಂಬಿಕೆ ಅವಳದು.

ಅಲ್ಲಿ ಸ್ವಲ್ಪ ಇಳಿಜಾರಿತ್ತು. ನೋಡದೇ ಕಾಲಿಟ್ಟಳು ಮರುಕ್ಷಣ ಮೋಹನನಾ ತೋಳುಗಳಲ್ಲಿ ಇದ್ದಾಗ ಸಂಕೋಚದಿಂದ "ಥ್ಯಾಂಕ್ಯೂ, ಥ್ಯಾಂಕ್ಯೂ ವೆರಿಮಚ್, ಬಿದ್ದಿದ್ದರೇ ಮೂರು ಉರುಳು, ಒಂದಿಷ್ಟು ಕೈಕಾಲು ತರುಚುತ್ತಿತ್ತೇ ವಿನಃ ದೊಡ್ಡ ಪ್ರಮಾದವೇನೂ ಘಟಿಸುತ್ತಿರಲಿಲ್ಲ."

ಅವನ ತೋಳುಗಳಿಂದ ಹೊರಬಂದಳು. ತಕ್ಷಣ ಅವನ ಕಣ್ಣುಗಳು ಕೆಂಪಾದವು. ಹಲ್ಲುಗಳನ್ನು ಕಚ್ಚಿಡಿದು "ಬಿಂದು ನನಗೆ ನೀನು ಬೇಕು. ನಿನ್ನ ಬಿಟ್ಟು ನನ್ನ ನಾನು ವಂಚಿಸಿಕೊಳ್ಳಲಾರೆ" ಎನ್ನುವ ಮಾತುಗಳು ಅವನ ತುಟಿಯವರೆಗೂ ಬಂದರೂ, ಕಾದ ನೆಲದ ಮೇಲೆ ಮಳೆ ಸುರಿದ ಕೂಡಲೇ ಹೇಗೆ ಇಂಗಿ ಹೋಗುತ್ತದೋ, ಹಾಗೆಯೇ.... ಅದಕ್ಕಿಂತ ವೇಗವಾಗಿಯೇ ಅವನ ಮಾತುಗಳು ತುಟಿ ನಾಲಿಗೆಯ ನಡುವೆ ಹಿಂಗಿ ಹೋದವು. ತಕ್ಷಣ ಬಿರಬಿರನೆ ನೀರಿನತ್ತ ನಡೆದವನು ಅಲ್ಲಿ ನಿಂತ. ತನ್ನ ಪ್ರತಿಬಿಂಬವನ್ನು ನೋಡಿಕೊಳ್ಳಲು ಪ್ರಯತ್ನಪಟ್ಟ.

"ಬಿಂದು, ಬಾ ಇಲ್ಲಿ" ಅವಸರವಸರವಾಗಿ ಕೂಗಿಕೊಂಡ. ಗಾಬರಿಯಿಂದ ಬಂದವಳು ಅವನ ಪಕ್ಕ ನಿಂತಳು. ಎರಡು ಸಲ ಅವನ ಕೈ ಅವಳ ಬೆನ್ನಿನ ಹಿಂಭಾಗಕ್ಕೆ ಹೋಗಿ ವಾಪಸ್ಸು ಬಂದಿದ್ದು ಬಿಂದು ಗಮನಕ್ಕೆ ಬರಲಿಲ್ಲ. ನಿಂತೇ.... ನಿಂತ! ಹತ್ತು, ಹದಿನೈದು ನಿಮಿಷ ಜಾರಿದರೂ ನೀರಿನೊಳಗೆ ಏನೋ ಹುಡುಕುವಂತೆ ನಿಂತಿದ್ದಾಗ, ಅವಳೇ ಭಾರವಾದ ಉಸಿರು ದಬ್ಬಿ.

"ಇನ್ನು ಹೋಗೋಣ, ನಿಂಗೆ ಮಾತಾಡೋ ಮೂಡಿಲ್ಲ, ನಿನ್ನ ಸಮಸ್ಯೆನ ಬರ್ದು ತಿಳ್ಸು." ಕೆರೆ ಅಂಗಳ ಬಿಟ್ಟು ದಿಬ್ಬ ಹತ್ತುತ್ತಿದ್ದವಳತ್ತ ಗಾಬರಿ, ಕಳವಳದಿಂದ ಕೈ ಚಾಚಿದಷ್ಟು ಅಂತರ ಬೆಳೆಯುತ್ತಿದೆಯೆನಿಸಿತು.

"ಮೋಹನಾ, ಬೇಗ್ಬಾ.... ನಂಗೆ ಓದೋದಿದೆ" ಕೂಗಿ ಹೇಳಿದಳು. ಸರಸರನೆ ಬಂದವನು ಅವಳನ್ನು ಕೂಡಿಕೊಂಡ.

"ಬಿಂದು, ನನ್ನ ಸಮಸ್ಯೆಗೆ ಪರಿಹಾರ ಸೂಚಿಸ್ತೀಯಾ?" ಕೇಳಿದ.

ಆವೇಗದಿಂದ ಗಳಗಳ ನಕ್ಕುಬಿಟ್ಟಳು.

"ಪ್ರಯತ್ನ ಅಂತು ಪಡ್ತೀನಿ. ಪರಿಹಾರ ಸಿಕ್ಕದ ಸಮಸ್ಯೆಗಳ್ನ.... ಸಮಸ್ಯೆಗಳೇ ಅಲ್ಲಾಂತ ಪಕ್ಕಕ್ಕೆ ಸರಿಸಿ ಮುಂದಕ್ಕೆ ಹೋಗೋದು ಮಿದುಳಿದ್ದವರ ಲಕ್ಷಣ" ನಮಗೆ ಮುಂದುವರೆಯಿತು. ಆ ನಗೆಯನ್ನು ಬಾಚಿ ಬಾಚಿ ತುಂಬಿಕೊಂಡು ಬಿಡಬೇಕೆನಿಸಿತು, ಮೋಹನನಿಗೆ.

ಮತ್ತೆ ಎರಡು ದಿನ ಕಾಣಸಿಕ್ಕದ ಮೋಹನಾ ಮೂರನೇ ದಿನ ಸಿಕ್ಕಾಗ ಇನ್ನಷ್ಟು ಹದಗೆಟ್ಟಂತೆ ಕಂಡ. ಓರಣವಾಗಿ ಬಾಚಿರುತ್ತಿದ್ದ ಕೂದಲು ಎಣ್ಣೆ, ನೀರು ಕಾಣದೇ ಬಣ್ಣಗೆಟ್ಟು ಅಸ್ತವ್ಯಸ್ತವಾಗಿತ್ತು. ಕಣ್ಣುಗಳು ತೀರಾ ನಿಸ್ತೇಜವಾಗಿತ್ತು. ತುಂಬಾ ಕೆಡುಕೆನಿಸಿತು ಬಿಂದುಗೆ. ವ್ಯಥಿತಳಾದಳು.

"ನಿಂಗೆ, ಏನಾಗಿದೆ? ನಿನ್ನಮ್ಮನಿಂದ ಏನಾದ್ರೂ ಪತ್ರ ಬಂದಿತ್ತಾ? ಹಣದ... ಪ್ರಾಬ್ಲಮ್ಮಾ?" ಪರ್ಸ್ ಮೇಲೆ ಕೈ ಇಟ್ಟಾಗ ಅವಳ ಕೈ ಹಿಡಿದುಕೊಂಡ. ಜೀವನಪೂರ್ತಿ ಅವಳ ಕೈ ತನ್ನ ಕೈಯಲ್ಲಿ ಇರುವಂತಾದರೆ.

"ಹೋಗ್ಲಿ, ಬಿಡು...." ಅವನ ಕೈಯನ್ನು ಸರಿಸಿ.

"ನನ್ನಲ್ಲಿ ನಿಂಗೆ ಹಣ ತಗೊಳ್ಳೋದು ಇಷ್ಟವಾಗದಿದ್ದರೆ ಬೇಡ, ಸಾಲಾಂತ ಬೇಕಾದ್ರೆ,.... ತಗೋ. ನೇರವಾಗಿ ನನ್ನ ಕೈಯಿಂದ ತಗೋಳೋದು ಇಷ್ಟವಾಗದಿದ್ದರೆ, ಚೆಕ್ ಕೊಡ್ತೀನಿ, ಬ್ಯಾಂಕ್ ಕ್ಯಾಷಿಯರ್‌ನಿಂದ್ಲೇ ಪಡೆದುಕೋ. ಈ ತರಹ ಕೊಳೆಬಟ್ಟೆ ತೊಡೋದು, ಲಕ್ಷ್ಯವಿಲ್ದೆ ಓಡಾಡೋದು ತೀರಾ ಅಸಹ್ಯಕರ" ಮುಖ ಕಿವಿಚಿದಳು. ಅದನ್ನು ಸಹಿಸಿಕೊಳ್ಳುವುದು ಅವನಿಂದಾಗಲಿಲ್ಲ.

"ಸಾರಿ.... ಸಾರಿ...."

ಎಂದವನು ಕೆಲವು ಮಾತುಗಳನ್ನು ನುಂಗಿಕೊಂಡ. ಅವಳ ಪ್ರತಿಕ್ರಿಯೆ ಪೂರಾ ನೆಗೆಟಿವ್ ಆದರೆ ಸಹಿಸಲಾರ. ಅವನೆದೆ ಡಬಡಬ ಎನ್ನತೊಡಗಿತು. ಭಾವನೆಗಳ ದೊಡ್ಡ ಸಂಘರ್ಷ ನಡೆಯುತ್ತಿತ್ತು. ಆರಾಮಾಗಿದ್ದ ಎದೆಯಲ್ಲಿ. ಇಬ್ಬರು ನಡೆದು ಬರುವಾಗ ಸೇತುವೆಯ ಬಳಿ ಕಡಲೇಕಾಯಿ ಮಾರುತ್ತಿದ್ದ ಹುಡುಗ ಮಕ್ಕರಿ ಹಿಡಿದು ಓಡಿ ಬಂದ.

"ವ್ಯಾಪಾರ ಬೋ ಡಲ್ಲಾಗ್ಬಿಟ್ಟಿದೆ! ಎಲ್ಲಾ ಪಾನಿಪೂರಿ, ಮಸಾಲೆಪೂರಿ, ಚಾಕಲೇಟ್ ತಿನ್ನೋದು ಕಲ್ತಮೇಲೆ ಪೂರಾ ಮಕ್ಕರಿ, ಕಳ್ಳೆಕಾಯಿ ಮಾರಿದ್ದೇ ಇಲ್ಲ. ಇವತ್ತು ಅಂತೂ ಪೂರ್ತಿ ಡಲ್ ವ್ಯಾಪಾರ" ಇಡೀ ಷೇರು ಬಜಾರು ಕುಸಿದಂತೆ ನೊಂದುಕೊಂಡಾಗ ಅವಳಿಗೆ ನಗು ಬಂತು.

"ಪ್ರತಿಯೊಬ್ರ ಮುಂದು ಇದೇ ಡೈಲಾಗ?"

ಹಾಸ್ಯ ಮಾಡಿದಾಗ ಜೇಬಿನಲ್ಲಿದ್ದ ಹಣವನ್ನು ತೆಗೆದು ಮಕ್ಕರಿಯಲ್ಲಿದ್ದ ಕಳ್ಳೇಕಾಯಿ ಮೇಲಿಡಿದು

"ಸತ್ಯವಾಗ್ಲೂ ಇಲ್ಲ, ಮೇಡಮ್! ನಮ್ಮ ಮಾತು ಕೇಳೋ ಪುರಸತ್ತು ಎಲ್ಲಿರುತ್ತೆ? ಒಂದೈದು ರೂಪಾಯಿ ಕಳ್ಳೇಕಾಯಿಯಾದ್ರೂ... ಹಾಕ್ಸಿಕೊಳ್ಳಿ."

ದುಂಬಾಲು ಬಿದ್ದ ಚೋಟಿ ಹುಡುಗ. ಬೆಳಗಿನಿಂದ ಎರಡು ಮಕ್ಕರಿ ಕಳ್ಳೇಕಾಯಿ ಮಾರಿ, ಮೂರನೆ ಮಕರಿ ಹಿಡಿದು ಬಂದಿದ್ದ. ಸತ್ಯ, ಪ್ರಮಾಣಗಳು ಸಣ್ಣಪುಟ್ಟ ವ್ಯಾಪಾರಿಗಳಿಂದ ಹಿಡಿದು ರಾಜಕಾರಣಿಗಳವರೆಗೂ ಒಂದೇ! ಮಾತುಗಳ ಮಟ್ಟಿಗೆ ಅವು ಉಪಯೋಗಕ್ಕೆ ಬರುವಂಥದ್ದು. ಐದು ರೂಪಾಯಿ ನೋಟು ಕೊಟ್ಟು ಎರಡು ಕಾಗದದ ಪೊಟ್ಟಣಗಳಲ್ಲಿ ಕಳ್ಳೇಕಾಯಿ ಹಾಕಿಸಿ ಮೋಹನನಿಗೊಂದು ಕೊಟ್ಟು, ತಾನೊಂದು ಹಿಡಿದು ಸೇತುವೆಯ ಹಾಸಿನ ಮೇಲೆ ಕೂತಳು. ಉದಯಿಸುವ ಸೂರ್ಯ, ಮುಳುಗುವ ಸೂರ್ಯನನ್ನು ನೋಡುವುದೆಂದರೆ ಅವಳಿಗೆ ಬಹಳ ಇಷ್ಟ.

"ವಂಡರ್ ಫುಲ್, ಎಂಥ.... ದೃಶ್ಯ! ಪ್ರತಿದಿನ ನೋಡಿದ್ರೂ... ಹೊಚ್ಚ ಹೊಸತೇ. ಅದ್ಕೇ ಕವಿಗಳು ಪ್ರಕೃತಿಯನ್ನು ಪ್ರೀತಿಸೋದು. ಆ ಪ್ರೀತಿ ಎಂದ ಬಾಧಕವಲ್ಲ, ನಿತ್ಯ ನೂತನ" ಎಂದಳು. ಕೆಲವು ಕ್ಷಣ ಭಾವುಕಳಾಗಿ ಅವಳಲ್ಲಿ ಭಾವೋದ್ವೇಗ ಸಂಚಾರವಾಗುತ್ತಿದ್ದುದು ಪ್ರಕೃತಿಯ ಮುಂದೆ.

ಒಂದೊಂದೇ ಕಳ್ಳೆಕಾಯಿಯನ್ನು ಅವಳು ಸುಲಿದು ಬೀಜ ತಿಂದು ಸಿಪ್ಪೆ ಎಸೆಯುತ್ತಿದ್ದರೇ, ಮೋಹನಾ ಮಾತ್ರ ಒಂದೊಂದು ಕಳ್ಳೇಕಾಯಿ ತೆಗೆದು ಸಿಪ್ಪೆ ಸುಲಿದು, ಬೀಜ ತಿನ್ನುವ ಕಷ್ಟ ತೆಗೆದುಕೊಳ್ಳದೇ ಎಸೆಯುತ್ತಿದ್ದುದು ಬಿಂದು ಗಮನಿಸಲಿಲ್ಲ. ಪೂರ್ತಿ ಚಲನೆಯ ಸತ್ತಂತೆ ವರ್ತಿಸುತ್ತಿದ್ದ.

"ಹೋಗೋಣ, ಮೋಹನಾ" ಪರ್ಸ್ ಎತ್ತಿಕೊಂಡಾಗ ಕರ್ಚಿಫ್ ಕೆಳಗೆ ಬಿತ್ತು. ತಟ್ಟನೇ ಅದನ್ನೆತ್ತಿ ಪ್ಯಾಂಟು ಜೇಬಿಗೆ ತುರುಕಿಕೊಂಡ. ಹಿಂದೆ, ಮುಂದೆ, ಕೆಳಗೆ ಎಲ್ಲಾ ನೋಡಿದ ಬಿಂದು "ನನ್ನ ಕರ್ಚಿಫ್ ಎಲ್ಲೋ ಬಿದ್ದು ಹೋಗಿದೆ. ಒಂದೊಂದು ಹಂತದಲ್ಲಿ, ಒಂದೊಂದು ನಮ್ಮನ್ನು ಬಿಟ್ಟು ಹೋಗ್ತಾ ಇರುತ್ತೆ" ಸಹಜವಾಗಿ ನುಡಿದಳು. ಅದನ್ನೇನು ಗಂಭೀರವಾಗಿ ತೆಗೆದುಕೊಂಡು ಮಾತಾಡಿರಲಿಲ್ಲ, ಬೆಚ್ಚಿ ಬಿದ್ದ ಮೋಹನಾ.

ಸರ್ಕಲ್‌ಗೆ ಬಂದಾಗ ಹಾಸ್ಟೆಲ್ ಕಡೆ ತಿರುಗಿಕೊಂಡ ಬಿಂದು "ನಮ್ಮ ಪರಿಚಯವಾದ ಮೊದಲ ದಿನಗಳಲ್ಲಿ ಹೇಳ್ತಾ ಇದ್ದೆ, ತೀರಾ ಕಷ್ಟಪಟ್ಟು ಸಾಕಿದ ನಿನ್ನ ವಯಸ್ಸಾದ ತಾಯಿಯನ್ನು ಡಿಗ್ರಿ ಮುಗ್ಸಿ ಕೆಲಸ ಹಿಡ್ದು ಕರೆಸಿಕೊಳ್ಳಬೇಕೂಂತ. ಆ ಲಕ್ಷ್ಯನ ನೆನಪಿನಲ್ಲಿ ಇಟ್ಕೋ. ಇದೇನು ಭಗ್ನಪ್ರೇಮಿಯ ಅವತಾರ? ಯಾರನ್ನಾದ್ರೂ ಪ್ರೇಮಿಸಿದ್ದೀಯಾ? ಅದ್ಕೇ, ಇನ್ನು ಸಮಯವಿದೆ. ಮೊದ್ಲು ನಿನ್ನ ವೇಷ ಮುಖವಾಡ ಕಳಚಿ ಮಾಮೂಲು ವಿದ್ಯಾರ್ಥಿಯಾಗು. ದುರ್ಬಲತೆ ಯಾರ ಮೆಚ್ಚಿಗೆಯನ್ನು ಗಳಿಸದು" ಎಂದು ಬುದ್ಧಿ ಹೇಳಿ ತನ್ನ ಪಾಡಿಗೆ ತಾನು ಹೋದಳು. ಪರೀಕ್ಷೆಗಳು ಸಮೀಪಿಸುತ್ತಿದ್ದರಿಂದ ಅನಗತ್ಯವಾಗಿ ತಲೆ ಕೆಡಿಸಿಕೊಳ್ಳಲು! ನಿಂತ ಜಾಗ ಬಿಟ್ಟು ಅಲ್ಲಾಡಲಿಲ್ಲ ಮೋಹನಾ. ತನ್ನಿಂದ ಬಿಂದುನ ಯಾರೋ ಕಸಿದುಕೊಳ್ಳುತ್ತಿದ್ದಾರೆಂಬ ಭ್ರಮೆಯಲ್ಲಿದ್ದ. ಅದೂ.... ನಿಜ! ನೂರಕ್ಕೆ ನೂರರಷ್ಟು ನಿಜ! ಅವಳು ತನ್ನಿಂದ ದೂರ ಹೊರಟಿದ್ದಾಳೆ. ನೋ... ಇದನ್ನು ನಾನು ಸಹಿಸಲಾರೆ. ರಸ್ತೆಯ ಪಕ್ಕದಲ್ಲಿದ್ದ ಮರದ

ಬಳಿಗೆ ಹೋಗಿ ಗಳಗಳ ಅತ್ತ ಮಗುವಿನಂತೆ. ಪರಿಚಯ, ಸ್ನೇಹದ ಅರ್ಥವೇನು? ಹಾಸ್ಟೆಲ್ ದಾರಿ ಹಿಡಿಯದೇ ನೇರವಾಗಿ ಬಸ್ ಸ್ಟ್ಯಾಂಡ್ ದಾರಿ ಹಿಡಿದ. ಆಗ ಕೂಡ ಅವನ ಮನವನ್ನು ಪೂರ್ತಿಯಾಗಿ ಆಕ್ರಮಿಸಿದ್ದು ಬಿಂದುನೆ. ಅವಳು ಪೂರಾ ತನ್ನವಳೆಂದು ತಿಳಿದು ವಿಹರಿಸುತ್ತಿದ್ದವನ ವಿವೇಕವನ್ನು ಜಾಗೃತಗೊಳಿಸಿದ್ದರು ಬಿಂದು ತಂದೆ.

ವಾರದ ನಂತರ ಬಿಂದುಗೆ ಒಂದು ಪತ್ರ ಬಂತು. ಚಿಕ್ಕದಾದ ಒಕ್ಕಣೆ "ಬಿಂದು ಒಂದ್ಸಲ ಬಾ" ಇದಿಷ್ಟು ಬರಹ ಮಾತ್ರ ಮುಖ್ಯ. ಮಿಕ್ಕಿದ್ದು ಹತ್ತಬೇಕಾದ ಬಸ್ಸು, ಇಳಿಯಬೇಕಾದ ಜಾಗ, ಅವನ ಮನೆಯ ವಿಳಾಸವನ್ನು ಸಂಪೂರ್ಣವಾಗಿ ತಿಳಿಸಿದ್ದ. 'ನಿನ್ನ ಬರುವಿಗಾಗಿ ಕಾಯುತ್ತಿರುವ ಮೋಹನಾ' ಎಂದು ಸಹಿ ಮಾಡಿದ್ದ. ತಳ್ಳಿಹಾಕಲು ಮನಸ್ಸಾಗಲಿಲ್ಲ ಅವಳಿಗೆ. ಬುದ್ಧಿವಂತ, ಗುಣವಂತ ವಿದ್ಯಾರ್ಥಿ. ಬರೀ ಅಭ್ಯಾಸಕ್ಕಾಗಿಯೇ ಕಾಲೇಜಿಗೆ ಬರುವ ಕೆಲವೇ ಮಂದಿ ವಿದ್ಯಾರ್ಥಿಗಳಲ್ಲಿ ಅವನು ಒಬ್ಬನೆಂದು ಅವಳಿಗೆ ಗೊತ್ತು. ಅಂಥವನ ಕೆರಿಯರ್ ಹಾಳಾಗುವುದು ಸಮ್ಮತವಲ್ಲವೆನಿಸಿತು. ಅಂದು ಶನಿವಾರವಾದುದ್ದರಿಂದ, ಮರುದಿನ ಭಾನುವಾರ ಹೋಗಿ ಹಿಂದಿರುಗಬಹುದೆಂದುಕೊಂಡಳು.

ಹಿಂದಿನ ದಿನ ಅವಳ ತಂದೆಯ ಪತ್ರವು ಬಂದಿತ್ತು. 'ಈ ಸಲ ಬಂದಿದ್ದಾಗ, ನೀನು ಹೇಳುತ್ತಿದ್ದ... ನಿನ್ನ ಸಹಪಾಠಿ, ಮೋಹನನ್ನು ನೋಡ್ದೆ. ಚುರುಕಿನ ಹುಡುಗ, ಕಷ್ಟಪಟ್ಟು ಲಕ್ಷ್ಯವಹಿಸಿ ಓದಿದರೇ, ಅವ್ನ ಪ್ರತಿಭೆಯಿಂದ ಸಮಾಜಕ್ಕೆ ಉಪಕಾರವಾಗುತ್ತೆ' ಎಂದು ಬರೆದಿದ್ದರು. ಅವಳು ಕೂಡ ಅವರು ಇಂಥದ್ದೇ ಕಾರಣಕ್ಕೆ ಭೇಟಿಯಾಗಿರಬಹುದೆಂದು ತಲೆ ಕೆಡಿಸಿಕೊಳ್ಳಲು ಹೋಗಲಿಲ್ಲ.

ಸುಗ್ಗನ ಹಳ್ಳಿಗೆ ಹೋಗುವ ಒಂದು ಖಾಸಗಿ ಬಸ್ಸು ಹಿಡಿದು ಅಲ್ಲಿಗೆ ತಲುಪಿದಾಗ, ಇನ್ನು ಹತ್ತಕ್ಕೆ ಐದು ನಿಮಿಷ ಇತ್ತು. ಮೋಹನಾನ ತಾಯಿಗೇಂತ ಒಂದಿಷ್ಟು ಹಣ್ಣನ್ನು ಖರೀದಿಸಿ ಕೊಂಡೊಯ್ದಿದ್ದಳು. ಎಲ್ಲಾ ಹಳ್ಳಿಗಿರುವಂತೆ ಅದಕ್ಕೂ ಒಂದು ಬಸ್ಸು ನಿಲ್ದಾಣ, ಅಲ್ಲೊಂದು ಬೀಡಿ, ಸಿಗರೇಟು, ಅಡಿಕೆಲೆ ಮಾರುವ ಪೆಟ್ಟಿಗೆ ಅಂಗಡಿ, ಅಡ್ಡಾಡುವ ಪಡ್ಡೆ ಹುಡುಗರು, ಅಲ್ಲಲ್ಲಿ ಕೂತು ಸೋಮಾರಿತನದಿಂದ ಬೀಡಿ, ಸಿಗರೇಟು ಸೇದುವ ಹಳ್ಳಿಯ ನಾಗರಿಕರು, ಇದಿಷ್ಟೆ ಚಿತ್ರ-ಇದೇನು ಅವಳಿಗೆ ಅತಿಶಯವೆನಿಸಲಿಲ್ಲ. ಆದರೆ ಮೋಹನಾನ ನೋಡಿದಾಗ ಮಾತ್ರ ಗಾಬರಿಯಾಯಿತು. ಶುಭ್ರವಾಗಿ ಗಡ್ಡ ಬೋಳಿಸಿದ್ದರೂ, ಮುಖ ಒಣಗಿಕೊಂಡು, ಕಣ್ಣುಗಳು ಆಳಕ್ಕೆ ಇಳಿದಿತ್ತು. ತೀರಾ ಇಳಿದುಹೋಗಿದ್ದ. ಬಣ್ಣ ಕೂಡ ಕೊಂಚ ಮಾಸಿತ್ತು.

ಇವಳ ಕೈಯಲ್ಲಿದ್ದ ಬ್ಯಾಗ್‌ಗೆ ಕೈನೀಡಿದಾಗ, ಅವನನ್ನೇ ನೋಡಿದಳು "ಏನಾಗಿದೆ, ನಿಂಗೆ? ಒಂದು ವಾರದಲ್ಲಿ ಇಷ್ಟೊಂದು ಇಳ್ದು ಹೋಗಿದ್ದೀಯಾಂದ್ರೆ.... ನಿಂಗೆ ಅಗತ್ಯವಾಗಿ ಚಿಕಿತ್ಸೆ ಬೇಕು. ಈ ಬ್ಯಾಗು ನಾನೇ ತರ್ತೀನಿ, ಬಿಡು" ಎಂದಳು.

ಅವನು ಕೇಳದೇ ಇವಳ ಕೈಯಲ್ಲಿನ ಬ್ಯಾಗನ್ನು ಜಗ್ಗಿ ಕಿತ್ತುಕೊಂಡ.

"ಏನೂ ತೊಂದರೆ ಆಗಲಿಲ್ವಾ? ನೀನೆಲ್ಲಿ ಬರೋಲ್ವೋ... ಅಂದ್ಕೋಡಿದ್ದೆ" ತಗ್ಗಿದ ದನಿಯಲ್ಲಿ ಹೇಳಿದ.

"ಯಾಕೆ, ಹಾಗೇ.... ಅಂದ್ಕೊಂಡೇ! ಕಾಲೇಜಿಗೆ ಇನ್ಮೇಲೆ ಅಟೆಂಡ್ ಆಗೋಂಥದೇನಿಲ್ಲ, ಇಲ್ಲೇ ಬಂದು ಓದ್ಕೋಂತಾ ಅಪ್ಪ ಪತ್ರ ಬರೆದಿದ್ದಾರೆ. ಮುಂದಿನ್ವಾರ ಹೊರಟ್ರೆ... ಪರೀಕ್ಷೆಗೆ ಒಂದೆರಡು ದಿನ ಇರೋವಾಗ್ಲೇ ಬರೋದು"

ಎನ್ನುತ್ತ ಅತ್ತಿತ್ತ ನೋಡತೊಡಗಿದಳು. ಹೆಚ್ಚು ಕಡಿಮೆ ಒಂದೇ ತರಹದ ನಾಡ ಹೆಂಚುಹೊದ್ದಿಸಿದ್ದ ಮನೆಗಳು ಇದ್ದರೆ, ಕೆಲವನ್ನು ಕೆಡವಿ ಈಚೆಗೆ ಕಟ್ಟಿಸಿದ್ದರಿಂದ, ಅವು ಶ್ರೀಮಂತರ ಮನೆಗಳೆಂದು ಗುರ್ತಿಸಬಹುದಿತ್ತು. ಒಂದು ಕಡೆ ಹಾದಿ ಕಟ್ ಆಗಿ, ಸಂದಿ ತಿರುಗಿದಾಗ ಸಿಕ್ಕ ಮನೆಯೊಳಕ್ಕೆ ಅವಳನ್ನು ಕರೆದೊಯ್ದ. ತೀರಾ ಸಾಧಾರಣ ಮನೆ. ಅಂಥ ಸೌಲಭ್ಯವೇನೂ ಕಾಣಲಿಲ್ಲ.

ಕೈಯಲ್ಲಿನ ಬ್ಯಾಗನ್ನು ನಡುಮನೆಯ ಗೋಡೆಗೆ ಒರಗಿಸಿ "ಕೂತ್ಕೊ, ಬಿಂದು! ಅಮ್ಮ ನೀರು ತರೋಕೆ ಹೋಗಿರಬೇಕು. ಒಂದ್ಗಳಿಗೆ ಸುಮ್ನೇ ಇರೋ ಜಾಯಮಾನ ಅವಳದಲ್ಲ" ಎಂದ ಸಂಕೋಚಿಸುತ್ತಲೇ. ಸರಿಯಾಗಿ ಮೊದಲಿನ ಹಾಗೇ ಅವಳ ಕಣ್ಣುಗಳನ್ನು ದಿಟ್ಟಿಸಲು ಅವನಿಂದಾಗುತ್ತಿರಲಿಲ್ಲ. ಬಹುಶಃ ಅವಳಿಗೆ ಹೆದರುತ್ತಿದ್ದ!

ಇದ್ದ ಒಂದು ಛೇರಿನ ಮೇಲೆ ಕೂಡುವ ಮೊದಲು ಗೋಡೆಯ ಮೇಲಿನ ಫೋಟೋಗಳತ್ತ ನೋಟ ಹರಿಸಿದಳು. ಕಪ್ಪು ಬಿಳುಪು ಫೋಟೋಗಳ ನಡುವೆ ಒಂದೇ ಒಂದು ಕಲರ್ ಫೋಟೋ ಕಟ್ಟು ಹಾಕಿಸಿಕೊಂಡು ಗೋಡೆಯ ಅಲಂಕಾರವನ್ನು ಹೆಚ್ಚಾಗಿಸಿತ್ತು.

"ಈಚೆಗೆ ತೆಗೆಸಿದಾ, ಫೋಟೋನಾ?" ಕೇಳಿದಳು.

"ಡಿಗ್ರಿ ಕಾಲೇಜಿಗೆ ಸೇರ್ಕೊಂಡಾಗ ತೆಗೆಸಿದ್ದು"

ಎಂದವನು ಅಡಿಗೆಯ ಮನೆಗೆ ಹೋಗಿ ತಾನೇ ಕಾಫೀ ಮಾಡಿಕೊಂಡು ಬಂದು ಕೊಟ್ಟ.

"ಕುಡೀತಾ ಇರು... ಅಮ್ಮನ್ನ ಕರ್ಕಂಡ್ ಬರ್ತೀನಿ" ಹೊರಟಾಗ ತಡೆದಳು.

"ನಿಧಾನವಾಗಿ ಬರ್ಲೀ, ನೀನ್ಯಾಕೆ ಕಾಲೇಜು ಬಿಟ್ಟು ಬಂದು ಇಲ್ಲಿ.... ನಿಂತಿದ್ದೀ? ನಾನು ನಿನ್ನ ಹಾಸ್ಟೆಲ್‌ಮೇಟ್ಸ್‌ನೆಲ್ಲ ವಿಚಾರಿಸ್ದೆ. ದಿಢೀರಂತ ಹಳ್ಳಿಗೆ ಆಹ್ವಾನ ಕೊಟ್ಟಿದ್ದೀ. ಅದ್ಕೆಲ್ಲ ಮೊದ್ಲು ಕಾರಣ ಹೇಳು. ಅರೇ, ನನಗೊಬ್ಬಳಿಗೆ ಕಾಫೀ ತಂದಿದ್ದೀಯಲ್ಲ, ಇನ್ನೊಂದು ಲೋಟ ತಗೋಂಡ್ಬಾ" ಎಂದು ಅಡಿಗೆ ಮನೆಗೆ ಕಳಿಸಿ, ಕಣ್ಣರಳಿಸಿದಳು. ಆರ್ಥಿಕ ಸುಧಾರಣೆ ಕಾಣಲಿಲ್ಲ. ತಂದ ಇನ್ನೊಂದು ಕಂಚಿನ ಲೋಟಕ್ಕೆ ಅರ್ಧಕ್ಕಿಂತ ಹೆಚ್ಚಾಗಿಯೇ ಬಗ್ಗಿಸಿಕೊಟ್ಟ.

"ಬೇಗ ಕುಡ್ದು, ಕರೆಸಿದ್ದಕ್ಕೆ ಕಾರಣ, ಹೇಳು" ಅವಸರಿಸಿದಳು. ಆದಷ್ಟು ಬೇಗ ಹಿಂದಿರುಗುವುದು ಕೂಡ, ಅವಳ ಇಚ್ಛೆಯಾದರೂ ಒಮ್ಮೆ ಈ ಹಳ್ಳಿನ ಸುತ್ತಬೇಕು

ಎನ್ನುವ ಆಸೆ. ಕಾಫೀ ಕುಡಿದು ಬರುವ ವೇಳೆಗೆ ಅವನಮ್ಮ ತಲೆಯ ಮೇಲೊಂದು ಹಿತ್ತಾಳೆ ಗುಂಡಿ, ಸೊಂಟದಲ್ಲಿ ಒಂದು ಫಳಫಳ ಹೊಳೆಯುವ ತಾಮ್ರದ ಬಿಂದಿಗೆಯಲ್ಲಿ ನೀರು ತುಂಬಿಕೊಂಡು ಬಂದಾಗ 'ಚಿತ್ರ'ವಾದಳು. ಆಕೆ ಸ್ವಲ್ಪ ಸವೆದು ಹೋದಂತೆ ಕಂಡರೂ ಆರೋಗ್ಯವಾಗಿದ್ದರು. ಆದರೆ ನಿರಾಶೆಗೂ ಮೀರಿದ ಹತಾಶೆ ಆಕೆಯ ಮುಖದ ಮೇಲೆ. ಸುಖಕ್ಕಿಂತ ಹೆಚ್ಚು ಕಷ್ಟವನ್ನೆ ಉಂಡ ಹೆಣ್ಣೆಂದುಕೊಂಡಳು.

"ನನ್ನ.... ಅಮ್ಮ...." ಪರಿಚಯ ಮಾಡಿಕೊಟ್ಟ. ಆಕೆ ಗುಂಡಿ, ಬಿಂದಿಗೆಗಳನ್ನು ಇಳಿಸಿಯೇ ಮುಗುಳ್ನಗೆ ಬೀರಿದ್ದು.

"ಲಕ್ಷಣವಾದ ಹುಡ್ಗೀ...." ಎಂದರು ಕಣ್ಣುಗಳಲ್ಲಿ ತುಂಬಿಕೊಂಡಂತೆ.

"ನಾನೇ, ನಿನ್ನ ಬಾ ಅಂತ ಬರ್ಯೋಕೆ ಹೇಳಿದ್ದು" ಎಂದಾಗ ಮಾತ್ರ ಅವಳಿಗೆ ಆಶ್ಚರ್ಯ. ಮೊದಲ ಸಲ ಅವಳು ಮೋಹನಾನ ತಾಯಿಯನ್ನು ನೋಡುತ್ತಿರುವುದು. ಅಂಥದ್ದರಲ್ಲಿ ತನ್ನನ್ನು ನೋಡುವ, ಮಾತಾಡುವ ಆಸೆ ಈ ಹೆಣ್ಣಿಗೆ ಏಕೆ, ಎಂದುಕೊಂಡರೂ ಮುಗುಳ್ನಗೆ ಬೀರಿ ಕೈ ಜೋಡಿಸಿದಳು. ಆಕೆ ಹೆಚ್ಚು ಕಲಿತಂತೆ ಕಾಣದಿದ್ದರೂ ಸುಸಂಸ್ಕೃತಳಂತೆ ಕಂಡಳು.

"ತರಕಾರಿ ಮರ್ತೆ, ತಗೊಂಡ್ಬಾ"

ಮಗನನ್ನು ಅಟ್ಟಿದಾಗ, ತನ್ನಲ್ಲಿ ಏನೋ ಮಾತಾಡುವುದಿದೆಯೆನಿಸಿತು ಬಿಂದುಗೆ. ಅವಳನ್ನು ಕರೆದೊಯ್ದು ಅಡಿಗೆ ಮನೆಯಲ್ಲಿ ಕೂಡಿಸಿಕೊಂಡು,

"ಮೋಹನಾನಿಗೆ ವಯಸ್ಸಾಯ್ತು, ಹೇಳಿದಂತೆ ಕೇಳುವುದಿಲ್ಲ. ಕಾಲೇಜು ಕಲೀತೀನೀಂದ್ರೆ... ಸಂತೋಷದಿಂದ ಕಳಿಸ್ದೇ. ಈಗ ಪೂರ್ತಿ ಮಾಡದೇ ತೆಪ್ಪಗೆ ಹಳ್ಳಿಯಲ್ಲಿ ಬಂದು ಕೂತಿದ್ದಾನೆ. ಹೆಚ್ಚು ಮಾತಿಲ್ಲ. ಊಟ, ತಿಂಡಿನೂ ಅಷ್ಟಕಷ್ಟೆ. ಎಷ್ಟೋ ಹೇಳಿದೆ, ಅವ್ನಿಗಂತು ಕಾಲೇಜು, ಓದಿನ ಕಡೆ ಗಮನವಿಲ್ಲ. ಮದುವೆಯಾದ್ರೂ ಮಾಡ್ಕೊಂಡ್ ಇರೋ ತೋಟಾನ ನೋಡ್ಕೋ ಅಂದರೇ... ಮೌನವಾಗಿ ಎದ್ದು ಹೋಗ್ತಾನೆ. ನಾನಾದ್ರೂ... ಏನ್ಮಾಡ಼್ಲೀ, ಒಂಟೀ ಹೆಂಗ್ಸು. ನೀನು ಜೊತೆಯಲ್ಲಿ ಓದ್ತಾ ಇದ್ದವಳು, ನೀನಾದ್ರೂ.... ಹೇಳು" ಎಂದು ಆಕೆ ಕಣ್ಣೀರು ಹಾಕಿದಾಗ ಏನಾಗಿದೆ ಇವನಿಗೆ ಧಾಡೀ?' ಅಂದುಕೊಂಡರೂ, ಸ್ವಲ್ಪ ವಿಚಿತ್ರವೆನಿಸಿತು.

ಸುಮ್ಮನೆ ಕೂತುಬಿಟ್ಟಳು ಬಿಂದು. ವಿಲಕ್ಷಣ ಶೂನ್ಯತೆ, ಏಕಾಕಿತನದ ನಡುವೆ ಹೆಚ್ಚು ಬಳಲಿದಂತೆ ತೋರುತ್ತಿದ್ದ. ಮೋಹನಾ ಬೆಟ್ಟದ ತುದಿಯಲ್ಲಿ ನಿಂತು ಶೂನ್ಯವನ್ನು ದಿಟ್ಟಿಸುವ ದಿಕ್ಕೆಟ್ಟ ಮನುಷ್ಯನಂತೆ ತಯಾರಾಗಿದ್ದಾನೆಂದುಕೊಂಡಳು. ಹೆಚ್ಚು ಹೆಚ್ಚು ಓದುತ್ತಿದ್ದ ಮೋಹನಾ ಒಳ್ಳೆಯ ವಾಗ್ಮಿ. ವಿಷಯವನ್ನು ಮಂಡಿಸುವ ರೀತಿ ಹೆಚ್ಚು ಇಷ್ಟವಾಗುತ್ತಿತ್ತು. ಇಂಥವನಿಗೆ.... ಏನಾಗಿದೆ?

ತರಕಾರಿ ತಂದಿಟ್ಟ ಮೋಹನಾ ಹಳ್ಳಿ ತೋರಿಸಲು ಕರೆದೊಯ್ದ. ಒಂದಿಷ್ಟು ಉತ್ಸಾಹ ಕಳೆದುಕೊಂಡವಳಂತೆ ಅವನೊಂದಿಗೆ ಹೆಜ್ಜೆ ಹಾಕುತ್ತಿದ್ದವಳು ನಿಂತು "ಯಾಕೆ

ಕಾಲೇಜಿಗೆ ಬರ್ತಾ ಇಲ್ಲ! ಓದೋ ಉದ್ದೇಶದಿಂದ ಕಾಲೇಜಿಗೆ ಸೇರ್ಕೊಂಡವನ ಮೇಲೆ ಜವಾಬ್ದಾರಿ ಇರುತ್ತೆ. ಏನಾಯ್ತು ನಿನ್ನ... ಲಕ್ಷ್ಯ?" ಗದರಿಸಿದಂತೆ ಕೇಳಿದಾಗ ಅವನ ತಲೆ ತಗ್ಗಿತು. "ಬಿಂದು, ನಿನ್ನ ಬಿಟ್ಟು ನಾನು ಬದ್ಕಲಾರೆ" ಎಂದು ಹೇಳಬಿಡಬೇಕೆನಿಸಿದರೂ,ತುಟಿ ದಾಟಿ ಮಾತುಗಳು ಹೊರಬರಲಿಲ್ಲ. 'ಅವ್ಳ ಎಂಗೇಜ್‌ಮೆಂಟ್ ಮುಗಿದಿದೆ, ಮೆಡಿಕಲ್ ಪೂರೈಸಿದ ನಂತರವೇ ವಿವಾಹ' ಅವಳಪ್ಪ ಹೇಳಿದ್ದ. ಯಾಕೆ ಹೇಳಿದರು ಎಂದು ಇಂದಿಗೂ ಅವನಿಗೆ ಅರ್ಥವಾಗಿರಲಿಲ್ಲ. ಅವನಿದ್ದ ಸ್ಥಿತಿಯಲ್ಲಿ ಅಷ್ಟೆಲ್ಲ ಆಲೋಚಿಸಲಾರ.

ನಿರ್ಜನ ಪ್ರದೇಶ ತಲುಪಿದಾಗ 'ವಾಟ್ ಎ ಬ್ಯೂಟಿಫುಲ್ ಪ್ಲೇಸ್' ಉದ್ಗರಿಸಿದ ಬಿಂದು ತಟ್ಟನೆ ಅವನತ್ತ ತಿರುಗಿದಳು. ಕಣ್ಣುಗಳಲ್ಲಿ ಒಂದು ರೀತಿ ಪ್ರಖರತೆ, ತುಟಿಗಳಲ್ಲಿ ಕಂಪನ, ಮುಖ ವಿಲಕ್ಷಣವಾಗಿತ್ತು.

"ನಿಂಗೇನಾಗಿದೆ ಮೋಹನಾ?"

ಅವಳ ಕೇಳಿಕೆ ಪೂರೈಸಿದ ತಕ್ಷಣ ಬಿಂದುವಿನ ಎರಡು ಕೈಗಳನ್ನು ಹಿಡಿದು ಕೆನ್ನೆಗೊತ್ತಿಕೊಳ್ಳಲು ಹೋದಾಗ, ತಟ್ಟನೆ ಬಿತ್ತು ಅವನ ಕೆನ್ನೆಗೊಂದು ಏಟು.

"ಈಡಿಯಟ್, ಇದಾ ನಿನ್ನ ಕಾಯಿಲೆ? ನಾಚ್ಕೇ... ಆಗೋಲ್ಲ? ನಾನು ತೋರಿದ ಸ್ನೇಹನ ಪ್ರೇಮಾಂತ ತಿಳಿಯೋ ಮೂರ್ಖ ನೀನು! ಛೆ, ನಿನ್ನ ಅಭಿರುಚಿ, ಸರಳತೆ, ಗಾಢವಾದ ಅಭ್ಯಾಸ ನೋಡಿಯೇ ಸ್ನೇಹದ ಹಸ್ತ ತೋರಿದ್ದು. ಯುವಕ, ಯುವತಿಯರ ಮಧ್ಯದ ಓಡಾಟ, ಚರ್ಚೆ ಬೌದ್ಧಿಕ ವಿಕಾಸಕ್ಕೆ ಮಾತ್ರ ಎಂದು ತಿಳಿದವಳು ನಾನು. ನೀನು ಬರೀ ಸ್ನೇಹಿತ, ನಾನು ನನ್ನ ಲೈಫ್ ಪಾರ್ಟನರ್ ದೃಷ್ಟಿಯಲ್ಲಿ ಎಂದೂ ನೋಡಿಲ್ಲ. ಮುಂದೂ ನೋಡೋಕೆ ಸಾಧ್ಯವಿಲ್ಲ. ನಾನು ಕಾಲೇಜಿಗೆ ಬಂದಿದ್ದು ವಿದ್ಯಾಭ್ಯಾಸದ ಸಲುವಾಗಿಯೇ, ವಿನಃ ಸಂಗಾತಿಯ ಅನ್ವೇಷಣೆಗಲ್ಲ" ಅವಳ ಒಂದೊಂದು ಮಾತು ಪೆಟ್ಟಾಗಿ ಒಂದು ಬಂದು ಮೋಹನಾನ ಹೃದಯಕ್ಕೆ ತಾಕುತ್ತಿತ್ತು. ಅಲ್ಲಿ ನಿಲ್ಲದೇ ಹಿಂದಕ್ಕೆ ಬಂದ ಬಿಂದು ತನ್ನ ಬ್ಯಾಗು ಹಿಡಿದು ಬಸ್ಸು ನಿಲ್ಲುವ ಸ್ಥಳಕ್ಕೆ ಬಂದವಳೇ, ಹೊರಟು ನಿಂತ ಬಸ್ಸಿನೊಳಕ್ಕೆ ತೂರಿಕೊಂಡಳು. ಸುಗ್ಗನಹಳ್ಳಿ ಮಾತ್ರವಲ್ಲ, ಮೋಹನಾ, ಅವನ ತಾಯಿ ಎಲ್ಲಾ ದೂರ ಉಳಿದರು.

ಆಮೇಲೆ ಎರಡು ವರ್ಷಗಳು ಉರುಳಿತು. ಡಿಗ್ರಿಯಲ್ಲಿ ರ್‍ಯಾಂಕ್ ಪಡೆದುಕೊಂಡವಳು ಮೆಡಿಕಲ್‌ಗೆ ಸೇರಿಕೊಂಡು ವ್ಯಾಸಂಗ ಮುಂದುವರಿಸಿದ್ದಳು. ಬಹಳಷ್ಟು ಸಲ ಮೋಹನಾನ ನೆನಪಾದರೂ, ಎಂದೂ ಅವನು ಕಾಣಸಿಕ್ಕಿರಲಿಲ್ಲ. ಆದರೆ ದಿಢೀರೆಂದು ಬಂದ ಪತ್ರ ನೆನಪಿನ ಅಂಗಳವನ್ನು ಕೆದಕಿದ್ದು ಮಾತ್ರವಲ್ಲ, ಮೋಹನಾನ ತಾಯಿ ತನಗೇಕೆ ಪತ್ರ ಬರೆದಿದ್ದಾರೆ? ಅವರ ಮಗ ಮನೆ ಬಿಟ್ಟು ಹೋಗಿದ್ದೇಕೆ ತಾನು ಕಾರಣವೆಂದು ನಂಬಿರಬಹುದೇ? ಆಕೆ ಇವಳನ್ನು ಅಪರಾಧಿ

ಕಟ್ಟೆಯಲ್ಲಿ ನಿಲ್ಲಿಸಿರಲಿಲ್ಲ. ತನಗೇ ಆದ ಅನ್ಯಾಯಕ್ಕೆ ಸಮಾಜದ ಮುಂದೆ ಪ್ರತಿಭಟನೆ ತೋರಿರಲಿಲ್ಲ. ಆದರೆ ಸದ್ದಿಲ್ಲದೆ ಇವಳ ಅಂತರಾತ್ಮ ತಟ್ಟಿದ್ದಳು ತನ್ನ ಪತ್ರದಿಂದ.

ಎರಡು ದಿನ ಕಳೆದರೂ ಬಿಂದು ಮನಸ್ಸು ಸರಿಹೋಗಲಿಲ್ಲ. ಕನ್ನಡಿಯ ಮುಂದೆ ನಿಂತು ಕಣ್ಣುಗಳೊಳಗೆ ಇಣುಕಿ, ತಾನು ಅಪರಾಧಿಯೇ ಎಂದೂ ಪ್ರಶ್ನಿಸಿಕೊಂಡಳು. ತನ್ನ ಮನಕ್ಕೆ ಹತ್ತಿದ್ದ ವಿಲಕ್ಷಣ ಶೂನ್ಯತೆಯನ್ನು ತೊಡೆದುಹಾಕಲು ಪ್ರಯತ್ನಿಸಿದ್ದಳು ನಿರಂತರವಾಗಿ, ಬದುಕಿನ ಕತ್ತಲೆ-ಬೆಳಕಿನಾಟದಲ್ಲಿ ಇವೆಲ್ಲ ಸಹಜ ಎನ್ನುವ ಮನಸ್ಥಿತಿಗೆ ಹೊಂದಿಕೊಳ್ಳಲು ಬಹಳ ದಿನ ಬೇಕಾಯಿತು.

ಆದರೆ ಮೋಹನಾ ಅವಳ ನೆನಪಿನ ಕತ್ತಲೆ-ಬೆಳಕಿನಾಟದಲ್ಲಿ ಶಾಶ್ವತವಾಗಿ ಉಳಿದುಹೋದ.

●

9. ಅಪರಾಧ

ಜಯತು ಜಯತು ದೇವ್ರೋ ದೇವಕಿನಂದನೋಯಂ
ಜಯತು ಜಯತು ಕೃಷ್ಣೋ ವೃಷ್ಟಿ ವಂಶ ಪ್ರದೀಪಃ
ಜಯತು ಜಯತು ಮೇಘ ಶ್ಯಾಮಲ ಕೋಮಲಾಂಗೋ
ಜಯತು ಜಯತು ಪೃಥ್ವಿ ಭಾರನಾಕೋ ಮುಕುಂದ

ಅವಧಾನಿಗಳು ಅಭ್ಯಾಸ ಬಲದಿಂದ ಮುಕುಂದ ಮಾಲಾ ಸ್ತೋತ್ರಗಳನ್ನು ಪಠಿಸುತ್ತಿದ್ದರು. ಆದರೆ ಮಗನಿಂದ ಬಂದಿದ್ದ ಪತ್ರ ಅವರ ಚಿತ್ತಸ್ವಾಸ್ಥ್ಯವನ್ನು ಕೆಡಿಸಿತ್ತು.

ಅಪರಾಧ... ಅಪರಾಧ... ಅವರ ತಲೆಯಲ್ಲಿ ಅದೇ ಪದ ಲಾಸ್ಯವಾಡುತ್ತಿತ್ತು. ಹಾಗಾದರೆ ನಾನು ಮಾಡಿದ್ದೆಲ್ಲ ಅಪರಾಧಾನ? ಅವರ ತಲೆ ಬಿಸಿಯಾಗತೊಡಗಿತು. ನಾನೇನು ಕಳ್ಳತನ ಮಾಡಿಲ್ಲ. ಅದು ಅಲ್ಲದೇ ದುಡಿದು ಗಳಿಸಿದ್ದನ್ನು ಮನೆಯಲ್ಲಿ ತುಂಬಿಕೊಂಡರೇ ಈ ಸರಕಾರದ ಅಪ್ಪನ ಮನೆ ಗಂಟೇನು ಹೋಗುವುದು. ಕಾನೂನಂತೆ... ಕಾನೂನು ಎಂದು ಹಲ್ಲು ಕಡಿದರು.

ರಾಮಾವಧಾನಿಗಳೆಂದರೆ ಸುತ್ತಮುತ್ತಲಿಗೆಲ್ಲ ಪ್ರಸಿದ್ಧವಾದ ಕುಳ. ಅವರಪ್ಪ ನಿರ್ಗತಿಕರಾಗಿದ್ದರು. ಇವರು ಬುದ್ಧಿವಂತಿಕೆಯಿಂದ ಲಕ್ಷ್ಮಿಯನ್ನು ಕೊಳೆ ಹಾಕಿದ್ದರು. ಅವರ ತಾತ ಮುತ್ತಾತನ ಕಾಲದಿಂದ ಬಂದ ಪೌರೋಹಿತ್ಯಕ್ಕೆ ತಿಲಾಂಜಲಿ ಇತ್ತು ರೈತರಿಗೆ ಬಡ್ಡಿ ಮೇಲೆ ಸಾಲ ಕೊಟ್ಟು ಸುಗ್ಗಿ ಕಾಲದಲ್ಲಿ ಒಂದಕ್ಕೆರಡಾಗಿ ದವಸಧಾನ್ಯ ಶೇಖರಿಸುತ್ತಿದ್ದರು.

ಅಚ್ಚಮ್ಮ ಆ ಮನೆಗೆ ವಧುವಾಗಿ ಬಂದಾಗ ಹದಿಮೂರು ವರ್ಷದ ಕಿಶೋರಿ, ಗಂಡನನ್ನು ದೇವರೆಂದು ಪೂಜಿಸುತ್ತಿದ್ದ ಸಾಧ್ವಿ. ಆದರೆ ಕೆಲವಾರು ವರ್ಷ ಕಳೆದರೂ ಮಕ್ಕಳಾಗಲಿಲ್ಲ. ಅಕ್ಕಪಕ್ಕದ ಮನೆಯ ಮಕ್ಕಳನ್ನು ಕಂಡಾಗ ಅವರ ತಾಯ್ತನ ಹುಚ್ಚೆದ್ದು ಕುಣಿಯುತ್ತಿತ್ತು. ದಿನ ಕ್ರಮೇಣ ಅವರ ಹೃದಯ ಮಕ್ಕಳಿಗಾಗಿ ಹಂಬಲಿಸತೊಡಗಿತು. ಆದರೆ ವಿಷಯ ಗಂಡನಲ್ಲಿ ಪ್ರಸ್ತಾಪಿಸುವಷ್ಟು ಧೈರ್ಯ ಆಕೆಗಿರಲಿಲ್ಲ.

ಅವಧಾನಿಗಳ ಅಪ್ಪನ ತಿಥಿಗೆ ಬಂದಿದ್ದ ಶ್ರೀಕಂಠಶಾಸ್ತ್ರಿ "ಏನಯ್ಯ ಅವಧಾನಿ! ಮದುವೆಯಾಗಿ ಆರೇಳು ವರ್ಷ ಆಯಿತಲ್ಲ. ಇನ್ನು ಈ ಮನೆಯಲ್ಲಿ ತೊಟ್ಟಿಲೇ ತೂಗಿಲ್ಲ. ನಿನಗೆ ಮಕ್ಕಳು ಆಗದಿದ್ದರೆ ನಿಮ್ಮಪ್ಪನಿಗೆ ಸದ್ಗತಿ ಇಲ್ಲ" ಎಂದಾಗ ಇಷ್ಟು ದಿನ ಈ ವಿಷಯ ಹೊಳೆಯದಿದ್ದಕ್ಕಾಗಿ ಅವಧಾನಿಗಳು ನಾಚಿಕೊಂಡರು.

ಶಾಸ್ತ್ರಿಗಳು "ಅದಕ್ಕೆ ಯಾಕಯ್ಯ ನಾಚಿಕೆ? ದಂಪತಿಗಳಿಬ್ಬರು ಪ್ರತಿದಿನ ಅಶ್ವತ್ಥ ವೃಕ್ಷಕ್ಕೆ ಪ್ರದಕ್ಷಿಣೆ ಹಾಕಿ ತಿರುಪತಿ ತಿಮ್ಮನಿಗೆ ಹರಕೆ ಕಟ್ಟಿರಿ. ಮುಂದಿನ ವರ್ಷದ ನಿಮ್ಮಪ್ಪನ ತಿಥಿ ಹೊತ್ತಿಗೆ ಈ ಮನೆಯಲ್ಲಿ ತೊಟ್ಟಿಲು ತೂಗದಿದ್ದರೆ ನನ್ನ ಹೆಸರು ಶ್ರೀಕಂಠಶಾಸ್ತ್ರಿಯಲ್ಲ" ಎಂದು ತಮ್ಮ ಬೊಜ್ಜು ಹೊಟ್ಟೆಯನ್ನು ನೀವಿಕೊಂಡರು.

ಅವರ ಮಾತಿನ ಫಲವೋ, ಅಶ್ವತ್ಥ ವೃಕ್ಷಪ್ರದಕ್ಷಿಣೆಯ ಫಲವೋ, ತಿರುಪತಿ ತಿಮ್ಮಪ್ಪನ ದಯವೋ ತಾತ ಶ್ರೀಧರ ಅವಧಾನಿಗಳ ತಿಥಿ ಹೊತ್ತಿಗೆ ಶ್ರೀಧರನ ಆಗಮನವಾಯಿತು.

ಮಗ ಹುಟ್ಟಿದ ಮೇಲಂತು ಹೆಚ್ಚಿನ ಬಡ್ಡಿ ನೆವದಲ್ಲಿ ರೈತರಿಂದ ಅಧಿಕ ಕಾಳುಕಡ್ಡಿಗಳನ್ನು ಸುಲಿಯತೊಡಗಿದರು. ಅಷ್ಟೇ ಅಲ್ಲದೇ ಅಭಾವದ ಪರಿಸ್ಥಿತಿಯಲ್ಲಿ ಒಂದಕ್ಕೆ ಎರಡಾಗಿ ಮಾರಿ ಖಜಾನೆ ತುಂಬುತ್ತಿದ್ದರು. ಅಕ್ಕಪಕ್ಕ ಹಳ್ಳಿಗಳ ರೈತರ ಚಿನ್ನ, ಬೆಳ್ಳಿ ಇವರ ಖಜಾನೆ ಸೇರತೊಡಗಿತು.

"ಮಗ ಹುಟ್ಟಿದ ಮ್ಯಾಕೆ ಅವಧಾನಿಗಳಿಗೆ ಬೋ, ಆಸೆ ಆಗೈತೆ" ಎಂದು ರೈತರು ಆಡಿಕೊಳ್ಳತೊಡಗಿದರು.

ಅಚ್ಚಮ್ಮನವರಿಗೆ ಇದು ಯಾವುದರ ಪರಿವೆಯು ಇರಲಿಲ್ಲ. ಶ್ರೀಧರ ಹುಟ್ಟಿದ ಮೇಲೆ ತಮ್ಮ ಮನೆ ಸ್ವರ್ಗವೆಂದೇ ತಿಳಿದಿದ್ದರು. ಅವಧಾನಿಗಳು ರೈತರಿಗೆ ಹಣ ಕೊಡುವಾಗಲೆಲ್ಲ ತಮ್ಮ ಪತಿಯ ಉದಾರತೆಯ ಬಗ್ಗೆ ಹೆಮ್ಮೆಪಡುತ್ತಿದ್ದರು ಅಚ್ಚಮ್ಮ. ಅದರ ಹಿಂದೆ ಇರುವ ಕಪಟ, ಮೋಸದ ಅರಿವು ಅವರ ಮುಗ್ಧ ಮನಸ್ಸಿಗೆ ಹೊಳೆದಿರಲಿಲ್ಲ.

ಶ್ರೀಧರ ಪ್ರತಿಯೊಂದು ತರಗತಿಯಲ್ಲೂ ಮೊದಲ ಶ್ರೇಣಿಯಲ್ಲಿ ತೇರ್ಗಡೆ ಹೊಂದಿದಾಗ ಅವಧಾನಿಗಳಿಗೆ ಸ್ವರ್ಗ ಗೇಣಗಲ ಉಳಿಯಿತು. ತಮ್ಮ ಮನೆಗೆ ಬಂದ ರೈತರೆದುರಿಗೆ ಮಗನನ್ನು ಎಷ್ಟು ಹೊಗಳಿದರೂ ಅವರಿಗೆ ತೃಪ್ತಿ ಇರಲಿಲ್ಲ. ಬಿ.ಎಸ್‌ಸಿಯಲ್ಲಿ ಶ್ರೀಧರ ಮೊದಲ ರ್‍ಯಾಂಕ್ ಗಳಿಸಿದಾಗ, ಸಕ್ಕರೆ ತುಟ್ಟಿ ಅನ್ನೋದು ಮರೆತು ಬೇಕಾದವರಿಗೆಲ್ಲ ಮಿಠಾಯಿ ಹಂಚಿದರು ಅವಧಾನಿಗಳು.

ಶ್ರೀಧರ ತಾನು ಪೊಲೀಸ್ ಇನ್ಸ್‌ಪೆಕ್ಟರ್ ಆಗಿ ರಕ್ಷಣಾ ಇಲಾಖೆಯಲ್ಲಿ ಕೆಲಸ ಮಾಡಬೇಕು ಎನ್ನುವ ಆಸೆಯನ್ನು ತಾಯಿ, ತಂದೆ ಮುಂದೆ ತೋಡಿಕೊಂಡಾಗ, ಅಚ್ಚಮ್ಮ ಭೂಮಿಗಿಳಿದು ಹೋದರು. ಅವಧಾನಿಗಳಿಗೆ ಒಳಗೊಳಗೆ ಹೆಮ್ಮೆ ಅನಿಸಿತು. ತನ್ನ ಮಗ ಪೊಲೀಸ್ ಇನ್ಸ್‌ಪೆಕ್ಟರ್ ಆದರೆ ದುಡ್ಡಿನ ಜೊತೆ ಅಧಿಕಾರದ ಬಲವೂ ಸಿಕ್ಕಿದ ಹಾಗಾಗುತ್ತೆ. ಆಗ ರೈತರನ್ನು ತಮಗೆ ಬೇಕಾದ ಹಾಗೆ ಉಪಯೋಗಿಸಿಕೊಳ್ಳಬಹುದು, ಎಂದು ಮನಸ್ಸಿನಲ್ಲೇ ಮಂಡಿಗೆ ಮೆಲ್ಲತೊಡಗಿದರು. ಅದನ್ನು ಮಗನ ಮುಂದೆ ತೋರಿಸಿಕೊಳ್ಳದೇ "ಶ್ರೀಧರ ನೀನೇನು ಗೌರ್ನಮೆಂಟ್ ಚಾಕರಿಮಾಡಿ ಹೊಟ್ಟೆ ತುಂಬಿಕೊಳ್ಳಬೇಕಾಗಿಲ್ಲ. ಅದೂ ಅಲ್ಲದೇ ನಿಮ್ಮಮ್ಮ ಈ ವರ್ಷನೆ ನಿನಗೆ ಮದುವೆ ಮಾಡಬೇಕೆಂದಿದ್ದಾಳೆ."

"ಅಪ್ಪಯ್ಯ ನನಗೆ ಹಳ್ಳಿಯಲ್ಲಿರೋ ಮನಸ್ಸಿಲ್ಲ. ಮನಸ್ಸಿಲ್ಲದ ಕೆಲಸ ಮಾಡಬಾರದು ಅಂತ ದೊಡ್ಡವರು ಹೇಳುತ್ತಾರೆ. ಈ ಮಾತು ನನ್ನ ವಿಷಯದಲ್ಲಿ ನಿಜವಾದರೆ ತುಂಬಾ ನಷ್ಟ ಅನುಭವಿಸಬೇಕಾಗುತ್ತೆ, ಹಾಗೂ ಸದ್ಯದಲ್ಲೇ ನನಗೆ ಮದುವೆ ಆಗೋ ಇಚ್ಛೆ ಇಲ್ಲ."

"ನಿನ್ನಿಷ್ಟ. ಆದರೆ ನಿಮ್ಮಮ್ಮನನ್ನು ಒಪ್ಪಿಸುವ ಭಾರ ನಿನ್ನದು, ಅವಳು ಶತಾಯ ಗತಾಯ ಒಪ್ಪುವ ಹಾಗೆ ಕಾಣೋಲ್ಲ ಅಂದರು" ಅರೆ ಮನಸ್ಸಿನಿಂದ ಅವಧಾನಿಗಳು.

ಶ್ರೀಧರನಿಗೆ ಅಷ್ಟೇ ಸಾಕಾಗಿತ್ತು. ಅವಧಾನಿಗಳು, ಹೇಳಿದ ಹಾಗೆ ಅಚ್ಚಮ್ಮನನ್ನು ಒಪ್ಪಿಸುವುದು ಅಷ್ಟು ಸುಲಭದ ವಿಷಯವಾಗಿರಲಿಲ್ಲ. ಅನ್ನ ನೀರು ಬಿಟ್ಟು ಸತ್ಯಾಗ್ರಹ ಆರಂಭಿಸಿದಾಗಲೂ ಅಚ್ಚಮ್ಮನದು ಒಂದೇ ಉತ್ತರ. "ಬೇಡ" ಎನ್ನುವುದು. ಕಡೆಗೆ ಅವಧಾನಿಗಳೇ ಮಗನ ಕಡೇ ವಕಾಲತ್ತು ವಹಿಸಿ ಮುಂದಿನ ಮಗನ ಅಧಿಕಾರ, ಅಂತಸ್ತನ್ನು ಮನಮುಟ್ಟುವಂತೆ ವಿವರಿಸಿದರು. ಅದಕ್ಕೂ ಬಗ್ಗದಿದ್ದಾಗ ಕಡೆಗೆ ರೇಗಾಡಿ, ಕೂಗಾಡಿ ಹೆಂಡತಿಯನ್ನು ಒಪ್ಪಿಸುವ ವೇಳೆಗೆ ಅವಧಾನಿಗಳಿಗೆ ಸಾಕುಸಾಕಾಯಿತು. ತಾಯಿಯ ಒಪ್ಪಿಗೆ ಇಲ್ಲದೇ ವಿದ್ಯಾಭ್ಯಾಸ ಮುಂದುವರಿಸುವುದಕ್ಕೆ ಶ್ರೀಧರನಿಗೆ ಇಷ್ಟವಿರಲಿಲ್ಲ. ಆದರೆ ತನ್ನ ಆಸೆಯನ್ನು ಪೂರೈಸಿಕೊಳ್ಳುವುದೇ ಅವನ ಜೀವನದ ಗುರಿಯಾಗಿತ್ತು.

ಅವನ ಮಾಟವಾದ ಮೈಕಟ್ಟು, ಶಕ್ತಿಯುತವಾದ ಅವನ ದೇಹ ಈ ಇಲಾಖೆಗೆ ಹೇಳಿ ಮಾಡಿಸಿದಂತಿತ್ತು.

ಮಗ ಪೊಲೀಸ್ ಇನ್ಸ್‌ಪೆಕ್ಟರ್ ಆಗಿ ಕೆಲಸ ವಹಿಸಿಕೊಂಡ ಮೇಲೆ ಅವಧಾನಿಗಳಿಗೆ ನಾಲ್ಕು ಭುಜ ಬಂದಂತಾಯಿತು. ನಿರ್ದಯಿಗಳಾಗಿ ರೈತರನ್ನು ಹಿಂಸಿಸತೊಡಗಿದರು. ಅವಧಾನಿಗಳ ಮನೆ ಬೆಳ್ಳಿ, ಚಿನ್ನ, ದವಸಧಾನ್ಯಗಳ ಆಗರವಾಯಿತು. ಮಗ ತಮ್ಮ ಮಾತು ಕೇಳದೆ ಕೆಲಸಕ್ಕೆ ಸೇರಿದ ಮೇಲಂತೂ ಅಚ್ಚಮ್ಮನವರಿಗೆ ಯಾವುದರಲ್ಲೂ ಮನಸ್ಸಿಲ್ಲವಾಯಿತು. ಕರ್ತವ್ಯ ನ್ಯಾಯ ಅಂತ ಒದ್ದಾಡೋ ಮಗ; ಬಡ್ಡಿ, ದವಸ ಧಾನ್ಯ ಅಂತ ಪರದಾಡೋ ಗಂಡ. ಇವು ಯಾವುದರ ಅರ್ಥವೂ ಅವರಿಗಾಗಲಿಲ್ಲ. ಮಗನಂತೂ ಸದ್ಯಕ್ಕೆ ಮದುವೆಯಾಗುವುದಿಲ್ಲ ಎಂದು ತಿಳಿಸಿದ ಮೇಲಂತೂ ಸೊಸೆ, ಮೊಮ್ಮಕ್ಕಳನ್ನು ಕಾಣುವ ಹಂಬಲವನ್ನೇ ಬಿಟ್ಟು ನಿರಾಸಕ್ತರಾಗಿದ್ದರು.

ಇದ್ದಕ್ಕಿದ್ದ ಹಾಗೆ ಪ್ರತಿಯೊಂದು ಕಡೆಯು ಆಹಾರ, ಧಾನ್ಯಗಳ ಅಭಾವವಾಯಿತು, ಜನರು ಸಹನೆಯನ್ನು ಮರೆತು ಗಲಭೆಯಲ್ಲಿ ತೊಡಗಿದರು. ಇದನ್ನಡಗಿಸಲು ಸರ್ಕಾರ ಲಾಠಿ ಛಾರ್ಜು, ಗೋಲಿಬಾರ್ ಮಾಡತೊಡಗಿತು. ಕಾಳುಗಳನ್ನು ಅಡಗಿಸಿಟ್ಟು ಕೃತಕ ಅಭಾವ ಸೃಷ್ಟಿ ಮಾಡಿದ್ದರು. ಆದ್ದರಿಂದ ಜನಕ್ಕೆ ಮತ್ತು ಸರ್ಕಾರದ ವಿರುದ್ಧ ತಿಕ್ಕಾಟ ಶುರುವಾಗಿತ್ತು. ಆಗ ಸರ್ಕಾರ ಅನಿವಾರ್ಯವಾಗಿ ಕಾಳಸಂತೆಕೋರರ ವಿರುದ್ಧ ಕಾನೂನು ಬಿಗಿಗೊಳಿಸಿ ಅಧಿಕಾರಿಗಳಿಗೆ ಆಹಾರ ಧಾನ್ಯಗಳನ್ನು ಹೊರತೆಗೆಸಲು ಅನುಮತಿ ಕೊಟ್ಟಿತು.

ಆಗ ಶ್ರೀಧರನಿಗೆ ಜ್ಞಾಪಕ ಬಂದಿದ್ದು ತನ್ನ ಮನೆ. ಅವನ ದೃಷ್ಟಿಯಲ್ಲಿ ತಂದೆ ಅಪರಾಧಿಯ ಸ್ಥಾನದಲ್ಲಿ ನಿಂತಿದ್ದರು. ಒಂದು ಕಡೆ ತನ್ನನ್ನು ಹೆತ್ತು, ಹೊತ್ತ ತಾಯಿ ತಂದೆ; ಇನ್ನೊಂದು ಕಡೆ ಕರ್ತವ್ಯ ಕೈ ಬೀಸಿ ಕರೆಯುತ್ತಿತ್ತು. ಕಡೆಗೆ ಅವನಲ್ಲಿ ಕರ್ತವ್ಯ ಪ್ರಜ್ಞೆಯೇ ಜಾಗ್ರತವಾಯಿತು.

ಎಷ್ಟೊತ್ತಾದರೂ ಮುಕುಂದ ಮಾಲಾ ಸ್ತೋತ್ರ ಪಠಿಸುತ್ತಲೇ ಇದ್ದ ಯಜಮಾನರನ್ನ ನೋಡಿ ಅಚ್ಚಮ್ಮನವರಿಗೆ ಗಾಬರಿಯಾಯಿತು. ನಿನ್ನೆಯಿಂದ ಗಂಡ ಊಟ, ಉಪಚಾರಗಳಲ್ಲಿ ಉದಾಸೀನರಾಗಿದ್ದು ಜ್ಞಾಪಕ ಬಂತು. ಅವರ ನಡತೆಯ ಪರಿಚಯವಿದ್ದ ಅಚ್ಚಮ್ಮ ನಡುಗಿದರು. ಆದರೆ ಗಂಡನನ್ನ ಧೈರ್ಯದಿಂದ ಮಾತನಾಡಿಸುವ ಎದೆಗಾರಿಕೆ ಅವರಿಗಿರಲಿಲ್ಲ. ಕಡೆಗೆ ಬೇರೆ ದಾರಿ ಕಾಣದೆ "ಏನೂಂದ್ರೆ" ಎನ್ನುವ ಹೊತ್ತಿಗೆ ಅವವ ಗಂಟಲು ಒಣಗಿ ಹೋಯಿತು.

ಅವಧಾನಿಗಳು "ಹ್ಞೂ" ಎಂದು ಹೂಂಕರಿಸುತ್ತ ಮುಕುಂದ ಮಾಲಾ ಸ್ತೋತ್ರದ ಪುಸ್ತಕವನ್ನ ಯಾಂತ್ರಿಕವಾಗಿ ವಾಸುದೇವ ಪೀಠದ ಮೇಲಿಟ್ಟು ಹೊರಗೆ ಬಂದರು.

ಅವರ ಮುಖ ನೋಡಿದ ಅಚ್ಚಮ್ಮನವರಿಗೆ ನಡುಕವುಂಟಾಯಿತು. ದೇವರ ಪೂಜೆ ಮಾಡಿ ಬಂದ ಸಾತ್ವಿಕ ಕಳೆ ಅವರ ಮುಖದ ಮೇಲಿರಲಿಲ್ಲ. ಕುಸ್ತಿಯಲ್ಲಿ ಸೋತು ಕ್ರೋಧನಾಗಿ ಬಂದ ಪೈಲವಾನನ ಮುಖದ ಕಾಠಿನ್ಯತೆ ಅವಧಾನಿಗಳ ಮುಖದ ಮೇಲಿತ್ತು, ಅಚ್ಚಮ್ಮನವರು ಸುಮ್ಮನೆ ತಲೆ ತಗ್ಗಿಸಿ ನಿಂತರು.

ಅವಧಾನಿಗಳು ಕೋಪದಿಂದ "ಲೇ ಅಚ್ಚು ಏನೇ ದೆವ್ವ ಬಡಿದೋರ ಹಾಗೆ ನಿಂತಿದ್ದೀಯಾ? ನಿನ್ನ ಸುಪುತ್ರ ಏನು ಬರೆದಿದ್ದಾನೆ ಗೊತ್ತೆ? ನಾನು ಮಾಡಿರೋದು ಅಪರಾಧವಂತೆ, ಕಾಳು ಕಡ್ಡಿ, ಚಿನ್ನ ಬೆಳ್ಳಿ ಬಚ್ಚಿಟ್ಟು ದ್ರೋಹ ಮಾಡ್ತಾ ಇದ್ದಿನಂತೆ. ಅದೆಲ್ಲ ನಾನಾಗಿ ಹೊರಗೆ ತೆಗೆಯದಿದ್ದರೆ ಕಾನೂನು ಪ್ರಕಾರ ಹೊರಗೆ ತೆಗೆಸುತ್ತಾನಂತೆ. ಈ ಮುಂಡೆ... ಗಂಡನ್ನ ಓದಿಸಿದ್ದು ಆನೆ ತನ್ನ ತಲೆಯ ಮೇಲೆ ತಾನೆ ಮಣ್ಣು ಎತ್ತಿ ಹಾಕಿಕೊಂಡ ಹಾಗಾಯಿತು. ಬರಲಿ ಯಾವ ಬೋಳಿ... ಮಗ ಬರುತ್ತಾನೋ ನೋಡೇ ಬಿಡುತ್ತೀನಿ. ಈ ಅವಧಾನಿನ ಎದುರಿಸುವ ಗಂಡೆದೆ ಸುತ್ತಮುತ್ತ ಯಾರಿಗೂ ಇಲ್ಲ. ನನ್ನ ಹೊಟ್ಟೆಯಲ್ಲಿ ಹುಟ್ಟಿ ನನಗೆ ದ್ರೋಹ ಬಗೆಯುತ್ತಾನೆ" ಎಂದು ಹಲ್ಲು ಕಡಿದರು.

ಇದೆಲ್ಲ ಅರ್ಥವಾಗದ ಅಚ್ಚಮ್ಮ ಏನೋ ಗಂಡಾಂತರ ಕಾದಿದೆ ಎಂದು ಅಳುತ್ತ ದೇವರ ಮನೆ ಕಡೆ ನಡೆದರು.

ಜೀಪ್ ಬಂದು ಅವಧಾನಿಗಳ ಮನೆ ಮುಂದೆ ನಿಂತಾಗ ಹಳ್ಳಿಯ ಜನರಿಗೆಲ್ಲ ಆಶ್ಚರ್ಯವಾಯಿತು. ಇದ್ದಬಿದ್ದ ಮೂಟೆಗಳನ್ನೆಲ್ಲ ಹೊರಗೆ ತಂದು ಹಾಕುತ್ತಿದ್ದಾಗ ಅವಧಾನಿಗಳು ಅಪರಾಧಿಗಳ ಹಾಗೆ ತಲೆ ತಗ್ಗಿಸಿ ನಿಂತಿದ್ದರು. ತಂದೆಯನ್ನು ಕಂಡು ಶ್ರೀಧರನಿಗೆ ಸಂಕಟವಾದರೂ ತನ್ನ ಕರ್ತವ್ಯ ತಾನು ಮಾಡಿದೆ ಎನ್ನುವ ಹೆಮ್ಮೆ ಅವನ ಮುಖದ ಮೇಲೆ ಮೂಡಿತು.

●

10. ನಿರ್ಧಾರ

ಕಾಂಚನಾ ಮನಸ್ಸಿಗೆ ಒಂದು ಯೋಚನೆ ಬಂತು. ರಜಾ ಹಾಕಿ ಶಿವಮೊಗ್ಗಕ್ಕೆ ಯಾಕೆ ಹೋಗಿ ಬರಬಾರದು? ಕೆಲವೊಮ್ಮೆ ಇಂಥ ಆಸೆ ಮೂಡಿದ್ದುಂಟು. ಆದರೆ ಚಿಗುರುವ ಮುನ್ನವೇ ಕಮರಿಹೋಗುತ್ತಿತ್ತು. ಒಬ್ಬರಲ್ಲಿ ಒಬ್ಬರು ಬರುತ್ತಿದ್ದರು. ಶೇಷಣ್ಣ ಒಂಟಿಯಾಗಿ, ಕೆಲವೊಮ್ಮೆ ಕುಟುಂಬ ಸಮೇತನಾಗಿ ಬರುತ್ತಿದ್ದ. ಆಮೇಲೆ ಆಗಾಗ ವಿವಿಧ ಕಾರಣಗಳನ್ನು ಮುಂದಿಟ್ಟುಕೊಂಡು ಶಶಿ ಬರುತ್ತಿದ್ದ. ಹೆಂಡತಿಯೊಂದಿಗೆ ಬಂದರೆ ನಾಲ್ಕಾರು ದಿನ ಝಾಂಡಾ ಹೂಡುತ್ತಿದ್ದ. ಖರ್ಚು, ಸಾಲದ ಗೊಂದಲವೇ ಅವಳ ಪ್ರಪಂಚವಾಗಿ ಬಿಡುತ್ತಿತ್ತು.

ಬೆಳಿಗ್ಗೆಯೇ ಹೊರಟುಬಿಡುವುದೆಂದು ತೀರ್ಮಾನಿಸಿ ರಜಾ ಚೀಟಿಯನ್ನು ಆಫೀಸರ್ ಮುಂದಿಟ್ಟಳು. ಅವರಿಗೆ ವಿಸ್ಮಯ. “ಏನು ವಿಶೇಷ? ಯಾರದಾದ್ರೂ ಮದ್ವೆನಾ?” ಇಲ್ಲವೆನ್ನುವಂತೆ ತಲೆಯಾಡಿಸಿದಳು. ಅವಳ ಮದುವೆಯ ಬಗ್ಗೆ ಪ್ರಸ್ತಾಪಿಸಿದ್ದರೆ ಖುಷಿಯಾಗುತ್ತಿದ್ದಳೇನೋ “ಏನಿಲ್ಲ ಸರ್, ಹೋಗ್ಬೇಕೂಂತ ಅನ್ನಿಸ್ತು. ಅಪರೂಪಕ್ಕೆ ಹೊರಟಿರೋದು. ಅವ್ರುಗಳು ಬೇಗ ಕಳಿಸೋಕೆ ಒಪ್ಪೋಲ್ಲ” ಎಂದಳು. ಅವಳ ಕೆಲಸದ ಬಗ್ಗೆ ಮೆಚ್ಚಿದ್ದ ಅವರು “ಓಕೇ.... ಓಕೇ... ಬರೀ ಆಫೀಸ್ ಆಗ್ಬಾರ್ದು. ಪ್ರತಿಯೊಬ್ಬರಿಗೂ ಸ್ವಂತ ಬದ್ಕು ಅನ್ನೋದೊಂದು ಇರುತ್ತೆ. ಹ್ಯಾವ್ ಎ ನೈಸ್ ಟೈಮ್” ಶುಭ ಕೋರಿದರು.

ಅವಳ ಮನ ಹಕ್ಕಿ ಆಯಿತು. ಮನೆಯವರಿಗಾಗಿ ಏನೇನು ಖರೀದಿಸಬೇಕೆಂದು ಪಟ್ಟಿ ಹಾಕಿಕೊಂಡಳು. ಕೈ ತುಂಬ ಸಂಬಳ, ನಿಜ. ಆದರೆ ಅಲ್ಪ ಸ್ವಲ್ಪ ಹಣ ಉಳಿಸಲು ಕೂಡ ಅವಳಿಂದ ಸಾಧ್ಯವಿರಲಿಲ್ಲ. ಅವಳದೆನ್ನುವ ಉಳಿಕೆಯ ಖಾತೆ ಬ್ಯಾಂಕ್‌ನಲ್ಲಿ ಇರಲೇ ಇಲ್ಲ. ಶೇಷು ಒಮ್ಮೆ ಬಂದು ಮಗನ ಅನಾರೋಗ್ಯವೆಂದು ಹಣ ಪಡೆದುಕೊಂಡು ಹೋದರೆ ಶಶಿ ಇನ್ನೊಂದು ಕಾರಣ ಹೇಳಿಕೊಂಡು ಬರುತ್ತಿದ್ದ. ಒಂದಲ್ಲ ಒಂದು ಕಾರಣಕ್ಕೆ ಸಾಲ ಮಾಡಿ ತೀರಿಸಬೇಕಿತ್ತು. ಸಹೋದ್ಯೋಗಿಯಿಂದ ಸಾಲ ಪಡೆದೇ ಅಷ್ಟಿಷ್ಟು ಖರೀದಿಸಿ ಪ್ಯಾಕ್ ಮಾಡಿಕೊಂಡಳು.

ಶಿವಮೊಗ್ಗ ಬಸ್ಸು ಹತ್ತಿದಾಗ ಯಾವುದೋ ಉತ್ಸಾಹ, ಸಂಭ್ರಮ ಅವಳಲ್ಲಿ ಮೂಡಿತು. ಹುಟ್ಟಿ ಬೆಳೆದು ವಿದ್ಯಾಭ್ಯಾಸ ಮುಗಿಸಿದ್ದು ಅಲ್ಲೇ. ಸುತ್ತಮುತ್ತಲ ಮಲೆನಾಡಿನ ಚಿತ್ರಗಳು ಅವಳೆದೆಯಲ್ಲಿ ಹಚ್ಚ ಹಸಿರು. ಈ ಹತ್ತು ವರ್ಷಗಳು ದೂರವಿದ್ದುದ್ದು ಹೇಗೆ? ಚಿಂತಿಸಿದಳು.

ಬಸ್ಸು ಇಳಿದವಳು ಸುತ್ತಲೂ ನೋಟ ಹರಿಸಿದಳು. ಇಲ್ಲೆಲ್ಲ ಓಡಾಡಿದ ನೆನಪು. ಪ್ರೈಮರಿಯಿಂದ ಡಿಗ್ರಿಯವರೆಗೂ ಕಲಿತಿದ್ದು ಇಲ್ಲೇ.

"ನೀವು ಕಾಂಚನಾ ಅಲ್ವಾ?" ಸನಿಹದಲ್ಲಿನ ಸ್ವರಕ್ಕೆ ಬೆಚ್ಚಿ ನೋಟವೆತ್ತಿದಳು. ನಿಂತಿದ್ದ ವ್ಯಕ್ತಿಯ ಕಣ್ಣುಗಳಲ್ಲಿ ಪರಿಚಯದ ಜೊತೆ ಆತ್ಮೀಯತೆಯೂ ಉಕ್ಕಿತು, "ನಿನ್ನ ನೋಡಿ ಹತ್ತು ವರ್ಷಗಳಾದ್ರೂ ನನ್ನ ಕಣ್ಣುಗಳು ಮೋಸ ಮಾಡ್ಲಿಲ್ಲ. ಹೇಗಿದ್ದಿ... ಕಾಂಚನಾ?" ಪ್ರಶ್ನಿಸಿದಾಗಲೇ ಅವಳಲ್ಲಿ ಅರಿವು ಮೂಡಿದ್ದು "ಪ್ರಭು... ಅಲ್ವಾ?" ಹಣೆಯ ಮೇಲೆ ಒತ್ತಾಗಿದ್ದ ಕಪ್ಪುಕೂದಲು ಸ್ವಲ್ಪ ಹಿಂದಕ್ಕೆ ಸರಿದಿದ್ದು ಅವಳ ಗಮನಕ್ಕೆ ಬಂತು.

ಅವಳ ಕೈಯಲ್ಲಿನ ಸೂಟ್‌ಕೇಸ್ ಕಿತ್ತುಕೊಂಡು "ಇನ್ನೂ, ಕಣೇ ಕೇಳು! ಇದೇನು ಇದ್ದಕ್ಕಿದ್ದಂತೆ ಶಿವಮೊಗ್ಗಕ್ಕೆ ಬಂದಿದ್ದು? ಅಂತೂ ನಿಂಗೆ ನೆನಪಿದೆ!" ಹಂಗಿಸಿದ ಕೂಡ.

ಆಟೋವರೆಗೂ ಇಬ್ಬರು ಜೊತೆಯಾಗಿಯೇ ಹೆಜ್ಜೆ ಹಾಕಿದರು. ಸೂಟ್‌ಕೇಸ್ ತಾನೇ ಇಟ್ಟ ಪ್ರಭು "ಹಾಗೆ ಹೊರಟು ಬಿಡ್ಬೇಡ. ಇದು ನನ್ನ ಇನ್‌ಸ್ಟಿಟ್ಯೂಷನ್ ವಿಳಾಸ. ಹತ್ತರಿಂದ ಐದರೊಳ್ಗೇ ಅಲ್ಲಿಗೆ ಬಾ. ಇಲ್ದಿದ್ರೆ... ಮನೆಗೆ ಬಾ. ಅಷ್ಟಿಷ್ಟು ಬದಲಾಗಿರ್ಬಹ್ದು. ಆದ್ರೆ ಮನೆ ಅದೇ ಜಾಗದಲ್ಲಿದೆ" ಹಾಸ್ಯವಾಗಿ ಹೇಳಿ ಕೈ ಬೀಸಿದ.

ಪ್ರಭು ಹೆಡ್‌ಮಾಸ್ಟರ್ ಸುಬ್ಬಯ್ಯನವರ ಮಗ. ಇವಳು ಪರ್ಮನೆಂಟಾಗಿ ಅವರ ಮನೆಯ ಪಾಠದ ವಿದ್ಯಾರ್ಥಿನಿ. ಅಕ್ಷರ ತಿದ್ದಿ ಹಾಕಿಕೊಟ್ಟ ಅವರೇ ಪ್ರೌಢಶಾಲೆಯವರೆಗೂ ಪಾಠ ಹೇಳಿದ್ದರು. ಕೆಲವೊಮ್ಮೆ ಅವರಿಲ್ಲದಿದ್ದಾಗ ಪ್ರಭು ಪಾಠ ಹೇಳಿದ್ದ. ತಾನು ಬುದ್ಧಿವಂತ ಎನ್ನುವ ಜಂಬದ ಜೊತೆ ಓದದ ಹುಡುಗರನ್ನು ಕಂಡರೆ ವಿಪರೀತ ಕೋಪ. ಒಂದೆರಡು ಸಲ ಅವನ ಕೈಯಲ್ಲಿನ ಬೆತ್ತದ ಏಟಿನ ರುಚಿಯುಂಡು, ತಾನು ಪಾಠಕ್ಕೆ ಹೋಗುವುದಿಲ್ಲವೆಂದು ಸತ್ಯಾಗ್ರಹ ಹೂಡಿದ್ದುಂಟು? ಆಗ ಬಂದ ಪ್ರಭು "ದೇವರಾಣೆ, ಗಾಡ್ ಪ್ರಾಮಿಸ್ ನಿನ್ನ ಯಾವಾಗ್ಲೂ ಹೊಡೆಯೋಲ್ಲ. ಪ್ಲೀಸ್... ಬಾಮ್ಮ" ರಮಿಸಿ ಕರೆದೊಯ್ದಿದ್ದ. ಅಂದಿನಿಂದ ಬಹಳ ಆತ್ಮೀಯವಾಗಿ ಅವಳನ್ನು ಕಂಡಿದ್ದ.

"ಮೇಡಮ್...." ಆಟೋದವನು ಎಚ್ಚರಿಸಿದಾಗಲೇ ಅವಳು ವಾಸ್ತವಕ್ಕೆ ಬಂದಿದ್ದು "ಸಾರಿ..." ಸೂಟ್‌ಕೇಸ್ ಏರ್‌ಬ್ಯಾಗ್ ಕೆಳಗಿಳಿಸಿಕೊಂಡು ಹಣ ಕೊಟ್ಟಳು.

ಮನೆಯತ್ತ ತಿರುಗಿದವಳು ಹಾಗೆಯೇ ನಿಂತುಬಿಟ್ಟಳು. ಅಪಾರ ಬದಲಾವಣೆಗಳಾಗಿದ್ದವು. ಸಣ್ಣ ಮರದ ಗೇಟಿಗೆ ಬದಲಾಗಿ ಸ್ವಲ್ಪ ದೊಡ್ಡದಾಗಿದ್ದ ಕಬ್ಬಿಣದ ಗೇಟು ಅಲಂಕರಿಸಿತ್ತು. ಮುಂದಿನ ಮರಗಳು ಸವರಿ ಹೋಗಿದ್ದವು. ಮೇಲೆ ಹೊದೆಸಿದ ಹೆಂಚಿಗೆ ಬದಲಾಗಿ ಆರ್.ಸಿ.ಸಿ. ಮೋಲ್ಡ್. ಕಾಂಪೌಂಡ್‌ನಲ್ಲಿದ್ದ ಹೂ ಮತ್ತು ಕ್ರೋಟನ್ ಪಾಟುಗಳು ಸ್ಥಿತಿವಂತರೆಂದು ಸಾರಿ ಹೇಳಿದಂತಾಯಿತು.

ಕಾಂಚನಾ ಬಿಡುಗಡೆಯ ನಿಟ್ಟುಸಿರುಬಿಟ್ಟಳು. ಪ್ರತಿ ಸಲ ಯಾರು ಬಂದರೂ ತಾಪತ್ರಯಗಳನ್ನು ತೋಡಿಕೊಂಡು ಒಂದಿಷ್ಟು ಹಣ ಪಡೆದುಕೊಳ್ಳುವುದು ಮಾತ್ರವಲ್ಲದೇ ಅವಳನ್ನು ಸಾಲಗಾರಳನ್ನಾಗಿ ಮಾಡಿ ಹೋಗುತ್ತಿದ್ದರು.

ಹಿಂದಿನಿಂದ ಬಂದ ಸ್ಕೂಟರ್ ಅವಳ ಪಕ್ಕದಲ್ಲಿಯೇ ನಿಂತಿತು. ಹೆಲ್ಮೆಟ್ ತೆಗೆದ ವ್ಯಕ್ತಿ ಅವಳ ಪ್ರೀತಿಯ ತಮ್ಮ ಶಶಿ. "ಅರೇ, ಇದೇನಿದು... ದಿಢೀರಂತ ಬಂದುಬಿಟ್ಟಿದ್ದೀಯ! ಒಂದು ಪತ್ರ ಹಾಕಿದ್ರೆ... ಬಸ್‌ಸ್ಟಾಂಡ್‌ಗೆ ಬರ್ತಾ ಇದ್ದೇನಲ್ಲ!" ಎನ್ನುತ್ತಲೆ ನೆಲದ ಮೇಲಿದ್ದ ಸೂಟ್‌ಕೇಸ್ ಕೈಗೆತ್ತಿಕೊಂಡ.

ಸ್ಕೂಟರ್‌ನತ್ತ ನೋಡಿದಳು ಕಾಂಚನಾ. ಹೊಚ್ಚ ಹೊಸತು, ರೋಡಿಗೆ ಬಂದು ಒಂದೆರಡು ತಿಂಗಳು ಆಗಿರಬಹುದು. "ಹೊಸ್ದಾಗಿ ತಗೊಂಡ್ಯಾ, ಸ್ಕೂಟರ್?" ಕೇಳಿದಳು. ಅವನಿಗೆ ತಡವರಿಸಿದಂತಾಯಿತು. ಹಿಂದಿನ ತಿಂಗಳು ಹೋಗಿ "ನನ್ನ ಓಡಾಟಕ್ಕೆ ಒಂದು ಹಳೇ ಮೊಪೆಡ್ ಆದ್ರೂ ಬೇಕು. ಸೈಕಲ್ ತುಳಿದು ತುಳಿದು ಸಾಕಾಗಿದೆ" ಎಂದು ತನ್ನ ಅಪಾರ ತಪ್ಪುಗಳನ್ನು ತೋಡಿಕೊಂಡು ಐದು ಸಾವಿರ ಕಾಂಚನಾಳಿಂದ ಪಡೆದು ಬಂದಿದ್ದ. ಎರಡು ಪರ್ಸೆಂಟ್ ಬಡ್ಡಿಯಂತೆ. ಪ್ಯೂನ್ ರಹೀಂ ಹತ್ತಿರ ಸಾಲ ಕೊಡಿಸಿದ್ದಳು. "ಸದ್ಯ, ನಮಗೆಲ್ಲಿ ಆ ಪುಣ್ಯ ಇದೆ? ನನ್ನ ಫ್ರೆಂಡ್‌ದು. ನನ್ನ ಹಳೇ ಮೊಪೆಡ್ ಮೆಕ್ಯಾನಿಕ್ ಹತ್ರ ಇದೆ" ಎಂದ. ತುಂಬ ನೊಂದುಕೊಂಡಳು ಕಾಂಚನಾ.

ವರಾಂಡ ಒಡೆಸಿ ಹಾಲ್ ದೊಡ್ಡದು ಮಾಡಿದ್ದರು! ಎರಡು ಸೋಫಾ ಸೆಟ್ಟು ನಡುವೆ ಅಂದವಾದ ಟೀಪಾಯಿ. ಅದರ ಮೇಲೆ ಪ್ಲಾಸ್ಟಿಕ್ ಹೂಗಳು ಸಿಕ್ಕಿಸಿದ ಹೂದಾನಿ. ಮಸುಕಾಗಿದ್ದ ಗೋಡೆಗಳು ಫಳಫಳನೆ ಹೊಳೆಯುತ್ತಿತ್ತು. ಅವಳ ಮನಸ್ಸಿಗೆ ಹರ್ಷವನ್ನೆ ತಂದಿತು. ತಾನು ಪಟ್ಟಶ್ರಮ ಸಾರ್ಥಕವಾಯಿತೆಂದುಕೊಂಡಳು.

ಹಾಲ್‌ನಲ್ಲಿಯೇ ನಿಂತ ಶಶಿ "ಯಾರು ಬಂದಿದ್ದಾರೆ ನೋಡು" ಕೂಗಿದ. ಒಂದು ಕಡೆಯಿಂದ ಅತ್ತಿಗೆ, ಇನ್ನೊಂದು ಕಡೆಯಿಂದ ನಾದಿನಿ ಒಟ್ಟಿಗೆ ಬಂದರು. "ಓ..." ಒಟ್ಟಿಗೆ ರಾಗ ಎಳೆದರು. ಇವಳು ಬಂದಿದ್ದು ಅವರಿಗೆ ಇಷ್ಟವಾಗಲಿಲ್ಲವೆನ್ನುವ ಭಾವ ಅವರ ಮುಖದಲ್ಲಿ ವ್ಯಕ್ತವಾದರೂ ಅದನ್ನು ಗುರುತಿಸುವಂಥ ಬುದ್ಧಿವಂತೆ ಇವಳಾಗಿರಲಿಲ್ಲ.

ಇವರುಗಳು ಬಂದ ಮೇಲೆ ಕಾಂಚನಾ ಬರುವುದು ತೀರಾ ಅಪರೂಪ. ಶಶಿ ಮದುವೆಯಾದ ಮೇಲಂತೂ ಅವಳು ಬಂದೇ ಇರಲಿಲ್ಲ. ಆಫೀಸ್‌ನಲ್ಲಿ ಹೆಚ್ಚುಕೆಲಸದ ಒತ್ತಡವಿದ್ದುದ್ದರಿಂದ ಮದುವೆಗೂ ಅವಳು ಹೋಗಲಾಗಿರಲಿಲ್ಲ. ಆದರೆ ಹೋಗುವ ಆಸೆ ಇತ್ತು. ಅದನ್ನು ಲಗ್ನಪತ್ರಿಕೆ ಹಿಡಿದು ಬರುವ ಮುನ್ನವೇ ವ್ಯಕ್ತಪಡಿಸಿದ್ದಳು.

"ಇನ್ನೊಂದು ಲಗ್ನಕ್ಕೆ ಮುಹೂರ್ತ ಇಟ್ಟರಾಗೋಲ್ಲವೇನೋ! ಆ ಹೊತ್ತಿಗೆ ನಂಗೆ ವಿಪರೀತ ಕೆಲ್ಸವಿದೆ." ಶಶಿ ಕೈಯಾಡಿಸಿ ಬಿಟ್ಟಿದ್ದ. "ಈ ಲಗ್ನ ಬಿಟ್ಟರೆ... ಇನ್ನೊಂದ್ವರ್ಷ ಬೇಕಾಗುತ್ತೆ. ಅದ್ಕೆ ನಾನು ತಯಾರು. ಅವ್ರು ಒಪ್ಪಬೇಕಲ್ಲ! ತಾಳಿ ಕಟ್ಟಿದ ಕೂಡ್ಲೇ ನಿನ್ನ ಆಶೀರ್ವಾದಕ್ಕೆ ಕರ್ಕೊಂಡ್ಬರ್ತೀನಿ. ಅದೇನು ಉಡುಗೊರೆ ಕೊಡ್ತೀಯೋ... ಕೊಡು" ಎಂದಿದ್ದ. ಮದುವೆ ಖರ್ಚಿಗೇಂತ ಮೊದಲೇ ಹಣ ಪಡೆದುಕೊಂಡಿದ್ದ. ಮತ್ತೆ ಸುಲಿಯುವ ಯೋಚನೆ. ಆದರೆ ಆ ದೃಷ್ಟಿಯಲ್ಲಿ ಎಂದೂ ಯೋಚಿಸಲಾರಳು ಕಾಂಚನಾ.

"ಬಾ... ಬಾ.... ನಿಮ್ಮಣ್ಣ ಇಷ್ಟರಲ್ಲೇ ಬರೋರಿದ್ರು. ಒಂದು ಪತ್ರ ಬರೆದಿದ್ರೆ... ನಾವೇ ಓಡಿ ಬರ್ತಾ ಇದ್ದೆವಲ್ಲ. ಸುಮ್ನೇ ನೀನ್ಯಾಕೆ ಬರೋ ತೊಂದರೇ ತಗೊಂಡೇ?" ಅರಿವಾಗದಂತೆ ವಕ್ರವಾದ ಮಾತು ಅವಳ ಬಾಯಿಂದ ಬಂದೇಬಿಟ್ಟಿತು.

ಕಾಂಚನಾ ಉತ್ಸಾಹ ಕಾಲ ಬುಡದಲ್ಲಿ ಸುರಿದುಹೋಯಿತು. ಆದರೂ ಸಾವರಿಸಿಕೊಂಡಳು. ಕನ್ನಡಕ ಸರಿಮಾಡಿಕೊಂಡು ನಗಲಾರದೇ ನಕ್ಕಳು.

ಕೋಣೆಯೊಳಕ್ಕೆ ಹೋದವಳು ಸುಮ್ಮನೆ ಕೂತುಬಿಟ್ಟಳು. ಶೇಷು, ಶಶಿ ಅವಳ ಮುಂದೆ ಬಿಡಿಸಿಡುತ್ತಿದ್ದ ಮನೆಯ ಪರಿಸ್ಥಿತಿಯೇ ಬೇರೆ. ಒಪ್ಪೊತ್ತಿನ ಊಟಕ್ಕೆ ತಾವು ಪರದಾಡುತ್ತಿದ್ದೇವೆಂಬ ಭಾವ ಅವಳಲ್ಲಿ ಮೂಡಿಸಿಬಿಟ್ಟಿದ್ದರು. ಅರ್ಧ ಸಂಬಳ ತಿಂಗಳೂ ತಿಂಗಳೂ ಇಲ್ಲಿಗೆ ಕಳುಹಿಸುವುದರ ಜೊತೆಗೆ ಆಗಾಗ ಇವರ ಬೇಡಿಕೆಗಳಿಗೆ ಸಾಲಕ್ಕೆ ಬಂಧಿ ಆಗಬೇಕಿತ್ತು.

ಶೇಷನ ಮಕ್ಕಳು ಓಡಿ ಬಂದರು. "ಅತ್ತೇ, ನಮ್ಗೇನು.... ತಂದಿದ್ದೀಯಾ?" ಸೂಟ್‌ಕೇಸ್ ತೆಗೆದು ಅವರವರಿಗೆ ತಂದಿದ್ದು ಕೊಟ್ಟಳು. "ಒಳ್ಳೇ.... ಅತ್ತೆ!" ಮುತ್ತಿಟ್ಟು ಓಡಿದವು.

ಅವಳ ಡಿಗ್ರಿ ಮುಗಿದಾಗ ಕಾಂಚನಾ ಮದುವೆ ಮಾತುಕತೆಗಳು ಮನೆಯಲ್ಲಿ ಶುರುವಾದವು. ಒಂದಿಷ್ಟು ಓಡಾಟ ಕೂಡ. ಒಂದು ಸಣ್ಣ ಟೆಂಪರರಿ ಕೆಲಸ ಸಿಕ್ಕಾಗ ಅವಳೇ ನಿರಾಕರಿಸಿದ್ದಳು. "ಈ ಪರಿಸ್ಥಿತಿಯಲ್ಲಿ ಮದ್ವೆಗೇನು ಅರ್ಜೆಂಟ್? ಒಂದಿಷ್ಟು ಶೇಷಣ್ಣನಿಗೆ ಒಳ್ಳೆ ಕೆಲ್ಸ ಸಿಕ್ಲಿ, ಶಶಿ ಓದು ಮುಗೀಲಿ" ಅಂಥ ವಿರೋಧ ಪ್ರಕ್ರಿಯೆಯೇನೂ ಸಿಗಲಿಲ್ಲ. ಬರೀ ಸಾರು, ಅನ್ನಕ್ಕಿಂತ ಒಂದಿಷ್ಟು ಹುಳಿ, ಪಲ್ಯತಿನ್ನಲು ಯಾರಿಗಿಷ್ಟವಿಲ್ಲ? ಹ್ಞೂಂ ಗುಟ್ಟಿದರು.

ಬೆಂಗಳೂರಿನ ಒಂದು ಹೆಸರಾಂತ ಕಂಪನಿಯಲ್ಲಿ ಕಾಂಚನಾಗೆ ಉದ್ಯೋಗ ಸಿಕ್ಕಾಗ ವಿಷಯ ಪೂರ್ತಿ ಮೂಲೆಗೆ ಬಿತ್ತು. ಗೊಣಗಾಡಲು ಅಮ್ಮನಿರಲಿಲ್ಲ. ಅಪ್ಪ ಆಗಾಗ ವಿಷಯ ಎತ್ತಿದರೂ ಅಂಥ ಪ್ರಯತ್ನವನ್ನೇನೂ ಮಾಡಲಿಲ್ಲ. ಶೇಷು ಮದುವೆ ಅವಳಿಗೆ ತಿಳಿಯದೆಯೇ ನಡೆದುಹೋಯಿತು. ಅದಕ್ಕೆ ಅವನು ಕೊಟ್ಟ ಕಾರಣಗಳು ನೂರೆಂಟು.

ಹತ್ತು ವರ್ಷದಿಂದ ನಿರಂತರವಾಗಿ ಅವಳಿಂದ ಹಣ ಪಡೆಯುತ್ತಿದ್ದರು. ಒಮ್ಮೆಯಾದರೂ ಅವಳ ಬಗ್ಗೆ ಕೇಳಿದವರಾಗಲಿ, ಬಾ ಎಂದವರಾಗಲಿ ಇರಲಿಲ್ಲ. ಅವರುಗಳು ಸಂಸಾರ ಸಮೇತ ಬಂದು ವಾರಗಟ್ಟಲೇ ಝೂಂಡಾ ಹೂಡಿ ಅವಳ ಕೈಯಲ್ಲಿನ ನಾಲ್ಕು ಕಾಸು ಖರ್ಚು ಮಾಡಿಸಿ ಪರದಾಡುವರಂತೆ ಮಾಡುತ್ತಿದ್ದರು. ಅದರಲ್ಲೂ ಕಾಂಚನಾಗೆ ಸಂತೋಷವೇ. ತನ್ನ ಒಡಹುಟ್ಟಿದವರು, ತನ್ನವರು ಎನ್ನುವ ಅಭಿಮಾನ ಮೆಟೀರಿಯಲಿಸ್ಟ್ ಆಗಿ ಯೋಚಿಸಲು ಅವಕಾಶವನ್ನೇ ಮಾಡಿಕೊಟ್ಟಿರಲಿಲ್ಲ.

ಕಾಫೀ ತಂದು ಕೊಟ್ಟ ಶೇಷು ಹೆಂಡತಿ ಅಕ್ಕರೆಯಿಂದ ಹತ್ತಿರ ಕೂತಳು. "ನಿಮ್ಮಣ್ಣನಿಗೆ ಸದಾ ನಿಂದೇ ಜಪ. ಈಚೆಗೆ ಒಂದಿಷ್ಟು ಸಾಲ ಮಾಡಿಕೊಂಡಿದ್ದಾನೆ. ಎಷ್ಟೇ ಕಷ್ಟವಿದ್ರೂ... ಹೊರ್ಗಿನ ಪ್ರಪಂಚಕ್ಕೆ ದರಿದ್ರ ತೋರ್ಸಿಕೊಳ್ಳೋಕಾಗುತ್ಯ?"

ಏನೋ ಮನಸ್ಸಿನಲ್ಲಿಟ್ಟುಕೊಂಡು ಹೇಳಿದಳು. ಅವಳು ಕಾಫಿ ಲೋಟ ಹಿಡಿದೇ ಮೌನವಾಗಿ ತಲೆದೂಗಿದಳು.

"ನೀನು ಶತದಡ್ಡಿ, ಪೆದ್ದಿ, ಸ್ವಲ್ಪವಾದ್ರೂ ಕಾಮನ್‌ಸೆನ್ಸ್ ಇಲ್ಲ." ಒಮ್ಮೆ ಪ್ರಭು ಅವಳನ್ನು ಹಿಯಾಳಿಸಿದ್ದನ್ನು ನೆನಪು ಮಾಡಿಕೊಂಡು ನಕ್ಕಳು. ಶೇಷು ಹೆಂಡತಿ ಗಾಬರಿಯಾದಳು. "ಯಾಕೆ ನಗ್ತಾ ಇದ್ದೀಯಾ?" ಲೋಟ ಪಕ್ಕಕ್ಕಿಟ್ಟಳು. "ಏನಿಲ್ಲ ಅತ್ಗೇ. ಆಫೀಸ್‌ನಲ್ಲಿ ನಡೆದ, ಯಾವ್ದೋ ಘಟನೆ ನೆನಪಿಗೆ ಬಂತು ಅಷ್ಟೆ."

ಶೇಷು ಹೆಂಡತಿ ತೀರಾ ಸನಿಹಕ್ಕೆ ಬಗ್ಗಿದಳು. "ಶಶಿ ಹೊಸ ಸ್ಕೂಟರ್ ತಗೊಂಡಿದ್ದಾನೆ ನೀನು ಕೊಟ್ಯಾ ಹಣ? ಗಂಡ ಹೆಂಡ್ತಿ ತುಂಬ ಬುದ್ಧಿವಂತ್ರು." ಚಾಣಾಕ್ಷತನದಿಂದ ಹೇಳಿದಳು. "ನನ್ಹತ್ರ, ಅಷ್ಟೂ ಹಣ ಎಲ್ಲಿ ಬರ್ಬೇಕು? ಮೊಪೆಡ್‌ಗೇಂತ ಬಂದಿದ್ದ ಒಂದೈದು ಸಾವಿರ ಸಾಲ ತೆಗ್ಸಿಕೊಟ್ಟೆ" ಸತ್ಯವನ್ನು ಉಸುರಿದಳು.

ಆಕೆ ಮುಖ ಊರಗಲವಾಗಿ ಕಣ್ಣುಗಳಲ್ಲಿ ಕಾಠಿಣ್ಯತೆ ಮಿನುಗಿತು. "ಅದೆಷ್ಟು ಸುಳ್ಳು ಬೊಗಳಿದ್ದಾನೆ ನೋಡು. ಸಾಲ ತಗೊಂಡೇ. ತಿಂಗ್ಳು ತಿಂಗ್ಳು ಕಂತು ಕಟ್ಟಬೇಕೂಂತ ಒದ್ದಾಡಿಕೊಂಡ ಬರೀ ಆಸೆ ಬುರುಕ. ಜಗತ್ತಿನಲ್ಲಿರೋದೆಲ್ಲ ತನಗೇ ಬೇಕೆನ್ನೋ ಅಷ್ಟು ದುರಾಸೆ" ಮೆಲುವಾಗಿ ಕೋಪ ಸೇರಿಸಿ ಗೊಣಗಿದಳು.

ಅಷ್ಟರಲ್ಲಿ ಕೋಣೆಯ ಬಳಿ ಸದ್ದಾದಾಗ ಆಕೆ ಎದ್ದು ಹೋದಳು. ಕಾಂಚನಾಗೆ ಆರಾಮವೆನಿಸಿತು. ನೂರು ಆಸೆಗಳನ್ನು ಹೊತ್ತು ಬಂದಿದ್ದಳು. ಬಾಗಿಲಲ್ಲೇ ತಮ್ಮ ಸುಳ್ಳಾಡಿದ್ದ. ಇಲ್ಲಿ ಅತ್ತಿಗೆ ಮತ್ತೊಂದು ವಿಧವಾಗಿ ಅವನ ಮೇಲೆ ಗೂಬೆ ಕೂರಿಸಿದ್ದಳು. ಇಂಥ ಅಗತ್ಯಗಳು ಇತ್ತಾ? ಶಶಿ ಸ್ಕೂಟರ್ ಕೊಂಡಿರೋದು ಅವಳಿಗೆ ಸಂತೋಷದ ವಿಷಯವೇ.

ಹಿಂದಿನ ಓಣಿ ದಾಟಿ ಹಿತ್ತಲಿಗೆ ನಡೆದಳು. ಈಗಲೂ ಸೀಬೆ, ಸಪೋಟ ಮರಗಳು ಇದ್ದವು. ಅಂಥ ಮಾರ್ಪಾಟೇನೂ ಕಾಣಲಿಲ್ಲ. ಸಂಪಿಗೆ ಮರದ ಕಾಂಡಕ್ಕೆ ಒರಗಿ ನಿಂತಳು. ವಯೋಧರ್ಮಕ್ಕೆ ಅನುಗುಣವಾಗಿ ಅವಳಲ್ಲಿ ಮೊಳಕೆಯೊಡೆದ ಕನಸುಗಳನ್ನು ಅಲ್ಲೇ ಚಿಗುಟಿ ಎಸೆದಿದ್ದಳು, ಅಂದು.

ಮದುವೆಯಾದ ಹೊಸದರಲ್ಲಿ ಬಂದಿದ್ದ ಶೇಷು ಪೇಚಾಡಿಕೊಂಡಿದ್ದ "ಮೊದ್ಲು ನಿನ್ಮದ್ವೆ ಮಾಡಿ ಮುಗ್ಸಬೇಕಿತ್ತು. ನಾನು ತೀರಾ ಇಕ್ಕಟ್ಟಿನಲ್ಲಿ ಸಿಕ್ಕಿಕೊಂಡು ಅವ್ಳ ಕುತ್ತಿಗೆಗೆ ತಾಳಿ ಬಿಗಿಯಬೇಕಾಯ್ತು. ಈಗ ನನ್ನ ಮೊದಲನೇ ಕೆಲ್ಸ ನಿನಗೊಂದು ಅನುವಾದ ಗಂಡು ನೋಡೋದು. ಅದ್ರವರ್ಗೂ ಮಕ್ಳು ಮರಿ ತಾಪತ್ರಯ ಬೇಡ" ಎಂದು ಪ್ರತಿಜ್ಞೆ ಮಾಡಿದವನು ಸ್ಯಾರಿ ಹೌಸ್‌ನಲ್ಲಿ ನಾಲ್ಕು ಸೀರೆ ಮಡದಿಗೆ ತಗೊಂಡ್ ಸಾಲವನ್ನು ತಂಗಿಯ ಹೆಸರಿಗೆ ಬರೆಸಿಹೋದ. ಅದೇ ತಿಂಗಳಿಗೆ ಅಪ್ಪನಾದ. ಅದೊಂದು ಮಾತ್ರ ಗುಟ್ಟು, ನಂತರ ಎರಡು ಮಕ್ಕಳು. ಈಗ ಮೂರು ಮಕ್ಕಳ ಜನಕ. ಈ ಪರದಾಟದಲ್ಲಿ ತಂಗಿಗೆ ಗಂಡು ಹುಡುಕುವುದು ಮರೆತುಹೋಯಿತೇನೋ. ಆಗಾಗ ಎತ್ತುತ್ತಿದ್ದ ಸುದ್ದಿಯನ್ನು ಈಗ ಪೂರ್ತಿ ನಿಲ್ಲಿಸಿಬಿಟ್ಟಿದ್ದ.

ಬಾನು ಪೂರ್ತಿ ಕಪ್ಪಾಯಿತು. ಸಂಪಿಗೆಯ ಮರಕ್ಕೆ ಒರಗಿದ್ದವಳು ಅಲ್ಲಾಡಲಿಲ್ಲ. ನಿಧಾನವಾಗಿ ಪಸರಿಸುತ್ತಿದ್ದ ಕತ್ತಲು ಶಾಂತತೆಯನ್ನು ತಂದಿತು. ಈ ಪರಿಸರ ಅವಳಿಗೆ ಹೆಚ್ಚು ಹೆಚ್ಚು ಇಷ್ಟವಾಯಿತು. ತಾನು ಇಲ್ಲೇ ಏಕೆ ಉಳಿದು ಬಿಡಬಾರದು?

ಶೇಷು ಸ್ವರ ಅವಳನ್ನು ಅಲುಗಿಸಿತು. "ಇದೇನು ಕಾಂಚನಾ, ಇದ್ದಕ್ಕಿದ್ದಂತೆ ಬಂದ್ಬಿಟ್ಟೆ?" ವರ್ಷಗಳ ಮೇಲೆ ಮನೆಗಾಗಿ ದುಡಿದು ಸುರಿಯುತ್ತಿದ್ದ ತಂಗಿಯನ್ನು ವಿಚಾರಿಸಿದ್ದು ಈ ರೀತಿ "ಬೇಜಾರಾಯ್ತು ಬಂದೆ" ಇಷ್ಟೇ ಹೇಳಿದ್ದು.

ಪ್ರತ್ಯಕ್ಷವಾಗಿ ಸ್ಪಷ್ಟಪಡಿಸದಿದ್ದರೂ ಅವನಿಗೆ ತಂಗಿ ಬಂದಿದ್ದು ಇಷ್ಟವಾಗಲಿಲ್ಲ. ಇತ್ತೀಚೆಗೆ ತಾವು ಹೆಚ್ಚು ಅನುಕೂಲವಾಗಿದ್ದು ಅವಳಿಂದ ಮುಚ್ಚಿಡುವ ಅಗತ್ಯವಿತ್ತು.

ಊಟದ ನಂತರ ಲೋಕಾಭಿರಾಮವಾಗಿ ಶೇಷು ಹೇಳಿದ. "ನೀನು ಬಂದಿದ್ದು ಒಂದು ರೀತಿಯಲ್ಲಿ ಒಳ್ಳೆಯದೇ. ಇವ್ಳಿಗೆ ಸದಾ ನಿನ್ನ ಧ್ಯಾನವೇ ಜೊತೆಯಲ್ಲೇ ಕರ್ಕೊಂಡ್ಹೋಗು. ಮುಂದೆ ಅವ್ಳ ಓದಿಗೂ ಅನ್ಕೂಲ". ಮಗಳ ಕೆನ್ನೆಯನ್ನು ಪ್ರೀತಿಯಿಂದ ಸವರತೊಡಗಿದ. ಇದುವರೆಗೂ ಬಂಧಿಸಿದ ಸರಪಣಿಗಿಂತ ಈ ಬಳ್ಳಿ ಅತ್ಯಂತ ಭದ್ರವಾಗಿ ಬೆಸುಗೆಯಾಗಬಹುದೆಂಬ ಹಂಚಿಕೆ.

ಅಪ್ಪನ ಇನ್ನೊಂದು ಮಗ್ಗುಲಿಗೆ ಕೂತಿದ್ದ ಚಂದ್ರು "ನಾನು ಹೋಗ್ತೀನಿ, ಬೆಂಗ್ಳೂರಿಗೆ" ಶೇಷು ಮಗನನ್ನು ಹತ್ತಿರಕ್ಕೆಳೆದುಕೊಂಡು, "ನೋಡಿದ್ಯಾ ಕಾಂಚನಾ.... ನೀನೂಂದ್ರೆ ಇವ್ರಿಗೆ ಎಷ್ಟೊಂದು ಅಕ್ಕರೆ. ಓದಿನ ದೃಷ್ಟಿಯಿಂದ ಹುಡುಗ್ರು ಅಲ್ಲಿರೋದೇ ಒಳ್ಳೇದು. ನಿಂಗೂ ಜೊತೆಯಾಗುತ್ತೆ" ತಮ್ಮ ನಿರ್ಧಾರ ಪ್ರಕಟಿಸಿಬಿಟ್ಟರು. ಅದಕ್ಕೆ ಹೆಂಡತಿಯಿಂದಲೂ ಅಸ್ತು. "ನಾನು ಈ ಮಾತ್ನ ವರ್ಷದ ಹಿಂದೆ ಹೇಳ್ದೆ. ಕಾಂಚನಾ ಕೈಯಲ್ಲಿ ಬೆಳೆದ್ರೆ... ಒಂದಿಷ್ಟು ಶಿಸ್ತು, ಬೆಳೆಯುತ್ತೆ..." ಮುಂದಿನ ವಿಷಯಗಳ ಬಗ್ಗೆಯೂ ಆಡಿ ಮುಗಿಸಿಬಿಟ್ಟರು. ಇನ್ನು ಮೇಲೆ ಅವರಿಬ್ಬರ ಪೂರ್ತಿ ಜವಾಬ್ದಾರಿ ಕಾಂಚನಳದು. ಇವಳ ಮೌನ ಒಂದು ರೀತಿ ಸಮ್ಮತಿ.

ಸ್ವಲ್ಪ ಮುನಿಸಿನಿಂದ ಎದ್ದುಹೋಗಿದ್ದು ಶಶಿ ಹೆಂಡತಿ. ಇನ್ನು ಮಕ್ಕಳ ಪೂರ್ತಿ ಹೊಣೆ ಕಾಂಚನಾಳಿಗೆ ವಹಿಸಿದ ಮೇಲೆ ಅಷ್ಟು ಪ್ರಮಾಣದ ಹಣ ಹೇಗೆ ಬರಲು ಸಾಧ್ಯ? ತಮ್ಮ ಒಬ್ಬ ಮಗುವನ್ನು ಇಲ್ಲೇ ಯಾಕೆ ಬಿಡಬಾರದು?

ಗಂಡನ ಜೊತೆ ಆ ಮಾತು ಆಡಿ ಮುಗಿಸಿಬಿಟ್ಟಳು. "ಅವ್ರ ಮಕ್ಳು ಮಾತ್ರ ಯಾಕೆ? ನಮ್ಮ ಲತಾನೂ ಅಲ್ಲೇ ಕಳಿಸೋದು. ಅವ್ರು ಅಣ್ಣನ ಮಕ್ಳು ಆದ್ರೆ.... ನನ್ಮಗು ತಮ್ಮನದಲ್ವಾ?" ಶಶಿ ಹಣೆಗೆ ಕೈಯೊತ್ತಿದ. ಇದು ಎಷ್ಟು ಸರಿ? "ಅವ್ಳಿಗೆ ಗಂಡ ಮದ್ವೆ ಮಕ್ಳು ಯಾವ್ದೂ ಇಲ್ಲ. ಹಣ ಕೇಳೋದು ಸರಿ. ಮಕ್ಳನ್ನು ನೋಡಿಕೊಳ್ಳೋಕೆ ಪುರಸೊತ್ತು ಎಲ್ಲಿ? ಅಣ್ಣನ ಮಕ್ಕಳಾದ್ರೂ ದೊಡ್ಡೋರು. ನಮ್ದು ಚಿಕ್ದು. ಇರೋ ಒಂದ್ಮಗೂನ ನೋಡಿಕೊಳ್ಳೋಕಾಗೋಲ್ವಾ ನಿಂಗೆ?" ಸ್ವಲ್ಪ ರೇಗಿದ.

ಅವಳು ಪಟ್ಟಿನಿಂದ ಅಲ್ಲಾಡಲಿಲ್ಲ. "ಅವ್ರ ಮಕ್ಳು ಹೋಗೋದೇ ಬೇಡಾ. ಆರಾಮಾಗಿ ಬರೋ ಹಣ ಅವ್ರಿಗೆ ಇಲ್ಲೇ ಖರ್ಚಾಗುತ್ತೆ. ಅದು ನಿಮ್ಮಣ್ಣನಿಗೆ ಪ್ರಾಫಿಟ್. ನಮ್ಗೇ ಲಾಸ್..." ತನ್ನ ಲಾಜಿಕ್‌ನ ಅವನ ಮುಂದಿಟ್ಟಳು. ಸ್ವಲ್ಪ ಯೋಚಿಸಿದ ಮೇಲೆ

ಅದು ಶಶಿಗೂ ನಿಜವೆನಿಸಿತು. "ನಿನ್ನ ಮಾತು ನಿಜ. ನೋಡೋಣ.... ಏನಾದ್ರೂ ಮಾಡೋಕೆ ಸಾಧ್ಯವೇನೋ" ದೀರ್ಘ ಯೋಚನೆಗೆ ಇಳಿದ.

ಹತ್ತರ ಸುಮಾರಿಗೆ ಬಂದ ಕಾಂಚನಾ ಅಪ್ಪ ಮಗಳ ಬಳಿ ನಾಲ್ಕು ಮಾತು ಆಡಿದರು. ಈ ವಯಸ್ಸಿನಲ್ಲಿ ಏನೇ ಮಾತಾಡಿ ರಿಸ್ಕ್ ತೆಗೆದುಕೊಳ್ಳಲು ಅವರು ಸಿದ್ಧವಿಲ್ಲ.

ತನ್ನ ಮದುವೆಯ ಮಾತು ತಂದೆಯ ಬಾಯಿಂದಲಾದರೂ ಬರಬಹುದೆಂದು ನಿರೀಕ್ಷಿಸಿದ್ದ ಅವಳಿಗೆ ನಿರಾಸೆಯಾಯಿತು. ತೆಪ್ಪಗೆ ಕಣ್ಮುಚ್ಚಿ ಮಲಗಿದಳು.

ಬೆಳಬೆಳಿಗ್ಗೆ ಕಾಫಿ ಹಿಡಿದು ಬಂದ ಶಶಿ ಹೆಂಡತಿ ಪಿಸು ದನಿಯಿಂದ ಎಚ್ಚರಿಸಿದಳು. "ಅತ್ತಿಗೆ, ನೀವು ಮಕ್ಕಳನ್ನು ಜೊತೆಯಲ್ಲಿ ಕರ್ಕೊಂಡ್ಹೋಗೋಕೆ ಒಪ್ಪಬೇಡಿ. ಡೊನೇಷನ್, ಫೀಜು, ಯೂನಿಫಾರಂ ಒಂದೇ ಎರಡೇ ಖರ್ಚು ನಿಮಗ್ಯಾಕೆ? ಆಗೋಲ್ಲಾಂತ ಒಂದೇ ಮಾತಿನಲ್ಲಿ ಹೇಳಿ. "ಪಿಳಿ ಪಿಳಿ ಬಿಟ್ಟಳು ಕಾಂಚನಾ ಕಣ್ಣುಗಳನ್ನ. 'ತಾನು ಎಂದಾದರೂ ಹಾಗೇ ಹೇಳಿದ್ದುಂಟಾ?' ಎಂದು ಪ್ರಶ್ನಿಸಬೇಕೆನಿಸಿತು. ತೀರಾ ಮುಖಕ್ಕೆ ಹತ್ತಿರವಾಗಿ ಬಗ್ಗಿ "ನಿಮ್ಗೇ ಸಂಸಾರದ ಕಷ್ಟ ಗೊತ್ತಿಲ್ಲ. ಮಕ್ಳನ್ನ ಸುಧಾರಿಸೋದೂಂದ್ರೆ... ಬಹಳ ಕಷ್ಟ, ಗಂಡ, ಮಕ್ಳು ಇಲ್ದೇ ಆರಾಮಾಗಿದ್ದೀರಾ! ಇದ್ನ ತಲೆ ಮೇಲೆ ಹಾಕ್ಕೋ ಬೇಡಿ. ನಿಷ್ಠುರವೇನು ಆಗೋಲ್ಲ. ತಿಂಗ್ಳು ತಿಂಗ್ಳು ಬರೋ ಹಣ ಯಾರು ಬಿಟ್ಟಾರು? ಆಗೋಲ್ಲಾ ಅಂದು ಬಿಡಿ." ಅತ್ತಿತ್ತ ನೋಡಿ ಹೇಳಿದಳು. ಕಾಂಚನಾ ಬಾಯಿಂದ ಮಾತುಗಳೇ ಹೊರಡಲಿಲ್ಲ.

ಆಮೇಲೆ ಅವಳಿಗೆ ಕಾಫೀಯೇ ಕುಡಿಯಬೇಕೆನಿಸಲಿಲ್ಲ. ಪ್ರೀತಿ, ಸಂತೋಷದಲ್ಲಿ ತೇಲಬಹುದೆಂದು ಹಾರಿ ಬಂದಿದ್ದಳು. ಶೇಷು ಅಲ್ಲಿಗೆ ಬಂದ ಕೂಡಲೇ ಒಂದು ಅಹವಾಲು ತಂಗಿಯ ಮುಂದೆ ಸಲ್ಲಿಸುತ್ತಿದ್ದ. "ನಿಮ್ಮ ಅತ್ತಿಗೆಗೆ ಸಣ್ಣ ಹಸಿರು ಬಾರ್ಡರಿನ ಮೈಸೂರು ಸಿಲ್ಕ್ ಸೀರೆ ಬೇಕಂತೆ. ನಾನು ಬೇಡಾಂದ್ರೂ ಪಟ್ಟುಹಿಡಿದಿದ್ದಾಳೆ. ಅದೇನು ಸೀರೆ ಹುಚ್ಚೋ!" ಮಡದಿಯ ಬಗ್ಗೆ ಬೇಸರ ವ್ಯಕ್ತಪಡಿಸಿದರೂ ಸೀರೆಯನ್ನು ಜೊತೆಯಲ್ಲಿ ಒಯ್ದೇ ಬಸ್ಸು ಹತ್ತುತ್ತಿದ್ದುದು.

ಅವರ ಆಫೀಸ್‌ನಲ್ಲೆಲ್ಲ ಆಶ್ಚರ್ಯ ಪಡುತ್ತಿದ್ದರು. ಕೈ ತುಂಬ ಸಂಬಳ ಪಡೆಯುವ ಕಾಂಚನಾ, ವರ್ಷಕ್ಕೊಂದು ಸೀರೆ ತನಗಾಗಿ ಕೊಳ್ಳುತ್ತಿರಲಿಲ್ಲ. ಆಗಾಗ ಅವರಿವರಲ್ಲಿ ಬಡ್ಡಿಗೆ ಹಣ ಪಡೆಯುತ್ತಿದ್ದುದು ಎಲ್ಲರಿಗೂ ಗೊತ್ತು. ತಾನಾಗಿ ಹೇಳದಿದ್ದರೂ ಹೇಗೋ ವಿಷಯ ಮುಟ್ಟಿ ಕುಹಕವಾಡುತ್ತಿದ್ದರು ಅವರುಗಳು. "ಇದು ತೀರಾ ಪೆದ್ದುತನ. ದುಡಿದು ದುಡಿದು ಅಪ್ರಿಗೆ ಸುರಿಯೋದೂಂದ್ರೇನು? ಅದ್ಕೇ ಮದ್ವೆ ಮಾಡೋ ಯೋಚ್ನೇನೂ ಬಿಟ್ಟು ಸಾಲಗಾರರ ಹಾಗೇ ಹಣ ವಸೂಲಿಗೆ ಬರ್ತಾರೆ" ಇಂಥ ಅರ್ಥ ಬರುವ ಕೆಲವು ಮಾತುಗಳು ಅವಳ ಕಿವಿಯ ಮೇಲೆ ಬಿದ್ದಾಗ ನೊಂದುಕೊಳ್ಳುತ್ತಿದ್ದಳು.

ಅವರುಗಳ ಕಷ್ಟ, ತಾಪತ್ರಯಗಳನ್ನು ಸುಲಭವಾಗಿ ನಂಬಿಬಿಡುತ್ತಿದ್ದಳು.

ಒತ್ತು ಶಾವಿಗೆ ಮಾಡಿ ಬಡಿಸಿದ ಅತ್ತಿಗೆ ಶಶಿ ಹೆಂಡತಿ ಪಕ್ಕದ ಮನೆಗೆ ಹೋಗಿದ್ದನ್ನು ಗಮನಿಸಿ ಬುದ್ಧಿ ಹೇಳಿದಳು. "ನೀನು ಶಶಿ ಮಾತು ನಂಬಿ ಹಣ

ಕೊಡ್ಬೇಡ. ಅವ್ರಿಗೇನು ದಳ್ಳಾಳಿ ಕೆಲ್ಸದಲ್ಲಿ ಒಳ್ಳೆ ಕಮಾಯಿದೆ. ಎಷ್ಟು ಚಿನ್ನ ಮಾಡ್ಸಿದ್ದಾನೆ. ಹೆಂಡ್ತಿಗೆ? ನಿಮ್ಮಣ್ಣ ಎಲ್ಲಾ ತಲೆ ಮೇಲೆ ಹಾಕ್ಕೊಂಡ್ ನಡ್ಸಿಕೊಂಡು ಹೋಗ್ತಾ ಇರೋ ದಿಕ್ಕೆ ಇದೊಂದು ಸಂಸಾರ" ಗಂಡನ ಬಗ್ಗೆ ಸಹಾನುಭೂತಿ ವ್ಯಕ್ತಪಡಿಸಿದಳು. ಅವಳ ಕೈಯಲ್ಲಿನ ಬಳೆ, ಕುತ್ತಿಗೆಯಲ್ಲಿನ ಒತ್ತು ಅವಲಕ್ಕಿ ಸರ ಅವರ ಬಡತನವನ್ನು ಸಾಬೀತು ಪಡಿಸುವಂತಿತ್ತು.

ಕಾಂಚನಾಗೆ ಎಲ್ಲಾ ಗೊಂದಲವಾಗಿ ಕಂಡಿತು. ಶ್ರೀಮಂತರ ಮನೆಯ ಭೋಗಭಾಗ್ಯಗಳೆಲ್ಲವು ಇಲ್ಲಿ ಲಭ್ಯವಾಗಿದ್ದವು. ಕೆಲಸಕ್ಕೆ ಆಳು, ಮನೆಯಲ್ಲಿ ಯಥೇಚ್ಛವಾಗಿ ಹಾಲು, ತುಪ್ಪ. ಸದಾ ಮನೆಯಲ್ಲಿ ತುಂಬಿರುತ್ತಿದ್ದ ಹಣ್ಣು ಹಂಪಲು, ಸದಾ ಫ್ರಿಜ್‌ನಲ್ಲಿ ಸಿದ್ಧವಾಗಿರುತ್ತಿದ್ದ ಥಮ್ಸಪ್ ಬಾಟಲುಗಳ ಜೊತೆ, ಐಸ್‌ಕ್ರೀಮ್.

"ನಂಗೆ ಅರ್ಥವಾಗೋಲ್ಲ, ಅತ್ತೇ..." ಮೇಲೆದ್ದಳು. ಕೈ ಹಿಡಿದ ಶೇಷು ಹೆಂಡತಿ "ಇನ್ಮೇಲೆ ನೇರವಾಗಿ ಇಲ್ಲಿಗೆ ಹಣ ಕಳಿಸ್ಲೇ ಬೇಡ. ಹೇಗೂ ಹುಡುಗ್ರು ಅಲ್ಲೇ ಇರ್ತಾರೆ. ಅವ್ರ ಖರ್ಚು ಕಳ್ದು ಉಳಿದಿದ್ದನ್ನು ಅವ್ರ ಹೆಸರಿನಲ್ಲಿ ಬ್ಯಾಂಕ್‌ಗೆ ಹಾಕ್ಬಿಡು" ಬುದ್ಧಿ ಮಾತು ಹೇಳಿದಳು. 'ಹ್ಲೂಂ' ಗುಟ್ಟಿ ಹೊರ ನಡೆದಳು.

ಗೇಟು ದಾಟುವಾಗ ಎದುರಾದ ಶಶಿ ಹೆಂಡತಿ ಮುಖವೆಲ್ಲ ಬಾಯಿ ಮಾಡಿಕೊಂಡಳು. "ಎಲ್ಲಿಗೆ ಹೊರಟಿರೋದು? ನನ್ಮಗುನ ಬೇಕಾದ್ರೆ ನಿಮ್ಗೇ ದತ್ತಕೆ ಮಾಡಿಕೊಡ್ತೀನಿ" ತಮಾಷೆಯಾಗಿ ಅಂದಂತಿತ್ತು.

ಮೊದಲ ಸಲ ಕಾಂಚನಾ ನಕ್ಕುಬಿಟ್ಟಳು. "ಅಂಥ ಅಗತ್ಯವೇನಿದೆ? ನಂಗೇನು ಲಕ್ಷಾಂತರದ ಆಸ್ತಿನಾ?" ಶಶಿ ಹೆಂಡತಿಯ ಮುಖ ವಿವರ್ಣವಾಯಿತು. "ಓಹೋ... ಹಾಗಾದ್ರೆ... ಅವ್ರ ಮಕ್ಳನ್ನೂ ಜೊತೆಯಲ್ಲಿ ಕರ್ಕೊಂಡ್ಹೋಗ್ಬೇಕೂಂತ ತೀರ್ಮಾನ ಮಾಡಿಬಿಟ್ಟಿದ್ದೀಯಾ. ಇದು ನಂಗೂ ಅವ್ರಿಗೂ ಸಮ್ಮತವಲ್ಲದ ವಿಷ್ಯ" ಮುಖದ ಮೇಲೊಡೆದಂತೆ ಹೇಳಿದಳು.

ದಿಗ್ಭ್ರಾಂತಳಾದಳು ಕಾಂಚನಾ. ತಮ್ಮ ಪಿತ್ರಾರ್ಜಿತ ಆಸ್ತಿ ಅವಳು ಎನ್ನುವಂತೆ ಮಾತಾಡುತ್ತಿದ್ದಳು. ಅವಳಿಗೆ ಮನಸ್ಸು, ಹೃದಯ, ಭಾವನೆಗಳಿವೆಯೆಂದು ಅವರು ಒಪ್ಪಲು ಸಿದ್ಧರಿದ್ದ ಹಾಗೇ ಕಾಣಲಿಲ್ಲ.

"ಆಯ್ತು..." ತಲೆ ತಗ್ಗಿಸಿಕೊಂಡು ಗೇಟು ದಾಟಿದಳು.

ಪರಿಚಿತವಾದ ಹಾದಿ. ಅಷ್ಟಿಷ್ಟು ಬದಲಾವಣೆಗಳಾಗಿದ್ದರೂ ಅಲ್ಲಲ್ಲಿ ಒಂದೊಂದು ಪರಿಚಿತ ಮುಖಗಳು ಕಾಣಿಸಿಕೊಂಡು ದಿಟ್ಟಿಸಿದವು. ಎಲ್ಲರ ಕಣ್ಣುಗಳಲ್ಲಿ ಒಂದು ರೀತಿಯ ಆಶ್ಚರ್ಯ ಕಾಣುತ್ತಿತ್ತು. ಅದಕ್ಕೆಲ್ಲ ಅವಳ ಬಳಿ ಉತ್ತರವಿಲ್ಲ.

ಪ್ರಭು ಕೊಟ್ಟ ವಿಳಾಸದ ಕಾರ್ಡು ತಂದಿರಲಿಲ್ಲವಾದ್ದರಿಂದ ಮನೆಗೆ ಹೋಗುವುದು ಅನಿವಾರ್ಯವಾಗಿತ್ತು. ಅವನು ಈ ವೇಳೆಯಲ್ಲಿ ತನ್ನ ಸಂಸ್ಥೆಯ ಕಾರ್ಯಾಲಯದಲ್ಲಿ ಸಿಗುವುದಾಗಿ ಹೇಳಿದ್ದ. ಮನೆಯಲ್ಲಿ ವಿಚಾರಿಸಿಕೊಂಡು ಹೋದರಾಯಿತೆಂದುಕೊಂಡೇ ಅತ್ತ ಹೆಜ್ಜೆ ಹಾಕಿದಳು.

ಸುಬ್ಬಯ್ಯ ಹೆಡ್ ಮಾಸ್ಟರ್ ಮನೆ ಬಹಳಷ್ಟು ಪರಿಚಿತವಾದ, ಪ್ರಿಯವಾದ ಸ್ಥಳ. ಮುದಗೊಂಡಿದ್ದು ಗೇಟು ತೆರೆದಾಗ, ಮನೆಯಲ್ಲಿ ಹಿಂದಿನ ಹಾಗೆ ಮನೆಯವರ, ವಿದ್ಯಾರ್ಥಿಗಳ ಕಲರವ ಇರಲಿಲ್ಲ. ಅತ್ಯಂತ ನಿಶ್ಶಬ್ದವಾಗಿತ್ತು.

ಅನುಮಾನದಿಂದಲೇ ಕಾಲಿಂಗ್ ಬೆಲ್ ಒತ್ತಿದಳು. ಪಂಚೆಯಲ್ಲಿಯೇ ಇದ್ದ ಪ್ರಭು ಬಂದು ಬಾಗಿಲು ತೆಗೆದವನು ಕಣ್ಣರಳಿಸಿದ. "ಗುಡ್. ನೀನ್ಬಂದು ಬೀಗ ನೋಡಿ ಹೋಗೋ ಹಾಗೇ ಆಗ್ಲಿಲ್ಲ. ಅನಿರೀಕ್ಷಿತವಾಗಿಯೇ ಮನೆಯಲ್ಲಿ ಉಳ್ದುಕೊಂಡಿದ್ದು. ಬಾ... ಒಳ್ಗೆ" ಬಾಗಿಲನ್ನು ಮತ್ತಷ್ಟು ಅಗಲವಾಗಿ ತೆಗೆದು ಆಹ್ವಾನಿಸಿದ. ಒಳಗೂ ನೀರವತೆ.

ನೋಟ ಏರಿಸಿದವಳು ಆಶ್ಚರ್ಯಗೊಂಡಳು. "ಏನು, ಯಾರೂ ಇಲ್ಲ ಮನೆಯಲ್ಲಿ?" ಮೆಲುನಗೆ ಬೀರಿದ ಪ್ರಭು 'ನಾನು, ಅಪ್ಪ ಮಾತ್ರ ಮನೆಯಲ್ಲಿ ಇರೋದು. ಅವ್ರು ಈ ಏರಿಯಾ ಎಂ.ಎಲ್.ಎ.ನ ನೋಡೋಕೆ ಹೋಗಿದ್ದಾರೆ. ದಾಕ್ಷಾಯಿಣಿ ಭಿಲೈನಲ್ಲಿದ್ದಾಳೆ. ಇನ್ನು ಚಾಮಿ ಅವ್ನ ಮಾವನ ಮನೆಯಲ್ಲಿ ಉಳ್ದುಕೊಂಡ. ಬಹಳ ವರ್ಷಗಳ ನಂತರ ಭೇಟಿ. ಕೂತ್ಕೋ..." ಚೇರ್ ಸರಿಸಿ ಒಳಗೆ ಹೋದ.

ಅದೇ ಹಳೆಯ ಕಾಲದ ಆಸನಗಳು. ಅಷ್ಟಿಷ್ಟು ವ್ಯತ್ಯಾಸಗೊಂಡಿದ್ದು ಗೋಡೆಗಳ ಬಣ್ಣ ಮಾತ್ರ.

ಎರಡು ಕಪ್ ಕಾಫಿ ಹಿಡಿದುಕೊಂಡು ಬಂದು ಅವಳಿಗೊಂದು ಕೊಟ್ಟು ತಾನೊಂದು ಹಿಡಿದುಕೊಂಡ. "ಈಗ ಹೇಳು, ನಿನ್ನ ವಿಷ್ಯವೇನು? ಇನ್ನು ಮದ್ವೆ ಯೋಚ್ನೆ ಮಾಡಿಲ್ವೇನು?" ಹಗುರವಾಗಿ ಕೇಳಿದಾಗ ವಿಸ್ಮಿತಳಾದಳು. ಅಂದರೆ ತನಗೆ ಇನ್ನು ಮದುವೆಯಾಗುವ ವಯಸ್ಸು ಇದೆಯಾ? ವಿಷಯ ತೀರಾ ಹಳೆಯದಾಗಿ ಆಫೀಸ್‌ನಲ್ಲಾಗಲೀ, ಸ್ನೇಹಿತರಾಗಲಿ, ತಿಳಿದವರಾಗಲಿ ಆ ವಿಷಯ ಎತ್ತುವುದನ್ನು ನಿಲ್ಲಿಸಿದ್ದರು. ಇನ್ನು ಮನೆಯವರು ಪ್ರಸ್ತಾಪಿಸಿದರು. ಏಕಾಏಕಿ ಇಂಥ ಪ್ರಶ್ನೆ ಕೇಳಿದಾಗ ಅವಳಿಗೆ ಎಂಟನೇ ಅದ್ಭುತ ಕಂಡಂತಾಯಿತು.

ಅವನು ನಕ್ಕುಬಿಟ್ಟ "ಯಾಕೆ ಆಶ್ಚರ್ಯವೆ? ನಿಮ್ಮ ಮನೆಯ ಆರ್ಥಿಕ ಪರಿಸ್ಥಿತಿಯ ಸುಧಾರಣೆಗೋಸ್ಕರ ತಾನೇ ನೀನು ದುಡಿಯೋಕೆ ಆರಂಭಿಸಿದ್ದು. ಇದ್ದ ಸಣ್ಣ ಕೆಲ್ಸ ಬಿಟ್ಟು, ದೊಡ್ಡ ಮೊತ್ತದ ಪಗಾರ ಸಿಗುತ್ತೇಂತ ಬೆಂಗ್ಳೂರಿಗೆ ಹೋಗಿದ್ದು. ಈಗ ಅದೆಲ್ಲ ಪರಿಹಾರವಾಗಿದೆ. ಶೇಷು ಕಂಟ್ರ್ಯಾಕ್ಟ್ ಬಹಳ ಜೋರಾಗಿ ನಡೀತಿದೆ. ನಾಲ್ಕಾರು ಬಿಲ್ಡಿಂಗ್‌ಗಳನ್ನು ಒಟ್ಟೊಟ್ಟಿಗೆ ಮಾಡಿಸ್ತಾ ಇದ್ದಾನೆ. ಇನ್ನು ಶಶಿ ಮೈದಾಸ್ ಮುಟ್ಟಿದ್ದೆಲ್ಲ... ಚಿನ್ನ. ಅಂಥದ್ದರಲ್ಲಿ ಈಗಲೂ ನಿನ್ಮದ್ವೆ ಮುಂದಕ್ಕೆ ಹಾಕೋದ್ರಲ್ಲಿ.... ಅರ್ಥ ಏನು?" ಕೇಳಿದ. ಬಿಟ್ಟ ಕಣ್ಣುಗಳಿಂದ ಅಂದಿನ ಪಾಠವನ್ನು ಶ್ರದ್ಧೆಯಿಂದ ಆಲಿಸಿದಂತೆ ಇಂದಿನ ಅವನ ಮಾತುಗಳನ್ನು ಕೇಳಿದಳು.

"ಕುಡಿ ಕಾಂಚನಾ, ಕಾಫೀ ತಣ್ಣಗಾಗಿ ಹೋಯ್ತು" ಮತ್ತೊಮ್ಮೆ ಹೇಳಿ ಎದ್ದು ಹೋದ.

ಅವಳ ಮಿದುಳಿನಲ್ಲಿ ಒಂದು ರೀತಿಯ ವಿಪ್ಲವ. ಶೇಷಣ್ಣ, ಶಶಿ ಮಾತುಗಳೆಲ್ಲ ನೆನಪಾಗಿ ಅವಳಿಗೆ ಅಳುವಂತಾಯಿತು. ಇಷ್ಟೊಂದು ಆದಾಯವಿದ್ದು ಕೂಡ ತಾಪತ್ರಯಗಳನ್ನು ಹೇಳಿಕೊಳ್ಳಬೇಕಿತ್ತಾ? ಸಂಬಳ ಬಂದ ಕೂಡಲೇ ಅರ್ಧ ಹಣಕ್ಕೆ ಡಿ.ಡಿ. ತೆಗೆದು ಕಳುಹಿಸುತ್ತಿದ್ದಳು. ಈಗಲೂ ಅವಳ ಖರ್ಚು ಮಿತಿಯಲ್ಲೇ. ಅಷ್ಟು ದೊಡ್ಡ ಸಂಬಳ ಪಡೆಯುವ ಅವಳು ಒಂದು ಕಲರ್ ಟಿ.ವಿ. ಕೊಳ್ಳುವುದಾಗಿರಲಿಲ್ಲ. ಪುಟ್ಟ ಬ್ಲಾಕ್ ಅಂಡ್ ವೈಟ್ ಟಿ.ವಿ. ಸೆಕೆಂಡ್ ಹ್ಯಾಂಡ್-ಕಂತಿನಲ್ಲಿ ಕೊಂಡಿದ್ದು.

ಅದಕ್ಕೂ ಶೇಷು ಆಕ್ಷೇಪವಿತ್ತಿದ್ದ "ಸುಮ್ನೇ ಇಂಥ ವಸ್ತುಗಳಿಗೆ ಹಣ ಯಾಕೆ? ನಾವು ಲಕ್ಸುರಿಯಸ್ ಗೂಡ್ಸ್ ಕೊಳ್ಳೋ ಸ್ಥಿತಿಯಲ್ಲಿ ಇದ್ದೀವಾ?" ಆಗ ನಿಜವಾಗಿ ನೊಂದಿದ್ದಳು.

ಈಗ ಇಲ್ಲಿ ಕಲರ್ ಟಿ.ವಿ. ಜೊತೆಗೆ ವಿ.ಸಿ.ಆರ್ ಕೂಡ ಇತ್ತು. ಇದು ಯಾವ ವರ್ಗಕ್ಕೆ ಸೇರುತ್ತೆ ಅವಳಿಗಂತೂ ಗೊತ್ತಿಲ್ಲ.

ಮತ್ತೆ ಪ್ರಭು ಬಂದಾಗಲೂ ಕಾಫಿ ಅವಳ ಮುಂದೆಯೇ ಇತ್ತು. ದಿಟ್ಟಿಸಿ ನೋಡಿದ. ಅವಳೆಲ್ಲ ಮನಸ್ಸಿನ ಭಾವನೆ ಅನಿಸಿಕೆಗಳಿಗೆ ರಾಹು ಬಡಿದಿದೆಯೆನಿಸಿತು. ಅದು ಅರ್ಥವೂ ಆಯಿತು ಅವನಿಗೆ. ಒಮ್ಮೆ ಸಿಕ್ಕಾಗ ಶೇಷುನ ಕೇಳಿದ್ದ "ಯಾವಾಗ ಕಾಂಚನಾ ಮದ್ವೆ?" ಮೇಲಕ್ಕೂ ಕೆಳಕ್ಕೂ ನೋಡಿ ಹಣೆಯ ಮೇಲೆ ಬೆಟ್ಟು ಆಡಿಸಿ "ಅವ್ಳ ಹಣೆಯಲ್ಲಿ ಮದ್ವೆ ಬರ್ದಿಲ್ಲ. ನಾನು ಎಷ್ಟೋ ಪ್ರಯತ್ನ ಮಾಡ್ದೇ! ವಯಸ್ಸಿಗಿಂತ ಹೆಚ್ಚಾಗಿ ಅವ್ಳು ಮುಪ್ಪಾಗಿದ್ದಾಳೆ. ಅದಕ್ಕಿಂತ ಹೆಚ್ಚಾಗಿ ಅವ್ಳ ಮನಸ್ಸು ಮುಪ್ಪಾಗಿದೆ. ಏನೂ ಪ್ರಯೋಜನವಿಲ್ಲ. ಬಲವಂತ ಮಾಡಿದ್ರೆ... ಅವ್ಳಿಗೆ ಹೊರೆಯಾಗುತ್ತಷ್ಟೆ" ಕೈಯಾಡಿಸಿ ಬಿಟ್ಟಿದ್ದ.

ಅದೆಲ್ಲ ಎಷ್ಟು ಸುಳ್ಳೂಂತ ಬಸ್‌ಸ್ಟಾಂಡ್‌ನಲ್ಲಿ ಕಾಂಚನಾಳ ನೋಡಿದಾಗಲೇ ಅವನಿಗೆ ಗೊತ್ತಾಗಿದ್ದು. ವಯಸ್ಸಿಗಿಂತ ಚಿಕ್ಕವಳಾಗಿ ಕಾಣುತ್ತಿದ್ದಳು. ಮುಖದಲ್ಲಿ ಮಾರ್ದವತೆ, ಕಣ್ಣುಗಳಲ್ಲಿ ಮಿಂಚು, ಸ್ವರದಲ್ಲಿ ಮೃದುತನಕ್ಕೆ ಸ್ವಲ್ಪ ಮಬ್ಬು ಕವಿದಿತ್ತು ಅಷ್ಟೆ. ಅದನ್ನು ಒತ್ತಟ್ಟಿಗೆ ಸರಿಸುವುದು ಅಷ್ಟೇನೂ ಕಷ್ಟವಲ್ಲ. ಮುವತ್ತೈದು ಸ್ವಲ್ಪ ತಡವಾದರೂ ಮದುವೆ ವಯಸ್ಸು ಮೀರಿಲ್ಲ ಎನ್ನುವುದು ಅವನ ಭಾವನೆ.

ಎದುರಿಗೆ ಕೂತು ಯೋಚಿಸಿದ. ಕಾಂಚನಾನ್ನ ಎಕ್ಸ್‌ಪ್ಲಾಯಿಟ್ ಮಾಡುತ್ತಿರುವುದು ಬೇರೆಯವರಲ್ಲ. "ಸ್ವಂತ ಅಣ್ಣ ತಮ್ಮಂದಿರು. ಇದು ಅವಳನ್ನು ಎಲ್ಲಿಗೆ ಒಯ್ದು ನಿಲ್ಲಿಸಬಹುದು?

"ಬೇರೆ ಕಾಫೀ ತರ್ತೀನಿ" ಕಪ್‌ನ ಒಳಗೊಯ್ದ.

ಆಫೀಸ್ ಕೆಲಸ ನೀಟಾಗಿ ಮಾಡುವುದು, ತಿಂಗಳಿಗೊಮ್ಮೆ ಹಣ ಕಳಿಸುವುದು, ಅಣ್ಣ, ತಮ್ಮ ಹೇಳುವ ತೊಂದರೆ ತಾಪತ್ರಯಗಳನ್ನು ಮೌನವಾಗಿ ಕೇಳಿ ಅವರಿಗೆ ಹಣ ಒದಗಿಸುವುದು. ಅದನ್ನು ತೀರಿಸುವುದಕ್ಕಾಗಿ ಪರದಾಡುವುದು ಇದಿಷ್ಟೆ ಅವಳ ಬದುಕಾಗಿತ್ತು. ಒಂದು ರೀತಿಯಲ್ಲಿ ಸರಾಗವಾಗಿ ಸವೆಸುತ್ತಿದ್ದ ಜೀವನ ಇಲ್ಲಿಗೆ ಬಂದ ಮೇಲೆ ಗೊಂದಲಕ್ಕೆ ಒಳಗಾಗಿತ್ತು. ಶೇಷು ಹೆಂಡತಿ, ಶಶಿ ಮಡದಿ ಹೇಳುವ

ಮಾತುಗಳಿಂದ ಮಸ್ತಿಷ್ಕದ ಮೇಲೆ ಕವಿದಿದ್ದ ಧೂಳು ಪೂರ್ತಿ ಅಲ್ಲದಿದ್ದರೂ ಅಷ್ಟಿಷ್ಟು ಸರಿದಂತಾಗಿತ್ತು.

ಪ್ರಭು ಈಗ ಕಾಫಿ ಜೊತೆ ಒಂದಿಷ್ಟು ಬಿಸ್ಕತ್‌ಗಳನ್ನು ತಂದಿಟ್ಟ. "ಇನ್ನು ನನ್ನ ವಿಷ್ಯ ಸ್ವಂತ ಕೆಲ್ಸ ಬಿಟ್ಟೆ. ಕಟ್ಟಿಕೊಂಡೋಳಿಗೆ ಇಷ್ಟವಾಗಿಲ್ಲ. ಡೈವೋರ್ಸ್... ಕೂಗೆತ್ತಿದಳು. ಸಹಿ ಹಾಕಿ ಕೊಟ್ಟೆ. ಈಗ ನಾನೇ ಒಂದು ವಿದ್ಯಾಸಂಸ್ಥೆ ನಡೆಸ್ತಾ ಇದ್ದೀನಿ. ಎಡರು ತೊಡರು, ಸಹಜವೇ. ಅಪ್ಪ ನನ್ನೊತೆ ಇದ್ದಾರೆ ಅನ್ನೋ ಧೈರ್ಯ..." ವಿವರಿಸುವುದರ ಜೊತೆಗೆ ಅವಳನ್ನು ಮಾತಿಗೆಳೆದ.

ಹೆಚ್ಚು ಹೆಚ್ಚು ಅವನೇ ಮಾತಾಡಿದ್ದು. ಅಲ್ಲೇ ಊಟವೂ ಆಯಿತು. ಜೊತೆಯಲ್ಲಿ ಕರೆದೊಯ್ದು ತಾನು ನಡೆಸುತ್ತಿರುವ ನರ್ಸರಿ, ಪ್ರೈಮರಿ, ಪ್ರೌಢಶಾಲೆಯನ್ನು ತೋರಿಸಿದ. ಆಫೀಸ್‌ಗೆ ಕರೆದೊಯ್ದು ತನ್ನ ಧ್ಯೇಯ, ಧೋರಣೆಗಳನ್ನು ವಿವರಿಸಿದ. ಅವಳಲ್ಲಿ ಬದುಕಿನ ಆಸಕ್ತಿ ಕೆರಳಿತು.

"ನಂಗೆ ಇಲ್ಲೊಂದು ಕೆಲ್ಸ ಕೊಡ್ತೀಯಾ?" ಕೇಳಿಯೇಬಿಟ್ಟಳು. ಆಮೇಲೆ ಹೆದರಿದಳು ಕೂಡ. "ವಾಹ್.... ನೀನು ಬರ್ತೀನೀಂದ್ರೆ.... ನನ್ನ ಸೀಟು ಬಿಟ್ಟು ಕೊಟ್ಟು ನಿಂಗೆ ಸೆಕ್ರೆಟರಿ ಆಗ್ತೀನಿ. ಇವತ್ತಿಂದ್ಲೇ ಜಾಯಿನ್ ಆದ್ರೂ ಸಂತೋಷ" ತಮಾಷೆಯಾಗಿ ಹರ್ಷ ವ್ಯಕ್ತಪಡಿಸಿದ. ಅವಳ ಮುಖ ಮುದುರಿತು. "ಶೇಷಣ್ಣನ... ಕೇಳ್ತೀನಿ" ಕೇಳುವಾಗಿನ ಉತ್ಸಾಹ ಈಗ ಇರಲಿಲ್ಲ ಅವಳ ಸ್ವರದಲ್ಲಿ.

ದೀರ್ಘವಾಗಿ ಅವಳನ್ನು ನೋಡಿ ನಕ್ಕುಬಿಟ್ಟ. "ಏನೇನೂ ಬೆಳ್ದಿಲ್ಲ ಕಾಂಚನಾ! ನಿಂಗೆ ಸ್ವಂತ ಯೋಚ್ನೆಗಳು, ಭಾವನೆಗಳು ಇಲ್ವಾ? ಹತ್ತು ವರ್ಷಕ್ಕಿಂತ ಹೆಚ್ಚು ಕಾಲ ಬೆಂಗ್ಳೂರಿನಂಥ ಸಿಟಿಯಲ್ಲಿ ಒಂಟಿಯಾಗಿದ್ದು ದೊಡ್ಡ ಮ್ಯಾನೇಜ್‌ಮೆಂಟ್‌ನಲ್ಲಿ ಉತ್ತಮ ಪೋಸ್ಟ್‌ನಲ್ಲಿ ಇದ್ದವಳು, ಈಗ್ಲೂ ಶೇಷಣ್ಣನ್ನ ಕೇಳ್ತೀನಿ ಅಂತೀಯಲ್ಲ ನಿಂಗಿಂತ ಅಲ್ಲಿ ಇಟ್ಟಿಗೆ ಹೊರೋ ಹೆಂಗಸೇ ವಾಸಿ." ಎದುರು ಕಟ್ಟಡದಲ್ಲಿ ಇಟ್ಟಿಗೆ ಹೊರುತ್ತಿದ್ದ ಹೆಣ್ಣನ್ನು ಬೊಟ್ಟು ಮಾಡಿದ. ಅತ್ತ ಹರಿದ ಇವಳ ನೋಟ ಅಲ್ಲಿಯೇ ನಿಂತಿತು. ಯಾರೊಂದಿಗೋ ಜಗಳ ಕಾಯುತ್ತಿದ್ದಳು. "ಅವ್ಳು ಅವ್ನ ಗಂಡ... ಕುಡ್ದು ಬಂದು ಗಲಾಟೆ ಮಾಡ್ತಾನೆ, ಅವ್ಳ ಪ್ರತಿಭಟನೆ ಎಷ್ಟರಮಟ್ಟಿಗೆ ಇರುತ್ತೇಂದರೆ ಕೆಲವೊಮ್ಮೆ ಅವ್ನಿಗೆ ಬಡಿದು ಬುದ್ಧಿ ಕಲಿಸಿದ್ದಾಳೆ. ತನ್ನ ದುಡಿಮೆಯ ಅರ್ಧ ಭಾಗ ಕೂಡಿಟ್ಟಿದ್ದಾಳೆ. ಅವ್ಳಿಗೆ ತನ್ನದೇ ಆದ ಚಿಂತನೆಗಳೂ ಇವೆ. ವಿದ್ಯಾವಂತರ್ಗಿಂತ ಪ್ರೌಢವಾಗಿ ಯೋಚಿಸಬಲ್ಲಳು."

ಪ್ರಭು ಹೇಳಿದ ಮಾತುಗಳು ಅವಳ ಮಸ್ತಿಷ್ಕದ ಮೇಲಿನ ಧೂಳನ್ನು ಮತ್ತಷ್ಟು ಕೊಡವಿತು. ರಾತ್ರಿ ಊಟದ ಸಮಯದಲ್ಲಿ ಶೇಷು ಪ್ರಸ್ತಾಪಿಸಿದ. "ನಾಳೆ ಬಸ್ಸಿಗೆ ರಿಸರ್ವೇಷನ್ ಮಾಡ್ಸಿದ್ದೀನಿ. ಸಿಟಿಗೆ ಈಗಿನಿಂದ್ಲೇ ಟ್ರೈ ಮಾಡ್ಬೇಕು" ಅವಳ ಸೂಟ್‌ಕೇಸು ಎತ್ತಿ ಕೈಗಿತ್ತು ಟಾಟಾ ಮಾಡುವುದರ ಜೊತೆಗೆ ತನ್ನ ಇಬ್ಬರ ಮಕ್ಕಳನ್ನು ಜೊತೆಗೆ ಕಳುಹಿಸಲು ತುದಿಗಾಲಲ್ಲಿ ನಿಂತಿದ್ದ. "ಇನ್ನೂ ರಜ ಇದೆ" ಅಂದಳು. ಅವನ ಮೂಗಿನ ತುದಿ ಕೆಂಪಾಯಿತು "ಇದ್ದರೇನು, ಅದಕ್ಕೂ ಲಾಲ್‌ಬಾಗ್, ಕಬ್ಬನ್‌ಪಾರ್ಕ್

ತೋರ್ಸಿಕೊಂಡು ಓಡಾಡು. ಇಲ್ಲಿದ್ದೇನು ಮಾಡ್ತೀಯಾ?" ಅವಳ ಕುತ್ತಿಗೆ ಪಟ್ಟಿ ಹಿಡಿದು ಹೊರಗೆ ದಬ್ಬಿದಂತಾಯಿತು.

ಅವಳಲ್ಲಿ ಇಷ್ಟರವರೆಗೆ ಸತ್ತಿದ್ದ ಧೈರ್ಯ ಒಗ್ಗೂಡಿದಂತಾಯಿತು. "ಇಲ್ಲೇ ಇರೋ ತೀರ್ಮಾನ ಮಾಡಿದ್ದೀನಿ. ಒಂಟಿಯಾಗಿದ್ದು ಬೇಸತ್ತು ಹೋಗಿದೆ ಜೀವನ" ತಂಗಿಯ ಮಾತಿನಿಂದ ಅವನಿಗೆ ಷಾಕ್ "ಏನಂದೆ, ಇಲ್ಲೇ ಇರ್ತೀಯಾ? ಅಷ್ಟು ಒಳ್ಳೆ ಕೆಲ್ಸ... ಬಿಡೋಕೆ ನಿಂಗೇನು ತಲೆ ಕೆಟ್ಟಿದ್ಯಾ! ಸುಮ್ನೇ ಬೆಳಿಗ್ಗೆ ಹೊರಡು" ಹೂಂಕರಿಸಿ ಎದ್ದು ಹೋದ.

ಎರಡು ನಿಮಿಷದ ನಂತರ ಬಂದ ಈ "ಹುಡುಗರನ್ನ ಕರ್ಕೊಂಡ್ ಹೋಗೋದ್ಬೇಡ, ಮಿಕ್ಕಿದ್ದು ನಾನು ನೋಡ್ಕೋತೀನಿ. ಹಣಾನ ನನ್ನ ಹೆಸರಿಗೆ ಕಳ್ಸು. ಅವ್ನ ಮುಲಾಜು ಯಾಕೆ? ನಾನು ನೈಟ್ ಬಸ್ಸಿಗೆ ರಿಸರ್ವೇಷನ್ ತರ್ತೀನಿ" ಕಾಲರ್ ಸರಿಮಾಡಿಕೊಂಡ.

ಅಂತೂ ಅವಳನ್ನ ಇಲ್ಲಿರಿಸಿಕೊಳ್ಳಲು ಯಾರಿಗೂ ಸಮ್ಮತವಿಲ್ಲ. ಐದು ನಿಮಿಷ ಮೌನವಾಗಿ ತಲೆ ತಗ್ಗಿಸಿಕೊಂಡು ಕೂತವಳು ಉಸುರಿದಳು "ಬೆಂಗ್ಳೂರು ಕೆಲ್ಸಕ್ಕೆ ರಿಜೈನ್ ಮಾಡ್ಬಿಡೋಣಾಂತ. ಇಲ್ಲೇ... ಇರ್ತೀನಿ" ಶಶಿಗೆ ನಖಶಿಖಾಂತ ಉರಿದುಹೋಯಿತು. "ನಿಂಗೆಲ್ಲೋ ತಲೆಕೆಟ್ಟಿದೆ. ಇಲ್ಲೇನಿದೆ ಮಣ್ಣು? ಸುಮ್ನೇ ಹೊರಡೋದು ನೋಡು" ರೇಗಿಯೇ ಬಿಟ್ಟ.

ತಾಳ್ಮೆ ಕಳೆದುಕೊಳ್ಳಲಿಲ್ಲ ಕಾಂಚನಾ "ಅಲ್ಲಿ ಬರ್ತಾ ಇದ್ದ ಸಂಬಳದ ಉಪಯೋಗ ಬರೀ ಕಾಲು ಭಾಗದ್ದು ಮಾತ್ರ ನಂಗೆ ಸಾಕಾಗಿತ್ತು. ಪ್ರಭು ತನ್ನ ಸಂಸ್ಥೇಲಿ ಕೊಡ್ತೀನಿ ಅಂದಿದ್ದಾನೆ. ಸಂಬಳ ಕಮ್ಮಿನೇ ಇರ್ಬಹ್ದು. ಕೆಲ್ಸದಲ್ಲಿ ತೃಪ್ತಿ ಇರುತ್ತೆ" ಇದಿಷ್ಟು ಧೈರ್ಯವಾಗಿ ಉಸುರಿದಳು.

ಈಗ ಅಣ್ಣ ತಮ್ಮಂದಿರ ಜೊತೆ ಅವರ ಮಡದಿಯರು ಒಂದಾಗಿಬಿಟ್ಟರು. ತಲಾ ಒಂದೊಂದು ಮಾತು. ನೈಟ್‌ಬಸ್‌ಗೆ ಹುಡುಗರ ಜೊತೆ ಹೊರಡಬೇಕೆಂಬ ಸುಗ್ರಿವಾಜ್ಞೆ ಪಾಸ್ ಮಾಡಿಯೇಬಿಟ್ಟರು.

"ಸೂಟ್‌ಕೇಸ್.... ಸರಿಮಾಡ್ಕೋ!" ಶೇಷು ಹೇಳಿ ಹೊರಟ. "ಹುಡುಗರ ಬಟ್ಟೆ ಬರೆ ಇದರಲ್ಲಿದೆ" ಅತ್ತಿಗೆ ಒಂದು ದೊಡ್ಡ ಸೂಟುಕೇಸ್ ಜೊತೆ ಒಂದು ಬ್ಯಾಗನ್ನು ಸಿದ್ಧಮಾಡಿ ತಂದಿಟ್ಟಳು ಅವಳ ಮುಂದೆ.

ಒಂದು ಗಂಟೆಯ ಹಿಂದೆ ಬಂದಿದ್ದ ಪ್ರಭು ಒಂದು ಮಾತು ಹೇಳಿ ಹೋಗಿದ್ದ. "ನನ್ನ ಕೆಲ್ಸ ಕಾರ್ಯಗಳಲ್ಲಿ ಸಹಭಾಗಿಯಾಗಲು ಒಬ್ರು ಬೇಕು. ನೀನು ಇಷ್ಟಪಟ್ರೆ ನನ್ನ ಸಂಸ್ಥೆಯ ಬಾಗ್ಲು, ನನ್ನ ಮನೆಯ ಬಾಗ್ಲು ನಿಂಗಾಗಿ ತೆರೆದಿರುತ್ತೆ ನಿರ್ಧಾರ ನಿಂದೇ."

ಶೇಷು ದೊಡ್ಡ ದನಿಯಲ್ಲಿ ಹಾರಾಡಿದ್ದ "ಅವ್ನ, ಆದರ್ಶಗಳಿಗೆ ಬೆಂಕಿ ಬಿತ್ತು. ಕಾಸಿಲ್ಲ ಕವಡೆ ಇಲ್ದ ಗೈಮೆ ಅವನದು. ಅವ್ನ ಮಾತು ನೆಚ್ಚಿಕೊಂಡ್ಹೋದ್ರೆ ಬೀದಿಯಲ್ಲಿ ನಿಲ್ತೀಯಾ. ತೆಪ್ಪಗೆ ಬಸ್ಸು ಹತ್ತೋದು ಕಲಿ" ಅವಳ ಮೇಲೆ ಪ್ರತಿಬಂಧಕಾಜ್ಞೆ.

ಶೇಷು ಶಶಿ ಮನೆ ಬಿಟ್ಟು ಹೊರಡಲೇ ಇಲ್ಲ. ಪ್ರಭು ಬಗ್ಗೆ ಆರೋಪಗಳ ದೊಡ್ಡ ಪಟ್ಟಿಯನ್ನು ಒಬ್ಬರ ತಪ್ಪ ಒಬ್ಬರು ಹೇಳತೊಡಗಿದರು. ಕಾಂಚನಾಳ ತಲೆ ಕೆಟ್ಟಂತಾಯಿತು.

ಇನ್ನು ಬಸ್ಸಿಗೆ ಅರ್ಧ ಗಂಟೆ ಇದೆಯೆನ್ನುವಾಗಲೇ ಶಶಿ ಆಟೋ ತಂದು ನಿಲ್ಲಿಸಿದ. ಶೇಷು ಮಕ್ಕಳ ಲಗೇಜ್ ಜೊತೆ, ಅವಳ ಸೂಟ್‌ಕೇಸ್‌ಗಳನ್ನು ತಂದಿಟ್ಟ. ಮೌನವಾಗಿ ಹತ್ತಿ ಕೂತಳು. ಶೇಷು ಹತ್ತಿದ.

ಸ್ವಂತ ನಿರ್ಧಾರ ತೆಗೆದುಕೊಳ್ಳಲಾರದಂಥ ದೌರ್ಬಲ್ಯವೇ? ಆಟೋ ವೇಗವಾಗಿ ಹೋಗುತ್ತಿತ್ತು. ತಟ್ಟನೇ ಕಾಂಚನಾ "ಸ್ವಲ್ಪ ಆಟೋ ನಿಲ್ಸಿ" ಕೂಗಿದಳು.

ನಿಂತ ಆಟೋದಿಂದ ಇಳಿದು ತನ್ನ ಲಗೇಜ್ ಇಳಿಸಿಕೊಂಡಳು. "ನಾನು ಪ್ರಭು ಸಂಸ್ಥೆಯಲ್ಲಿ ಕೆಲ್ಸ ಮಾಡೋ ತೀರ್ಮಾನ ಮಾಡಿದ್ದೀನಿ. ನನ್ನ ನಿರ್ಧಾರ ಅಚಲವಾಗಿದೆ. ಈಗಲಾದ್ರೂ ನಾನು ಮೆಜಾರಿಟಿಗೆ ಬಂದಿದ್ದೀನೀಂತ ತಿಳ್ಕೋ ಶೇಷು" ಎಂದವಳು ನಡೆಯತೊಡಗಿದಳು.

ಶೇಷು ಬಾಯಿಂದ ಮಾತುಗಳೇ ಹೊರಡಲಿಲ್ಲ.

●

11. ಸುಖ

ಬಸ್‌ಸ್ಟಾಂಡ್‌ನಲ್ಲಿ ತಮ್ಮ ಲಗೇಜ್‌ನೊಂದಿಗೆ ಇಳಿದಾಗ ಅಯೋಮಯ ವೆನಿಸಿತ್ತು.

ಒಂಟಿಯಾಗಿ ಪ್ರಯಾಣ ಮಾಡಿದ್ದು ಕಡಿಮೆ. ಎದೆಯಲ್ಲಿ ನವಿರಾದ ಸಂತೋಷದ ಜೊತೆ ಆತಂಕ ಕೂಡ. ಈ ಊರಿನ ಜೊತೆ ಸಂಬಂಧ ತಳುಕು ಹಾಕಿಕೊಂಡು ಹತ್ತು ವರ್ಷಗಳಾದರೂ ಅಪರಿಚಿತ ಸ್ಥಳವೆ. ನೆನಪು ಮಡುವಾಗಿ ಅದರಲ್ಲಿ ಕಣ್ಣು ಗೋಲಿಗಳು ಈಜಿದವು. ಅತ್ತಿತ್ತ ನೋಟ ಹರಿಸಿದರು. ಮಂಕಾದ ಆಕಾಶ ಸ್ತಬ್ಧ ಚಿತ್ರದಂತೆ ಕಂಡಿತು. ಪುಟ್ಟ ಬಸ್ಸು ನಿಲ್ದಾಣ. ಅಂಥ ದೊಡ್ಡ ಜನಸಂದಣಿ ಇಲ್ಲ. "ಅಲ್ಲಿ ಯಾರನ್ನು ಕೇಳಿದರೂ ನಾರಾಯಣ ಐತಾಳರ ಮನೆ ತೋರಿಸ್ತಾರೆ. ಹೆದರಿಕೆ ಅಂಥದ್ದಿಲ್ಲ" ಕುಸುಮಕ್ಕ ಹೇಳಿದ್ದರೆ, ಗಂಡ "ಹುಷಾರ್, ಒಂಟಿಯಾಗಿ ಹೋದದ್ದು ಕಡ್ಮೆ! ಯಾರನ್ನಾದ್ರೂ ಕೇಳು. ಸರಿಯೆನಿಸದಿದ್ದರೆ ಹಿಂದಿರುಗಿ ಬಂದ್ಬಿಡು" ಹಲವಾರು ಸಲ ಎಚ್ಚರಿಸಿ ಕಳಿಸಿದ್ದು, ಎದೆಯಲ್ಲಿ ಹೊಯ್ದಾಡುತ್ತಿದೆ. ಹೆಂಡತಿಯ ಆಸೆಯನ್ನು ಗುರುತಿಸಿದ್ದು ಮುವ್ವತ್ತೈದು ವರ್ಷದ ಹಿಂದೆ ಕೈ ಹಿಡಿದು ಸುಖ ದುಃಖದಲ್ಲಿ ಭಾಗಿಯಾಗಿದ್ದ ರಾಯರು. ಅದೊಂದು ಕರ್ತವ್ಯವಾಗಿ ಭಾವಿಸಿ ಒಪ್ಪಿದ್ದು, ಸಂಬಂಧ ಮಾತು. ತೀರಾ ಹಟದ ಮನುಷ್ಯ. ಕೆಲವೊಮ್ಮೆ ನಿರ್ಧಾರ ತೆಗೆದುಕೊಂಡರೆ, ಹುಟ್ಟಿಸಿದ ಬ್ರಹ್ಮ ಬಂದರೂ ಬದಲಾಯಿಸುವುದು ಸಾಧ್ಯವಿಲ್ಲವೆಂದು ಅವರನ್ನು ಅರಿತ ಜನ ಆಡಿಕೊಳ್ಳುತ್ತಿದ್ದರು. ಈ ವಿಷಯದಲ್ಲಿ ಮೆದುವಾಗಿದ್ದು ಆಶ್ಚರ್ಯದ ಸಂಗತಿಯೆ.

ಕುಸುಮಕ್ಕ "ಲೀಲಾ, ಅಲ್ಲಿ ಆಟೋ ಟ್ಯಾಕ್ಸಿ, ಸಿಟಿ ಬಸ್ಸು ಅಂಥದೇನಿಲ್ಲ. ಒಂದಷ್ಟು ದೂರ ನಡೆದರೆ ನಿನ್ನ ಮಗ್ಳು ಮನೆ ಸಿಕ್ಕೀತು. ನಾರಾಯಣ ಐತಾಳರ ಮನೆಗೆ ಅಂದರೆ ಯಾರಾದ್ರೂ ಕರ್ಕಂಡ್ ಹೋಗಿ ತಲುಪಿಸ್ತಾರೆ. ಹೇಗೂ ನಿನ್ನ ಗಂಡ ಒಪ್ಪಿದ್ದೆ ದೊಡ್ಡ ವಿಷ್ಯ. ಹೋಗಿ ಮಗ್ಳು, ಮೊಮ್ಮಕ್ಕಳನ್ನು ಒಮ್ಮೆ ನೋಡ್ಬಾ" ಧೈರ್ಯ ಹೇಳಿ ಕಳಿಸಿದ್ರೆ. ಬಿಗಿದ ಗಂಡನ ಮುಖ ಬಸ್ಸಿಗೆ ಹತ್ತಿಸಲು ಬಂದಾಗಲೂ ಸಡಿಲವಾಗಿರಲಿಲ್ಲ. ಭಂಡ ಧೈರ್ಯದಿಂದಲೇ ಬಂದಿದ್ದು.

ಮೈಯಲ್ಲಿ ಬೆವರತೊಡಗಿದಾಗ ಮರದತ್ತ ಸರಿದು ನಿಲ್ಲುವ ವೇಳೆಗೆ ಒಬ್ಬ ಯುವಕ ಬಂದವನೆ "ಯಾವ್ಕಡೆ, ಹೊಸಕೊಪ್ಪದಲ್ಲಿ ಯಾರ ಮನೆಗೆ" ವಿಚಾರಿಸಿದವನೆ "ಐತಾಳರ ಮನೆಗೆನೇ! ನಾನು ಮುಟ್ಟುಸ್ತೀನಿ" ಲಗೇಜ್ ಎತ್ತಿಕೊಂಡು, "ತೀರಾ ದೂರವೇನಲ್ಲ. ಇಲ್ಲಿ ಜನಕ್ಕೆ ನಾಲ್ಕು ಹೆಜ್ಜೆಯ ಹಾದಿ. ನಂಗೆ ತೀರಾ ಗೊತ್ತಿದ್ದ ಜನವೆ. ನಿಮ್ಮನ್ನ ಎಂದೂ ಕಂಡಿದ್ದಿಲ್ಲ" ಎಂದು ಮಾತಾಡಿಸುತ್ತಲೆ ಮುಂದೆ ನಡೆದ. ಲೀಲಾವತಿ

ಮನದಲ್ಲಿ ಸಂಭ್ರಮ, ಸಂತೋಷ, ಹತ್ತು ವರ್ಷದ ನಂತರ ಮಗಳನ್ನು ನೋಡುತ್ತಿರುವುದು. ಎದೆಯ ಬಡಿತ ಹೆಚ್ಚಿತು. "ಇಕ್ಕೊಳ್ಳಿ, ಬಂದೇ ಬಿಡ್ತು. ಈ ಎಡಬದಿಯ ರಸ್ತೆಯಲ್ಲಿ ಹತ್ತು ಹೆಜ್ಜೆ ಹೋದೀರಂತ ಇಟ್ಕಳ್ಳಿ ಪುಟ್ಟದಾದ ಭೂತದ ಗುಡಿ ಸಿಗ್ತದೆ. ಅದರಾಚೆ ಆರನೆ ಮನೆಯ ನಾರಾಯಣ ಐತಾಳರದು. ಸುತ್ತಮುತ್ತಲು ಅವರನ್ನ ತಿಳಿಯದ ಜನವಿಲ್ಲ. ನಿಮ್ಮ ಪೆಟ್ಟಿಗೆ ಅಲ್ಲಿಗೆ ಒಯ್ದುಕೊಡ್ತೇನೇ ಬಿಡಿ" ಎಂದು ಬ್ಯಾಗ್‌ಗೆ ಕೈ ಹಚ್ಚಿದಾಗ ಗಾಬರಿಯಾದರೂ ಬೇರೆ ದಾರಿ ಕಾಣಲಿಲ್ಲ. ಒಯ್ದಿದ್ದ ಬ್ಯಾಗ್ ಅನ್ನು ಪೆಟ್ಟಿಗೆಯೆನ್ನುವಂತೆ ಭುಜಕ್ಕೇರಿಸಿಕೊಂಡು ನಡೆಯತೊಡಗಿದ. ಜ್ಯೇಷ್ಠಮಾಸ ಮುಗಿಯುತ್ತ ಬಂದರೂ ರಣಬಿಸಿಲು ಆಕಾಶದಲ್ಲಿ ಬಿಳಿಯ ಹತ್ತಿಯ ರಾಶಿಯಂಥ ಮೋಡಗಳು. ನಾಲ್ಕು ಹೆಜ್ಜೆ ಹಾಕುತ್ತಿದ್ದಂತೆ ದಣಿವೆನಿಸಿತು. ಹೊಸ ಕೊಪ್ಪದ ಬಗ್ಗೆ ಏನೇನೋ ಹೇಳುತ್ತಿದ್ದ. ಲೀಲಾವತಿ ಇದ್ದ ಮನಃಸ್ಥಿತಿಯಲ್ಲಿ ಏನೂ ಅರ್ಥವಾಗಲಿಲ್ಲ. ಹತ್ತು ವರ್ಷಗಳ ಹಿಂದೆ ಕಾಣೆಯಾದ ಮಗಳನ್ನ ಮೊದಲ ಸಲ ನೋಡಹೊರಟಿರುವುದು. 'ಹೇಗಿದ್ದಾಳೋ?' ತೀರಾ ಜೋರಿನ ಹುಡ್ಗೀಯೇನಲ್ಲ. ಅಪ್ಪನ ದನಿ ಕೇಳಿದರೆ, ಬಾಗಿಲ ಹಿಂದೆ ಅವಿತಿಟ್ಟುಕೊಳ್ಳುತ್ತಿದ್ದಳು. ಅಂಥ ಹುಡುಗಿ 'ಪ್ರೇಮ, ಪ್ರೀತಿ'ಯೆಂದು ಓಡಿ ಹೋಗಿದ್ದು. ಅಚ್ಚರಿಯೆ! 'ಇನ್ನ ಅವಳೊಂದಿಗಿನ ಸಂಬಂಧ ತೊರೆದು ಹೋಯ್ತು.ತವರು ಅನ್ನೋ ಬಾಗಿಲು ಅವಳ ಪಾಲಿಗೆ ಮುಚ್ಚಿದೆ' ಕೂಗಾಡಿದ್ದರು. ಇದನ್ನು ಅರಿತೆ 'ಶಾರಿ' ಈ ಕಡೆ ತಲೆ ಹಾಕಿರಲಿಲ್ಲ. ಎರಡು ವರ್ಷದ ನಂತರ ಒಂದು ಪತ್ರ ಬಂದಿತ್ತು. 'ಮಗುವಾಗಿದೆ ಮೊಮ್ಮಗುವನ್ನು ನೋಡಲು ಬನ್ನೀಂತ' ಅಂದು ಮಂಜುನಾಥರಾಯರು ಕೆಂಡಾಮಂಡಲವಾಗಿ ಪತ್ರವನ್ನ ಹರಿದು ಎಸೆದಿದ್ದರು. 'ನನ್ನ ಮಗು ಸತ್ತು ಸಾಕಷ್ಟು ಸಮಯವಾಯ್ತು' ಎಂದು ಇಂದು ಕೂಡ ಬೇರೆಯವರಲ್ಲಿ ಹೇಳುತ್ತಿದ್ದದ್ದು. ಜೀವನದಲ್ಲಿ ಮೊದಲ ಸಲವೆನ್ನುವಂತೆ ಹೆಂಡತಿಯ ಕಣ್ಣೀರಿಗೆ ಕರಗಿದ್ದು ಬೇರೆಯವರಿಗೆ ಸೋಜಿಗ. 'ಹೋಗಿದ್ದು ಬಾ' ಅಂದಾಗ ಲೀಲಾವತಿ ದಿಗ್ಭ್ರಾಂತರಾದರು. ಜೊತೆಗೆ 'ನನ್ನ ಪಾಲಿಗೆ, ಈ ಮನೆಯವರ ಪಾಲಿಗೆ ಶಾರೀ ಸತ್ತಂಗೆ. ನೀನು ಮಾತ್ರ ಬದುಕಿಸೋ ಪ್ರಯತ್ನ ಮಾಡಿದರೆ ನಾನು ಶವವಾಗ್ತೀನಿ.' ಅಂದಿದ್ದು ಕಟುವಾಗಿಯೇ. ಮಗಳನ್ನ ಒಮ್ಮೆ ನೋಡುವ ಆಸೆಯಿಂದ ಒಪ್ಪಿಗೆ ಸೂಚಿಸಿದ್ದು. ಆಮೇಲೆ ಕೂಡ ಹೋಗಲಾ, ಬೇಡವಾ ಎಂದು ಯೋಚಿಸಿದ್ದುಂಟು. ಪತಿಪಾರಾಯಣೆ. 'ನಾಳೆ ಮೊದಲಿನ ಬಸ್ಸಿಗೆ ಹೋಗಿ, ನಾಳಿದ್ದು ಉಳಿದು ಮರುದಿನ ಬಾ. ನೀನು ಹೋದೆಂತ ಅವ್ಳು ಬರಕೂಡದು, ನೀನು ಮತ್ತೆಂದೂ ಹೋಗೋ ಆಸೆ ಇಟ್ಕೋಬಾರ್ದು. ನೀನು ಹೆತ್ತಾಕೆ, ನಾನ್ಯಾಕೆ ನಿನ್ನ ಆಸೆಯನ್ನ ಇಲ್ಲ ಅನ್ನಲೀ?' ಅಂದವರು ಬರೋಬರಿ ಸಾವಿರ ರೂಪಾಯಿ ಕೈಯಲ್ಲಿಟ್ಟಿದ್ದರು.

"ಇದೇ ನೋಡಿ.... ನಾರಾಯಣ ಐತಾಳರ ಮನೆ" ಬ್ಯಾಗ್ ಹೊತ್ತು ತಂದವನು ಹೇಳಿದಾಗಲೇ ಆಕೆ ವಾಸ್ತವಕ್ಕೆ ಬಂದಿದ್ದು. ಹಳೆಯದಾದ ದೊಡ್ಡ ಗೇಟು ತೆಗೆದಾಗ ಕುರ್ರೋ, ಮರ್ರೋ ಎಂದು ನಾಯಿ ಮರಿಯಂತೆ ಸದ್ದು ಮಾಡಿತು. ಅಂಗಳಕ್ಕೆ ಲೀಲಾವತಿ ಕಾಲಿಟ್ಟ ಕೂಡಲೇ "ಅಮ್ಮ ಯಾರೋ... ಬಂದರು" ಆಟವಾಡುತ್ತಿದ್ದ ಏಳೆಂಟು ವರ್ಷದ ಪೋರಿ ಹುಯಿಲಿಟ್ಟಳು. ಅದೇ ಮುಖ, ಅದೇ ಬಣ್ಣ.... ಮಗಳು

ಶಾರೀ ಅಚ್ಚೇ. ಈ ವಯಸ್ಸಿನಲ್ಲಿ ಅವಳು ಕೂಡ ಹೀಗೇ ಇದ್ದಿದ್ದು. ಕಣ್ಣರಳಿಸಿದ ಲೀಲಾವತಿಯ ಕಣ್ಣುಗಳಲ್ಲಿ ಕಂಬನಿ ತುಳುಕಿತು. ಹೊರಗೆ ಬಂದ ಶಾರೀ ನಿಂತಲ್ಲಿಯೇ ಕಲ್ಲಾದಳು. ಕಲ್ಲಿನಲ್ಲೂ ಸಂವೇದನೆ ಮೂಡಿದಂತೆ ಕಂಬನಿಯುಕ್ಕಿತು "ಅಮ್ಮ..." ಅನ್ನುತ್ತ ಕೈಯಲ್ಲಿನ ಪಾತ್ರೆ ಎತ್ತಿ ಹಾಕಿ ಲೀಲಾವತಿಯ ಕಾಲುಗಳ ಬಳಿ ಬಂದು ಕುಸಿದು ಬಿಕ್ಕಿದಳು. "ಅಮ್ಮ ನೀನು ಬಂದಿರೋದು ನಿಜಾನಾ? ಇದು ಕನಸ್ಸಲ್ಲಾ ತಾನೇ? ಅಪ್ಪ ಹೇಗಿದ್ದಾರೆ?" ಮೂರು ಪ್ರಶ್ನೆಗಳಿಗೂ ಉತ್ತರಿಸುವ ಸ್ಥಿತಿಯಲ್ಲಿರಲಿಲ್ಲ ಲೀಲಾವತಿ. ಹದಿನಾರು ದಿನವಾಗಿತ್ತು. ಇದು ಪ್ರತಿದಿನದ ಎಣಿಕೆ. ಶಾರಿಯದು ಎಂದೂ ಲೆಕ್ಕ ತಪ್ಪಿದಿಲ್ಲ. ಬಗ್ಗಿ ಮಗಳನ್ನು ಎಬ್ಬಿಸಿ ತಬ್ಬಿಕೊಂಡರು. ಬ್ಯಾಗ್ ಹೊತ್ತು ತಂದಿದ್ದ ಸಿದ್ದೇಶ್ವರ ಸುಮ್ಮನೆ ಅದನ್ನು ಇಳಿಸಿ ಗಪ್‌ಚಪ್ ಎಂದು ಹೋದ. ಕೂಲಿಯ ಉದ್ದೇಶದಿಂದೇನೂ ಬ್ಯಾಗನ್ನು ಹೊತ್ತು ತಂದಿರಲಿಲ್ಲ, ಬಂದ ಕೆಲಸ ಮುಗಿಯಿತೆಂದು ನಿರ್ಲಿಪ್ತನಾಗಿ ಹೊರಟಿದ್ದ. ಆಟ ಮರೆತು ಜ್ಯೋತಿ ಕಣ್ ಕಣ್ ಬಿಟ್ಟಳು. ಇವರು ಯಾರು ಇರಬಹುದು? ತಟ್ಟನೆ ನೆನಪಿಸಿಕೊಂಡು ಒಳಗೆ ಓಡಿ ಫೋಟೋ ಹಿಡಿದು ಬಂದು ಬಂದಾಕೆಯನ್ನು ಫೋಟೋದಲ್ಲಿದ್ದ ಆಕೆಯನ್ನು ಬದಲಿಸಿ.... ಬದಲಿಸಿ ನೋಡಿ "ಅಜ್ಜಿ.... ಅಜ್ಜಿ" ಕೂಗಿದಳು.

ಲೀಲಾವತಿ ಮಗಳನ್ನು ಬಿಟ್ಟು ಮೊಮ್ಮಗ್ಗಳ ಕಡೆ ಕೈ ಚಾಚಿದರು. ಒಂದಿಷ್ಟು ಸಂಕೋಚದಿಂದ ಸಾವಿತ್ರಿ ಎಗ್ಗಿಲ್ಲದೆ ಅವರ ತೋಳುಗಳಲ್ಲಿ ಸೇರಿ ಹೋದಳು. ಮೊಮ್ಮಗ್ಗಳ ಮುಖದ ತುಂಬೆಲ್ಲ ಮುತ್ತಿನ ಮಳೆಗರೆದರು. ಅದೇ ದುಂಡು ಕೆನ್ನೆಗಳು ಶಾರೀ ಕೂಡ ಈ ವಯಸ್ಸಿನಲ್ಲಿ. ದುಂಡು ದುಂಡಗೆ ಇದ್ದಿದ್ದು. ಅಕ್ಕರೆಯ ವರ್ಷವೆ ಧುಮ್ಮಿಕ್ಕಿತು, ವರ್ಷಗಳಿಂದ ತುಂಬಿಟ್ಟುಕೊಂಡಿದ್ದು "ಶಾರೀ. ಮಗಳು ತುಂಬಾ ಮುದ್ದಾಗಿದ್ದಾಳೆ. ಅವಳ ಪಡಿಯಚ್ಚೆ. ಅದು ಎಷ್ಟೊಂದು ಮಾತು ಅಂತೀಯಾ" ಕುಸುಮಕ್ಕೆ ಹೇಳಿದಾಗ ಒಮ್ಮೆ ಒಂದೇ ಒಂದು ಸಲವಾದರೂ ಎದೆಗವಚಿಕೊಂಡು ಮುದ್ದಾಡಬೇಕೆನಿಸಿದ್ದು ಇಂದು ನೆರವೇರಿದ್ದು ಲೀಲಾವತಿಯ ಪಾಲಿಗೆ ಕಡಿಮೆ ಸಂತೋಷದ ವಿಷಯವಲ್ಲ.

"ಅಮ್ಮ ಒಳಗ್ಗಡೆ ಹೋಗೋಣ?" ತಾಯಿಯ ರೆಟ್ಟೆ ಹಿಡಿದು ಒಳಗೆ ಕರೆದೊಯ್ದಳು. ಎತ್ತರ ಮಾಡಿನ ಮನೆ. ದೊಡ್ಡ ರೀತಿಯ ಅಲಂಕಾರವೇನಿಲ್ಲ. ನೆಲ ಕೆಂಪಗೆ ಫಳಫಳ ಹೊಳೆಯುತ್ತಿತ್ತು. ಕ್ಷೇಮ ಸಮಾಚಾರದ ನಡುವೆ ಉಪಚಾರ ಮಾಡುತ್ತ ಮಧ್ಯೆ ಮಧ್ಯೆ ಕಣ್ಣೀರು ತೊಡೆದುಕೊಳ್ಳುತ್ತ ಹೋಗಿ ಕಾಫಿಗೆ ನೀರಿಟ್ಟು ಬಂದ ಶಾರದ ತಾಯಿಯ ಮಗ್ಗಲು ಬಿಟ್ಟು ಅಲ್ಲಾಡಲಿಲ್ಲ. "ಅಪ್ಪನ ಸಿಟ್ಟು ಕಡ್ಮೆ ಆಗಿದ್ಯಾ? ಅಣ್ಣನಿಗೆ ಈಗ ಎಷ್ಟು ಮಕ್ಳು? ಒಮ್ಮೆಯಾದರೂ ಈ ಕಡೆ ಬರಬಹುದಿತ್ತು" ಮಗಳ ಪ್ರಶ್ನೆ ಮಾತುಗಳಿಗೆ ಆಕೆಯ ಮೌನವೇ ಉತ್ತರ. ಸಾವಿತ್ರಿ ಅಜ್ಜಿಯ ತೊಡೆಯೇರಿದವಳು ಕೆಳಗಿಳಿಯಲಿಲ್ಲ. ಅವಳಲ್ಲಂತು ಹತ್ತಾರು ಪ್ರಶ್ನೆಗಳು. ಅಜ್ಜಿಯನ್ನೇ ನೇರವಾಗಿ ಕೇಳಬೇಕೆಂಬ ಇರಾದೆ ಎಷ್ಟೋ ದಿನಗಳಿಂದ.

"ಈಗ ನೀನು ಕೆಳಗೆ ಇಳಿ" ಮಗಳನ್ನ ಇಳಿಸಿ ಕಾಫೀ ಕೊಟ್ಟು "ಅಪ್ಪನ ಆರೋಗ್ಯ ಹೇಗಿದೆ? ನಾನು ಮಾಡಿದ್ದು ಅಪರಾಧವಾದರೂ ಕ್ಷಮಿಸಲಾರದಂಥದೇನಿಲ್ಲ. ಒಂದ್ಸಲ ಅಪ್ಪನ ನೋಡೋಕೊಂತಲೆ ಅವರು ಆಫೀಸ್‌ಗೆ ಹೋದಾಗ 'ನೀವು ತಪ್ಪು ಅಡ್ರೆಸ್‌ಗೆ ಬಂದಿದ್ದೀರಾ. ನಮ್ಗೆ ಹೆಣ್ಣು ಮಕ್ಕು ಇಲ್ಲಾಂದರಂತೇ" ಮತ್ತೆ ಕಣ್ಣೀರು.

"ಆ ವಿಷ್ಯಗಳ್ನ ಮಾತಾಡಿ ಫಲವಿಲ್ಲ. ನಿನ್ನ ನೋಡೋ ಸಲುವಾಗಿಯಾದ್ರೂ ಕಳುಹಿಸಿಕೊಟ್ಟಿರಲ್ಲ, ಅಷ್ಟು ಸಾಕು. ಇದೊಂದೇ... ಕೂಸಾ?" ಮಗಳ ತಲೆ ಸವರಿದರು. "ಇದಕ್ಕೆ ಎರಡು ವರ್ಷ ಚಿಕ್ಕದಾದ ಗಂಡು ಕೂಸು ಇದೆ. ಬಾಲಾಜಿ ಅಂತ ಮನೆ ದೇವರ ಹೆಸರೇ ಇಟ್ಟಿದ್ದೀನಿ. ಮೊದ್ಲು ಕಾಫಿ ಕುಡಿ" ಬಲಮಗಳ ಕೈಯಿನ ಕಾಫೀಯನ್ನು ಪೂರ್ತಿಯಾಗಿ ಕುಡಿದರು. ಗಂಡ ಒಪ್ಪಿಗೆ ನೀಡಿದ್ದು ಆಶ್ಚರ್ಯಕರವಾದ ವಿಷಯವೆ.

ಬಚ್ಚಲಿಗೆ ಹೋಗಿ ಬಂದ ನಂತರ ಅಡಿಗೆ ಮನೆಗೆ ಹೋದವರು ತಟಸ್ಥರಾದರು. ಯಾವುದೇ ಆಧುನಿಕ ಸೌಲಭ್ಯಗಳು ಇಲ್ಲದ ಹಳೆಯ ಅಡಿಗೆ ಮನೆ ಗಟ್ಟಿಮುಟ್ಟಾಗಿತ್ತು. ಕಟ್ಟಿಗೆಯ ಒಲೆ ಉರಿಯುತ್ತಿತ್ತು. ತಪ್ಪಲೆಯಲ್ಲಿ ಅನ್ನ ಬೇಯುತ್ತಿದ್ದರೆ ಮಗ್ಗುಲ ಒಲೆಯ ಮೇಲೆ ತೊಗರಿಬೇಳೆ ಬೇಯುತ್ತಿದ್ದ ವಾಸನೆ ಬರುತ್ತಿತ್ತು. ಹಚ್ಚಿಟ್ಟ ತರಕಾರಿಯ ಪಾತ್ರೆ ಅಲ್ಲೆ ಮಗ್ಗುಲಲ್ಲಿತ್ತು. ಗ್ಯಾಸ್, ಫ್ರಿಜ್ ಇದ್ದವರ ಮನೆಯಲ್ಲಿ ಹುಟ್ಟಿ ಬೆಳೆದವಳು ಈ ರೀತಿಯ ಜೀವನ ಹೇಗೆ ಸ್ವೀಕರಿಸಿದಳು? ಮೋಸವಾಗಿ ಹೋಗಿದ್ದೆಯ? ಕೋಪದ ಜೊತೆ ಆಕೆಯ ಕಣ್ಣುಗಳಲ್ಲಿ ವೇದನೆ ಕೂಡ ಉಕ್ಕಿತು. ಶಾರೀ ಒಂದು ಎತ್ತರದ ಮಣೆಯನ್ನು ಹಾಕಿ ಸಂಭ್ರಮದಿಂದ ತರಕಾರಿಯನ್ನು, ಬೇಯುತ್ತಿದ್ದ ತೊಗರಿ ಬೆಳೆಯೋಕ್ಕೆ ಹಾಕಿ ಅಮ್ಮನತ್ತ ತಿರುಗಿದಳು.

"ಕೂತ್ಕೋ, ಬೇಗ ಒಂದಿಷ್ಟು ಅಡ್ಗೆ ಮುಗ್ಸಿಬಿಡ್ತೀನಿ. ಕೆಲಸದಾಳು ಹೋಗಿ ವಿಷ್ಯ ಮುಟ್ಟಿಸಿರ್ತಾನೆ. ಇಂದು ಬೇಗನೆ ಬರ್ತಾರೆ" ಉತ್ಸಾಹದಿಂದ ಓಡಿಯಾಡಿದ ಮಗಳತ್ತಲೆ ನೋಡಿದರು. 'ತುಂಬ ಕಷ್ಟಪಡ್ತಾ ಇದ್ದಾಳೆ' ಎನ್ನುವ ಭಾವ ಅವರಲ್ಲಿ ಉಕ್ಕಿತು. ಈ ಸುಖ ಸುರಿದುಕೊಳ್ಳುವುದಕ್ಕಾಗಿ ಹೆತ್ತವರ ತೊರೆದು ಬಂದಳೊ? ತುಂಬ ಅನುಕೂಲವಾದ ಕಡೆ ಕೊಟ್ಟು ಮದುವೆ ಮಾಡುವ ಸಾಮರ್ಥ್ಯ ತಮಗೆ ಇತ್ತೆಂದು ಅನ್ನಿಸಿತು.

"ಶಾರೀ, ಚಂದ ಇದ್ದೀಯಾ?" ಕೇಳಿದರು.

"ಅಯ್ಯೋ, ಚೆಂದಕ್ಕೇನು? ತುಂಬ... ತುಂಬ... ಸುಖವಾಗಿದ್ದೀನಿ. ಅತ್ತೆ ಹೋದ್ವರ್ಷ ತೀರಿಕೊಂಡ್ರು. ಮಾವ ನಾಲ್ಕು ದಿನ ಮಗ್ಳ ಮನೆಯಲ್ಲಿ ಇದ್ದು ಬರ್ತೀನೀಂತ ಹೇಳಿ ಹೋಗಿ ಪೂರಾ ತಿಂಗ್ಳೇ ಆಯ್ತು. ಇವ್ರು ಕರ್ಕಂಡ್ ಬರೋಕ್ಕೇಂತ ಎರಡು ಸಲ ಹೋಗಿ ಬಂದ್ರು. ನಮ್ಮ ನಂದು, ಇನ್ನ ನಾಲ್ಕು ದಿನ ಇರಲೀಂತ ಅಣ್ಣನ ಕೂಡ ಜಗಳ ಆಡಿದ್ದಳಂತೆ. ಅವರು ಮನೆಯಲ್ಲಿಲ್ಲದಿದ್ದರೆ ದಿಕ್ಕೇ ತೋಚೋಲ್ಲ. ತಕ್ಕಡಿ ಹಿಡಿದರೆ ಮಾವಯ್ಯನ ಪ್ರೀತಿ ನನ್ನ ಕಡೆಯೇ ವಾಲಿತು. ಸೊಸೆಯ ಮೇಲೆ ಅಷ್ಟೊಂದು ಅಕ್ಕರೆ. ನಂದು ಬಂದಾಗಲೆಲ್ಲ ಆ ವಿಷ್ಯದ ಮೇಲೆ ಅಪ್ಪನ ಹತ್ತಿರ ಜಗಳ ಕಾಯ್ತಾಳೆ.

ಆದ್ರೂ ಸೊಸೆಯೇ ಅವ್ರಿಗೆ ಒಂದು ತೂಕ ಹೆಚ್ಚು" ಬಡಬಡ ಹೇಳಿ ಮುಗಿಸಿ ಅಮ್ಮನ ಮುಂದೆ ಪಟ್ಟಂಗ ಹಾಕಿ ಕೂತಳು. ಇದೆಲ್ಲ ನಟನೇನಾ? ನಿಜವಾಗಲೂ ಮಗಳು ಸುಖವಾಗಿದ್ದಾಳ? ಎನ್ನುವ ಜಿಜ್ಞಾಸೆ ಅವರಲ್ಲಿ ಮೂಡಿತು. ನಾಲಿಗೆ ತುದಿಗೆ ಬಂದ ಮಾತನ್ನ ನುಂಗಿಕೊಂಡರು.

ಮನೆಯಲ್ಲಿ ಮಾಡಿದ ಅವಲಕ್ಕಿಯ ಚೂಡವನ್ನು ತಟ್ಟೆಗೆ ಸುರಿದು ಮುಂದಿಟ್ಟಾಗ "ಒಂದ್ಗಳಿಗೆ ನನ್ನ ಬ್ಯಾಗ್ ತಗೊಂಡು ಬಾ. ನಿಂಗೋಸ್ಕರ ಕೋಡುಬಳೆ, ಸಕ್ಕರೆ ಹೋಳಿಗೆ ಮಾಡಿ ತಂದಿದ್ದೀನಿ" ಎಂದು ಮೊಣಕಾಲಿನ ಗಂಟುಹಿಡಿದು ಮೇಲೆದ್ದಾಗ ಒಂದಿಷ್ಟು ನೋವೆನಿಸಿತು.

"ನೀನು ಕೂಡು, ನಾನು ಇಲ್ಲಿಗೆ ತರ್ತೀನಿ" ಎಂದು ಪಟ್ಟಾಗಿ ಕೂಡಿಸಿ ಬ್ಯಾಗ್ ಹಿಡಿದು ಬಂದಳು "ಮತ್ತೆ ಹೋಗಲಿಕ್ಕಾಗದು. ನಿಂಗೆ ಏನೇನು ಕೊಡಬೇಕೂಂತ ಇದ್ಯೋ ಅದನ್ನೆಲ್ಲ ಕೊಟ್ಟು ಆಸೆ ಪೂರೈಸಿಕೊಂಡ್ಬಾ. ಅದಕ್ಕೆ ಒಂದು ದಿನ ಉಳಿದು ಬಾ ಅಂದಿದ್ದು" ಹೇಳಿ ಕಳುಹಿಸಿದ ಗಂಡನನ್ನು ನೆನಪು ಮಾಡಿ 'ಅವರು ಬಂದಿದ್ದರೇ ಛಲೋ ಇತ್ತು' ಅಂದುಕೊಂಡರು. ಉಬ್ಬಿಕೊಂಡು ಬ್ಯಾಗ್‌ನಿಂದ ಒಂದೊಂದೇ ವಸ್ತುವನ್ನು ತೆಗೆದಿಡತೊಡಗಿದರು. ಸೀರೆ, ಬೆಳ್ಳಿ ಪಾತ್ರೆಗಳು, ಚಿನ್ನದ ಒಡವೆಗಳ ಜೊತೆ ಕೋಡುಬಳೆ, ಸಕ್ಕರೆ ಹೋಳಿಗೆಯನ್ನು ತೆಗೆದಿಟ್ಟರು. "ನಿನ್ನ ಗಂಡನ್ನ ನೋಡೇ ಇಲ್ಲ. ಎಂದಿನಿಂದಲೋ ಪೆಟ್ಟಿಗೆಯಲ್ಲಿದ್ದ ಉಂಗುರಾನ ತಂದಿದ್ದೀನಿ. ಹಾಕಿಕೊಳ್ಳಲಿಕ್ಕೇ ಕೊಡು. ಈ ಸರ, ಬಳೆ ಎಲ್ಲಾ ನಿಂದೇ" ಮಗಳ ಕೈಯಲ್ಲಿಟ್ಟು "ಅದ್ದೂರಿಯಲ್ಲಾಗದಿದ್ದರೂ ಎಲ್ಲಾ ನೆಂಟರಿಷ್ಟರನ್ನ ಕರೆದು ನಿನ್ನ ಮದ್ವೆ ಮಾಡೋ ಆಸೆ ಅವ್ರಿಗೆ ಇತ್ತು" ಗದ್ಗದಿತರಾದರು. ಅಂಗೈಯಲ್ಲಿ ಬಳೆ, ಸರ ಹಿಡಿದ ಶಾರೀ "ಅಪ್ಪ, ಇವ್ರಿಗೆ ಕೊಟ್ಟು ನನ್ನ ಮದ್ವೆ ಮಾಡ್ತಾ ಇರ್ಲಿಲ್ಲ. ಅಪ್ಪನ ಕನಸುಗಳೇ ಬೇರೆ ಇತ್ತು. ಸದಾ ಸೂಟು, ಬೂಟು ಹಾಕ್ಕೊಂಡು ಓಡಾಡೋ ಆಫೀಸರ್‌ಗೆ ಮಾತ್ರ ಮಗ್ಳನ್ನ ಕೊಡೋ ಉದ್ದೇಶನ್ನ ಅವರಿಗೆ ಇತ್ತು. ಇವ್ರು ಆ ಪೈಕಿ ಅಲ್ಲ, ತೋಟಾನೆ ಸರ್ವಸ್ವ. ಜೀವನ ನಡೆಸೋಕೆ ಸಾಕಾಗೋಷ್ಟು ಆದಾಯ ಬಂದರೆ, ಸಾಕನ್ನೋ ಫಿಲಾಸಫಿ ಇವರದು. ಮೆಚ್ಚಿದೋರನ್ನ, ಇಷ್ಟಪಡೋರ್ನ ಕೈ ಹಿಡಿಯೋದು ತಪ್ಪಾ? ಅವರಿಲ್ಲದೆ ಬದುಕು ಸಾಧ್ಯವಿಲ್ಲಾಂತ ಅನ್ನಿಸಿದಾಗ ಬೇರೆ ದಾರಿ ಕಾಣದೆ ಓಡಿಬಂದೆ. ಅತ್ತೆ, ಮಾವ ಒಳ್ಳೆ ಜನ, ಇನ್ನೊಂದು ಮಾತಾಡದೆ ಸರಳವಾಗಿ ಸಂಪ್ರದಾಯ ಬದ್ಧವಾಗಿ ವಿವಾಹ ಮಾಡಿ ಮನೆ ತುಂಬಿಸಿಕೊಂಡರು. ಅಂದು ನಿಮ್ಮಗಳ್ನ ನೋಡೋಕೆ ಎಷ್ಟೋ ಪ್ರಯತ್ನ ಮಾಡಿದೆ. ಎಷ್ಟು ಪತ್ರ ಬರೆದೆ ಗೊತ್ತಾ? ಅಪ್ಪ ನಿಂಗೆ ಹೇಳಿದರೋ ಇಲ್ಲವೋ? ಕೆಲವೆಲ್ಲ ರಿ ಡೈರೆಕ್ಟ್ ಆಗಿ ಹಿಂದಕ್ಕೆ ಬಂದಾಗ ಆ ವಿಷ್ಯ ಬಿಟ್ಟೆ. ಅಪ್ಪ ಬದಲಾಗಿ ಒಂದಲ್ಲ, ಒಂದು ದಿನ ನನ್ನ ನೋಡೋಕೆ ಬರಬಹುದೂಂತ ಕಾಯ್ತ ಇದ್ದೆ. ನಿನ್ನನಾದ್ರೂ ಕಳಿಸಿದರಲ್ಲ" ಅಮ್ಮನಿಗೆ ತೆಕ್ಕೆ ಬಿದ್ದು ಶಾರೀ ಅಳತೊಡಗಿದಳು. ಲೀಲಾವತಿಯ ಬಾಯಿಂದ ಮಾತುಗಳೇ ಬರಲಿಲ್ಲ. ಬಹುಶಃ ಅವಳು ಮಾಡಿದ್ದು ಅವಳಿಗೆ ಸರಿ ಇರಬಹುದು. ಆದರೆ ತಾವು ಅನುಭವಿಸಿದ ದುಃಖ, ಅವಮಾನ, ಆತಂಕ ವರ್ಣಿಸಲು

ಅಸಾಧ್ಯವಾಗಿತ್ತು. 'ಎದುರಿಗೆ ಸಿಕ್ಕರೆ ಕೊಂದು ಹಾಕಿ ಬಿಡುತ್ತೀನಿಂತ' ರಾಯರು ಹಾರಾಡಿದ್ದುಂಟು. ಮಾಡಿದ ಅಡಿಗೆಯನ್ನು ಕೆಲಸದಾಕೆಗೆ ಕೊಟ್ಟು, ಉಪವಾಸ ಕಳೆದ ದಿನಗಳೆಷ್ಟೋ? ಇದನ್ನೆಲ್ಲ ಯಾರ ಮುಂದೆ ಹೇಳಿಕೊಳ್ಳುವುದು? ಅಯ್ಯೋ, ಮಂಜುನಾಥರಾಯರ ಮಗಳು ಓಡಿ ಹೋದಳಂತೆ. ಇದೊಂದು ಪುಕಾರ್ ಆಗಿ ಹಿಂಸಿಸುದುದೆಷ್ಟು? ಇಂದಿನ ಸಂತೋಷದಲ್ಲಿ ಕೆಲವು ಗಂಟೆಗಳಾದರೂ ಅದನ್ನೆಲ್ಲ ಮರೆಯಬೇಕೆನಿಸಿತು.

"ಹೋಗ್ಲಿ ಬಿಡು, ಶಾರೀ ಅದೆಲ್ಲ ಮುಗ್ದು ಹೋದ ಕತೆ. ಎಂದಾದ್ರೂ ಸರಿಪಡಿಸಲಿಕ್ಕುಂಟ? ಒಮ್ಮೆ ನೋಡಬೇಕೂಂತ ಇದ್ದೇ ಇತ್ತು. ನಿಮ್ಮಪ್ಪನ ಮುಂದೆ ಪ್ರಸ್ತಾಪಿಸಲಿಕ್ಕೆ ಧೈರ್ಯವಿರ್ಲಿಲ್ಲ. ಕುಸುಮಕ್ಕ ಈ ವಿಷ್ಯದಲ್ಲಿ ನೆರವಾದ್ಲು. ಅವ್ಳಿಗೆ ಪುಣ್ಯಬರಲೀ. ಇವೆಲ್ಲ ತೆಗೆದಿಟ್ಕೋ? ತವರು ಮನೆದಂತ ಇರ್ಲಿ" ಬೆಳ್ಳಿ ಚೆಂಬು, ಕಟ್ಟೆ ಪಂಚ ಪಾತ್ರೆ, ಉದ್ಧರಣೆ, ಸೊಡಲು ನಾಲ್ಕು ಬೆಳ್ಳಿ ಲೋಟ, ಎರಡು ಸಣ್ಣ ಬೆಳ್ಳಿ, ತಟ್ಟೆಗಳು ಎಲ್ಲವನ್ನು ಮಗಳಿಗೆ ಕೊಟ್ಟರು. "ಇವೆಲ್ಲ ಬೇಕಿರಲಿಲ್ಲ. ನೀನು ಬಂದದಷ್ಟೆ ಸಾಕು" ಅಂದ ಮಗಳತ್ತ ಕಣ್ಣೀರು ತುಂಬಿ ನೋಡಿದರು. "ನಿನ್ನಪ್ಪನದೆ ಹಟ, ನಿಂಗೆ ಬೇಡಾಂತ ಅನಿಸಿದರೂ ನನ್ನ ಮಕ್ಳುಗೆ ಇರಲಿ! ಹೆತ್ತವರಿಗೆ ಅವರದೆ ಆದ ಕನಸುಗಳು ಇರುತ್ತೆ. ಬೇಗ ಅಡ್ಗೇ ಮುಗ್ಸು. ಮೊದಲ ಸಲ ನಿನ್ನ ಕೈ ಅಡ್ಗೇನಾ ಊಟ ಮಾಡ್ತೀನಿ" ಅಂದರು. ಮತ್ತೆ ನಿನ್ನ ಗಂಡ, ಮಗ ಎಷ್ಟೊತ್ತಿಗೆ ಬರ್ತಾರೆ? ನಂಗೂ ಸಂಕೋಚವೆನಿಸುತ್ತೆ. ಆತ ಕೂಡ ಗಂಡು, ನಿಮ್ಮಪ್ಪ ಎಂದೋ ಮಾಡಿದ ಅವಮಾನ ಇಂದು ತೀರ್ಸಿಕೊಳ್ಳಬಹ್ದು. ಅದೆಲ್ಲ ಯಾಕೆ? ಎಂದರು. 'ಗಂಡ ಒಂದು ದಿನ ನಿಂತು ಬಾ' ಅಂದಿದ್ದರು ಆಕೆಯ ಮನಸ್ಸು ಆತಂಕಕ್ಕೆ ಒಳಗಾಗಿತ್ತು.

ಕಣ್ಣೊರೆಸಿಕೊಂಡು ಮೇಲೆದ್ದ ಶಾರದ "ಅಂಥ ಗುಣ ಅವರದಲ್ಲ. ನಮ್ಮ ತಪ್ಪನ್ನ ಕ್ಷಮ್ಸಿಯಾರಾಂತ ಆಗಾಗ ಹೇಳ್ತಾ ಇರ್ತಾರೆ. ಅವ್ರಿಗಂತು ತುಂಬ ಸಂತೋಷನೆ ಆಗುತ್ತೆ. ಇಂದು ಉಳಿದೆ ಹೋಗಬೇಕು. ಬೇಗ ಅಡಿಗೆ ಕೆಲ್ಸ ಮುಗ್ಸಿ ಎಲೆ ಹಾಕ್ತೀನಿ" ಸೆರಗನ್ನು ಸೊಂಟಕ್ಕೆ ಬಿಗಿದು ಮೇಲೆದ್ದಳು. ಚುರುಕಾಗಿ ಕಂಡಳು ಮಗಳು ಶಾರೀ.

ಹಾಗೆಯೇ ನೋಡಿದರು. ಉಟ್ಟಿದ್ದ ನೇರಳೆ ಬಣ್ಣದ ಹತ್ತಿಯ ಸೀರೆ. ಅದಕ್ಕೆ ಚಿನ್ನದ ಜರಿಯ ಬಾರ್ಡರ್ ಇತ್ತು. ಕುತ್ತಿಗೆಯಲ್ಲಿ ಮಂಗಳೂರು ಪ್ಯಾಟ್ರನ್‌ನ ಕರೀಮಣಿ ಸರ. ಕೈಗಳಲ್ಲಿ ಹಸಿರು ಸಾಣೆಯ ಬಳೆಗಳನ್ನು ಅತ್ತಿತ್ತ ಅಲಂಕರಿಸಿದ್ದ ಚಿನ್ನದ ಬಳೆಗಳು. ಹತ್ತು ವರ್ಷದ ಮುನ್ನ ಲಕಲಕಿಸುತ್ತಿದ್ದ ಸಂಪಿಗೆಯ ಬಣ್ಣ ತುಸು ಮಂಕಾಯಿತೆನಿಸಿದರೂ ಏನೋ ಒಂದು ರೀತಿ ಚೆಂದವಿದೆಯೆನಿಸಿತು. ಕಣ್ಣುಗಳಲ್ಲಿ ಅಂದಿನ ಚೆಲ್ಲುತನವಿರಲಿಲ್ಲ. ಎರಡು ಮಕ್ಕಳನ್ನ ಹೆತ್ತ ಹೆಣ್ಣಿನ ಮೈಕಟ್ಟಿನಲ್ಲಿ ಒಂದಿಷ್ಟು ಬದಲಾವಣೆ ಬಂದಿದ್ದರೂ ಲಾಲಿತ್ಯವಿತ್ತು, ಸೊಬಗಿತ್ತು. ಕುಂಟಿಕೊಂಡಂತೆ ಕಂಡಳು. ಆದರೂ ಅವರು ಕಂಡ ಮಗಳ ಬಗೆಗಿನ ಕನಸು ಬೇರೆ ಇತ್ತು. ದೊಡ್ಡ ಆಫೀಸರ್ ಗಂಡ, ಬಂಗ್ಲೆಯ ಜೊತೆ ಆಳುಕಾಳುಗಳು, ಓಡಾಡಲು ಕಾರು. ಇಂಥದೊಂದು ಮೆರವಣಿಗೆ ಹೆತ್ತವರಲ್ಲಿ ಇತ್ತು. ಅದು ತಪ್ಪಾ? ನೂರಕ್ಕೆ ಕನಿಷ್ಠ ತೊಂಬತ್ತರಷ್ಟು,

ತಾಯ್ತಂದೆಯರ ಕನಸುಗಳು ಇಷ್ಟೆ. ಹೆಣ್ಣು ಮಕ್ಕಳ ಬಗ್ಗೆ ಅದನ್ನು ಬಿಟ್ಟು ಯೋಚಿಸಲಾರರು.

ಎರಡರ ಸುಮಾರಿಗೆ ನಾರಾಯಣ ಐತಾಳರು, ಬಂದರು. ಅವರ ಜೊತೆಗಿದ್ದ ಬಾಲಾಜಿಯನ್ನು ಸಾವಿತ್ರಿ "ಅಜ್ಜಿ ಬಂದಿದೆ ಬಾರೋ" ಎಂದು ಎಳೆದೊಯ್ದಾಗ ಹೆಂಡತಿಯ ಕಡೆ ನೋಡಿದರು. "ಅಮ್ಮ, ಒಬ್ಬೇ ಬಂದಿದ್ದಾಳೆ. ನೋಡೋ ಸಲುವಾಗಿ ಅಂದು" ಟವಲಿಡಿದು ಬಂದಳು. ಹಿತ್ತಲಿಗೆ ಹೋಗಿ ಕೈಕಾಲು ಮುಖ ತೊಳೆದು ಬಂದ ಐತಾಳರು ಕೋಣೆ ಹೊಕ್ಕು ಆಕೆ ಬೆಚ್ಚಿ ಬೀಳುವಂತೆ ಕಾಲು ಮುಟ್ಟಿ ನಮಸ್ಕರಿಸಿ "ನಮ್ಮ ಮಧ್ವೆ ನಿಮ್ಗೇ ತಪ್ಪುಂತ ಅನ್ನಿಸಿದೆ. ಹೆತ್ತವರ ಸಂಕಟ ಅರ್ಥವಾಗುತ್ತೆ. ಹೇಗಿದ್ದಾರೆ, ಮಾವ? ನಿಮ್ಗೇ ಪ್ರಯಾಣದಲ್ಲಿ ತೊಂದರೆ ಆಗಲಿಲ್ಲವಾ?" ವಿನೀತವಾಗಿ ವಿಚಾರಿಸಿದ ವ್ಯಕ್ತಿಯನ್ನು ನೋಡಿದ ಕ್ಷಣ ಪಿಚ್ಚೆನಿಸಿತು ಲೀಲಾವತಿಗೆ. ಬಿಳಿ ಪಂಚೆಯುಟ್ಟು, ಅರ್ಧ ತೋಳಿನ ಷರಟು ತೊಟ್ಟು ಅಚ್ಚುಕಟ್ಟಾಗಿ ಕ್ರಾಪ್ ಬಾಚಿದ ವ್ಯಕ್ತಿಯ ಜಾಗದಲ್ಲಿ ಸೂಟು ಧರಿಸಿದ ಚುರುಕು ವ್ಯಕ್ತಿಯ ಕಲ್ಪನೆ ಅವರದು. ನಾರಾಯಣ ಐತಾಳರದು ನಯವಾದ ಸೌಮ್ಯಕಂಠ. ಎತ್ತರದ ವ್ಯಕ್ತಿ. ತೋಟ, ಗದ್ದೆಗಳಲ್ಲಿ ಕೆಲಸ ಮಾಡಿದ ಗಟ್ಟಿ ಶರೀರ. ಆಕರ್ಷಕವಾದ ಮುಖ. ಯೌವನದ ಕಳೆ ಸೂಸುವ ಕಣ್ಣುಗಳು. ಮುಖದಲ್ಲಿ ಅರ್ಥೈಸಿಕೊಳ್ಳಲಾರದಂಥ ತೇಜಸ್ಸು. ಮಾತನಾಡಲಾರದೆ ಹೋದರು. ಅರ್ಥ ಮಾಡಿಕೊಂಡಂತೆ ನಾರಾಯಣ ಐತಾಳರು ಹೊರಗೆ ಹೋದರು.

"ತುಂಬ ಸಂಕೋಚಗೊಂಡಂತೆ ಕಾಣ್ತಾರೆ. ಇದೊಂದು ದಿನ ಗಂಡ, ಮಕ್ಳು-ಮನೆ ಎಲ್ಲಾ, ಮತ್ತು ನಿಮ್ಮಮ್ಮನ ಮಗಳಾಗಿ ಉಪಚರಿಸು. "ಆಕೀ ಬಂದಿದ್ದು ನಮ್ಮ ಭಾಗ್ಯ" ಹೆಂಡತಿಗೆ ಹೇಳಿದರು. ಶಾರದಳ ಕಣ್ಣುಗಳು ಅರಳಿದವು. ಕೋಣೆಗೆ ಬಂದವಳೆ "ಅಮ್ಮ, ಅವ್ರಿಗೆ ತುಂಬ ಸಂತೋಷವಾಗಿದೆ. ಎಲ್ಲಾ ಮರ್ತು ನಿನ್ನೊಟ್ಟಿಗೆ ಇರೋಂದ್ರು" ಕಣ್ಣಲ್ಲಿ ಆನಂದಬಾಷ್ಪ ಉರಿಸುತ್ತ ತೆಕ್ಕೆ ಬಿದ್ದಳು.

ಮಕ್ಕಳೊಂದಿಗೆ ಊಟ ಮಾಡಿ ಮುಗಿಸಿದ ನಾರಾಯಣ ಐತಾಳರು ಏಕೇಏಕಿ ನೀರಿಟ್ಟು ಅಡುಗೆಯ ಪಾತ್ರೆಗಳನ್ನು ತಂದಿಟ್ಟು "ಶಾರೀ, ಅಮ್ಮನ ಜೊತೆ ಹೋಗಿ ಊಟ ಮಾಡು" ಹೇಳಿ ಮುಂದಿನ ಕೋಣೆಗೆ ಹೋದರು. ಕಣ್ಣರಳಿಸುವಂಥ ಗಂಭೀರ ವ್ಯಕ್ತಿತ್ವ.

ಡೈನಿಂಗ್ ಟೇಬಲ್ ಮುಂದೆ ಕೂತು ಊಟ ಮಾಡುತ್ತಿದ್ದ ಲೀಲಾವತಿಗೆ ಸ್ವಲ್ಪ ಇರುಸು ಮುರುಸಾದರೂ ಮಗಳ ಪ್ರೀತಿಯ ಉಪಚಾರದಲ್ಲಿ ಎಲ್ಲಾ ಮರೆತು ಊಟ ಮಾಡಿದರು. ಅತ್ತೆ, ಮಾವನ ಒಳ್ಳೆಯ ಗುಣಗಳನ್ನು ಹೊಗಳಿದ್ದೇ ಹೊಗಳಿದ್ದು. ಎಷ್ಟೋ ಹೇಳಿಕೊಂಡಳು. ಆಧುನಿಕ ಸೌಲಭ್ಯಗಳು ಇಲ್ಲದ ಈ ಪರಿಸರದಲ್ಲಿ ಹೇಗೆ ಬದುಕುತ್ತಿದ್ದಾಳಂತ ಅನ್ನಿಸಿತು.

ರಾತ್ರಿ ಊಟದ ನಂತರ ಕೋಣೆಯಲ್ಲಿ ಹಾಸಿಗೆ ಬಿಡಿಸಿ ಕೊಟ್ಟ ಅಮ್ಮನ ಪಕ್ಕ ಮಲಗಿದ ಶಾರದ ತಾಯಿಯ ಕೈ ಹಿಡಿದುಕೊಂಡು "ಅಣ್ಣ ಹೇಗಿದ್ದಾನೆ? ಅತ್ತಿಗೆ ಕೂಡ ಬಂದಿಲ್ವಾ?" ಕೇಳಿದಳು. "ಆಗಾಗ ಬರ್ತಾನೆ. ಏನೋ ಒಂದೂ ತೋಚೋಲ್ಲ. ಗಂಡ ಹೆಂಡಿರ ಮಧ್ಯೆ ಒಂದಿಷ್ಟು ಸರಿಯಿಲ್ಲಾಂತ ಅನಿಸುತ್ತೆ. ಅವ್ನು ಹೇಳಿ ಕೇಳಿ ಪುಸ್ತಕದ

ಹುಳು. ಅವಳಿಗೆ ಅಲಂಕಾರ ಓಡಾಟ ಅಂಥದೆಲ್ಲ ಬೇಕು. ಈ ಕಡೆ ಒಬ್ಬರ ಮುಖ, ಆ ಕಡೆ ಒಬ್ಬರ ಮುಖ. ಇಂಥದೆಲ್ಲ ನಿಮ್ಮಪ್ಪನ ಕಣ್ಣಿಗೆ ಬೀಳೋಲ್ಲ. ಅವ್ರ ಸ್ವಭಾವ ಗೊತ್ತಲ್ಲ. ಹೆಣ್ಣು ಗೊತ್ತು ಮಾಡೋದ್ರಿಂದ ಹಿಡಿದು ಎಲ್ಲಾ ಮುತುವರ್ಜಿ ವಹಿಸಿದೋರು ಅವರೇ. ಒಳ್ಳೆ ಸಂಬಳ ಬರೋ ಹುದ್ದೆ. ಅವ್ನಿಗೂ ಯಾವ್ದೇ ಕೆಟ್ಟ ಅಭ್ಯಾಸಗಳು ಇಲ್ಲ. ನಿನ್ನ ಅತ್ತಿಗೆದು ಒಂದಿಷ್ಟು ದುಂದು ಖರ್ಚು ಬಿಟ್ರೆ ಒಳ್ಳೆಯವಳೆ" ಹೇಳುತ್ತಲೆ ನಿದ್ದೆ ಮಾಡಿದರು. ಶಾರದೆಗೆ ನಿದ್ದೆ ಬರಲಿಲ್ಲ. ಗಂಡನ ಎದೆಯ ಮೇಲೆ ತಲೆಯಾನಿಸಿ ಕಣ್ಣೀರು ಸುರಿಸಬೇಕೆನಿಸಿತು.

ಇವಳು ಓದುತ್ತಿದ್ದ ಕಾಲೇಜಿಗೆ ಹೊಸ ಎಕನಾಮಿಕ್ಸ್ ಲೆಕ್ಚರರ್ ಆಗಿ ಬಂದ ದಿನವೆ ಅವನನ್ನ ಮೆಚ್ಚಿಕೊಂಡಿದ್ದು. ವರ್ಷ ತುಂಬುವ ವೇಳೆಗೆ ಪರಿಚಯ ಪ್ರೇಮವಾಗಿ ಬಿಟ್ಟಿರಲು ಸಾಧ್ಯವೆನಿಸಿದಿದ್ದಾಗ ಎಷ್ಟು ಹೇಳಿದರೂ ಕೇಳದೇ ನಾರಾಯಣ ಐತಾಳರೊಂದಿಗೆ ಹೊಸಕೊಪ್ಪಕ್ಕೆ ಬಂದಿದ್ದು. ಅವರ ಹಿರಿಯರು ಬಂದು ಮಂಜುನಾಥಯ್ಯನವರಲ್ಲಿ ಅವಮಾನಿತರಾಗಿ ಹೋಗಿದ್ದರು. ದೊಡ್ಡ ಆಶೆ ಇಟ್ಟುಕೊಂಡು ಒಬ್ಬ ಐ.ಎ.ಎಸ್. ಮಾಡಿದವನನ್ನ ಅಳಿಯನಾಗಿ ಆಯ್ಕೆ ಮಾಡಿಕೊಂಡಾಗ ಮಗಳು ಕೊಟ್ಟ ಪೆಟ್ಟು ಚೇತರಿಸಿಕೊಳ್ಳಲಾಗದು. ಇಂದಿಗೂ ಅವಳನ್ನ ಕ್ಷಮಿಸಿರಲಿಲ್ಲ. ಮುಂದು ಕೂಡ ಕ್ಷಮಿಸಲಾರರು. ಹೆಂಡತಿಯನ್ನ ಇಲ್ಲಿಗೆ ಇಳಿಸಿದ್ದು ಆಕೆಯ ಮೇಲಿನ ಪ್ರೇಮದಿಂದ ಮಾತ್ರವೇ ಹೊರತು, ಮಗಳ ಮೇಲಿನ ಮಮಕಾರದಿಂದ ಅಲ್ಲ.

ಮರುದಿನ ನಾರಾಯಣ ಐತಾಳರು ತಮ್ಮ ತೋಟವನ್ನ ತೋರಿಸಿಕೊಂಡು ಬಂದರು. ಅಲ್ಲಿನ ಸಾಧಕಬಾಧಕಗಳನ್ನ ಗಮನಿಸಿದ ಮೇಲೆ ಬೇಸರವೆ ಆಯಿತು ಲೀಲಾವತಿಗೆ.

"ನಿನ್ಗಂಡ ಕೆಲ್ಸ ಬಿಟ್ಟಿದ್ದು ಯಾಕೆ?" ಮಗಳನ್ನು ಸ್ವಲ್ಪ ಇರುಸು ಮುರುಸುನಿಂದಲೇ ಪ್ರಶ್ನಿಸಿದ್ದು "ಮಾವಯ್ಯನಿಗೆ ಒಬ್ನೆ ಮಗ. ಆಗಾಗ ಅನಾರೋಗ್ಯ ಕಾಡುತ್ತೆ. ತೋಟ ನೋಡಿಕೊಳ್ಳಲು ಆಳುಕಾಳುಗಳು ಇದ್ದರೂ ಸ್ವಂತದವರಂತೆ ಒಬ್ಬರು ಬೇಕಲ್ಲ. ಮದ್ವೆಯಾದ್ಮೇಲೆ ಇಲ್ಲೇ ಉಳಿಕೊಂಡ್ರು" ಅಂದ ಮಗಳನ್ನು ಎವೆಯಿಕ್ಕದೆ ನೋಡಿದರು. ಸಿಟಿಯ ಜೀವನದಲ್ಲಿ ಬೆಳೆದವಳು ಬಲವಂತವಾಗಿ ಹೊಂದಿಕೊಂಡಿದ್ದಾಳೆ? ಬೇರೆ ದಾರಿ ಎಲ್ಲಿದೆ? ತವರನ್ನ ತೊರೆದುಕೊಂಡು ಬಂದಿದ್ದಾಳೆ. ಅನುಕಂಪ ಉಕ್ಕಿ ಉಕ್ಕಿ ಹರಿಯಿತು. ಹೇಳಬೇಕೆಂದ ಕೆಲವು ಮಾತುಗಳನ್ನು ತಮ್ಮಲ್ಲೇ ಉಳಿಸಿಕೊಂಡರು.

ರೂಮಿನಲ್ಲಿದ್ದವರು ಹೊರಗೆ ಬಂದು "ನಿನ್ನಣ್ಣ ಎಲ್ಲಾ ರೂಮುಗಳಿಗೂ ಎ.ಸಿ. ಮಾಡಿಸಿದ್ದಾನೆ. ಸೆಖೆ ಧಗೆಯೆನಿಸುತ್ತೆ. ನೀನು... ಹೇಗಿದ್ದಿ?" ಹೇಳಿಯೇಬಿಟ್ಟರು.

"ನಂಗೆ ಒಗ್ಗಿ ಹೋಗಿದೆ. ಎ.ಸಿ. ಅಂದದೆಲ್ಲ ನಮ್ಮ ಮಟ್ಟಿಗೆ ಇಲ್ಲ. ಇಲ್ಲಿ ಬೇಕೂಂತ ಅನ್ನಿಸೋಲ್ಲ. ಫ್ಯಾನ್‌ಗಳು ಹಾಕಿಸಿದ್ದರು. ಬಳಸೋದು ಕಡಿಮೆನೇ. ಪುರಸತ್ತು ಸಿಕ್ಕಾಗ ನಾನು ತೋಟಕ್ಕೆ ಹೋಗ್ತೀನಿ" ಉತ್ಸಾಹದಿಂದಲೇ ನುಡಿದಿದ್ದು. ಲೀಲಾವತಿ ಮುಖ ಮಾತ್ರ ಸಪ್ಪಗಾಯಿತು. "ನಂಗೇನೋ ನೀನು ತಪ್ಪು ಮಾಡ್ದೆಂತ

ಅನಿಸಿದೆ. ಏನಿದೆ ಸುಖ? ನಾವೆಷ್ಟು ಚೆಂದವಾಗಿ ಬೆಳೆಸಿದ್ವಿ. ನಿಮ್ಮಪ್ಪ ನೋಡಿದ ಗಂಡನ ಕೈ ಹಿಡಿದಿದ್ದರೇ ಮಹಾರಾಣಿಯಂಗೆ ಸುಖವಾಗಿ ಇರ್ತಾ ಇದ್ದೆ" ಸ್ವಲ್ಪ ಕೋಪ ಬೆರೆಸಿಯೆ ಹೇಳಿದ್ದು. ತೀರಾ ಸರಳವಾದ ಮಗಳ ಬದುಕಿನ ಬಗ್ಗೆ ಅವರಿಗೆ ದುಃಖವೆ.

"ಸುಖ ಅಂದರೆ ಏನು? ಹೇಗಿರುತ್ತೆ? ಅಣ್ಣನಿಗೆ ಒಳ್ಳೆ ಕೆಲಸ, ಕೈತುಂಬ ದುಡ್ಡು, ಚೆಂದವಾದ ಹೆಂಡ್ತಿ, ಮಲಗೋಕೆ ಎ.ಸಿ. ಕೋಣೆ, ಇಷ್ಟೆಲ್ಲ ಇದ್ದರೂ ಅವನೆಂದಾದ್ರೂ ಸುಖವಾಗಿ ಇದ್ದಾನಂತ ಕೇಳಿ ನೋಡು. ಸುಖ ಅವರವರು ಕಂಡಂಗೆ, ನಾನಂತು ಸುಖವಾಗಿ, ಸಂಸ್ಕೃತಿಯಿಂದ ಇದ್ದೀನಿ. ನಾನೆಂದೂ ದುಡುಕಿ ವಿವಾಹವಾದೆ ಅನ್ನೋ ಪಶ್ಚಾತ್ತಾಪವಿಲ್ಲ. ನಿಮ್ಮನ್ನೆಲ್ಲ ಕಳ್ಕೊಂಡೇ ಅನ್ನೋ ನೋವೊಂದಿದೆ ಅಷ್ಟೆ." ಕಣ್ಣೀರು ಮಿಡಿದಳು. ಆ ವೇಳೆಗೆ ಬಂದ ಸಾವಿತ್ರಿ, ಬಾಲಾಜಿ ಅಮ್ಮನ ಸೆರಗಿನ ತುದಿ ಹಿಡಿದು "ಇವತ್ತು ಅಪ್ಪ ಸ್ಕೂಲಿಗೆ ಬೇಡಾಂದ್ರು, ಇದೊಂದು ದಿನ ನಿಮ್ಮಜ್ಜಿ ಉಳಿದುಕೊಳ್ಳೋದು ನಮ್ಮ ಅದೃಷ್ಟ. ಆಕೀ ಜೊತೆಗೆ ಇರೊಂದ್ರು" ಅಂದ ಮೊಮ್ಮಕ್ಕಳನ್ನ ಲೀಲಾವತಿ ಹತ್ತಿರ ಕರೆದುಕೊಂಡು ಮುತ್ತಿಕ್ಕಿದ್ದರು. ದುಂಡು ದುಂಡಾದ ಮಕ್ಕಳು ಪ್ರಕೃತಿಯ ನಡುವೆ ಬೆಳೆದ ಸುಂದರ ಆರೋಗ್ಯವಂತ ಗಿಡಗಳಾಗಿ ಕಂಡರು. ಮಗನಿಗೂ ಎರಡು ಮಕ್ಕಳಿತ್ತು. ಪಾಟುಗಳಲ್ಲಿ ಬೆಳೆದ ಆರೈಕೆ ಇಲ್ಲದ ಗುಲಾಬಿಗಳಂತೆ ಕಡ್ಡಿ ಕಡ್ಡಿಯಾಗಿದ್ದವು. ಇಂಥ ಪ್ರೀತಿಯ ಹಸಿವು ಅವರಿಗೆ ಇರಲೇ ಇಲ್ಲ. "ತೀರಾ ಮಬ್ಬಾಗಿದೆ. ಮಳೆ ಬರುತೇನೋ, ನೋಡ್ಬರ್ತೀನಿ. ನೀವು ಅಜ್ಜಿ ಕೂಡ ಇರೀ" ಶಾರೀ ಹೊರಗೆ ಹೋದಳು.

ಆಕಾಶದಲ್ಲಿ ಕಪ್ಪನೆಯ ಮೋಡಗಳು ಬಲೆ ಹೆಣೆದಂತೆ ಕಂಡಿತು. ಗುಡುಗಿನ ಸಿದ್ಧತೆಯಲ್ಲಿ ಬಿಸಿ ಬಿಸಿ ಬರತೊಡಗಿದಾಗ ಮಳೆಗಾಲ ಸುರಿತ ಈಗಲೋ, ಇನ್ನೊಂದು ಗಳಿಗೆಯಲ್ಲೋ ಶುರುವಾಗುತ್ತದೆಯೆನಿಸಿತು. ಇಬ್ಬರು ಆಳುಗಳನ್ನು ತೋಟಕ್ಕೆ ಅಟ್ಟಿ ಹಿತ್ತಲಿಗೆ ಹೋಗಿ ಒಂದಿಷ್ಟು ಕರೀಬೇವಿನ ಸೊಪ್ಪು ಹಿಡಿದು ಒಳಬರುವ ವೇಳೆಗೆ ದಪ್ಪ ದಪ್ಪ ಮಳೆಯ ಹನಿಗಳು ಬಿಸಿಯೊಗೆದಂತೆ ಭೂಮಿಗೆ ಬಿದ್ದು ತಕ್ಷಣ ಇಂಗುತ್ತಿತ್ತು.

"ಮಳೆ ಬಂತು, ಮಳೆ ಬಂತು" ಹುಡುಗರಿಬ್ಬರು ಬಂದರು. ಮಳೆ ಸಂತೋಷ ತರುವಂಥದ್ದು. ಹುಡುಗರಿಗಂತು ಖುಷಿಯೇ. ಮೊದಲ ಮಳೆಯಲ್ಲಿ ತೊಯ್ಯಿಸಿಕೊಳ್ಳುವುದೆಂದರೆ ಜಗತ್ತಿನ ಜೀವ ಜಾತಿಗಳಿಗೆಲ್ಲ ಸಂಭ್ರಮವೇ. "ಹೊರಗೆ ಹೋಗ್ಬೇಡಿ. ಮಳೆ ಜೋರಿದೆ ಸುಮ್ನೆ ಜಗುಲಿಯ ಮೇಲೆ ನಿಂತು ಬಟ್ಟೆ ತೋಯಿಸಿಕೊಳ್ಳಬೇಡಿ." ಮಕ್ಕಳನ್ನ ಹಿಂದಕ್ಕೆಳೆದುಕೊಳ್ಳುವ ಪ್ರಯತ್ನದಲ್ಲಿ ಸೋಲೇ. ಅವು ಅಂಗಳಕ್ಕೆ ಜಿಗಿದು ಒಂದಿಷ್ಟು ಕುಣಿದಾಡಿಯೆ ಜಗುಲಿಗೆ ಬಂದಿದ್ದು." ಅಯ್ಯೋ ಇದೇನಿದು, ಶೀತವಾದೀತು" ಲೀಲಾವತಿಯ ಕೂಗು ಈಗ ಅವುಗಳ ಕಿವಿಗೆ ಬೀಳದು.

"ಅಂಥದೇನು ಆಗೋಲ್ಲ! ನಾನು ಕೂಡ ಅವುಗಳ ಜೊತೆ ಸಂಭ್ರಮಿಸಿದಿದೆ. ಬಂದ ಹೊಸದರಲ್ಲಿ ಅವನು ನನ್ನ ಪೂರ್ತಿ ನೆನೆಸಿ ಬಿಡೋರು. ತಕ್ಷಣ ಅತ್ತೆ ಕಷಾಯ ಮಾಡಿ ಕುಡಿಸೋರು. ನಂಗೆ ಆಕೀ ಅತ್ತೆ ಆಗ್ಲಿಲ್ಲ" ಗಂಡನನ್ನು ಹೆತ್ತಾಕಿಯನ್ನು ನೆನೆದು ಕಣ್ಣೆರಿಕ್ಕಿದಾಗ ಮಗಳಿಗೂ, ಸೊಸೆಗೂ ಹೋಲಿಕೆ ಮಾಡಿದರು. ಎಂದಾದರೂ ತನ್ನ,

ಸೊಸೆಯ ಮಧ್ಯೆ ಇಂಥ ಅನುಬಂಧ ಬೆಳೆದಿದ್ದು ಇದ್ಯಾ? ಮುಂದು ಕೂಡ ಅಂಥ ನಂಬಿಕೆ ಇರಲಿಲ್ಲ. ಮಗಳ ಭುಜದ ಮೇಲೆ ಕೈಯಿಟ್ಟರು. "ನಿನ್ನಂಥ ಸೊಸೆ ಸಿಕ್ಕಿದ್ದು ಅತೀ ಪುಣ್ಯ. ನಿನ್ನ ಅತ್ತಿಗೆ ಅರಸೋ ಸುಖಾನೇ ಬೇರೆ. ಇನ್ನ ಗಂಡನಿಗೆ ಹೊಂದಿಕೊಂಡಿಲ್ಲ" ನಿಟ್ಟುಸಿರು ಚೆಲ್ಲಿದರು.

ಮಳೆಯ ಬಿರುಸು ಜೋರಾಯಿತು. ಆಕಾಶದಿಂದ ನೀರನ್ನು ಮೊಗೆದು ಮೊಗೆದು ಚೆಲ್ಲಿದಂತೆ ಮಳೆ ಸುರಿಯುವುದರ ಜೊತೆ ಗಾಳಿ-ಗುಡುಗು ಮರೆಯಾಗಿ ಆಲಿಕಲ್ಲಿನ ಶ್ವೇತಧಾರೆ ಶುರುವಾದ ಕೂಡಲೇ ಅದನ್ನ ಲೆಕ್ಕಿಸದೆ ಹುಡುಗರು ಆಪಾಟಿ ಮಳೆಯಲ್ಲಿ ಆಲಿಕಲ್ಲು ಆಯ್ದು ತಂದರು. ಇಂಥ ನಿರ್ದಯ ಆಕ್ರಮಣಕ್ಕೆ ತಲ್ಲಣಗೊಂಡಂತೆ ಅಂಗಳದ ಮಲ್ಲಿಗೆಯ ಬಳ್ಳಿ ಹೋಲಾಡುತ್ತಿತ್ತು.

ಅಂಗೈಯಲ್ಲಿಡಿದು ಆಲಿಕಲ್ಲನ್ನು ನೆಕ್ಕುತ್ತಿದ್ದ ಮಗಳನ್ನು ನೋಡಿ "ಸಾಕು... ಸಾಕು... ಜ್ವರ ಬಂದಿತು ಮಹರಾಯ್ತಿ" ಮಗಳ ಕೈಯಲ್ಲಿದ್ದ ಆಲಿಕಲ್ಲನ್ನು ಕೊಡವಿ ಪ್ರೀತಿಯಿಂದ ಹತ್ತಿರಕ್ಕೆಳೆದುಕೊಂಡು "ಅಪ್ಪನ ಮುದ್ದಿನ ಮಗ್ಳು. ಮಾವನವರಿಗಂತು ಮೊಮ್ಮಗ್ಳು ಒಬ್ಬಳಿದ್ದ ಮುಗ್ದು ಹೋಯ್ತು. ಅದೆಷ್ಟು ಅಕ್ಕರೆ! ಅಂಥದೆಲ್ಲ ನಮ್ಗೆ! ಸಿಗಲೇ ಇಲ್ಲಂತ ಅನಿಸುತ್ತೆ. ಸದಾ ಅಪ್ಪನ ಕಣ್ಣೋ? ನನ್ನ ಹೆದರಿಸ್ತಾ ಇತ್ತು. ಈಗ್ಲೂ ಹಾಗೇ ಇರಬಹುದಲ್ಲ" ತಂದೆಯನ್ನು ನೆನೆಸಿಕೊಂಡ ಶಾರದಳ ದನಿ ಗದ್ಗದಿತವಾಯಿತು.

ಲೀಲಾವತಿ ಮೌನವಹಿಸಿದರು. ಗಂಡನಲ್ಲಿ ಬದಲಾವಣೆ ನಿರೀಕ್ಷಿಸುವುದು ಸಾಧ್ಯವಿರಲಿಲ್ಲ. ಇಲ್ಲಿಗೆ ಕಳಿಸುವಷ್ಟು ಮೆದುಧೋರಣೆ ತಳೆದಿದ್ದೆ ಕೋಟಿ. ಅದಕ್ಕಾಗಿ ಗಂಡನಿಗೆ ಸಾವಿರ ಸಾವಿರ ಕೃತಜ್ಞತೆಗಳನ್ನ ಅರ್ಪಿಸಿದಳು.

ಮಕ್ಕಳಿಬ್ಬರನ್ನ ಒಳಗೆ ಕಳಿಸಿ "ಅಮ್ಮ ಅಪ್ಪನ್ನ ನೋಡ್ಬೇಕೂಂತ ಅನಿಸುತ್ತೆ. ಇವರೇನು ಬೇಡಂತ ಅನ್ನೋಲ್ಲ. ಕ್ಷಮಿಸಿ ಅಂತ ಕಾಲ ಹಿಡಿಯೋಕು ಅವರು ತಯಾರಾಗಿದ್ದಾರೆ" ಎಂದಳು ಮೆಲ್ಲಗೆ. ಬೆಚ್ಚಿದರು ಲೀಲಾವತಿ. "ನಾನು ಸತ್ತಾಗಲೂ ಯಾರೂ ಅವಳಿಗೆ ತಿಳಿಸ್ಬಾರ್ದು" ಮಗನಿಗೆ ಕಟ್ಟಪ್ಪಣೆ ಮಾಡಿದ್ದರು. ಅಂಥ ಮನುಷ್ಯ ಮಗಳನ್ನು ಹೇಗೆ ಸ್ವಾಗತಿಸಿಯಾರು "ಬೇಡ ಕಣೆ, ನಾನು ಬಂದಿದ್ದು ಒಂದು ಪುಣ್ಯ. ಅವ್ರು ನಿನ್ನ ನೋಡೋಕೆ ಇಷ್ಟಪಡೋಲ್ಲ. ಸುಮ್ನೇ ರಾದ್ಧಾಂತವಾಗುತ್ತದೆ. ಆ ಆಸೆ ಬಿಟ್ಕೋ. ನಾನು ಕೂಡ ಮತ್ತೆಂದೂ ಬರೋಲ್ಲ". ಅಳೋಕೆ ಶುರು ಮಾಡಿದರು. ಆಗಾಗ ಬಂದು ಮಗಳ್ನ ನೋಡೋ ಹಾಗಿದ್ದರೆ ಚೆನ್ನಾಗಿತ್ತು ಅಂತ ಮನದಲ್ಲೇ ಅಂದುಕೊಂಡರು. ಅದು ಸಾಧ್ಯವಿಲ್ಲವೆಂದು ಗೊತ್ತು. ತಾಯಿಯ ಮಡಿಲಲ್ಲಿ ತಲೆ ಇಟ್ಟು ಕಣ್ಣೀರು ಸುರಿಸಿದ್ದು ಅವರ ಒಬ್ಬಳೇ ಮಗಳು ಶಾರೀ. ಇದು ಯಾವುದೇ ಪರಿವೆ ಇಲ್ಲದಂತೆ ಮಳೆ ಸುರಿಸುತ್ತಿತ್ತು. ಮಕ್ಕಳು ಸಂಭ್ರಮಿಸುತ್ತಿದ್ದರು.

ಶಿವಮೊಗ್ಗಕ್ಕೆ ಹೋಗಿದ್ದ ಐತಾಳರು ರಾತ್ರಿ ಕಡೆಯ ಹಾಲ್ಟ್ ಬಸ್ಸಿಗೇನೋ ಬಂದಿದ್ದು. ಅದೇ ಬೆಳಗಿನ ಮೊದಲ ಬಸ್ಸು ಬೆಂಗಳೂರಿನ ಕಡೆಗೆ, ಇನ್ನು ಸುರಿಯುತ್ತಿದ್ದ ಮಳೆಯಲ್ಲಿ ಅರ್ಧಂಬರ್ಧ ನೆನೆದೆ ಮನೆ ಸೇರಿದ್ದು.

"ಪೂರಾ ನೆಂದಿದ್ದೀರಿ" ಟವಲಿಡಿದು ಗಂಡನ ತಲೆಯನ್ನೊರೆಸುತ್ತಿದ್ದ ಮಗಳನ್ನು ನೋಡಿ ಕ್ಷಣ ಬೆಪ್ಪಾದರು. ಸೊಸೆಗೆ ಹೋಲಿಸಿ ನೋಡಿದರು. ತೀರಾ ತದ್ವಿರುದ್ಧ. ಆಕೀಗೆ ಗಂಡನೊಡನೆ ಬಡಿದಾಡಲು ಸಮಯವಿರಲಿಲ್ಲ. "ಮಹರಾಯ್ತಿ, ಅಂಥ ನೆಂದೋಗಿಲ್ಲ. ಅಮ್ಮ ಮಲಗಿದ್ರಾ? ಅವ್ರಿಗೆ ಏನು ಇಷ್ಟಾಂತ ನಿಂಗೆ ಮಾತ್ರ ಗೊತ್ತಿರುತ್ತೆ. ಅದ್ನ ಮಾಡಿ ಬಡಿಸೋದರ ಜೊತೆಗೆ ನಮ್ಮ ಕಡೆ ಪದಾರ್ಥಗಳ ರುಚಿ ತೋರಿಸಬೇಕಿತ್ತು" ಎನ್ನುತ್ತ ಹೆಂಡತಿಯ ಕೈಯಲ್ಲಿನ ಟವೆಲು ಕಸಿದುಕೊಂಡು "ನಿನ್ನ ಹೆತ್ತು ಈ ಮನೆಗೆ ದೀಪ ಹಚ್ಚೋಕೆ ಕಳಿಸಿದ ಆ ತಾಯಿ ನಂಗೆ ದೇವರ ಸಮಾನ" ಅಂದಿದ್ದನ್ನ ಕೇಳಿಸಿಕೊಂಡ ಲೀಲಾವತಿ ಗಪ್ಪನೆ ಇನ್ನಷ್ಟು ಹೊದ್ದು ಮಲಗಿದರು. ತಮ್ಮ ಬಗ್ಗೆ ಶಾರಿಯ ಗಂಡ ಇಟ್ಟ ಅಭಿಮಾನಕ್ಕೆ ಕೆಲವು ಕ್ಷಣ ಧನ್ಯತೆ ಅನುಭವಿಸಿದರು.

ಬಹಳ ಸಮಯ ನಿದ್ದೆ ಬರಲಿಲ್ಲ 'ಒಂದು ದಿನ ಉಳಿತೀಯಲ್ಲ, ಬೆಳಗಿನ ಮೊದಲ ಬಸ್ಸಿಗೆ ಬಾ. ನಾನು ಬಸ್‌ಸ್ಟಾಂಡ್‌ಗೆ ಬಂದಿರುತೀನಿ' ಗಂಡ ಹೇಳಿಕಳಿಸಿದ್ದನ್ನ ಭದ್ರವಾಗಿ ಜ್ಞಾಪಕದಲ್ಲಿ ಇಟ್ಟುಕೊಂಡಿದ್ದರಿಂದ ಬೆಳಗಿನ ಜಾವವೆ ಎಂದು ಬಚ್ಚಲ ಮನೆಗೆ ಬಂದಾಗ ಐತಾಳರು ಹಂಡೆಗೆ ಸೌದೆ ಹಾಕಿದರು.

"ಶಾರೀ ಎಬ್ಬಿಸ್ತೀನಿ" ಎಂದು ಪಂಚೆಯನ್ನ ಮೊಣಕಾಲಿನ ಮೇಲಕ್ಕೆ ಕಟ್ಟಿಕೊಳ್ಳುತ್ತ ರೂಮಿನತ್ತ ಹೋದರು. ಲೀಲಾವತಿ ಸ್ನಾನ ಮುಗಿಸಿ ಹೊರಬರುವ ವೇಳೆಗೆ ಸಿಹಿ ಪದಾರ್ಥದ ವಾಸನೆ ಬಂತು "ನೀನು ಮಡಿಯುಟ್ಟು ಬಾ ಹೋಗು" ಅಂದಿದ್ದು ಕೇಳಿಸಿತು.

"ಅಮ್ಮ ಇವತ್ತೊಂದು ದಿನ ಉಳ್ಕೋ" ಮಗಳು ಬಂದು ತೆಕ್ಕೆಗೆ ಬಿದ್ದಾಗ "ಬೇಡ ಕಂದ! ನಿನ್ನಪ್ಪನ ಸ್ವಭಾವ ಗೊತ್ತುಂಟಲ್ಲ. ಒಮ್ಮೆಯಾದ್ರೂ ನಿನ್ನ ಸಂಸಾರ ನೋಡೋ ಯೋಗ ಒದಗಿ ಬಂತಲ್ಲ" ಮಗಳನ್ನು ಸಂತೈಯಿಸಿದರು.

ಒಳ್ಳೆಯ ಕಾಂಚೀವರ ಸೀರೆಯನ್ನ, ಎಲೆಯಡಿಕೆಯಲ್ಲಿಟ್ಟು ಕೊಟ್ಟ ಶಾರೀ "ಖಂಡಿತ ಬೇಡನ್ನಬೇಡ. ನೀನು ಉಡದಿದ್ದರೂ ಬೀರುನಲ್ಲಿ ಇಟ್ಕೋ. ಈ ನೆನಪಾದ್ರೂ ಇರಲಿ" ಬಲವಂತ ಮಾಡಿಕೊಟ್ಟರು.

ಎಲ್ಲರೂ ಬಸ್‌ನ ಬಳಿಗ ಬಂದು ಬೀಳ್ಕೊಟ್ಟರು. "ಬರೀ ದೊಡ್ಡಸ್ತಿಕೆ, ಕಾರು, ಬಂಗ್ಲೆ, ಎ.ಸಿ. ರೂಮುಗಳಲ್ಲಿರೋ ಸುಖ ಖಂಡಿತ ಸುಖವಲ್ಲ. ಅಪ್ಪನ ಪ್ರಕಾರ ದೊಡ್ಡ ಆಫೀಸರ್ ಕೈ ಹಿಡಿದರೂ ಇಷ್ಟೊಂದು ಸುಖವಾಗಿ ಇರ್ತಾ ಇರ್ಲಿಲ್ಲ. ಸಮಯ ಸಿಕ್ಕಾಗ ಅಪ್ಪನಿಗೆ ಹೇಳು' ಅಂದಿದ್ದನ್ನು ಬೆಂಗಳೂರು ತಲುಪುವವರೆಗೂ ಮೆಲುಕು ಹಾಕಿದರು.

●

12. ಪ್ರೇಮಿ

ಮೇಲಂತಸ್ತಿನಲ್ಲಿ ರೋಹಿತ್‌ನ ಮನೆ. ಇಂದು ಎಂದಿನಂತೆ ಮೆಟ್ಟಿಲುಗಳನ್ನ ಹತ್ತಲಾಗಲಿಲ್ಲ. ಅತ್ತಿತ್ತ ನೋಡಿ ಹೆಜ್ಜೆ ಎತ್ತಿಡುತ್ತಿದ್ದವನ ಮುಖದಲ್ಲಿ ಆತಂಕವಿತ್ತು. ತನ್ನನ್ನು ಯಾರೂ ನೋಡಬಾರದು, ಮಾತನಾಡಿಸಬಾರದು ಎಂದು ಕಾತುರದಿಂದ ಮೇಲೇರುತ್ತಿದ್ದ ಕಟ್ಟಡದ ಕೆಳ ಅಂತಸ್ತಿನಲ್ಲಿ ಕೆಲಸದವಳೊಂದಿಗೆ ಮಾತಾಡುತ್ತಿದ್ದ ಅವನಮ್ಮನ ಗೆಳತಿ ನೋಡಿಯೇ ನೋಡಿದಳು.

"ಎಲ್ಲಿ ನಂದಿನಿ? ಒಬ್ನೆ ಬರ್ತಾ ಇದ್ದೀಯಲ್ಲ? ಆ ಹುಡ್ಗಿ! ಮದ್ವೆಯ ಸೀರೆ ತಂದು ತೋರಿಸ್ತೀನೀಂತ ಹೇಳಿದ್ಲು" ಎಂದು ಕೇಳಿದಳು. ಅವನ ಮುಖ ಬಿಗಿಯಿತು. ಇವಳಿಗೇಕೆ ನಂದಿನಿಯ ವಿಷಯ? ಅವಳ ಸೀರೆ ಕಟ್ಟಿಕೊಂಡು ಏನು ಮಾಡ್ತಾಳೆ? ಕೆಲ್ಸವಿಲ್ಲದ ಹೆಂಗಸು, ಎಂದು ಮನದಲ್ಲಿ ಗೊಣಗಿಕೊಂಡರೂ ಮೇಲ್ಮುಖವಾಗಿ "ಅವ್ಳು ಫ್ರೆಂಡ್ ಜೊತೆ ಹೋದ್ಲು" ಎಂದು ಮೂರನೆ ಅಂತಸ್ತಿನ ಕಡೆ ನೋಡಿದ. ಅವನೆದೆಯ ಢವಗುಟ್ಟುವಿಕೆ ಇನ್ನೂ ಕಡಿಮೆಯಾಗಿರಲಿಲ್ಲ. ತಕ್ಷಣ ನೆನಪಾಯಿತು. ನಂದಿನಿ, ತಾನು ಜೊತೆಯಾಗಿ ಇನ್ವಿಟೇಷನ್ ಕೊಡಲು ಹೊರಟಿದ್ದನ್ನು ಆಕೆ, ನೋಡುವುದರ ಜೊತೆಗೆ ಸೀರೆಗಳ ಬಗ್ಗೆ ಮಾತಾಡಿದ್ದಳು. ಬೆಚ್ಚಿ, ಹಿಂದಿರುಗಿದ. ಆಕೆ ತನ್ನ ಮಾತಿನಲ್ಲಿ ಮಗ್ನಳಾಗಿದ್ದಳು.

ನಿಂತು ಆಕೆಗೆ ಸರಿಯಾಗಿ ಕಲ್ಪಿತ ಉತ್ತರ ನೀಡಬೇಕು! ತನ್ನ ಅವಸರವನ್ನ ತಪ್ಪಾಗಿ ಗ್ರಹಿಸಿದರೆ, ಇಲ್ಲದ ಅಪಾರ್ಥಗಳನ್ನು ಕಲ್ಪಿಸಿಕೊಂಡು ಎಲ್ಲರೊಡನೆ ಹೇಳಿದರೆ? ಮೈ ಬೆವರತೊಡಗಿತು. ಸ್ಕೂಟರ್ ಏರುವಾಗ ನಂದಿನಿ "ಆಂಟಿ ಜೊತೆಯಲ್ಲೇ ಬಂದು ನಿಮ್ಗೆ ಸೀರೆ ತೋರಿಸಿಯೇ ಹೋಗ್ತೀನಿ" ಕುಲುಕುಲು ನಕ್ಕಿದ್ದಳು. ಆ ನಗು, ಮಾತು ಎಲ್ಲಾ ಅವನಿಗೆ ಪ್ರಿಯವೇ "ನಿನ್ನ ನಗುವೆ ನನ್ನ ಗೆದ್ದಿದ್ದು. ಈ ನಗುವಿಗಾಗಿ ನಾನು ಏನು ಬೇಕಾದ್ರೂ... ಮಾಡ್ತೀನಿ" ಎಂದಿದ್ದ. ಉಸಿರು ಬಿಗಿದು ಅವನೆದೆ ಭಾರವಾಯಿತು. ಮುಚ್ಚಿದ್ದ ತನ್ನ ಮನೆಯ ಬಾಗಿಲ ಮುಂದೆ ನಿಂತು ದಣಿವಾರಿಸಿಕೊಳ್ಳತೊಡಗಿದ. ತನ್ನ ಹೆಸರಿನ ಇಂಗ್ಲೀಷ್ ಅಕ್ಷರಗಳ ಮೇಲೆ ಅವನ ದೃಷ್ಟಿ ನೆಟ್ಟಿತು. 'ನಿನ್ನ ಹೆಸರಿನ ಪಕ್ಕ ನನ್ನ ಹೆಸರಿನ ಅಕ್ಷರಗಳನ್ನು ಜೋಡಿಸಿದರೆ... ಹೇಗೆ?' ಎಂದು ನಂದಿನಿ ನಕ್ಕ ಗಳಿಗೆ ನೆನಪಾಯಿತು. ಮತ್ತಷ್ಟು ಬೆವೆತ. ತಾನು ಬರಲೇ ಬಾರದಿತ್ತು. ತನಗೆ ಶಕ್ತಿ, ಸಾಮರ್ಥ್ಯ, ವ್ಯಕ್ತಿತ್ವ ಏನಿಲ್ಲ! ತಾನು ಫ್ಯಾನಿಗೆ ಉರುಲು ಹಾಕಿಕೊಂಡು ಸತ್ತುಬಿಡಬೇಕು. ಇಂಥ ಸಾವಿನ ಯೋಜನೆಗಳು ಬಂದು ಬಂದು ಮರೆಯಾದವು. ಬಹಳ ಪ್ರಯಾಸದಿಂದ ಕರೆಗಂಟೆಯೊತ್ತಿದ. ಅವನ ತೊಡೆಗಳಲ್ಲಿ ನಡುಕ ಶುರುವಾಯಿತು.

'ಹಾಗೇ ಅವಳನ್ನ ಮನೆಗೆ ಬಿಡ್ಬೇಡ. ಇಲ್ಲಿಗೆ ಕರ್ಕೊಂಡ್ಬಾ. ಅವ್ಳಿಗಾಗಿ ಹಲ್ವಾ ಮಾಡಿರ್ತೀನಿ' ಎಂದು ತಾಯಿ ಹೋಗುವಾಗ ಹೇಳಿಕಳಿಸಿದ್ದಳು. ಈಗ ನಂದಿನಿಯ ಬಗ್ಗೆ ಪ್ರಶ್ನಿಸಬಹುದು. ಗಂಟಲು, ನಾಲಿಗೆ ಒಣಗಿತು. ಪ್ರಯಾಸದಿಂದ ನಾಲಿಗೆಯನ್ನು ತುಟಿಗಳ ಮೇಲಾಡಿಸಿ ಒದ್ದೆ ಮಾಡುವ ಪ್ರಯತ್ನ ಮಾಡಿದ ಅಷ್ಟೆ. ಯಾವ ಕ್ಷಣವಾದರೂ ಅಮ್ಮ ಬಂದು ಬಾಗಿಲು ತೆಗೆಯಬಹುದೆಂದು ಡವಗುಟ್ಟುವ ಹೃದಯವನ್ನು ಮುಷ್ಟಿಯಲ್ಲಿ ಹಿಡಿದು ಧೈರ್ಯದ ಮುಖವಾಡ ಧರಿಸಿ ನೆಲದ ಮೇಲೆ ದೃಢವಾದ ಹೆಜ್ಜೆಗಳನ್ನೂರಿ ನಿಂತ.

ನಿಧಾನವಾಗಿ ಬಾಗಿಲು ತೆರೆಯಿತು. ಅವನಮ್ಮ ಮಗನನ್ನು ಪ್ರಶ್ನಾರ್ಥಕವಾಗಿ ನೋಡಿದರು. ನೋಟ ತಗ್ಗಿಸಿ ಷೂ ಕಳಚಿಟ್ಟು, ಮುಂದಿನ ಹಜಾರ ದಾಟಿ ರೂಮಿಗೆ ಹೋದವನೆ ಮಂಚದ ಮೇಲೆ ಕುಸಿದ. ಇಬ್ಬರು ಜೊತೆಯಾಗಿಯೇ ಹೋಗಿ ಈ ಮಂಚ ಖರೀದಿಸಿ ತಂದಿದ್ದರು. ಹಣ ಕೊಟ್ಟಿದ್ದು ಅವಳೇ. 'ಮಂಚ, ಹಾಸಿಗೆಯೆಲ್ಲ ಹೆಣ್ಣಿನ ಮನೆಯವರೇ ಕೊಡ್ಬೇಕು' ಎಂದು ನಗಾಡಿದ್ದಳು. ಆ ನಗು ಸದಾ ಕಿವಿಗಳನ್ನೇ ತುಂಬಿಕೊಂಡೇ ಇರುತ್ತಿತ್ತು.

ಎಲ್ಲೋ ಕೆಳ ಅಂತಸ್ತಿನವರೊಂದಿಗೆ ನಂದಿನಿ ಮಾತಾಡುತ್ತ ನಿಂತಿರಬಹುದೆಂದುಕೊಂಡು ಮೆಟ್ಟಿಲು ಬಳಿಗೆ ಬಂದು ಕೆಳಗೆ ಬಗ್ಗಿ ನೋಡಿದರು. ನಿಶ್ಯಬ್ದವಾಗಿತ್ತು. ಮತ್ತೆ ಒಳಗೆ ಬಂದು ಬಾಗಿಲು ಮುಚ್ಚಿದವರು ಮಗನ ರೂಮಿನವರೆಗೂ ಬಂದು ಇಣುಕಿ "ಎಲ್ಲಿ ನಂದಿನಿ?" ಕೇಳಿದರು. ತಕ್ಷಣ ಮೇಲೆದ್ದ ರೋಹಿತ್ ಲುಂಗಿಯನ್ನು ಹೆಗಲ ಮೇಲೆ ಹಾಕಿಕೊಂಡು ಪ್ಯಾಂಟು ಕಳಚುತ್ತ "ಅವ್ಳ ಫ್ರೆಂಡ್ ಮನೆಗೆ ಹೋದ್ಲು" ಎಂದು ಧ್ವನಿ ನಡುಗದೆ ಎಚ್ಚರವಹಿಸಿ ಹೇಳಿದ. ಆಕೆಗೆ ಇಷ್ಟವಾಗಲಿಲ್ಲ. "ಯಾಕೆ ಬಿಟ್ಟು ಬಂದೆ? ಅವ್ಳು ಇಲ್ಲಿಗ್ಬಂದು ಮನೆಗೆ ಹೋಗ್ತೀನಿ ಅಂದಳಲ್ಲ. ಇಷ್ಟು ದಿನದ್ದು ಹೇಗೋ ಆಯ್ತು. ಮದ್ವೆ ನಿಶ್ಚಯವಾದ ಮೇಲೆ, ನಮ್ಮ ಮನೆಗೆ ಸೇರಿದವಳು, ಅಲ್ವಾ? ನಾವು ಕಾಳಜಿ ವಹಿಸ್ಬೇಕು. ಕತ್ತಲು ಸಮಯದಲ್ಲಿ ಅವ್ಳು ತಾನೇ ಒಂಟೊಂಯಾಗಿ ಫ್ರೆಂಡ್ಸ್ ಮನೆಗೆ ಯಾಕೆ ಹೋಗ್ಬೇಕು? ನೀನಾದ್ರೂ ತಡೀಬಹುದಿತ್ತು. ಇಲ್ಲ, ಜೊತೆಯಲ್ಲೇ ಬರಬೇಕಿತ್ತು" ಗೊಣಗಿಕೊಂಡೇ ಆಕೆ ಅಡಿಗೆ ಮನೆಗೆ ಹೋದದ್ದು. ಪಾತ್ರೆಗಳ ಸದ್ದು ಅವನ ಎದೆಯ ಬಡಿತವನ್ನು ಮತ್ತಷ್ಟು ಏರಿಸಿತು. ಬಚ್ಚಲ ಮನೆಗೆ ಹೋಗಿ ಬಾಗಿಲು ಹಾಕಿಕೊಂಡ.

ಎಂಟು ಗಂಟೆಯಾಗುತ್ತಿದ್ದಂಗೆ ನಂದಿನಿ, "ರೋಹಿತ್, ಸಾಕ್ಬಿಡು. ನಾಳೆ ಹೋಗಿ ಮಿಕ್ಕವರಿಗೆ ಲಗ್ನಪತ್ರಿಕೆ ಕೊಡೋಣ. ಲಲಿತನ ಮನೆ ಕಡೆ ಬೀದಿ ದೀಪಗಳೇ ಇರೋಲ್ಲ. ಜನಗಳ ಓಡಾಟ ತೀರಾ ಕಡ್ಮೆ. ಆ ಸ್ಕೂಲು ಮೈದಾನ ಪೂರ್ತಿ ನಿರ್ಜನವಾಗಿರುತ್ತೆ" ಹೇಳಿದಳು.

"ಎಷ್ಟೊಂದು ಅಂಜುಪುರುಕಿ! ನಾನಿಲ್ಲ, ಜೊತೆಯಲ್ಲಿ? ಭಯ ಅನ್ನೋದು ನಿನ್ನಹತ್ರವೂ ಸುಳೀಬಾರ್ದು. ಅದೂ ನಾವು ಹೋಗ್ತ ಇರೋದು ಸ್ಕೂಟರ್‌ನಲ್ಲಿ" ಎಂದು ಕತ್ತಲು ತುಂಬಿಕೊಂಡು ನಿರ್ಜನವಾಗಿರುವ ಮೈದಾನದೊಳಕ್ಕೆ ಸ್ಕೂಟರನ್ನು ನುಗ್ಗಿಸಿದ.

ನಿಶ್ಶಬ್ದ ವಾತಾವರಣ. ತುಂಬಿಕೊಂಡು ಕತ್ತಲು. ಸ್ಕೂಟರ್ ನಿಲ್ಲಿಸಿ ನಂದಿನಿಯನ್ನು ಅಪ್ಪಿ ಮುದ್ದಾಡಬೇಕೆನಿಸಿತು. ಇಂದು ಉಟ್ಟ ಮೆರೂನ್ ಸೀರೆಯಲ್ಲಿ ಮುದ್ದಾಗಿ ಕಂಡಿದ್ದಳು. ಐದು ವರ್ಷದಿಂದ ಅವರಿಬ್ಬರೂ ಒಬ್ಬರನ್ನೊಬ್ಬರು ಪ್ರೀತಿಸುತ್ತಿದ್ದರು. ಅವರೆಷ್ಟು ಹುಚ್ಚರಾಗಿದ್ದರೆಂದರೆ, ಒಬ್ಬರಿಗಾಗಿ.... ಒಬ್ಬರು ಸಾಯಲು ಸಿದ್ಧವಾಗುತ್ತಿದ್ದರು. ಇಂದು ಕೂಡ ಮನೆಯಿಂದ ಹೊರಟವರು ಪಾರ್ಕ್‌ನಲ್ಲಿ ಸ್ವಲ್ಪ ಹೊತ್ತು ಒಬ್ಬರಿಗೊಬ್ಬರು ತೆಕ್ಕೆ ಹಾಕಿಕೊಂಡು ಅಡ್ಡಾಡಿದರು. ಇನ್ನೂ ಚಿಕ್ಕ ಪುಟ್ಟ ವಯಸ್ಸಿನ ಪ್ರೇಮಿಗಳು ತಮ್ಮದೇ ಜಗತ್ತಿನಲ್ಲಿ ಮೈಮರೆತು ವಿಹರಿಸುತ್ತಿದ್ದರು. ಪಿಸುಗುಟ್ಟಿ ಕಲ್ಪನೆಯ ಗೋಪುರವನ್ನು ಎತ್ತರತ್ತೆರಕ್ಕೆ ಒಯ್ದು ಕಟ್ಟುವ ಸಮಯದಲ್ಲಿ ನಂದಿನಿ ಎಷ್ಟೊಂದು ಸಂತೋಷವಾಗಿದ್ದಳು. ಈ ಕ್ಷಣಗಳು ಶಾಶ್ವತವೇನೋ ಎನ್ನುವಂತೆ ವಿಹರಿಸುತ್ತಿದ್ದರು. ಆದರೆ ಸೂರ್ಯ ಮುಳುಗಿ, ಕತ್ತಲು ಆವರಿಸಿದಾಗ ಹುಲ್ಲಿನ ಮೇಲೆ ಕೂತಿದ್ದವಳು ಸೀರೆಯ ನೆರಿಗೆಗಳನ್ನು ಕೊಡುವುತ್ತ ಮೇಲೆದ್ದು "ಸಾಕು, ಅಮ್ಮನಿಗೆ ನಾನು ಕತ್ತಲು ಸಮಯದಲ್ಲಿ ಹೊರ್ಗೆ ಇರೋದು ಇಷ್ಟವಾಗ್ದು. ಬೇಗ ಇನ್ವಿಟೇಷನ್‌ಗಳ್ನ ಕೊಡೋದು ಮುಗ್ಸಿ ಮನೆಗೆ ಹೋಗ್ಬೇಕು. ಆಂಟೀ ಕೂಡ ನಂಗೋಸ್ಕರ ಹಲ್ವಾ ಮಾಡಿಟ್ಕೊಂಡ್ ಕಾಯ್ತ ಇರ್ತಾರೆ" ಎಂದವಳ ಸೊಂಟಕ್ಕೆ ಕೈ ಹಾಕಿ ಹತ್ತಿರಕ್ಕೆಳೆದುಕೊಂಡಾಗ ಕೊಸರಿಕೊಳ್ಳುತ್ತ "ಯಾಕೆ, ಇಷ್ಟೊಂದು ಆತ್ರ? ಹೇಗೂ, ಮದ್ವೆ ಆಗ್ತಾ ಇದ್ದೀವಲ್ಲ. ಅಲ್ಲೀವರ್ಗೂ ಈ ಪಬ್ಲಿಕ್ ಪ್ರದರ್ಶನ ಬೇಡ" ಎಂದು ಅವನ ಕೈಗಳನ್ನು ಸರಿಸಿದ್ದಳು.

ನೆನಪುಗಳು ಸಿಹಿಗಿಂತ, ಕಹಿಯನ್ನು ಕಕ್ಕಿತು. ವೇದನೆಯಾಗಿ, ಭಯವಾಗಿ ರೋಹಿತ್‌ನನ್ನು ಆವರಿಸಿ ಚಿತ್ರಹಿಂಸೆಕೊಟ್ಟಿತು. ಅರಳಿದ ಅವಳ ಕಣ್ಣುಗಳ, ಬಿರಿದ ತುಟಿಗಳು ತುಂಬಿದ ಎದೆಯನ್ನು ನೋಡುವಾಗ ಪ್ರೇಮ, ಪ್ರೀತಿ ನಿರರ್ಥಕವಾಗಿ ಹೇಗೆ ಕಾಲ ದೂಡಿತು ಎಂದು ಬೇಸರಗೊಳ್ಳುತ್ತಿದ್ದ.

"ರೋಹಿತ್, ಊಟಕ್ಕೆ ಬರ್ತೀಯೇನೋ!" ಅಮ್ಮ ಕೂಗಿದ್ದು ಕೇಳಿಸಿತು. ಮುಖ ತೊಳೆದುಕೊಂಡು ಬಂದವನು ಆಕೆಯ ನೋಟವನ್ನೆದುರಿಸಲಾರದೆ ಮುಖವನ್ನು ಪಕ್ಕಕ್ಕೆ ತಿರುವಿದ. ನಡೆದದ್ದನ್ನು ಹೇಳಲು ಸಾಧ್ಯವೇ? "ತಟ್ಟೆ ಹಾಕಿದ್ದೀನಿ. ನಂದಿನಿ ಹಾಗೇ ಮನೆಗೆ ಹೋಗ್ತೀನಿ ಅಂದ್ಲಾ? ಹೋಗ್ಲಿ, ಡಬ್ಬಿಗೆ ಹಾಕಿ ಹಲ್ವಾನ ಫ್ರಿಜ್‌ನಲ್ಲಿ ಇಡ್ತೀನಿ. ಆಫೀಸ್‌ಗೆ ಹೋಗುವಾಗ ಸ್ವಲ್ಪ ಬೇಗ ಅವ್ಳ ಮನೆಗೆ ಕೊಟ್ಹೋಗು. ಸದ್ಯಕ್ಕೆ ಈ ಓಡಾಟ ಬೇಗ ಮುಗ್ದು ನಂದಿನಿ ಬಂದು ಇಲ್ಲಿ ಉಳ್ದುಕೊಂಡರೇ... ಸಾಕು." ಎಲ್ಲಾ ಒಟ್ಟಿಗೆ ಹೇಳಿದರು. ನಂದಿನಿ ಈ ಓಡಾಟ ಮುಗಿಸಿ ಸೊಸೆಯಾಗಿ ಬಂದುಬಿಟ್ಟರೇ ಸಾಕಿತ್ತು.

"ನಂಗೆ ಊಟ ಬೇಡ. ಇನ್ವಿಟೇಷನ್ ಕೊಡೋಕೆ ಹೋದಾಗ ನಂದಿನಿ ಫ್ರೆಂಡ್ ಮನೆಯಲ್ಲಿ ಭರ್ಜರಿ ತಿಂಡಿ ಆಯ್ತು. ನೀನು ಊಟ ಮಾಡಿ ಮಲಕ್ಕೋ" ಹೇಳಿದ ಸಿಡುಕಿನಿಂದ ಅಮ್ಮ ಹೆಚ್ಚು ಕೇಳಿದರೆ ತಾನು ಏನೇನು ಮಾತಾಡಿ ಬಿಡುತ್ತೇನೋ ಎನ್ನುವ ಹೆದರಿಕೆ. ಆಕೆ ಬಂದು ಮಗನ ಎದುರು ನಿಂತು, "ಎಷ್ಟು ಮನೆಗಳಿಗೆ ಇನ್ವಿಟೇಷನ್ ಕೊಟ್ರಿ? ಎಲ್ಲಾ ಮುಗಿತಾ? ಇವೊತ್ತಿಗೆ ಎಂಟು ದಿನಕ್ಕೆ ಮದ್ವೆ ಮುಗ್ಧೀ ಹೋಗಿರುತ್ತೆ.

ಇನ್ನೂ ಪೂರ್ತಿಯಾಗಿ ಲಗ್ನಪತ್ರಿಕೆ ಹಂಚಿದ ಸಂಭ್ರಮವೇ ಮುಗ್ದಿಲ್ಲ. ಅವ್ರು ಲಲಿತ ಮನೆಗಾ ಹೋಗಿದ್ದೂ? ನೀನ್ಯಾಕೆ ಬಿಟ್ಬಂದೆ?" ಪ್ರಶ್ನೆಗಳ ಮೇಲೆ ಪ್ರಶ್ನೆ. ಅಮ್ಮನಿಗೇನಾದರೂ ಸಂಶಯ ಬಂದಿದೆಯಾ ಎಂದು ವಾರೆಗಣ್ಣಿಂದ ಗಮನಿಸಿದ. ಭಯ ಅವನನ್ನು ಪೂರ್ತಿಯಾಗಿ ಆವರಿಸಿದ್ದರಿಂದ, ಅಮ್ಮನ ಮುಖದ ಭಾವನೆಗಳನ್ನು ಸರಿಯಾಗಿ ಗುರ್ತಿಸಲಾಗಲಿಲ್ಲ.

"ನಿನ್ನದೆಲ್ಲ ಪುರಾಣ! ನಂದಿನಿನೇ ವಿಚಾರಿಸ್ಕೋ" ಸಿಟ್ಟಿನಿಂದ ಬಾಲ್ಕನಿಗೆ ಎದ್ದು ಹೋದ. ತುಂತುರು ವರ್ಷ ಶುರುವಾದುದ್ದರಿಂದ ಥಂಡಿ ಗಾಳಿ ಬೀಸುತ್ತಿತ್ತು. "ನಂಗೆ ಚಳಿ, ಮಳೆ ತಡೆದುಕೊಳ್ಳೋಕ್ಕಾಗಲ್ಲ!" ನಂದಿನಿ ಪಿಸುಗುಟ್ಟಿದಂತಾಯಿತು. ಭಯದಿಂದ ಸುತ್ತಮುತ್ತಲೂ ಕಣ್ಣಾಡಿಸಿದ. ದಿನವು ಅವನು ಊಟದ ನಂತರ ಇಲ್ಲಿ ನಿಂತು ಎದುರಿನ ಬಾಲ್ಕನಿಯತ್ತ ನೋಡುತ್ತಿದ್ದ. ಇಂದೂ ಕೂಡ ಅವನ ನೋಟ ಅತ್ತ ಹರಿದು ನಿಂತಿತು. ಒಂದು ವರ್ಷದ ಹಿಂದೆ ಮದುವೆಯಾದ ದಂಪತಿಗಳು. ಹೋದ ವರ್ಷ ವಿವಾಹದ ಮೊದಲ ಆನಿವರ್ಸರಿ ಆಚರಿಸಿಕೊಂಡು ಹೋಟಲಲ್ಲಿ ಒಂದು ಪಾರ್ಟಿ ಕೊಟ್ಟಿದ್ದರು. ಅದಕ್ಕೆ ಅವನು, ನಂದಿನಿ ಇಬ್ಬರೂ ಹೋಗಿದ್ದರು. ಎಂದಿನಂತೆ ಇಂದು ಕೂಡ ಗಂಡ... ಹೆಂಡತಿ ಪಕ್ಕ ಪಕ್ಕ ನಿಂತಿದ್ದರು. ನಗು, ಮಾತು ನಡೆದೇ ಇತ್ತು. ತೆಳ್ಳನೆಯ ನೈಟುಗೌನ್ ತೊಟ್ಟಿದ್ದ ಮುದ್ದಾದ ಹೆಂಡತಿಯ ಹೆಗಲ ಮೇಲೆ ಕೈ ಹಾಕಿ ಕಿವಿಯ ಬಳಿ ಏನೋ ಪಿಸುಗುಟ್ಟುತ್ತಿದ್ದ. ನಂತರದ ಪ್ರೀತಿ, ಪ್ರೇಮ, ಪ್ರಣಯ.... ಮುತ್ತಿಕ್ಕುವುದು, ತಬ್ಬಿಕೊಳ್ಳುವುದು ನಂತರ ಒಬ್ಬರಲ್ಲಿ.... ಒಬ್ಬರು ಲೀನವಾಗಿ ಬಿಡುವುದು. ಇದು ಸೃಷ್ಟಿಯ ಮಹತ್ತರ ಅಂಶಗಳೆಂದು ಇಂದಿನ ಸಂಜೆಯವರೆಗೂ ಅಂದರೆ ಸೂರ್ಯ ಪಶ್ಚಿಮಕ್ಕೆ ವಾಲಿ ಮರೆಯಾಗುವವರೆಗೂ ತಿಳಿದಿದ್ದ. ಯಾಕೋ ಎಲ್ಲಾ ಅರ್ಥಹೀನವೆನಿಸಿತು. ಹೆಣ್ಣು, ಗಂಡುಗಳ ಮಧ್ಯೆ ಕೊಟ್ಟು ತೆಗೆದುಕೊಳ್ಳುವ ಕ್ರಿಯೆಯೇ ಪ್ರೇಮ?

ಬಾಲ್ಕನಿಯಿಂದ ಒಳಗೆ ಧಾವಿಸಿ ಬಾಗಿಲು ಹಾಕಿ ಹಾಸಿಗೆಯ ಮೇಲೆ ಉರುಳಿಕೊಂಡು ಪಕ್ಕಕ್ಕೆ ನೋಟ ಹರಿಸಿದ. ಡನ್‌ಲಪ್ ಹಾಸಿಗೆ, ಮೊದಲ ರಾತ್ರಿಗಾಗಿ ಸಜ್ಜಾಗಿ ನಿಂತಿತ್ತು. "ಮಂಚ ಹಾಸಿಗೆಯೆಲ್ಲ ಒಟ್ಟಿಗೆ ಅಲ್ಲಿಯೇ ಸಾಗಿಸಿ ಬಿಟ್ಟರೇ... ಒಳ್ಳೇದು. ಇಲ್ಲಿಗೆ ತಂದು ಮತ್ತೆ ಅಲ್ಲಿಗೆ ಕಳ್ಸೋದು ಡಬ್ಬಲ್ ಕೆಲ್ಸವಾಗುತ್ತೆ. ನಂದಿನಿ ತಾಯಿ ಖರ್ಚು ಕಡಿಮೆ ಮಾಡಲು ಮಂಚ ಇಲ್ಲಿಗೆ ಸಾಗಿಸಲು ಹೇಳಿದ್ದರು. ಇವನಮ್ಮನ ಒಪ್ಪಿಗೆಯೂ ಇತ್ತು. ಮಂಚ ಉಪಯೋಗಿಸುತ್ತಿದ್ದರೂ, ನಿಲ್ಲಿಸಿದ್ದ ಹಾಸಿಗೆಯ ಸ್ಪರ್ಶಿಸಿ ಸುಖ ಸವಿಯುತ್ತಿದ್ದ. ಕನಸು ಕಾಣುತ್ತಿದ್ದ. ಇಂದು ಎಲ್ಲಾ ಹತ್ತಿಕೊಂಡು ಉರಿದ ಅನುಭವವಾಯಿತು. ಅಗ್ನಿಕುಂಡದ ಮಧ್ಯೆ ತಾನು. ದೂರದಲ್ಲೆಲ್ಲೋ ನಂದಿನಿಯ ಆರ್ತನಾದ.

ಆಟದ ಮೈದಾನಕ್ಕೆ ಬಂದಾಗ ಬೈಕ್‌ನಲ್ಲಿ ಬಂದ ವ್ಯಕ್ತಿ ಆ ಕತ್ತಲಲ್ಲಿ ಸ್ಕೂಟರ್‌ಗೆ ಅಡ್ಡ ಹಾಕಿ ನಿಲ್ಲಿಸಿದ. ದಟ್ಟವಾದ ಕೂದಲು, ಟ್ರಿಮ್ ಮಾಡಿದ ಗಡ್ಡ, ಮೀಸೆ, ದುಷ್ಟಪುಷ್ಟ ಆಸಾಮಿ. ಬೈಕ್‌ನಿಂದ ಇಳಿದು ಬಂದು ನಿಂತ.

"ಇವ್ಳು, ನಾನು ಪ್ರೀತಿಸಿದ ಹುಡ್ಗಿ. ಇವ್ಳು ನಂಗೆ ಬೇಕು. ನೀನು ಹೊರಟ್ಹೋಗ್ತಿಹು" ಹೇಳಿದ. ರೋಹಿತ್ ಅತ್ತಿತ್ತ ನೋಡಿದ. ಕತ್ತಲೆಯಲ್ಲಿ ಆ ಪ್ರದೇಶ ನಿರ್ಜನವಾಗಿತ್ತು. "ಯಾರೋ..... ನೀನು?" ಎಂದ ತೊದಲುತ್ತ, ಬೈಕ್ ಸವಾರನ ಕೈ ಮುಂದಕ್ಕೆ ಹೋಗಿ ನಂದಿನಿಯ ಕೈ ಹಿಡಿದ, ಬಿಡಿಸಿಕೊಂಡು ಮುಂದಕ್ಕೆ ಹೋದವಳನ್ನ ಮತ್ತೆ ಹಿಡಿದು, "ಐ ಲವ್ ಯೂ, ನಿನ್ನ ನಾನು ಪ್ರೀತಿಸ್ತೀನಿ. ಹೇಗೂ ನೀನಂತೂ ನಂಗೆ ಸಿಗೋಲ್ಲಾಂತ ಖಾಯಂ ಆಯ್ತು. ಈ ಒಂದು ರಾತ್ರಿ ನನ್ನವಳಾಗು, ಬೆಳಿಗ್ಗೆ ನಿನ್ನ ಸೇಫಾಗಿ ಮನೆ ಮುಟ್ಟಿಸ್ತೀನಿ" ಇದು ಪರಿಚಿತ ಸ್ವರವೆನಿಸಿತು. ಕಾಲೇಜು ದಿನಗಳಿಂದ ಇಲ್ಲಿನವರೆಗೂ ಕಾದಿದ್ದ. ಯಾವ ಸಿನಿಮಾ ಪ್ರೇರಣೆಯೋ! ಅವಳಿಗೆಂದೂ ಅವನು ಇಷ್ಟವಾಗಿರಲಿಲ್ಲ.

"ಐ ಹೇಟ್ ಯು, ಬಿಡು ನನ್ನ" ಕೈಬಿಡಿಸಿಕೊಳ್ಳಲು ಪ್ರಯತ್ನಪಟ್ಟು ಸೋತು, "ರೋಹಿತ್ ಹೆಲ್ಪ್ ಮಿ... ಇವನೊಬ್ಬ ರೋಗ್..." ಕೂಗಿದಳು. ಹಿಂದೆಯೇ ನಾಲ್ಕು ಮೋಟಾರ್ ಬೈಕ್‌ಗಳು ಬಂದು ಸುತ್ತುವರಿದವು.

"ಥಲೋ, ಇಲ್ಲಿ... ನಿಂತ್ಕೊಂಡರೇ ಕೊಂದು ಹಾಕಿಬಿಡ್ತೀನಿ." ರೋಹಿತ್‌ಗೊಂದು ಗುದ್ದು ಹಾಕಿಯೇ ಹೇಳಿದ್ದ. ಅವನು ಥರಗುಟ್ಟ ತೊಡಗಿದ. ಅವಳು ಅವನ ಕೈಯಿಂದ ಬಿಡಿಸಿಕೊಳ್ಳಲು ಹೋರಾಟ ನಡೆಸಿಯೇ ಇದ್ದಳು. ಹೆಜ್ಜೆಯನ್ನ ಮುಂದಿಕ್ಕಲಾರದೆ ಹೋದ. ಒಬ್ಬ ಚೂರಿ ತೆಗೆದು ಅವನ ಮುಖದ ಮುಂದಿಡಿದು "ನೀನು ತಕ್ಷಣ ಇಲ್ಲಿಂದ ಜಾಗ ಖಾಲಿ ಮಾಡಲಿಲ್ಲಾಂದರೇ, ನಿನ್ನ ಹೆಣ ಬೀಳುತ್ತೆ" ಚೂರಿ ತನ್ನ ಎದೆಯೊಳಗೆ ಇಳಿದೇ ಬಿಟ್ಟಿತು ಎನ್ನುವಂತೆ ನಡುಗಿದ.

"ರೋಹಿತ್... ರೋಹಿತ್... ನನ್ನ ಕಾಪಾಡಿ. ಯಾರನಾದ್ರೂ ಸಹಾಯಕ್ಕೆ ಕರೀರೀ" ಅವಳ ಕೂಗಾಟ ಬೈಕಿನ ಸದ್ದಿನೊಂದಿಗೆ ಕರಗಿ ಹೋಯಿತು. ಸಿನಿಮಾ ದೃಶ್ಯದಂತಿತ್ತು. ರೋಹಿತ್‌ನ ಇವನ ಕತ್ತು ಪಟ್ಟಿ ಹಿಡಿದುಕೊಂಡು "ನಮ್ಮ ಗುರು ಅಂಥಿಂಥವನಲ್ಲ. ಪ್ರೀತಿಸುವ ಹೆಣ್ಣಿನ್ನ ಅನುಭವಿಸಿ ಸೇಫಾಗಿ ತಂದು ಮನೆಗೆ ಬಿಡ್ತಾನೆ. ಪ್ರಾಣ ಉಳಿಯಬೇಕೆಂದರೇ... ಹೋಗು. ಯಾರಿಗಾದ್ರೂ ತಿಳ್ಸೋ ಪ್ರಯತ್ನ ಮಾಡಿದ್ಯೋದಫನ್ ಮಾಡಿಬಿಡ್ತೀವಿ. ಪೊಲೀಸ್‌ವರ್ಗೂ ಹೋದರೇ ಇಬ್ಬರ ಹೆಣಗಳೂ ರೈಲ್ವೆ ಟ್ರಾಕ್ ಮೇಲೆ ಬಿದ್ದಿರುತ್ತೆ" ಗುಡುಗಿದ. ಅವನಿಗೆ ಆ ಕ್ಷಣ ಪ್ರಾಣ ಮುಖ್ಯವೆನಿಸಿತು. ಸ್ಕೂಟರ್ ಹತ್ತಿದವನು ನೇರವಾಗಿ ಮನೆಗೆ ಬಂದ. ಈಗ ಅದು ತಪ್ಪೆನಿಸಿತು. ತಾನು ಹೋರಾಡಬೇಕಿತ್ತು. ಪ್ರೇಮಕ್ಕಾಗಿ ನಂದಿನಿಗಾಗಿ ಪ್ರಾಣ ಕೊಡಬೇಕಿತ್ತು. ಅವಳ ರಕ್ಷಣೆಗಾಗಿ ನಿಲ್ಲಬೇಕಿತ್ತು. ತನಗೆ ಅಷ್ಟು ಧೈರ್ಯವಿತ್ತೆ? ಈಗ ಅವನ ಒರಟು ಕೈಗಳು ನಂದಿನಿಯ ಮೈಯ ಇಂಚಿಂಚು ತಡವಿ ನೋಡಿರಬೇಕು. ಚೆಲುವಿನ ಅಪೂರ್ವ ಅನುಭವ ಅವನು ಪಡೆದುಕೊಂಡಿರಬೇಕು. "ರೋಹಿತ್, ನಂದಿನಿ ಮನೆ ತಲುಪಿದಳೋ, ಇಲ್ವೋ ಫೋನಾದ್ರೂ ಮಾಡಿ ವಿಚಾರಿಸ್ಬೇಕಿತ್ತು" ಎನ್ನುತ್ತ ಬಂದ ಅವನಮ್ಮ ಫೋನೆತ್ತಿ "ಡಯಲ್ ಶಬ್ದ ಇಲ್ಲ ಅವಳಾದ್ರೂ ಫೋನ್ ಮಾಡಬಹುದಿತ್ತು".ಅಂದವರು "ಇದು ಕೆಟ್ಟು ಕೂತಿದೆಯಲ್ಲ. ನಂಗಂತು ಅವ್ಳನ್ನ ಸ್ನೇಹಿತೆಯ ಮನೆಯಲ್ಲಿ ಬಿಟ್ಬಂದಿದ್ದು ಸರಿ ಹೋಗ್ಲಿಲ್ಲ. ಈಗಿನ ಕಾಲದವ್ರಿಗೆ

ಜವಾಬ್ದಾರಿನೇ ಕಡ್ಮೆ" ಗೊಣಗಿಕೊಂಡೇ ನಡುಮನೆಯಲ್ಲಿ ಹಾಸಿಗೆ ಬಿಡಿಸಿಕೊಂಡು ಆರಾಮಾಗಿ ಮಲಗಿದರು.

ಹೊರಳಾಡಿ ಮೇಲೆದ್ದವನು ಮತ್ತೆ ಹೋಗಿ ಬಾಲ್ಕನಿಯಲ್ಲಿ ನಿಂತ. ತುಂತುರು ಮಳೆ ಮುಸಲಧಾರೆಯಾಗಿ ಸುರಿಯುತ್ತಿತ್ತು. ಬೈಕ್ ಸವಾರ ಅವಳನ್ನ ಎಲ್ಲಿಗೆ ಕರೆದುಕೊಂಡು ಹೋಗಿರಬಹುದು? ತಾನು ತಕ್ಷಣ ಹೋಗಿ ಪೊಲೀಸ್‌ಗೆ ಕಂಪ್ಲೇಂಟ್ ಕೊಡಬೇಕಿತ್ತು. ಆ ವೇಳೆಗೆ ಎಲ್ಲಾ ಮುಗಿದಿರುತ್ತಿತ್ತು. ಆಮೇಲೆ ಸಾಯಿಸಿ ಬಿಡುತ್ತಿದ್ದರೇನೋ, ನನ್ನ ಬಿಡುತ್ತ ಇರಲಿಲ್ಲ. ಸತ್ತು ಸಾಧಿಸೋದಾದರೂ ಏನು? ಈಗ ನಂದಿನಿ ಬಂದರೂ ತಾನೂ ಸ್ವೀಕರಿಸಲೂ ಸಾಧ್ಯವೇ? ಇಂಥ ಪ್ರಶ್ನೆಗಳು ಅವನನ್ನ ಮುತ್ತಿಕೊಂಡವು.

ಡಿಗ್ರಿಯ ಕೊನೆಯ ವರ್ಷದಲ್ಲಿದ್ದಾಗ ನಂದಿನಿಯ ಪರಿಚಯವಾದದ್ದು. ಪರಿಚಯ ಸ್ನೇಹವಾಗುವುದಕ್ಕೆ ತಿಂಗಳುಗಳೇ ಬೇಕಾಯಿತು. "ನನ್ನ ಪ್ರಾಣಕ್ಕಿಂತ ಹೆಚ್ಚಾಗಿ ನಿನ್ನ ಪ್ರೀತಿಸ್ತೀನಿ. ನೀನು ಇಲ್ದೇ ಒಂದು ಕ್ಷಣವೂ ಬದುಕಲಾರೆ. ನಿಂಗೋಸ್ಕರ ಏನು ಬೇಕಾದ್ರೂ ಮಾಡ್ತೀನಿ. ಯಾವ ತ್ಯಾಗಕ್ಕೂ ಸಿದ್ಧ" ಇಂಥ ಎಷ್ಟೆಷ್ಟೋ ಮಾತುಗಳನ್ನ ಹೇಳಿದ್ದ. ತನ್ನ 'ಪ್ರೇಮ ಅಮರ' ಎಂದಿದ್ದ. ಜಗತ್ತಿನ ಪ್ರೇಮಿಗಳ ಸಾಲಿನಲ್ಲಿ ತಾನು ಮೊದಲನೆಯವನು ಎಂದು ಹೇಳುತ್ತಿದ್ದ. ಐದು ವರ್ಷ ಮೀರಿ ಪ್ರೇಮಿಸಿಕೊಂಡವರು. ಈಗ ಮೊದಲಿನಂತೆ ಪ್ರೇಮದಿಂದ, ಅಭಿಮಾನದಿಂದ ಅವಳನ್ನು ಕಾಣಲು ಸಾಧ್ಯವೇ? ಎಲ್ಲಕ್ಕಿಂತ ತಾನು ಸುಲಭವಾದ ಹಾದಿ ಆರಿಸಿಕೊಳ್ಳಬೇಕು. ಉದಾರ ಬುದ್ಧಿಯಿಂದ ಕ್ಷಮಿಸಿ ಮದುವೆಯಾಗಿ ಅವಳಿಗೆ ಬದುಕು ಕೊಡುವುದು. ವಿಷಯವನ್ನ ಯಾರಿಗೂ ತಿಳಿಯದಂತೆ ಕಾಯ್ದಿಡುವುದು. ಆಗ ಜೀವನ ಪೂರ್ತಿ ಕೃತಜ್ಞತೆಯಿಂದ ಬಿದ್ದಿರುತ್ತಾಳೆ. ಬರೀ ನಾಟಕೀಯ ಬದುಕು ಲಭ್ಯವಾಗುತ್ತದೆಯೇ ಹೊರತು ತನ್ನಿಂದ ಅವಳನ್ನ ಮೊದಲಿನಂತೆ ಪ್ರೀತಿಸಲು ಸಾಧ್ಯವೇ? ಹೊಟ್ಟೆ ತೊಳೆಸಿಕೊಂಡು ಬಂತು. ಸಂಜೆ ಹೋಟೆಲ್‌ನಲ್ಲಿ ತಿಂದಿದ್ದ ಮಸಾಲೆ ದೋಸೆಯನ್ನೆಲ್ಲ ವಾಂತಿ ಮಾಡಿಕೊಂಡ. ಮೈಯೆಲ್ಲ ಪರಚಿಕೊಳ್ಳುವಂತಾಯಿತು.

ಬೆಳಕು ಹರಿಯಲು ಇನ್ನೆರಡು ತಾಸು ಇದ್ದಾಗಲೇ ಬೈಕ್ ಬಂದು ಇವಳ ಮನೆಯ ಮುಂದೆ ನಿಂತಿತು. "ಇಳೀ, ಐ ಲವ್ ಯೂ. ಈ ರಾತ್ರಿಯ ನೆನಪು ರೋಮಾಂಚಕಾರಿ" ಎಂದವ ಎಳೆದು ಅಪ್ಪಿಕೊಂಡು ತುಟಿಯೊಳಗಿನ ಜೀವರಸವನ್ನು ಹೀರಿ "ನಂಗೆ ಅವ್ನ ಬಗ್ಗೆ ಅಸೂಯೆ" ಅಷ್ಟು ಅಂದು ಬೈಕ್ ಏರಿದ. ನಂದಿನಿಯ ಮೈ ಹಿಪ್ಪೆಯಾಗಿ ಹೋಗಿತ್ತು. ಗೇಟು ತೆಗೆದುಕೊಂಡು ಹೋಗಿ ಮೆಟ್ಟಿಲುಗಳ ಮೇಲೆ ಕುಸಿದಳು. ಬದುಕು ಬರ್ಬರವೆನಿಸಿತು. ಹಿಂದಿನ ಸಂಜೆಯವರೆಗೂ ಹೂವಾಗಿದ್ದ ಮೈ ಇಂಚು ಇಂಚೂ ನೋಯುತ್ತಿತ್ತು. ಯಾವುದೋ ಸಿನಿಮಾದಲ್ಲಿ ನೋಡಿದ ಘಟನೆಯಂತೆ ನಡೆದು ಹೋಗಿತ್ತು. ಅಲ್ಲಿ ಕೂತು ಕೇಕೆ ಹಾಕುವ ಪಡ್ಡೆಯ ಹುಡುಗರು ತಮ್ಮ ಅಕ್ಕ, ತಂಗಿ, ಹೆಂಡತಿಯರಿಗೆ ಹೀಗಾಗಿದ್ದರೆ ಹೇಗೆ ಪ್ರತಿಕ್ರಿಯಿಸಬೇಕು? ಮೆಲ್ಲಗೆ

ಕೈಯ್ಯೂರಿಕೊಂಡು ಮೇಲೇರುವ ಪ್ರಯತ್ನ ಮಾಡಿ ಸೋತು ಕೂತಳು. ತಾಯಿ ಹಾರ್ಟ್ ಪೇಷೆಂಟ್. ಇಂಥ ಆಘಾತವನ್ನು ಹೇಗೆ ಸಹಿಸಿಯಾಳು? ಮತ್ತೆ ಕೈಯ್ಯೂರಿ ಮೇಲಕ್ಕೆದ್ದು ಗೋಡೆಯನ್ನ ಆಸರೆಯಾಗಿ ಹಿಡಿದು ಕಾಂಪೌಂಡ್‌ನಲ್ಲಿದ್ದ ನಲ್ಲಿಯ ಬಳಿಗೆ ಹೋಗಿ ಮುಖಕ್ಕೆ ನೀರು ಸಿಂಪಡಿಸಿಕೊಂಡು ಬೊಗಸೆ ನೀರು ಕುಡಿದಳು. ನಿಲ್ಲಲು ತ್ರಾಣ ಬಂತು. ಮತ್ತೆ ನಿಧಾನವಾಗಿ ಬಂದು ಮೆಟ್ಟಿಲ ಮೇಲೆ ಕೂತಳು.

ಹಿಂದಿನ ದಿನದವರೆಗೂ ಪ್ರಾಣಕ್ಕಿಂತ ಹೆಚ್ಚಾಗಿ ಪ್ರೀತಿಸುತ್ತಿದ್ದ ರೋಹಿತ್ ಷಂಡನಾಗಿ ಕಂಡ. ನನ್ನ ಪ್ರಾಣಕ್ಕಿಂತ ಹೆಚ್ಚಿಂದ ಅವನು ಅಲ್ಪಸ್ವಲ್ಪವೂ ಪ್ರತಿಭಟನೆ ತೋರದೆ ಸ್ಕೂಟರ್ ಹತ್ತಿ ಹೋಗಿದ್ದ. ಪ್ರೀತಿಯೆಂದರೆ ಏನು? ತನ್ನನ್ನು ಅವರಿಗೆ ಒಪ್ಪಿಸುವ ಬದಲು ಅವನೊಂದಿಗೆ ಹೋರಾಡಿ ಮಡಿಯಬೇಕಿತ್ತು. ಆಗ ಅವನ ಬಗ್ಗೆ ಗೌರವವಾದರೂ ಉಳಿಯುತ್ತಿತ್ತು.

ನಂದಿನಿಯ ಯೋಚನಾಲಹರಿ ಎತ್ತೆತ್ತಲೋ ಹರಿದು ಒಂದು ಕಡೆ ನಿಂತಿತು. ಓಡಿ ಹೋಗಿದ್ದರಿಂದ ಅವನ ಪ್ರಾಣವಾದರೂ ಉಳಿಯಿತು. ಇಲ್ಲದಿದ್ದರೆ ಅವನನ್ನ ಕೊಂದು ಹಾಕುತ್ತಿದ್ದರು. ಇದರಲ್ಲಿ ಅವನ ತಪ್ಪೇನು? ರೋಹಿತ್ ಈಗ ಹೆಚ್ಚಿನ ಸಹಾನುಭೂತಿಯಿಂದ ಮೊದಲಿಗಿಂತ ಹೆಚ್ಚಿಗೆ ಪ್ರೀತಿಸಬಹುದು.

ಚಿಲಕದ ಸದ್ದು ಕೇಳಿ ಮೇಲೆದ್ದಳು. ಬಾಗಿಲು ತೆಗೆದ ಅವಳಮ್ಮ "ಯಾವಾಗ್ಬಂದೆ? ರೋಹಿತ್ ತಂದು ಬಿಟ್ಹೋದ್ನಾ? ರಾತ್ರೆಯೆಲ್ಲ ಫೋನ್ ಮಾಡ್ದೆ ಏನೋ ಸಿಕ್ಲೇ ಇಲ್ಲ. ನೀನಾದ್ರೂ ಫೋನ್ ಮಾಡಿ ತಿಳಿಸೋದ್ಬೇಡ್ವಾ? ನಂಗೆಷ್ಟು ಗಾಬ್ರಿ ಆಗಿತ್ತು ಗೊತ್ತಾ? ಇಡೀ ರಾತ್ರಿ ನಿದ್ದೆ ಇಲ್ಲ. ರೋಹಿತ್ ಬಂದು ಕರ್ಕೊಂಡ್ಹೋಗಿದ್ದರಿಂದ ಒಂದಿಷ್ಟು ಧೈರ್ಯ" ಬಡಬಡನೆ ಹೇಳಿದರು. ಅವರಿಗೆ ಚಾಳೀಸು ಬಂದಿದ್ದರಿಂದ ಮಗಳನ್ನ ಸರಿಯಾಗಿ ಗುರುತಿಸಲಾಗಲಿಲ್ಲ. ಇಲ್ಲದಿದ್ದರೆ ಎದೆಯೊಡೆದುಕೊಂಡು ಪ್ರಾಣ ಬಿಡುತ್ತಿದ್ದರು.

ಮೆಟ್ಟಿಲ ಮೇಲೆ ಬಿದ್ದಿದ್ದ ಬ್ಯಾಗ್ ಎತ್ತಿಕೊಂಡು ರೂಮಿಗೆ ಹೋದವಳೆ ಹಾಸಿಗೆಯ ಮೇಲೆ ಕುಸಿದಳು. ಮೈ ಪೂರ್ತಿ ಮೈಲಿಗೆಯಾಗಿತ್ತು. ಅಸಹ್ಯವೆನಿಸಿತು. ಎದ್ದು ಬಚ್ಚಲು ಮನೆಗೆ ಹೋದವಳೇ ಷವರ್ ತಿರುಗಿಸಿ ಅದರ ಕೆಳಗೆ ಕೂತಳು. ಸೋಪು ಹಾಕಿ ಮೈಯೆಲ್ಲ ಉಜ್ಜಿ ಉಜ್ಜಿ ತೊಳೆದಳು. ಎದೆಯ ಮೇಲೆಲ್ಲ ಕೆಂಪಗಿನ ಹಲ್ಲುಗಳ ಗುರುತುಗಳು, ಬಾಯೊಳಗೆ ನೀರು ಹಾಕಿಕೊಂಡು ಹತ್ತು ಸಲ ಉಗಿದಳು. ಆದರೂ ಪರಿಶುದ್ಧವಾಯಿತೆನಿಸಲಿಲ್ಲ.

ತಾಯಿ ಬಂದು ಕಾಫೀ ತಂದಿಟ್ಟು, ಅವಳ ಮುಂದೆ ಕೂತಳು. "ಇನ್ವಿಟೇಷನ್ ಕೊಟ್ಟಿದ್ದೆಲ್ಲ ಮುಗೀತಾ?" ಕೇಳಿದಳು.

"ಎಲ್ಲಾ ಮುಗ್ದು ಹೋಯ್ತು!" ಅಂದಳು. ಒಂದು ಗಂಟೆ ಕಾದಳು, ಯಾವ ನಿಮಿಷದಲ್ಲಾದರೂ ರೋಹಿತ್ ಬರಬಹುದು. ತನ್ನನ್ನು ಅಪ್ಪಿ ಸಾಂತ್ವನಗೊಳಿಸಬಹುದು. 'ಚಿನ್ನ ಅದ್ರಲ್ಲಿ ನಿನ್ನ ತಪ್ಪೇನಿಲ್ಲ. ಚಿಕ್ಕ ಆಕ್ಸಿಡೆಂಟ್ ಅಂತ ಮರ್ತುಬಿಡು. ಪೊಲೀಸ್‌ಗೆ ಕಂಪ್ಲೇಂಟ್ ಕೊಡೋಣ. ಅವರಿಗೆ ಬುದ್ಧಿ ಕಲಿಸೋಣ'

ಇಂಥ ಎಷ್ಟೋ ಮಾತುಗಳನ್ನಾಡಿ ಧಗಧಗ ಉರಿಯುತ್ತಿರುವ ತನ್ನ ಮೈಮನಗಳಿಗೆ ತಂಪೆರೆಯಬಹುದೆಂದು ಕಾದೇ ಕಾದು ಪಕ್ಕದ ಮನೆಯವರ ಕೈಯಲ್ಲಿ ಲೀವ್ ಲೆಟರ್ ಕಳಿಸಿಕೂತಳು. ಆಮೇಲೆ ತಾನೇ ಫೋನ್ ಬಟನ್ ಒತ್ತಿದಳು.

"ಹಲೋ....." ರೋಹಿತ್‌ನ ಅಮ್ಮನ ದನಿ.

"ಆಂಟೀ, ನಾನು ನಂದಿನಿ, ರೋಹಿತ್ ಇಲ್ವಾ?" ಕೇಳಿದಳು. "ಇದ್ದಾನೆ, ಈಗ ನಾನು ಸ್ನಾನಕ್ಕೆ ಹೋದಾಗ ನಿಂಗೆ ಫೋನ್ ಮಾಡಿದ್ದೇಂತ ತಿಳಿಸದನಲ್ಲ, ಏನಾದ್ರೂ ಅರ್ಜೆಂಟಾ? ಕೂಗ್ತೀನಿ..... ತಡೀ" ಅಂದು ಮಗನನ್ನ ಕೂಗಿದ್ದು ಕೇಳಿಸಿತು. "ನಂದಿನಿ ಫೋನ್ ಮಾಡಿದ್ದಾಳೆ" ಹಿಂದೆಯೇ ಫೋನ್ ಕಟ್ ಆಯಿತು. ನಂದಿನಿಗೆ ಆಶ್ಚರ್ಯ. ಮತ್ತೆ ಪ್ರಯತ್ನ ಮಾಡಿದಳು. "ರಾಂಗ್ ನಂಬರ್" ಮತ್ತೆ ಉತ್ತರ ಬಂತು. ರೋಹಿತ್‌ನ ದನಿಯಿಂದ ತನ್ನೊಂದಿಗೆ ಮಾತಾಡುವ ಇಚ್ಛೆ ಇಲ್ಲವೆಂದು ತಿಳಿಯಿತು.

ಅವಳ ಕಣ್ಣಲ್ಲಿ ತಿರಸ್ಕಾರ ಮೂಡಿತು. ಐದು ವರ್ಷದ ಪ್ರೇಮದ ಗಿಡ ಕಮರಿ ಹೋಗಿತ್ತು. ಅವಳಮ್ಮ ಬಂದು "ರೋಹಿತ್ ಸಿಕ್ಕಲಿಲ್ವಾ?" ಕೇಳಿದರು. "ಆಫೀಸ್‌ಗೆ ಹೋದ್ರಂತೆ" ಎಂದು ತಾಯಿಯ ಎರಡು ಕೈಗಳನ್ನೂ ಹಿಡಿದುಕೊಂಡು "ಒಂದ್ಮಾತು, ಕೇಳ್ಲಾ? ಈಗ್ಲೂ ನಾನು ವಿವಾಹನ ನಿರಾಕರಿಸಿದರೇ?" ತಾಯಿ ವಿಷಾದದ ನಗೆ ಬೀರಿ "ಇಬ್ರೂ ಪ್ರೇಮಿಸ್ಕೊಂಡ್ರಿ, ನನಗೆ ಇಷ್ಟವಿಲ್ಲದಿದ್ರೂ ನಾನು ಬೇಡ ಅನ್ನಲ್ಲ, ಹೋಗು, ಏನೇನೋ ಮಾತಾಡ್ಬೇಡ" ಮಗಳ ಕೆನ್ನೆ ತಟ್ಟಿ ನಡೆದರು.

ಆಟೋ ಮಾಡಿಕೊಂಡು ರೋಹಿತ್ ಕೆಲಸ ಮಾಡುತ್ತಿದ್ದ ಬ್ಯಾಂಕ್‌ಗೆ ಹೋದಳು. ಅದೇನು ಹೊಸದಲ್ಲ, ಇಂದಿನ ಭೇಟಿಯಲ್ಲಿ ಬಿಗುತನವಿತ್ತು. ಕ್ಲರ್ಕ್ ರಾಮಚಂದ್ರ ಹಲ್ಲು ಕಿರಿದು "ಮದ್ವೆ ಪೋಸ್ಟ್‌ಫೋನ್ ಆಯಿತಂತೆ? ತಿಳೀತು, ನಿಮ್ಮಿಬ್ರ ಬ್ಲಡ್ ಗ್ರೂಪ್ ಹೊಂದೋಲ್ವಂತೆ. ಇಲ್ಲಿವರ್ಗೂ ಬಂದು ನಿಲ್ಲೋದು ಒಳ್ಳೇದಲ್ಲ, ಇನ್ಮೇಲೆ ಎಲ್ಲಾ ತಿಳ್ಕೊಂಡೇ ಪ್ರೇಮಿಸ್ಬೇಕು" ನಕ್ಕ. ಇಂಥ ಸಮಯಗಳಲ್ಲಿ ವಿಪರೀತ ಅರ್ಥದ ನಗು ಸಹಜವೆಂದುಕೊಂಡಳು. ತೀರಾ ಮುಖ ಗಂಟಿಕ್ಕಿಯೇ ಬಂದ ರೋಹಿತ್ "ಯಾಕ್ಬಂದೆ? ನಮ್ಮ ಮ್ಯಾನೇಜರ್ ತೀರಾ ಸ್ಟ್ರಿಕ್ಟ್" ಅವಳ ನೋಟವನನ್ನೆದುರಿಸಲಾರದೆ ತಲೆ ತಗ್ಗಿಸಿದ.

ಇಲ್ಲಿನ ಪ್ರತಿಯೊಬ್ಬರು ಇವರ ಪ್ರೀತಿ, ಪ್ರೇಮ, ಓಡಾಟವನ್ನ ಬಲ್ಲವರೇ. "ಒಂದರ್ಧಗಂಟೆ ಪರ್ಮಿಷನ್ ತಗೊಂಡ್ಬನ್ನಿ, ಇನ್ನೊಂದ್ಮಾತು ಬೇಡ" ಎಂದಳು ಕಟ್ಟುನಿಟ್ಟಾಗಿ. ಎಷ್ಟೋ ಸಲ ಇಂಥ ಜೋರುಗಳನ್ನ ಸಹಿಸಿಕೊಂಡಿದ್ದ, ಸಂತೋಷಿಸಿದ್ದ. ಇಂದು ತುಂಬ ಕಸಿವಿಸಿ. ಅವಳ ಕಣ್ಣೋಟಕ್ಕಾಗಿಯೇ ಹಂಬಲಿಸುತ್ತಿದ್ದವನು ಇಂದು ಅವಳ ನೋಟದಿಂದ ತಪ್ಪಿಸಿಕೊಳ್ಳಲು ನಿರಂತರ ಪ್ರಯತ್ನ ಮಾಡುತ್ತಿದ್ದ. "ಬೇಗ್ಬನ್ನಿ, ಎದುರು ಹೋಟೆಲ್‌ನಲ್ಲಿ ಕಾಯ್ತಾ ಇರ್ತೀನಿ" ನಡೆದಳು. ಅವಳ ಕಣ್ಣಲ್ಲಿ ತುಂತುರಿತ್ತು. ಅಮರ ಪ್ರೇಮಿಯಾಗಿದ್ದವನು ಈಗ ಸಾಧಾರಣ ಮನುಷ್ಯನಾಗಿ ಲಾಭನಷ್ಟಗಳ್ನ ಲೆಕ್ಕ ಹಾಕುವಂತಿತ್ತು. ಕೆನ್ನೆಯ ಮೇಲೆ ಹರಿದ ಕಂಬನಿಯ ಬಿಂದುಗಳನ್ನ ಮುಂಗೈನಿಂದ ತೊಡೆದುಕೊಂಡು ಖಾಲಿ ಟೇಬಲ್‌ಗೆ ಹೋಗಿ ಕೂತಳು, ಅವಳ ಮುಂದಿನ

ಟೇಬಲ್‌ನಲ್ಲಿ ಕೂತಿದ್ದ ಯುವಕ, ಯುವತಿ ಪ್ರೇಮಿಗಳು ಇರಬಹುದು. ಕುಲುಕುಲು ನಗುವುದು. ಒಬ್ಬರ ಭುಜದ ಮೇಲೆ ಒಬ್ಬರ ಗದ್ದವನ್ನೂರಿ ಪಿಸುಗುಟ್ಟುತ್ತ ವಾಸ್ತವ ಲೋಕವನ್ನ ಮರೆತಂತಿತ್ತು. ಇದಕ್ಕಿಂತ ಹೆಚ್ಚಾಗಿ ರೋಮ್ಯಾಂಟಿಕ್ಕಾಗಿ ಭವಿಷ್ಯದ ಕನಸನ್ನ ಕಂಡಿದ್ದುಂಟು.

ಬೇರರ್ ಮೂರು ಸಲ ಬಂದಾಗಲೂ "ಒಬ್ಬ ಫ್ರೆಂಡ್‌ಗೋಸ್ಕರ ಕಾಯ್ತ ಇದ್ದೀನಿ. ಅವ್ರು ಬರಲೀ" ಎಂದಳು. ಕೊಟ್ಟ ವಾಯಿದೆಯ ಪ್ರಕಾರ ಮೂವತ್ತು ನಿಮಿಷ ಮುಗಿಯಲು ಮೂರು ನಿಮಿಷ ಬಾಕಿ ಇತ್ತು. ಎದ್ದು ಕೌಂಟರ್ ಬಳಿ ಹೋಗಿ ಎರಡೂ ರೂಪಾಯಿ ಬಿಲ್ಲೆ ಇಟ್ಟು "ಒಂದು ಕಾಲ್ ಮಾಡ್ತೀನಿ" ಅಂದಾಗ ಫೋನ್ ಅವಳತ್ತ ತಳ್ಳಿ ಎರಡು ರೂಪಾಯಿ ಬಿಲ್ಲೆಯನ್ನ ಎಳೆದು ಹಣದ ಡ್ರಾಯರ್‌ಗೆ ತಳ್ಳಿದ. "ರೋಹಿತ್, ತಲೆ ನೋವೂಂತ ಅರ್ಧ ದಿನ ಪರ್ಮಿಷನ್ ಪಡೆದು ಹೋದ್ರು" ಎಂದು ಹೇಳಿದ ನಂತರ ಫೋನ್ ಕಟ್ ಆಯಿತು.

"ಒಂದು ಹೊಸ ನ್ಯೂಸ್ ಗೊತ್ತಾಯಿದಲ್ಲ. ನಿಮ್ಮಿಬ್ರ ಬ್ಲಡ್ ಗ್ರೂಪ್ ಹೊಂದೊಲ್ಲಾಂತ ಮದ್ವೆ ಕ್ಯಾನ್ಸಲ್ ಆಯಿತಂತಲ್ಲ". ಹೋಟೆಲ್ ಯಜಮಾನ ಕೇಳಿದ. ರೋಹಿತ್ ಬ್ಯಾಂಕ್‌ಗೆ ಎದುರಾಗಿದ್ದ ಹೋಟಲ್‌ಗೆ. ಆಗಾಗ ಬಂದು ಹೋಗುತ್ತಾ ಇದ್ದದ್ದರಿಂದ ಪರಿಚಯವಾಗಿತ್ತು. ತಾವು ಮದುವೆಯಾಗುವ ವಿಷಯವನ್ನ ಇವರೇ ಹೇಳಿ ಎರಡು ದಿನದ ಹಿಂದೆ ಲಗ್ನಪತ್ರಿಕೆ ಕೊಟ್ಟು 'ಖಂಡಿತ ಬನ್ನಿ' ಎಂದಿದ್ದರು. ಆತ ಹೇಳಿದ್ದು ಕೇಳಿದ ನಂತರ ರೋಹಿತ್‌ಗೆ ತನ್ನ ಮದುವೆಯಾಗುವ ಇಷ್ಟವಿಲ್ಲವೆಂದು ಮನದಟ್ಟಾಯಿತು. ಅಂಥವನೊಂದಿಗೆ ಅವಳಿಗೂ ಬಾಳುವೆ ಬೇಕಿರಲಿಲ್ಲ.

ಹಿಂದಕ್ಕೆ ಹೋಗಿ ಕಾಫೀ ತರಿಸಿಕೊಂಡು ಕುಡಿಯದೆಯೆ ಬಿಲ್ ತೆತ್ತು ಹೊರಗೆ ಬಂದಳು. ರೋಹಿತ್ ಕಾಲೆಳೆಯುತ್ತಬಂದವನು "ಈ ಹೋಟೆಲ್‌ನಲ್ಲಿ ಬೇಡ" ಅಂದ. ನಡೆದು ಬಂದಿದ್ದ. ಅವಳ ತುಟಿಯಂಚಿನಲ್ಲಿ ಅತೀವ ವೇದನೆಯ ವಿಷಾದ ಬೆರೆತ ನಗು ಮಿನುಗಿತು. "ನಾನು ನಿನ್ನ ಸ್ಕೂಟರ್‌ನಲ್ಲಿ ಕೂತರೇ ಮೈಲಿಗೆ ಆಗುತ್ತಾ?" ಕೇಳಿದಳು. ಅವನು ಮುಖ ತಿರುಗಿಸಿಕೊಂಡ. ಅವನಿಗೆ ಮಾತಾಡಲು ಕೂಡ ಇಷ್ಟವಿರಲಿಲ್ಲ.

ಅಲ್ಲೇ ಹತ್ತಿರದಲ್ಲೇ ಇದ್ದ ಸಣ್ಣ ಪಾರ್ಕ್‌ಗೆ ಹೋದರು. "ಅದೇನೋ, ಬೇಗ ಹೇಳಿ ಮುಗ್ಸು. ನನ್ನ ಮನಸ್ಸು ಸರ್ಯಾಗಿಲ್ಲ" ಅಂದವನನ್ನು ಆಶ್ಚರ್ಯದಿಂದ ನೋಡಿದಳು. ಬಣ್ಣ ಬಣ್ಣದ ಮಾತುಗಳೆಲ್ಲ ಪ್ರೇಮದ ಕವಿತೆಗಳೆಂದು ತಿಳಿದಿದ್ದು ತನ್ನ ಮೂರ್ಖತನವೆಂದುಕೊಂಡಳು. "ನೀನು ಬೆಳಿಗ್ಗೆ ಬರಬಹುದೂಂತ ಕಾದೆ" ಅಂದಳು. ಅವನು ಪ್ರತಿಕ್ರಿಯಿಸಲಿಲ್ಲ.

"ಹೇಗೊ, ಅವ್ನು ಕತ್ತಲಿನಲ್ಲಿ ಬಂದರೂ ಗುರುತು ಸಿಕ್ಕಿದೆ. ಪೊಲೀಸ್ ಸ್ಟೇಷನ್‌ಗೆ ಹೋಗಿ ಕಂಪ್ಲೇಂಟ್ ಕೊಡೋಣ, ಅವ್ನಿಗೆ ಬುದ್ಧಿ ಕಲಿಸ್ಬೇಕು" ಅಂದಳು ಆವೇಶದಿಂದ. ತಕ್ಷಣ ಗೊಣಗಿದವನು "ಅದ್ರಿಂದ ಏನು ಪ್ರಯೋಜನ? ಡಣಾಡಂಗುರವಾಗುತ್ತೆ. ಎಲ್ಲರ ದೃಷ್ಟಿಯಲ್ಲೂ ಛೀಪಾಗಿ ಬಿಡ್ತಿ. ನಿಮ್ಮಮ್ಮ ಹಾರ್ಟ್ ಪೇಷಂಟ್, ವಿಷಯ ತಿಳಿದ

ಕೂಡಲೇ ಸ್ವರ್ಗಕ್ಕೆ ಹಾರಿಬಿಡ್ತಾರೆ. ಹೇಗೊ, ಎಲ್ಲಾ ಮುಗ್ದು ಹೋಯಿತಲ್ಲ. ನಾನು ಅಮ್ಮನಿಗೂ ಕೂಡ ಹೇಳಲಿಲ್ಲ. ತೆಪ್ಪಗೆ ಇದ್ಬಿಡು" ಎಂದ ಕಟುವಾಗಿ. ಇಷ್ಟು ಕಟುವಾಗಿ ಮಾತಾಡಬಲ್ಲನೆಂದು ಈಗಲೇ ಗೊತ್ತಾಗಿದ್ದು.

"ಥಿ, ನಿನ್ನ ಮೂರ್ಖವಾಗಿ ನಂಬಿದ್ದಕ್ಕೆ, ಪ್ರೇಮಿಸಿದ್ದಕ್ಕೆ ನಂಗೆ ನಾಚ್ಕೆ ಆಗ್ತಾ ಇದೆ. ನನ್ನ ಅವ್ರಿಗೆ ಒಪ್ಸಿ ಹೋದ ನೀನು ಗಂಡಸೇ ಅಲ್ಲ. ಯಾವುದಾದ್ರೂ ಒಂದು ಮೃಗವಿದ್ದಿದ್ದರೂ ಆ ಸಮಯದಲ್ಲಿ... ತನ್ನ ಜೊತೆಗಾತಿಗಾಗುತ್ತಿದ್ದ ಅನ್ಯಾಯವನ್ನು ಪ್ರತಿಭಟಿಸಿ ಪ್ರಾಣ ಒಪ್ಪಿಸ್ತಾ ಇತ್ತು. ನಿನ್ನೊಬ್ಬ ಹೇಡಿ" ಎಂದು ಉಗಿದು ಸರಸರ ಹೆಜ್ಜೆ ಹಾಕಿದಳು.

ಐದು ವರ್ಷದ ಪ್ರೇಮ, ಪ್ರೀತಿಯೆಲ್ಲ ಗಾಳಿಯಲ್ಲಿ ತೂರಿಹೋಯ್ತು. 'ಅಯ್ಯೋ, ಪ್ರೇಮ.... ಪ್ರೀತಿಯೆಂದರೆ ಇಷ್ಟೇನಾ?' ಎಂದು ಕ್ರಿಮಿಕೀಟಗಳು ತಮ್ಮ ತಮ್ಮೊಳಗೆ ಪ್ರಶ್ನಿಸಿಕೊಂಡವು.

ಅವಳ ಒಳಗಿನ ಪ್ರೇಮಿ ಸತ್ತಿದ್ದ.

13. ಋಣ

ಬೆಳಿಗ್ಗೆ ಏಳುತ್ತಿದ್ದಂಗೆ ಜಿಗಿಜಿಗಿ ಮಳೆ. ಬೇಗ ಸ್ನಾನ ಮುಗಿಸುವ ವೇಳೆಗ ಕಾಫಿ ತಂದು ನಿಂತ ರಾಧ "ಇವತ್ತು ನೀವು ಹೋಗ್ಲೇಬೇಕಾ? ಇನ್ನೊಮ್ಮೆ ಯಾವಾಗ್ಲಾದ್ರೂ ಹೋಗಿದ್ದರಾಗಿತ್ತು. ಇಡೀ ದಿನ ಹೊರ್ಗೇ ಹೋಗೋಣಾಂತ ತೀರ್ಮಾನಿಸಿದ್ದೆ. ನಾವು ಹೊರ್ಗಡೆ ಹೋಗಿ ತಿಂಗಳುಗಳೇ ಆಗಿತ್ತು" ರಾಗ ಎಳೆದರೂ ನಾನು ಚಲಿಸುವಂತಿರಲಿಲ್ಲ. ಮೌನವಾಗಿ ಕಾಫಿ ಕುಡಿದಿಟ್ಟು ಬಟ್ಟೆ ಧರಿಸಿಯೇ "ಇವತ್ತು ಹೋಗಲೇಬೇಕು. ಈ ದಿನ ಎರಡು ಹೊತ್ತು ಊಟ ಮಾಡಿ ಇಷ್ಟರ ಮಟ್ಟಿಗೆ ಇದ್ದೀವಿಯೆಂದರೆ ದಾಮೋದರ ಮೊದಲಿಯಾರ ಅವರೇ ಕಾರಣ. ಅವ್ರ ಕಡೆಯಿಂದ ಫೋನ್ ಬಂದಿದೆಯೆಂದರೆ ಹೋಗಲೇಬೇಕು" ಅಷ್ಟು ಅಂದು ಟೇಬಲ್ ಮೇಲಿನ ಪೆನ್ನನ್ನು ಷರಟಿನ ಜೇಬಿಗೆ ಸಿಕ್ಕಿಸಿ, ಡ್ರಾಯರ್‌ನಲ್ಲಿದ್ದ ಕೆಲವು ನೋಟುಗಳನ್ನು ಪರ್ಸ್‌ನಲ್ಲಿ ತುರುಕಿ ಹೊರಟ. ಇವಳಿಗೆ ಸ್ವಲ್ಪ ವಿಚಿತ್ರವೆನಿಸಿದರೂ, ಬಾಯಿ ತೆರೆಯಲಿಲ್ಲ. ಕೆಲವು ವಿಷಯಗಳಲ್ಲಿ ಬಹಳ ಕಟ್ಟುನಿಟ್ಟು. ವಿವಾಹವಾಗಿ ಆರು ವರ್ಷವಾಯಿತು ಅಂದಿಗೂ ಇಂದಿಗೂ ಒಂದೇ ಸ್ವಭಾವ. ವಿವಾಹದ ಹೊಸದರಲ್ಲಿ ಚಿಟಿಕೆಯಲ್ಲಿ ಬದಲಾಯಿಸಿ ಬಿಡುತ್ತೇನೆಂದುಕೊಂಡವಳು ಇಂದಿಗೂ ಏನೇನು ಮಾಡಲೂ ಸಾಧ್ಯವಾಗಿರಲಿಲ್ಲ. ವಿವೇಕ್ ಬುದ್ಧಿವಂತ ಮಾತ್ರವಲ್ಲ ತುಂಬ ವಿವೇಕಿ. ಬದುಕು ಕೆಲವು ಪಾಠಗಳನ್ನು ಕಲಿಸಿದಾಗ ಗ್ರಹಿಸಿಕೊಂಡಿದ್ದ.

"ಯಾವಾಗ ಬರೋದು?" ಕೇಳಿದಳು ಷೂ ಏರಿಸುತ್ತಿದ್ದ ಗಂಡನನ್ನು.

"ಇವತ್ತು ಭಾನುವಾರ. ಹೋಗೋ ವೇಳೆಗೆ ಸಂಜೆ ಆಗುತ್ತೆ. ಎರಡು ದಿನಕ್ಕ ರಜ ಚೀಟಿ ಕೊಟ್ಟಿದ್ದೀನಿ ಕೆಲ್ಸ ಮುಗಿದ ಕೂಡ್ಲೇ ಬರ್ತೀನಿ" ಅಂದವನು ವಾಚ್ ಕಡೆ ನೋಟ ಹರಿಸಿ "ನಿನ್ನ ಗೆಳತಿಯರ ಮನೆಗೆ ಹೋಗಿ ಬರೋದಿದ್ದರೇ... ಹೋಗ್ಬಾ" ಅಷ್ಟು ಹೇಳಿ ಸಣ್ಣ ಗೇಟು ತೆರೆದುಕೊಂಡು ಹೊರಗೆ ಹೋದವನು. ಒಮ್ಮೆ ಕೂಡ ಹಿಂದಿರುಗಿ ನೋಡಲಿಲ್ಲ. ಅದು ಅವನ ಸ್ವಭಾವವು ಅಲ್ಲ. ವಿವಾಹವಾದ ಹೊಸದರಲ್ಲೂ ಕೂಡ ಇದೇ ಜಾಯಮಾನ. 'ದಾಂಪತ್ಯ ಪ್ರದರ್ಶಿಸುವುದಕ್ಕಲ್ಲ' ಎನ್ನುವ ಮನೋಭಾವದ ಮನುಷ್ಯ ಈ ಒಂದು ವಿಷಯದಲ್ಲಿ ಹೆಂಡತಿಯಾದವಳಿಗೆ ನಿರಾಶೆಯೆ.

ವಿವೇಕ ಸಾಗರ ತಲುಪಿದಾಗ ಇಡೀ ದಿನ ಸುರಿದ ಮಳೆಯೆ ಸ್ವಾಗತಿಸಿದ್ದು. ನೆನಪಿನ ಕದ ತಟ್ಟಿದ ಮುನ್ನವೇ ಹಲವಾರು ಚಿತ್ರಗಳು ಮೂಡಿ ಮರೆಯಾದವು. ಆ ಪರಿಸ್ಥಿತಿಯಲ್ಲಿ ದಾಮೋದರ್ ಕೈ ಹಿಡಿಯದಿದ್ದರೇ, ತಾನು ಇಲ್ಲೆಲ್ಲೋ ಒಂದು ಕಡೆ ಅಜ್ಞಾತ ವ್ಯಕ್ತಿಯಾಗಿ ಉಳಿದುಬಿಡಬಹುದಿತ್ತು. ಇಲ್ಲ ಹಟಕ್ಕೆ ಬಿದ್ದು ಚಿಕ್ಕಪ್ಪನಲ್ಲಿ

ನಿಲ್ಲಬಹುದಿತ್ತು. ಎರಡಕ್ಕೂ ವ್ಯತ್ಯಾಸವೇನು ಇರಲಿಲ್ಲ. ಆ ಮನುಷ್ಯ ಅವನ ಮನೆಯವರು ಪ್ರೀತಿ ತೋರುವುದಿರಲೀ, ಒಂದಿಷ್ಟು ಕರುಣೆ ತೋರುವಂಥ ಜನ ಆಗಿರಲಿಲ್ಲ. ಆ ಸಮಯದಲ್ಲಿ ತಂದೆಯ ಪರಿಚಯದ ಮನುಷ್ಯ ದಾಮೋದರ್ ಅವರ ಮನೆಗೆ ಕರೆದೊಯ್ದಿದ್ದರು. ವಿದ್ಯಾಭ್ಯಾಸದಿಂದ ಹಿಡಿದು ಕೆಲಸ ಕೊಡಿಸುವವರೆಗೂ ಇದೊಂದು ಜವಾಬ್ದಾರಿಯೆಂದು ಸ್ವೀಕರಿಸಿದ್ದರು. ಮದುವೆಗಾಗಿ ಕೂಡ ಒಂದಿಷ್ಟು ಖರ್ಚು ಮಾಡಿದ್ದರಲ್ಲದೇ, ಹೆಂಡತಿಯೊಂದಿಗೆ ಬಂದು ಏನೂ ಅಲ್ಲದವನ ಬದಿಯಲ್ಲಿ ನಿಂತು ಧಾರೆಯೆರೆದಿದ್ದರು. ವಿವೇಕ್ ಅದನ್ನು ಮರೆಯುವಂತಿರಲಿಲ್ಲ. ದಾಮೋದರರ ಪತ್ನಿ ಆಕೆ ತೀರಿಕೊಂಡು ಮೂರು ವರ್ಷದ ಮೇಲಾಗಿತ್ತು. ಆಗ ಹೋಗಿ ಬಂದ ವಿವೇಕ್ ಮತ್ತೆರಡು ಸಲ ದಾಮೋದರರನ್ನು ನೋಡಲು ಹೋಗಿ ಬಂದಿದ್ದಷ್ಟೇ. ಹಾಗೆಂದೇನು ಸಂಬಂಧ ಸವೆದಿಗಲಿಲ್ಲ.

ನಡೆದುಕೊಂಡೆ ಹೊರಟಿದ್ದ. ಫಕೀರ ಫೋನ್‌ನಲ್ಲಿ 'ಇದು ಗುಟ್ಟಾಗಿರಲೀ, ಯಾರ್ಗೂ ತಿಳಿಯೋಂಥದ್ದಲ್ಲ' ಅಂದಿದ್ದು ಒಂದು ರೀತಿಯ ಆತಂಕವನ್ನೊಡ್ಡಿತ್ತು. ಇಂಥದ್ದೇ ಎಂದು ಊಹೆ ಮಾಡಲು ಸಾಧ್ಯವಾಗಿರಲಿಲ್ಲ. ಸುಮಾರು ಜನರಿದ್ದ ಕುಟುಂಬ ಸಾಗರಕ್ಕೆ ಅಂಟಿಕೊಂಡೆ ಇದ್ದ ಅದ್ಭುತವಾದ ತೋಟದ ಮನೆಯಲ್ಲಿ ಮೂರು ಜನ ಗಂಡು ಮಕ್ಕಳು. ಒಬ್ಬ ಮಗಳು ಅಳಿಯನೊಂದಿಗೆ ವಾಸ. ಕೋಟಿಯಲ್ಲಿ ಲೆಕ್ಕ ಹಾಕುವಂಥ ತೋಟ. ಜಮೀನು, ಮನೆ ಲಕ್ಷಾಂತರ ಆದಾಯ ತುಂಬಿ ಕೊಡುತ್ತಿತ್ತು. ಇದೆಲ್ಲ ಪೂರಾ ಸ್ವಯಾರ್ಜಿತ. ಹಿರಿಯರದು ಅನ್ನುವಂಥದ್ದೇನು ಅವರ ಪಾಲಿಗೆ ಬಂದಿರಲಿಲ್ಲ. ನಿರಂತರ ಸವಾಲುಗಳನ್ನೆದುರಿಸುತ್ತಲೇ ಮೇಲೆ ಬಂದವರು.

ಗೇಟು ತೆರೆದ ಶಬ್ದಕ್ಕೆ ಕೂಡಿ ಹಾಕಿದ್ದ ನಾಯಿಗಳು ಬೊಗಳಿ ಯಾರೋ ಬಂದಿದ್ದಾರೆಂದು ಮನೆಯವರಿಗೆ ಸೂಚನೆ ಕೊಟ್ಟವು ಪ್ರಾಮಾಣಿಕವಾಗಿ. ಅಲ್ಲಲ್ಲಿ ಕೆಲಸ ಮಾಡುತ್ತಿದ್ದ ಆಳುಗಳು ಇಣಕಿದರೇ ವಿನಃ ಹಿಂದಿನಂತೆ ಯಾರೂ ಬಂದು ಮಾತಾಡಿಸದ್ದು ಬದಲಾವಣೆ ಸೂಚನೆಯೆನಿಸಿತು. 'ಯಜಮಾನ್ರು ನಿಮ್ಮನ್ನು ಬರೋಕೆ ಹೇಳಿದ್ದಾರೆ ಇದು ಗುಟ್ಟಾಗಿರಲೀ' ಎಂದು ಹೇಳಿದ್ದ ಫಕೀರ. ಅದರ ಹಿಂದೇನಿದೆ?

ಮೊದಲು ಬಾಗಿಲಲ್ಲಿ ಎದುರಾದವ ದಾಮೋದರರ ಎರಡನೆ ಮಗ. "ಅರೇ, ವಿವೇಕ್ ಯಾವ ಸೂಚನೆ ಕೊಡದೆ ಬಂದಿದ್ದೀ" ಅಂದ. ಇವನ ಬರುವು ಅವನಿಗೆ ಇಷ್ಟವಾಗಲಿಲ್ಲವೆಂದು ಅವನ ಮುಖ ಉಸುರಿದ್ದು ಮೆಲ್ಲನೆ ಅರಗಿಸಿಕೊಂಡ. ಈ ಮನೆ, ಇಲ್ಲಿನವರಿಗೆ ಅವನು ಋಣಿಯೆ. ಕೆಲಸ ಸಿಕ್ಕಿ ತನ್ನದು ಒಂದು ಬದುಕಾದ ನಂತರ ಸ್ವಾಭಿಮಾನದ ತೆಕ್ಕೆಯಲ್ಲಿ ಉಳಿದಿದ್ದರಿಂದ ಎಂದೂ ಇವರುಗಳ ಮುಂದೆ ಸಹಾಯಕ್ಕೆ, ಕೃಪೆಗೆ ಕೈಚಾಚಿರಲಿಲ್ಲ. ಆದ್ದರಿಂದ ಬಂದಾಗ ವಿಶ್ವಾಸದಿಂದ ಕಾಣುತ್ತಿದ್ದವರಲ್ಲಿ ದಾಮೋದರರ ಎರಡನೆ ಮಗ ಒಬ್ಬ. 'ಸಾಗರದಲ್ಲಿ ಒಬ್ಬ ಗೆಳೆಯನನ್ನು ನೋಡೋದಿತ್ತು. ಹಾಗೇ ಒಮ್ಮೆ ಭೇಟಿ ಕೊಟ್ಟೆ' ಸಹಜವಾಗಿ ಸುಳ್ಳು ಹೇಳಿದ. 'ಅಯ್ತು, ವೈನಿ ವಿವೇಕ್ ಬಂದಿದ್ದಾನೆ ನೋಡು' ಅಂದು ಹೊರನಡೆದ. ಆಮೇಲೆ ಮನೆಯಲ್ಲಿದ್ದ

ಒಬ್ಬೊಬ್ಬರು ಬಂದು ಮಾತಾಡಿಸಿ ಹೋದರಷ್ಟೇ. ಆದರೆ ಯಾರೂ ದಾಮೋದರರ ವಿಚಾರವೆತ್ತಲಿಲ್ಲ.

"ಭಟ್ಟರೇ, ಒಂದಿಷ್ಟು ನೋಡಿ" ಅನ್ನುತ್ತಲೇ ಅಡಿಗೆ ಮನೆಗೆ ಹೋದ ಹಿರಿ ಸೊಸೆ ಏನೋ ತಾಕೀತು ಮಾಡಿಯೇ ಅವನನ್ನು ಹೊರಗೆ ಕಳಿಸಿದ್ದು. ಗೊತ್ತಿದ್ದವ ಕೈಗಳನ್ನು ಉಜ್ಜುತ್ತ ಬಂದು "ಹೇಗಿದ್ದಿ ವಿವೇಕ್?" ಕೇಳಿದ. ಸ್ವರದ ಜೊತೆ ಕಣ್ಣುಗಳಲ್ಲಿ ಕೂಡ ಆತಂಕವಿದ್ದುದ್ದು ಅರಿವಾಗಿ ಏನೋ ಎಡವಟ್ಟಾಗಿದೆ ಎನಿಸಿತು ವಿವೇಕನಿಗೆ. "ಚೆನ್ನಾಗಿದ್ದೀನಿ. ಸಾಗರಕ್ಕೆ ಬಂದಿದ್ದೆ ಒಮ್ಮೆ ಯಜಮಾನರನ್ನು ನೋಡ್ಕೊಂಡು ಹೋಗೋ ಇರಾದೆಯಿಂದ ಬಂದೆ. ತೋಟದಲ್ಲಿ ಇದ್ದಾರೆಯೇ?" ಕೇಳಿದ. ಉತ್ತರಿಸಲು ಅವರು ಕಷ್ಟಪಡುವಂತೆ ಕಂಡರು 'ಏನಾದ್ರೂ ಸುಳ್ಳು ಹೇಳು. ಮಾವನೋರು ಸುಸ್ತಾಗಿದ್ದಾರೆ. ಡಾಕ್ಟ್ರು ಯಾರನ್ನು ನೋಡೋದ್ಬೇಡಾಂತ ಹೇಳಿದ್ದಾರೆ. ಪಟ್ಟು ಹಿಡಿಯೋ ಜಾಯಮಾನದವನಲ್ಲ. ಏನಾದ್ರೂ... ಹೇಳಿ ಕಳ್ಸು' ಅಷ್ಟನ್ನು ಆ ಮನೆಯ ಹಿರಿಯ ಸೊಸೆ ಹೇಳಿದ್ದನ್ನು ಪಾಲಿಸಲೇಬೇಕಿತ್ತು. ಇಲ್ಲದಿದ್ದರೆ ಕೆಲಸಕ್ಕೆ ಸಂಚಕಾರ.

ಏನೋ ನಡೆದಿದೆ ಇಲ್ಲಿ? ಎಷ್ಟೊಂದು ಬದಲಾವಣೆಗಳು. ದಾಮೋದರರ ಮುಂದೆ ಇಲಿಗಳಂತೆ ಬಾಲ ಮುರಿದುಕೊಂಡು ಓಡಾಡುತ್ತಿದ್ದ ಮಗ, ಸೊಸೆಯರು ಪ್ರತಿಯೊಬ್ಬರು ಯಜಮಾನರಂತೆ ವರ್ತಿಸುವುದು ಮಾತ್ರವಲ್ಲ, ಎಲ್ಲಾ ಕೂಡಿ ಮೀಟಿಂಗ್ ನಡೆಸುತ್ತಿದ್ದರು. ಅಂತೂ ನರ್ಸಿಂಗ್ ಹೋಂನಿಂದ ಮನೆಗೆ ಬಂದ ದಾಮೋದರ್ ಕೋಣೆಗೆ ಬಿಗಿಯಾದ ಬಂದೋಬಸ್ತು ಹೊರಗಿನವರಾರು ಅವರನ್ನು ನೋಡುವಂತಿರಲಿಲ್ಲ. ಊಟ, ಉಪಚಾರದ ವ್ಯವಸ್ಥೆಗಾಗಿ ಸೊಸೆಯಂದಿರು ಟೊಂಕ ಕಟ್ಟಿ ನಿಂತಿದ್ದು ಆಳುಕಾಳುಗಳಿಗೆ ಆಶ್ಚರ್ಯ ತರಿಸಿತ್ತು.

"ತೋಟದಲ್ಲಿ ಇದ್ದಾರ?" ಮತ್ತೆ ಕೇಳಿದ ವಿವೇಕ.

"ಗೊತ್ತಿಲ್ಲಾಂತ ಹೇಳೋದು ಸರಿಯೆನಿಸುತ್ತೆ" ಅನ್ನುವ ವೇಳೆಗೆ ಹೊರಬಂದ ಮೂರನೆಯ ಕಿರಿಯ ಸೊಸೆ "ಯಾರು ಇವರು?" ಸಿಡುಕಿತ್ತು ಸ್ವರದಲ್ಲಿ. ಈಕೆ ಸೊಸೆಯಾಗಿ ಇಲ್ಲಿಗೆ ಬರುವ ವೇಳೆಗೆ ಇಲ್ಲಿಂದ ವಿವೇಕ್ ಹೊರಬಿದ್ದಿದ್ದ. ಆದರೂ ಮದುವೆಗೆ ಬಂದಿದ್ದ. ನಂತರ ಬಂದಾಗಲೂ ಮಾತಾಡಿದ ಪರಿಚಯವಿತ್ತು. ಆದರೆ ಏಕಾಏಕಿ ಯಾರು?' ಎಂದು ಪ್ರಶ್ನಿಸಿದ್ದು ಮಾತ್ರ ನೋವೆನಿಸಿತು. ಆದರೂ ಯಜಮಾನರನ್ನು ಕಂಡೆ ಹೋಗಬೇಕೆಂಬ ಇರಾದೆ ಇದ್ದುದರಿಂದ ಇದನ್ನೆಲ್ಲ ಸಹಿಸಿಕೊಳ್ಳಬೇಕಿತ್ತು. "ನಾನು ವಿವೇಕ್ ಅಂತ. ನೀವು ಬರೋದಕ್ಕಿಂತ ಮೊದ್ಲು ಇಲ್ಲೇ ಇದ್ದೆ. ನನ್ನ ಪೂರ್ಣ ಜವಾಬ್ದಾರಿಯನ್ನು ಯಜಮಾನರು ಹೊತ್ತುಕೊಂಡಿದ್ದು" ಎಂದು ತಿಳಿಸಿದ. "ಒಳ್ಳೆದಾಯ್ತು ಏನು ಬಂದಿದ್ದು? ಈಗ ಯಾರ್ಗೂ ದುಡ್ಡು ಕಾಸಿನ ನೆರವು ಸಿಗೋಲ್ಲ. ಅವ್ರು ಎಲ್ಲಾ ನಮ್ಮ ತಲೆ ಮೇಲೆ ಹಾಕಿ ಆರಾಮವಾಗಿ ಮಲಗಿದ್ದಾರೆ" ಗೊಣಗಿದ್ದು ಜೋರಾಗಿಯೇ ವಿವೇಕ್ ಧಮನಿಗಳಲ್ಲಿ ರಕ್ತ ಬಿಸಿಯಾಯಿತು.

"ಇಲ್ಲ, ಸುಮ್ನೇ ನೋಡಿ ಹೋಗುವ ಸಲುವಾಗಿ ಬಂದಿದ್ದು. ಅವರೇ ಕೊಡಿಸಿದ ಕೆಲ್ಸವಿದೆ. ನನ್ನ ಮಟ್ಟಿಗೆ ಅದು ಕೈ ತುಂಬ ಸಂಬಳವೇ. ಏಕ ಸಂತಾನ. ಆರಾಮವಾಗಿದ್ದೀವಿ. ದುಡ್ಡು ಕಾಸಿನ ನೆರವೇನು ಬೇಡ. ಹೇಗೂ ಸಾಗರಕ್ಕೆ ಬಂದಿದ್ದೆ. ಮಾತಾಡಿಸಿಕೊಂಡು ಹೋಗ್ಬಿಡ್ತೀನಿ. ಯಜಮಾನ್ರು ಹುಷಾರಾಗಿದ್ದಾರ?" ಕೇಳಿದ. ಇವರುಗಳ ನಡವಳಿಕೆ ನೋಡಿದ ಮೇಲೆ ದಾಮೋದರನನ್ನು ನೋಡುವುದು ಕಷ್ಟವೆನಿಸಿತ್ತು. ಅವರು ನೋಡಲೇಬೇಕೆಂಬ ಹಟದ ಜೊತೆ ಅವರು ಯಾವುದೋ ತೊಂದರೆಯಲ್ಲಿ ಸಿಕ್ಕಿ ಹಾಕಿಕೊಂಡಿದ್ದಾರೆ ಎನ್ನುವ ಅನುಮಾನ.

"ಒಮ್ಮೆ ಹಾರ್ಟ್ ಅಟ್ಯಾಕ್ ಆಗಿ ಬದುಕಿದ್ದೇ ಕಷ್ಟವಾಯ್ತು. ಅವರು ಯಾರೊಂದಿಗೂ ಮಾತಾಡೋ ಹಂಗಿಲ್ಲ. ಇನ್ನೊಮ್ಮೆ... ಬನ್ನಿ" ಅಂದಳು ಆಕೆ. ಇವನಿಗೆ ಹೋಗು ಎಂದು ಹೇಳಿದಂತಾಯಿತು. "ನಾನೇನು ತೊಂದರೆ ಮಾಡೋಲ್ಲ. ಒಮ್ಮೆ ನೋಡಿ ಹೋಗೋಕೆ ಅವಕಾಶ ಮಾಡಿ ಕೊಡಿ" ಅಂದಾಗ ಮುಖ ತಿರುಗಿಸಿಕೊಂಡು ಹೋದ ಅವಳನ್ನು ನೋಡಿ ಪಿಚ್ಚೆನಿಸಿತು ವಿವೇಕ್‌ಗೆ.

ಹಿಂದಿನ ದಿನಗಳನ್ನು ನೆನಪಿಸಿಕೊಂಡ. ದಾಮೋದರ್ ಕಣ್ಣಿನಲ್ಲಿ ತೋರಿಸಿದ್ದನ್ನು ಕಣ್ಣೆಗೊತ್ತಿಕೊಂಡು ಮಾಡುವ ಮಕ್ಕಳು. ಸೊಸೆಯಂದಿರನ್ನು ಕಂಡಿದ್ದ. ಆಮೇಲೆ ಒಮ್ಮೆ ಮಗಳು ಮಾತ್ರ ಭೇಟಿಯಾದಳು. ಆಡಿದ್ದು ನಾಲ್ಕು ಮಾತು. ಆದರೂ ದಾಮೋದರರನ್ನು ನೋಡಲು ಅವಕಾಶ ಕೊಡಲಿಲ್ಲ. ಅವರಿಗೆ ಏನಾಗಿದೆಯೆಂದು ಹೇಳುವವರು ಕೂಡ ಯಾರೂ ಇರಲಿಲ್ಲ. ರಾತ್ರಿ ಊಟ ಮುಗಿಸಿ ಅಲ್ಲೇ ಉಳಿದುಕೊಂಡ. ತೀರಾ ವ್ಯಾಕುಲಗೊಂಡ. ತೀರಾ ಪ್ರಜ್ಞಾರಹಿತ ಸ್ಥಿತಿಯಲ್ಲಿದ್ದರೇ ತನಗೆ ಬರಲು ತಿಳಿಸಿದ್ದು ಯಾಕೆ? ಪಕೀರ ಕೂಡ ಕಾಣಸಿಗಲಿಲ್ಲ. ಅವನು ಕೂಡ ಒಬ್ಬ ಆಳು ಮಗ ಅಷ್ಟೇ.

ಬೆಳಿಗ್ಗೆ ಎದ್ದು ಹೊರ ಬಂದಾಗ ಕಿರಿಯ ಮಗ "ನಂಗೆ ಸಾಗರಕ್ಕೆ ಹೋಗೋದಿದೆ ನಿಮ್ಮನ್ನ ಕೂಡ ಬಸ್ ಸ್ಟ್ಯಾಂಡ್‌ಗೆ ಡ್ರಾಪ್ ಮಾಡ್ತೀನಿ" ಅಂದ. ತಕ್ಷಣ ವಿವೇಕ್ "ಒಮ್ಮೆ ಯಜಮಾನರನ್ನು ನೋಡೋದಿತ್ತು. ಮಧ್ಯಾಹ್ನ ಹೋಗ್ತೀನಿ" ಎಂದು ಹೇಳಿದ. ಅವನ ಮುಖದ ಚಹರೆ ಬದಲಾಯಿತು. "ವಾಟ್ ಈಸ್ ದಿಸ್ ವಿವೇಕ್. ಅಪ್ಪನ ಆರೋಗ್ಯ ಸೂಕ್ಷ್ಮವಾಗಿದೆ. ಕೆಲವು ದಿನ ಅವ್ರು ಯಾರನ್ನು ಭೇಟಿ ಮಾಡೋಲ್ಲ. ಏನಾದ್ರೂ ಉದ್ದೇಶ ಇಟ್ಕಂಡ್ ಬಂದಿದ್ದೀರಾ? ರಬ್ಬಿಷ್. ಇದೆಲ್ಲ ಸಾಕಾಗಿದೆ. ಬದ್ಕಿನ ಮೇಲಿನ ಪ್ರೀತಿ ಹೊರಟುಹೋಗಿದೆ. ಈಗ ದಾನ, ಧರ್ಮ ಮಾಡಿ ಪುಣ್ಯ ಸಂಚಯದ ಮಾತು ಆಡ್ತಾರೆ" ಕಹಿ ಕಕ್ಕಿದ. ನಂತರ ಅವನಿಗೆ ತಪ್ಪಿನ ಅರಿವಾಗಿ ಪೇಲವ ಮುಖ ಮಾಡಿದ. ಇಲ್ಲಿಂದ ಹೋಗಲೇ ಬಾರದೆನ್ನುವ ತೀರ್ಮಾನಕ್ಕೆ ಬಂದ ವಿವೇಕ್.

"ನೋ.... ನೋ.... ಯಾವ್ದೇ ಅಂಥ ಉದ್ದೇಶ ಇಲ್ಲ. ಸಾಗರಕ್ಕೆ ಬಂದಿದ್ದೆ. ನನ್ನ ಜೀವನಕ್ಕೆ ಒಂದು ತಿರುವನ್ನು ಕೊಟ್ಟ ಅವ್ರನ್ನು ನೋಡಬೇಕೆನಿಸಿದೆ. ಅವ್ರ ಆರೋಗ್ಯ ತೀರಾ ಸೂಕ್ಷ್ಮವಾಗಿದೆಯೆಂದು ತಿಳಿದ ಮೇಲೆ ಇನ್ನಷ್ಟು ಆತಂಕ. ಹೇಗೂ ಬಂದೀದ್ದೀನಿ ಒಮ್ಮೆ ನೋಡಿಕೊಂಡು ಹೋಗ್ತೀನಿ" ಇಂಥದೊಂದು ಬೇಡಿಕೆಯನ್ನು ಬಲವಾಗಿ

ಮುಂದಿಟ್ಟ. ಅವನ ಮುಖ ಮತ್ತಷ್ಟು ಗಂಟಾಯಿತು. "ವೈನಿ ಹತ್ರ ಮಾತಾಡಿ. ನಿಮ್ಗೆ ತಾನೇ ನೋಡೋ ಹಟ ಯಾಕೆ? ನೀವು ಬಂದ್ಹೋದ ವಿಚಾರ ಅವ್ರಿಗೆ ಮುಟ್ಟಿಸ್ತೀನಿ ಬಿಡಿ" ಅಂದು ಕೊಡವಿಕೊಂಡು ತನ್ನ ಪಾಡಿಗೆ ತಾನು ಹೋದ. ಸ್ವಲ್ಪ ಆಳವಾಗಿ ಗಮನಿಸಿದರೆ ವಿಚಿತ್ರವಾದ ಛಾಯೆ ಆವರಿಸಿಕೊಂಡಂತೆ ಕಂಡಿತು ವಿವೇಕ್‌ಗೆ. ಒಂದು ಮಾತಂತು ಸ್ಪಷ್ಟವಾಯಿತು. ಹುಲಿಯಂತೆ ದಿಟ್ಟವಾಗಿ ಸಸ್ಯ ಸಂಪತ್ತಿನ ಮಧ್ಯೆ ಬದುಕಿದ ದಾಮೋದರರಿಗೆ ಒಂದು ರೀತಿಯ ಗೃಹ ಬಂಧನ ಏರ್ಪಟ್ಟಿದೆ.

ಮಧ್ಯಾಹ್ನ ಊಟ ಮುಗಿಸಿಕೊಂಡು ಅಡಿಕೆ ಒಣ ಹಾಕಿದ್ದ ಕಡೆ ಹೋದಾಗ ಫಕೀರ ಸಿಕ್ಕರೂ ಅವನ ಕಣ್ಣುಗಳಲ್ಲಿದ್ದದ್ದು ಭಯ. ಅತ್ತಿತ್ತ ನೋಡಿ ಅಲ್ಲೇ ನಿಂತ. ವಿವೇಕ್ ತಾನೇ ಅವನ ಬಳಿಗೆ ಹೋದ.

"ಫಕೀರ, ನೀನೇ ಅಲ್ವಾ ಫೋನ್ ಮಾಡಿದ್ದು?" ಕೇಳಿದ ದನಿ ತಗ್ಗಿಸಿ.

ಅವನು ತುಟಿಯ ಮೇಲೆ ಬೆರಳಿಟ್ಟುಕೊಂಡು ಮಾತು ಬೇಡವೆಂದು ಸೂಚಿಸಿ ಸುತ್ತಮುತ್ತಲ ನೋಟ ಹರಿಸಿ "ಸಂಜೆ ಮುಂದು ದೊಡ್ಡ ಹಲಸಿನ ಮರದ ಹತ್ತಿರ ಸಿಕ್ತೀನಿ" ಎಂದು ಪಿಸುಗುಟ್ಟಿ ಮರೆಯಾದ.

ಭೀತಿಯ ವಾತಾವರಣ ಯಾಕೆ? ಅಕ್ಕರೆಯಿಂದ ಬೆಳೆಸಿದ ಮಕ್ಕಳು! ಕಾಲೆಳೆಯುತ್ತ ಅಡಿಕೆ ಮರಗಳತ್ತ ನಡೆದ. ಅದೆಲ್ಲ ಅವನು ಓಡಾಡಿದ ಜಾಗವೇ. ಇಲ್ಲಿನ ಪ್ರತಿಯೊಂದು ಮರ. ಗಿಡದ ಪರಿಚಯವು ಇತ್ತು. ಬಾಲ್ಯದ ಕರಿ ಕಾರ್ಮೋಡಗಳ ನಡುವೆಯು ಹಚ್ಚನೆಯ ಸೊಬಗಾಗಿ ಉಳಿದಿದ್ದು ಈ ಪರಿಸರವೆ. ಇವೆಲ್ಲ ಇದ್ದ ಹಾಗೆಯೇ ಇವೆ. ಆದರೆ ಬದಲಾಗಿದ್ದು ಇಲ್ಲಿ ವಾಸಿಸುವ ಜನರು. ಏನಾಗಿದೆ ಯಜಮಾನರಿಗೆ? ಒಬ್ಬೊಬ್ಬರದು ಒಂದೊಂದು ರೀತಿಯ ಉಡಾಫೆಯ ಉತ್ತರಗಳು. ಅಷ್ಟರಲ್ಲಿ ಎದುರಾದ ಯಜಮಾನರ ಮಗಳು "ನೀನಿನ್ನು ಹೋಗಿಲ್ವಾ?" ತೀಕ್ಷ್ಣ ಪ್ರಶ್ನೆಗೆ ನೇರವಾಗಿಯೇ ಉತ್ತರಿಸಿದ: "ಯಜಮಾನರನ್ನು ನೋಡಿಯೇ ಹೋಗ್ಬೇಕು. ಇಲ್ಲಿವರ್ಗೂ ಬಂದು ಅವ್ರನ್ನ ನೋಡದೇ ಹೋಗೋದು ಅಪರಾಧವೆನಿಸುತ್ತೆ. ಏನಾಗಿದೆ ಅವರಿಗೆ?" ಕೇಳಿದ ನಾಜೂಕಾಗಿ. ಆಕೆ ಮುಖ ಒಂದು ತರಹ ಮಾಡಿಯೇ ಹೇಳಿದಳು.

"ಹಾರ್ಟ್ ಪ್ರಾಬ್ಲಮ್ ಅಂತಾರೆ. ಡಾಕ್ಟು ಪೂರ್ತಿ ಬೆಡ್‌ರೆಸ್ಟ್‌ನಲ್ಲಿ ಇರಬೇಕೂಂತಾರೆ. ಅವ್ರು ಕೇಳ್ಬೇಕಲ್ಲ? ಅದಕ್ಕೆ ಯಾರ್ಗೂ ನೋಡೋ ಅವಕಾಶವಿಲ್ಲ. ಇನ್ನೊಮ್ಮೆ ಯಾವಾಗ್ಲಾದ್ರೂ ಬನ್ನಿ. ಅದು ಅವ್ರ ಕಾಲ. ಈಗ ಹಿಂದಿನ ತರಹ ಇಲ್ಲ. ನೀವು ಸುಮ್ನೆ ಹಿಂದಿರುಗೋದು ವಾಸಿ."

ವಿವೇಕ್ ಮುಖ ಒಂದು ತರಹ ಆಯಿತು. ಹಿಂದೆ ಬಂದಾಗಲೆಲ್ಲ ದಾಮೋದರ್ ಎಷ್ಟೊಂದು ಪ್ರೀತಿ ತೋರಿಸುತ್ತಿದ್ದರು. ಇವರುಗಳು ಕೂಡ ಎಷ್ಟೊಂದು ಆತ್ಮೀಯತೆಯಿಂದ ನೋಡುತ್ತಿದ್ದರು. ರಾಧ, ಮಗೂನ ಕರೆತಂದಾಗ ಎಷ್ಟೊಂದು ಉಪಚಾರ ನಡೆದಿತ್ತು. ಈಗ ಏನು ಅನ್ನೋ ತರಹ ಮಾತಾಡ್ತಾ ಇರೋದು

ನೋಢಿದರೇ. ಅವನಿಗೆ ಇವರೆಲ್ಲಾ ಏನೋ ತನ್ನಿಂದ ಮುಚ್ಚಿಡುತ್ತಿದ್ದಾರೆಂದು ಡೆಫಿನೇಟ್ ಆಯಿತು.

"ಗೊತ್ತಾಯಿತಲ್ಲ ವಿವೇಕ್. ಮ್ಯಾನೇಜರ್ ಹತ್ತಿರ ಬಸ್ಸು ಚಾರ್ಜ್ ಇಸ್ಕೋ. ಇದು ಮೊದಲಿನಿಂದ ಬಂದದ್ದು ತಾನೇ?" ಅಸಹನೆ ವ್ಯಕ್ತಪಡಿಸಿ ಸೀರೆಯ ನೆರಿಗೆಗಳನ್ನು ಕೂಡಿಸಿ ಒಂದಿಷ್ಟು ಎತ್ತಿಡಿದು ಹೊರಟ ಆಕೆಯತ್ತ ನೋಟ ಹರಿಸಿ ನಿಟ್ಟುಸಿರು ದಬ್ಬಿದ. ಹೌದು, ಇವನು ಬಂದಾಗಲೆಲ್ಲ ದಾಮೋದರ್ ಒಂದಿಷ್ಟು ಕೈಯಲ್ಲಿಡುತ್ತಿದದ್ದು ನಿಜ. ಬೇಡವೆಂದರೂ ಕೇಳುತ್ತಿರಲಿಲ್ಲ. ಈಗ ತನಗೆ ಬಸ್ ಚಾರ್ಜ್‌ಗೆ ಹಣದ ಅಗತ್ಯವಿಲ್ಲವೆಂದು ಕೂಗಿ ಹೇಳಬೇಕೆನಿಸಿತು. ಕೇಳಬೇಕಾದ ಜನ ಇರಬೇಕು. ಕರುಣೆ, ಸಹಾನುಭೂತಿಗಳ ಪ್ರವಾಹದಿಂದ ದೂರ ಹೋಗುವುದು ಹೇಗೆ?

ತೋಟದ ಮನೆಯಿಂದ ದೂರ ಒಂದು ಮೂಲೆಯಲ್ಲಿತ್ತು ದೊಡ್ಡ ಹಲಸಿನ ಮರ. ಅಲ್ಲಿ ಸಂಜೆಯ ವೇಳೆ ಸ್ವಲ್ಪ ನಿರ್ಜನವೇ. ಮರಗಳ ದಟ್ಟಣೆ ಅಧಿಕವಾದುದ್ದರಿಂದ ಅಲ್ಲಿ ಬೇಗ ಕತ್ತಲು ಮುಸುಕುತ್ತಿತ್ತು. ಎಂದಾದರೂ ರಜ ದಿನಗಳಲ್ಲಿ ಪುಸ್ತಕವಿಡಿದು ಅಲ್ಲಿ ಹೋಗಿ ಕಾಲ ಕಳೆಯುತ್ತಿದ್ದ. ಇಂದು ಅಲ್ಲಿಗೆ ಬಂದಾಗ ಆರರ ಸುಮಾರು, ಫಕೀರ ಅಲ್ಲೆಲ್ಲು ಕಾಣಿಸಲಿಲ್ಲ. ಅರ್ಧ ಗಂಟೆ ಕಾದ ನಂತರ ಬಂದವನ ಕಾಲುಗಳಲ್ಲಿ ನಡುಕವಿತ್ತು. ಯಾವಾಗಲೂ ಶಿಶುನಾಳ ಷರೀಫರ ಪದಗಳನ್ನು ಉದುರಿಸುತ್ತ ಓಡಾಡುತ್ತಿದ್ದವನಿಗೆ ಯಾರ ಭಯ?

ಮೊದಲು ಅವನ ಕೈ ಹಿಡಿದು ಕೂಡಿಸಿ "ಯಾಕೆ ನಡುಕ್ತಿ? ಫೋನ್ ಮಾಡಿದ್ದು ಯಾಕೆ?" ಮೆಲುದನಿಯಲ್ಲಿ ವಿಚಾರಿಸಿದಾಗ "ಭಯ, ಯಜಮಾನರ ಕಾಲದ ಹಳಬರನ್ನು ಕೆಲ್ಸದಿಂದ ತೆಗ್ದು ಹಾಕ್ತ ಇದ್ದಾರೆ. ಇಲ್ಲ ಬೇರೆ ಕಡೆ ಹೊತ್ತು ಹಾಕ್ತ ಇದ್ದಾರೆ. ನಿಮ್ಗೆ ಫೋನ್ ಮಾಡೋಕೆ ಯಜಮಾನರೇ ತಿಳ್ಸಿದ್ರು. ನಿಮ್ಹತ್ರ ಮಾತಾಡಬೇಕಂತೆ. ನೀವು ಅವ್ರನ್ನ ಭೇಟಿಯಾಗಿಯೇ ಹೋಗ್ಬೇಕು" ಎಂದ ಮೇಲುಸಿರುಬಿಡುತ್ತ.

"ಏನಾಗಿದೆ ಅವ್ರಿಗೆ? ಎಲ್ಲಿದ್ದಾರೆ?" ಕೇಳಿದ.

"ಹೆಚ್ಚು ಕಡಿಮೆ ಅವರ ರೂಮಿನಲ್ಲಿಯೇ ಬಂಧಿಯಾಗಿದ್ದಾರೆ. ಇದಕ್ಕೆ ಅವರುಗಳು ಕೊಡೋ ಕಾರಣ 'ಹೃದಯ ಸಂಬಂಧಿ ರೋಗ', ಹೆಚ್ಚು ದಿನ ಬದುಕಲು ಸಾಧ್ಯವಿಲ್ಲ. ಡಾಕ್ಟ್ರು ಬೇರೆಯವರು ಭೇಟಿಯಾಗುವುದನ್ನು ನಿಷೇಧಿಸಿದ್ದಾರೆ." ಅವನು ತನಗೆ ತಿಳಿದಿದ್ದನ್ನು ನುಡಿದ. "ಯಜಮಾನರು ಚೇತರಿಸಿಕೊಂಡು ಮನೆಗೆ ಬಂದ ಮೇಲೆ ಅವರನ್ನು ನೋಡುವ ಅವಕಾಶ ಎರಡೇ ಸಲ ಸಿಕ್ಕಿದ್ದು" ಎಂದು ಅದನ್ನೆಲ್ಲ ಹೇಳಿಕೊಂಡು ಕಣ್ಣೀರು ಮಿಡಿದ. ಅವರು ಮಾತಾಡಬಲ್ಲವರಾಗಿದ್ದರು. ಓಡಾಡಬಲ್ಲವರಾಗಿದ್ದರು. ಬರೀ ಮಾತ್ರೆ, ಪಥ್ಯದ ನೆಪದಲ್ಲಿ ಅವರನ್ನು ನಿತ್ರಾಣಗೊಳಿಸುತ್ತಿರುವುದು ಫಕೀರನ ಮಾತುಗಳಿಂದ ಅರಿವಿಗೆ ಬಂತು.

"ಈಗ ನಾನು ಭೇಟಿಯಾಗುವುದು ಹೇಗೆ?" ಕೇಳಿದ ವಿವೇಕ್.

"ಹೇಗೋ, ನಂಗಂತು ಗೊತ್ತಿಲ್ಲ. ಆಗ ಯಜಮಾನ್ರು ಒಬ್ಬರಿದ್ರು. ಈಗ ಎಲ್ಲರೂ ಯಜಮಾನರೇ? ಯಜಮಾನರ ರೂಮಿನ ಕಡೆ ಹಾಯೋಕು ಬಿಡೋಲ್ಲ.

ಹೇಗೆ ಭೇಟಿಯಾಗ್ತೀರಾ? ಆದ್ರೂ ನೀವು ಜರೂರಾಗಿ ಭೇಟಿಯಾಗ್ಬೇಕು" ಅಂದು ಕಣ್ಣೊರೆಸಿಕೊಂಡು ಹೋದ. ಕದಲದೆ ನಿಂತಿದ್ದ ವಿವೇಕ್, ಕತ್ತಲು ಪೂರ್ತಿ ಮುಸುಕಿತು. ಕಾಲ ಮೇಲೆ ಮೆತ್ತನೆಯ ಒಂದು ವಸ್ತು ಹರಿದಂತಾಗಿ ಬೆಚ್ಚಿದ. ಆ ಮಬ್ಬಿನಲ್ಲಿಯು ಹಾವೊಂದು ಹರಿದಾಡಿದ್ದು ಅನುಭವಕ್ಕೆ ಬಂದಾಗ ರಾಧ ಮತ್ತು ಮಗು ಕಣ್ಮುಂದೆ ಬಂದು ನಿಂತರು. 'ಪ್ರತಿಯೊಂದು ವಿಷ್ಯಕ್ಕೂ ನಿಮ್ದು ಹಟ. ಅಪಾಯಾಂತ ತಿಳ್ದು ಕೂಡ ಮುನ್ನುಗ್ತೀರಿ. ದಯವಿಟ್ಟು ನಮ್ಮ ಬಗ್ಗೆ ಯೋಚ್ಸಿ. ನೀವು ಪರೋಪಕಾರಿ ಅನ್ನೋದೆ ನನ್ನ ಆತಂಕ' ಆಗಾಗ ಕಣ್ಣೀರಿಡುತ್ತಿದ್ದದ್ದು ನೆನಪಿಗೆ ಬಂತು. ಅಗತ್ಯವೆನಿಸಿದಾಗ ಯಾವುದೇ ಸಮಯದಲ್ಲಿ ಬೇರೆಯವರಿಗೆ ಸಹಾಯ ಮಾಡುವ ಮಾನವೀಯ ಗುಣ ಅವನಲ್ಲಿತ್ತು.

ಸಂಪೂರ್ಣ ತೋಟದ ಪರಿಚಯವಿದ್ದುದರಿಂದ ಮನೆ ತಲುಪಲೇನು ಕಷ್ಟವಾಗಿರಲಿಲ್ಲ. ಎಂಟರ ನಂತರ ಗೂಡುಗಳಲ್ಲಿದ್ದ ನಾಯಿಗಳನ್ನು ಹೊರಬಿಟ್ಟರೇ ಬೇರೊಬ್ಬರು ಒಳಗೆ ಬರುವಂತಿರಲಿಲ್ಲ. ಪೇಪರ್ ನೋಡುತ್ತಿದ್ದ ಯಜಮಾನರ ಹಿರಿ ಮಗ ಒಂದಿಷ್ಟು ದರ್ಪದಿಂದಲೇ "ಏನೋ ವಿವೇಕ ಇಷ್ಟು ದಿನ ಉಳಿದೇ?" ಕೇಳಿದ ಹಿಂದೆಯೇ. "ನಾನು ಬಂದಿದ್ದು ನೆನ್ನೆಯ ಸಂಜೆಯೇ. ಉಳಿದಿದ್ದು ಇದೊಂದು ದಿನ ಮಾತ್ರ. ಯಜಮಾನರಿಗೆ ಅನಾರೋಗ್ಯ ಅಂತ ತಿಳ್ದು ಕೂಡ ನೋಡದೇ ಹೋಗೋಕೆ ಮನಸ್ಸು ಒಪ್ತಾ ಇಲ್ಲ. ನನ್ನ ಇಷ್ಟರಮಟ್ಟಿನ ಸ್ಥಿತಿಗೆ ಅವರೇ ಕಾರಣ" ಅಂದ. ಅವರ ಮುಖ ಒಂದು ತರಹ ಆಯಿತು. "ಡಾಕ್ಟ್ರು ನೋಡೋಕೆ ಪರ್ಮಿಷನ್ ಕೊಡೋಲ್ಲ. ಈಗ ಅವರ ಬುದ್ಧೀನು ಸ್ಥಿಮಿತದಲ್ಲಿರೋ ಹಾಗೆ ಕಾಣೋಲ್ಲ. ಏನೇನೋ ಮಾತಾಡ್ತಾರೆ. ಮುಂದೆ ಬಂದಾಗ ನೋಡಬಹುದು. ಹೇಗೂ ನಮ್ಮನ್ನೆಲ್ಲ ನೋಡಿದೆಯಲ್ಲ" ಉದ್ಧಟತನದಿಂದ ನುಡಿದ. ಈಗ ವಿವೇಕ್‌ಗೆ ತಾಳ್ಮೆಯ ಅಗತ್ಯವಿತ್ತು. "ನಾನು ಹಾಗಂತ ಸಮಾಧಾನ ಮಾಡಿಕೋತಾನೆ ಇದ್ದೀನಿ. ಆದರೆ ಸಾಧ್ಯವಾಗ್ತಾ ಇಲ್ಲ" ಪೇಚಾಡಿದ. ನಿರ್ಧಾರಕ್ಕಾಗಿ ಅತ್ತಿತ್ತ ನಿಂತವರ ಮುಖಗಳನ್ನು ನೋಡಿದ. "ಡಾಕ್ಟ್ರನ ವಿಚಾರಿಸ್ತೀನಿ. ಅವ್ರು ಬೇಗ ಚೇತರಿಸಿಕೊಳ್ಳಬೇಕೆನ್ನೋದೆ ನಮ್ಮಗಳ ಆಸೆ" ಅಂದು ಅವರಿಗಾಗಿ ಪೂಜೆ ಮಾಡಿಸಿದ ದೇವರುಗಳ ಪಟ್ಟಿಯ ಜೊತೆ ಖರ್ಚಾದ ಹಣದ ಲೆಕ್ಕವನ್ನು ಕೂಡ ಕೊಟ್ಟರು.

ವಿವೇಕ್ ಸಂಪೂರ್ಣವಾಗಿ ಮೌನಕ್ಕೆ ಶರಣಾದ.

ಎಲ್ಲರೂ ಊಟದ ನಂತರ ಒಟ್ಟಿಗೆ ಸೇರಿ ಚರ್ಚಿಸಿದರು. 'ಹೋಗೂಂತ ಹೊರ ದಬ್ಬೋದು ಸುಲಭವೇ, ಆದರೆ ಅಲ್ಲೇ ಇದ್ದ ವಿವೇಕ್‌ಗೆ ಅಪ್ಪನ ಬಗ್ಗೆ ತೋಟದ ವಿಷಯ ಎಲ್ಲಾ ಗೊತ್ತಿರುತ್ತೆ. ಮೊದಲೇನೋ ಸಭ್ಯನಾಗಿದ್ದ. ಈಗ ಹೋಗಿ ಏನಾದರೂ ತರಲೆ ತೆಗೆದರೇ? ಅದೆಲ್ಲ ಬೇಡ. ನೋಡಿ ಹೋಗಿಬಿಡಲಿ, ನಾವು ಸ್ವಲ್ಪ ಎಚ್ಚರ ವಹಿಸಿದರಾಯ್ತು. ಒಂದೆರಡು ನಿದ್ದೆ ಮಾತ್ರೆ ಹಾಲಿನಲ್ಲಿ ಹಾಕಿ ಕೊಟ್ಟುಬಿಡೋಣ. ಅವರು ಮಲಗಿಬಿಡ್ತಾರೆ. ಇವನು ನೋಡಿಕೊಂಡು ಹೋಗಲಿ' ಸರ್ವಾನುಮತದಿಂದ

ಇಂಥ ಒಂದು ಠರಾವು ಪಾಸು ಮಾಡಿದರು. ತಂದೆ ಈಗಿನ ಪರಿಸ್ಥಿತಿಯಲ್ಲಿ ಯಾರನ್ನು ಭೇಟಿ ಮಾಡುವುದೂ ಅವರಿಗೆ ಇಷ್ಟವಿರಲಿಲ್ಲ.

ಅಪಾರ ಶ್ರೀಮಂತಿಕೆಗೆ ಒಡೆಯರಾದ ದಾಮೋದರರನ್ನ ಸ್ವತಃ ಅವರ ಸೊಸೆಯಂದಿರೇ ನೋಡಿಕೊಳ್ಳುತ್ತಿದ್ದರು. ಇದು ಕಲಿಗಾಲ. ಮಾವನವರ ಸೇವೆಯೆಂದೇನು ಮಾಡುತ್ತಿರಲಿಲ್ಲ. ಅದ್ಭುತವಾದ, ರೋಮಾಂಚಕರವಾದ ಸ್ವಾರ್ಥವಿತ್ತು ಅವರುಗಳಲ್ಲಿ.

ಹಿರಿಯ ಮಗ ಹೆಂಡತಿಗೆ ಆಜ್ಞಾಪಿಸಿದ "ಮಾಮೂಲಾಗಿ ಒಂದು ಮಾತ್ರೆ ಕೊಡ್ತೀಯ. ಜೊತೆಗೆ ಒಂದ್ಮೂರು ಮಾತ್ರೆ ಬೆರೆಸಿ ಕೊಟ್ಟುಬಿಡು. ನಾಳೆ ಮಧ್ಯಾಹ್ನವೇನು ಸಂಜೆಯವರೆಗೂ ಏಳೋಲ್ಲ" ಆಕೆ ಸ್ವಲ್ಪ ಗೊಣಗುತ್ತಲೇ ಎದ್ದಳು. ರಾತ್ರಿ ಪಾಳಿಯ ಕೆಲಸವೆಂದರೆ ಆಗದು. "ನಾಲ್ಕು ಜನ ನರ್ಸುಗಳನ್ನ ನೇಮಕ ಮಾಡಿಕೋಬಹ್ದು. ಈ ಹಣೆಬರಹ ಯಾಕೆ ಬೇಕು?" ಅದೆಲ್ಲ ನಿಜವೇ!

"ಬೆಳಿಗ್ಗೆ ನೋಡ್ಕೊಂಡ್ ಹೋಗ್ಬೇಕಂತೆ" ಎಂದು ಅಡಿಗೆಯ ಭಟ್ಟ ತಿಳಿಸಿ ಹೋದ. ವಿವೇಕ್ ಭಾರವಾದ ಉಸಿರು ದಬ್ಬಿದ. ವಿಶ್ವಾಸದಿಂದ ಕಾಣುತ್ತಿದ್ದ ಮನೆಯಲ್ಲಿ ಅವಮಾನ ಕಂಡ ಈ ಸಲ. ಈ ಬಗ್ಗೆ ಚಿಂತೆಯೇನೂ ಇಲ್ಲ. ನೋಡೋ ಅವಕಾಶ ಒದಗಿದ್ದಕ್ಕೆ ಸಂತೋಷದ ಜೊತೆ ಎದುರಿಸಬೇಕಾದ ಪರಿಸ್ಥಿತಿಯ ಬಗ್ಗೆ ವ್ಯಾಕುಲಚಿತ್ತನಾದ. 'ಯಜಮಾನರನ್ನು ಕಂಡೇ ಹೋಗಿ' ಫಕೀರ ಹೇಳಿದ್ದ. ಹೆತ್ತ ತಂದೆಯನ್ನು ಮಕ್ಕಳು ಸರ್ಪಗಾವಲಿನಂತೆ ಕಾಯುತ್ತಿದ್ದರು. 'ಪುಣ್ಯ ಸಂಚಯ' ಎನ್ನುವ ಪದದ ನೆನಪಾದ ಕೂಡಲೇ ಆ ಅಕ್ಷರಗಳೇ ಪರಿಸ್ಥಿತಿಯ ಭೂಪಟವನ್ನು ಅವನ ಮುಂದೆ ತೆರೆದಿಟ್ಟಿತು. ಎಳೆಎಳೆಯಗಿ ವಿಂಗಡಿಸಿ ಅರ್ಥ ಮಾಡಿಕೊಳ್ಳತೊಡಗಿದ. ತಂದೆಯ ಆರೋಗ್ಯದ ಬಗ್ಗ ಕಾಳಜಿಯಲ್ಲ. ಅವರೇ ಕಷ್ಟಪಟ್ಟು ದುಡಿದು ಕೂಡಿ ಹಾಕಿದ್ದನ್ನು ಕನಿಷ್ಟ ಒಳ್ಳೆಯ ಕೆಲಸಗಳಿಗೆ ಅಷ್ಟಿಷ್ಟು ವಿನಿಯೋಗಿಸಬಾರದು. ಈ ವಯಸ್ಸಿನಲ್ಲಿ ಪಾಪ-ಪುಣ್ಯ ಲೆಕ್ಕಾಚಾರದಲ್ಲಿ ಬೇರೊಬ್ಬರಿಗೆ ಏನೂ ಕೊಡಬಾರದು. ಇಂಥ ಒಂದು ಪ್ಲಾನ್ ಹಾಕಿಕೊಂಡೇ ಬಂಧನದಲ್ಲಿ ಇರಿಸಿಕೊಂಡಿದ್ದರು. ಬದುಕಿದ್ದಷ್ಟು ದಿನ ಅವರಿಗೆ ಇಂಥ ಘೋರ ಶಿಕ್ಷೆ. ತಂದೆಯ ದುಡಿಮೆ, ಐಶ್ವರ್ಯಕ್ಕೆ ಮಕ್ಕಳು ವಿಧಿಸಿದ ಕಾಲಾಪಾನಿ ಶಿಕ್ಷೆ.

ಇಡೀ ರಾತ್ರಿ ವಿವೇಕ್‌ಗೆ ಕಣ್ಮುಚ್ಚಲಾಗಲಿಲ್ಲ. ಮಾಡದ ತಪ್ಪಿಗೆ ವಿಧಿಸಿದ ಶಿಕ್ಷೆ. ಅವನ ಮನದಲ್ಲಿ ಹೊಯ್ದಾಟ ಶುರುವಾಯಿತು. ಮಕ್ಕಳ ಭವಿಷ್ಯವನ್ನು ದೃಷ್ಟಿಯಲ್ಲಿ ಇಟ್ಟುಕೊಂಡು ಎಷ್ಟು ರೀತಿಯಲ್ಲಿ ಧನ ಸಂಗ್ರಹಿಸುತ್ತಾರೆ. ಕೋಟಿಗಟ್ಟಲೆ ಕೂಡಿಹಾಕುವ ಧನದ ರಾಶಿಯ ಮೇಲೆ ನರ್ತನ ಮಾಡಿ ಅಣಕಿಸುವವರು ಸ್ವಂತ ಮಕ್ಕಳೇ! ಮನದಲ್ಲಿಯೇ ನೂರು ಉದಾಹರಣೆಗಳನ್ನು ಕಲೆ ಹಾಕಿ ಚಿಂತಿತನಾದ.

ಸ್ನಾನ ಮುಗಿಸುವ ವೇಳೆಗೆ ಅಡಿಗೆ ಭಟ್ಟ ಅಣಕಿ "ಡಾಕ್ಟ್ರು ಚೆಕಪ್‌ಗೆ ಬರೋದು ಹತ್ತರ ನಂತರ. ನೀವು ನೋಡ್ಕೊಂಡ್ ಹೋಗೋಕೆ ಪರ್ಮಿಷನ್ ಕೊಟ್ಟಿದ್ದಾರೆ. ನಿಮ್ದೇ ಪುಣ್ಯ ಅಂದ್ಕೋಬೇಕು. ನಾನು ಕೂಡ ಅವ್ರನ್ನ ನೋಡಿ ಸುಮಾರು

ದಿನವಾಯ್ತು. ಯಜಮಾನರನ್ನ ನೋಡಿಕೊಳ್ಳೋ ಉಸ್ತುವಾರಿ ಸೊಸೆಯರೇ ವಹಿಸಿಕೊಂಡಿದ್ದಾರೆ" ಎಂದು ಹೇಳಿದ. ಅವನ ಸ್ವರದಲ್ಲಿ ವಿಷಾದದ ಛಾಯೆ ಇದೆಯೆನಿಸಿತು. ಮೌನವಾಗಿ ತಲೆದೂಗಿದ.

ಇವನೊಂದಿಗೆ ಸೆಕ್ಯೂರಿಟಿ ಅನ್ನೋ ತರಹ ಕಿರಿಸೊಸೆ ಬಂದವಳು ತುಟಿಗಳ ಮೇಲೆ ಬೆರಳಿಟ್ಟು ಮಾತು ಬೇಡವೆಂದು ಸನ್ನೆ ಮಾಡಿದಳು. ಬರೀ ನೋಡೋಕೆ ಮಾತ್ರ ಪರವಾನಗಿ. ಮೆಲ್ಲಗೆ ಬಾಗಿಲು ತೆರೆದು ಒಳಗೆ ಅಡಿ ಇಟ್ಟಾಗ ಸಂಪೂರ್ಣ ನಿಶ್ಶಬ್ದ. ಸದಾ ಹೊರಗಿನ ಗಿಡ, ಮರಗಳ ಮಧ್ಯೆ ಓಡಾಡುತ್ತ ಆಳುಕಾಳುಗಳಿಗೆ ನಿರ್ದೇಶನ ನೀಡಿ ದಿನಗಳನ್ನು ಕಳೆಯುತ್ತಿದ್ದ ದಾಮೋದರ್ ನಿಶ್ಚಲವಾಗಿ ಕಣ್ಮುಚ್ಚಿ ಮಲಗಿದ್ದರು. ಸಲೈನ್‌ನಿಂದ ಹಿಡಿದು ಆಕ್ಸಿಜನ್‌ವರೆಗೂ ಸಿದ್ಧವಾಗಿದ್ದ ಸೊಫಿಸ್ಟಿಕೇಟೆಡ್ ನರ್ಸಿಂಗ್ ಹೋಂ ಎ.ಸಿ. ರೂಮಿನ ಜೆರಾಕ್ಸ್ ಪ್ರತಿಯೆಂದು ಕಂಡಿತು. ಎಲ್ಲಾ ಅಚ್ಚುಕಟ್ಟು ವಿಶಾಲವಾದ ಮಂಚದ ಮೇಲೆ ಮಲಗಿದ್ದ ನಿಸ್ಸಹಾಯಕ ವ್ಯಕ್ತಿ ಯಜಮಾನರೇನಾ ಎಂದು ಗುರುತಿಸಲು ಅಷ್ಟೊಂದು ಶ್ರಮವೇನು ಪಡಬೇಕಿರಲಿಲ್ಲ. ವಿಶಾಲ ಹಣೆಯಲ್ಲಿ ಕರಾರುವಾಕ್ ಎದ್ದು ಕಾಣುತ್ತಿತ್ತು.

"ನೋಡಿದ್ರಾ ಅವ್ರ ಸ್ಥಿತೀನ? ಇನ್ನು ನಡೀರಿ" ಕತ್ತು ಹಿಡಿದು ದಬ್ಬುವಂತೆ ಹೇಳಿ ಮುಖ ನೋಡುವ ಮುನ್ನ "ಬೇರೆಯವ್ರ ಭೇಟಿಗೆ ಅವಕಾಶ ಕೊಡ್ಬಾರ್ದೂಂತ ಡಾಕ್ಟ್ರು ಹೇಳಿದ್ದಾರೆ. ನಿಮ್ದು ತುಂಬ ಕೆಟ್ಟ ಹಟವಾಯ್ತು" ಗೊಣಗಿದ ಕೂಡಲೇ ವಿವೇಕ್ ರೂಮಿನಿಂದ ಹೊರಬಂದ. ಕಣ್ಣುಗುಡ್ಡೆಯ ಮೇಲಿನ ಚಲನೆಯನ್ನು ಗುರುತಿಸಿ ಎಚ್ಚರವಾಗಿದ್ದಾರೆಂದು ಲೆಕ್ಕ ಹಾಕಿದ ವಿವೇಕ್ ಅವರೊಂದಿಗೆ ಮಾತಾಡಿಯೇ ಹೋಗಬೇಕೆಂದು ತೀರ್ಮಾನಕ್ಕೆ ಬಂದ.

ರೂಮಿಗೆ ಬಂದವನೆ ತನ್ನ ಬ್ಯಾಗು ಹಿಡಿದು ಹೊರ ಬಂದವನು ವರಾಂಡದಲ್ಲಿದ್ದ ಎರಡನೇ ಮಗನಿಗೆ ತಾನು ಹೋಗಿ ಬರುವುದಾಗಿ ತಿಳಿಸಿ ಹೊರ ನಡೆದ. ಹೇಗೆ ಭೇಟಿಯಾಗುವುದು? ಇಡೀ ಫ್ಯಾಮಿಲಿ ಎಲ್ಲೋ ಹೋಗುವವರಿದ್ದಾರೆಂದು ಅಡಿಗೆಯ ಭಟ್ಟರು ಮಾತಿನ ಸಂದರ್ಭದಲ್ಲಿ ಹೇಳಿದ್ದರಿಂದ ಹೊಂಚುಹಾಕುವುದು ಅನಿವಾರ್ಯವಾಗಿತ್ತು.

ಅಷ್ಟು ದೂರ ನಡೆದು ಹೊರಟವನು ರೋಡಿನ ಮಗ್ಗುಲಲ್ಲಿದ್ದ ಮಾಚನ ಮನೆಗೆ ಹೋದ. ಎಲ್ಲಾ ಪರಿಚಯವಿದ್ದ ಜನವೇ. ಅವರ ಇಡೀ ಕುಟುಂಬ ದಾಮೋದರ್ ತೋಟಗಳಲ್ಲಿ ದುಡಿಯುತ್ತಿದ್ದರು.

"ಯಾವಾಗ್ಬಂದ್ರಿ?" ವಿಚಾರಿಸಿ ಕಾಫಿಯ ಲೋಟ ಮುಂದೆ ತಂದಿಟ್ಟ ಅವನ ಹೆಂಡತಿ ಎಷ್ಟೋ ವಿಷಯಗಳನ್ನ ಹೇಳಿದಳು. "ಯಜಮಾನ್ರು ಚೆನ್ನಾಗಿದ್ದಾಗ ನನ್ನ ಮಗ್ಳ ಮದ್ವೆಗೆ ಹಣ ಕೊಡ್ತೀನೀಂತ ಭರವಸೆ ಕೊಟ್ಟಿದ್ರು. ಈಗ ಅವ್ರಿಗೆ ಹುಷಾರಿಲ್ಲ. ಯಾರ್ನ ಕೇಳೋದು. ಹಣಕಾಸಿನ ವಿಷ್ಯ ಎತ್ತಿದರೆ ಮೇಲೆ ಬೀಳ್ತಾರೆ" ಎಂದು ಬದಲಾದ ಜನಗಳ ಬಗ್ಗೆ ಹೇಳಿಕೊಂಡು ಕಣ್ಣೀರು ಸುರಿಸಿದಳು. ವಿವೇಕ್‌ಗೆ ಮಾತು

ಬೇಡವಾಗಿದ್ದರೂ ದಾಮೋದರ ಮನೆಯ ಜನ ಹೊರ ಬೀಳುವವರೆಗೂ ಕಾಯಬೇಕಿತ್ತು.

ಹನ್ನೊಂದರ ಸುಮಾರಿಗೆ ತೋಟದ ಮನೆಯಿಂದ ಒಂದರ ಹಿಂದೆ ಒಂದರಂತೆ ಮೂರು ಕಾರುಗಳು ಹೊರಕ್ಕೆ ಬಂದವು. ಯಾವುದೋ ಸಮಾರಂಭದ ಸಲುವಾಗಿ ಹೊರಟಿದ್ದರಿಂದ ಒಂದೆರಡು ಗಂಟೆಗಳಾದರೂ ಆಗಬಹುದೆಂದು ಲೆಕ್ಕ ಹಾಕಿ ಭಾರವಾದ ಉಸಿರು ದಬ್ಬಿದ. ತೋಟದ ಮತ್ತೊಂದು ಬಾಗಿಲಿನಿಂದ ಒಳಗೆ ಹೋದಾಗ ಫಕೀರ "ನೀವು ಬೇಗ ಹೋಗಿ. ಯಜಮಾನ್ರು ಎಚ್ಚರವಾಗಿಯೇ ಇದ್ದಾರೆ" ಪಿಸುಗುಟ್ಟಿ ಮರೆಯಾದ. ವಿವೇಕ್ ಅತ್ಯಂತ ಎಚ್ಚರದಿಂದ ಆ ರೂಮಿನೊಳಕ್ಕೆ ಕಾಲಿಟ್ಟಾಗ ಕಣ್ಣು ತೆರೆದುಕೊಂಡೇ ಕೂತಿದ್ದ ದಾಮೋದರ್ ಕಣ್ಣಿಂದ ಕಂಬನಿ ಜಿನುಗಿತು.

"ಬಾ... ವಿವೇಕ್" ಎಂದು ಕೈ ಹಿಡಿದುಕೊಂಡು. "ಇನ್ನೊಂದು ಪ್ರಾಣಿ ಮುಖ ನೋಡಲು ಅವಕಾಶವಾಗುತ್ತೋ ಇಲ್ಲವೋಂತ ಹೆದರಿದ್ದೆ. ನನ್ನ ಪ್ರೀತಿಪಾತ್ರ ಮಕ್ಳು ನಂಗೆ ಈಗ ಶತ್ರುಗಳು. ನಿನ್ನಿಂದ ನಂಗೊಂದು ಉಪಕಾರ ಆಗ್ಬೇಕು" ಅಂದವರೆ ಮಂಚದ ಒಳಭಾಗದ ರಹಸ್ಯ ಸಂದೂಕದಲ್ಲಿ ಅಡಗಿಸಿದ್ದ ಪತ್ರದ ಕಟ್ಟಿನೊಂದಿಗೆ ಒಂದು ಪತ್ರವನ್ನು ಅವನ ಕೈಯಲ್ಲಿಟ್ಟು "ಇದನ್ನು ನನ್ನ ಫ್ರೆಂಡ್ ಲಾಯರ್ ಬಾಲಕೃಷ್ಣನಿಗೆ ತಲುಪಿಸಿಬಿಡು. ಇಲ್ಲದಿದ್ದರೆ ನನ್ನ ದುಡಿಮೆ ಅಪ್ರಯೋಜಕವಾಗಿಬಿಡುತ್ತೆ" ಎಂದು ಕಣ್ಣೀರುಗರೆದರು. ನಂತರ ಅವರು ಹೇಳಿದ ನಾಲ್ಕು ಮಾತುಗಳಿಂದ ಎಲ್ಲವನ್ನೂ ಅರ್ಥಮಾಡಿಕೊಂಡ.

ಅವೆಲ್ಲದರೊಂದಿಗೆ ಬಸ್ಸು ಹತ್ತಿದ ನಂತರವೇ ವಿವೇಕ್ ನಿಶ್ಚಿಂತೆಗೊಂಡಿದ್ದು. ಅವರು ಹೇಳಿದ ಕೆಲಸ ಮಾಡಿ ಮುಗಿಸಿದ. ಹತ್ತೇ ದಿನದಲ್ಲಿ ಒಂದು ಪೇಪರ್‌ನಲ್ಲಿ ಪೂರ್ಣ ವರದಿ ಪ್ರಕಟವಾಗಿತ್ತು. ತಮ್ಮ ಬಂಧನದಲ್ಲಿದ್ದ ತಂದೆಯನ್ನು ಮಕ್ಕಳು ಕರೆತಂದು ಮ್ಯಾಜಿಸ್ಟ್ರೇಟರ ಮುಂದೆ ಒಪ್ಪಿಸಿದ್ದು ಮಾತ್ರವಲ್ಲ. ತಮ್ಮ ಆಸ್ತಿಯನ್ನು ಮಕ್ಕಳಿಗೆ ಒಂದಿಷ್ಟು ತೆಗೆದಿರಿಸಿ ಮಿಕ್ಕಿದ್ದೆಲ್ಲ ದಾನ, ಧರ್ಮಗಳಿಗೆ ವಿನಿಯೋಗಿಸಿಬಿಟ್ಟಿದ್ದರು. ಅದಕ್ಕೊಂದು ಶೀರ್ಷಿಕೆ. 'ಮಕ್ಕಳ ಬಂಧನದಲ್ಲಿದ್ದ ಶ್ರೀಮಂತ ತಂದೆಯ ಬಿಡುಗಡೆ!'

ಇದರಲ್ಲಿ ಮುಖ್ಯಪಾತ್ರ ವಹಿಸಿದ್ದ ವಿವೇಕ್ ಮೌನವಹಿಸಿದ. ಇದು ಅವರ 'ಋಣ'ಕ್ಕೆ ಒಂದಿಷ್ಟು ಕೃತಜ್ಞತೆ ಸಂದಾಯವಷ್ಟೆ.

●

14. ಅಂತಸ್ತು

ರಾತ್ರಿಯಿಡಿ ನಮ್ಮಿಬ್ಬರಿಗೆ ನಿದ್ದೆ ಇಲ್ಲ. ಮಗ್ಗಲು ಬದಲಿಸಿ ಬದಲಿಸಿ ಸಾಕಾದರೂ, ಬೆಳಗಿನ ಜಾವದವರೆಗೂ ರೆಪ್ಪೆ ಮುಚ್ಚಲಾಗಲಿಲ್ಲ ಅವರಂತು ಒಂದೆರಡು ಸಲ ಎದ್ದವರೂ, ಹಿತ್ತಲಿಗೂ ಹೋಗಿ ಬಂದು ಮಗ್ಗುಲಾದರು. ಹಿರೇ ಮಗಳು ವಾರಿಜಾಳ ವಿವಾಹ ನಿಶ್ಚಯವಾಗಿದೆ. ಇನ್ನೆರಡು ತಿಂಗಳಲ್ಲಿ ಮದುವೆ. ವಜ್ರದ ಬೆಂಡೋಲೆಯ ಜೊತೆ, ಎರಡೆಳೆಯ ಅವಲಕ್ಕಿ ಸರ, ಕೈಗಳಿಗೆ ಕೆಂಪಿನ ಬಳೆಗಳು, ಇಷ್ಟಾದರೂ ಮಾಡಿಸಬೇಕು. ಕೈಯಲ್ಲಿ ಕಾಸಿಲ್ಲ. ನೋಡಿದವರಿಗೆ 'ಉಡುಪರಿಗೆ ದೊಡ್ಡ ಬಂಗ್ಲೆಯಂಥ ಮನೆ ಇದೆ, ತೆಂಗಿನ ತೋಟವಿದೆ. ಪೇಟೆ ಬೀದಿಯಲ್ಲಿ ದೊಡ್ಡ ಅಂಗಡಿಯ ಜೊತೆಗೆ, ಬಸ್‌ಸ್ಟ್ಯಾಂಡ್‌ನಲ್ಲಿ ಒಂದು ಹೋಟೆಲ್ ಇದೆ. ಎರಡರಲ್ಲೂ ಬ್ರಹ್ಮಾಂಡವಾದ ವ್ಯಾಪಾರವಿದೆ ಅಂತ ಅನಿಸಿದರೇ, ಒಳಗಿನ ಬಂಡವಾಳ ನಮ್ಮಿಬ್ಬರಿಗೆ ಗೊತ್ತು. ಮಕ್ಕಳೆದುರಿಗೆ ಆ ಬಗ್ಗೆ ಮಾತಾಡುವುದು ಸುತರಾಂ ಅವರಿಗೆ ಇಷ್ಟವಿಲ್ಲ. ಅವು ನೊಂದು ಮುಖ ಚಿಕ್ಕದು ಮಾಡಿ ಕೂಡುವುದು ನಮಗಿಷ್ಟವಿಲ್ಲ.

ವಾರಿಜಾಳಿಗೆ ಸಿಕ್ಕ ನೆಂಟಸ್ಥಿಗೆ ತುಂಬ ಒಳ್ಳೆಯದೆನ್ನುವ ಸಮಾಧಾನ ಇಷ್ಟರಮಟ್ಟಿಗೆ. ಹುಡುಗನ ಕಡೆಯವರು ಬೆಂಗಳೂರಿನವರು. ಸ್ವಂತ ಶಾಲಾ ಕಾಲೇಜುಗಳನ್ನು ನಡೆಸುತ್ತಾರಂತೆ. ಕಾರು, ಬಂಗ್ಲೆ ಇದೆ. ಇಷ್ಟಾದರೂ ಜಂಬವಿಲ್ಲದ ಜನ. ಮಾತುಕತೆಯಲ್ಲಿ ತುಂಬ ಹೊಂದಿಕೆ ಆಗಿದ್ದರು. ಎಲ್ಲಕ್ಕಿಂತ ಹುಡುಗ ಮನ್ಮಥನಂತಿದ್ದಾನೆ. 'ಇಂಥ ಸಂಬಂಧ ಏಳೇಳು ಜನ್ಮದ ಪುಣ್ಯದ್ದು' ಅನ್ನೋ ಮಾತೊಂದಿದೆ.

ಅವರು ಬಾಯಿಬಿಟ್ಟು ವರದಕ್ಷಿಣೆ ಅಂತ ಕೇಳಿಲ್ಲವಾದರೂ, ಮಧ್ಯಸ್ಥಿಕೆ ಬಂದು ನಿಂತ ಶಾಸ್ತ್ರಿಗಳು 'ಉಡುಪರಿಗೇನು ಬೇಕಾಗಿದೆ. ಅವರ ಅಂತಸ್ತಿಗೆ ತಕ್ಕ ಹಾಗೆ ಹುಡ್ಗಿಗೆ ಕೊಟ್ಟೆ ಕೊಡ್ತಾರೆ. ಹಳೇ ಚಿನ್ನ ಬೇಕಾದಷ್ಟು ಇದ್ದಿರಬೇಕು. ಅದನ್ನೇ ಮುರಿಸೀ ಹೊಸ್ದಾಗಿ ಒಡವೆ ಮಾಡ್ಸಿ ಹಾಕ್ತಾರೆ. ಮಗಳಿಗೆ. ಇಲ್ಲ, ಈವರೆಗೆ ಎಲ್ಲಾ ಮಾಡಿ ಇಟ್ಟಿರುತ್ತಾರೆ. ಇನ್ನು ಮದುವೆಯ ಬಗ್ಗೆ ಇನ್ನೊಂದು ಮಾತೇ ಬೇಡ. ಹತ್ತು ಊರಿನ ಜನ ಕಣ್ಣು ಅರಳಿಸೋ ಹಾಗೇ, ಚಪ್ಪರ ಹಾಕ್ಸಿ, ಓಲಗ ಊದಿಸ್ತಾರೆ' ಅವರೇ ಹೇಳಿಬಿಟ್ಟಿದ್ದರು. ಉಡುಪರು ಸೊಲ್ಲು ಎತ್ತಿರಲಿಲ್ಲ. ಅವರ ಮನೆತನ, ಅಂತಸ್ತು, ದಾನ-ಧರ್ಮಗಳ ವಿಷಯವಾಗಿ ಯಾರಾದರೂ ಮಾತಾಡಿದರೆ ಕಿವಿ ಕೇಳಿಸದಂತೆ ಇರುತ್ತಿದ್ದರು.

ಪಾಪ ಜನರಿಗೇನು ಗೊತ್ತು. ಅಂಗಡಿ ವ್ಯಾಪಾರ, ಹೋಟೆಲ್‌ನಲ್ಲಿ ಬಹಳ ನಷ್ಟ ಅನುಭವಿಸಿದ್ದರು. ಅವೆರಡು ಈಗಲೂ ನಷ್ಟದಲ್ಲಿಯೇ ನಡೆಯುತ್ತಿತ್ತು. ಹಳೆಯ ಚಿನ್ನ, ಬೆಳ್ಳಿಯನ್ನು ಗುಟ್ಟಾಗಿ ಮುಂಬಯಿಗೆ ಒಯ್ದು ಮಾರಿ ಬಂದ ವಿಷಯ ಗಂಡ, ಹೆಂಡತಿಯಲ್ಲಿಯೇ ಉಳಿದಿದೆ. ಇದುವರೆಗೂ ಉಡುಪರು, ತಮ್ಮ ಗೆಳೆಯ ಕಾಮತರಿಂದ ಸಾಲವಾಗಿ ತಂದ ಹಣಕ್ಕೆ ಲೆಕ್ಕವೇ ಇಟ್ಟಿರಲಿಲ್ಲ. ಮತ್ತೆ ಮಗಳ ಮದುವೆಗೂ ಕೂಡ ಅವರಿಂದಲೇ ಸಾಲ ತರಬೇಕು. ಈ ಬಗ್ಗೆ ತುಂಬ ಚಿಂತಿತರಾಗಿದ್ದರು. ಹಳೆಯ ಸಾಲಕ್ಕೆ ಅಸಲು ಜಮಾ ಮಾಡುವುದು ಇರಲಿ, ಬಡ್ಡಿಯನ್ನು ಕೂಡ ಕೊಟ್ಟಿರಲಿಲ್ಲ.

ಈಗ ವಾರಿಜ ಮದುವೆ ಬಂದು ನಿಂತಿದೆ. ಹಣವಿಲ್ಲವೆಂದು ಯಾವುದಕ್ಕೂ ಕಡಿಮೆ ಮಾಡುವಂತಿರಲಿ. ಇಲ್ಲಿ ಮನೆತನದ ಅಂತಸ್ತು ಮುಖ್ಯ. ಈಗಾಗಲೇ ಉಡುಪರ ಮನೆಯ ಮಗಳ ಮದುವೆಯ ವೈಭವದ ವಿಷಯವಾಗಿ ಚರ್ಚೆ ನಡೆಯುತ್ತಿತ್ತು. ನಮ್ಮ ಮಾವನವರ ಘನತೆ, ಗೌರವಕ್ಕೆ ಕುಂದಾಗದಂತೆ ನಡೆದುಕೊಳ್ಳಬೇಕು. ಆ ಮನುಷ್ಯ ಬದುಕಿದ್ದಾಗ ಕೊಡುಗೈ ದಣಿಯಾಗಿ ಆಸ್ತಿಗಿಂತ ಹೆಚ್ಚಾಗಿ ಅಂತಸ್ತನ್ನು ಕಾಪಾಡಿದ್ದರು. ಅದು ಮುಂದುವರಿಯಬೇಕು.

ಆಗಲೇ ಹುಡುಗಿಯ ನಿಶ್ಚಯ ತಾಂಬೂಲದಲ್ಲಿ ಮೂರು ತೊಲದ ಉಂಗುರ, ಬಂದ ಹೆಂಗಳೆಯರಿಗೆ ರೇಶಿಮೆಯ ಕಣ. ಬಂದ ಇನ್ನೂರು ಜನಕ್ಕೆ ಊಟ, ಫಲಹಾರ ಅಂತ ಐವತ್ತು ಸಾವಿರ ಕೈ ಬಿಟ್ಟಿತ್ತು. ಅದನ್ನ ವಾರಿಜಾಳ ಸೋದರಮಾವನಿಂದ ತೆಗೆದ ಸಾಲ. ಅವರೇನೋ ಧಾರಾಳ ಮನಸ್ಸಿನಿಂದ ಕೊಟ್ಟಿದ್ದುಂಟು. ಹಾಗೆಂದು ಅವರ ಹಣ ತಿನ್ನಬೇಕೇ?

ಈಚೆಗೆ ಚಿನ್ನದ ಬೆಲೆ ಒಂದಿಷ್ಟು ಇಳಿದಿದೆಯೆಂದರೂ ಒಂದೂವರೆ ಕ್ಯಾರೆಟ್‌ನ ವಜ್ರದೊಲೆಗೆ ಹತ್ತಿರ ಹತ್ತಿರವೆಂದರೆ ಲಕ್ಷವಾಗುತ್ತೆ. ಇನ್ನು ಚಿನ್ನ ಪವನಿಗೆ ನಾಲ್ಕು ಸಾವಿರದ ಇನ್ನೂರು, ಹೆಚ್ಚೆಂದರೇ ನಾಲ್ಕು ಸಾವಿರದ ಐದುನೂರು. ಕಡಿಮೆ ಎಂದರೂ ಐವತ್ತು ಅರವತ್ತು ಪವನು ಚಿನ್ನವಾದರೂ ಹಾಕಬೇಕು ಹುಡುಗಿಗೆ. ಮತ್ತೆ ಹುಡುಗನಿಗೆ ಉಂಗುರ ಕೊಡುವ ಉಸಾಬರಿ ಬೇಡ ಎಂದುಕೊಂಡರೂ ಸೂಟುಬೂಟು ಕೇಳಿದ್ದೇ ಕೊಡಿಸಬೇಕು. ಇನ್ನು ಹುಡುಗನ ತಾಯಿಗೆ ಒಳ್ಳೆ ಕಲಾಬತ್ತು ಇರುವ ಸೀರೆಯನ್ನು ತೆಗೆಯಬೇಕು. ಮತ್ತೆ ಜವಳಿ ಖರ್ಚೊಂದೇ ಲಕ್ಷಕ್ಕೆ ಮೇಲ್ಪಟ್ಟು ಆಗುತ್ತೆ. ಮೊನ್ನೆ ನಿಶ್ಚಯ ತಾಂಬೂಲಕ್ಕೆ ಬಂದ ಊರಿನ ಹಿರಿಯರು ಗಡದ್ದಾಗಿ ಉಂಡು ಧಾರಾಳವಾಗಿ ಹೇಳಿದ್ದರು.

“ಉಡುಪ, ಮನೆಯ ಮೊದಲ ಮದುವೆ ಗಡದ್ದಾಗಿ ಮಾಡಿ ಸೈ ಅನ್ನಿಸ್ಕೋಬೇಕು. ನಿನ್ನಪ್ಪ ಒಂದು ಹಬ್ಬ, ಸತ್ಯನಾರಾಯಣ ಪೂಜೆ ಮಾಡಿಸಿದರೇ, ಇಡೀ ನಾಲ್ಕು ಊರಿನ ಜನ ಬಂದು ಊಟ ಮಾಡಿ ಹೋಗುತ್ತಿದ್ದರು. ಆ ಮನುಷ್ಯನಿಗೆ ಹೆಣ್ಣು ಸಂತಾನವಿರಲಿಲ್ಲ. ಈಗ ಬದುಕಿದ್ದರೇ ಮೊಮ್ಮಗಳ ಮದುವೆ ‘ಜಾಮ್

ಜಾಮ್’ ಎಂದು ಮಾಡೋರು. ಇದ್ನೆಲ್ಲ ಮನಸ್ಸಿನಲ್ಲಿ ಇಟ್ಕೋ. ಇದು ಊರಿನ ಮದುವೆ. ಎಲ್ಲಾ ಜನ ಬಂದು ತಿಂದು, ತೇಗಿ ಹಾರೈಸಿ... ಹೋಗ್ಬೇಕು” ಒಬ್ಬರ ಮಾತಿಗೆ ಉಳಿದವರೆಲ್ಲ ಸೈ ಸೈ ಅಂದಿದ್ದರು. ಆಗ ನಾನು ತೆಪ್ಪಗೆ ಒಳಕ್ಕೆ ಬಂದಿದ್ದೆ. ಮಾವನವರು ನಾನು ಬಂದ ಮರು ವರ್ಷ ತೀರಿಕೊಂಡರು. ಆದರೆ ಅವರ ಕೀರ್ತಿನ ತುಂಬ ಕೇಳಿದ್ದೆ.

ಅವರು ಒಮ್ಮೊಮ್ಮೆ ಅಭಿಮಾನದಿಂದ ಹೇಳುತ್ತಿದ್ದರು. “ಅಪ್ಪಯ್ಯನದು ಎಷ್ಟು ದೊಡ್ಡ ಮನಸ್ಸು ಗೊತ್ತಾ, ಊರಿಗೆ ಯಾರೇ ಬಂದರೂ ಈ ಮನೆಯಲ್ಲಿ ಕೈ ತೊಳ್ದು ಹೋಗಬೇಕಿತ್ತು. ಕಷ್ಟ ಹೇಳಿಕೊಂಡು ಬಂದವರನ್ನು ಬರಿಗೈಯಲ್ಲಿ ಕಳಿಸಿದ್ದಿಲ್ಲ. ಎಷ್ಟೋ ಮುಂಜಿ, ಮದುವೆಗಳನ್ನು ನಡೆಸಿದ್ದಿದೆ, ತಮ್ಮ ಖರ್ಚಿನಲ್ಲಿ.”

ಇಂಥ ಮನೆಯ ಮದುವೆಯೆಂದರೆ ಯಾವುದಕ್ಕೂ ಕಡಿಮೆ ಆಗಬಾರದು. ಹತ್ತಿರ ಹತ್ತಿರವೆಂದರೆ ಚಿನ್ನ, ಬೆಳ್ಳಿ, ಜವಳಿ ಬಿಟ್ಟೇ, ಮದುವೆಯ ಖರ್ಚಿಗೆ ಲಕ್ಷ ಬೇಕೆನ್ನುವುದು, ಇವರ ಲೆಕ್ಕಾಚಾರ. ತುಟ್ಟಿ ಕಾಲದಲ್ಲಿ ಎಣ್ಣೆ, ತುಪ್ಪ, ಕಾಯಿ ಯಾವುದರ ಬೆಲೆ ಕಡಿಮೆ ಇದೆ. ನೋಡಿ! ಊರಲ್ಲಿ ಯಾರಲ್ಲಾದರೂ ಸಾಲ ಕೇಳೋಣವೆಂದರೆ ಇವರಿಗೆ ಹಿಡಿಸದು. ಅದು ತಮ್ಮ ಅಂತಸ್ತಿಗೆ ಬಾಧಕವಂತೆ.

‘ಮದುವೆ, ಮುಂಜಿ, ವ್ಯಾಪಾರಾಂತ ನಮ್ಮ ತಂದೆಯ ಕೈಯಲ್ಲಿ ಹಣ ಪಡೆದು ಈಗ ದೊಡ್ಡ ಕುಳವಾದ ಎಷ್ಟೋ ಜನ ಊರಿನಲ್ಲಿ ಇದ್ದಾರೆ. ಅಂಥ ಜನರಿಂದ ನಮ್ಮ ತಂದೆ ಹಣವನ್ನು ಹಿಂದಕ್ಕೆ ಪಡೆದಿದ್ದಲ್ಲ. ಕೊಟ್ಟು ಗೊತ್ತೆ ವಿನಾ ಕೈ ಚಾಚಿ ಗೊತ್ತಿಲ್ಲ. ಅಂಥವರ ಮಗನಾಗಿ ಹುಟ್ಟಿ ಆರಡಿ ದೇಹವನ್ನು ಮೂರಡಿ ಮಾಡಿಕೊಂಡು ಸಾಲಕ್ಕೆ ಕೈ ಚಾಚಲೇ? ಅದು ಎಂದಿಗೂ ಆಗದು’ ಖಡಾಖಂಡಿತವಾಗಿ ನನ್ನ ಮಾತನ್ನು ತಳ್ಳಿ ಹಾಕಿದರು.

ಈಚೆಗೆ ನೆಂಟರ ಮದುವೆಗೇಂತ ತುಮಕೂರಿಗೆ ಹೋಗಿ ಬಂದವರು ಒಂದು ವಿಷಯವನ್ನು ಮನಸ್ಸಿನಲ್ಲಿ ಹಾಕಿಕೊಂಡು ಬಂದರು. ‘ಇಲ್ಲಿನ ಮನೆ, ಅಂಗಡಿ, ಹೋಟೆಲ್, ತೋಟ ಮಾರಿ ತುಮಕೂರಿಗೆ ಯಾಕೆ ಹೋಗಿ ಬಿಡಬಾರ್ದು! ನಮ್ಮ ಕಡೆಯವರು ಅಲ್ಲಿಗೆ ಹೋಗಿ ಹೋಟೆಲ್ ಇಟ್ಟ ಮೇಲೆ ಉದ್ಧಾರವಾಗಿದ್ದಾರೆ. ಈಗಾಗ್ಲೇ ತಲೆಯ ಮೇಲೆ ಹೊರೆಯೆಷ್ಟು ಸಾಲ ಇದೆ. ಚಿಕ್ಕಾಸು ಇಂದಿಗೂ ತೀರಿಸಿಲ್ಲ. ಕಾಗ್ದ ಪತ್ರವಿಲ್ದೇ ಕಾಮತರು ಸಾಲ ಕೊಟ್ಟಿದ್ದಾರೆ. ಅವ್ರ ನಂಬ್ಕೇ ಉಳ್ಸಿಕೊಳ್ಳಬೇಕು. ಅವ್ರಿಗೆ, ಎಲ್ಲಾ ಮಾರಿ ಊರು ಬಿಟ್ಟು ಹೋದರೇ, ಹೇಗೆ?’ ವಿಷಯನ ಅರೆ ಮನಸ್ಸಿನಿಂದಲೇ ನನ್ನ ಮುಂದೆ ಇಟ್ಟರು.

ಹೊಟ್ಟೆಯಲ್ಲಿ ಒಂದು ಥರ ಸಂಕಟ ಶುರುವಾಯಿತು. ತುಂಬಿದ ಅರಮನೆಯಂಥ ಮನೆಗೆ ಕಾಲಿಟ್ಟಾಗ ಇಪ್ಪತ್ತರ ಹರೆಯ. ಇದ್ದ ಮೈದುನ ಕೆಲಸಕ್ಕೆಂದು ಮುಂಬಯಿಗೆ ಹೋದ. ನಾದಿನಿ ಮದುವೆಯಾಗಿ ಗಂಡನ ಮನೆ ಸೇರಿದಳು. ಮೊದಲ ಬಾಣಂತನಕ್ಕೆ ತವರಿಗೆ ಹೋಗಿ ಬರೀ ಕೈಯಲ್ಲಿ ಬಂದಿದ್ದೇ, ಆಮೇಲೆ ಉಡುಪರು ಮೂರು ಸಲ

ಬಸುರಿಯಾದಾಗಲೂ ಕಳಿಸಲಿಲ್ಲ. ಪ್ರತಿ ಹೆರಿಗೆಯಲ್ಲಿ ಸತ್ತು ಸತ್ತು ಹುಟ್ಟಿದ್ದರೂ ಎರಡು ಮುದ್ದಾದ ಹೆಣ್ಣು ಮಕ್ಕಳನ್ನು ಗಂಡನಿಗೆ ಒಪ್ಪಿಸಿದ್ದು. ವಾರಿಜ, ವಾರಿಧಿ ಅಪ್ಪಟ ಚೆಲುವೆಯರು. ಆದರೂ ಮದುವೆಯೆಂದರೆ ಖರ್ಚಿನ ಬಾಬತ್ತು ಕಡಿಮೆಯದಲ್ಲ.

'ನನ್ನ ಮಾತು ಕೇಳು, ಅನ್ನಪೂರ್ಣ. ಅದು ಬಿಟ್ಟು ಬೇರೆ ದಾರಿ ಇಲ್ಲ. ಹಣ ಹೊಂದಿಸದೇ ವಾರಿಜ ವಿವಾಹ ನಡ್ಯೋ ಹಂಗಿಲ್ಲ. ನಮ್ಮ ಮನೆತನ, ಅಂತಸ್ತನ್ನ ಗಮನದಲ್ಲಿ ಇಟ್ಕೊಂಡ್... ಅದ್ದೂರಿಯಾಗಿ ವಿವಾಹ ಮಾಡಬೇಕು. ತಿಳಿದ ಜನ, ಗುರುತಿನವರ ಮುಂದೆ ತಲೆ ತಗ್ಗಿಸೋದು ಬೇಡ. ಸಾಲವಂತು ತೀರಿಸೋದು, ನನ್ನ ಕೈಯಲಾಗದ ಮಾತು. ವಾರಿಜ ಮದುವೆಗೆ ಹಣ ಹೊಂದಿಸ್ಕೋಬೇಕು. ಎಲ್ಲಾ ಮಾರೋದು ಬಿಟ್ಟು ಬೇರೆ ದಾರಿ ಇಲ್ಲ' ಇನ್ನೊಮ್ಮೆ ಕೂತು ಬುದ್ಧಿ ಹೇಳಿದಾಗ, ನನಗೂ ಅದು ಸರಿಯೆನಿಸಿತು.

ಈಗಾಗಲೇ ಹತ್ತು ವರ್ಷಗಳ ಹಿಂದೆ ಅಂಗಡಿ, ಹೋಟೆಲು ಚೆನ್ನಾಗಿ ನಡೆಯುತ್ತಿದ್ದಾಗ ಮುಂಬಯಿನಲ್ಲಿದ್ದ ಮೈದುನ ಫ್ಲಾಟ್ ಕೊಳ್ಳುವ ಸಲುವಾಗಿ ತನ್ನ ಭಾಗ ಬರೆದುಕೊಟ್ಟು ಒಂದಿಷ್ಟು ಹಣ ಪಡೆದುಕೊಂಡಿದ್ದರಿಂದ, ಏನು ತಕರಾರು ಇರಲಿಲ್ಲ. ನಾದಿನಿ ಕೂಡ ಒಳ್ಳೆಯಾಕೆ. ಸಹಾಯ ಮಾಡದಿದ್ದರೂ ಪಾಲು ಬೇಕೆಂದು ಕೇಳುವಷ್ಟು ಆಸೆಯ ಹೆಣ್ಣಲ್ಲ. ತವರೆಂದರೆ ಪ್ರೀತಿ, ಗೌರವ, ಅಭಿಮಾನವುಳ್ಳವಳು.

ಅಂತೂ ಇಂತೂ ಮನೆ, ತೋಟ, ಅಂಗಡಿ, ಹೋಟೆಲ್ ಮಾರಿಬಿಡುವ ತೀರ್ಮಾನಕ್ಕೆ ಬಂದವರೇ ಗುಟ್ಟಾಗಿ ಕಾಮತರಿಗೊಂದು ಪತ್ರ ಬರೆದರು. 'ವಿಷಯ ಹೀಗಿದೆ, ಯಾರಾದರೂ ಗಿರಾಕಿ ಇದ್ದರೇ ಹೇಳಿ, ಹೇಗೂ ಸಾಕಷ್ಟು.... ನಿಮ್ಹತ್ರ ಸಾಲ ತೆಗೆದಿದ್ದೀವಿ. ನೀವೇ ಕೊಂಡರೂ ಸಂತೋಷವೇ. ವಾರಿಜ ಮದುವೆ ನಿಶ್ಚಯವಾಗಿದೆ. ವಿಷಯ ಮಾತ್ರ ಗುಟ್ಟಾಗಿರಲಿ.'

ಮುಂಬಯಿಯ ಕಾಮತರಿಂದ ಬಹಳ ಬೇಗನೇ ಉತ್ತರ ಬಂತು. ಒಂದು ಕಾಲದಲ್ಲಿ ಅಂದರೇ ಅವರಪ್ಪ ಹಿರಿಯ ಕಾಮತರ ಕಾಲದಲ್ಲಿ ಬಹಳ ನಷ್ಟಕ್ಕೆ ಒಳಗಾಗಿ, ಇರುವುದನ್ನು ಮಾರಿಕೊಂಡು ಮುಂಬಯಿ ಸೇರಿ ಹೋಟೆಲಿಟ್ಟು ಲಕ್ಷಾಂತರ ಗಳಿಸಿ ದೊಡ್ಡ ಕುಳವಾಗಿದ್ದರು. ಆದರೂ ಊರಿನ ವ್ಯಾಮೋಹ ಅವರನ್ನು ಬಿಡದು. ಒಂದಿಷ್ಟು ಮನೆ, ತೋಟ ಮಾಡಬೇಕೆಂಬ ಆಸೆ ಇತ್ತು. ಅದಕ್ಕೆ ಕಾಲ ಕೂಡಿ ಬಂದಿದ್ದಕ್ಕೆ ಅವರಿಗೆ ಸಂತೋಷವೇ. ಒಂದಿಷ್ಟು ಹೆಚ್ಚಿಗಾದರೂ ಕೊಟ್ಟು ಕೊಳ್ಳಲು ನಿಶ್ಚಯಿಸಿದರು. ಉಡುಪರದ್ದು ಹಳೆಯ, ಅವರ ಅಜ್ಜನ ಕಾಲದ ಮನೆಯಾದರೂ ಸುತ್ತಮುತ್ತಲ ಊರುಗಳಲ್ಲಿ ಅಷ್ಟು ಗಟ್ಟಿ ಗಡದ್ದಾದ ಮನೆ ಇರಲಿಲ್ಲ. ಮನೆಗೆ ಬಳಸಿದ ಮರವನ್ನು ಮಾರಿಕೊಂಡರೂ ಲಕ್ಷಾಂತರ ರೂಪಾಯಿ ಸಿಗುತ್ತದೆಯೆಂದು ಕೆಲವರ ಅಂಬೋಣ.

ನಾಲ್ಕು ದಿನದ ನಂತರ ಅವರೇ ಒಬ್ಬ ವಕೀಲರೊಂದಿಗೆ ಬಂದು ಇಳಿದರು. ಸಂದೂಕದಲ್ಲಿದ್ದ ಕಾಗದ ಪತ್ರಗಳು ಹೊರಬಂತು. 'ಮಾರಾಟದ ಪತ್ರಕ್ಕೆ ನಿಮ್ಮ ತಮ್ಮನಿಂದ ಜೊತೆಗೆ ನಿಮ್ಮ ತಂಗಿಯಿಂದ ಕೂಡ ಒಂದು ಸಹಿ ಬೇಕಾಗುತ್ತೆ. ಈಗ ಹೆಣ್ಣು

ಮಕ್ಕಳಿಗೂ ಆಸ್ತಿಯಲ್ಲಿ ಪಾಲಿದೆ ಅನ್ನೋ ಅಮ್ಯಾಂಡ್‌ಮೆಂಟ್ ಪಾಸು ಮಾಡಿದ್ದಾರೆ ಅನ್ನೋದ್ನ ಪೇಪರಿನಲ್ಲಿ ಓದಿದೆ. ನಾನು ಬಿಡುವಿಲ್ಲದ ಮನುಷ್ಯ, ತಂಟೆ-ತಕರಾರು ಬರಬಾರದಲ್ಲ' ಎಂದರು ನಯವಾಗಿ. ಅದಕ್ಕೆ ಉಡುಪರು ಒಪ್ಪಿಗೆ ಸೂಚಿಸಿದರು. ಈಗಾಗಲೇ ಎಲ್ಲಕ್ಕೂ ಬೆಲೆ ಕಟ್ಟಿಕೊಂಡೇ ಬಂದಿದ್ದರಿಂದ ಒಂದಿಷ್ಟು ಅಡ್ವಾನ್ಸಾಗಿ ಹಣ ಕೊಟ್ಟು 'ಲಗ್ನ ಮುಗಿದ ಮೇಲೆನೇ, ಎಲ್ಲಾನು ನಮ್ಮ ಸ್ವಾಧೀನಕ್ಕೆ ಕೊಡಬಹುದು. ಅಲ್ಲಿವರೆಗೆ ವಿಷಯ ಗುಟ್ಟಾಗಿರುತ್ತೆ" ತಿಳಿಸಿ ಹೋದರು.

ಅಡ್ವಾನ್ಸಾಗಿ ಹಣ ಪಡೆದ ಮೇಲೆ ಅವರು ಕುಸಿದರು. ಹುಟ್ಟಿ, ಬೆಳೆದ ಮನೆ, ಈ ಸಂಸಾರದ ಅರ್ಧ ಖರ್ಚನ್ನು ನೀಗಿಸುತ್ತಿದ್ದ ತೋಟ. ಈ ಮನೆತನ, ಅಂತಸ್ತಿಗೆ ಪ್ರತಿಷ್ಠೆ ತಂದುಕೊಟ್ಟ ಹೋಟೆಲ್, ಅಂಗಡಿ ಈಗ ಎಲ್ಲಿ ಕೈಬಿಟ್ಟು ಹೋಗುವುದು ಕಡಿಮೆಯ ದುಃಖದ ಸಂಗತಿಯಲ್ಲ. ಎರಡು ದಿನ ಎಲೆಯ ಮುಂದೆ ಕೂತರು ತುತ್ತು ಎತ್ತಲಿಲ್ಲ.

ಒಂದು ಮಧ್ಯಾಹ್ನ ತೋಟದಿಂದ ಬಂದು ಮಲಗಿದ್ದರು. ಎದ್ದು ಕೂತು 'ಅವ್ನ ಪಾಲಿನದು ಅಂತ ಒಂದಿಷ್ಟು ಹಣ ಪ್ಲಾಟ್ ಕೊಳ್ಳೋವಾಗ ಕೊಟ್ಟಿರಬಹುದು. ಹಾಗಂತ ಈ ಆಸ್ತಿ ಮೇಲೆ ಅಧಿಕಾರ ಇಲ್ಲಾಂತ ಹೇಳೋಕ್ಕಾಗುತ್ತ, ಅವ್ನ ಕೂಡ ಈ ವಿಚಾರದಲ್ಲಿ ಒಂದ್ಮಾತು ಕೇಳಬೇಕಾಗಿತ್ತು ಅನಿಸುತ್ತೆ' ಎಂದರು.

'ಪತ್ರದಲ್ಲೇನು ತಿಳಿಸಬೇಡಿ, ಒಮ್ಮೆ ಬಂದ್ಹೋಗಿ ಅನ್ನಿ. ಇನ್ನ ಹೊಸ್ದಾಗಿ ಚಿನ್ನ ಕೊಂಡೇ ಒಡವೆಗಳ್ನ ಮಾಡ್ಸಿ ಹಾಕಬೇಕು. ಇಲ್ಲದಿದ್ದರೇ ಮದುವೆ ಹೊತ್ತಿಗೆ ಅಕ್ಕಸಾಲಿಗ ಚೆನ್ನಯ್ಯ ಕೊಡೋಲ್ಲ. ಮಾಡಿದ ಒಡವೆ ತಂದರೆ ಗಟ್ಟಿ ಮುಟ್ಟಾಗಿರೋಲ್ಲ. ವಿಪರೀತ ಕಲಬೆರಕೆ ಮಾಡೋದ್ರಿಂದ... ಮೂರು ನಾಲ್ಕು ವರ್ಷಗಳಲ್ಲಿ ಬೆಳ್ಳಗಾಗಿಬಿಡುತ್ತಂತೆ. ನನ್ನ ತಾಳಿ ಸರ ಮಾಡ್ಸಿ ಇಪ್ಪತ್ತೈದು ವರ್ಷಗಳೇ ಆಯ್ತು. ಈಗ್ಲೂ ಅಂಥ ಹೊಳಪಿದೆ. ಒಂದ್ಸಲ ಕಿತ್ತು ಹೋದಾಗ ಅವ್ನೆ ರಿಪೇರಿ ಮಾಡಿಕೊಟ್ಟ. ಈಗ್ಲೂ ವಾರಿಜ ಲಗ್ನಕ್ಕೆ ಒಡವೆಗಳ್ನ ಮಾಡಿಕೊಡ್ಲಿ. ಚಿನ್ನ ಮಾತ್ರ ಮೈದುನನ್ನ ಜೊತೆಯಲ್ಲಿ ಕರೆದುಕೊಂಡು ಹೋಗಿ ತನ್ನಿ' ಒಪ್ಪಿಗೆಯ ಜೊತೆ ಸಲಹೆಯನ್ನು ಇತ್ತೆ.

ನಾರಾಯಣನಿಗೂ ಮಾವನವರ ಬಗ್ಗೆ ಅಪಾರವಾದ ಗೌರವ, ಇಲ್ಲಿಗೆ ಬಂದಾಗಿನಿಂದ ಹೋಗುವವರೆಗೂ ಅದೇ ಮಾತೇ 'ಅಪ್ಪಯ್ಯ ನಮ್ಗೇ ಉಳಿಸಿರೋ, ಅಂತಸ್ತು-ಹೆಸರೇ ಸಾಕು. ಇದು ನೂರು ವರ್ಷಕ್ಕೆ ಆಗೋಷ್ಟು ಇದೆ' ಎಂದಾಗ ಅಭಿಮಾನದಿಂದ ಅರಳುತ್ತಿದ್ದ ನನ್ನ ಮನ ಇಂದು ಗೊಳೋ ಎಂದು ಅಳುತ್ತಿತ್ತು. ಬರೀ 'ಅಂತಸ್ತು' ಅನ್ನೋ ಪದದಿಂದಲೇ ಬದುಕೋಕೆ ಆಗುತ್ತಾ? ಅದನ್ನು ಉಳಿಸಿಕೊಳ್ಳಬೇಕೆಂದೇ, ಸಾಕಷ್ಟು ಕಳೆದುಕೊಂಡಿದ್ದರು. ಊರಿಗೆ ಯಾರೇ ಬಂದರೂ ಒಪ್ಪತ್ತು ಬಂದು ಉಂಡು ಹೋಗುತ್ತಿದ್ದರು. 'ದೇಹಿ' ಎಂದು ಬರುವವರ ಸಂಖ್ಯೆಗೇನು ಕೊರತೆ ಇರಲಿಲ್ಲ. ಇಂದಿಗೂ, ಲಗ್ನಪತ್ರಿಕೆ ಹಿಡಿದು ಬರುವ ಬಡವರನ್ನಂತು ಬರೀ ಕೈಯಲ್ಲಿ ಕಳಿಸಿಯೇ ಗೊತ್ತಿಲ್ಲ, ಹಿಂದಿನಷ್ಟು ಅಲ್ಲದಿದ್ದರೂ ಅಷ್ಟೋ, ಇಷ್ಟೋ ಕೊಟ್ಟು ಕಳುಹಿಸುತ್ತಿದ್ದರು. ಇವರುಗಳು ಮದುವೆ, ಮುಂಜಿಗೇಂತ ಹೋದರೆ ತಮ್ಮ ಅಂತಸ್ತಿಗೆ

ಅನುಗುಣವಾಗಿ ಉಡುಗೊರೆಗಳನ್ನು ಕೊಡಬೇಕಿತ್ತು. ಕೆಲವೊಮ್ಮೆ ಇದೆಲ್ಲ ಯಾರಿಗೆ ಬೇಕಿತ್ತು, ಅನ್ನಿಸುತ್ತಿತ್ತು.

ಮೈದುನ ನಾರಾಯಣ ಪತ್ರ ಬರೆದು ವಾರವಾದರೂ ಬರಲಿಲ್ಲ. ಕಡೆಗೆ ಒಂದು ಪತ್ರ ಕೂಡ ಬರದಿದ್ದಾಗ ಗೊಣಗಿದೆ. "ನೋಡಿದ್ರಾ, ನಿಮ್ಮ ಪತ್ರಕ್ಕೆ ಬೆಲೆ ಬೇಡ್ವಾ! ಮದುವೆ ದಿನ ಹತ್ತಿರ... ಹತ್ತಿರ ಬರ್ತಾ ಇದೆ. ನಾಳೆ ಮಾರಾಟದ ಪತ್ರಕ್ಕೆ ಅವ್ನು ಸಹಿ ಹಾಕೋಲ್ಲಾಂದ್ರೆ... ಏನ್ಮಾಡ್ತೀರಾ? ಕಾಮತರು ತೀರಾ ವ್ಯವಹಾರದ ಮನುಷ್ಯ, ಮಧ್ಯದಲ್ಲಿ ತಗಾದೆ ಶುರು ಮಾಡಿಕೊಂಡರೇನು, ಗತಿ? ಒಮ್ಮೆ ನೀವೇ ಮುಂಬಯಿಗೆ ಹೋಗಿ ಬರಬಾರ್ದಾ" ಹೆಂಡತಿಯ ಮಾತು ಸರಿಯೆನಿಸಿದರೂ, ಒಂದೆರಡು ದಿನ ಕಾಯುವ ಉಸಾಬರಿ ತೆಗೆದುಕೊಂಡರು.

ನಾಲ್ಕು ದಿನಗಳ ತರುವಾಯ ನಾರಾಯಣನಿಂದ ಪತ್ರ ಬಂತು. 'ನಿನ್ನ ಪತ್ರ ಬರೋ ಮೊದಲೇ ಕಾಮತರು ನೇರವಾಗಿ ನನ್ನನ್ನೆ ಹುಡುಕಿಕೊಂಡು ಬಂದರು. ಎಲ್ಲಾ ಹೇಳಿದ್ದು ಅವರೇ, ನಂಗಂತು ತುಂಬ ದುಃಖವಾಯ್ತು. ಮುಂಬಯಿನ ಜೀವನ ರೋಸಿ ಹೋದರೆ, ನಾಲ್ಕುದಿನ ಅಲ್ಲಿಗೆ ಬರ್ತಾ ಇದ್ದೆ, ಇನ್ಮೇಲೆ ಎಲ್ಲಿಗೇಂತ ಹೋಗೋದು? ಬೇರುಗಳು ಒಣಗಿದ ಕೊಂಬೆಗಳು ಆಗಿಬಿಟ್ಟಿದೆಯಲ್ಲ ನಮ್ಮ ಹಣೆಬರಹ. ನೀನಾಗಿ ಏನು ಹೇಳದಿದ್ದರೂ ಅಲ್ಪ, ಸ್ವಲ್ಪ ನಂಗೂ ಗೊತ್ತಾಗಿತ್ತು. ಪ್ರಸ್ತಾಪಿಸಿ ನಿನ್ನ ಮನಸ್ಸಿಗೆ ನೋವು ಮಾಡ್ಲೋಕೆ ಇಷ್ಟವಾಗ್ಲಿಲ್ಲ. ಅಷ್ಟೆ. ಬಾಳಿ ಬದುಕಿದ ಊರಿನಲ್ಲಿ ಎಲ್ಲಾ ಮಾರಿಕೊಂಡ ಮೇಲೆ ಇರೋದು ಕಷ್ಟ. ನಿಮ್ಮ ತೀರ್ಮಾನ ಸರಿಯಾದುದ್ದೇ. ನಾನು ಸಹಿ ಹಾಕುವುದಾಗಿ ಹೇಳಿದ್ದೀನಿ. ಇಲ್ಲೂ ಆಫೀಸ್‌ನಲ್ಲಿ ನೂರೆಂಟು ತರಲೆ, ತಾಪತ್ರಯ ಅವೆಲ್ಲ ಇದ್ದಿದ್ದೇ. ಮದುವೆಗೆ ನಾಲ್ಕುದಿನ ಮೊದಲೇ ಬರ್ತೀನಿ. ಮನೆ, ತೋಟ, ಅಂಗಡಿ, ಹೋಟೆಲ್ ಮಾರಾಟದ ವಿಚಾರ ಗುಟ್ಟಾಗಿ ಇರ್ಲಿ. ವಾರಿಜಾಗೆ ತಾಳಿ ಚೈನ್, ಬಳೆ ಚಿನ್ನಾಚಾರಿ ಕೈಯಲ್ಲಿ ಮಾಡ್ಸು. ಇಲ್ಲೆಲ್ಲ ತೀರಾ ಮೋಸ. ಈ ಮಾತ್ನ ನಿನ್ನ ನಾದಿನಿನೇ ಹೇಳಿದ್ದು. ಮಗುಗೆ ಮಾಡ್ಸಿದ ಲೋಲಾಕು... ಪೂರ್ತಿ ತಾಮ್ರದ ಕಲರ್ ತಿರುಗಿದೆ. ಯಾರನ್ನ ಅಂತ... ಕೇಳೋದು? ಅಂಗಡಿಯೋರು ಆ ಮಾಲು ನಮ್ಮ ಅಂಗಡಿಯಲ್ಲಿ ಖರೀದಿಸಿಲ್ಲ ಅಂತಾರೆ.' ದೀರ್ಘ ಒಕ್ಕಣೆಯೇ ಇತ್ತು.

ಅವರು ಹೆಮ್ಮೆಯಿಂದ ನನ್ನ ಕಡೆ ನೋಡಿದರು. ಅಣ್ಣ, ತಮ್ಮಂದಿರ ಮಧ್ಯೆ ಅಂಥ ದೊಡ್ಡದಾದ ಸಲಿಗೆ ಇರದಿದ್ದರೂ... ಪ್ರೀತಿ ಇಲ್ಲದೇ, ಹೋದೀತೇ? ಒಂದು ರೀತಿಯಲ್ಲಿ ನಿಶ್ಚಿಂತೆ ಅನಿಸಿತು.

ಅಂದೇ ಚಿನ್ನಾಚಾರಿಯನ್ನು ಕರೆಸಿ ಚಿನ್ನ ಖರೀದಿಸಿ ಒಡವೆ ಮಾಡಿಸಿ ಕೊಡುವ ಜವಾಬ್ದಾರಿಯೊಂದಿಗೆ, ಬೆಳ್ಳಿಯ ತಟ್ಟೆ, ಚೊಂಬು, ಬಟ್ಟಲು, ದೀಪಗಳನ್ನು ಕೂಡ ಮಾಡಿಸಿ ಕೊಡುವ ಆಶ್ವಾಸನೆ ಕೊಟ್ಟು, ಒಂದಿಷ್ಟು ಮುಂಗಡ ಪಡೆದು ಹೋದ. ಮದುವೆಯ ಕೆಲಸಗಳು ಮುಂದುವರಿದವು. ಚಪ್ಪರದ ಕೆಲಸವನ್ನು ತೋಟದ ಮಾದ

ವಹಿಸಿಕೊಂಡರೇ, ಅಡಿಗೆಯವರನ್ನ ಕಳುಹಿಸಿಕೊಡುವ ಜವಾಬ್ದಾರಿ ಕಾಮತರು ಹೊತ್ತುಕೊಂಡರು.

ಸಂತೋಷದ ಜೊತೆಗೆ ನೋವು ಕೂಡ. ಮದುವೆ ಮುಗಿದ ವಾರದ ನಂತರ ಎಲ್ಲಾವನ್ನೂ ಕೊಡುವ ಕರಾರಿನೊಂದಿಗೆ ಮಾರಾಟವಾಗಿ, ಉಳಿದ ಹಣ ಕೈ ಸೇರಿದಾಗ ಅವರು ದಿಕ್ಕೆಟ್ಟಂತೆ ನಡುಮನೆಯ ಗೋಡೆಗೊರಗಿ ಕೂತರು. ಶರೀರಕ್ಕೆ ಅಂಟಿಕೊಂಡ ಒಂದು ಭಾಗವನ್ನು ಕಳೆದುಕೊಂಡವರಂತೆ ಕುಸಿದಿದ್ದರು. 'ಇವನ್ನೆಲ್ಲ ಬಿಟ್ಟು ತಮ್ಮಿಂದ ಬದುಕಲು ಸಾಧ್ಯವೇ?' ಅವರ ಈ ಪ್ರಶ್ನೆಗೆ ನನ್ನಿಂದಂತು ಉತ್ತರ ಹೇಳಲು ಸಾಧ್ಯವಿರಲಿಲ್ಲ.

'ಹೀಗೆ ಕೂತು ಮಾಡೋದೇನಿದೆ? ಹೇಗೂ, ವಾರಿಜ ಅತ್ತೆ ಮನೆಗೆ ಹೋಗ್ತಾಳೆ. ವಾರಿಧಿನ ನಿಮ್ಮ ತಮ್ಮ, ನಾದಿನಿ ಜೊತೆಯಲ್ಲಿ ಕರ್ಕೊಂಡ್ಹೋಗ್ತೀನಿ, ಅಂತಿದ್ದಾರೆ. ನಾವಿಬ್ರೂ ತಾನೇ, ಹೇಗೋ ಆಗುತ್ತೆ ಬಿಡೀ. ಬರುವಾಗ ಏನೂ ತರ್ಲಿಲ್ಲ. ಹೋಗೋವಾಗ ಏನು ತಗಂಡ್ ಹೋಗೋಲ್ಲ, ಮಧ್ಯದಲ್ಲಿ ಬಂದು ಮಧ್ಯದಲ್ಲಿ ಹೋಗೋದಕ್ಕೆ, ಯಾಕೆ ವ್ಯಸನ?' ವೇದಾಂತದ ಮಾತಾಡಿದೆ. ಅಷ್ಟು ಬಿಟ್ಟು ಮತ್ತೇನು ಮಾಡುವ ಹಾಗಿರಲಿಲ್ಲ. ವೇದಾಂತ ಬಾಯಿಂದ ಬಂತಷ್ಟೆ. ಯಾವುದರ ಮೇಲಿನ ಮಮಕಾರನು ಕಡಿಮೆಯಾಗಿರಲಿಲ್ಲ. ಅವರ ಹತ್ತರಷ್ಟು ವ್ಯಥಿತಳಾಗಿದ್ದೆ.

ಮಾಡಿದ ಒಡವೆಗಳನ್ನು ಚಿನ್ನಾಚಾರಿ ತಂದುಕೊಟ್ಟ. ಬೆಳ್ಳಿ, ಬಂಗಾರ ಫಲಫಳವೆಂದಿತು. ನಾಲ್ಕು ದಿನಕ್ಕೆ ಮೊದಲೇ ನಾರಾಯಣ, ಅವನ ಹೆಂಡತಿ ಇರೋ ಮಗುವಿನ ಜೊತೆ ಬಂದಿಳಿದರು. ಇಡೀ ಬೀದಿಗೆಲ್ಲ ಬಿತ್ತು, ದೊಡ್ಡ ಚಪ್ಪರ, ಬಂಧುಬಳಗ ಎರಡು ದಿನಕ್ಕೆ ಮೊದಲೆ ಬಂದಿಳಿದರು. ಕಾಮತರು ಒಪ್ಪಿಕೊಂಡಂತೆ ಅಡಿಗೆಯವರನ್ನು ಕಳುಹಿಸಿಕೊಟ್ಟು 'ಮದುವೆಗೆ ತಪ್ಪದೇ, ಬರ್ತೀವೀ ಕುಟುಂಬ ಸಮೇತನಾಗಿ' ಎಂದು ಹೇಳಿಕಳಿಸಿ ದೊಡ್ಡ ಉಪಕಾರ ಮಾಡಿದ್ದರು. ಏನು ಕಡಿಮೆಯಾಗಕೂಡದೆಂದು ಕೈ ಬಿಚ್ಚಿ ಖರ್ಚು ಮಾಡಿದರು ಉಡುಪರು. ಬೀಗಿತ್ತಿಗೂ ದೊಡ್ಡ ಕಲಾಬತ್ತಿನ ರೇಶಿಮೆ ಸೀರೆ, ಬಂದ ಮುತ್ತೈದೆಯರಿಗೆಲ್ಲ ಜರಿಯ ಕಣ - ಇಡಿಯ ಊರಿನ ಜನರು ಮದುವೆಯ ದಿನ ಒಲೆ ಹಚ್ಚ ಕೂಡದೆಂದು ತಾಕೀತು ಮಾಡಿದ್ದರು ಉಡುಪರು. ಮೂರು ದಿನ ಸುಗ್ರಾಸ ಭೋಜನ, ಎರಡೆರಡು ಸಿಹಿ ಪದಾರ್ಥಗಳು. ಪ್ರತಿಯೊಬ್ಬರಿಗೂ ಕಾಯಿಟ್ಟು ತಾಂಬೂಲ ಕೊಟ್ಟಿದ್ದೇ ಕೊಟ್ಟಿದ್ದು. ಬಂದ ಜನವೆಲ್ಲ ಖಾಲಿಯಾದರು. ಹುಡುಗಿ ಕೂಡ ಅತ್ತೆ ಮನೆಗೆ ಹೋದಳು. ಜಗಳ, ಗಲಾಟೆ ಮಾಡದ ಬೀಗರು ತುಂಬ ಒಳ್ಳೆಯವರಾಗಿ ಕಂಡರು. ಮಗಳು ಒಳ್ಳೆ ಕಡೆ ಸೇರಿದ್ಳೊಂದು ತೃಪ್ತಿ.

ಕಡೆಯಲ್ಲಿ ಹೊರಟ ತಮ್ಮನ ಕೈಹಿಡಿದು "ಈಗೇನು ಕೇಳ್ಬೇಡ. ಆಮೇಲೆ ಪತ್ರ ಬರೀತೀನಿ. ಸದ್ಯಕ್ಕೆ ನಮಗೊಂದು ವ್ಯವಸ್ಥೆ ಆಗುವವರೆಗೂ ವಾರಿಧಿ ನಿನ್ನಲ್ಲಿ ಇರ್ಲೀ.

ನಮ್ಮ ಕಷ್ಟನಷ್ಟಗಳು ನಮ್ಗೇ ಇರಲೀ, ಯಾರ್ಗೂ ಹಂಚೋದು ಬೇಡ" ಎಂದು ಅವರು ತಮ್ಮನ ಕುಟುಂಬವನ್ನು ಕಳುಹಿಸಿಕೊಟ್ಟರು.

ಬೇಕಿನಿಸಿದ್ದನ್ನು ಮಾತ್ರ ತುಂಬಿದೆವು. ಚೀಲಕ್ಕೆ, ಮಿಕ್ಕದನ್ನು ಕೋಣೆಗೆ ತುಂಬಿದೆವು. ಅವರು ಉಯ್ಯಾಲೆ ಮಣೆ ಬಿಚ್ಚೋವಾಗ ಗದ್ಗದಿತರಾದರು. 'ನಮ್ಮಪ್ಪ, ನಾನು, ನನ್ನ ಮಕ್ಕಳು ಕೂತು ತೂಗಿಕೊಂಡ್ವಿ. ಬಿಚ್ಚಿಟ್ಟು ಯಾವ ಸಾಮ್ರಾಜ್ಯ ಆಳಬೇಕು? ಯಾರಾದರೂ ತೂಗಿಕೊಳ್ಳಲಿ' ಅದನ್ನು ಹಾಗೆಯೇ ಬಿಟ್ಟರು.

ಕಾಮತರು ಧಾರಾಳ ಮನಸ್ಸಿನಿಂದ 'ನಿಮಗೇ ಎಲ್ಲಾ ಸಾಮಾನು ಕೊಂಡೊಯ್ಯಲಿಕ್ಕೆ ಆಗಿದ್ದರೇ, ಹಿಂದಿನ ಕೋಣೆಯಲ್ಲಿ ತುಂಬಿಟ್ಟು ಬೀಗ ಹಾಕಿ ಬೀಗದ ಕೈ ಒಯ್ಯಿರಿ. ಮುಂದೆ ಸಾಧ್ಯವಾದಾಗ ಬಂದು... ತಗೊಂಡು ಹೋಗಿ' ಎಂದು ಹೇಳಿದ್ದರು.

ಸದ್ಯಕ್ಕೆ ಅಷ್ಟು ಬಿಟ್ಟು ನಮಗೂ ಬೇರೆ ದಾರಿ ಇರಲಿಲ್ಲ. ಹಳೆ ಕಾಲದ ಭರ್ಜರಿಯಾದ ತೆಗೆದ ಮಂಚಗಳು ಕುರ್ಚಿಗಳು, ಅದರ ಜೊತೆಯಲ್ಲಿದ್ದ ಕರಿ ಮರದ ಟೇಬಲನ್ನು ಜರುಗಿಸಲು ನಾಲ್ಕು ಜನರಾದರೂ ಬೇಕಿತ್ತು. ವಾರಿಜ ಹುಟ್ಟಿದಾಗ ಹಳೆಯ ತೊಟ್ಟಿಲನ್ನು ಬಾಡಿಗೆಗೆ ಕೊಟ್ಟು ಎದುರಿಗೆ ಕೂಡಿಸಿ ಮಾಡಿಸಿದ್ದರ, ಪಾಲಿಶ್ ಕೂಡ ಇನ್ನು ಮಾಸಿರಲಿಲ್ಲ. ಅದನ್ನು ನೋಡಿ ಕಣ್ಣೀರಿಟ್ಟೆ.

'ಈ ತೊಟ್ಟಿಲಲ್ಲಿ ವಾರಿಜ ಮಕ್ಕಳಾದ್ರೂ ಬೆಳೀಲಿ' ಹತ್ತಿರಕ್ಕೆ ಬಂದು ಕಣ್ಣೀರ ತೊಡೆದ ಅವರು 'ಕಾಮತರಿಗೆ ಈ ಬಗ್ಗೆ ಪತ್ರ ಬರೆಯೋಣ. ಒಳ್ಳೆಯ ಜನ, ಲಕ್ಷಗಟ್ಟಳೆ ಸಂಪಾದನೆ ಇದೆ. ವಾರಿಜಗೆ ಮಗು ಆಗೋ ವೇಳೆಗೆ ತರಿಸಿಕೊಳ್ಳೋಣ' ಸಮಾಧಾನಿಸಿದ್ದರಷ್ಟೆ. ಆದರೆ ಬದುಕಿ ಬಾಳಿದ ಈ ಊರಿಗೆ ಮತ್ತೆ ಬಂದು ಇಲ್ಲಿನ ಜನರಿಗೆ ಮುಖ ತೋರಿಸುವ ಇರಾದೆ ಅವರಿಗೇನು ಇದ್ದಂತೆ ಕಾಣಲಿಲ್ಲ.

ಮರುದಿನದ ಬೆಳಗಿನ ಬಸ್ಸಿಗೆ ಹೊರಡುವುದೆಂದು ತೀರ್ಮಾನಿಸಿದರೂ ಯಾರಿಗೂ ಸುಳಿವು ಕೊಡಲಿಲ್ಲ. ಮಾಮೂಲಾಗಿದ್ದರೂ ಎದೆಯಲ್ಲಿ ಬೆಂಕಿಯ ಕುಂಡ ಧಗಧಗ ಉರಿಯುತ್ತಿತ್ತು.

ರಾತ್ರಿ ಒಂದು ಗಳಿಗೆ ಕಣ್ಣು ಮುಚ್ಚದೇ ಇಡೀ ಮನೆಯಲ್ಲೆಲ್ಲ ಓಡಾಡಿದವು. ನೆನಪುಗಳು ಉಮ್ಮಳಿಸಿ ಬಂದು ಕಣ್ಣು ತುಂಬುತ್ತಿತ್ತು.

'ಏಳು ಗಂಟೆಗೆಲ್ಲ ಕಾಮತರು, ಅವರ ಕುಟುಂಬ ಬರ್ತಾರೆ. ಅಂಗಡಿ ಬೀಗದ ಕೀ ಮಾದನ ಹತ್ರ ಇದೆ. ಇನ್ನು ಹೋಟಲಲ್ಲಿ ಹುಡುಗ್ರು ಮಲಗಿರ್ತಾರೆ. ವಿಷ್ಯ ತಿಳಿಯುತ್ತೆ. ಅವರನ್ನು ಕೆಲ್ಸದಿಂದ ತೆಗೀಬೇಡೀಂತ ಒಂದ್ಮಾತು ಹೇಳಿದ್ದೀನಿ. ಮಿಕ್ಕಿದ್ದು ಅವರ ನಸೀಬು. ನಮ್ಮನ್ನೆ ನಂಬಿಕೊಂಡ ಜನ ಬೀದಿಗೆ ಬೀಳ್ತಾರಲ್ಲ, ಅನ್ನೋ ಸಂಕಟ. ಒಂದಿಪ್ಪತ್ತೈದು ಸಾವಿರ ಕೊಂಡವರ ಕಡೆನೇ ಬಿಟ್ಟಿದ್ದೀನಿ. ತಾತ್ಕಾಲಿಕವಾಗಿ ಬೇರೆ ಕಡೆ ಅನ್ನಕ್ಕೆ ದಾರಿಯಾಗುವವರೆಗಾದ್ರೂ ಗಂಜಿಗೆ ಇರ್ಲೀಂತ. ಇನ್ನು ಮಿಕ್ಕಿದ್ದು ದೇವರಿಗೆ ಬಿಟ್ಟಿದ್ದು' ನಿಟ್ಟುಸಿರು ಚೆಲ್ಲಿದರು.

ತೀರಾ ಕತ್ತಲಿದ್ದಾಗಲೇ ಬರುವ ಬಸ್ಸು ಬರೀ ಐದು ನಿಮಿಷ ತಡವಾಗಿ ಬಂತು. ನೋಡಿದ ಕಂಡಕ್ಟರ್ ತಾನೇ ಇಳಿದು ಬಂದು "ಮಗಳ ಮನೆಗಾ, ಉಡುಪರೇ ಭರ್ಜರಿ ಮದುವೆ ಮಾಡಿದ್ರಿ, ಬಿಡಿ. ಅಂದು ಉಂಟ ಕೈ ವಾಸ್ನೇ ಇಂದಿಗೂ ಹೋಗಿಲ್ಲ. ನಿಮ್ಮ ಅಂತಸ್ತಿಗೆ ಸರ್ಯಾಗಿ ಮಾಡಿದ್ರಿ, ಉಡುಪರ ಮನೆ, ಮನೆತನ ಅಂದರೇ ಹತ್ತು ಊರಿನ ಜನ ಗೌರವ ಕೊಡ್ತಾರೆ" ಎನ್ನುತ್ತಲೇ ಚೀಲಗಳನ್ನ ತಾನೇ ಎತ್ತಿ ಬಸ್ಸಿನ ಮೇಲೆ ಹಾಕಿದ. ಅಂಥ ಮರ್ಯಾದೆ ಇತ್ತು ಉಡುಪರ ಮನೆತನಕ್ಕೆ.

ಅವರು ತುಟಿ ಎರಡು ಮಾಡದೇ ನನ್ನ ಕಡೆ ನೋಡಿದರು. ಬೆಳಿಗ್ಗೆ ಎದ್ದು ನೋಡುವ ಊರಿನ ಜನಕ್ಕೆ ನೋಡ ಸಿಗುವ ಉಡುಪರ ಮನೆಯ ಚಿತ್ರವೇ ಬೇರೆ. ಆಗ ತಾವು ಇರುವುದಿಲ್ಲವೆನ್ನುವ ಸಮಾಧಾನ.

'ಎಂಥ ಮನೆ, ಎಂಥಾ ಮನೆತನ... ಹೇಗಾಗಿ ಹೋಯ್ತೋ' ಎನ್ನುವ ಜನರಿಂದ ಬಹಳ ದೂರ ಹೊರಟಿದ್ದೆವು. ತಾವು ಹತ್ತಿದ್ದು ಯಾರು ನೋಡಲಿಲ್ಲ. ತಮ್ಮ ಜೊತೆ ಯಾರು ಹತ್ತಲಿಲ್ಲವೆನ್ನುವ ಸಮಾಧಾನ.

ನಾನು ಬಾಯಿಗೆ ಸೆರಗುಹಚ್ಚಿ ಕಿಟಕಿಯ ಕಡೆ ತಿರುಗಿಕೊಂಡೆ.

15. ನಿರ್ಮಲಾ

1975ರ ಮೇ ತಿಂಗಳ ಹನ್ನೆರಡನೇ ತಾರೀಖು ಬಹುಶಃ ಗುರುವಾರವಿರಬಹುದು. ಮುಜುಗರವೆನಿಸುವಂಥ ವಾತಾವರಣ. ನಾನು ರಾಘು ಸೋಮವಾರ ಪೇಟೆಗೆ ಹೊರಟಿದ್ದೆವು. ಹೋಗುವುದು ತೀರಾ ಅನಿವಾರ್ಯವಾಗಿತ್ತು.

ಕಾರಿನ ವೇಗ ತಗ್ಗಿಸಿದ ರಾಘು, ಖಾಲಿ ಬೀರು ಬಾಟಲನ್ನು ಪಕ್ಕದ ಗಟಾರಕ್ಕೆ ಎಸೆದ. ಮಡುವುಗಟ್ಟಿದ ಕೊಳೆ ನೀರಿನಲ್ಲಿ ಬಾಟಲು ಮುಳುಗಲಾಗದೆ ಒದ್ದಾಡಿತು.

ಜೀವನವೂ ಅಷ್ಟೆ - ಕೆಲವೊಮ್ಮೆ ಮುಳುಗುವುದು ಅನಿವಾರ್ಯ. ತೇಲುವ ಅಥವಾ ಮುಳುಗುವ ಜೀವನದ ಬಗ್ಗೆ ಒಂದು ತೀರ್ಮಾನಕ್ಕೆ ಬರುವುದು ಕಷ್ಟವೆನಿಸಿತು.

ರಾಘು ನಿಪುಣ ಡ್ರೈವರು. ಒಮ್ಮೆ ವೇಳೆಗೆ ಸರಿಯಾಗಿ ತಲುಪಬೇಕಾದ ಅನಿವಾರ್ಯತೆಯನ್ನ ಒತ್ತಿ ಹೇಳಿ, ಪೂರ್ತಿ ಸೀಟಿಗೆ ಒರಗಿದೆ.

ಸ್ವಲ್ಪ ವೇಗ ಹೆಚ್ಚಿಸಿಕೊಂಡ ಕಾರು, ಹಠಾತ್ತನೇ ತಿರುವಿಗೆ ಬಂದಾಗ ಜೋಕಾಲಿಯಾಡಿ ಬ್ರೇಕ್ ಬಿತ್ತು. ಕ್ಷಣಾರ್ಧದಲ್ಲಿ ಪ್ರಮಾದ ತಪ್ಪಿ ಹೋಗಿತ್ತು. ಎದೆ ನಗಾರಿಯಾಯಿತು. ಹಣೆಯ ಮೇಲೆ ಪುಟ್ಟ ಪುಟ್ಟ ಬೆವರಿನ ಬಿಂದುಗಳು ಸಾಲು ಗಟ್ಟಿ ನಿಂತವು.

"ಅಬ್ಬ... ಗಾಡ್ ಈಸ್ ಗ್ರೇಟ್", ಎದೆಯ ಮೇಲೆ ಕೈ ಇರಿಸಿಕೊಂಡು ನಿಡಿದಾದ ಉಸಿರು ಬಿಟ್ಟಾಗ ರಾಘು ಸೊಟ್ಟಗೆ ನಕ್ಕ. "ಇಂತಹ ಸಮಯದಲ್ಲಿ ಮಾತ್ರ ದೇವರ ನೆನಪು...." ಅವನ ಸ್ವರದಲ್ಲಿ ಮಿನುಗಿದ ವ್ಯಂಗ್ಯ ಚುಚ್ಚುವಂತಿದ್ದರೂ ನಾನು ಅತ್ತ ಗಮನ ಹರಿಸಲಿಲ್ಲ.

ರಾಘು ಏನೂ ನಡೆಯಲೇ ಇಲ್ಲವೆನ್ನುವಂತೆ ಕಾರನ್ನು ನಡೆಸತೊಡಗಿದ. ಇದೆಲ್ಲ ಅವನ ಹಾದಿಯಲ್ಲಿ ಸಾಮಾನ್ಯವೆನಿಸಿರಬೇಕು.

"ಈ ಮದ್ವೆ ತೀರಾ ಮಹತ್ವದ್ದು ಇರ್ಬೇಕು" ರಾಘು ಮೌನ ಭೇದಿಸಿದಾಗ, ಗೊಣಗುತ್ತ ಒಂದು ಸಿಗರೇಟು ಹಚ್ಚಿದೆ. "ಹಾಗಂತಾನೇ ತಿಳ್ಕೊ..."

ಮುಂದೆ ಏನು ಹೇಳಬೇಕೋ ನನಗೂ ತಿಳಿಯಲಿಲ್ಲ. ಅವನು ಸುಮ್ಮನಾದ.

ಮಿದುಳಿನಲ್ಲಿ ಒಂದು ತರಹ ಸದ್ದು, ಕೋಲಾಹಲ. ಎಲ್ಲಾ ಬೃಹತ್ ಕಾರ್ಖಾನೆಗಳಿಗೂ ಮೀರಿ ನಿಂತಿದೆಯೆನಿಸಿತು. ಕಹಿ, ಸಿಹಿ ನೆನಪುಗಳ ಭೂತಾಕಾರದ ನರ್ತನ. ಅದರ ಮಧ್ಯೆ ಒಂದು ಪುಟಾಣಿ ವಿಗ್ರಹ ತೇಲಿ ಬಂತು. ಮನ ಮುದಗೊಂಡಿತು.

ಹಿಂದಿನ ದಿನಗಳನ್ನು ಮೆಲುಕು ಹಾಕಿದಾಗ ನನ್ನ ಎದೆ ಭಾರವಾಯಿತು. ಬಡತನ ಎಷ್ಟೊಂದು ಭಯಂಕರ. ಸದಾ ಮನುಷ್ಯನನ್ನು ಕಿತ್ತು ತಿನ್ನುವ ಭೂತ. ಅವನ ಆತ್ಮನಾಶ ಮಾಡಿಬಿಡುವಂಥ ಅಪಾಯಕಾರಿ. ಆದರೆ ಅದರ ಮಧ್ಯೆಯೂ ಪುಟ್ಟಕ್ಕಿಟ್ಟ ಚಿನ್ನದಂತೆ ಹೊಳೆಯುವವರು ಅಪರೂಪ.

ತೋಳದಂತೆ ಬೆನ್ನು ಹತ್ತಿದ ಬಡತನದಿಂದ ತಪ್ಪಿಸಿಕೊಂಡು ಹೆಣಗಾಡಿದ್ದೆಷ್ಟು!

ನನ್ನ ಮೌನ ರಾಘುವಿಗೆ ಬೇಸರವೆನಿಸಿರಬೇಕು, ಸ್ವರವೆತ್ತಿದ.

"ಇಲ್ಲಿ ಯಾರ ಮದ್ವೆ?"

"ನಮ್ಮ ಮಾವನ ಮಗಂದು. ಸ್ಟೇಟ್ಸ್‌ನಲ್ಲಿದ್ದಾನೆ. ಲಗ್ನವಾದವಳ ಜೊತೆ ವಿಮಾನವೇರುವ ತರಾತುರಿ!" ನನ್ನ ಸ್ವರ ಗಡುಸಾದ್ದನ್ನ ರಾಘು ಗಮನಿಸಿದ.

"ಇವತ್ತು ನಿನ್ನ ಮೂಡ್ ಸರ್ಯಾಗಿಲ್ಲ" ಅಂದ ರಾಘು ಆಮೇಲೆ ಮಾತನಾಡಿಸುವ ಗೋಜಿಗೆ ಹೋಗಲಿಲ್ಲ.

ನಾನು ನನ್ನ ಮೂಡ್‌ನಲ್ಲಿ ಕರಗಿಹೋದೆ.

ಸಿಗರೇಟು ಪ್ಯಾಕನ್ನ ಸವರಿ ನೋಡಿದೆ. ಕೈ ಬೆರಳುಗಳು ಮುಂದುವರಿಯಲಿಲ್ಲ. ಯಾತನಾಮಯ ಜೀವನದ ಸ್ಪಷ್ಟ ಚಿತ್ರಗಳು ಭಿತ್ತಿಯಲ್ಲಿ ಮೂಡತೊಡಗಿದವು.

ಅಪ್ಪ ಸಣ್ಣ ಉದ್ಯೋಗಿ. ಮಂಡಿಯಲ್ಲಿ ಲೆಕ್ಕ ಬರೆಯುವ ಕೆಲಸ, ಸಂಪಾದನೆ ಕೂಡ ಕಡಿಮೆ. ಅವನೊಬ್ಬನ ದುಡಿಮೆಯಲ್ಲಿ ನಾಲ್ಕು ಹೊಟ್ಟೆ ತುಂಬಬೇಕಲ್ಲದೆ ನನ್ನ ವಿದ್ಯಾಭ್ಯಾಸ, ತಂಗಿಯ ಮದುವೆಯೂ ಇದರಲ್ಲಿ ಸೇರಿ ಹೋಗಿತ್ತು.

ಆತನದು ದಿಟ್ಟ ಹೋರಾಟ, ಮಹತ್ವಾಕಾಂಕ್ಷೆ. ನನ್ನ ಬದುಕನ್ನ ದೊಡ್ಡದಾಗಿ ಊಹಿಸಿಕೊಂಡು ಸಂಕಟಪಡುತ್ತಿದ್ದ. ಆದರೂ ಹಿಂಜರಿಯಲಾರ. ಯಾವುದೋ ಲೆಕ್ಕಾಚಾರ ಅವನ ಮನದಲ್ಲಿತ್ತು. ಬಾಯಿಬಿಚ್ಚಿ ಏನೂ ಹೇಳದಿದ್ದರೂ ನಾನು ಎಸ್.ಎಸ್.ಎಲ್.ಸಿ.ಯಲ್ಲಿ ರ್‍ಯಾಂಕ್ ಗಿಟ್ಟಿಸಿಕೊಂಡಾಗ ಆನಂದದಿಂದ ಮುಗಿಲಿನಲ್ಲಿ ಹಾರಾಡಿದರೂ, ಅವನ ಮನ ರೆಕ್ಕೆ ಸುಟ್ಟುಕೊಂಡ ಪತಂಗದಂತೆ ಮಿಲಿಮಿಲಿ ಒದ್ದಾಡಿತು.

ಅಲ್ಲಿ, ಇಲ್ಲಿ ಸಾಲದ ಪ್ರಯತ್ನ ಹೂಡಿದರೂ ಅರ್ಧದಲ್ಲಿಯೇ ಕೈಬಿಟ್ಟ. ಕಡೆಗೊಂದು ನಿರ್ಧಾರಕ್ಕೆ ಬಂದು ಹೇಳಿದ.

"ನಾನು ಒಂದು ತೀರ್ಮಾನಕ್ಕೆ ಬಂದಿದ್ದೀನಿ, ಮಗು. ನಿಂಗೆ ಸ್ವಲ್ಪ ಕಷ್ಟವಾಗ್ಬಹ್ದು. ಆದ್ರೂ ಸೈರಿಸ್ಕೋ. ಹೇಗಾದ್ರೂ ನಿನ್ನ ಗೋವಿಂದ ಮಾವನ್ನ ಒಪ್ಸಿ ಅಲ್ಲಿ ಬಿಡೋ ಏರ್ಪಾಟು ಮಾಡ್ತೀನಿ. ಖರ್ಚು, ವೆಚ್ಚ ನಾನು ನೋಡ್ಕೋತೀನೀಂದ್ರೆ... ಒಪ್ಪಿಯಾನು. ಊಟ, ತಿಂಡಿ, ವಸತಿ... ಸಿಕ್ರೆ ಎಷ್ಟೋ ಸುಲಭವಾಗುತ್ತೆ" ದುಗುಡ ಬೆರೆತ ಆ ಸ್ವರದಲ್ಲಿ ನಿಸ್ಸಹಾಯಕತೆ ಕಂಡುಬಂದರೂ ಒಂದು ತರಹ ಛಲವಿತ್ತು.

ನಾನು ತಲೆ ಕೆಳಗೆ ಹಾಕಿ ನಿಂತೆ. ಅದು ಬಿಟ್ಟು ಬೇರೇನೂ ಮಾಡುವ ಹಾಗಿರಲಿಲ್ಲ. ಈ ಸಾಧಾರಣ ಊರಿನಲ್ಲಿ ವಿದ್ಯಾಭ್ಯಾಸದ ಮಟ್ಟ ಸುಧಾರಿಸಿರಲಿಲ್ಲ.

ನಾನುಪ್ರೈಮರಿ ಶಾಲೆ ಶಿಕ್ಷಕ ಅಥವಾ ಗುಮಾಸ್ತನಾಗುವುದು ಅಪ್ಪನಿಗೆ ಬೇಕಾಗಿರಲಿಲ್ಲ. ಅದು ಅವನ ಮಾತುಗಳಿಂದಲೇ ವ್ಯಕ್ತವಾಗುತ್ತಿತ್ತು.

"ನಿನ್ನ ಪ್ರತಿಭೆ ನನ್ನ ಬಡತನಕ್ಕೆ ಬಲಿಯಾಗ್ಬಾರ್ದು. ಅವ್ನ ಕಾಲಿಡಿದಾದ್ರೂ ಒಪ್ಪಿಸ್ತೀನಿ" ಎಂದಾಗ ಅಪ್ಪ, ಕಂಬನಿಯ ಕೊಳಗಳಾಗಿದ್ದವು ಕಣ್ಣುಗಳು "ನೀವು ಹೇಗೆ ಹೇಳಿದರೇ ಹಾಗೇ" ಅಷ್ಟನ್ನು ಬಹುಕಷ್ಟದಿಂದಲೇ ಹೇಳಿದೆ.

"ನಾಳೇನೇ... ಹೋಗ್ಬರ್ತೀನಿ" ಎಂದ.

ಮಾರನೆಯ ದಿನ ಬೆಳಿಗ್ಗೇನೇ ಅಪ್ಪ ಗೋವಿಂದ ಮಾವನನ್ನು ನೋಡಲು ಮೊದಲು ಬಸ್ಸಿಗೆ ಹೋದ. ಎಷ್ಟೋ ನಂಬಿಕೆ ತುಂಬಿಕೊಂಡರೂ ನನಗೆ ಅನುಮಾನವೆ.

ಗೋವಿಂದ ಮಾವ, ನನ್ನಪ್ಪನ ಖಾಸಾ ತಂಗಿಯ ಗಂಡ. ನನ್ನತ್ತೆ ಮಣ್ಣು ಸೇರಿದ್ದರೂ, ಸಂಬಂಧದ ಗುರುತಿತ್ತು. ಎರಡನೇ ಸಂಬಂಧ ಗೋವಿಂದ ಮಾವನಿಗೆ ಅದೃಷ್ಟವನ್ನೇ ತಂದಿತ್ತು. ಮನೆ ಅಳಿಯನಾಗಿ ಅಲ್ಲಿ ನಿಂತ ಅವನಿಗೆ ಸಾಕಷ್ಟು ಆಸ್ತಿ ಸಿಕ್ಕಿ, ದೊಡ್ಡ ಮನುಷ್ಯನಾದ. ಆದರೆ ಪೂರ್ತಿ ಹೆಂಡತಿಗೆ ಗುಲಾಮನನ್ನಾಗಿ ಕೂಡ ಮಾಡಿತ್ತು. ಆಕೆಯ ಆದೇಶವಿಲ್ಲದೆ ಆ ಮನೆಯ ಹುಲ್ಲು ಕಡ್ಡಿ ಕೂಡ ಅಲುಗಾಡುವಂತಿರಲಿಲ್ಲ. ಪ್ರತಿಯೊಂದು ವಿಷಯಕ್ಕೂ ಆಕೆಯ ಮುಂದೆ ಕೈಕಟ್ಟಿ ನಿಲ್ಲುತ್ತಿದ್ದ ಮಾವ. ಇಂಥದರಲ್ಲಿ ಅತ್ತೆ ಒಪ್ಪದೆ ಆ ಮನೆಯಲ್ಲಿ ತನಗೆ ಪ್ರವೇಶ ಸಿಕ್ಕುವುದು ಸಾಧ್ಯವಿಲ್ಲ.

ಮರುದಿನ ಹಿಂದಿರುಗಿದ ಅಪ್ಪನ ಮುಖದಲ್ಲಿ ಉತ್ಸಾಹವಿಲ್ಲದಿದ್ದರೂ, ಅದರ ಒಪ್ಪಿಗೆಯನ್ನು ತಿಳಿಸಿದ.

"ಹೇಗೋ ಒಪ್ಸಿದ್ದೀನಿ, ನಿನ್ನ ಓದಿನ ಜೊತೆ ಒಂದೆರಡು ಪಾಠಗಳನ್ನು ಹೇಳಬೇಕು. ಅಷ್ಟಿಷ್ಟು ಚಾಕರೀನು ಮಾಡ್ಬೇಕು. ಹೇಗೋ ಒಂದೆರಡ್ವರ್ಷ ಕಷ್ಟಪಡು."

ಆ ಮೂಲಕ ಸಂಕಟ ನನಗೆ ಅರ್ಥವಾದರೂ ಏನೂ ಮಾಡುವ ಹಾಗಿರಲಿಲ್ಲ.

"ನನ್ಕೈಯಲ್ಲಾದ ಹಣಾನ ನಾನು ಕಳಿಸ್ತೀನಿ. ಒಪ್ಪತ್ತು ಗಂಜಿ ಕುಡಿದ್ರೂ ಸರಿ, ನನ್ನ ಕರ್ತವ್ಯನ ನಾನು ಮಾಡ್ತೀನಿ" ಛಲ ತೊಟ್ಟವರಂತೆ ಅಪ್ಪ ನುಡಿದಾಗ ನಾನು ಮಾತು ಬಾರದವನಂತಾದೆ.

ನಾನು ಮೊದಲ ಬಾರಿ ವಿದ್ಯಾಭ್ಯಾಸದ ಸಲುವಾಗಿ ಅತ್ತೆಯ ಮನೆಯಲ್ಲಿ ಕಾಲಿಟ್ಟಾಗ, ತೀರಾ ಭಯಗ್ರಸ್ತನಾಗಿದ್ದೆ. ಅಲ್ಲಿನ ಶ್ರೀಮಂತಿಕೆ ನನ್ನ ತೊಡೆಗಳಲ್ಲಿ ನಡುಕ ಹುಟ್ಟಿಸಿತ್ತು. ಆ ವಾತಾವರಣದಲ್ಲಿನ ಜನ ಮನುಷ್ಯರಾಗಿ ಕಾಣಲಿಲ್ಲ. ಅಹಂಕಾರ, ದರ್ಪದಿಂದ ಮೆರೆಯುವ, ಬೊಜ್ಜು ಮೈಯಿನ ಅತ್ತೆ ರಾಕ್ಷಸಿಯಂತೆ ಕಂಡಳು.

ಮುಖ ಕಂಡ ಕೂಡಲೇ ಆಜ್ಞೆಗಳ ಸರಪಳಿಯೇ ಎದುರಾಗುತ್ತಿತ್ತು.

"ರಾಮೂ, ನಲ್ಲಿಯಲ್ಲಿ ನೀರು ಬರ್ಲಿಲ್ಲಾ. ಒಂದತ್ತು ಕೊಡ ನೀರು ಸೇದ್ಹಾಕು... ಬೇಗ ಹೋಗಿ ತರಕಾರಿ ತಂದ್ಬಿಡು... ಆ ಮೂಲೆಯಲ್ಲಿರೋ ಬಟ್ಟೆಗಳನ್ನು ಲಾಂಡ್ರಿಗೆ ಹಾಕು... ಆ ಷೂಗಳಿಗೆ ಒಂದಿಷ್ಟು ಪಾಲಿಶ್ ಹಾಕು."

ಒಂದೇ... ಎರಡೇ...? ನನಗೆ ಉಸಿರಾಡುವುದಕ್ಕೆ ಕೂಡ ಪುರಸತ್ತು ಇರುತ್ತಿರಲಿಲ್ಲ. ಇದರ ಜೊತೆ ಆಕೆಯ ಮಕ್ಕಳ ಧಿಮಾಕನ್ನೂ ಸಹಿಸಬೇಕಿತ್ತು.

"ಲೊ, ರಾಮು ನನ್ನ ನೋಟ್ಸ್ ಬರೆದಿಡು... ಆ ಪುಸ್ತಕಗಳಿಗೆ ಬೈಂಡ್ ಹಾಕು... ಪೆನ್ನಿಗೆ ಇಂಕ್ ಹಾಕು.... ನನ್ನ ಬಟ್ಟೆಗಳನ್ನ ಸ್ವಲ್ಪ ಇಸ್ತ್ರಿ ಮಾಡಿಡು"

ಇದನ್ನೆಲ್ಲ ಸಹಿಸಲಾರದ ಸಂದರ್ಭಗಳಲ್ಲಿ ಕೂತು ಅತ್ತು ಬಿಡಬೇಕೆನಿಸುತ್ತಿತ್ತು.

ಹಣದ ಜೊತೆ ಅಹಂಕಾರವೂ ಇದ್ದ ಆ ಜನಗಳಿಗೆ ತಾನೊಂದು ಮೃಗವಾಗಿ ಕಂಡಿರಬೇಕು. ಅನ್ನಕ್ಕೆ ಬಿದ್ದಿರುವವರಲ್ಲಿ ಒಬ್ಬ. ತೀರಾ ಧೃತಿಗೆಟ್ಟ ಸಂದರ್ಭದಲ್ಲಿ ಸಾಂತ್ವನಿಸುತ್ತಿದ್ದವಳು ನಿರ್ಮಲ.

"ಮಿಕ್ಕ ಕೆಲ್ಸ ನಾನು ಮಾಡ್ಕೋತೀನಿ. ನೀವು ಓದ್ಕೊಳ್ಳಿ. ನಿಮ್ಮ ಓದು ಹಿಂದೆ ಬೀಳೋದು ಬೇಡ". ತುಂಬು ಮನದಿಂದ ಸಾಂತ್ವನಿಸುತ್ತಿದ್ದ ಹದಿಮೂರರ ನಿರ್ಮಲ ನನಗೆ ದೇವತೆಯಂತೆ ಕಾಣುತ್ತಿದ್ದಳು.

ಅವಳು ಒಬ್ಬ ತಬ್ಬಲಿ. ದುಡಿತಕ್ಕೆ ಖಾಯಮ್ಮಾಗಿ ಒಬ್ಬಳಿರಲೆಂದು ಹಳ್ಳಿಯಿಂದ ಆ ಹುಡುಗಿಯನ್ನು ತಂದಿರಿಸಿಕೊಂಡಿದ್ದರು. ಸದಾ ಬಯ್ಗಳು... ಹೊಟ್ಟೆಗಿಷ್ಟು ತಂಗಳು. ಆ ಮನೆಯಲ್ಲಿ ಸದಾ ದುಡಿಯುವ ತೊತ್ತು ಅವಳು.

ಅವಳ ದಿನಚರಿ ನೋಡಿದರೆ ಎದೆ ಬಿರಿಯುತ್ತಿತ್ತು. ಪ್ರತಿಯೊಂದು ಕೆಲಸವೂ ಅವಳೇ ಮಾಡಬೇಕು. ಬೆಳಗಿನ ಕಾಫಿಯಿಂದ ಹಿಡಿದು ರಾತ್ರಿ ಹಾಸಿಗೆ ಹಾಸೋವರೆಗೂ ಅವಳ ದುಡಿತ. ರಾತ್ರಿಯ ನಾಲ್ಕೈದು ಗಂಟೆಗಳ ನಿದ್ದೆ ಬಿಟ್ಟರೇ ಅವಳ ದೇಹಕ್ಕೆ ವಿಶ್ರಾಂತಿ ಎಂಬುದೇ ಇರುತ್ತಿರಲಿಲ್ಲ.

ಆ ದಿನ ಪಾಠ ಮುಗಿಸಿ ಮನೆಗೆ ಬಂದಾಗ ಅತ್ತೆ ನಿರ್ಮಲಾಗೆ ಮಡಿ ಕೋಲಿನಿಂದ ಬಾರಿಸುತ್ತಿದ್ದರು. ತುಟಿ ಕಚ್ಚಿ ನೋವು ನುಂಗುತ್ತಿರುವ ದೃಶ್ಯ ಹೃದಯ ವಿದ್ರಾವಕವಾಗಿತ್ತು. ನಿಸ್ಸಹಾಯಕತೆ ಕರುಳನ್ನು ಕಿವಿಚುತ್ತಿತ್ತು.

"ಅತ್ತೆ, ಹೊಡೀಬೇಡಿ. ಈ ಏಟುಗಳಿಗೆ ಆ ಹುಡ್ಗಿ ಸತ್ತು ಹೋಗ್ತಾಳೆ" ಎಂದು ಬಾಯಿ ತಪ್ಪಿ ಆಡಿ, ನಾಲಿಗೆ ಕಚ್ಚಿಕೊಂಡಾಗ ಅತ್ತೆ ಇತ್ತ ತಿರುಗಿದಳು. ಆಕೆಯ ಕಣ್ಣುಗಳಲ್ಲಿ ಸುಡುವ ಶಕ್ತಿ ಇದ್ದಿದ್ದರೇ ಸುಟ್ಟುಬಿಡುತ್ತಿದ್ದರು. "ಬಾಯ್ಮುಚ್ಕೊಂಡ್, ಒಳ್ಗೇ ಹೋಗೋ, ನೀನು ಬಿದ್ದಿರೋದೋ ದಂಡದ ಕೂಳಿಗೆ" ಎಂದರು.

ಆ ಕ್ಷಣದಲ್ಲಿ ತನಗೆ ಸತ್ತಿದ್ದರೆ ಚೆನ್ನಾಗಿತ್ತು ಅನಿಸಿತು. ತಲೆ ಕೆಳಗೆ ಹಾಕಿ ಒಳಗೆ ನಡೆದೆ... ಹಸಿವು ಇಂಗಿಹೋಗಿತ್ತು. ಸುಸ್ತಾದವನಂತೆ ಗೋಡೆಗೊರಗಿ ಕಣ್ಣು ಮುಚ್ಚಿದ್ದೆ. ಬಾಗಿಲ ಸದ್ದಿಗೆ ದಢಕ್ಕೆಂದು ಎಗರಿಬಿದ್ದೆ.

ತಟ್ಟೆ ಹಿಡಿದ ನಿರ್ಮಲ ಒಳಗೆ ಬಂದಳು. ಅತ್ತು ಕಣ್ಣುಗಳು ಕೆಂಪಗಾಗಿದ್ದವು. ಕೆನ್ನೆಗಳು ಬಾತುಕೊಂಡಿದ್ದವು. ಕಲೆಸಿ ತಂದ ಅನ್ನದ ತಟ್ಟೆ, ಒಂದು ಚೊಂಬು ನೀರನ್ನ ಕೆಳಗಿಟ್ಟು ಹೊರಟುಹೋದಳು.

ಮೂಕವಾಗಿ ತಟ್ಟೆಯನ್ನು ನೋಡುತ್ತ ಕೂತೆ. ಹಸಿವೆ ಭೇತಾಳವಾಯಿತು. ನಿಧಾನವಾಗಿ ತಟ್ಟೆಯನ್ನು ಹತ್ತಿರಕ್ಕೆಳೆದುಕೊಂಡು ಗಬಗಬನೇ ತಿಂದೆ. ಇದು ಸಾಕೂ ಸಾಕಾಗದ ಊಟ. ಆದರೆ ಇಲ್ಲಿಗೆ ಬಂದ ಮೇಲೆ ಅಭ್ಯಾಸವಾಗಿತ್ತು.

ಕೈ ತೊಳೆಯಲು ತಟ್ಟೆ ಹಿಡಿದು ಬಂದಾಗ ಬರೀ ನೀರು ಕುಡಿದು ಹೊಟ್ಟೆ ತುಂಬಿಸಿಕೊಳ್ಳುತ್ತಿದ್ದ ನಿರ್ಮಲಾನ ಕಂಡಾಗ ತಿಂದಿದ್ದೆಲ್ಲ ಬಾಯಿಗೆ ಬಂದಿತ್ತು. ಹಿತ್ತಲಿಗೆ ಹೋಗಿ ಪೂರ್ತಿಯಾಗಿ ವಾಂತಿ ಮಾಡಿಕೊಂಡೆ.

ಬಂದು ಮಲಗಿದ ಬಹಳ ಹೊತ್ತಿನ ಮೇಲೆ ಜೊಂಪು ಹತ್ತಿತ್ತು. ಚಿರತೆಯ ಮುಖವಾಡ ತೊಟ್ಟ ಅತ್ತೆ, ಮಾವ ತನ್ನನ್ನು ಕಬಳಿಸುವಂತೆ ಬಂದ ಕನಸು ಕಂಡೆ. 'ಅಯ್ಯೋ, ಅಯ್ಯೋ, ಅಯ್ಯೋ' ಚೀರಿ ಎದ್ದು ಕೂತೆ...

ಬೆಳಿಗ್ಗೆ ಎದ್ದವನೇ ನನ್ನೆರಡು ಬಟ್ಟೆಗಳನ್ನು ಚೀಲಕ್ಕೆ ತುರುಕಿ ಹೊರಗೆ ನಡೆದೆ.

ಅಷ್ಟು ದೂರ ಹೋದವನು ಹಿಂದಿರುಗಿದ. ನಿರ್ಮಲಾ ಬಾಗಿಲಲ್ಲಿ ನಿಂತಿದ್ದಳು. ಕಂಬನಿ ತುಂಬಿದ ಕಣ್ಣುಗಳಲ್ಲಿ ಜಗತ್ತಿನ ಅಂತಃಕರಣವೆಲ್ಲ ತುಂಬಿದೆಯೆನಿಸಿತು. ಸಂಕಟದಿಂದ ಒದ್ದಾಡಿದೆ.

ನಿರ್ಮಲ ನಾಲ್ಕು ಹೆಜ್ಜೆ ಮುಂದಕ್ಕೆ ಬಂದಳು. ಅವಳ ಕಣ್ಣಂಚಿನ ಕಂಬನಿ, ಧಾರೆಯಾಗಿ ಕೆನ್ನೆಯ ಮೇಲಿಳಿಯಿತು.

"ರಾಮು, ಸ್ವಲ್ಪ ಸೈರಿಸ್ಕೋಬೇಕಿತ್ತು. ನಿಮ್ಮಪ್ಪ ಕಾಲಿಡಿದು ಇವ್ರುಗಳ ಒಪ್ಪಿಸಿದ್ರು. ನಿಮ್ಮ ವಿದ್ಯಾಭ್ಯಾಸ ಅರ್ಧದಲ್ಲೇ ನಿಂತರೇ... ಅವರ ಮನಸ್ಸಿಗೆ ತುಂಬ ನೋವಾಗುತ್ತೆ" ಬಹಳ ಕಷ್ಟದಿಂದ ಹೇಳಿದಳು.

ನನ್ನ ಕಾಲುಗಳು ಸ್ತಬ್ಧವಾದವು. ಮುಂದಿನ ಪರಿಸ್ಥಿತಿ ನೆನೆದು ನನ್ನೆದೆ ಡವಗುಟ್ಟಿತ್ತು. ಸೋತ ಕಾಲುಗಳನ್ನು ಎಳೆಯುತ್ತ ಹಿಂದಿರುಗಿ ಬಂದೆ.

ಅದೆಲ್ಲಿಂದಲೋ ಆಕೆ ಪ್ರತ್ಯಕ್ಷವಾಗಿ ಬಿಟ್ಟಳು. ನಿರ್ಮಲಾನ ಜಡೆ ಹಿಡಿದು ಎಳೆದೊಯ್ದು ಕೋಣೆಗೆ ದೂಡಿದಳು. ಹಿಂದೆಯೇ ಬಿದ್ದವು ಹೊಡೆತಗಳು.

"ಇಷ್ಟೆಲ್ಲ ಮಾತಾಡುವಷ್ಟು ದೊಡ್ಡವಳಾಗಿ ಬಿಟ್ಯಾ, ತಬ್ಬಲಿ ಅಂತ ಮನೆಯಲ್ಲಿಟ್ಕೊಂಡ್ರೆ.... ನಮ್ಮನ್ನೇ ಕೆಟ್ಟವರನ್ನಾಗಿ ಮಾಡ್ತೀಯಾ ?!"

ಆ ಒಂದೊಂದು ಪೆಟ್ಟೂ ನನ್ನ ಹೃದಯದ ಮೇಲೆ ಬಿದ್ದಂತೇ ನೋವನ್ನನುಭವಿಸಿದೆ.

ಅತ್ತೆಯ ಮಕ್ಕಳ ಕಡೆ ನೋಡಿದೆ. ಯಾವುದೋ ಸ್ವಾರಸ್ಯವಾದ ದೃಶ್ಯ ನೋಡುವಂತೆ ತಲ್ಲೀನತೆಯಲ್ಲಿದ್ದರು. ಮನುಷ್ಯತ್ವದ ಕರುಣೆ, ಅನುಕಂಪಗಳು ಲವಲೇಶವಾದರೂ ಅವರಲ್ಲಿರಲಿಲ್ಲ.

ಕೋಣೆಗೆ ಹೋಗಿ, ಅಗಣಿ ಹಾಕಿ ಮಂಡಿಯಲ್ಲಿ ಮುಖ ಹುದುಗಿಸಿ, ಎಳೆಯ ಮಗುವಿನಂತೆ ಬಿಕ್ಕಿದ್ದೆ. ಎಷ್ಟೊ ಹೊತ್ತು ಅಳುವಿನಲ್ಲೇ ಮುಳುಗಿದ್ದೆ.

ದಬದಬನೆ ಕದದ ಮೇಲೆ ಕೈ ಬಡಿತಗಳನ್ನು ಕೇಳಿ, ಭೀತಿಯಿಂದ ತಲ್ಲಣಿಸಿದ್ದೆ.

“ಯಾರು?” ನನ್ನ ಸ್ವರ ಭಯಗ್ರಸ್ತವಾಗಿ ಕ್ಷೀಣವಾಗಿ ಹೋಗಿತ್ತು.

“ತೆಗ್ಯೊ ಬಾಗ್ಲು, ಏನೂ ಗೊತ್ತಿಲ್ದ ಮಳ್ಳದ ಹಾಗೆ ಕೂತ್ಕೊಂಡಿದ್ದೀಯಾ?! ಇವತ್ತು ಯಾವ್ದೂ ನಿಶ್ಚಯವಾಗಿಬಿಡ್ಲಿ” ಅತ್ತೆಯ ಕರ್ಕಶ ಸ್ವರಕ್ಕೆ ಬೆದರಿ ಹೋದೆ.

ಬಡತನದಲ್ಲಿ ಹುಟ್ಟಿ ಬೆಳೆದಿದ್ದರೂ ಏಟು ತಿಂದು ಅಭ್ಯಾಸವಿರಲಿಲ್ಲ. ಕಾಲೇಜಿನಲ್ಲಿ ಓದುತ್ತಿದ್ದವನೆಂಬುದನ್ನು ಮರೆತು, ಗಡಗಡ ನಡುಗುತ್ತ ಬಾಗಿಲು ತೆಗೆದೆ.

ಹೊರಗೆ ರೌದ್ರವತಾರ!

“ಅವ್ಳು ನಿಂಗೇನು ಹೇಳಿದ್ಳು?” ನನ್ನ ಸ್ವರ ಪೂರ್ತಿಯಾಗಿ ಉಡುಗಿ ಹೋಯಿತು. ‘ಬ್ಯಾ... ಬ್ಯಾ’ ಎಂದು ತೊದಲಿದೆ “ಯಾಕೋ ನಿನ್ನ ಬಾಯಿ ಮರಗಟ್ಟು ಹೋಯ್ತಾ? ತಿರುಪೆ ಎತ್ತೋ ಜನಾನ ಮನೆಗೆ ಸೇರ್ಸಿದ್ದೇ ತಪ್ಪಾಯ್ತು!” ಏಟಿಗಿಂತ ಮಾತುಗಳ ಹೊಡೆತ ಭಯಂಕರವಾಗಿತ್ತು.

ಏನನ್ನಿಸಿತೋ, ಮಾವನೆಂಬ ಪ್ರಾಣಿ ಮಧ್ಯೆ ಪ್ರವೇಶ ಮಾಡಿದ.

“ಹೋಗ್ಲಿ ಬಿಡೆ, ಅವ್ನಿಗೇನೂ ಗೊತ್ತಾಗೋಲ್ಲ, ಹೇಗೋ ಇದ್ಕೊಳ್ಳಿ. ನಾಲ್ಕು ಅಕ್ಷರ ನಮ್ಮ ವಠಾರದಿಂದ ಕಲ್ತುಕೊಂಡ್ರೆ... ಇಡೀ ಜೀವ್ನ ನಮ್ಮ ಋಣದಲ್ಲಿ ಬಿದ್ದುಕೊಂಡಿರುತ್ತೆ.”

ನನ್ನ ನಿಸ್ಸಹಾಯಕತೆ ಇದ್ದಕ್ಕಿದ್ದಂತೆ ಕರಗಿ ಹೋಯಿತು. ಬಡತನದಲ್ಲೂ ಕೂಡ ಸ್ವಾಭಿಮಾನ ಕೆರಳಿತು. ಎದೆಯಲ್ಲಿ ರೋಷ ಪುಟಿಯಿತು.

“ಮಾವ, ನಾನೇನೂ ನಿಮ್ಮ ಋಣದಲ್ಲಿ ಇದ್ದುಕೊಳ್ಳೋಕೆ ಇಷ್ಟಪಡೋಲ್ಲ. ನೀವು ಹಾಕೋ ಮುಷ್ಟಿ ಅನ್ನಕ್ಕೆ ಬೆಳಗಿನಿಂದ ಸಂಜೆವರ್ಗೂ ದುಡಿತ. ಬೇಡ ಬಿಡಿ” ಎಂದವನೇ ಅಷ್ಟು ದೂರದಲ್ಲಿ ಅನಾಥವಾಗಿ ಬಿದ್ದಿದ್ದ ನನ್ನ ಬಟ್ಟೆ ತುಂಬಿದ ಬ್ಯಾಗನ್ನು ಕೈಗೆತ್ತಿಕೊಂಡೆ.

ಆ ಕ್ಷಣದಲ್ಲಿ ಬಿಟ್ಟಿ ಆಳನ್ನ ಕಳ್ದುಕೊಳ್ಳುವುದು ಯಾರಿಗೂ ಬೇಕಾಗಿರಲಿಲ್ಲವೇನೋ! ಕಣ್ಣು ಸನ್ನೆಯಿಂದಲೇ ಒಂದು ನಿರ್ಧಾರಕ್ಕೆ ಬಂದರು ಅವರಿಬ್ಬರೂ.

“ಏನೋ ಇಷ್ಟೊಂದು ಮಾತಾಡ್ತೀಯಾ? ದೊಡ್ಡವ್ರು ಬಂದು ಬುದ್ಧಿ ಮಾತ್ಹೇಳಿದ್ರೆ... ತಪ್ಪಾ! ತೆಪ್ಪಗಿರೋದು ನೋಡು” ಮಾವ ಸ್ವಲ್ಪ ಗಟ್ಟಿಯಾಗಿಯೇ ಹೇಳಿದರು. ಹೆಡೆಯೆತ್ತಿದ ಸ್ವಾಭಿಮಾನ ಒಗ್ಗಲು ಇಚ್ಛಿಸಲಿಲ್ಲ. ತೀರಾ ಮೃದುವಾಗಿಯೇ ಹೇಳಿದೆ. “ನನ್ನ ಕ್ಷಮ್ಸಿ ಬಿಡಿ.... ಇನ್ನೊಂದು ಕ್ಷಣ ಈ ಮನೆಯಲ್ಲಿರಲಾರೆ” ಎಂದು ಹೊರಟೇಬಿಟ್ಟೆ.

“ನಮ್ಮಾತು ಕೇಳು. ಬೀದಿ ಭಿಕಾರಿಯಾಗ್ತೀಯಾ. ಮುಂದಿನ ನಿನ್ನ ಓದು ಬರಹ ಹಾಳಾಗುತ್ತೆ. ನಿಮ್ಮಪ್ಪನ ಆಸೆ ಮಣ್ಣು ಪಾಲಾಗ್ತವೆ.” ಅತ್ತೆಯ ಅರಚುವಿಕೆಗೆ ಆ ಕ್ಷಣದಲ್ಲಿ ಕಿವುಡನಾಗಿದ್ದೆ.

ಹುಮ್ನಾಬಾದಿನಿಂದ ಬ್ಯಾಗ್ ಹಿಡಿದು ಬಂದ ನನಗೆ ಭಿಕಾರಿಯಾಗಿ ಫುಟ್‌ಪಾತ್‌ನಲ್ಲಿ ನಿಂತ ಅನುಭವವಾಯಿತು. ಸುತ್ತಲೂ ಕಣ್ಣರಳಿಸಿದೆ. ಎಲ್ಲಿಗೆ ಹೋಗುವುದು? ಏನು ಮಾಡುವುದು? ಊರಿಗೆ ಹಿಂದಿರುಗಿದರೇ ತಂದೆ ಈ ಆಘಾತ ತಡೆಯಬಲ್ಲೇ?

"ರಾಮು..." ಪರಿಚಿತ ಸ್ವರಕ್ಕೆ ಹಿಂದಿರುಗಿದೆ. ನಿರ್ಮಲಾ ಕಣ್ತುಂಬಿ ನಿಂತಿದ್ದಳು. ಇಡೀ ಮಾನವೀಯತೆಯ ಪ್ರತೀಕದಂತೆ ಕಂಡಳು. "ಈಗೇನು ಮಾಡ್ತೀಯಾ? ಓದು ಮುಗಿಸ್ದೇ ನೀನು ಖಂಡಿತ ಊರಿಗೆ ಹೋಗ್ಬೇಡ."

ಆ ಕ್ಷಣದಲ್ಲಿ ಅವಳ ಮಾತುಗಳು ತೀರಾ ಆಪ್ಯಾಯಮಾನವಾಗಿದ್ದವು. ದುಃಖದ ಉಗುಳನ್ನು ಬಹಳ ಕಷ್ಟದಿಂದ ನುಂಗಿದೆ. ಅತ್ತಿತ್ತ ಭಯದಿಂದ ನೋಟವರಿಸಿದ ನಿರ್ಮಲಾ ತನ್ನ ಕೈಲಿದ್ದ ಪುಟ್ಟ ಗಂಟನ್ನು ನನ್ನ ಕೈಯಲ್ಲಿ ಇಟ್ಟಳು.

"ಇದ್ರಲ್ಲಿ ಸ್ವಲ್ಪ ಬಂಗಾರ ಇದೆ. ನಮ್ಮಮ್ಮನದಂತೆ. ನಮ್ಮಜ್ಜಿ ಸಾಯೋಕ್ಮುಂಚೆ ನಂಗೆ ಕೊಟ್ರು. ಇದ್ರಿಂದ ನಂಗೇನು ಪ್ರಯೋಜನ? ಎಂದಾದ್ರೂ ನನ್ನ ಮುರುಕಲು ಟ್ರಂಕಿನಲ್ಲಿದ್ದು ಅವುಗಳಿಗೆ ಸಿಕ್ರೆ 'ಕಳ್ಳಿ' ಅನ್ನೋ ಅಪವಾದ ಹೊರಬೇಕು. ಇದ್ನೆಲ್ಲಾದ್ರೂ ಮಾರಿ, ಉಪಯೋಗಿಸ್ಕೋ, ಖಂಡಿತ ಊರಿಗೆ ಹೋಗ್ಬೇಡ" ಎಂದು ಕಣ್ಣೊರೆಸಿಕೊಂಡವಳೇ ಹೋಗಿಬಿಟ್ಟಳು. ಆದರೆ ಆ ಪ್ರತಿಮೆ ನನ್ನ ಹೃದಯದಲ್ಲಿ ನಿತ್ಯನೂತನ.

ಮುಂದೆ ಹೆಜ್ಜೆ ಹಾಕಿದ್ದೆ. ಅವಳ ಮಾತುಗಳು ನನ್ನಲ್ಲಿದ್ದ ನಿರ್ಧಾರವನ್ನು ಮತ್ತಷ್ಟು ಭದ್ರಗೊಳಿಸಿದ್ದವು. ಗೆಳೆಯನ ಸಹಾಯದಿಂದ ಅವನ್ನು ಮಾರಿದಾಗ ಸಿಕ್ಕಿದ್ದು ಮೂರು ನೂರು ರೂಪಾಯಿಗಳಾದರೂ ನನ್ನ ಪಾಲಿಗೆ ದೊಡ್ಡ ನಿಧಿಯಾಯಿತು.

ಮೆರಿಟ್ ಸ್ಕಾಲರ್‌ಷಿಪ್ ಪಡೆದ ನನಗೆ ಮುಂದಿನ ವಿದ್ಯಾಭ್ಯಾಸ ಕಷ್ಟವಾಗಲಿಲ್ಲ. ಒಂದೆರಡು ಮೂರು ಪಾಠಗಳಲ್ಲಿ ಬರೋ ಹಣದಲ್ಲಿ ಬದುಕನ್ನು ಸಾಗಿಸಿ ತೊಡಗಿದ್ದೆ.

ಆದರೆ ನನ್ನ ನೆನಪಿನಲ್ಲಿ ಸದಾ ಹಸಿರಾದ ನಿರ್ಮಲಾನ ಎಂದೂ ನೋಡಲಿಲ್ಲ. ಎಂ.ಎಸ್‌ಸಿ.ಯನ್ನು ಫಸ್ಟ್‌ಕ್ಲಾಸ್‌ನಲ್ಲಿ ಪಾಸು ಮಾಡಿದ ನನಗೆ ಲೆಕ್ಚರರ್ ಕೆಲಸ ಸಿಕ್ಕಾಗ ನಾನೊಬ್ಬ ಹೊಸ ಮನುಷ್ಯನಾಗಿದ್ದೆ. ಸಮಾಜದಲ್ಲಿ ನನ್ನದೇ ಆದ ಸ್ಥಾನ ಸಿಕ್ಕಿತ್ತು.

ಎಲ್ಲರಿಗಿಂತ ಹೆಚ್ಚಾಗಿ ಸಂತೋಷಿಸಿದ್ದು ನನ್ನ ತಂದೆ.

"ಭೇಷ್, ಮಗನೇ! ಸರಿ ಅನ್ನಿಸ್ಕೊಂಡ್ಬಿಟ್ಟೆ ನನ್ನ ಕರ್ತವ್ಯಾನ ಸರ್ಯಾಗಿ ಮಾಡಿದ ತೃಪ್ತಿ ನಂಗೆ ಸಿಕ್ಕಿದೆ. ನಿನ್ನ ಅತ್ತೆ, ಮಾವನಿಗೆ ಸರ್ಯಾಗಿ ಉತ್ತರ ಹೇಳ್ದೆ" ಎಂದು ಬೆನ್ನು ಚಪ್ಪರಿಸಿದ್ದರು.

ಆ ವರ್ಷವೇ ಐ.ಎ.ಎಸ್.ಗೆ ಕೂತು ಪಾಸು ಮಾಡಿದ್ದೆ. ಪ್ರೊಬೇಷನರಿ ಅಸಿಸ್ಟೆಂಟ್ ಕಮೀಷನರಾಗಿ ನೇಮಕಗೊಂಡೆ. ಆದರೆ ಅಂದಿನ ನಿರ್ಮಲಾ ನನ್ನ ನೆನಪಿನಿಂದ ಎಂದೂ ಮರೆಯಾಗಲಿಲ್ಲ. ಆದರೆ ಆ ಮನೆಯಲ್ಲಿ ಹೆಜ್ಜೆಯಿಡಲು ನನಗೆ ಇಷ್ಟವಿರಲಿಲ್ಲ.

ಈಗ ಒಂದು ವಾರದ ಮುಂದೆ ತಾನೇ ಮನೆಗೆ ಬಂದು ಗೌರವಪೂರ್ವಕವಾಗಿ ಮಾವ ಆಹ್ವಾನಿಸಿದ್ದ ತನ್ನ ಮಗನ ಮದುವೆಗೆ.

"ಹಿಂದಿನದೆಲ್ಲ ಮನಸ್ಸಲ್ಲಿ ಇಟ್ಕೋಬೇಡಪ್ಪ, ಕೆಟ್ಟ ಗಳಿಗೆಯಲ್ಲಿ ಏನೋ ನಡ್ದು ಹೋಯಿತು. ನಿನ್ನ ನೋಡ್ಬೇಕೂಂತ ನಿಮ್ಮ ಅತ್ತೆಗೆ ತುಂಬ ಆಸೆ, ಖಂಡಿತ ಬರ್ದೇ ಇರಬೇಡ" ಎಂದು ವಿಪರೀತದ ಒತ್ತಾಯವೇರಿದಾಗ, ನನ್ನ ಮುಖ ಗಂಟಾಗಿತ್ತು. "ಆಗ್ಲಿ.... ನೋಡೋಣ" ಎಂದವನೇ ಅವರ ಮುಂದೆನೇ ಆಹ್ವಾನ ಪತ್ರಿಕೆಯನ್ನೆತ್ತಿ, ಡ್ರಾಯರ್‌ನೊಳಕ್ಕೆ ಎಸೆದಿದ್ದೆ. ಅವರು ಪೆಚ್ಚಾಗಿ ಎದ್ದರೂ ಅವರ ಕಣ್ಣುಗಳಲ್ಲಿ ಅವ್ಯಕ್ತವಾದ ಆಸೆ ಇತ್ತು "ದಯವಿಟ್ಟು ದೊಡ್ಡ ಮನಸ್ಸು ಮಾಡಿ ಮದ್ವೆಗೆ ಬಾ" ಎಂದಾಗ ನನಗೆ ಅವನ ಕತ್ತುಹಿಡಿದು ಹೊರಗೆ ತಳ್ಳಬೇಕೆನಿಸಿತ್ತು.

ಆ ಮದುವೆಗೆ ಹೋಗುವ ಇಚ್ಛೆ ಹಿಂದಿನ ದಿನದವರೆಗೂ ಇರಲಿಲ್ಲ. ಆದರೆ ಈ ತೋಳ-ಚಿರತೆಗಳ ಮಧ್ಯೆ ಸಿಕ್ಕಿಕೊಂಡಿದ್ದ, ನಿರ್ಮಲಾನ ಪಾರು ಮಾಡಬೇಕೆಂಬ ಉತ್ಕಟವಾದ ಬಯಕೆ ಇದಕ್ಕಿಂತ ಉತ್ತಮ ಅವಕಾಶ ಸಿಗಲಾರದೆಂದು, ಮದುವೆಯದಿನ ಬೆಳಿಗ್ಗೆನೇ ರಾಘುನ ಹೊರಡಿಸಿಕೊಂಡು ಹೊರಟಿದ್ದೆ.

ನೆನಪುಗಳ ಗುಂಗಿನಲ್ಲಿ ಸೋಮವಾರಪೇಟೆ ತಲುಪಿದ್ದೇ ನನ್ನ ಗಮನಕ್ಕೆ ಬಂದಿರಲಿಲ್ಲ. ರಾಘು ಮೃದುವಾಗಿ ರೇಗಿದ.

"ನೀನು ಯಾವ ಸ್ಥಿತಿಯಲ್ಲಿದ್ದಿಯೋ, ರಾಮೂ; ವಿಳಾಸ ಕೂಡ ಹೇಳ್ದಿದ್ರೇ ನಾನು ಎಲ್ಲಿಗೇಂತ ಕಾರು ತಗೊಂಡ್ಹೋಗ್ಲೆ? ಇಡೀ ಸೋಮವಾರಪೇಟೆನೇ ಸುತ್ತು ಹಾಕ್ಲಾ?"

ಮಾತನಾಡದೇ ಇನ್ವಿಟೇಷನ್ ತೆಗೆದು ಅವನ ಕೈಯಲ್ಲಿಟ್ಟೆ. ಮತ್ತೆ ಅವನು ಪ್ರಶ್ನಿಸಲು ಹೋಗಲಿಲ್ಲ.

ಮದುವೆಯ ಛತ್ರದ ಬಳಿ ನಿಂತಾಗ ಗದ್ದಲವೋ ಗದ್ದಲ. ಒಂದು ಕ್ಷಣ ನನ್ನದೆ ಭಾರವಾಯಿತು, ರಾಘುವಿನೊಂದಿಗೆ ಒಳಗೆ ಹೆಜ್ಜೆ ಹಾಕಿದೆ.

ಮಣೆಗಳ ಮೇಲಿದ್ದ ಅತ್ತೆ, ಮಾವ ಸಡಗರದಿಂದ ಎದ್ದು ಬಂದು ಅತ್ಯಂತ ವಿಶ್ವಾಸಪೂರ್ವಕವಾಗಿ ವಿಚಾರಿಸಿದರು.

"ಅಪ್ಪ, ಅಮ್ಮ ಬರ್ಲಿಲ್ವಾ? ನೀನು ಬಂದಿದ್ದು ತುಂಬ ಸಂತೋಷಾಪ್ಪ. ರಾಧ ಅಂತೂ ಹತ್ತಾರೂ ಭಾರಿ ಕೇಳಿದ್ಲು" ಅವರ ಮಾತುಗಳತ್ತ ನನ್ನ ಗಮನವೇ ಇರಲಿಲ್ಲ. ಕಣ್ಣುಗಳು ನಿರ್ಮಲಾನ ಅರಸುತ್ತಿದ್ದವು. ಮನ ಯಾವುದೋ ಊಹೆಗಳಲ್ಲಿ ಸಿಲುಕಿಕೊಂಡು ನರಳುತ್ತಿತ್ತು. ಧೈರ್ಯವಾಗಿ ಪ್ರಶ್ನಿಸಿಯೇ ಬಿಟ್ಟೆ "ನಿರ್ಮಲಾ ಎಲ್ಲಿ?"

ಅವರ ಮುಖಗಳ ಬಣ್ಣ ಒಂದು ಕ್ಷಣ ಬದಲಾಯಿತು.

"ಎಲ್ಲೋ ಓಡಾಡಿಕೊಂಡಿದ್ದಾಳೆ. ಈಗ್ಲೂ ಅವಳನ್ನು ನೆನಪಿನಲ್ಲಿಟ್ಕೊಂಡಿದ್ದೀಯಲ್ಲ."

"ಅವ್ಳಿಂದಾನೇ ನೀನು ಆಚೆ ಹೋಗ್ಬೇಕಾಯ್ತು!" ಅತ್ತೆ ನೋವಿನ ಸ್ವರದಲ್ಲಿ ಹೇಳಿದಾಗ ಮುಖ ಬಿಗಿದುಕೊಂಡರೂ ಪ್ರಯಾಸದಿಂದ ಸಡಿಲಿಸಿ ಹೇಳಿದೆ: "ಅದೂ ಒಂದು ತರಹ ಒಳ್ಳೆದಾಯ್ತು."

ನಾನು ಯಾವ ಅರ್ಥದಲ್ಲಿ ಹೇಳಿದೆ ಎಂದು ತಿಳಿಯದೇ ಆಕೆ ಕಕ್ಕಾಬಿಕ್ಕಿಯಾದರು.

ಆಮೇಲೆ ಮದುವೆಯ ವಿಧಿಗಳೆಲ್ಲ ಮುಗಿದವು. ಅತ್ತೆಯ ಮಗಳು ನನ್ನ ಸುತ್ತಮುತ್ತಲೇ ಸುಳಿಯುತ್ತ, ಗಳಿಗೆಗೊಮ್ಮೆ ಬಂದು ವಿಚಾರಿಸತೊಡಗಿದಾಗ, ರಾಘು ಹುಬ್ಬು ಕುಣಿಸಿ ನಕ್ಕ.

"ಅಂತೂ ನಿಮ್ಮ ಮಾವ ಸರ್ಯಾದ ಬೇಟೆಗೆ ಕೈ ಹಾಕಿದ್ದಾನೆ."

ಅವನ ತಮಾಷೆಯ ಮಾತಿಗೆ ನನಗೆ ಕೆನ್ನೆಗೆ ಬಿಗಿಯಬೇಕು ಎನ್ನುವಷ್ಟರ ಮಟ್ಟಿಗೆ ಕೋಪ. ಕಣ್ಣಿನಲ್ಲಿಯೆ ಗದರಿಕೊಂಡಾಗ ಅವನು ತೆಪ್ಪಗಿರುವ ನಟನೆ ಮಾಡಿದ.

ಊಟ ಮುಗಿದರೂ ನಿರ್ಮಲಾನ ಸುಳಿವು ಸಿಗಲಿಲ್ಲ. ಮನ ಸುಮ್ಮನೆ ಚಡಪಡಿಸಿತು. ಅತ್ತಿತ್ತ ಅಡ್ಡಾಡತೊಡಗಿದೆ.

"ನಮಸ್ಕಾರ ಸಾರ್" ಒಳದನಿ ಪರಿಚಯದ ಸುಳಿವು ನೀಡಿತು. ಸ್ವರ ಬಂದತ್ತ ಮುಖ ತಿರುಗಿಸಿದೆ. ಸಂಕೋಚ, ನಾಚಿಕೆ, ಭಯದಿಂದ ಮುದುರಿ ನಿಂತ ನಿರ್ಮಲಾನ ನೋಡಿ ಅವನ ಮನ ಗರಿಗೆದರಿ ನರ್ತಿಸಿತು. ಸ್ವರ ಹೊರಡುವುದೇ ಕಷ್ಟವಾಯಿತು. "ನಾನು ನಿರ್ಮಲಾ, ನಿಮ್ಗೆ ಜ್ಞಾಪಕವಿದ್ಯೊ, ಇಲ್ವೊ!" ಎಂದು ಪೆಚ್ಚಾಗಿ ಹೇಳಿದಾಗ, ನನ್ನೆದೆ ತೆರೆದು ಅವಳಿಗೆ ಹೇಗೆ ತೋರಿಸಲಿ ಎನಿಸಿತು. "ತೆರೆದ ಕಣ್ಣುಗಳಿಂದ ಅವಳನ್ನು ನುಂಗುತ್ತಾ" ಎಂದಾದ್ರೂ ಮರ್ಯೋಕೆ ಸಾಧ್ಯವಾಗಿದ್ರೆ ತಾನೇ ಜ್ಞಾಪಿಸಿಕೊಳ್ಳೋಕೆ? ಹೇಗಿದ್ದಿ...?"

ಅವಳ ತಲೆ ಪೂರ್ತಿಯಾಗಿ ಬಗ್ಗಿತು. ಅಡಿಯಿಂದ ಮುಡಿಯವರೆಗೂ ನೋಟವರಿಸಿದೆ. ಅಂದಿಗೂ, ಇಂದಿಗೂ ಅವಳ ಸ್ಥಿತಿಯಲ್ಲಿ ಯಾವ ಬದಲಾವಣೆಯೂ ಇಲ್ಲವೆನಿಸಿತು.

ಒಂದೇ ನಿಮಿಷ, "ಬರ್ತೀನಿ..." ಎಂದು ಓಡೇ ಬಿಟ್ಟಳು.

ಮಾವ, ಅತ್ತೆ ಮಾತಿಗೆ ಬಂದು ಕೂತರು. ಮಾತಿನ ಮಧ್ಯೆ ಮಗಳು ಕೊಡುವ ವಿಷಯವೂ ಬಂದುಹೋಯಿತು.

ಬಹಳ ಯೋಚಿಸಿ ಒಂದು ನಿರ್ಧಾರಕ್ಕೆ ಬಂದಿದ್ದೆ.

"ಮಾವ, ಅಮ್ಮನ ಆರೋಗ್ಯ ಚೆನ್ನಾಗಿಲ್ಲ. ಮೊದ್ಲಿನ ಹಾಗೆ ಕೆಲ್ಸ ಸಾಗೋಲ್ಲ. ಈಗ ಒಂದು ಆಳು ಬೇಕೆ ಬೇಕು. ಸದ್ಯಕ್ಕೆ ಒಂದಷ್ಟು ದಿನ ನಿರ್ಮಲಾನ ಕಳ್ಸಿಕೊಡಿ, ಹೇಗೂ ಕೆಲ್ಸ, ಬೊಗ್ಸೇ ಚೆನ್ನಾಗಿ ಮಾಡ್ತಾಳೆ."

ಅವರಿಗೆ ಒಪ್ಪಿಗೆ ಇಲ್ಲವೆಂದು ಅವರ ಮುಖಗಳಲ್ಲಿಯೇ ಸ್ಪಷ್ಟವಾಯಿತು. ಆದರೆ ಭಾವಿ ಅಳಿಯನ ನಿಷ್ಠೂರ ಕಟ್ಟಿಕೊಳ್ಳುವುದು ಅವರಿಗೆ ಬೇಕಿರಲಿಲ್ಲ.

"ಅವ್ಳು ಇಲ್ದಿದ್ರೆ ಇಲ್ಲೂ ತೊಂದರೇನೇ... ಏನ್ಮಾಡೋದು! ಹೋಗ್ಲೀ... ಒನ್ತಿಂಗ್ಳ ಮಟ್ಟಿಗೆ ಕರ್ಕೊಂಡ್ಹೋಗು" ಎಂದು ಅತ್ತೆ ಅರೆ ಮನಸ್ಸಿನಿಂದ ಹೇಳಿದಾಗ, ನನಗೆ ಲಾಗ ಹಾಕುವಷ್ಟು ಸಂತೋಷವಾಯಿತು.

ಅತ್ತೆಯ ದೊಡ್ಡ ದನಿಯ ಆಜ್ಞೆಗೆ ನಿರ್ಮಲಾ ಚಕಾರವೆತ್ತಲಿಲ್ಲ. ಮೌನವಾಗಿ ತಲೆಯಾಡಿಸಿದಳು.

"ಇಲ್ಲಿನ ಹಾಗೇ ಸೋಮಾರಿತನ ಮಾಡ್ಬೇಡ, ಮೈ ಬಗ್ಸಿ ಕೆಲ್ಸಮಾಡು" ಆ ಕ್ಷಣದಲ್ಲೂ ಚುಚ್ಚು ಮಾತನ್ನು ತಡೆಯಲಾಗಲಿಲ್ಲ ಅತ್ತೆಗೆ; ನಾನು ಎತ್ತಲೋ ನೋಡುತ್ತ ನಿಂತೆ.

ಹೊರಟು ನಿಂತಾಗ, ನಿರ್ಮಲಾ ಒಂದು ಸಣ್ಣ ಚೀಲ ಹಿಡಿದು ಬಂದಳು. ಅವಳ ಕೈಯಲ್ಲಿನ ಚೀಲ ತೆಗೆದುಕೊಂಡು, ಕಾರು ಹತ್ತುವಂತೆ ಸನ್ನೆ ಮಾಡಿದೆ.

ಅವಳು ಕೂತ ಮೇಲೆ, ಬಾಗಿಲನ್ನು ಹಾಕಿ ಅವರತ್ತ ನಡೆದು ಹೋದೆ.

"ಮಾವ, ಈ ಚೀಲದ ಅಗತ್ಯ ನಿರ್ಮಲಾಗೆ ಇಲ್ಲ. ನಾನು ಅವ್ಳನ್ನ ಮದ್ವೆ ಮಾಡ್ಕೋಬೇಕೂಂತ ತೀರ್ಮಾನಿಸಿದ್ದೀನಿ. ಲಗ್ನಪತ್ರಿಕೆ ಕಳ್ಸಿಕೊಡ್ತೀನಿ, ಮದ್ವೆಗೆ ಬಂದು, ಅಕ್ಷತೆ ಹಾಕಿ, ಆಶೀರ್ವಾದ ಮಾಡಿ."

ಅವರ ಪ್ರತಿಕ್ರಿಯೆ ಮೂಡುವ ಮುನ್ನ ಕಾರಿನಲ್ಲಿದ್ದೆ. ಧೂಳನ್ನು ಚೆಲ್ಲುತ್ತ ಮುಂದಕ್ಕೆ ನುಗ್ಗಿತ್ತು ನಮ್ಮ ಕಾರು.

●

16. ಒಂದು ಬಳ್ಳಿಯ ಕಥೆ

ಮುಂಬಯಿ ನಿಲ್ದಾಣ ಮಹಾಲಕ್ಷ್ಮಿ ಬಿಟ್ಟ ಕೂಡಲೇ ನನ್ನ ನೆನಪು ಹಾರಿದ್ದು ಸುಶೀಯ ಬಳಿಗೆ. ನಾಲ್ಕು ವರ್ಷಗಳ ನಂತರ ಬೆಂಗಳೂರಿಗೆ ಬರುತ್ತಿದ್ದೆ. ನನ್ನ ಉತ್ಸಾಹ ಎಷ್ಟಿತ್ತೆಂದರೆ ನಿಮಿಷಗಳನ್ನು ಕಳೆಯುವುದೆ ಪ್ರಯಾಸವೆನಿಸಿತು.

ಮಧ್ಯೆ ಮಧ್ಯೆ ಪ್ರಶ್ನಿಸಲು ಹೊರಟ ಹುಡುಗರನ್ನ ಕಣ್ಣಿನಲ್ಲಿಯೇ ಗದರಿ ಸುಮ್ಮನಾಗಿಸಿದೆ. ಬರೀ ಸುಶೀಯ ನೆನಪಿನಲ್ಲಿಯೇ ಈಜಾಡುತ್ತಿದ್ದೆ. ಈಚೆಗೆ ನಮ್ಮಿಬ್ಬರ ನಡುವಿನ ಪತ್ರ ವ್ಯವಹಾರ ನಿಂತುಹೋಗಿದ್ದರೂ, ಸ್ನೇಹದ ತಂತುವೇನೂ ಕಡಿದು ಹೋಗಿರಲಿಲ್ಲ.

ಸುಶೀ, ನಮ್ಮ ಮನೆಗಳು ಅಕ್ಕಪಕ್ಕದಲ್ಲಿದ್ದವು. ನಾನು, ಅವಳು ನರ್ಸರಿ ಶಾಲೆ ಸೇರಿದ್ದು ಜೊತೆಯಲ್ಲಿಯೆ. ನಮ್ಮಿಬ್ಬರಲ್ಲಿನ ವಯಸ್ಸಿನ ಅಂತರ ತಿಂಗಳುಗಳು ಇರಬಹುದು. ನಮ್ಮಮ್ಮ ಅವರಮ್ಮ ಬಿಡುವಿನಲ್ಲಿ ಕೂತಾಗ ಮಾತಾಡಿದ್ದು ನಮ್ಮಗಳ ಕಿವಿಗೆ ಬಿದ್ದಿತ್ತು.

ನರ್ಸರಿ ಬಿಟ್ಟು ಪ್ರೈಮರಿಗೆ ಜಿಗಿದಾಗ ಸುಶೀ ಸಾಕಷ್ಟು ದಾಂಧಲೆ ಎಬ್ಬಿಸಿದ್ದಳು. ಅವಳಪ್ಪ ಕಾನ್ವೆಂಟ್‌ನ ಭಕ್ತರು. ಸರ್ಕಾರಿ ಕನ್ನಡ ಶಾಲೆಗೆ ಮಗಳನ್ನು ಕಳಿಸಲು ಅವರಿಗಿಷ್ಟವಿಲ್ಲ. ನಮ್ಮಪ್ಪ ನೇರವಾಗಿ ನನ್ನನ್ನು ಕನ್ನಡ ಶಾಲೆಗೆ ಸೇರಿಸಿ ಅಧಿಕ ವೆಚ್ಚಕ್ಕೆ ಕೈ ಮುಗಿದಿದ್ದರು.

"ನನ್ನ ಪದ್ದು ಶಾಲೆಗೆ ಕಳ್ಸಿ, ಇಲ್ದಿದ್ರೆ ಹೋಗೋದೇ ಇಲ್ಲ" ಸುಶೀದೂ ಒಂದೇ ಹಟ. ಅವಳಪ್ಪ, ಅಮ್ಮ ರೇಗಿದರು, ಒಳ್ಳೆ ಮಾತಿನಲ್ಲಿ ಹೇಳಿದರು. 'ಜಪ್ಪಯ್ಯ' ಅಂದರೂ ಜಗ್ಗದೆ ಗಾಂಧಿ ಮಾರ್ಗ ಅನುಸರಿಸಲು ಸಿದ್ಧವಾದಾಗ ತಾವೇ ಸೋತರು.

ನಮ್ಮಿಬ್ಬರ ಊಟ, ತಿಂಡಿಗಳು ಜೊತೆಯಲ್ಲಿಯೇ ಆಗಬೇಕಿತ್ತು. ಎರಡು ಮನೆಯವರನ್ನ ಆಗಾಗ ತೊಂದರೆಗೆ ಸಿಕ್ಕಿಸುತ್ತಿದ್ದರೂ ಬೇಸರದ ಸಂಗತಿ ಆಗಿರಲಿಲ್ಲ.

"ಯಾವ ಜನ್ಮದ ಅನುಬಂಧವೋ! ನಮ್ಮ ಸುಶೀಗೆ ಪದ್ದು ಇದ್ರಾಯ್ತು. ಕಡೆಗೆ ನಮ್ಮನ್ನು ಕೂಡ ಮರೆತಾಳು!" ನಗುತ್ತಾ ಹೇಳುತ್ತಿದ್ದರು ಸುಶೀಯ ಅಮ್ಮ.

ಆದರೆ ನೇರವಾಗಿ ಇಕ್ಕಟ್ಟಿಗೆ ಸಿಕ್ಕಿಕೊಳ್ಳುತ್ತಿದ್ದುದ್ದು ನಮ್ಮ ಸಂಸಾರವೆ. ಆರ್ಥಿಕವಾಗಿ ಚೆನ್ನಾಗಿದ್ದ ಸಂಸಾರ. ಮಗಳಿಗೆ ದುಬಾರಿ ಬೆಲೆಯ ಬಟ್ಟೆಗಳನ್ನೇ ತರುತ್ತಿದ್ದರು. ನಮ್ಮ ಹಟಕ್ಕೆ ಅಪ್ಪ, ಅಮ್ಮ ಮಣಿಯಲು ಸಾಧ್ಯವಿರಲಿಲ್ಲ. ಅಂತಹ ಸಮಯದಲ್ಲಿ ರೇಗುತ್ತಿದ್ದರು.

"ತೀರಾ ಅತಿಯಾಯ್ತು! ಹೀಗಾದ್ರೆ ನಾವು ಪೂರೈಸಿದ ಹಾಗೇನೇ. ಬಾಯಿ ಮುಚ್ಕೊಂಡು ತೆಪ್ಪಗೆ ಮನೆಯಲ್ಲಿರು. ನಾವು ಅಟ್ಟಕ್ಕೆ ಹಾರದಿರೋ ಜನ - ಅಂಥದ್ದರಲ್ಲಿ ಅವ್ರ ಜೊತೆ ಬೆಟ್ಟಕ್ಕೆ ಹಾರೋಕಾಗುತ್ತೆ!" ಅಳು ಮುಖ ಮಾಡಿ ಒಂದು ದಿನವೆಲ್ಲ ಮುಖ ಉಮ್ಮಿಸಿ ಕೂಡುತ್ತಿದ್ದೆ. ಆದರೆ ಸುಶೀ ಒಂದೇ ಬೀಳುತ್ತಿರಲಿಲ್ಲ. "ನಂಗೆ ಬೇಡ ಈ ಲಂಗ" ಮುಖ ತಿರುವುತ್ತಿದ್ದಳು.

ಎರಡು ಮನೆಯವರೂ ಸೇರಿ ಒಂದು ರಾಜಿ ಸೂತ್ರಕ್ಕೆ ಬರಬೇಕಿತ್ತು. ಇದೆಲ್ಲ ಮರೆಯಲಾಗದ ಸಿಹಿ ನೆನಪುಗಳು.

ಸುಶೀ ಓದಿನಲ್ಲಿ ನನಗಿಂತ ಯಾವಾಗಲೂ ಮುಂದು. ತರಗತಿಯ ಅಂಕಪಟ್ಟಿಯಲ್ಲಿ ಅವಳ ಸ್ಥಾನ ಮೊದಲನೆಯದು. ನಾನು ಹೇಗೋ ಜೀವನಾಂಶ ಗಿಟ್ಟಿಸಿ ಪಾಸಾಗುತ್ತಿದ್ದೆ. ಡಿಗ್ರಿಯ ಎರಡನೆಯ ತರಗತಿಯಲ್ಲಿದ್ದಾಗ ಸುಶೀ ಮದುವೆ ನಿಶ್ಚಯವಾಯಿತು. ಅವಳ ಗೋಳಾಟ ಹೇಳತೀರದು.

ಮೊದಲು ಸಮಾಧಾನವಾಗಿ ಹೇಳಿ ಸೋತ ಅವರಪ್ಪ ರೇಗಿ ಕಡ್ಡಿ ತುಂಡು ಮಾಡಿದಂತೆ ಹೇಳಿದರು.

"ಇಂಥ ಒಳ್ಳೆ ಹುಡ್ಗ ಸಿಕ್ಕಿದ್ದಾನೆ. ಬೇಡ ಅನ್ನೋಕೆ ನಿಂಗೇನು ದಾಡಿ! ಏನಾದ್ರೂ ಪಂಚಾಯಿತಿ ಮಾಡಿದ್ಯೋ! ಇನ್ನ ನಿನ್ನ ಉಸಾಬರಿಗೆ ಬರೋಲ್ಲ! ಎಲ್ಲಾದ್ರೂ.... ಹಾಳಾಗು...."

ಆಮೇಲೆ ತೆಪ್ಪಗಾದರೂ ಒಳಗಿನ ಕೊರಗು ನನ್ನ ಬಿಟ್ಟು ಬೇರೆ ಯಾರಿಗೂ ಗೊತ್ತಿರಲಿಲ್ಲ. ಬುದ್ಧಿ ಬೆಳೆದಿತ್ತು. ಹಿಂದಿನ ಹಟಕ್ಕೆ ಈಗ ಅರ್ಥ ಕಾಣುತ್ತಿರಲಿಲ್ಲ. ನಕ್ಕು ಸುಮ್ಮಗಾದೆ.

ಸುಶೀ ಇದೆ ಊರಿನಲ್ಲಿ ನೆಲೆಸುವುದು ಸಮಾಧಾನದ ಸಂಗತಿಯಾಗಿತ್ತು. ಮೊದಲಿನಂತೆ ಓಡಲು ಅಂಜಿಕೆ ಇತ್ತು. ಅವಳ ಗಂಡ ದರ್ಪಿಷ್ಟ. ಈ ಚುರುಕು ಒಮ್ಮೆ ನನಗೂ ಮುಟ್ಟಿತು. ಅಂದಿನಿಂದ ಹೋಗುವುದು ಕಡಿಮೆಯಾದರೂ ಅವಳ ನೆನಪಿನಲ್ಲಿ ಒದ್ದಾಡುವುದರಿಂದ ಕಳಚಿಕೊಳ್ಳಲಾಗಲಿಲ್ಲ.

ಅಷ್ಟರಲ್ಲಿ ನನಗೂ ಮದುವೆಯಾಯಿತು. ನನ್ನವರಿಗೆ ಮುಂಬಯಿಯಲ್ಲಿ ಒಂದು ಸಾಧಾರಣ ನೌಕರಿ ಇತ್ತು. ಬರೀ ಹೋರಾಟದ ಜೀವನದ ಮಧ್ಯೆ ಎರಡು ಮಕ್ಕಳಾಯಿತು. ಈ ಜಂಜಾಟದಲ್ಲಿ ಎಲ್ಲಾ ಮಬ್ಬಾಗಿತ್ತು.

ನಿಲ್ದಾಣದಲ್ಲಿ ಟ್ರೈನ್ ನಿಂತಾಗ ಅಣ್ಣನ ಮುಖ ಕಂಡಿತು. ನನ್ನ ಮೊದಲ ಪ್ರಶ್ನೆ. "ಸುಶೀ ಹೇಗಿದ್ದಾಳೆ?" ಅಣ್ಣ ಲಗೇಜ್ ಇಳಿಸಿಕೊಳ್ಳುತ್ತ ನಕ್ಕರು. "ನಿಂಗೆ ನಮ್ಗಿಂತ ಅವ್ಳೇ ಹೆಚ್ಚು!" ಅದರಲ್ಲೇನು ವ್ಯಂಗ್ಯವಿರಲಿಲ್ಲ. ನಮ್ಮಿಬ್ಬರ ಗೆಳೆತನವನ್ನು ಚೆನ್ನಾಗಿ ಬಲ್ಲವ.

ಮನೆಗೆ ಬಂದಾಗ ಅಮ್ಮ ಹೇಳಿದ್ದು ಕೇಳಿ ನನ್ನೆದೆಯೊಡೆದಂತಾಯಿತು.

"ಅಪ್ಪಿಗೆ ತಲೆ ಸರಿಯಿಲ್ಲಂತಾ ಎಲ್ಲಾ ಅಂದ್ಕೋತಾರೆ. ಒಂದ್ಸಲ ನಾನೇ ಹೋಗಿದ್ದೆ. ಮಂಕಾಗಿದ್ಲು ಏನೋಮ್ಮ ಒಂದೂ ಗೊತ್ತಾಗೋಲ್ಲ. ದೊಡ್ಡ ಜನರ ಸುದ್ದಿ ಹೀಗೇಂತ ಹೇಗೆ ಹೇಳೋಣ?" ಮಾತೇ ಹೊರಡದಂತಾಗಿತ್ತು.

ಬೆಳಗಾಗುವುದನ್ನೇ ಕಾದು ಕುಳಿತೆ. ನಂಗೆ ಸುಶೀಯನ್ನು ನೋಡುವವರೆಗೂ ಸಮಾಧಾನವಿರಲಿಲ್ಲ. ದಡಬಡನೇ ಸ್ನಾನ ಮುಗಿಸಿ ಬಸ್ಸಿಗೆ ಕಾಯದೆ ಆಟೋ ಹತ್ತಿದೆ.

ಆಟೋ ಅವರ ಮನೆಯ ಮುಂದೆ ನಿಂತಾಗ ನನ್ನ ಧೈರ್ಯ ಕಳಚಿಕೊಂಡಿತು. ಹಿಂದೆಗೆದ ಮನವನ್ನ ಮೊದಲಿನ ಸ್ಥಿತಿಗೆ ತರಲು ಬಹಳ ಪ್ರಯಾಸ ಪಡಬೇಕಾಯಿತು.

ಗೇಟು ತೆಗೆದು ಒಳಗೆ ಹೆಜ್ಜೆಯಿಟ್ಟಾಗ ಬಾಬ್ ಕೂದಲಿನ ಹುಡುಗಿಯೊಂದು ಓಡಿ ಬಂತು. ನನ್ನ ಅವಳು ಗುರುತಿಸದಿದ್ದರೂ ಸುಶೀ ಮೊದಲ ಮಗಳೆಂದು ನೆನಪಿಸಿಕೊಂಡೆ.

"ಯಾರು ನೀವು?" ಸ್ವರದಲ್ಲಿ ಒಂದು ವಿಧವಾದ ಅಹಂಕಾರವಿತ್ತು. ನನ್ನ ಮುಖದ ಗೆಲುವು ಅಳಿಸಿಹೋಯಿತು. "ನಾನು ನಿಮ್ಮ ಮಮ್ಮಿನ ನೋಡ್ಬೇಕು." ಆ ಮುಖದಲ್ಲಿ ಅಸಹನೆ ಅರಳಿದಾಗ ನನ್ನ ಕಣ್ಣುಗಳಲ್ಲಿ ವಿಸ್ಮಯ ಇಣುಕಿತು. "ಅಪ್ಪಿಗೆ ತಲೆ ಸರಿಯಿಲ್ಲರೀ... ಏನ್ನೋಡ್ತೀರಾ?" ಎದೆಗೆ ಭರ್ಜಿ ಹಾಕಿದಂಥ ಅನುಭವವಾಯಿತು. ಮೈಯಲ್ಲಿನ ಶಕ್ತಿಯೆಲ್ಲ ಕಾಲಿನ ಬುಡದಲ್ಲಿ ಸುರಿದು ಹೋಗಿದೆಯೆನಿಸಿತು. ಹಣೆಯ ಬೆವರನ್ನು ಕರ್ಚೀಫ್‌ನಿಂದೊತ್ತಿದೆ.

"ಸುಶೀಗೆ ನಾನು ಬಂದಿರೋ ವಿಷ್ಯ ತಿಳ್ಸು" ಮುಖ ಗಂಟ್ಹಾಕಿ ದುರದುರನೆ ನೋಡಿದಳು. ಆ ಕ್ಷಣದಲ್ಲಿ ನಾನೂ ಕೂಡ ತಲೆ ಕೆಟ್ಟವಳಂತೆ ಅವಳಿಗೆ ಕಾಣಿಸಿರಬೇಕು. ನನ್ನತ್ತ ಬೆನ್ಹಾಕಿ ನಡೆದಾಗ ನನ್ನ ಸುಶೀಯ ನಡುವಿನ ಸ್ನೇಹದ ತಂತು ಹಿಂಬಾಲಿಸುವಂತೆ ಮಾಡಿತು.

ಮನೆಯ ಪೀಠೋಪಕರಣ ವೈಭವವನ್ನು ಸಾರುತ್ತಿತ್ತು. ಆದರೆ ಪೈಂಟಿಂಗ್ ಬಣ್ಣ ಮುಖಕ್ಕೆ ರಾಚುವಂತಿತ್ತು. ಈ ದಟ್ಟ ನೀಲಿಗೆ ಸುಶೀ ಎಂದೂ ವಿರೋಧಿಯೆ. ಬಲವಂತವಾಗಿ ಉಗುಳು ನುಂಗಿದೆ.

'ಯಾರು?' ಕೋಣೆಯಿಂದ ಹೊರಬಂದ ಸುಶೀ ಗಂಡನ ಕಣ್ಣುಗಳು ಕಿರಿದಾಗಿ ಮುಖದಲ್ಲಿ ಅಸಹನೆ ಮೂಡಿದಾಗ ಕಾಣದವಳಂತೆ ಕೈ ಜೋಡಿಸಿದೆ. "ನಮಸ್ತೆ, ನನ್ನ ಗುರುತು ಇದೆಯಲ್ಲ..." ನಾನು ಬಂದಿದ್ದು ಸರಿಹೋಗಲಿಲ್ಲವೆಂದು ಮತ್ತೆ ಕಣ್ಣುಗಳು ಸಾರಿದರೂ ಸುಶೀಯನ್ನು ನೋಡದೆ ಹಿಂದಿರುಗಲು ಸಿದ್ಧವಾಗಲಿಲ್ಲ. "ನಮಸ್ತೆ ಯಾವಾಗ್ಬಂದ್ರಿ?" ಔಪಚಾರಿಕತೆಯ ಬಲವಂತದ ನಗೆ ನಕ್ಕಾಗ ಹೇಳಿಸಿಕೊಳ್ಳುವ ತಾಪತ್ರಯ ಅತ್ತ ಸರಿಸಿ ನಿರಾಳವಾಗಿ ಕೂತೆ.

ತಾನು ಬಂದು ಕೂತ, ಮುಂಬಯಿನ ಜೀವನದ ಬಗ್ಗೆ ನಾಲ್ಕಾರು ಮಾತುಗಳನ್ನು ಆಡಿದ. ಕಾಫಿ ಬಂದರೂ ಸುಶೀಯ ಮುಖ ಕಾಣಲಾರದೆ ಕಂಗಾಲಾದೆ.

ಕಪ್‌ಗೆ ಕೈ ಹಚ್ಚುವ ಮುನ್ನ ಪ್ರಶ್ನಿಸಿದೆ.

"ಸುಶೀ ಎಲ್ಲಿ?" ಆ ಮುಖದಲ್ಲಿ ಪುನಃ ಅಸಹನೆ ಮಿಶ್ರಿತ ಬೇಸರವನ್ನು ಕಾಣಬೇಕಾಯಿತು. "ಅವ್ಳು ಸರಿಯಿಲ್ಲ. ಕೈ ಹಿಡ್ದ ತಪ್ಪಿಗೆ ಸುಧಾರಿಸಿಕೊಂಡ್ಹೋಗ್ತಾ ಇದ್ದೀನಿ!" ಕೈಯಲ್ಲಿನ ಕಪ್ ಜಾರಿ ನೆಲ ಸ್ಪರ್ಶಿಸಿ 'ಫಳ್' ಎಂದಿತು. ತಲೆಯಲ್ಲಿ ಭಯಂಕರ ಅಗ್ನಿ ಸ್ಫೋಟ. ಸುಶೀಯನ್ನು ದ್ವೇಷಿಸಬಲ್ಲವರೂ ಕೂಡ ಈ ಮಾತು ಹೇಳಲಾರರು! "ನೀವೇನು ಹೇಳ್ತಾ ಇದ್ದೀರಿ?" ಕಣ್ಣೆವೆಗಳು ಚಲಿಸದೆ ನಿಂತುಬಿಟ್ಟವು. ಖಂಡಿತ ಅವನ ಮಾತುಗಳನ್ನು ಅವಳು ನಂಬಲು ಸಿದ್ಧಳಿಲ್ಲ.

"ತೀರಾ ಮೊದ್ದು.... ಈಗ ಟ್ರೀಟ್‌ಮೆಂಟ್ ಕೊಡ್ಸಬೇಕು! ಹೇಗೂ ಸುಧಾರಿಸಿಕೊಂಡ್ಹೋಗ್ತ ಇದ್ದೀನಿ!" ಹಣೆಯ ಮೇಲೆ ಕೈಯಾಡಿಸಿಕೊಂಡಾಗ ನನ್ನ ಅನುಮಾನದ ನೋಟ ಆ ಮುಖದ ಹಿಂದಿನ ಭಾವನೆಗಳನ್ನೇ ಪರಿಶೀಲಿಸತೊಡಗಿತು.

"ನಂಗ್ಯಾಕೋ ನಂಬೋಕಾಗೋಲ್ಲ, ಸುಶೀ ನಂಗಿಂತ, ಬೇರೆ ಹೆಣ್ಣುಗಳಿಗಿಂತ ಸಾವಿರ ಪಾಲು ಬುದ್ಧಿವಂತಳು. ಅವಳೆಂದು ಮೊದ್ದು ಆಗಿದ್ದು?" ಮನದಲ್ಲಿದ್ದು ಉಸುರಿದಾಗ ತಟ್ಟನೆ ಮೇಲೆದ್ದು ಪ್ಯಾಂಟಿನ ಜೇಬಿನಲ್ಲಿ ಕೈಗಳನ್ನು ತುರುಕಿ ಶತಪಥ ಹಾಕಿದ. "ಬೇಬಿ, ನಿಮ್ಮ ಮಮ್ಮೀನ ಕರ್ಕೊಂಡ್ಬಾ" ಅಧಿಕಾರದ ಧ್ವನಿಯಲ್ಲಿ ಹೇಳಿದ.

ಕೋಣೆಯತ್ತಲಿದ್ದ ನನ್ನ ನೋಟ ಅತ್ತಿತ್ತ ಚಲಿಸಲಿಲ್ಲ. ನನ್ನ ಪ್ರೀತಿಯ ಸುಶೀಗಾಗಿ ಕಾತರಿಸಿದೆ. ಮೊದಲು ಬೇಬಿ ಬಂದು ಎರಡು ನಿಮಿಷದ ತರುವಾಯ ಸುಶೀ ಬಂದಳು. ದಿಗ್ಭ್ರಮೆಯಿಂದ ನಿಂತುಬಿಟ್ಟೆ.

ಬೆಚ್ಚುವ ಮುಖಭಾವ, ಕಣ್ಣುಗಳಲ್ಲಿ ಭಯ, ನಿರ್ಲಿಪ್ತತೆಯ ಮಿಶ್ರಿತ ಭಾವ. ಕೊಟ್ಟ ಬಟ್ಟೆಗಳಲ್ಲಿ ಓರಣವಿರಲಿಲ್ಲ. ಹಾಲು ಬಿಳುಪಿನ ಬಿಳಿ ಸೀರೆಯುಟ್ಟು, ಕಡು ಕೆಂಪು ಬಣ್ಣದ ಬ್ಲೌಸ್ ತೊಟ್ಟಿದ್ದಳು. ಹಾರಾಡುವ ಮುಂಗುರುಳುಗಳಲ್ಲಿ ಓರಣವಿರಲಿಲ್ಲ.

"ಡ್ಯಾಡಿ, ಅಮ್ಮನ ಡ್ರೆಸ್ ನೋಡು" ಬೇಬಿ ಬಾಯಿಗೆ ಕೈ ಅಡ್ಡ ಹಿಡಿದು ಕಿಸಕ್ಕನೆ ನಕ್ಕಾಗ ಸುಶೀ ಕಣ್ಣುಗಳಿಂದ ಕಂಬನಿ ಚಿಮ್ಮಿತು. "ಛೀ! ಆ ಮಗೂಗಿರೋ ಬುದ್ಧಿ ನಿಂಗಿಲ್ಲ! ಶುದ್ಧ ಮೊದ್ದು...." ಅಸಹನೆಯಿಂದ ಸಿಡಿದಾಗ ಸುಶೀಯ ಕಣ್ಣುಗುಡ್ಡೆಗಳು ಗರಗರನೆ ತಿರುಗಿದಾಗ ಬೇಬಿಯ ಜೊತೆ ಅವಳ ತಂಗಿ ಶಶಿ ಕೂಡಾ ಜೋರಾಗಿ ನಕ್ಕಳು. ನನ್ನ ತಲೆ ಗಿರಗಿರನೆ ತಿರುಗಲಾರಂಭಿಸಿತು.

"ನಿನ್ನ ಫ್ರೆಂಡ್ ನೋಡೋಕೆ ಬಂದಿದ್ದಾರೆ" ಗಟ್ಟಿಯಾಗಿ ಹೇಳಿ ನನ್ನತ್ತ ತಿರುಗಿದರು. "ಅಂತೂ ನಿಮ್ದು ಒಳ್ಳೆ ಸೆಲೆಕ್ಷನ್! ನಿಮ್ಗೆ ಬೇರಾರೂ ಸಿಕ್ಲಿಲ್ವಾ?" ಎಂದವನೇ ಹೊರಗೆ ನಡೆದ. ಅಲ್ಲಿ ನಿಂತ ಹುಡುಗಿಯರನ್ನು ತೀಕ್ಷ್ಣವಾಗಿ ನೋಡಿದೆ. ಪುಟ್ಟ ಕಂದಮ್ಮಗಳನ್ನು ಎದೆಗವಚಿ ಮುದ್ದಾಡುವ ಸುಶೀಯ ನೆನಪಾಗಿ ಭಾರವಾದ ಉಸಿರನ್ನು ದಬ್ಬಿದೆ.

ಕೈಸನ್ನೆ ಮಾಡಿ ಹತ್ತಿರಕ್ಕೆ ಕರೆದ.

"ಸುಶೀ ನಿಮ್ಮ ತಾಯಿ ಅಲ್ವಾ! ಅವಳ್ನ ಅವಹೇಳನ ಮಾಡಿ ನಗೋದು ಎಷ್ಟು ಸರಿ! ನಿಮ್ಮ ಮಮ್ಮಿ ನಿಮ್ಮಗಳ ವಯಸ್ಸಿನಲ್ಲಿ ಇನ್ನೂ ಚುರುಕಾಗಿದ್ಳು, ಗೊತ್ತಾ?" ಅವೆರಡು ಮುಸಿ ಮುಸಿ ನಕ್ಕವು.

"ಎಲ್ಲಾ ಸುಳ್ಳು, ಮಮ್ಮಿಗೆ ಏನೂ ಗೊತ್ತಾಗೋಲ್ಲ!" ಕೆನ್ನೆಗೆ ತಟ್ಟಬೇಕೆನಿಸಿತು. ಸುಮ್ಮನಾಗಿ ಸುಶೀಯತ್ತ ನೋಟವರಿಸಿದೆ. ಹಿಂದಿನಿಂದ ತಪ್ಪಿಸಿಕೊಂಡು ಹುಲಿಯ ಬೋನಿನಲ್ಲಿ ಬಿದ್ದ ಆಕಳಿನ ಪರಿಸ್ಥಿತಿಯಂತಿತ್ತು ಅವಳದು.

"ನೋಡಿದ್ರಾ, ಆ ಬ್ಲೌಸ್‌ಗೂ, ಸ್ಯಾರಿಗೂ ಮ್ಯಾಚಿಂಗ್ ಇದೆಯೇನೋ! ಮಮ್ಮಿಗೆ ಏನೂ ಗೊತ್ತಾಗೋಲ್ಲ!" ಮುಖ ತಿರುವಿ ಹೊರಗೆ ಹೋದರು.

ಹತ್ತಿರಕ್ಕೆ ಹೋಗಿ ಅವಳ ಎರಡು ಕೈಗಳನ್ನು ಹಿಡಿದು ಕಣ್ಣಲ್ಲಿ ಕಣ್ಣಿಟ್ಟು ನೋಡಿದಾಗ ಬಿಗಿಯಾಗಿ ಅಪ್ಪಿಕೊಂಡು ಮಗುವಿನಂತೆ ಬಿಕ್ಕಳಿಸತೊಡಗಿದಳು. ಸುರಿವ ಕಣ್ಣೀರು ಭುಜವನ್ನು ಒದ್ದೆ ಮಾಡುತ್ತಿತ್ತು. ಮಾತನಾಡಲಾರದ ಸ್ಥಿತಿ ನನ್ನದಾಗಿತ್ತು.

"ಸಮಾಧಾನ ಮಾಡ್ಕೋ" ಭುಜವನ್ನು ಸವರಿದ. ಸ್ವಲ್ಪ ಚೇತರಿಸಿಕೊಳ್ಳಲು ನಿಮಿಷಗಳೇ ಬೇಕಾದವು. ಅಷ್ಟರಲ್ಲಿ ಅವಳ ಗಂಡ ಒಳಗೆ ಬಂದಾಗ ಸುಶೀಯ ಮುಖದಲ್ಲಿ ಅರ್ಥವಾಗದ ನೆರಳೊಂದು ಆಡಿತು. ತೀಕ್ಷ್ಣವಾಗಿ ನೋಡಿದ, "ನಿನ್ನ ಅದೃಷ್ಟಕ್ಕೆ ಇಂಥ ಗೆಳತಿ ಇದ್ದಾಳೆ. ಅಪರೂಪಕ್ಕೆ ನೋಡೋಕೆ ಬಂದಿದ್ದಾರೆ. ನಾಲ್ಕು ಮಾತಾಡಿ, ಉಪಚರಿಸಿ ಕಳ್ಸು" ಮೂಕೆತ್ತಿನಂತೆ ತಲೆಯಾಡಿಸಿದಾಗ ನಾನು ಗರಬಡಿದವಳಂತೆ ಕೂತುಬಿಟ್ಟೆ. ಗಂಟಲು, ನಾಲಿಗೆಯಲ್ಲಿನ ದ್ರವ ಬತ್ತಿಹೋಯಿತು. ಎದೆ ಉದ್ವೇಗದಿಂದ ಏರಿಳಿಯತೊಡಗಿತು. ಮಿದುಳೂ ಕೂಡ ಒಂದು ಕ್ಷಣ ಸತ್ತಿತ್ತು.

ಯಾರಾದರೂ ಹೆಮ್ಮೆಪಡುವಂಥ, ಅಸೂಯೆಪಡುವಂಥ ವಿಶಿಷ್ಟ ಗುಣಗಳ ಗಣಿ ಸುಶೀ ಕಂಡು, ನೋಡಿ, ಕೇಳಿ, ಸ್ವತಃ ಅನುಭವಿಸಿದ ನಾನು ಮೊದ್ದು ಎಂದರೆ ಹೇಗೆ ನಂಬಲಿ? ಬರೀ ಪಾಠದಲ್ಲಿ ಮಾತ್ರವಲ್ಲ, ಆಟದಲ್ಲೂ ಕೂಡ ಅವಳು ಮುಂದು. ಕಾಮೂ, ಕಾಫ್ಕಾ ಅವರ ಬಗ್ಗೆ ನಿರರ್ಗಳವಾಗಿ ಮಾತಾಡುತ್ತಿದ್ದಳು. ವರ್ಡ್ಸ್‌ವರ್ತ್, ಶೆಲ್ಲಿ, ಕೀಟ್ಸ್ ವಿಷಯ ಬೇರೆ ವಿದ್ಯಾರ್ಥಿಗಳಿಗಿಂತ ಚೆನ್ನಾಗಿ ಬಲ್ಲವಳಾಗಿದ್ದಳು. ಅಷ್ಟಲ್ಲದೆ ಮನೆಯ ಕೆಲಸದಲ್ಲೂ ಚುರುಕು.ಯಾರೂ ಬೆಟ್ಟು ಮಡಿಸುವಂತಿರಲಿಲ್ಲ. ಸರಿಯೆನಿಸಿದಾಗ ತನ್ನ ವಾದವನ್ನ ಹಿಂತೆಗೆದುಕೊಳ್ಳುವ ಪಲಾಯನವಾದಿ ಅವಳಾಗಿರಲಿಲ್ಲ. ಹಟವಾದಿಯಲ್ಲದಿದ್ದರೂ ಸತ್ಯವನ್ನು ಎತ್ತಿ ಹಿಡಿಯುವುದರಲ್ಲಿ ಹಿಂಜರಿಯುತ್ತಿರಲಿಲ್ಲ. ಇಂಥ ಹೆಣ್ಣನ್ನ ಮೂಕ ಪಶುವಾಗಿಸಲು ಬಳಸಿದ ಅಸ್ತ್ರ ಯಾವುದು?

ಅವಳ ಗಂಡ ಅಲ್ಲಲ್ಲಿ ನೆರಳಾಗಿ ಸುಳಿಯುತ್ತಿದ್ದುದ್ದರಿಂದ ಅವಳು ಮೂಕ ಪಶುವಾಗಿದ್ದರೆ ನಾನು ಮಾತು ಬಾರದವಳಾಗಿದ್ದೆ. ಆಮೇಲೆ ಧೈರ್ಯ ಮಾಡಿ ಹೇಳಿದೆ.

"ನಾನು ಈದಿನದ ಮಟ್ಟಿಗೆ ಸುಶೀನ ಕರ್ಕೊಂಡ್ ಹೋಗ್ತೀನಿ. ಎಲ್ಲಾ ಮರ್ತು ಹಿಂದಿನ ಗೆಳತಿಯರಾಗೇ ಇರೋಕೆ ಇವತ್ತೊಂದು ದಿನ ಅವಕಾಶ ಕೊಡಿ!"

ತಕ್ಷಣ ಅವನ ಮುಖ ಗಂಟಾಯಿತು. ಹುಬ್ಬುಗಳು ಬಿಗಿದುಕೊಂಡವು. ಮೀಸೆಯಡಿಯ ತುಟಿಗಳು ಏನೋ ಆಡಲು ತವಕಿಸಿದವು. ಇಷ್ಟೆಲ್ಲ ಮರೆಮಾಚಲು ಕೆಮ್ಮಿ ಗಂಟಲು ಸರಿಪಡಿಸಿಕೊಂಡ. "ಆಗೋದಿಲ್ಲ, ದಿನ ಚೆಕ್‌ಅಪ್‌ಗೋಸ್ಕರ ಡಾಕ್ಟ್ರು ಬರ್ತಾ ಇದ್ದಾರೆ. ಸಾಕಷ್ಟು ಹಣ ಖರ್ಚು ಮಾಡಿ ಸೋತಿದ್ದೀನಿ. ಹೇಗೋ ಇದ್ದುಕೊಳ್ಳಿ,

ಹೊರ್ಗಡೆ ಕಳ್ಸಿ ಅವಳನ್ನ ಕಳ್ದುಕೊಳ್ಳೋಕೆ ನಾನು ಇಷ್ಟಪಡೋಲ್ಲ" ನಿರ್ದಾಕ್ಷಿಣ್ಯವಾಗಿ ಹೇಳಿದಾಗ ನನ್ನ ಕಣ್ಮುಂದೆ ಕರಗಲಾರದ ದೊಡ್ಡ ಮಂಜಿನ ಬೆಟ್ಟವೇ ಬೆಳೆದು ನಿಂತಿತು. ನಿಸ್ಸಹಾಯಕಳಾಗಿ ಮನದಲ್ಲಿಯೇ ಮರುಗಿದೆ.

ಅರ್ಜೆಂಟ್ ಫೋನ್ ಬಂದಿದ್ದರಿಂದ ಆಸಾಮಿ ಹೋಗಲೇಬೇಕಿತ್ತು. ಅಳುಕಿದ. ನನ್ನನ್ನು ಹೊರಕಳುಹಿಸಲು ಏನೇನೋ ಮಾತಾಡಿದ. ನಾನು ಭಂಡ ಹೆಣ್ಣಾಗಿದ್ದೆ. ಸುಶೀಯ ಬಳಿ ಮನ ಬಿಚ್ಚಿ ಮಾತನಾಡದ ಹೊರತು ಅಲ್ಲಿಂದ ಹೊರಡಬಾರದೆಂಬ ತೀರ್ಮಾನಕ್ಕೆ ಬಂದಿದ್ದೆ.

ಅರೆಮನಸ್ಸಿನಿಂದ ಅವನು ಹೊರಟಾಗ ನಾನು ಗೆಲುವಾದೆ. ಆತುರಾತುರವಾಗಿ ಅವಳ ಎರಡು ಕೈಗಳನ್ನು ಹಿಡಿದುಕೊಂಡು ಕಣ್ಣಲ್ಲಿ ಕಣ್ಣಿಟ್ಟು ಪ್ರಶ್ನಿಸಿದೆ. "ಸುಶೀ ನಿಂಗೇನಾಗಿದೆ? ಯಾಕೆ ಹಾಗೆಲ್ಲ ಹೇಳ್ತಾರೆ? ದಯವಿಟ್ಟು ನನ್ಹತ್ರನಾದ್ರೂ ಬಾಯ್ಬಿಟ್ಟು ಹೇಳು ನನ್ನಿಂದ ಏನು ಮಾಡೋಕಾಗ್ದಿದ್ರೂ.... ನಿನ್ನ ಮನಸ್ಸಿಗಷ್ಟೇ ಹಗುರವಾಗುತ್ತೆ." ಅಳುವೊಂದೇ ಅವಳ ಉತ್ತರವಾಯಿತು. ಎಷ್ಟು ದಿನದಿಂದ ಬಚ್ಚಿಟ್ಟ ದಾವಾಗ್ನಿಯೋ? ಕಣ್ಣೀರಿನ ರೂಪದಲ್ಲಿ ಪ್ರವಹಿಸಲಾರಂಭಿಸಿತು. ಎದೆಯೊಡೆಯುವಂಥ ಈ ದೃಶ್ಯ ನೋಡಲಾರದೆ ಕಣ್ಮುಚ್ಚಿ ಕುಳಿತೆ.

"ಹ ಹಾ ಹಾ" ನಗು ಅಲೆಅಲೆಯಂತೆ ಭೋರ್ಗರೆದ ಸ್ವರ ಬಂದತ್ತ ತೀಕ್ಷ್ಣವಾಗಿ ನೋಟವರಿಸಿದೆ. ಸುಶೀ ಉದರದಿಂದ ಜನಿಸಿ ಅವಳೆದೆಯ ಹಾಲು ಕುಡಿದು ಬೆಳೆದ ಮಕ್ಕಳ ಮುಖಗಳಲ್ಲಿ ಪರಿಹಾಸ್ಯದ ವಿಜೃಂಭಣೆ. ತಡೆಯದಾಯಿತು. ಅಬ್ಬರಿಸಬೇಕೆನಿಸಿದರೂ ಸ್ವರವೇಳಲಿಲ್ಲ.

"ಮಮ್ಮಿ ಅಳ್ತಾಳೆ, ಅವ್ಳಿಗೇನೂ ಗೊತ್ತಗೋಲ್ವಂತೆ! ಹುಚ್ಚಿ ಆಗ್ಬಿಡ್ತಾಳೆ!" ಕಪಾಳಕ್ಕೆ ಹೊಡೆದಂತಾಯಿತು. ಸುಶೀಯ ಪ್ರತಿಭೆ, ಒಳ್ಳೆಯತನ, ಸರಳ ಸ್ವಭಾವ ಎಲ್ಲವನ್ನು ಹತ್ತಿಕ್ಕಲು ಹೂಡಿದ ಅಸ್ತ್ರ ಬಹಳ ಭಯಂಕರವಾಯಿತು. ಇದೊಂದು ವಜ್ರಾಘಾತ.

ಒಳ್ಳೆಯ ಮಾತುಗಳಿಂದ ಅವರನ್ನು ರಮಿಸಿ ಹೊರಗೆ ಕಳಿಸಿದಾಗ ಸುಶೀ ತಲೆಯೆತ್ತಿದಳು. ಆ ಕಣ್ಣುಗಳಲ್ಲಿನ ಅಸಹಾಯಕತೆ, ನೋವು ನೋಡಲಾರದೆ ಒದ್ದಾಡಿದೆ.

"ನಿಂಗೇನೂ ಗೊತ್ತಾಗೋಲ್ಲ.... ನಿಂಗೇನೂ ಗೊತ್ತಾಗೋಲ್ಲ!" ಸುಶೀ ಚೀರಿದಳು.

"ಪ್ಲೀಸ್, ಸುಶೀ ಸಮಾಧಾನ ಮಾಡ್ಕೋ. ನಾನು ಪೆದ್ದು... ಒಂದ್ಸಲ ಸರ್ಯಾಗಿ ನೋಡು" ಆರ್ತಳಾಗಿ ಹೇಳಿದೆ. ಮುಖ ಮೇಲೆತ್ತಿ ನೋಡಿದಳು ತಲೆ ತಗ್ಗಿಸಿದಳು.

ಆ ಕಣ್ಣುಗಳಲ್ಲಿನ ಮೂಕ ವೇದನೆ ಬಿಡಿಸಿ ಹೇಳಿತು. "ನನ್ನ ಸುಶೀಯನ್ನು ಯಾರೂ ಪಾರು ಮಾಡುವವರಿಲ್ಲವೇನೋ?" ಮನ ಭೀಕರವಾಗಿ ಗೋಳಿಟ್ಟರೂ ನಾನು ನಿಸ್ಸಹಾಯಕಳಾಗಿ ಭಾರವಾದ ಹೃದಯವನ್ನು ಹೊತ್ತು ಮನೆಗೆ ಬಂದೆ. ಎಲ್ಲಾ ಕರಗಿ ಹೋಗಿ 'ಸುಶೀ' ಒಬ್ಬಳೆ ನನ್ನ ಮುಂದೆ ನಿಂತಿದ್ದಳು.

ಬಂದ ಕೂಡಲೇ ಅಮ್ಮನ ಮಡಿಲಿನಲ್ಲಿ ಮುಖವಿಟ್ಟು ಜೋರಾಗಿ ಅತ್ತುಬಿಟ್ಟೆ. ನಮ್ಮಿಬ್ಬರ ಒಲವನ್ನು ಅಮ್ಮನಿಗಿಂತ ಹೆಚ್ಚಾಗಿ ತಿಳಿದವರಿರಲಿಲ್ಲ.

"ಸಮಾಧಾನ ಮಾಡ್ಕೋ. ಸುಶೀ ಅಮ್ಮನಿಗೆ ಇದೇ ಕೊರಗು. ತಾಯಿ ಮಕ್ಕಳ್ನ ಒಂದು ಘಳಿಗೆ ಒಂಟಿಯಾಗಿ ಮಾತಾಡೋಕೆ ಬಿಡೋಲ್ಲ. ಡಾಕ್ಟ್ರನ್ನ ಗೊತ್ತು ಮಾಡಿದ್ದಾನಂತೆ. ದಿನ ಇಂಜೆಕ್ಷನ್ ಚುಚ್ಚಿ ಹೋಗ್ತಾನಂತೆ. ಮಕ್ಳಿಗೆ ಕೂಡ ತಾಯಿ ವಿಷ್ಯದಲ್ಲಿ ಪ್ರೀತಿ ಇಲ್ದಂತೇ ತಯಾರು ಮಾಡಿದ್ದಾನೆ. ಹೊಡ್ಯೋಲ್ಲ, ಬಡ್ಯೋಲ್ಲ.... ಬಂಗ್ಲೆ, ಸೀರೆ, ಒಡ್ವೆ ಎಲ್ಲಾ ಇದೆ. ಒಳ್ಗಿನ ವಿಷ್ಯ ಯಾರ್ಗೇ ಗೊತ್ತಾಗುತ್ತೆ? ಕಡೆಗೆ ಅವಳನ್ನ ಮೆಂಟಲ್ ಆಸ್ಪತ್ರೆಗೆ ಕಳ್ಸಿಬಿಟ್ಟು ನಿಶ್ಚಿಂತೆಯಾಗಿದ್ದುಬಿಡ್ತಾನೆ." ಇಲ್ಲಿ ಸತ್ಯ ಸ್ಪಷ್ಟವಾಗಿತ್ತು. ಅಮ್ಮನ ಕಡೆ ಮೂಕವಾಗಿ ನೋಡಿದೆ. ಸುಶೀಯ ಗಂಡು ದರ್ಪಿಷ್ಟತನದ ಹಿಂದಿನ ಕುಟಿಲತೆ ಅರ್ಥವಾಗಿತ್ತು.

ಇನ್ನೊಂದು ದಿನ ಧೈರ್ಯ ಮಾಡಿ ಹೋದೆ. ಅಮ್ಮ ಹೋಗುವಾಗಲೇ ಗೊಣಗಾಡಿದಳು. ಕಾಂಪೌಂಡ್‌ನಲ್ಲಿದ್ದ ಲಾನ್ ಮೇಲೆ ಬೆತ್ತದ ಚೇರ್‌ಗಳನ್ನು ಹಾಕಿದ್ದರು. ಸುಶೀ ಗಂಡ, ಮಕ್ಕಳು ಕೂತು ನಗುತ್ತಾ ಹರಟುತ್ತಾ ತಿಂಡಿ ತಿನ್ನುತ್ತಿದ್ದರು. ಆದರೆ ಸುಶೀ ಮೆಟ್ಟಿಲು ಮೇಲೆ ಕೂತು ಕ್ಷಿತಿಜದ ಅಂಚನ್ನೆ ದಿಟ್ಟಿಸುತ್ತಿದ್ದಳು. ಆಗಾಗ ಅವಳ ಮನದಂತೆ ಮುಖದ ಭಾವಗಳು ಬದಲಾಗುತ್ತಿದ್ದವು. ಸೊರಗಿನ ಮುಖದಲ್ಲಿ ಪೆಚ್ಚು ಕಳೆ ಇತ್ತು.

"ಬನ್ನಿ, ಬನ್ನಿ...." ಸುಶೀ ಗಂಡ ನಗೆ ಬೀರುತ್ತಾ ಆಹ್ವಾನಿಸಿದಾಗ ಕೋಪವನ್ನು ಹತ್ತಿಕ್ಕಲು ಕೆಳತುಟಿಯನ್ನು ಹಲ್ಲಿನಡಿಯಲ್ಲಿ ಕಚ್ಚಿದೆ. ಹಲ್ಲು ಬಲವಾಗಿ ಬೇರೂರಿಬೇಕು. ನೋವಾದಾಗ 'ಹಾ' ಎಂದೆ ಸಣ್ಣಗೆ. "ಹೇಗಿದ್ದಾಳೆ ಸುಶೀ" ಮೆಲ್ಲನೆ ಪ್ರಶ್ನಿಸಿದಾಗ ವಿಕಟಹಾಸದಿಂದ ನಕ್ಕ. ಕಣ್ಣುಗಳಲ್ಲಿ ಸೇಡು ಪ್ರಜ್ವಲಿಸಿತು. "ಹೀಗೇ... ಇರ್ತಾಳೆ" ಕೆಟ್ಟದಾಗಿ ಹೇಳಿದ. ಸುಶೀಗೆ ಈ ಜನರಿಂದ ಬಿಡುಗಡೆ ಇಲ್ಲ ಎನ್ನುವ ನಿರ್ಧಾರಕ್ಕೆ ಕಡೆಯದಾಗಿ ಬಂದೆ. ಹನಿಗಣ್ಣಿಂದ ಸುಶೀಯತ್ತ ನೋಡಿದೆ. ಸಣ್ಣಗೆ ಗೊಣಗುಟ್ಟುತ್ತಿದ್ದಳು. "ಇನ್ನೊಮ್ಮೆ ಬಂದಾಗ ಸುಶೀನ ಇನ್ನೂ ಕೆಟ್ಟ ಸ್ಥಿತಿಯಲ್ಲಿ ನೋಡ್ಬೇಕಾಗಬಹುದೇನೋ!" ಸ್ವಲ್ಪ ಒರಟಾಗಿ ಹೇಳಿದಾಗ ಛೇರ್ ಬೆನ್ನು ಬಿಟ್ಟು ಮುಂದಕ್ಕೆ ಬಂದ. ಸ್ಪೂನ್‌ನ ಸಮೇತ ಕೈಯಲ್ಲಿದ್ದ ತಟ್ಟೆ ಕೆಳಗಿಳಿಯಿತು. "ಏನಂದ್ರಿ? ಹುಬ್ಬು ಗಂಟ್ಹಾಕಿ ಕೇಳಿದಾಗ ಮುಖದ ಮೇಲೆ ಅಪ್ಪಳಿಸುವಂತೆ ಹೇಳಬೇಕೆನಿಸಿದರೂ ನೋವಿನ ನಗೆ ನಕ್ಕೆ. ನಿಲ್ಲಲೂ ಮನಸ್ಸಾಗದೆ ಹಿಂದಿರುಗಿದೆ.

ಎಷ್ಟೋ ಹಗಲುರಾತ್ರಿಗಳು ಸರಿದಿರಬಹುದು, ಆದರೆ "ನಿಂಗೇನೂ ಗೊತ್ತಾಗೋಲ್ಲ, ನಿಂಗೇನೂ ಗೊತ್ತಾಗೋಲ್ಲ" ಸುಶೀಯ ಆರ್ತ ಸ್ವರ ಇಂದಿಗೂ ನನ್ನ ಕಿವಿಗೆ ಕೇಳಿಸುತ್ತಿದೆ. ನನ್ನ ಪ್ರಾಣ ಸ್ನೇಹಿತೆಗಾಗಿ ನಾನು ಏನೂ ಮಾಡಲಾರೆ. ಆದರೆ ನಿಮ್ಮೆಲ್ಲರ ಸಹಾನುಭೂತಿಯನ್ನಾದರೂ ಕಡೆಯದಾಗಿ ಗಳಿಸಿಕೊಡುವ ಪ್ರಯತ್ನ ಮಾಡಿದ್ದೇನೆ.

●

17. ಇಚ್ಛೆ

ಮುಂದೆ ಮುಂದೆ ಸಾಗಿದಂತೆ ಎಡಗಡೆ ಆಗಸದಲ್ಲಿ ಪಶ್ಚಿಮಕ್ಕೆ ಬಾಗಿದ್ದ ಸೂರ್ಯ ಬಲಭಾಗದ ನಮ್ಮ ನೆರಳನ್ನ ಉದ್ದುದ್ದ ಮಾಡುತ್ತಿದ್ದ. ಮನ ಚಿಂತೆಯೇ ಸಂತೆಯಾಗಿತ್ತು. ಅಪ್ಪಯ್ಯನ ಜ್ಞಾನ ನೆಟ್ಟಗಿದ್ದಾಗ ಪದೇ ಪದೇ ಹೇಳುತ್ತಿದ್ದ. "ಈಗಿನ ಉತ್ಪತ್ತಿ ಏನೇನೂ ಸಾಲ್ದು. ಇನ್ನಷ್ಟು ತೆಂಗಿನ ಸಸಿಗಳ್ನ ಹಾಕ್ಸು. ಉಳಿಕೆ ಇರೋ ಅಡಿಕೆ ಮರಗಳಿಗೆ ವೀಳೆಯದೆಲೆ ಹಂಬು ಹಬ್ಬಿಸಬೇಕು. ದಡದ ಜಮೀನಿಗೆ ರಸಬಾಳೆ ಹಾಕಿಸಿದರೆ ನಾಲ್ಕು ಕಾಸು ಕೈಗೆ ಬರುತ್ತೆ" ಇವೆಲ್ಲ ದಿಟವೇ. ತನ್ನೊಬ್ಬನಿಂದ ಇವೆಲ್ಲ ಪೂರೈಸಲು ಸಾಧ್ಯವೇ? ತೋಟದ ಕೆಲಸಗಳಿಗೆ ಆಳುಗಳು ಸಿಕ್ಕುತ್ತಿರಲಿಲ್ಲ. ದೆಹಲಿಯ ರಾಜಕೀಯ ಹಳ್ಳಿ ತಲುಪಿದ್ದರಿಂದ ಪ್ರತಿಯೊಬ್ಬರೂ ಮುಖಂಡರಂತೆ ಓಡಾಡುತ್ತಿದ್ದರು. ಆಳುಗಳು ಸಿಕ್ಕಲೇ ದುಬಾರಿ. ಕೆಲವೊಮ್ಮೆ ಕೈ ಮುಂದೆ ಮಾಡಿಕೊಂಡು ಹಗಲು ರಾತ್ರಿ ದುಡಿದರೂ ಫಸಲು ಕೈಗೆ ಮುಂದು ಬಂದು ಹಣದ ಮುಖ ನೋಡುವುದು ಕಷ್ಟವಾಗುತ್ತಿತ್ತು. ಇಂದು ಕೂಡ ಹಿತ್ತಲು ಪರದೇಶಿ ಆಯ್ತು. ಹೆಂಡತಿ ಕಮಲಿಗೆ ಆ ಕಡೆ ಗಮನವಿಲ್ಲ.

ತೀರಾ ಕತ್ತಲು ಮುಸುಕಿದ ಮೇಲೆ ಒಳಬಂದ, ಅಪ್ಪಯ್ಯ ಮಂಕಾಗಿ ಕೂತಿದ್ದ. ಮೈಯಲ್ಲಿ ಮೊದಲಿನ ಕಸುವಿಲ್ಲ. ಹೆಂಡತಿಯನ್ನು ಕಳೆದುಕೊಂಡ ಮೇಲೆ ವೈರಾಗ್ಯ ಮುಸುಕಿತ್ತು. 'ಹುಚ್ಚು' ಎನ್ನುತ್ತಿದ್ದರು ಕೆಲವರು ಹಗಲು-ಇರುಳು ಅಂಬೋದೇನಿರಲಿಲ್ಲ. ದೃಷ್ಟಿ ಆಕಾಶದಲ್ಲಿ ನೆಟ್ಟು ಏನೋ ಹುಡುಕುತ್ತಿದ್ದ. ಸತ್ತ ಹೆಂಡತಿಯನ್ನ ಹುಟ್ಟಿದವರು ಸಾಯಬೇಕು ಅನ್ನೋ ವಿಷಯ ತಿಳಿಯದ ಹೆಡ್ಡನೇನಲ್ಲ, ಅಪ್ಪಯ್ಯ ದೊಡ್ಡ ದೊಡ್ಡ ಪುಸ್ತಕಗಳು ಓದಿರದಿದ್ದರೂ ಶಿವರಾತ್ರಿಯಲ್ಲಿ ಊರಿನ ಜಗುಲಿಯ ಮೇಲೆ ಹರಿಕತೆ ದಾಸರು ಹೇಳುವ ಭಕ್ತ ಮಾರ್ಕಂಡೇಯ ಮುಂತಾದ ಕತೆಗಳ ಕೇಳಿ ಕೆನ್ನೆಗೊಡೆದುಕೊಳ್ಳುವಷ್ಟು ತಿಳಿವಳಿಕಸ್ಥ.

"ಅಪ್ಪ, ಊಟ ಮಾಡೋಣ ಬಾ" ಹೊರ ಜಗುಲಿಯಲ್ಲಿ ಕೂತು ಆಕಾಶವನ್ನೇ ನೋಡುತ್ತಿದ್ದ ತಂದೆಯನ್ನು ಕರೆದ ರೇವಣ್ಣ ಹೊಟ್ಟೆ ಹಸಿದಿತ್ತೇನೋ ಕರೆದ ಕೂಡಲೇ ಎದ್ದು ಬಂದು ತಳಿಗೆಯನ್ನು ಇಟ್ಟುಕೊಂಡು ಕೂತ "ಮಗಾ, ನಿಮ್ಮಮ್ಮನಿಗೆ ಸಾಯೋ ವಯಸ್ಸಾಗಿತ್ತಾ?" ಮುದುಕ ಈ ಪ್ರಶ್ನೆಯನ್ನು ಎಷ್ಟು ಜನಕ್ಕೆ ಕೇಳಿದ್ದನೋ, ಮಗ, ಸೊಸೆಯನ್ನ ಲೆಕ್ಕವಿಡದಷ್ಟೂ ಸಲ ಕೇಳಿದ್ದ. ಅಪ್ಪಯ್ಯನಿಗಿಂತ ಹದಿನಾಲ್ಕು ವರ್ಷದಷ್ಟು ಚಿಕ್ಕವಳು, ರೇವಣ್ಣನ ತಾಯಿ, ಹಿರಿಯವ ಬದುಕಿದ್ದು, ಆಕೆ ಸತ್ತಿದ್ದು ನ್ಯಾಯವಾಗಿ ತೋರದು. ನ್ಯಾಯ, ಅನ್ಯಾಯಗಳ ಪ್ರಕ್ರಿಯೆಯೇನು? ದೊಡ್ಡ ಗ್ರಂಥಗಳನ್ನು ಓದಿಕೊಂಡ ಜನ ಏನೇನೊ ಹೇಳಬಹುದು. ಆದರೆ ಮುಗ್ಧ ರೇವಣ್ಣನಿಗೆ ಮಾತ್ರ

ಸರಿಯಾದ ಉತ್ತರವಾಗಿ ತೋರಲಾರದು. "ನಾನು ಕೇಳಿದ್ದು ಕೇಳಿಸಲಿಲ್ವಾ?" ಅಪ್ಪಯ್ಯ ಕೇಳಿದ ಮತ್ತೆ.

"ನಂಗೆ ಗೊತ್ತಾಗೊಲ್ಲ, ಬಿಡು. ಕೇಳಿದ್ದನ್ನೇ ಮತ್ತೆ ಮತ್ತೆ ಯಾಕೆ ಕೇಳ್ತೀಯಾ? ಅಮ್ಮಂಗೆ ಜ್ವರ ಬಂದಿತ್ತು... ಹೋದ್ಲು" ಸಿಡುಕಿದ. ಹಸಿವು ಜೋರಾಗಿ ಅವನ ಹೊಟ್ಟೆಯಲ್ಲಿ ಇಲಿಗಳು ಓಡಾಡುತ್ತಿತ್ತು.

"ಜ್ವರ, ನಂಗೂ ಬಂದಿತ್ತು. ನಾನು ಯಾಕೆ ಹೋಗ್ಲಿಲ್ಲ?" ಅಪ್ಪಯ್ಯನ ಮಾತಿಗೆ ತಲೆ ಚಚ್ಚಿಕೊಳ್ಳಬೇಕೆನಿಸಿತು. ಅವನು ಪಿಯುಸಿವರೆಗೂ ಓದಿಕೊಂಡಿದ್ದ. ಕಾಲೇಜಿನಲ್ಲಿ ಕೂಡ ಅವನು ಪಾಠದ ಪುಸ್ತಕಗಳಿಗಿಂತ ಕತೆ ಪುಸ್ತಕಗಳು ಓದಿದ್ದೇ ಹೆಚ್ಚು. ದೊಡ್ಡದಾಗಿ ಬುದ್ಧಿವಂತನಲ್ಲ. ಮುಂದೆ ಓದೋ ಆಸೆ ಇದ್ದರೂ ಪಿಯುಸಿನಲ್ಲಿ ಫೇಲಾದ ಮೇಲೆ ಊರಿಗೆ ಬಂದು ತೋಟ, ಗದ್ದೆ ಕೆಲಸಕ್ಕೆ ನಿಂತ. ಒಂದೇ ವರ್ಷಕ್ಕೆ ಮದುವೆಯಾಗಿ ಸಂಸಾರಿಯಾದ. ಹೆಂಡತಿ ಕಮಲಿ ತೀರಾ ಸುಮಾರಾಗಿ ಓದಿಕೊಂಡವರ ಮನೆ ಹುಡುಗಿ, ಸ್ವಲ್ಪ ಧಿಮಾಕು ಜಾಸ್ತಿ. ಊಟವಿಲ್ಲದಿದ್ದರೂ ಪರವಾಗಿಲ್ಲ. ಸೋಪು, ಪೌಡರ್ ಬೇಕೇ ಬೇಕು. ಬಣ್ಣ ಕೂಡ ಅಷ್ಟಕ್ಕಷ್ಟೇ. ಅದನ್ನ ಹಚ್ಚಿಕೊಂಡಾಗಲಾದರೂ ಚೆನ್ನಾಗಿ ಕಾಣುತ್ತಾಳೆಂತ ಅವಳ ಬೇಡಿಕೆ ಪೂರೈಸುತ್ತಿದ್ದ. ಮುದ್ದೆ, ಎಸರು ಹೊರಗೆ ಬರದಿದ್ದಾಗ ಹೋಗಿ ಅಡಿಗೆ ಮನೆ ಬಾಗಿಲಲ್ಲಿ ನಿಂತ. ಹೊಗೆಯಿಂದ ಮಸಿಯಾಡಿದ ಅಡಿಗೆ ಮನೆ ಪೂರ್ತಿ ಬಣ್ಣ ಕಳೆದುಕೊಂಡು ಮಬ್ಬಾಗಿತ್ತು. "ವಾಯ್, ಕಮಲಿ... ಎಷ್ಟೊತ್ತೆ? ಅಪ್ಪಯ್ಯ ಬಂದು ತಾಟು ಮುಂದೆ ಕುಳಿತು ಎಷ್ಟೊತ್ತು ಆಯ್ತು?" ಕೂಗಿದ. ರಾಗಿ ಹಿಟ್ಟು ಬೆಂದ ವಾಸನೆ ಮೂಗಿಗೆ ಬಡಿಯಿತು. ಸೆರಗಿಗೆ ಗೊಣ್ಣೆ ಸೀಟಿಕೊಂಡವಳು ಮಡಿಕೆಯನ್ನು ಇಳಿಸಿ, ಒಲೆಯ ಮುಂದಿನ ಗೋಡೆಯ ಮೈಗೆ ಒರಗಿಸಿ, ಮಡಿಕೆ ಅಲುಗದಂತೆ ತನ್ನೆರಡು ಪಾದಗಳಿಂದ ಒತ್ತುಕೊಟ್ಟು ಹಿಟ್ಟು ಗಂಟಾಗದಂತೆ ಮರದ ದೊಣ್ಣೆಯಿಂದ ತಿರುವುತ್ತಿದ್ದಳು. "ಇನ್ನೇನು, ಮುದ್ದೆ ತೊಳಿಸಿಕೊಂಡು ಬಂದುಬಿಡ್ತೀನಿ. ನಾನು ಆರಾಮಾಗಿ ಸೀಮೆಎಣ್ಣೆ ಸ್ಟೌವ್ ಮೇಲೆ ಅನ್ನ ಬೇಯಿಸಿಕೊಂಡು ಇರೋ ಕನಸು ಕಂಡಿದ್ದೆ. ನಮ್ಮಪ್ಪ ನನ್ನ ಬದ್ಕನ್ನ ಮೂರಾಬಟ್ಟೆ ಮಾಡಿಬಿಟ್ಟ" ಮತ್ತೊಮ್ಮೆ ಸೆರಗಿಗೆ ಗೊಣ್ಣೆ ಸೀಟಿಕೊಂಡು ಮುಸಮುಸ ಎಂದಾಗ ಇವನ ಕೈ ಮೇಲೇರಿ ನಾಲ್ಕು ಏಟು ಬಿದ್ದ ಮೇಲೆ ಅವಳು ತಣ್ಣಗಾಗುವುದು ತೀರಾ ಮಾಮೂಲಿಯ ಚಿಲ್ಲರೆ ವಿಷಯವಾಗಿತ್ತು. ಇನ್ನೂ ನಿಕ್ಕರ್ ಏರಿಸಲು ಬಾರದ ಹುಡುಗರು ಸೆಟ್ಟರ ಅಂಗಡಿಯಲ್ಲೂ ಪೆಪ್ಪರ್‌ಮೆಂಟ್ ಕಂಡಷ್ಟೇ ಸುಲಭವಾಗಿತ್ತು. ಅವರ ಜಗಳ.

"ಏನಂದೇ, ರೆಂಡೇ! ಸೀಮೆಎಣ್ಣೆ ಸ್ಟೌವ್ ಹಚ್ಚಿ ಅನ್ನ ಮಾಡೋ ಕನಸು ಕಂಡಿದ್ಯಾ" ಎಂದು ಇಂದು ಎರಡೆಜ್ಜೆ ಮುಂದಿಕ್ಕಿದ ಕೂಡಲೇ, "ಹೊಡಿಬ್ಯಾಡ ಹೊಡಿಬ್ಯಾಡ" ಬಾಯಿ ಬಡಿದುಕೊಳ್ಳೋಕೆ ಶುರು ಮಾಡಿದಾಗ ತಣ್ಣಗಾದವನು ಅಪ್ಪಯ್ಯ ತಾಟು ಮುಂದೆ ಕೂತಿದ್ದನ್ನು ನೆನಪಿಸಿಕೊಂಡು "ಬೇಗ ಮುದ್ದೆ ತೊಳೆಸಿ ತಗಂಡ್ಬಾ. ಇಲ್ಲ ನಿನ್ನ ಚರ್ಮ ಸುಲಿದುಬಿಡ್ತೀನಿ. ಮೇಲಿರೋ, ನಿನ್ನಪ್ಪನ ಹತ್ತಿರಕ್ಕೆ ಹೋಗಿ ಸೀಮೆಎಣ್ಣೆ, ಅಕ್ಕಿ ತಂದು ಹಾಕೋ ಗಂಡನ್ನ ಪಡ್ಕೋ" ಅಂದು

ಹೊರಬಂದಾಗ ಅವನೆದೆ ರಪರಪ ಅನ್ನುತ್ತಿತ್ತು. ಇದು ನಿತ್ಯದ ಹಣೆಬರಹ, ಕೆಲವೊಮ್ಮೆ 'ಸುಡುಗಾಡು ಸಂಸಾರ' ಎನ್ನುತ್ತಿದ್ದ ಎಲ್ಲರ ಬಾಯಿಂದಲು ಒಂದಲ್ಲ ಒಂದು ಸಲ ಈ ಮಾತು ಬಂದೇ ಬರುತ್ತದೆಯೆನ್ನೋದೇ ಗ್ಯಾರಂಟಿ.

ಹಿತ್ತಾಳೆ ತಂಬಿಗೆಯ ತುಂಬ ನೀರು ತಂದು ಅಪ್ಪಯ್ಯನ ತಾಟಿನ ಪಕ್ಕ ಇಟ್ಟು ಕೂತ.

ಹತ್ತಿಕ್ಕಲಾರದಷ್ಟು ಬೇಸರ. ಎಷ್ಟೇ ದುಡಿದರೂ ಹೊಟ್ಟೆ ಬಟ್ಟೆಗೆ ಹಂಚಿಕೊಳ್ಳುವುದು ಕಷ್ಟವಾಗಿತ್ತು. ರೆಟ್ಟೇನ ನಂಬಿ ಕಷ್ಟಪಡೋ ಬಡ ರೈತನನ್ನು ಮಿದುಳು ಉಪಯೋಗಿಸಿ ದಳ್ಳಾಳಿನ ಪಾಪರ್ ಮಾಡುತ್ತಿದ್ದರು. ಆರಾಮಾಗಿ ಓಡಾಡಿಕೊಂಡಿರೋ ಭೈರಾಚಾರಿ ಬೆರಳುಗಳೆಲ್ಲ ಬಂಗಾರದ ಉಂಗುರಗಳು ಕಾಣತೊಡಗಿತು. ಅವನಮ್ಮನ ಕಾಸಿನ ಸರ ಅಡ ಇಟ್ಟಿದ್ದು ಅವನಲ್ಲೇ ಬಿಡಿಸಿಕೊಳ್ಳೋದಂತು ಆಗಲಿಲ್ಲ. ಮುಂದೆ ಎಂದಾದರೊಂದು ದಿನ ಬಿಡಿಸಿಕೊಳ್ಳುವ ಗ್ಯಾರಂಟಿ ಕೂಡ ಇರಲಿಲ್ಲ. ಪ್ರತಿದಿನ ಕಮಲಿ ಕಾಸಿನ ಸರದ ಸುದ್ದಿ ಎತ್ತಿಕೊಂಡು ರಂಪ, ರಾಮಾಯಣ ಮಾಡೋದು ಇವನು ಒದಿಯೋದು ಇದ್ದೇ ಇತ್ತು.

"ಮುದ್ದೆ ಪೂರ್ತಿ ಇಕ್ಲಾ?" ಕಮಲಿ ಕೇಳಿದಾಗ, ತಾಟಿನತ್ತ ನೋಡಿದ, ಒಂದು ಮುದ್ದೆ ಹೊಗೆಯಾಡುತ್ತಿತ್ತು "ಅರ್ಧ ಮುರ್ದು ಇಡು. ಇಷ್ಟು ದಿನದಿಂದ ಊಟಕ್ಕೆ ಇಡ್ತೀಯಾ, ನಾನು ಎಷ್ಟು ಊಟ ಮಾಡ್ತೀನಿ ಗೊತ್ತಿಲ್ವಾ?" ಗದರಿದ ಪಿಯುಸಿವರೆಗೂ ಓದಿದ ಇವನ ಮಾತು, ಉಚ್ಚಾರಣೆ ಸುಧಾರಿಸಿತ್ತು. ಆದರೆ ಕಮಲಿ ಮಾತ್ರ ಕನ್ನವ್ವ, ಅಜ್ಜಿ ಆಡೋ ಮಾತುಗಳ ಮಂಪರಿನಲ್ಲಿಯೇ ಇದ್ದಿದ್ದು. ಇನ್ನ ಮುಕ್ಕಾಲು ಮುದ್ದೆಯನ್ನು ಇವನ ಕಾಟಿನೊಳಕ್ಕೆ ಹಾಕಿ ಮೂಗು ಸೀಟುತ್ತ ಹೋದಾಗ ಮೇಲೆದ್ದವನು "ನಿನ್ನ ಮೂಗು, ಸಿಂಬಳ ನೋಡ್ಕೊಂಡ್... ಮುದ್ದೆ ನುಂಗೋಕ್ಕಾಗೋಲ್ಲ. ನೀನು ಆಚೆ ಹೋಗು" ಬಾಗಿಲವರೆಗೂ ದಬ್ಬಿಕೊಂಡು ಹೋದ. ವರ್ಷದಲ್ಲಿ ಒಂಬತ್ತು ತಿಂಗಳು ಅವಳಿಗೆ ಶೀತವೆ. ಮೂಗೇರಿಸುತ್ತಲೋ, ಗೊಣ್ಣೆ ಸೀಟುತ್ತಲೋ ಕೆಲಸ ಮಾಡುವ ಹೆಂಡತಿಯನ್ನು ನೋಡಿದಾಗಲೆಲ್ಲಾ ಕಾಣದ ದೇವರನ್ನು ಶಪಿಸುತ್ತಿದ್ದ.

ತಾನೇ ಅಡಿಗೆ ಮನೆಗೆ ಹೋಗಿ ಸಿಲ್ವರ್ ಪಾತ್ರೆಯಲ್ಲಿದ್ದ ಸೊಪ್ಪಿನ ಸಾರು, ಪಲ್ಯಗಳನ್ನು ಹಿಡಿದು ಬಂದು ಮೊದಲು ಅಪ್ಪಯ್ಯನ ತಟ್ಟೆಗೆ ಹಾಕಿ ಆಮೇಲೆ ತನ್ನ ತಾಟಿನಲ್ಲಿ ಸುರಿದುಕೊಂಡ. ಬೆಳ್ಳುಳ್ಳಿಯ ಘಮಲು ಮೊಗನರಳಿಸುತ್ತಿತ್ತು. 'ಕಮಲಿ ಕೈ ಅಡಿಗೆ ತುಂಬ ಪಸಂದ್' ಎಂದು ಎಲ್ಲರೊಂದಿಗೆ ಹೇಳುತ್ತಿದ್ದುದ್ದು ಉತ್ಪ್ರೇಕ್ಷೆಯ ಮಾತಲ್ಲ. ಅವಳು ಸೊಪ್ಪಿನ ಎಸರು ಮಾಡಿದರೆ ಹತ್ತು ಮನೆಯವರೆಗೂ ವಾಸನೆಯಾಡುತ್ತಿತ್ತು.

ಚೆನ್ನಾಗಿ ಬೆಂದ ರಾಗಿ ಮುದ್ದೆಯ ಮುರುಕನ್ನು ಸೊಪ್ಪಿನೆಸರಲ್ಲಿ ಅದ್ದಿ ನುಂಗುತ್ತಿದ್ದವನು ಆಗಾಗ ಅಪ್ಪಯ್ಯನ ತಾಟಿನ ಕಡೆ ನೋಟ ಹರಿಸುತ್ತಿದ್ದ. ಇಂದು ಗಬಗಬನೆ ಉಣ್ಣುತ್ತಿದ್ದರು.

ಒಂದು ಮುದ್ದೆಗೆ ಹೋಗಿ ಕೈ ತೊಳೆಯುತ್ತಿದ್ದವರು ಇಂದು ಕೂತೇ ಇದ್ದಾಗ ಕಮಲಿಯನ್ನು ಕೂಗಿ 'ಅಪ್ಪಯ್ಯನಿಗೆ ಮುದ್ದೆ ನೀಡು ತಟ್ಟೆ ಕಡೆ ನೋಡೋದ್ಬೇಡ್ವಾ?' ರೇಗಿಕೊಂಡನಂತರ ಸಿರಸಿರ ಎನ್ನುತ್ತಲೆ ಅಡಿಗೆ ಮನೆಗೆ ಹೋಗಿ ಮುದ್ದೆಯ ಸಿಲ್ವರ್ ತಪ್ಪಲೆ ಹಿಡಿದು ಬಂದವಳು ಇನ್ನೊಂದು ಸಣ್ಣ ಮುದ್ದೆಯನ್ನು ಅಪ್ಪಯ್ಯನ ತಟ್ಟೆಗೆ ಹಾಕಿ ಸೊಪ್ಪಿನೆಸರನ್ನು ಬಿಟ್ಟಳು ಎಂದೂ ಇಲ್ಲದ ಆತುರದಿಂದ ಮುದ್ದೆಯ ಮುರುಕುಗಳನ್ನು ಸೊಪ್ಪನ್ನು ಅದ್ದಿ ನುಂಗುತ್ತಿದ್ದ. ತಂದೆಯ ಕಡೆ ಅನುಕಂಪದಿಂದ ನೋಡಿದ. ಅಪ್ಪಯ್ಯ ಹೆಂಡತಿ ಸಾಯೋಕೆ ಮುಂಚೆ ಒಂದು ಗೋಡೆ ನೆಟ್ಟಗೆ ಮನೆಯಲ್ಲಿ ಇದ್ದವನಲ್ಲ. ತೋಟ ಗದ್ದೆಗಳ ಮದ್ವೆ ಅವನ ಬದುಕು ಸವೆದಿತ್ತು.

ಅಷ್ಟರಲ್ಲಿ ದೂರದಿಂದ ಗುಡುಗಿದ ಸದ್ದು ಗಾಳಿಯಲ್ಲಿ ತೇಲಿ ಬಂದಂತಿತ್ತು. ಜೊತೆಗೆ ದೂರದಲ್ಲಿ ಮಳೆಯಾಗುತ್ತಿದೆ ಎನ್ನುವ ಸೂಚನೆ ಕೊಡಲು ಗಾಳಿ ತೇವವನ್ನು ಹೊತ್ತು ಬಂದಂತಿತ್ತು. "ಅಪ್ಪಯ್ಯ ಗುಡುಗಿದ ಸದ್ದು ಅಲ್ವಾ?" ಕೇಳಿದ. ಅಪ್ಪಯ್ಯ ಎರಡು ನಿಮಿಷ ಸುಮ್ಮನಿದ್ದು "ಹೌದು ಗುಡುಗಿನ ಸದ್ದೇನೆ" ಎಂದು ಹಿಟ್ಟಿನ ಮುರುಕನ್ನು ಸೊಪ್ಪಿನಸಾರಿನಲ್ಲಿ ಉರುಳಾಡಿಸಿ ಬಾಯಿಗಿಟ್ಟರು.

"ನಾನು ತೋಟದಿಂದ ಬರೋವಾಗ ಮೋಡದ ಸುಳಿವೆ ಇರಲಿಲ್ಲ. ಈಗ ಮಳೆ ಬಂದರೆ ನಷ್ಟವೇ?" ಗೊಣಗಿದ ಮೆಲ್ಲನೆ. ರೇವಣ್ಣ "ಆ ಕಾಲದ ಗುಡುಗ ಮಳೆ ಬಂದರೂ ಹೆಚ್ಚಿಲ್ಲ. ಈಗ ಎಲ್ಲಾ ಬದಲಾದಂತೆ ಕಾಲ ಸ್ಥಿತಿನೂ ಬದಲಾಯ್ತು. ಹಿಂದೆ ಹೆಸರಿಗೆ ತಕ್ಕಂತೆ ಮಳೆಗಳು ಕೂಡ ಕಾಲಕಾಲಕ್ಕೆ ಬರ್ತಾ ಇತ್ತು. ಬೇಸಾಯಕ್ಕೆ ಅನ್ಕೂಲ. ದುಡಿಯೋ ರೈತ ಕಣ್ಣೀರು ಹಾಕಬೇಕಿರಲಿಲ್ಲ. ಹಿರಿಯರು ಮಳೆಗಳ ಬಗ್ಗೆ ಎಂತೆಂಥ ಗಾದೆಗಳು ಹೇಳ್ತಾ ಇದ್ರು. ಭರಣಿ ಮಳೆ ಬಿದ್ದು ಧರಣಿ ತಣೀತು. ಕೃತ್ತಿಗೇಗೆ ಮೃತ್ತಿಕೆ ಇತ್ತು. ರೋಹಿಣಿ ಮಳೆ ಬಿದ್ದು ಓಣಿಯೆಲ್ಲ ಕೆಸರಾಯ್ತು. ನಿಮ್ಮಮ್ಮ ರೋಹಿಣಿ ಮಳೆಯಲ್ಲೇ ತೀರಿಕೊಂಡಿದ್ದು ಅಪ್ಪಯ್ಯನ ನೆನಪು ಬಿಚ್ಚಿಕೊಂಡಿತು. ಮುದ್ದೆಯ ಮುರುಕು ಗಂಟಲಲ್ಲೆ ಉಳಿದಿದೆಯೆನಿಸಿದಾಗ ತಾಟುಬಿಟ್ಟು ಎದ್ದುಹೋದರು. ಕೈ ತೊಳೆಯಲು ಇನ್ನು ಕಾಲುಭಾಗ ಮುದ್ದೆ ಕಾಟಿನಲ್ಲೇ ಇತ್ತು. ಅದನ್ನೆತ್ತಿ ತನ್ನ ಕಾಟಿಗೆ ಹಾಕಿಕೊಂಡ ರೇವಣ ಶಾಲೆ, ಕಾಲೇಜಿನಲ್ಲಿ ಮಾತ್ರ ರೇವಂತ್ ಅಂತ ಹೆಸರು ಬದಲಾಯಿಸಿಕೊಂಡಿದ್ದ. ಈಗ ಪೂರ್ತಿ ರೇವಣ್ಣನೇ.

ಕೈತೊಳೆದ ಅಪ್ಪಯ್ಯ ಹೊರಗಡೆಯೇ ನಿಂತು ಆಕಾಶ ನೋಡುತ್ತಿದ್ದ. ದೂರದಲ್ಲಿ ಗುಡುಗುವ ಸದ್ದು ಮತ್ತೆ ಮತ್ತೆ ಕೇಳಿಸುತ್ತಿತ್ತು. ನಡುವೆ ಒಮ್ಮೆ ಮಿಂಚಿದಂಗಾಯಿತು. ಮಳೆ ಬರಬಹುದು. ಅವಳು, ಅಂದರೆ ಅಕ್ಕಮ್ಮ ಬದುಕಿದ್ದಾಗ ಮಳೆ ಬರುವ ಸೂಚನೆ ಕಂಡರೆ, ಎಷ್ಟೊಂದು ಮುಂಜಾಗರೂಕತೆಯ ಕ್ರಮ. ಮಾಡುಗೆ ಹೊಸ ಹೊದಿಕೆ ಹೊದಿಸೋದರಿಂದ ಹಿಡಿದು, ಹಿತ್ತಲು ಮತ್ತು ಮುಂದಿನ ಪ್ರದೇಶದ ತಗ್ಗುಗಳನ್ನು ಸಮ ಮಾಡಿ ಮಳೆ ನೀರು ಮನೆಯೊಳಕ್ಕೆ ನುಂಗದಂತೆ ತಡೆಯಲು ಹೊಸ್ತಿಲಿಗೆ ತಟ್ಟೆ ಹಾಕುತ್ತಿದ್ದಳು. ಕಾಳು ಬೇಳೆಗಳನ್ನು ಒಣಗಿಸಿ ತೆಗೆದಿಡುವುದು. ಹಿಟ್ಟು ಮಾಡಿಸಿಕೊಂಡು

ಬಂದು ಇಡೋದು. ಒಂದೇ ಎರಡೇ! ಅಮ್ಮಯ್ಯ ಎನಿಸುತ್ತಿತ್ತು. ಅದೆಷ್ಟು ಬದುಕಿನ ಬಗ್ಗೆ ಆಸೆ, ಭರವಸೆ.

"ನಿಮ್ಗೇ ರವಷ್ಟು ಮುತುವರ್ಜಿ ಇಲ್ಲ! ಈ ಎಡ ಬದಿ ಗೋಡೆಯಲ್ಲಿ ಉದ್ದಕ್ಕೆ ಸೀಳಾಗಿ ಬಿರುಕು ಬಿಟ್ಟಿದೆ. ವಸೀ ಆ ಕಡೆ ನೋಡಬೇಡ್ವಾ? ಮಳೆಗಾಲದಲ್ಲಿ ಕುಸಿದು ಬಿದ್ದದೆ.... ಗತಿಯೇನು?" ನಡುಮನೆಯ ಗೋಡೆಯಲ್ಲಿ ಬಿರುಕು ಕಾಣಿಸಿಕೊಂಡಾಗ ಕೂಗಾಡಿದೆಷ್ಟು ಹಾರಾಡಿದೆಷ್ಟು! ವಡ್ಡರ ಈರಯ್ಯನ ಕರೆಸಿ ತಾನೇ ಮುಂದೆ ನಿಂತು ಸಿಮೆಂಟ್ ಕಲಿಸಿ ಬಿರುಕು ಮುಚ್ಚಿಸುವುದರ ಜೊತೆಗೆ, ನಾಲ್ಕು ದಿನ ಯಾರು ನಿದ್ದೆ ಮಾಡೋಕೆ ಬಿಟ್ಟಿರಲಿಲ್ಲ. ಒಮ್ಮೆ ಗದ್ದೆ ಬಯಲಲ್ಲಿ ಹಾವು ಕಂಡವಳು, ಅಪರೂಪವೆನ್ನುವಂತೆ ಹುಯಿಲೆಬ್ಬಿಸಿ, "ಮೊದ್ಲು, ಯಾರಿಗಾದ್ರೂ ಕಳ್ಸೀ!.... ಹಿಡ್ಸೀ" ಒಂದೇ ಹಟ. ಗದ್ದೆ ಬಯಲಲ್ಲಿ ಹಾವುಗಳ ಹರಿದಾಡುವುದೇನು ಅಪರೂಪವಲ್ಲ ಹಾವು ತಾನು ಇದ್ದ ಕಡೆ ಎಲ್ಲಿ ಇರುತ್ತೆ? ಊರ ಜನರೆಲ್ಲ ಹೇಳಿದರೂ ತೋಟದ ಕಡೆ ತಲೆ ಹಾಕಲಿಲ್ಲ. ಹಾವು ಹಿಡಿಯುವವನನ್ನು ಒಂದು ವಾರ ಕಾಲ ಮನೆಯಲ್ಲಿ ತಂದಿರಿಸಿಕೊಂಡು ತೋಟ, ಗದ್ದೆಯಲ್ಲೆಲ್ಲ ಹುಡುಕಾಡಿಸುವುದರ ಜೊತೆಗೆ ಹಾವು ತಮ್ಮ ತೋಟದಲ್ಲಿ ಕಾಲಿರಿಸಬಾರದೆಂದು ಕಟ್ಟು ಮಾಡಿಸಿದಳು. ಮಂತ್ರವಾದಿಯನ್ನು ಕರೆಸಿ, ಊರ ಜನ ನಕ್ಕಿದ್ದರು. "ನಿನ್ನ ಜಮೀನಿನಷ್ಟಕ್ಕೆ ಕಟ್ಟು ಮಾಡ್ಸಿಕೊಂಡೆ. ಇನ್ನು ನೀನು ಬೇರೆ ಜಾಗದಲ್ಲಿ ಓಡಾಡೋದೇ ಇಲ್ವಾ? ಅದು ತಾನಾಗಿ ಯಾರ ಸುದ್ದಿಗೂ ಬರೋಲ್ಲ. ಶಿವ ನಿನ್ನ ಮರಣನ ಅದ್ರ ಕೈಯಲ್ಲಿ ಬರೆದಿದ್ದರೆ ತಪ್ಪಿಸೊರು ಯಾರು?" ಮಾಸ್ತರು ಬುದ್ಧಿ ಹೇಳಿದರು. ಆದರೂ ಆಕೆಗೆ ಸಾವಿನ ಬಗ್ಗೆ ಬಹು ಅಂಜಿಕೆ. ಹೆಚ್ಚು ಕಲಿತವಳಲ್ಲ. ದೊಡ್ಡ ದೊಡ್ಡ ಪುಸ್ತಕ ಓದಿಕೊಂಡವಳಲ್ಲ. ಎಲ್ಲರಂತೆ ಪುರಾಣ, ಹರಿಕತೆ ಕೇಳಲು ಹೋಗುತ್ತಿರಲಿಲ್ಲ. ತಾನು ಸಾವಿರ ವರುಷ ಬದುಕಬಲ್ಲೆ ಅನ್ನೋ ಆಸೆ, ಅಕಾರಸ್ತೆ, ದೇವರು ಮನುಷ್ಯರಿಗೆ ಇಂಥ ಒಂದು ಭ್ರಮೆ ಇಡದಿದ್ದರೆ ಏನಾಗುತ್ತಿತ್ತು? ಬಹುಶಃ ಆಗಿನ ವಿಧಿ ವಿಧಾನಗಳು ಬೇರೆಯಾಗಿ ಬಿಡುತ್ತಿತ್ತೇನೋ? ಎಷ್ಟು ಎಚ್ಚರವಾಗಿರುತ್ತಿದ್ದಳೆಂದರೆ ಎಲ್ಲರಿಗೂ ಕಾಫೀ ಕಾಯಿಸಿದರೂ ತಾನು ಕೊತ್ತಂಬರಿ ಬೀಜ ಅಥವಾ ಶುಂಠಿಯ ಕಾಫೀ ಮಾಡಿಕೊಂಡು ಕುಡಿಯುತ್ತಿದ್ದಳು. "ಅದ್ನ ಯಾಕೆ ಕುಡೀತೀಯಾ ಕಾಫಿ, ಟೀ ಕುಡಿದರೆ ಕ್ಯಾನ್ಸರ್ ರೋಗ ಬರುತ್ತಂತೆ. ಅದು ಬಂದೋರು ಉಳಿಯೋಲ್ಲಂತ" ತಿಮ್ಮೇಗೌಡ ಹೇಳ್ತಾ ಇದ್ದ. ಅವನಪ್ಪ ಸತ್ತಿದ್ದು ಅದರಿಂದಲೇನಂತೆ. ಇಂಥ ಒಂದು ಮಾತು ಹೇಳುವುದು ಆಕೆಯ ರೂಢಿ. ಹಾಗಂತೇನು ಮನೆಯಲ್ಲಿದ್ದವರು ಸಕ್ಕರೆ ಕಾಫಿ ಕುಡಿಯೋದನ್ನ ಬಿಡಲಿಲ್ಲ. ಕೆಲವರಂತು ಮುಸಿ ಮುಸಿ ನಕ್ಕರು. "ನಿಂಗೆಷ್ಟು ಪ್ರಾಣದ ಮೇಲೆ ಆಸೆ. ಎಷ್ಟು ದಿನ ಬದುಕಿದ್ರೂ... ಸಾಯೋದಂತು ತಪ್ಪುತ್ತಾ?" ಕೆಲವರಂತೂ ಇದೇ ರೀತಿ ಕೇಳಿ ಹಂಗಿಸಿದ್ದರು. ಆಕೆಯಂತು ಬದಲಾಗಲಿಲ್ಲ. ತೋಟ, ಗದ್ದೆಯಲ್ಲಿ ಕೆಲಸ ಮಾಡುವ ಆಳು ಮಕ್ಕಳ ಮುಂದೆ ನಗೆಪಾಟಲಾಗಿದ್ದುಂಟು. ತೋಟಕ್ಕೆ ಬುತ್ತಿಯೊತ್ತು ತರುವಾಗಲ್ಲಂತೂ ಎಷ್ಟು ಎಚ್ಚರದಿಂದ ನೆಲದ ಮೇಲೆ ಚಪ್ಪಲಿ ಮುಟ್ಟಿದ

ಕಾಲೂರುತ್ತಿದ್ದಳೆಂದರೆ, ಕೆಲಸ ಮಾಡೋ ಆಳುಗಳು ನಿಂತು ನೋಡುತ್ತಿದ್ದರು. ಬಾನಲ್ಲಿ ಮೋಡ ಕಂಡರೆ ಕೊಡೆ ಹಿಡಿದೆ ಹೊರಗೆ ಬರುತ್ತಿದ್ದುದು.

ಆ ಸಲದ ರೋಹಿಣಿ ಮಳೆ ಸ್ವಲ್ಪ ಬಿರುಸಾಗಿಯೇ ಇತ್ತು. ನೆನಪುಗಳು ಹಿಂದಕ್ಕೆ ಜಾರುವ ಮುನ್ನವೇ ಮಗ ಬಂದು ರೆಟ್ಟೆ ಹಿಡಿದು "ಅಪ್ಪಯ್ಯ, ಗುಡುಗು ಜಾಸ್ತಿ ಆಯ್ತು. ಮಳೆ ಬರ್ಬಹ್ದು. ಆ ಕಾಲದ ಮಳೆಯಿಂದ ಇಟ್ಟ ಫಸಲು ಕೈಗೆ ಬರ್ದಂಗೆ ಹೋಗುತ್ತೆ" ಎಂದು ತಂದೆಯನ್ನು ಒಳಕ್ಕೆ ಕರೆದೊಯ್ದು ಗೊಟಡಿಕೆ, ವಿಳೆಯದೆಲೆಯನ್ನು ಮುಂದಿಟ್ಟ. ಅಡಿಕೆಯನ್ನು ಬಾಯಿಗೆಸೆದುಕೊಂಡು ವಿಳೆಯದೆಲೆಯನ್ನೊರೆಸಿ ಸುಣ್ಣ ಹಚ್ಚ ತೊಡಗಿದವನು "ಕಮಲಿ ಈಗಲೋ, ಆಗಲೋ ಮಳೆ ಬಂದಿತು. ಏನೊಂತ ಹೇಳಲಿಕ್ಕಾಗ್ದು. ನೀನು ಉಂಡು ಕೆಲ್ಸ ಮುಗ್ಸು" ಗದರಿದಂತೆ ಹೇಳಿದ. ನಿಧಾನ ಮತ್ತು ನೀರಸ ಪ್ರವೃತ್ತಿಯ ಹೆಂಡತಿ ಕೆಲಸದಿಂದ ಕೆಲವೊಮ್ಮೆ ತಾಳ್ಮೆ ಕಳೆದುಕೊಂಡು ಬಡಿಯುತ್ತಿದ್ದ. ಅಂತು ದಿನಕ್ಕೊಮ್ಮೆ ಬಡಿಸಿಕೊಳ್ಳುವುದು ಅವಳ ಹಣೆಬರಹ. ಬಡಿದು ಪರಿತಾಪಪಡುವುದು ಅವನ ವಿಧಿ.

"ನಿನ್ನಮ್ಮ ಸತ್ತು ಎಷ್ಟು ತಿಂಗಳಾಯ್ತು?" ಅಪ್ಪಯ್ಯ ಕೇಳಿದ. ಎಲೆಗೆ ಸುಣ್ಣ ಹಚ್ಚಿದ ರೇವಣ್ಣ ಅಪ್ಪಯ್ಯನನ್ನು ದುರದುರ ನೋಡಿ, "ಅದು ಬಿಟ್ಟು ಬೇರೆ ಮಾತೇ ಇಲ್ವಾ? ಕೇಳಿದಿನ್ನ ಕೇಳ್ತಾ ಇರ್ತೀಯಾ? ಇದೇನು... ಚೆಂದ? ಯಾರು ಸಾಯೋದೇ ಇಲ್ವಾ?" ರೇಗಿಕೊಂಡ.

"ಎಲ್ಲಾ ಸರಿ, ಜನಕ್ಕೆ ಎಲ್ಲಾ ಗೊತ್ತುಂಟು. ಆದ್ರೂ ಈ ಬದುಕಿಗಾಗಿ ಎಷ್ಟು ಕಷ್ಟಪಡ್ತಾರೆ, ಹೋರಾಟ ನಡೆಸ್ತಾರೆ, ಮುತುವರ್ಜಿ ವಹಿಸ್ತಾರೆ. ಅದ್ರಿಂದ ಏನು ಫಲ?" ಹೆಬ್ಬೆಟ್ಟು ಒತ್ತುವ ಅಪ್ಪಯ್ಯ ಬದುಕಿನ ಸತ್ಯದ ಬಗ್ಗೆ ಪ್ರಶ್ನೆಯೆತ್ತಿದ ರೇವಣ್ಣ ತಲೆ ಕೆರದುಕೊಂಡ "ಹುಟ್ಟಿಸಿದ ದೇವರು ಕೂಡ ನಿನ್ನ ಪ್ರಶ್ನೆಗೆ ಉತ್ತರ ಹೇಳ್ಲಾರ. ರಸಬಾಳೆ ಹಾಕ್ಸಬೇಕೂಂತಿದ್ದೀನಿ" ಅಂದ ಅಪ್ಪಯ್ಯನದು ಅದೇ ವರಸೆ "ಅವ್ಳು ಕೂಡ ರಸಬಾಳೆ ಹಾಕ್ಸಬೇಕೂಂತ ಇದ್ಲು" ರೇವಣ್ಣ ಮಾತಾಡಲಿಲ್ಲ. ಅವನಮ್ಮನ ಬದುಕಿನ ಉತ್ಸಾಹ ಅಷ್ಟರಮಟ್ಟಿಗೆ ಇತ್ತು. ಬೆಳ್ಳಿಯ ಕಾಲಂದಿಗೆ, ಬೆರಳುಗಳಲ್ಲಿನ ಕಾಲುಂಗುರದ ಸದ್ದು ಕೇಳಿಯೇ ಅಕ್ಕಮ್ಮ ಬರುತ್ತಿದ್ದಾಳೆ ಎನ್ನುತ್ತಿದ್ದರು ಆಳುಗಳು. ಬಹುಶಃ ಇನ್ನು ನೂರುವರ್ಷ ಬದುಕುವಷ್ಟು ಯೋಚನೆ ಎಚ್ಚರಗಳು ಇತ್ತು ಆಕೆಯಲ್ಲಿ.

"ನಡೀ ಒಳಕ್ಕೆ ಅದೇನು ಮೂರ್ಹೊತ್ತು ಆಕಾಶ ನೋಡ್ತಿ. ಯಾರ್ನೋ ಕಾಣದಿದ್ದು ನಿಂಗೇನಾರ ಕಂಡೀತಾ?" ಎಂದು ರೇವಣ್ಣ ಒಳಗೆ ಹೋದ. ಹತ್ತಿರದಲ್ಲಿ ಗುಡುಗಿದ ಗುಡುಗು ದೂರಕ್ಕೆ ಸಾಗಿದಂತೆ ಮೆಲ್ಲಗೆ ಗುಡುಗಿತು.

ಅದೇ ರೋಹಿಣಿ ಮಳೆಯ ಸಂಜೆ ತೋಟಕ್ಕೆ ಹೋದ ಅಪ್ಪಯ್ಯ ಅಕ್ಕಮ್ಮನೆಂದುಕೊಂಡು ಮನೆಗೆ ಬಂದರು. ಆಕೆಯ ತಲೆಯ ಮೇಲೆ ಕೊಡೆ ಇದ್ದರೂ ಮಳೆಯ ಬಿರುಸು ಸುತ್ತಲ ಮೈಯನ್ನು ನೆನೆಸಿತ್ತು. ಪೂರಾನೆಂದಿದ್ದು ಅಪ್ಪಯ್ಯನೇ. ತೋಟ, ಗದ್ದೆ, ಹೊಲಗಳಲ್ಲಿ ಕೆಲಸ ಮಾಡುವ ರೈತ ಮಳೆಗೆ ಹೆದರುತ್ತಾನೆಯೇ?

ಆದರೆ ಮರುದಿನ ಬಂದ ಜ್ವರ ಮೂರು ದಿನ ಕಾದು ಮೈ ತೊಪ್ಪೆ ಮಾಡಿತು. ಅಂದಿನ ಸಂಜೆಯೆ ಅಕ್ಕಮ್ಮನಿಗೆ ಮೈ ಬೆಚ್ಚಗಾಗಿದ್ದು. ತಕ್ಷಣವೇ ರೇವಣ್ಣನ್ನ ಕರೆ ಕಳಿಸಿ ಡಾಕ್ಟರ್‌ನ ಕೈಯಿಂದ ಸೂಜಿ ಹಾಕಿಸಿಕೊಂಡಳು. ಗುಳಿಗೆ ಬಿಸಿ ನೀರು, ಗಂಜಿಯ ಪಥ್ಯ ವಿಧಿಸಿಕೊಂಡಳು. ಆದರೆ ಮಧ್ಯರಾತ್ರಿಯ ವೇಳೆಗೆ ಮೈ ತಣ್ಣಗಾಗಿ ಅಕ್ಕಮ್ಮ ಇಹಲೋಕ ತ್ಯಜಿಸಿದಳು.

ಮನುಷ್ಯ ತಾನು ಜೀವಿಸಲು ಎಷ್ಟೊಂದು ಹುನ್ನಾರ ನಡೆಸುತ್ತಾನೆ. ಆದರೆ ದೈವದ "ಇಚ್ಛೆ ಮೀರಿ ಒಂದರೆಗಳಿಗೆ ಕೂಡ ಭೂಮಿಯ ಮೇಲಿರಲು ಸಾಧ್ಯವಿಲ್ಲ."

ಅಪ್ಪಯ್ಯ ಬೆಳಗಿನ ಜಾವದವರೆಗೂ ಆಕಾಶ ನೋಡುತ್ತಲೇ ಕೂತ. ಗುಡುಗು ದೂರ ದೂರಕ್ಕೆ ಸರಿದು ಕೊನೆಗೆ ನಿಂತೇ ಹೋಯಿತು.

●

18. ಬಿರುಗಾಳಿ

ನಾನು ಎಂ.ಎಸ್‌ಸಿ. ಮುಗಿಸುವ ವೇಳೆಗೆ ಪರಿಚಯವಾದ ಹೆಣ್ಣು ದಿವ್ಯ. ತುಂಬಾ ಸ್ಮಾರ್ಟ್ ಎಂದರೆ ನೀವೆಲ್ಲ ನಗಬಹುದು. ಆದರೆ ಖಂಡಿತ ಅವಳು ಚೆಂದ ಇದ್ದಳು. ನಗುವಿನಂತೆ ಮಾತು ಕೂಡ ಇಂಪು. ಮೊದಲು ಪರಿಚಯ ನಂತರ ಸ್ನೇಹ ಆಮೇಲೆ ಮುಲಾಜಿಲ್ಲದೆ ಪ್ರೇಮಿಗಳಾದ್ವಿ. ಆದರ್ಶ ಮತ್ತು ಆಸೆಯನ್ನು ಜೊತೆಯಾಗಿ ಬೆಳೆಸಿಕೊಂಡ ದಿವ್ಯಳ ಮಾತುಗಳಲ್ಲಿ ಸೊಗಸಿತ್ತು. ನಕ್ಕಾಗ ಕೆನ್ನೆಗಳ ಮೇಲೆ ಮೂಡುವ ಗುಳಿಗಳೆಂದರೆ ನನಗೆ ಇಷ್ಟ. ಅದಕ್ಕಾಗಿಯೇ ಜೋಕ್ ಮಾಡಿ ನಗಿಸುತ್ತಿದ್ದೆ. ಇನ್ನು ಕೆಲಸ ಸಿಕ್ಕಿ ಜೀವನದಲ್ಲಿ ಸೆಟ್ಲು ಆದ ನಂತರವೇ ವಿವಾಹದ ಬಗ್ಗೆ ಯೋಚಿಸಬೇಕಿತ್ತು. ಒಂದು ಸಂದರ್ಭದಲ್ಲಿ ಬೇರೆಯಾದಾಗ, ತಕ್ಷಣ ಸಂಧಿಸಲು ಸಾಧ್ಯವಾಗುವುದಿಲ್ಲವೆನ್ನುವ ಅರಿವು ನಮ್ಮಿಬ್ಬರಿಗೂ ಇರಲಿಲ್ಲ.

"ತಕ್ಷಣ ಹೊರಟ್ಬಾ" ಇಂಥದೊಂದು ಸಂದೇಶವಿಡಿದೆ ಊರಿಗೆ ಹೋಗಿದ್ದು. ನನ್ನಪ್ಪ ಶಂಕರ ನಾರಾಯಣನಿಗೆ ನಾನು ಮೂರನೆ ಸಂತಾನ. ಬಹಳ ಕಟ್ಟುನಿಟ್ಟಿನ ಮನುಷ್ಯ, ಜಬರುದಸ್ತುನಿಂದ ಕಟ್ಟುನಿಟ್ಟಾಗಿ ಬೆಳೆಸಿದ್ದವನಿಗೆ ತನ್ನ ಮಾತುಗಳೆ ನಡೆಯಬೇಕೆನ್ನುವ ಹಟ. "ಮುಂದೇನು ಮಾಡ್ತೀಯಾ?" ಜರ್ಬ್‌ನಿಂದ ಕೇಳಿದಾಗ ಸ್ವಲ್ಪ ತಲೆ ತಗ್ಗಿಸಿ ಬಹಳ ನಿಧಾನವಾಗಿ "ಡಿಸ್ಟಿಂಕ್ಷನ್ ಸಿಕ್ಕಿದೆ. ಕೆಲ್ಸಕ್ಕೆ ಪ್ರಯತ್ನ ಮಾಡ್ತೀನಿ" ಅಷ್ಟು ನುಡಿದೆ. ಆ ಮನುಷ್ಯ ಒಂದು ದೃಢವಾದ ನಿರ್ಧಾರ ಮಾಡಿಕೊಂಡೆ ನನ್ನನ್ನು ಕರೆಸಿರಬೇಕು. "ಸದ್ಯಕ್ಕೆ ಲಗ್ನ, ಆಮೇಲೆ ಕೆಲ್ಸ ಸಿಕ್ಕೆ ಸಿಗುತ್ತೆ" ಅಂದ. ಕೂಡಲೆ ನಾನು ತಿರುಗಿ ಬಿದ್ದೆ. "ಸದ್ಯಕ್ಕೆ ವಿವಾಹದ ಯೋಚ್ನೆ ಇಲ್ಲ. ಮುಂದೆ ನೋಡೋಣ" ಅಷ್ಟು ಅಂದು ಹೊರಗೆ ಹೋದೆ. ನಾನು ಸ್ವಲ್ಪ ಹಟಕ್ಕೆ ಬೀಳುವ ಪೈಕಿನೆ ಎಂದು ಮನೆಯವರಿಗೆ ಗೊತ್ತಿತ್ತು. ಬೆಳಿಗ್ಗೆ ಅಲ್ಲಿಂದ ಹೊರಡುವ ತೀರ್ಮಾನ ಇತ್ತು. ಅಂದು ರಾತ್ರಿಯೇ ನನ್ನ ತಂದೆಗೆ ಸಿವಿಯರ್ ಹಾರ್ಟ್ ಅಟ್ಯಾಕ್. ಬಹುಶಃ ನಾನು ಮತ್ತು ದಿವ್ಯ ಜೊತೆ ಜೊತೆಯಾಗಿ ಓಡಾಡುವ ಸುಳಿವು ಹತ್ತಿರಬೇಕು.

ನರ್ಸಿಂಗ್‌ಹೋಂಗೆ ಅಡ್ಮಿಟ್ ಮಾಡಿದ ಮೇಲೆ ಮನೆಯವರೆಲ್ಲ ಒಂದು ಕಡೆ ಜಮಾ ಆಗಿ, ನನ್ನ ಮುಲಾಜಿಲ್ಲದೆ ಕೊಲೆಗಾರನ್ನ ಮಾಡಿದರು. ಜೊತೆಗೆ ಆ ತಪ್ಪಿಗೆ ಶಿಕ್ಷೆ ಎನ್ನುವಂತೆ ನನ್ನ ಸೋದರತ್ತೆ ಅಂದರೆ ನನ್ನಪ್ಪನ ಖಾಸಾ ತಂಗಿಯ ಮಗಳು ಪ್ರಜ್ಞಾಳನ್ನು ಉರುಳು ಹಾಕಿಯೇಬಿಟ್ಟರು. ನಾನು ಪ್ರೀತಿಸಿದ ದಿವ್ಯ ನನ್ನ ಅಂತರಾಳದಲ್ಲಿ ಹುದುಗಿ ಹೋದಳು. ಅದೊಂದು ಭಯಂಕರ ನೋವೆ. ವಿವಾಹ ಮುಗಿದ ನಂತರ ಹಳೆದಾದ ಲಗ್ನಪತ್ರಿಕೆ ಕಳಿಸಿದೆ. ಅವಳಿಗೆ ವಿಷಯ ತಿಳಿಯುವುದು ಅಗತ್ಯವಾಗಿತ್ತು. ಒಳ್ಳೆಯ

ಮನೆತನದ ಕಲಿತ ಚೆಂದದ ಹುಡುಗಿಗೆ ವಿವಾಹವಾಗುವುದು ಕಷ್ಟವೇನಲ್ಲವೆಂದು ತಿಳಿದಿದ್ದು ತಪ್ಪು ಅಂತ ಐದು ವರ್ಷಗಳ ನಂತರವೇ ತಿಳಿದಿದ್ದು.

ಅಂದು ಕಾಲೇಜು ಮುಗಿಸಿಕೊಂಡು ಯಾರೊಂದಿಗೋ ಮಾತಾಡುತ್ತ ಆವರಣವನ್ನು ದಾಟಿ, ಹೊರಬಂದವನು ಸ್ಕೂಟರ್ ಏರಿ ಸ್ಟಾರ್ಟ್ ಮಾಡುವ ಹಂತದಲ್ಲಿ ಇದ್ದಾಗ, ಆಕಸ್ಮಿಕವಾಗಿ ರೋಡ್‌ಕ್ರಾಸ್ ಮಾಡಿ ಈ ಕಡೆ ಬಂದ ದಿವ್ಯ ಕಣ್ಣಿಗೆ ಬಿದ್ದಳು. ನೋಡಿದ ಸಂತೋಷದ ಜೊತೆ ಅಪರಾಧ ಭಾವ. ನನಗೆ ಅವಳ ಮುಂದೆ ನಿಲ್ಲುವ ಯೋಗ್ಯತೆ ಕೂಡ ಇಲ್ಲವೆನಿಸಿತು. ದೇಹದಲ್ಲಿನ ಚಲನೆ ಸತ್ತಿತ್ತು. ಏನು ಮಾಡಬೇಕೆಂಬುದು ತೋರಲಿಲ್ಲ. ಆ ವೇಳೆಗೆ ಅಚ್ಚರಿಯ ನೋಟ ಹರಿಸುತ್ತ ಬಂದ ದಿವ್ಯ ನಿಂತು "ಹಾಯ್ ವಿಶ್ವ, ಭೂಮಿ ಗುಂಡಾಗಿದೆ. ಅದಕ್ಕೆ ಬದುಕಿನ ನಡಿಗೆಯಲ್ಲಿ ಒಂದಲ್ಲ ಒಂದು ದಿನ ಭೇಟಿಯಾಗಬೇಕಾಗುತ್ತೆ, ಹೇಗಿದ್ದಿ?" ಸಹಜವಾಗಿ ಕೇಳಿದ್ದು ಇವಳಿಗೆ ಹೇಗೆ ಸಾಧ್ಯವಾಯಿತೆನಿಸಿತು. ನನ್ನ ಮಂಕುತನ ಬಡಿದೋಡಿಸಲು ಹರ ಸಾಹಸ ಮಾಡಬೇಕಾಯಿತು. ಕಣ್ಣುಗಳಲ್ಲಿನ ಅಚ್ಚರಿಯ ಜೊತೆ ನೋವು, ನಿರಾಸೆ ಕೂಡ ಇದೆಯೆನಿಸಿದ್ದೂ ತಪ್ಪು ಎನ್ನುವಂತೆ ಗೆಲುವಿನಿಂದ "ಹೇಗಿದ್ದಿ? ಐದು ವರ್ಷಗಳ ನಂತರದ ಭೇಟಿ" ಅನ್ನುವ ವೇಳೆಗೆ ನನ್ನಲ್ಲಿ ಸ್ವಲ್ಪ ಚೇತರಿಕೆಯುಂಟಾಗಿತ್ತು. ಬಲವಂತದ ನಗೆಯನ್ನು ಎಳೆದು ತಂದೆ ಮುಖದ ಮೇಲೆ "ನಿನ್ನಲ್ಲಿ ಅಲ್ಪಸ್ವಲ್ಪ ಬದಲಾವಣೆ ಕೂಡ ಇಲ್ಲ, ಹೇಗೇಂತ ಯೋಚಿಸ್ತಾ ಇದ್ದೀನಿ" ಅಂದೆ.

"ಎಲ್ಲಿ ಗುರುತು ಸಿಗಲಿಲ್ವೋಂತ ಅಂದ್ಕೊಂಡೆ, ಅಂತು ಇನ್ನು ದಿವ್ಯ ನಿನ್ನ ನೆನಪಿನಲ್ಲಿ ಇದ್ದಾಳೆ. ಈಗ್ಹೇಳು, ಹೇಗಿದ್ದಿ?" ಎಂದು ಕೇಳಿದಳು. ನಾನು ಸುಖವಾಗಿದ್ದೀನಿ. ಚೆನ್ನಾಗಿದ್ದೀನೀಂತ ಹೇಳಿಕೊಳ್ಳೋದು ಮನಸ್ಸಾಕ್ಷಿಗೆ ಬಗೆದ ದ್ರೋಹವೆನಿಸಿತು. "ಫೈನ್ ಅಂತ ಎದೆ ಮೇಲೆ ಕೈ ಇಟ್ಕೊಂಡ್ ಹೇಳೋಕ್ಕಾಗದಿದ್ರೂ... ಚೆನ್ನಾಗಿದ್ದೀನಿ ಅನ್ನಬಹುದು. ಪ್ರೊಫೆಷನಲ್‌ನಲ್ಲಿ ನಾನು ಹ್ಯಾಪಿ ಉಪನ್ಯಾಸಕನಾಗೋದೊಂದು ಕನಸು ಇತ್ತು. ಅದು ನನಸಾಗಿದೆ" ಅಂದು ಅತ್ತಿತ್ತ ನೋಡಿ "ವರ್ಷಗಳ ನಂತರದ ಭೇಟಿ. ಒಬ್ಬರ ಬಗ್ಗೆ ಒಬ್ಬರು ವಿಚಾರಿಸೋಕೆ ಅರ್ಧ ಗಂಟೆ ಬೇಕಾಗುತ್ತೆ. ಇಲ್ಲೆ ಹತ್ತಿರದಲ್ಲಿ ಬೃಂದಾವನ ಕಾಫೀ ಬಾರ್ ಇದೆ. ಅಲ್ಲಿ ಕಾಫೀ ಕುಡೀತ ಮಾತಾಡೋಣ ಹತ್ತು" ಎಂದು ಬಲವಂತ ಮಾಡಿದ ನಂತರ ಹಿಂದೆ ಹತ್ತಿಕೊಂಡಳು.

ಅನಾಮತ್ತಾಗಿ ಕಾಲೇಜು ದಿನಗಳು ಉಲ್ಲಾಸ ನನ್ನ ಮೈಯಲ್ಲಿ ತುಂಬಿಕೊಂಡಿತು. ಸ್ಕೂಟರ್ ಹಂಸತ್ವಾಲಿಕವೆನಿಸಿತು. ಮೋಡಗಳ ಮಧ್ಯ ತೇಲಿದಂತಾಯಿತು. ನೆನಪುಗಳಲ್ಲಿ ಹುದುಗಿ ಕಣ್ಣು ಮುಚ್ಚಾಲೆಯಾಡುತ್ತಿದ್ದ ದಿವ್ಯ ವಾಸ್ತವದಲ್ಲಿ ಪ್ರತ್ಯಕ್ಷಳಾಗಿದ್ದಳು. ದಿನಗಳು ಕಳೆದಂತೆ ಇಂಥ ಒಂದು ನಂಬಿಕೆಯನ್ನು ಕಳೆದುಕೊಂಡಿದ್ದೆ. ಕಳೆದುಹೋದ ಚೈತನ್ಯ ನನ್ನ ಆವರಿಸಿದಂತಾಯಿತು.

ಕಾಫೀ ಬಾರ್‌ನಲ್ಲಿ ಇಬ್ಬರು ಎದುರುಬದರಾಗಿ ಕೂತೆವು.

"ಪ್ರಜ್ಞಾ ನಿನ್ನ ಚೆನ್ನಾಗಿ ನೋಡ್ಕೊಂಡಿದ್ದಾಳೆ. ಅದಕ್ಕೆ ಒಂದು ಸುತ್ತು ದಪ್ಪ ಆಗಿದ್ದೀ? ಅದೇನು ಮುಂದಿನ ಕ್ರಾಪ್‌ನಲ್ಲಿ ಒಂದೆರಡು ಬಿಳಿಕೂದಲು. ಇವತ್ತು ನಿನ್ನ ಮೌನನಾ ಓಡಿಸೋಕ್ಕಾದ್ರು ನಾನು ಮಾತಾಡಬೇಕಿದೆ" ಅಂದವಳನ್ನು ನೇರವಾಗಿ ನೋಡಿದೆ. ಅದೇ ದಿವ್ಯ, ಸ್ವಲ್ಪ ಕಂಗೆಟ್ಟಂಗೆ ಕಂಡಳು. ನನ್ನ ನೋಟ ಅವಳ ಕುತ್ತಿಗೆಯನ್ನು ರೌಂಡ್ ಹಾಕಿತು. ಬೇರರ್ ತಂದಿಟ್ಟ ನೀರನ್ನು ಅವಳತ್ತ ಸರಿಸಿ, "ಹೆಸರಿಗೆ ಬೃಂದಾವನ ಕಾಫೀ ಬಾರ್. ಇಲ್ಲಿ ಸಾಂಪ್ರದಾಯಿಕ ತಿಂಡಿಗಳು ಪ್ರಸಿದ್ಧಿ ಪಡೆದಿದೆ. ನಿನ್ನ ಐಟಂ ಕಾಯಿ ಒಬ್ಬಟ್ಟು ಮತ್ತು ನುಚ್ಚಿನ ಉಂಡೆ ಕೂಡ ಸಿಕ್ಕುತ್ತೆ. ಅಲ್ಲೆ ಹೋಗಿ ಕೌಂಟರ್‌ನಲ್ಲಿ ಆರ್ಡರ್ ಕೊಟ್ಟು ಬರ್ಬೇಕು. ಇಲ್ಲಿ ಇದೊಂದು ಪದ್ಧತಿ ಜಾರಿಯಲ್ಲಿದೆ" ಅಂದು ಎದ್ದು ಹೋಗಿ ಬರುವ ವೇಳೆಗೆ ಕೈ ತೊಳೆದು ಬಂದು ಕೂತಿದ್ದ ದಿವ್ಯ ಕರ್ಚೀಫ್‌ನಿಂದ ಮುಖದ ಬೆವರನ್ನೊರೆಸಿಕೊಳ್ಳುತ್ತ "ವಿಶ್ವ ಕಾಫೀ ಸಾಕಿತ್ತು. ನನ್ನ ರೂಂಮೇಟ್‌ಗೆ ರಾತ್ರಿಯ ಊಟ ಭರ್ಜರಿಯಾಗಿ ಇರ್ಬೇಕು. ಬೆಳಗಾವಿ ಕಡೆಯವರು. ರೊಟ್ಟಿ, ಎಣ್ಣೆಗಾಯಿ, ಪುಂಡಿ, ಮೊಸರು ಜೊತೆ ಒಂದಿಷ್ಟು ಅನ್ನ, ತಿಳಿಸಾರು ನಂಗೋಸ್ಕರ. ಕೆಲ್ಸದಿಂದ ಹಿಂದಿರುಗಿದ ಕೂಡಲೇ ಅಡಿಗೆ ಕೆಲ್ಸಕ್ಕೆ ನಿಲ್ತಾರೆ. ಮಾತಿನ ನಡ್ವೇ ಊಟ ಸಾಗಬೇಕು. ಇಲ್ಲಿಗೆ ಬಂದ ನಂತರ ನಾನು ಹೆಚ್ಚು ಊಟ ಮಾಡೋಕೆ ಷುರು ಮಾಡಿರೋದು. ಪ್ಲೀಸ್..." ಅಂದಳು. ಮೋಹಕ ನೋಟ ಹರಿಸಿದೆ. ಒಮ್ಮೆ ಕೂಡ ಕೈಹಿಡಿದ ಪ್ರಜ್ಞಾಳನ್ನು ಈ ರೀತಿ ನೋಡಿರಲಿಲ್ಲವೆನಿಸಿತು. ಅವಳು ಸುಂದರಿಯೇ! ಆರೋಗ್ಯವಾಗಿದ್ದಳು. ನವಿರಾದ ಭಾವನೆಗಳು ಇಲ್ಲವೆಂದು ಅರ್ಥವೇ? ನನ್ನಲ್ಲಿ ಭಾವನೆಗಳನ್ನು ಹುಟ್ಟಿಸಲು ವಿಫಲಳಾಗಿದ್ದಳು.

"ನಿನ್ನ ರೂಮ್‌ಮೇಟ್‌ಗೆ ಏನಾದ್ರೂ ಹೇಳ್ಕೋ, ವರ್ಷಗಳ ನಂತರದ ಭೇಟಿ" ಎಂದು ಮಿಕ್ಕ ಮಾತುಗಳನ್ನೇ ನುಂಗಿಕೊಂಡ. "ಆಯ್ತು, ನೆನಪುಗಳ ವಾಸ್ತವಕ್ಕೆ ಇಳಿದಿದ್ದೂ ರೋಮಾಂಚಕಾರಿಯೇ, ಈಗ ನಿನ್ನ ವಿಷಯ ಪೂರಾ, ಹೇಳು" ಅಂದಳು ಹೋಳಿಗೆ ಮುರಿಯುತ್ತ.

ಅಪರಾಧ ಭಾವನೆಯಿಂದ ಸಾಯುವಂತಾಯಿತು ನನಗೆ. ನಾನೊಬ್ಬ ಮೋಸಗಾರ ಕನಿಷ್ಠ ತಾನು ಒಮ್ಮೆಯಾದರು ಮಾಡಿದ ತಪ್ಪಿಗೆ ಕ್ಷಮೆ ಬೇಡಿದ್ದುಂಟಾ? ಮಾಡಿದ ತಪ್ಪಿಗೆ ನಿರಂತರ ಶಿಕ್ಷೆ ಅನುಭವಿಸುತ್ತಿದ್ದೇನೆ ಎಂದು ಸಮಾಧಾನ ಮಾಡಿಕೊಂಡರೆ ಸಾಕಾ? ಅದರಿಂದ ದಿವ್ಯಳಿಗಾದದ್ದೇನು?

"ಕಾಲೇಜಿನಲ್ಲಿ ಉಪನ್ಯಾಸಕನ ಹುದ್ದೆ. ಅದೊಂದು ನಂಗೆ ಸಮಾಧಾನ ತಂದಿರೋದು ನಂಗೆ ವಿವಾಹವಾದ ವಿಷಯ ಗೊತ್ತಿದೆ. ಈಗ ಒಂದ್ಮಗುವಿನ ತಂದೆ. ಅದರ ವಾಸ್ತವ ಅಜ್ಜಿ, ತಾತನ ಮನೆ, ಇಷ್ಟೇ ವಿಚಾರ. ನೀನು ಹೇಗಿದ್ದಿ?" ಕೇಳಿದೆ. ಐದು ನಿಮಿಷದಷ್ಟು ದೀರ್ಘಕಾಲ ಮೌನವಹಿಸಿ ನಂತರ "ಚೆನ್ನಾಗಿದ್ದೀನಿ. ಬರೀ ಟೆಂಪರರಿ ಜಾಬ್‌ಗಳು ಸಾಕಾಯ್ತು. ಈಗ ಇಲ್ಲೇ ಒಂದು ಎನ್‌ಆರ್‌ಐ ಕಂಪನಿಯಲ್ಲಿ ಮ್ಯಾನೇಜರ್ ಆಗಿ ತಗೊಂಡಿದ್ದಾರೆ. ಸಂಬಳನೂ ಪರ್ವಾಗಿಲ್ಲ. ಅಮ್ಮ ಎರಡು ವರ್ಷದ ಹಿಂದೆ ತೀರಿಕೊಂಡ್ರು. ಅಪ್ಪನ ಜೊತೆ ಅಣ್ಣ ಇದ್ದಾನೆ. ತಂಗಿ

ವಿವಾಹವಾಯ್ತು" ಅಂದಳು. ಸಹಜವಾಗಿ, ಆದರೆ ನನ್ನೆದೆಯ ಬಡಿತ ಏರಿತು. ಆದರೆ ದಿವ್ಯಗಿನ್ನ ವಿವಾಹವಾಗಿಲ್ಲ. ಒಳಗೊಳಗೆ ಕೆಟ್ಟ ಸಂತೋಷದ ಹಿಂದೆ ವಿಷಾದ ದಬ್ಬಿಕೊಂಡು ಬಂದು ವಿಚಲಿತನನ್ನಾಗಿಸಿತು.

"ನೀನ್ಯಾಕೆ ಮದ್ವೆ ಆಗ್ಲಿಲ್ಲ?" ಬಹಳ ಮೆಲ್ಲನೆ ಕೇಳಿದ.

ನೋಟವೆತ್ತಿದವಳ ಕಣ್ಣುಗಳಲ್ಲಿ ಒಂದು ಪ್ರಶ್ನೆ ಇತ್ತು. "ನಿಂಗೆ ಗೊತ್ತಿಲ್ವಾ?" ಗೊತ್ತು ಎಂದು ಪೂರ್ತಿಯಾಗಿ ಒಪ್ಪಿಕೊಂಡರು. ಆಮೇಲೆ ವಿವಾಹವಾಗದೆ ಇದ್ದಿದ್ದು ದಿವ್ಯಳ ತಪ್ಪೆನಿಸಿತು. ಹಾಗೆಂದು ಬಾಯಿಬಿಟ್ಟು ಹೇಳಲು ಸಾಧ್ಯವಿರಲಿಲ್ಲ.

ತಿಂಡಿ ಮುಗಿಸಿ ಕೈ ತೊಳೆದು ಬಂದು ಕೂತವಳಿಗೆ "ದಿವ್ಯ ನನ್ನಿಂದ ದೊಡ್ಡ ತಪ್ಪಾಗಿದೆ. ಒಂದು ರೀತಿ ನನ್ನ ಎಮೋಷನಲ್ ಬ್ಲಾಕ್ ಮೇಲೆ ಮಾಡಿದರು. ಪ್ರಜ್ಞಾ ನನ್ನ ಸೋದರತ್ತೆ ಮಗ್ಳು. ತೀರಾ ಚಿಕ್ಕವನಾಗಿದ್ದಾಗ ಒಂದೆರಡ್ವರ್ಷ ಅವ್ರಲ್ಲಿ ಇದ್ಕೊಂಡು ಓದಿದ್ದೆ. ಅದಕ್ಕೆ ನನ್ನಿಂದ ದೊಡ್ಡ ಮೊತ್ತವನ್ನು ವಸೂಲು ಮಾಡ್ಬಿಟ್ಟರು. ನೆನಪುಗಳು ಕಾಡಿದರು, ನಿನ್ನೆದುರು ಬಂದು ನಿಲ್ಲುವ ಭಂಡಧೈರ್ಯ ನನಗೆ ಇರಲಿಲ್ಲ. ಈ ಆಕಸ್ಮಿಕ ನಿಜ್ವಾಗಿ ಸಂತೋಷ, ಸಂಭ್ರಮ ತಂದಿದೆ. ಆದರೆ ನೀನು ಒಂಟಿಯಾಗಿಯೇ ಇರೋದು ಮಾತ್ರ ನೋವು ತಂದಿದೆ" ನೋವಿನಿಂದ ತೋಡಿಕೊಂಡೆ.

"ಅವೆಲ್ಲ ಮರ್ತ ವಿಷಯಗಳು, ವಿಶ್ವ ನಿರಂತರವಾಗಿ ಸಾಗೋ ಕಾಲದ ಗರ್ಭದಲ್ಲಿ ಎಲ್ಲಾ ಹುದುಗಿ ಹೋಗುತ್ತೆ. ಮತ್ತೆ ಭೇಟಿಯಾಗೋಣ" ಎಂದು ತನ್ನ ಹ್ಯಾಂಡ್ ಬ್ಯಾಗ್ ಹೆಗಲಿಗೇರಿಸಿಕೊಂಡು ಮೇಲೆದ್ದಳು. "ಒಂದು ನಿಮಿಷ ದಿವ್ಯ" ಅಂದವನು ನಿಲ್ಲಿಸಿ "ಒಂದ್ಸಲ ನಗು, ನಿನ್ನ ಕೆನ್ನೆಗಳಲ್ಲಿ ಮೂಡಿದ ಗುಳಿಗಳು ಕಾಡಿ... ಕಾಡಿ... ಕಚಗುಳಿ ಇಡುತ್ತೆ" ಹೇಳಿದ ಕೂಡಲೇ ಅವಳ ಮುಖ ಅರಳಿತು. ಎಷ್ಟು ನಿಶ್ಯಬ್ದವಾಗಿ ಕೆನ್ನೆಗಳಲ್ಲಿ ಗುಳಿಗಳು ಅರಳಿದವೆಂದರೆ ಗಾಳಿ ಕೂಡ ಸದ್ದು ಮಾಡಲಿಲ್ಲ. ಸಂಭ್ರಮದಿಂದ ಮನಸ್ಸು ಹಕ್ಕಿಯಂತೆ ಆಕಾಶದಲ್ಲಿ ತೇಲಾಡಿತು. ಅವಳನ್ನ ಬೀಳ್ಕೊಟ್ಟು ಸುತ್ತಾಡಿ ಮನೆಗೆ ಬಂದೆ ಎಂದಿನಂತೆ ಸಿಂಗರಿಸಿಕೊಂಡು ಕಾದು ಕಾದು ಸುಸ್ತಾದವಳ ಮುಖದಲ್ಲಿ ಕೋಪ ಇತ್ತು. ಮುಂಗೋಪ ಅವಳಿಗೆ ಅಂಟಿದ ಜಾಡ್ಯ.

"ಇವತ್ತು ಯಾಕೆ ಲೇಟಾಗಿ ಬಂದ್ರಿ?" ಕೇಳಿದ ಕೂಡಲೇ ಎದುರಿಗೆ ಬಂದವಳನ್ನ ಪಕ್ಕಕ್ಕೆ ಸರಿಸಿ "ಕಾಲೇಜಿನಲ್ಲಿ ಮೀಟಿಂಗ್ ಇತ್ತು. ಯಾಕೋ ತುಂಬ ತಲೆ ನೋವು. ಸ್ವಲ್ಪ ಹೊತ್ತು ನನ್ನ ಬಿಟ್ಬಿಡು" ಅಂದು ರೂಮಿನಲ್ಲಿ ಹೋಗಿ ಬಾಗಿಲು ಹಾಕಿಕೊಂಡೆ. ಅವಳು ತುಂಬ ಪೊಸೆಸ್ಸಿವ್. ಗಂಡ ತನ್ನ ಸ್ವಂತ ಪ್ರಾಪರ್ಟಿಯೆನ್ನುವ ಮನೋಭಾವದವಳು. ಸ್ವಂತ ಬುದ್ಧಿ ಕಾರಣವೋ, ಬಹುಶಃ ಯಾರಾದರೂ ಹೇಳಿ ಕೊಟ್ಟಿದ್ದೋ, ಇಲ್ಲ ಓದಿ ತಿಳಿದಿದ್ದೋ ಪ್ರತಿ ರಾತ್ರಿ ಗಂಡನನ್ನು ರಂಜಿಸಲು ನಾನಾ ಪ್ರಯತ್ನಗಳನ್ನು ಮಾಡುತ್ತಿದ್ದಳು. ಅದು ಅವಳಿಗೆ ಏನನ್ನಿಸುತ್ತಿತ್ತೋ ನಂಗೆ ಮಾತ್ರ ಕೆಲವೊಮ್ಮೆ ತೀರಾ ಹಿಂಸೆ. ಇದು ಹೀಗೇ ಮುಂದುವರಿದರೆ ಒಮ್ಮೆ ಸನ್ಯಾಸ ಸ್ವೀಕರಿಸಿ ಹಿಮಾಲಯಕ್ಕೆ ಹೋಗುವುದು ಡೆಫಿನೆಟ್ ಅನ್ನಿಸುತ್ತಿತ್ತು. ಅವಳ ಮುಂದೆ ಎಷ್ಟೋ ಸಲ ಹೇಳಿದ್ದೆ ಕೂಡ. ಆದರೆ ಅವಳು ನಗುತ್ತ "ನಾನು ಬಿಡಬೇಕಲ್ಲ! ನಂಗೆ ನೀವು ಬೇಕೇ ಬೇಕು ವಿಶ್ವ"

ಅಂದು ಆಲಂಗಿಸಿಕೊಳ್ಳುವ ಪರಿಗೆ ಏನನ್ನಬೇಕು ಗೊತ್ತಾಗುತ್ತಿರಲಿಲ್ಲ. ಆದರೆ ಅದಕ್ಕಾಗಿಯೇ ಜಿದ್ದಿಗೆ ಬಿದ್ದಂತೆ ವರ್ಷ ತುಂಬುವ ಮುನ್ನ ಒಂದು ಮಗುವನ್ನು ಹೆತ್ತು ತನ್ನ ಸಾಮ್ರಾಜ್ಯ ವಿಸ್ತರಿಸಿಕೊಂಡವಳ ಬಗ್ಗೆ ನಂಗೆ ಸಹಾನುಭೂತಿಯೆ.

ಬಟ್ಟೆ ಬದಲಾಯಿಸದೆ ದಿವಾನ ಮೇಲೆ ಉರುಳಿಕೊಂಡೆ, ದಿವ್ಯ ಬರೀ ಚೆಂದ ಮಾತ್ರದಲ್ಲಿ ಒಳ್ಳೆಯ ಸ್ನೇಹಜೀವಿ. ಮಾತುಗಳಲ್ಲಿ ಲೆಕ್ಕಾಚಾರವಿರುವಂತೆ, ಮಂಡನೆಯಲ್ಲಿ ಆತ್ಮವಿಶ್ವಾಸ ಇರುತ್ತಿತ್ತು. ಕಾಲೇಜಿನ ಕ್ಯಾಂಪಸ್ ತುಂಬ ಓಡಾಡುವಾಗ ಭವಿಷ್ಯದ ದಂಪತಿಗಳೆಂದು ಬೇರೆ ವಿದ್ಯಾರ್ಥಿಗಳು ಹಾಸ್ಯ ಮಾಡಿದರೆ, ಅನುಮೋದಿಸುವಂತೆ ಮುಗುಳ್ನಗುತ್ತಿದ್ದುದ್ದು ಇಂದಿಗೂ ಅಚ್ಚಹಸುರೆ. ಆ ಮಂಪರಿನಲ್ಲಿ ಬಾಗಿಲು ಬಡಿಯುವ ಸದ್ದು.

"ಬಾಗ್ಲು ತೆಗೀರಿ, ಪ್ಲೀಸ್ ಬಾಗ್ಲು ತೆಗೀರಿ" ಒಂದೇ ವರಾತ ಸಿಡಿಮಿಡಿಗುಟ್ಟುತ್ತ ಬಂದು ಬಾಗಿಲು ತೆಗೆದು "ನಿಂಗೆ ಸ್ವಲ್ಪ ಕೂಡ ಕಾಮನ್‌ಸೆನ್ಸ್ ಇಲ್ವಾ? ತುಂಬ ತಲೆನೋವು, ದಯವಿಟ್ಟು ಒಂಟಿಯಾಗಿ ಸ್ವಲ್ಪ ಹೊತ್ತು ಬಿಡು" ಕನಲಿದೆ. ಅದಕ್ಕೆಲ್ಲ ಸೊಪ್ಪು ಹಾಕುವ ಹೆಣ್ಣಲ್ಲ. "ಯಾವುದಾದ್ರೂ ಬಾಮ್ ಹಚ್ಚುತ್ತೀನಿ. ಒಂದು ಮಾತ್ರೆ ತಗೊಂಡರೆ ಸರಿ ಹೋಗುತ್ತೆ" ಹಣ ಕತ್ತು ಮುಟ್ಟಿ ಮುಟ್ಟಿ ನೋಡಿದಾಗ, ನಾಲ್ಕು ಬಾರಿಸಿ ಹೊರಗೆ ತಳ್ಳಿ ಬಿಡಬೇಕೆನಿಸಿತು. ಪತಿ-ಪತ್ನಿ ಸಂಬಂಧ ಇರಸು-ಮುರುಸು ಆಗಬಾರದು ಎನ್ನುವುದು ತನ್ನ ಉದ್ದೇಶ. "ಪ್ಲೀಸ್, ಪ್ರಜ್ಞಾ, ನಂಗೆ ರಿಲ್ಯಾಕ್ಸ್ ಬೇಕು, ಈ ರಾತ್ರಿ ನನ್ನ ಒಂಟಿಯಾಗಿ ಬಿಟ್ಬಿಡು."

"ನಿಮ್ಮ ರಿಲ್ಯಾಕ್ಸ್ ಅಂದರೆ ನಾನೆ" ಅಂದಳು ಮುಡಿದ ಹೂಗಳನ್ನು ಮುಟ್ಟಿ ನೋಡಿಕೊಳ್ಳುತ್ತ. ಎರಡು ಕೈಗಳನ್ನು ಜೋಡಿಸಿ "ಸ್ವಲ್ಪ ನನ್ನ ಅರ್ಥ ಮಾಡ್ಕೋ ಹೆಚ್ಚು ಮಾತಾಡಿದರೆ ನಿನ್ನ ಕಡಿದು ಹಾಕಿ ನಾನು ಜೈಲಿಗೆ ಹೋಗ್ಬಿಡ್ತೀನಿ" ಅಂದು ರಪ್ಪೆಂದು ಬಾಗಿಲು ಹಾಕಿಕೊಂಡು ಹೋಗಿ ದಿವಾನ ಮೇಲೆ ಉರುಳಿಕೊಂಡೆ.

ಬೇಡದ ಹೆಣ್ಣಾಗಿ ಬಂದ ಪ್ರಜ್ಞಾ ಇಂದಿಗೂ ನನ್ನ ಮನದಲ್ಲಿ ಇಣಕಿದ್ದೆ ಇಲ್ಲ. ಹೊಂದಿಕೆಯಾಗದ ಅವಳ ಸ್ವಭಾವ ನನ್ನನ್ನ ದೂರ ತಳ್ಳುತ್ತಿತ್ತು. ದಾಂಪತ್ಯವೆಂದರೆ ಅವಳಿಗೆ ರಾತ್ರಿಗಳೆ ನೆನಪಾಗುತ್ತಿದ್ದುದ್ದು ನನಗೆ ಮಾತ್ರ ಕಠೋರ, ಒಂದು ರೀತಿಯ ಕರ್ತವ್ಯ ನಿರ್ವಹಣೆ!

"ನಂಗೆ ನಿದ್ದೆ ಬರೋಲ್ಲ, ಬಾಗಿಲು ತೆಗೀರಿ" ಇಂಥದೊಂದು ಪ್ರಲಾಪ ಇದು ಹೊಸತಲ್ಲ! ಬೇರೆ ದಾರಿ ಕಾಣದೆ ಬಾಗಿಲು ತೆಗೆದು ನಾನೇ ಹೊರಗೆ ಹೋದೆ.

"ಪ್ರಜ್ಞಾ ಯಾಕೆ ಇಷ್ಟೊಂದು ಹಿಂಸೆ ಮಾಡ್ತೀಯ? ಕೆಲವು ಸಲ ಏಕಾಂತ ಬೇಕೂಂತ ಅನ್ನಿಸುತ್ತೆ, ಊಟ ಆಗಿದ್ಯಾ?" ಕೇಳಿದೆ ಅತ್ಯಂತ ತಾಳ್ಮೆಯಿಂದ "ಇಲ್ಲ, ನಾನು ದಿನ ನಿಮ್ಜೊತೆಗೆ ತಾನೇ ಊಟ ಮಾಡೋದು" ಅದಕ್ಕೆ ಇಂಥದೊಂದು ಉತ್ತರ "ಮೊದ್ಲು ಬಡಿಸ್ಕೋ, ನಾನು ನಿನ್ನ ಮುಂದೆ ಕೂತ್ಕೋತೀನಿ. ನಿಂಗೆ ಕಾಯೋ ಉಸಾಬರಿ ಯಾಕೆ?" ರೇಗಿದೆ. ಅವಳು ಅಚ್ಚುಕಟ್ಟಾಗಿ ಸಂಜೆ ತಿಂಡಿ ಮಾಡಿಕೊಂಡು ತಿಂದೆ ನನಗಾಗಿ ಊಟಕ್ಕೆ ಕಾಯುವುದೆಂದು ಗೊತ್ತಿತ್ತು.

"ನೀವು ಇವತ್ತು ಲೇಟ್ ಮಾಡಿದ್ರಿ, ಹೊರ್ಗೇ ಹೋಗೋ ಪ್ಲಾನ್ ಹಾಕ್ಕೊಂಡಿದ್ದೆ. ನಂಗೆ ಗಾಡಿ ಹತ್ರ ನಿಂತು ಗೋಬಿ ಮಂಚೂರಿ, ಬೇಲ್‌ಪೂರಿ ತಿನ್ನೋ ಆಸೇಂತ ನಿಮ್ಗೇ ಗೊತ್ತಿಲ್ವಾ? ಇವತ್ತು ಅಂಥ ಯೋಜನೆ ಇತ್ತು" ಬಿಡಿಸಿಟ್ಟಾಗ ಅವುಡುಗಳನ್ನ ಕಚ್ಚಿಡಿದೆ. ಇಂಥ ಒಂದಲ್ಲ ಒಂದು ಆಸೆಯ ಪೂರೈಕೆಗೆ ಗಂಡ "ನೀನು ಗೋಬಿಮಂಚೂರಿ, ಬೆಲ್ ತಿನ್ನೋಕೆ ನಂಗಾಗಿ ಕಾಯಬೇಕಿರ್ಲಿಲ್ಲ" ಅಂದವನು ಬಟ್ಟೆ ಬದಲಾಯಿಸಲು ಬೆಡ್‌ರೂಮಿಗೆ ಹೋದೆ ಮಗು ನಮ್ಮಿಬ್ಬರ ಮಧ್ಯೆ ಇದ್ದಿದ್ದರೇ ಚೆನ್ನಾಗಿತ್ತೂಂತ ಆಗಾಗ ಅನ್ನಿಸುತ್ತಿತ್ತು. ಅದಕ್ಕೆ ಇವಳ ಒಪ್ಪಿಗೆ ಇಲ್ಲ. ಖಾಸ ನಮ್ಮಪ್ಪನ ತಂಗಿ ಮತ್ತು ಭಾವಮೈದುನನ ಒಪ್ಪಿಗೆ ಇಲ್ಲ. "ಅವರಿಬ್ರೂ ಆರಾಮಾಗಿ ಇರಲೀ" ಇಂಥದೊಂದು ಡೈಲಾಗ್ ಮಗಳ ಸಂಸಾರದ ಬಗ್ಗೆ.

ಪಂಚೆಯುಟ್ಟು ಡೈನಿಂಗ್ ಟೇಬಲ್ಲಿಗೆ ಬಂದಾಗ ಬಡಿಸಿಕೊಂಡು ಕೂತಿದ್ದಳು.

"ಲೇಟಾಗಿ ಬಂದ ದಿನವೆಲ್ಲ ಹೊರಗಡೆ ಏನಾದ್ರೂ ತಿಂದ್ಕೊಂಡ್ ಬಂದಿರುತ್ತೀರಿ. ಪ್ಲೀಸ್, ಹಾಗೆಲ್ಲ ಮಾಡ್ಬೇಡಿ" ರಚ್ಚೆ ಹಿಡಿದ ಮಗುವಿನಂತೆ ಹೇಳಿದಾಗ ತುಂಬಿಟ್ಟ ಲೋಟದ ನೀರನ್ನು ಕುಡಿದು "ಈಗ ಮಾತಾಡೋ ಮೂಡ್ ಇಲ್ಲ. ನೀನು ಊಟ ಮುಗ್ಸಿಕೊಂಡ್ಬಾ" ಹೇಳಿ ಮಲಗಿಕೊಂಡೆ. ದಿವ್ಯ ನಕ್ಕಂತಾಯಿತು. "ದಾಂಪತ್ಯದಲ್ಲಿ ಸ್ನೇಹವಿದ್ದರೆ ಖಂಡಿತ ಬಂಧನವಾಗಲಾರದು" ಅವಳು ವ್ಯಾಖ್ಯಾನಿಸುತ್ತಿದ್ದ ರೀತಿ, ನನ್ನಲ್ಲಿ ಒಂದು ಸುಂದರವಾದ ಕನಸು ಹುಟ್ಟಿಕೊಂಡಿತು. ಆ ಮಂಪರಿನಲ್ಲಿದ್ದಾಗ ಎಚ್ಚರಿಸಿತು ಪ್ರಜ್ಞಾಳ ದನಿ.

"ಆಗ್ಲೇ ನಿದ್ದೆ ಬಂತಾ? ನಾನು ತುಂಬ ಚೆನ್ನಾಗಿ ಅಲಂಕರಿಸಿಕೊಂಡಿದ್ದೆ. ನಿಮ್ಗೆ ಇಷ್ಟವಾದ ಸೀರೆ ಉಟ್ಟಿದ್ದೆ" ನೂರಾರು ಸಲ ಈ ಮಾತುಗಳನ್ನು ಪದೇ ಪದೇ ಕೇಳಿ ಕಂಗೆಟ್ಟಿದ್ದೆ. "ಸ್ಟಾಪ್ ಇಟ್, ನಾನು ಏನು ಗಮನಿಸೋ ಸ್ಥಿತಿಯಲ್ಲಿಲ್ಲ, ತೆಪ್ಪಗೆ ಮಲಕ್ಕೋ" ಗದರಿದೆ. ಅವಳ ಸ್ಪರ್ಶ ಕೂಡ ಕೆಂಡವೆನಿಸಿತು. ಬೆಂಕಿಯಲ್ಲಿ ನಿಂತವನಂತೆ ಚಡಪಡಿಸಿ ಅವಳಿಗೆ ನಿದ್ದೆ ಬಂದ ನಂತರ ಹಾಲ್‌ನ ಸೋಫಾ ಮೇಲೆ ಮಲಗಿ ಆರಾಮಾಗಿ ನಿದ್ರಿಸಿದೆ.

ಆಮೇಲೆ ನನ್ನಲ್ಲಿ ಸ್ವಲ್ಪ ಬದಲಾವಣೆ ಬಂತು, ಜಡವಾಗಿದ್ದ ನನ್ನ ಮೈಯಲ್ಲಿ ಉತ್ಸಾಹ ತುಂಬಿಕೊಂಡಿತು. ಕೊಲೀಗ್ಸ್ ಕೂಡ ಹುಬ್ಬೇರಿಸಿದರು. ಸ್ಟೂಡೆಂಟ್ ಜೊತೆ ಜಾಲಿಯಾಗಿ ಬೆರೆತು ಮಾತಾಡತೊಡಗಿದೆ. ದಿನಕ್ಕೊಮ್ಮೆ ಅಥವಾ ಎರಡು ಸಲವಾದರೂ ದಿವ್ಯಗೆ ಫೋನ್ ಮಾಡುತ್ತಿದ್ದೆ. ಸಂಜೆಗಳ ಭೇಟಿಗಾಗಿ ಒಂದೊಂದು ಸ್ಥಳವನ್ನು ಆರಿಸಿಕೊಳ್ಳುತ್ತಿದ್ದೀನಿ, ಮನೆಯಲ್ಲಿ ರೇಗೋದು ಕಮ್ಮಿ ಮಾಡಿದೆ.

ಅಂದು ಸಂಜೆ ಭೇಟಿ ಮಾಡಿದಾಗ "ವಿಶ್ವ ಪ್ರಜ್ಞಾನ ಭೇಟಿ ಮಾಡ್ಬೇಕು. ನಿನ್ನ ಎಷ್ಟೊಂದು ಸುಖವಾಗಿ, ಸಂತೋಷವಾಗಿ ಇಟ್ಕಂಡ್ ಇದ್ದಾಳೆ. ಅದಕ್ಕಾದ್ರೂ ಒಂದು ಥ್ಯಾಂಕ್ಸ್, ಮನೆಯಲ್ಲಿ ಸಂತೃಪ್ತಿ ಬದ್ಕು ಸಿಕ್ಕರೆ ಗಂಡು ಇನ್ನಷ್ಟು ಸಮಾಜ ಮುಖಿಯಾಗಿ ಕಾರ್ಯ ನಿರ್ವಹಿಸುತ್ತಿದ್ದಾನೆ. ಇದು ಹೆಂಡತಿ ಅನ್ನಿಸಿಕೊಂಡೋಳಿಂದ ಸಮಾಜಕ್ಕೆ ಸಿಕ್ಕ ಕೊಡುಗೆ. ನೀನಂತು ಕರೀಲಿಲ್ಲ. ಯಾವಾಗ ಕರ್ಕೊಂಡ್ ಹೋಗ್ತಿ?" ಅಂತ ಕೇಳಿದಳು.

ನಾನು ಅವಳಿಗೆ ಅರ್ಥವಾಗದಂತೆ ಒಂದು ತರಹ ನಕ್ಕೆ "ಸದ್ಯಕ್ಕೆ ಈ ಪ್ರೋಗ್ರಾಂನ ಒಂದಿಷ್ಟು ಮುಂದಕ್ಕೆ ಹಾಕೋಣ, ಕಾಲೇಜಿನಲ್ಲಿ ಸಾಕಷ್ಟು ಕೆಲ್ಸ ಉಳಿದುಬಿಟ್ಟಿದೆ" ಎಂದು ಮಾತನ್ನು ಬೇರೆಡೆ ತಿರುಗಿಸಿದೆ.

ಆದರೂ ದಿವ್ಯ ಪದೇ ಪದೇ ಈ ಪ್ರಸ್ತಾಪವೆತ್ತಿದರೂ, ನಾನು ನಿರಾಕರಿಸುತ್ತಲೇ ಬಂದೆ. ದಿವ್ಯಾನ ಪ್ರಜ್ಞಾಗೆ ಭೇಟಿ ಮಾಡಿಸುವ ಉದ್ದೇಶವೇ ಇರಲಿಲ್ಲ. ನನ್ನ ಬಗ್ಗೆ ಅವಳ ಕಣ್ಣಲ್ಲಿ ಸಹಾನುಭೂತಿ ನನಗೆಂದು ಇಷ್ಟವಾಗದು.

ಅಂದು ಕಾಲೇಜಿಗೆ ಹೋಗಿ ಮೊದಲ ಪಿರಿಯಡ್ ಮುಗಿಸುವ ವೇಳೆಗೆ ಪ್ರಿನ್ಸಿಪಾಲರಿಂದ ಬುಲಾವ್. ಸ್ವಲ್ಪ ಗಾಬರಿಯಿಂದಲೇ ಹೋದೆ. ಒಬ್ಬ ಹಿರಿಯ ಪ್ರಭಾವಿ ರಾಜಕಾರಣಿಗೆ ಸೇರಿದ ಕಾಲೇಜು, ಕೆಲವೊಮ್ಮೆ ನಿಯಮಗಳಿಗೆ ಮೀರಿ ಏನೇನೋ ನಡೆದುಹೋಗುತ್ತೆ.

"ನಿನ್ನ ಮಿಸಸ್‌ಗೆ ಅನಾರೋಗ್ಯವಂತೆ, ಕೂಡ್ಲೆ ಮನೆಗೆ ಹೋಗು" ಅಷ್ಟು ಮಾಹಿತಿ ಪಡೆದ ಮೇಲೆ ತೀರಾ ಗಾಬರಿಯೇನು ಆಗಲಿಲ್ಲ. ಆಗಾಗ ಇಂಥ ಫೋನ್‌ಗಳು ಬರುತ್ತಿತ್ತು. ಅದಕ್ಕಾಗಿ ರೇಗಾಟ, ಜಗಳವಾದ ಮೇಲೆ ಬಂದ್ ಆಗಿತ್ತು, ಇದು ಪ್ರಾರಂಭ? ಅಂದುಕೊಂಡರೂ, ಸ್ವಲ್ಪ ಗಾಬರಿಯಿಂದಲೇ ಮನೆಗೆ ಹೋದೆ.

ಬಾಗಿಲು ತೆಗೆದವಳ ಮುಖ ಲಕಲಕ ಹೊಳೆಯುತ್ತಿತ್ತು. ಫುಲ್ ಮೇಕಪ್‌ನಲ್ಲಿ ರಾರಾಜಿಸುತ್ತಿದ್ದಳು ಮಡದಿ. ಹಲ್ಮುಡಿಯನ್ನ ಕಚ್ಚಿಡಿದು ಅವಳನ್ನ ಪಕ್ಕಕ್ಕೆ ಸರಿಸಿ ಒಳಗೆ ಹೋಗಿ ಸೋಫಾ ಮೇಲೆ ಕುಕ್ಕರಿಸಿದೆ.

"ಪ್ರಜ್ಞ, ಯಾಕೆ ಫೋನ್ ಮಾಡಿದ್ದು?" ಅಬ್ಬರಿಸಿದೆ.

ಹತ್ತಿರ ಬಂದವಳು ಪಕ್ಕದಲ್ಲಿ ಕೂತು ಕೈಗಳಿಂದ ಕುತ್ತಿಗೆಗೆ ಹಾರ ಹಾಕಿ "ಐ ಲವ್ ಯು ವಿಶ್ವ, ನಿನ್ನ ಬಿಟ್ಟು ನಂಗೆ ಬದ್ಕೇ ಇಲ್ಲ. ನಿಮ್ಮನ್ನ ಬಿಟ್ಟು ನಂಗೆ ಇರೋಕ್ಕಾಗೋಲ್ಲ. ನಂಗೆಲ್ಲಿ ಮೋಸ ಮಾಡ್ತೀರೋ ಅನ್ನೋ ಭಯ" ಆವೇಗದಿಂದ ಮುಖದ ಮೇಲೆಲ್ಲ ಮುತ್ತಿನ ಮಳೆಗರೆದಾಗ, ನಂಗೇನು ಅಚ್ಚರಿಯೆನಿಸಲಿಲ್ಲ. ಇಂಥ ಅತಿರೇಕಗಳು ಇದ್ದಿದ್ದೇ! ನಾನಾಗಿ ನನ್ನ ಮತ್ತು ದಿವ್ಯಳ ಪ್ರೀತಿಯ ವಿಷಯ ಹೇಳಿಲ್ಲದಿದ್ದರೂ, ಅವಳಪ್ಪ ಅದನ್ನೆಲ್ಲ ಹೇಳಿ ಹೆದರಿಸಿ ಗಂಡನನ್ನು ತನ್ನ ಹಿಡಿತದಲ್ಲಿ ಉಳಿಸಿಕೊಳ್ಳುವ ಮಾರ್ಗ ಹೇಳಿ ಕೊಟ್ಟಿದ್ದ ರಸಿಕ ಶಿಖಾಮಣಿ, ಅದಕ್ಕೆ ನಾನು ಬಲಿಪಶು ಅಷ್ಟೇ. ಅದರಿಂದಲೇ ನಮ್ಮಿಬ್ಬರಲ್ಲಿ ಸಂಬಂಧ ಬೆಳೆಯಿತೇ ವಿನಃ ಸ್ನೇಹ ಮೂಡಲಿಲ್ಲ.

ಮೆಲ್ಲಗೆ ಅವಳನ್ನು ಪಕ್ಕಕ್ಕೆ ಸರಿಸಿ "ಪ್ಲೀಸ್ ಪ್ರಜ್ಞಾ ಹುಚ್ಚುಚ್ಚಾಗಿ ಮಾತಾಡ್ಬೇಡ, ನಿಂಗೆಲ್ಲೋ ತಲೆ ಕೆಟ್ಟಿದೆ. ನಿಂಗೆ ಮೋಸ ಮಾಡೋಕೆ ತಾನೇ ನಂಗೆ ಅವಕಾಶ ಎಲ್ಲಿದೆ? ಹುಚ್ಚಾಟಗಳು ನಿಲ್ಲಿಸದಿದ್ದರೆ ನಾನೇ ಎಲ್ಲಾದ್ರೂ ಹೋಗ್ಬಿಡ್ಬೇಕಾಗುತ್ತೆ" ಕೊಸರಿಕೊಂಡು ಹೋಗಿ ಅಷ್ಟು ದೂರಕ್ಕೆ ಕೂತೆ. ನಂಗೆ ಹೆಣ್ಣಿನ ಕಣ್ಣೀರೆಂದರೆ ತುಂಬ ಅಲರ್ಜಿ. ಅದೇ ವಿಕ್‌ನೆಸ್ ಆಗುವ ಅಪಾಯವೇ ಹೆಚ್ಚು.

ಪ್ರಜ್ಞಾ ತೀರಾ ಅತಿರೇಕದಿಂದ ಬಿಕ್ಕಳಿಸತೊಡಗಿದಾಗ ಮಾತ್ರ ನನ್ನಿಂದ ತಡೆಯಲಾಗಲಿಲ್ಲ. ಬಳಿಸಿ, ಕಣ್ಣೀರು ತೊಡೆದು "ಅದೇನೂಂತ ಹೇಳು? ನಿಂಗ್ಯಾಕೆ

ಅನುಮಾನ? ನಾನೆಲ್ಲಿ ನಿಂಗೆ ಮೋಸ ಮಾಡ್ದೇ? ಅದೇನೂಂತ ಬಾಯಿಬಿಟ್ಟು ಹೇಳು" ರಮಿಸುವುದರ ಜೊತೆಗೆ ಸೀರೆಯ ಆಸೆ ತೋರಿದ ನಂತರ ಬಾಯಿಬಿಟ್ಟಳು.

"ನಿಮ್ಮ ಪ್ರೀತಿಯಲಿ ಮೊದಲಿನ ತೀವ್ರತೆ ಇಲ್ಲ!" ಇಂಥ ಗುರುತರವಾದ ಆಪಾದನೆ ಚಕಿತನಾದೆ. ಮೈಯಲ್ಲಿ ಬೆವರು ಕಾಣಿಸಿಕೊಂಡಿತು ಕೂಡ. ಯಾವ ಅರ್ಥದಲ್ಲಿ "ತೀವ್ರತೆ" ಬಗ್ಗೆ ಹೇಳುತ್ತಿದ್ದಾಳೆ? ಪ್ರಜ್ಞಾ ತುಂಬ ಬೋಲ್ಡ್ ಹೆಣ್ಣು, ಎಗ್ಗಿಲ್ಲದೆ ಮಾತಾಡುವ ಅವಳ ಮಾತುಗಳಿಗೆ ನಾನು ಒಳಗೊಳಗೆ ಹೆದರುತ್ತಿದ್ದೆ. "ಸ್ವಲ್ಪ ಅರ್ಥವಾಗೋ ಹಾಗೆ ಹೇಳು" ಅಂದೆ, ಮುಖದಲ್ಲಿ ನಾಚಿಕೆ ತುಂಬಿಕೊಂಡು ಮೋಹಕ ನೋಟ ಹರಿಸಿದಳು. "ಛೂ ಮಂತ್ರ" ಎನ್ನುವಂತೆ ಕಣ್ಣೀರು ಮಾಯ. ಕತ್ತನ್ನ ಹಿಡಿದು ಕಿವಿಯ ಬಳಿ ಪಿಸುಗುಟ್ಟಿದಾಗ ನಿಧಾನವಾಗಿಯಾದರೂ ಬೆಚ್ಚಿಬಿದ್ದೆ. ಪ್ರೀತಿ ಅರ್ಥ ಸೇರುವುದು, ಹಂಚಿಕೊಳ್ಳುವುದು ಮಾತ್ರ ಆಗಿತ್ತು, ಮಿಕ್ಕೆಲ್ಲ ಶೂನ್ಯ. ಕನಿಕರದಿಂದ ನೋಡಿದೆ. "ಪ್ರೀತಿಯ ಬಗ್ಗೆ ಎಷ್ಟೊಂದು ಸಂಕೀರ್ಣವಾಗಿ ಯೋಚಿಸುತ್ತಿ. ವಿವಾಹದ ಹೊಸದರಲ್ಲಿನ ತೀವ್ರತೆ ಈಗ ನಿರೀಕ್ಷಿಸ್ಬಾರ್ದು! ನಮ್ಮ ವಿವಾಹವಾಗಿ ಐದು ವರ್ಷವಾಯ್ತು. ಒಂದ್ಮಗು ಇದೆ, ಅದರ ಭವಿಷ್ಯದ ಬಗ್ಗೆ ಕನಸು ಕಾಣುವ ದಿನಗಳು ಈಗ. ಮಗುನ ಕರ್ಕೊಂಡ್ ಬರೋಣ" ಸಾಂತ್ವನಿಸಿದೆ.

ಮರುದಿನ ಎರಡು ದಿನದ ಹಿಂದಿನ ಪೇಪರ್ ಹಿಡಿದು ಬಂದು ನನ್ನ ಮುಂದೆ ಹಾಕಿದಳು. "ನಾನು ಮಗುನ ತಂದಿಟ್ಕೊಂಡ್ ಗೋಳಾಡ್ತೀನಿ. ನೀವು ಆರಾಮಾಗಿ ದಿವ್ಯಳ ಪ್ರೀತಿಯಲ್ಲಿ ಇರೀ" ಇಂಥದೊಂದು ಆರೋಪಕ್ಕೆ ಹೆದರಿದೆ. ನಾನು ದಿವ್ಯನ ಭೇಟಿಯಾಗುತ್ತಿದ್ದುದ್ದು ನಿಜವೇ. "ಇಲ್ಲೇನು ಬರೆದಿದ್ದೀರಿ, ನೋಡಿ" ಪೇಪರ್‌ನ ಮೂಲೆಯಂಚನ್ನ ತೋರಿಸಿದ್ದು ಬಿರುಸಾಗಿ, "ದಿವ್ಯ" ಎಂದು ಎರಡು ಸಲ ಕೊರೆದಿದ್ದೆ. ಆಗಾಗ ನನಗೆ ಅರಿವಾಗದಂತೆ ಇಂಥ ಅನಾಹುತಗಳು ಆಗುತ್ತೆ, ಎಷ್ಟೋ ಸಲ ಪ್ರಜ್ಞಾ ಎನ್ನುವ ಬದಲಾಗಿ "ದಿವ್ಯ" ಅಂದಿದ್ದಿದೆ. ಅಂಥ ಸಂದರ್ಭಗಳಲ್ಲಿ ಇವಳ ಮಾತುಗಳಿಗೆ ಕಿವುಡಾಗಿದ್ದೆ. ಉಪೇಕ್ಷೆ ಮಾಡಿದ್ದೆ, ಸಿರಿಯಸ್ಸಾಗಿ ತೆಗೆದುಕೊಳ್ಳದಿದ್ದರು ಕುಟುಕಿದ್ದು ಚೇಳು. ಅದರಿಂದ ಅದರ ಅನುಭವ ಅನಿವಾರ್ಯ.

"ನಂಗೆ ನೀವು ನಿಜ್ವಾಗ್ಲೂ ಮೋಸ ಮಾಡ್ತಾ ಇದ್ದೀರ" ವಾದಕ್ಕೆ ನಿಂತಳು. "ಈಗ ಮೋಸ ಅನ್ನೋ ಪದದ ಅಗತ್ಯವಿಲ್ಲ. ನನ್ನ ಲವ್ ಅಫೇರ್ ನಿಮ್ಮಪ್ಪನಿಗೆ, ನಮ್ಮಪ್ಪನಿಗೆ ಮಾತ್ರವಲ್ಲ ನಿಂಗೂ ತಿಳಿದಿತ್ತು ಹಾಗೂ ನನ್ನ ಕೊರಳಿಗೆ ನೇಣು ಹಾಕಿದ್ರಿ. ಮೋಸ ಅನ್ನೋದು ಮಾಡಿದ್ರೆ ದಿವ್ಯಳಿಗೆ ಮಾತ್ರ, ಪರಿಸ್ಥಿತಿ ಅರ್ಥ ಮಾಡಿಕೊಂಡ ಅವಳು ಎಂದೂ ಮೋಸ ಅನ್ನೋ ಪದ ಉಪಯೋಗಿಸ್ಲಿಲ್ಲ" ಅಂದೆ. ಎಲ್ಲಕ್ಕಿಂತ ಹೆಚ್ಚಾಗಿ ಪೇಪರ್ ಕಡೆಗೆ ಕಣ್ಣು ಹಾಯಿಸದಿದ್ದವಳ ಕಣ್ಣಿಗೆ ಈ ಬರಹ ಹೇಗೆ ಬಿತ್ತೂಂತ ಆಶ್ಚರ್ಯವಾಯಿತು.

ಇಂಥ ಮಾತಿನ ಘರ್ಷಣೆಗಳು ಶುರುವಾಯಿತು. ಬಹುಶಃ ಹುಚ್ಚನಾಗಿ ಬಿಡುತ್ತಿದ್ದೇನೊ, ಆದರೆ ದಿವ್ಯ ತಂಗಾಳಿಯಾಗಿದ್ದಳು. ಸಂಜೆಗಳು ತುಂಬ ಆರಾಮಾಗಿ

ಕಳೆಯುತ್ತಿತ್ತು. ತಾನು ಓದಿದ ವಿಷಯಗಳನ್ನು ಕುರಿತು ಚರ್ಚಿಸುತ್ತಿದ್ದಳು. ಆಗಾಗ ಪ್ರಜ್ಞಾ, ಮಗುವನ್ನ ವಿಚಾರಿಸುತ್ತಿದ್ದುದು ತುಂಬಾ ಸ್ನೇಹದಿಂದ.

ಕಾಲೇಜಿನಲ್ಲಿದ್ದಾಗ ದಿವ್ಯಳ ಮೊಬೈಲ್‌ನಿಂದ ಫೋನ್ ಬಂತು.

"ಹಲೋ, ವಿಶ್ವ! ಅರ್ಧ ದಿನ ಲೀವ್ ಹಾಕಿದ್ದೀನಿ. ನಿಮ್ಮ ಮನೆಗೆ ಹೋಗಿ ಪ್ರಜ್ಞಾನ ಭೇಟಿ ಮಾಡೋ ಇರಾದೆ. ಒಂದು ಒಳ್ಳೆ ಊಟ ಮಾರಾಯ" ಅಂದಳು ಕಲ್ಮಷವಿಲ್ಲದ ದನಿಯಲ್ಲಿ ನಂಗೂ ಬೇಸರವಿತ್ತು "ಅರ್ಧ ಗಂಟೆಯೊಳ್ಗೇ ಬರ್ತೀನಿ, ಅಲ್ಲೆ ಇರು. ಅಂದರೆ ನೀನು ನಿಮ್ಮ ಆಫೀಸ್‌ನ ರೋಡಿನ ತಿರುವಿಗೆ ಬಂದರೆ ಸಾಕು" ಅಂದು ಮೊಬೈಲ್ ಕಟ್ ಮಾಡಿದೆ.

ಬಿಸಿಯಲ್ಲಿ ಬೆಂದು ಹೋಗುವ ಅಪಾಯವಿತ್ತು. ಅದಕ್ಕೆ ತಂಗಾಳಿಯ ಅಗತ್ಯವಿತ್ತು, ಇಲ್ಲದಿದ್ದರೆ ಈ ವಿಶ್ವ ಪೂರ್ತಿ ನಿಷ್ಪ್ರಯೋಜಕನಾಗಿಬಿಡುತ್ತಾನೆ. ನಂಗೆ ಬದುಕಬೇಕು. ಸಮಾಜದ ಋಣ ನನ್ನ ಮೇಲಿದೆ. ಅದನ್ನ ತೀರಿಸಲೇಬೇಕು. ಇಂಥದೊಂದು ಜಿದ್ದಿಗೆ ಬಿದ್ದಿದ್ದೆ.

ಸ್ಕೂಟರ್ ತಿರುವಿಗೆ ಬಂದಾಗ ನಿಂತಿದ್ದ ದಿವ್ಯ ಕೈ ಬೀಸಿದ್ದು. ಬಿಸಿಲಿಗೆ ಕೆಂಪೇರಿದ್ದ ಅವಳ ಕೆನ್ನೆಗಳಲ್ಲಿ ಮುಚ್ಚಿಟ್ಟುಕೊಂಡಿದ್ದ ಗುಳಿಗಳು ಕಣ್ಣು ಮುಚ್ಚಾಲೆಯಾಡುತ್ತಿತ್ತು.

"ಅಂತು ಇವತ್ತು ಮನಸ್ಸು ಮಾಡ್ದೇ" ಎಂದು ಸ್ಕೂಟರ್ ಏರಿದಾಗ ಅವನು ಮಾತೆ ಆಡಲಿಲ್ಲ. ಹೋಟೆಲ್ ಗೋಕುಲ್ ಮುಂದೆ ನಿಂತಿತು. "ಇಲ್ಲಿ ಒಳ್ಳೆ ಊಟ ಸಿಗುತ್ತೆ. ಅದಕ್ಕೆ ನಿನ್ನ ಇಲ್ಲಿಗೆ ಕರ್ಕೊಂಡ್ ಬಂದಿದ್ದು. ಕ್ಯಾಂಟಿನ್ ಅಂಥ ತಿಳ್ಕೊಂಡ್ ಊಟ ಮಾಡೋಣ, ಭೇಡಿಸೋದಿಲ್ಲ ಅಷ್ಟೇ" ಅಂದೆ ಉಲ್ಲಾಸವಾಗಿ, ದಿವ್ಯ ಒಂದು ತರದ ಮುಖ ಮಾಡಿದಳು. "ಸಾರಿ ಅಮ್ಮ ಇನ್ನೊಂದು ದಿನ ಮನೆ ಪ್ರೋಗ್ರಾಂ ಹಾಕಿಕೊಳ್ಳೋಣ. ಅಲ್ಲಿ ಅಂಥ ಒಳ್ಳೆ ಊಟ ಸಿಗೋಲ್ಲ. ಪ್ರಜ್ಞಾ ಗುಡ್‌ಕುಕ್ ಅಲ್ಲ" ಅಂದು ವಾತಾವರಣ ತಿಳಿ ಮಾಡಿದೆ. ಗೋಕುಲ್ ಮನೆಯಲ್ಲಿ ಊಟ, ತಿಂಡಿಗಳು ತುಂಬ ರುಚಿ. ಅದಕ್ಕಾಗಿಯೇ ಜನಸಂದಣಿ.

"ಮನೆ ಊಟ ಹೇಗಿದ್ರೂ... ಮನೆ ಊಟಾನೆ" ಅಂದು ದಿವ್ಯ ಕಣ್ಣು ಕಿರಿದುಗೊಳಿಸಿ "ಯಾಕೋ ಒಂದು ತರಹ ಇದ್ದೀ? ಏನಾದ್ರೂ ಪ್ರಾಬ್ಲಮ್ಮಾ? ಪ್ರಜ್ಞಾ ಹುಷಾರಾಗಿದ್ದಾರಾ?" ಮೂರು ಪ್ರಶ್ನೆಗಳಿಗೂ ಸಣ್ಣಗೆ ನಗು ಚೆಲ್ಲಿ "ಎರಡು ಪ್ರಶ್ನೆಗೆ ಇಲ್ಲ ಮೂರನೆ ಪ್ರಶ್ನೆಗೆ "ಹೌದು ಅಷ್ಟೇ" ಬೇರೆಡೆ ನೋಟ ಹರಿಸಿ ಹೇಳಿದ್ದು. ಧೈರ್ಯಕ್ಕಾಗಿ ಅವಳ ಕಣ್ಣೋಟ ಸಂಧಿಸಲು ಹೆದರಿದೆ.

ಕಾಲೇಜು ದಿನಗಳಲ್ಲಿನ ವಿಪರೀತ ಸಂದರ್ಭಗಳನ್ನೆಲ್ಲ ನೆನಪು ಮಾಡಿಕೊಂಡು ನಕ್ಕೆವು. ಎಲ್ಲಾ ಹಿತವೆನಿಸಿತು. ಒಂದ್ಹತ್ತು ವರ್ಷ ಕಿರಿಯರಾದಂಥ ಅನುಭವ. ಇಂಥ ಸವಿ ಗಳಿಗೆಗಳು ಇಲ್ಲದಿದ್ದರೇ ಯಾಕೆ ಬದುಕಬೇಕೆನಿಸಿತು.

ನೋಟವೆತ್ತಿದವನು ದಿವ್ಯಳ ಕೆನ್ನೆಗಳಲ್ಲಿ ಮೂಡಿದ ಗುಳಿಳನ್ನ ನೋಡುತ್ತ ಕೈಯಲ್ಲಿನ ಅನ್ನವನ್ನೇ ಮರೆತೆ "ವಿಶ್ವ ಹಾಗೇಕೆ ನೋಡ್ತಿ? ಅದೇ ಹಳೆಯ ದಿವ್ಯ. ಸರಿದು ಹೋದ ವಯಸ್ಸು ಮುಖದ ಮೇಲೆ ಒಂದಿಷ್ಟು ಪ್ರಭಾವ ಬೀರಿರಬೇಕು. ಬದುಕು

ಒಂದು ರೀತಿಯ ಕತ್ತಲು-ಬೆಳಕಿನಾಟ. ಇಲ್ಲಿ ಸೋಲು-ಗೆಲುವು ಅಂಥದೇನಿಲ್ಲ. ಪ್ರತಿಯೊಂದು ಸರಿದು ಹೋಗುತ್ತೆ. ಯಾವುದು ಸಾಗಿ ಹೋಗುವುದೋ ಅದು ನಿನ್ನದಲ್ಲ ಅನ್ನೋ ಮಾತು ಮಾತ್ರ ನಿಜ" ಈ ಫಿಲಾಸಫಿ ಅವನ ಮಿದುಳಿಗೆ ಹೋದಂತೆ ಕಾಣಲಿಲ್ಲ.

"ದೇವರು ತುಂಬ ಕ್ರೂಯಲ್ ಅನ್ನಿಸೋಲ್ವಾ? ಇಂಥ ಚೆಂದದ ಹುಡ್ಗೀನ ಯಾಕೆ ಒಂಟಿ ಮಾಡ್ದ?" ಅಂದು ತುಟಿ ಕಚ್ಚಿಕೊಂಡೆ. ಈಗ ಈ ಮಾತು ಬೇಡವಾಗಿತ್ತೂಂತ ಅನಿಸಿತು. ಸಣ್ಣನೆಯ ನಗು ತುಟಿಗಳನ್ನು ಅಲಂಕರಿಸಿ ವಿಷಾದವನ್ನು ಮುಚ್ಚಿಕೊಂಡು "ವಿಶ್ವ ದೇವರನ್ನು ಇಲ್ಲಿ ಯಾಕೆ ಎಳೀತಿ? ಮದ್ವೆ ಆಗೋದೂಂದರೆ ಒಂದು ರೀತಿಯಲ್ಲಿ ಸ್ವತಂತ್ರ ಕಳೆದುಕೊಳ್ಳುದೂಂತ, ಅಮೂಲ್ಯವಾದ ಸ್ವತಂತ್ರವನ್ನು ನನ್ನ ಬೊಗಸೆಯಲ್ಲಿ ಹಾಕಿದ ದೇವರು ನಿಜ್ವಾಗ್ಲೂ ದಯಾಮಯನೆ. ಗಂಡ ಸ್ವಲ್ಪ ಹೆಚ್ಚು ಪೊಸೆಸಿವ್ ಆದರಂತು ಮುಗ್ದೆ ಹೋಯ್ತು. ತನ್ನ ಪ್ರಾಪರ್ಟಿ ಅನ್ನೋ ತರಹ ವರ್ತಿಸೋಕೆ ಶುರು ಮಾಡ್ತಾನೆ. ಅವಳ ಸುತ್ತ ಒಂದು ಬೇಲಿ ನಿರ್ಮಾಣವಾಗಿಬಿಡುತ್ತೆ. ಈಗ ನನ್ನ ಜೀವನದಲ್ಲಿ ಅಂಥ ತಕರಾರಿಲ್ಲ, ಇವತ್ತು ಬಿಲ್ ಕೊಡೋಳು ಮಾತ್ರ ನಾನು."

ಬಹಳ ಶ್ರದ್ಧೆಯಿಂದ ಪಾಠದಂತೆ ಅವಳ ಮಾತುಗಳನ್ನು ಆಲಿಸಿದೆ. ಎರಡು ದಿನದ ಹಿಂದೆ ಇದೆ ದಿವ್ಯ "ಹೆಂಡ್ತಿರು ಪೊಸೆಸ್ಸಿವ್ ಆಗಿರೋದು ಸಹಜ. ಗಂಡ ಅವ್ರ ಮಟ್ಟಿಗೆ ತೀರಾ ಅಮೂಲ್ಯ ಅದನ್ನ ಭದ್ರಪಡಿಸಿಕೊಳ್ಳೋದರಲ್ಲಿಯೇ ಇಡೀ ಜೀವನ ಮುಗ್ಸಿಬಿಡ್ತಾರೆ" ಅಂದಿದ್ದಳು ಆ ದಿವ್ಯ ಇವಳೇನಾ ಎಂದು ಯೋಚಿಸುವಂತಾಯಿತು.

ದಾರಿಯಲ್ಲಿ ಯೋಚಿಸಿದೆ. ಏನೀವೇ ಅವಳ ಒಂಟಿತನಕ್ಕೆ ತಾನೇ ಕಾರಣ. ದಿವ್ಯ ಎಂದೂ ವಿವಾಹಕ್ಕೆ ವಿರೋಧಿಯಲ್ಲ. ಬಹುಶಃ ಸಿಕ್ಕಾಗ ಅತ್ತು ಕರೆದು ಛೀಮಾರಿ ಹಾಕಿದ್ದರೇ ನನ್ನಲ್ಲಿನ ಗಿಲ್ಟ್ ಕಡಿಮೆಯಾಗಿಬಿಡುತ್ತಿತ್ತು. ಆದರೆ ಏನು ನಡದೆ ಇಲ್ಲ ಎನ್ನುವ ರೀತಿಯಲ್ಲಿ ಸ್ನೇಹದಿಂದ ವರ್ತಿಸಿದ್ದು ಮಾತ್ರ ಸೋಜಿಗವೇ. ದೂರ ಉಳಿದಿದ್ದರು ದಿವ್ಯ ನನ್ನ ಭಾವನೆಗಳ ಮಧ್ಯೆ ಉಳಿದಿದ್ದು ಮಧುರವಾದ ನೆನಪಾಗಿ. ನನ್ನ ಅಂತರ್ಯಕ್ಕೆ ನಿರಂತರವಾಗಿ ಪ್ರೀತಿಯನ್ನು ಸರಬರಾಜು ಮಾಡಿ ನನ್ನಲ್ಲಿನ ಸಂವೇದನೆಯನ್ನ ಸಾಯದೆ ನೋಡಿಕೊಂಡಿದ್ದಳು.

ಭಾರವಾದ ಮನಸ್ಸಿನಿಂದಲೇ ಸ್ಕೂಟರ್ ಮೇಲಿನಿಂದ ಮನೆಯ ಬಳಿ ಕೆಳಗಿಳಿದಿದ್ದು. ಅವಳಿಗೆ ಇಷ್ಟವಾದ ಬಣ್ಣದ ಸೀರೆಯನ್ನು ಆರಿಸಿಕೊಂಡು ಬಂದಿದ್ದೆ. ಪ್ರತಿಯೊಬ್ಬ ಗಂಡನು ಮಾನಸಿಕ ನೆಮ್ಮದಿಗಾಗಿ ಇಂಥದೊಂದು ದಾರಿಯನ್ನ ಕಾಯ್ದುಕೊಂಡಿರುತ್ತಾನೇ! ಒಬ್ಬೊಬ್ಬರು ತಾವು ತುಂಬ ಡಿಫರೆಂಟ್ ಅಂದುಕೋಬಹುದು. ಆದರೂ ಹೆಣ್ಣಿಗೆ ಇದೆಲ್ಲ ಇಷ್ಟವಾಗುತ್ತೆ!

"ಇದನ್ನ ನಿನಗಾಗಿಯೇ ತಂದೆ" ಎನ್ನುವ ನೋಟ ಬೀರಿದೆ ಬಾಗಿಲಲ್ಲಿ ಕಾದು ನಿಂತವಳಿಗೆ, ಮುಖ ತಿರುಗಿಸಿದಳು, ಆದರೆ ದಿವ್ಯ "ವಿಶ್ವ ಸ್ವಲ್ಪ ಪೊಲೈಟ್ ಆಗಿ ಬಿಹೇವ್ ಮಾಡು ಪ್ರಜ್ಞಾಳ ಹತ್ತಿರ. ಹೆಣ್ಣಿನ ಮನಸ್ಸು ತುಂಬ ಸೂಕ್ಷ್ಮ" ಇಂಥ ಒಂದು ಎಚ್ಚರಿಕೆಯನ್ನು ನೀಡಿದ್ದಳು ಬಹಳ ತಣ್ಣಗೆ ಒಳಗೆ ಹೋದೆ.

"ಅಂತು ನಂಗೆ ಮೋಸ ಮಾಡಲೇಬೇಕೂಂತ ತೀರ್ಮಾನ ಮಾಡ್ಬಿಟ್ರಾ? ಅವಳು ಯಾಕೆ ನಮ್ಮ ನಡ್ವೇ ಬಂದ್ಲು?" ಕೈಗೆ ಕೊಟ್ಟ ಸೀರೆಯ ಪ್ಯಾಕೆಟ್‌ನ ಅಷ್ಟು ದೂರದಲ್ಲಿ ಎಸೆದು ಚೀತ್ಕರಿಸಿದಳು. "ಅವಳಲ್ಲ ಬಂದಿದ್ದು, ನಮ್ಮಿಬ್ಬರನಡ್ವೇ ಬಂದೋಳು ನೀನು, ಅದು ಮುಗಿದ ಕತೆ. ಪತ್ನಿ ಸ್ಥಾನ ನಿಂದೆ, ನಂಗೆ ಈಗ ದಿವ್ಯ ಒಬ್ಬ ಸ್ನೇಹಿತೆ ಮಾತ್ರ ಉನ್ನತ ವಿಚಾರಗಳನ್ನ ಅರಗಿಸ್ಕೊಂಡ ಹುಡ್ಗೀ, ನಿಂಗೂ ಒಬ್ಬ ಫ್ರೆಂಡ್ ಆಗ್ತಾಳೆ" ಮನವೊಲಿಸುವ ಪ್ರಯತ್ನ ಮಾಡಿದೆ, ವಾಕ್ ಪ್ರವಾಹವೆ ಹರಿಸಿದಳು. ಕೆನ್ನೆಗೆರಡು ಬಿಗಿದೆ, ಅಳುತ್ತ ಹೋದಳು. ಕಲ್ಲಾಗಿ ಕೂತೆ.

ಇಂದಿನ ಈ ಪರಿಸ್ಥಿತಿಗೆ ಯಾರು ಕಾರಣ? ಇದೊಂದು ತ್ರಿಕೋನ ಪ್ರೇಮದ ಕತೆಯೆಂದು ಹೆಸರಿಡುತ್ತೀರಾ? ತಾಳಿ ಕಟ್ಟಿಕೊಂಡವಳಿಂದ ಸಿಕ್ಕಿದ್ದು ಸಂಬಂಧ ಮಾತ್ರ, ಸ್ನೇಹವಂತು ಸಿಗಲಿಲ್ಲ. ದಿವ್ಯಳಿಂದ ಸಿಗುವುದು ಸ್ನೇಹವೇ ಹೊರತು, ಅದು ಖಂಡಿತ ಸಂಬಂಧವಾಗದು, ಅಂಥ ಸಂಬಂಧ ನಂಗೂ ಮತ್ತು ದಿವ್ಯಳಿಗೂ ಇಷ್ಟವಿಲ್ಲ.

ಇಂಥ ಬಿರುಗಾಳಿಯಲ್ಲಿ ನೀವು ಯಾರಾದರೂ ನಿಂತಿದ್ದೀರಾ?

●

19. ಕೋಲ್ಡ್ ಮಿಲ್ಕ್

ನಗರದ ಪಶ್ಚಿಮ ದಿಕ್ಕಿಗಿರುವ ಅಶ್ವಿನಿ ಬಡಾವಣೆಯ ಒಂದು ದೊಡ್ಡ ಕಟ್ಟಡದ ಎರಡನೇ ಮೂರನೆ ಅಂತಸ್ತಿನ ಮೇಲೆಯೇ ನನ್ನ ಆಫೀಸ್. ಮುಂದಿನ ಬಾಲ್ಕನಿಯಲ್ಲಿ ಬಂದು ನಿಂತರೆ ಕೆಳಗಿನ ಡಾಂಬರ್ ರಸ್ತೆ ಉದ್ದಕ್ಕೆ ಮಲಗಿರುತ್ತಿತ್ತು. ಅಂಥ ಚೇತೋಹಾರಿ ನೋಟವಲ್ಲದಿದ್ದರೂ, ಆಫೀಸ್‌ಗೆ ಬೇಗ ಬಂದಾಗ ಅಥವಾ ಲಂಚ್‌ನ ಉಳಿದ ಸಮಯದಲ್ಲಿ ಒಬ್ಬರಲ್ಲ ಒಬ್ಬರು ಬಂದು ನಿಲ್ಲದಿದ್ದರೂ ನನಗಂತೂ ಆ ಅಭ್ಯಾಸವಿತ್ತು. ಅದನ್ನು ಬಲವಂತವಾಗಿ ಹೇರಿಕೊಂಡಿದ್ದಲ್ಲ. ತೀರಾ ಭೋರೆನಿಸಿದಾಗ ಖುಷಿಕೊಡುವಂಥದ್ದು.

ಎಡಬದಿಯಲ್ಲಿ ಒಂದು ಬಸ್‌ಸ್ಟಾಪ್, ಹತ್ತು ನಿಮಿಷಕೊಮ್ಮೆ ಬಂದು ನಿಲ್ಲುವ ಕೆಂಪು ಬಸ್ಸುಗಳು. ಕೆಲವೊಮ್ಮೆ ಸಾಲುಗಟ್ಟಿ ಕಕ್ಕಾಬಿಕ್ಕಿ ಮಾಡಿದರೂ, ಆಗಾಗ ಪೂರ್ತಿ ನಿರ್ಜನವಾಗಿಸಿದ್ದುಂಟು. ಕೆಲವೊಮ್ಮೆ ಸಾಲುಗಟ್ಟಿ ನಿಲ್ಲುವ ಪ್ರಯಾಣಿಕರನ್ನು ನೋಡಿ "ಅಯ್ಯೋ" ಎನಿಸಿದುಂಟು. ಅದಕ್ಕಿಂತ ಹೆಚ್ಚಾಗಿ ಕಾಲೇಜಿಗೆ ಹೋಗುವ ಯುವಕ, ಯುವತಿಯರ ಉತ್ಸಾಹದ ದೊಡ್ಡ ಪ್ರದರ್ಶನ ಸಾಲುಗಟ್ಟಿದಂತಿರುತ್ತಿತ್ತು. ದೊಡ್ಡ ಪ್ರಮಾಣದಲ್ಲಿ ನರ್ತನಗೈಯುವುದನ್ನು ನೋಡುವುದೇ ಚೆಂದ.

ಆ ಬಡಾವಣೆಯಲ್ಲಿ ನಾಲ್ಕಾರು ಮೂರು, ನಾಲ್ಕು ಅಂತಸ್ತಿನ ಕಟ್ಟಡಗಳು ಇದ್ದು, ಹೆಚ್ಚು ಆಫೀಸ್‌ಗಳಾಗಿ ಮಾರ್ಪಟ್ಟಿತ್ತು. ಬೆಳಗಿನ ಒಂಬತ್ತೂವರೆಯ ಸಮೀಪಕ್ಕೆ ಸೀರೆಯ ದೊಡ್ಡ ಸಂಚಾರಿ ಪ್ರದರ್ಶನ ಏರ್ಪಡಿಸಿದಂತೆ ಸಾಗುವ ವೈಭವ ತುಂಬ ಕಲರ್‌ಫುಲ್, ಕೆಂಪು, ಹಳದಿ, ಗುಲಾಬಿ ಬಣ್ಣದ ಫಳಫಳ ಹೊಳೆಯುವ ಸೀರೆಗಳೊಳಗಿನ ಸಜೀವ ಗೊಂಬೆಗಳ ಜೊತೆ, ಮಿಡಿ, ಮ್ಯಾಕ್ಸಿ, ಸಲ್ವಾರ್ ಕಮೀಜ್ ಭೂಷಿತೆಯ ಜೊತೆ ಪ್ಯಾಂಟ್, ಟೀಷರ್ಟ್‌ನ ಡಿಫರೆಂಟ್ ವೇಷಧಾರಿಗಳ ದೊಡ್ಡ ಪ್ರದರ್ಶನದ ಸಾಲು ರಂಜಿಸುವಂಥದ್ದೇ. ತೀರಾ ಬೇಸರವೆನಿಸಿದಾಗ ಶಾಲಿನಿಯ ಜೊತೆ ಸಣ್ಣಪುಟ್ಟ ಪೈಂಟಿಂಗ್ ಆದಾಗ ಇಲ್ಲಿ ನಿಂತು ಮಜಾ ತೆಗೆದುಕೊಳ್ಳುತ್ತಿದ್ದೆ. ತೀರಾ ಸಾಧಾರಣ ಸ್ವಭಾವವೇ ಆದರ್ಶ, ಮಣ್ಣು ಮಸೀ ಅಂಥದ್ದೇನು ಇರಲಿಲ್ಲ. ಸಮಯ ಸಿಕ್ಕರೇ ಆಫೀಸ್‌ನಲ್ಲಿರೋ ಲಲನೆಯನ್ನು ಗೋಳೊಯ್ದುಕೊಳ್ಳೋದರಲ್ಲಿ ನಿಸ್ಸೀಮ.

ಬಂದು ನಿಂತಾಗ ಡಾಂಬರ್ ರಸ್ತೆಯಲ್ಲಿ ಜೊತೆ ಜೊತೆಯಾಗಿ ಸಾಗುವ ಕಾರು, ಸ್ಕೂಟರ್, ಬೈಕ್‌ಗಳ ಸದ್ದು ಮೂಡ್ ಕೆಡಿಸುತ್ತಿತ್ತು ಕೆಲವೊಮ್ಮೆ. ಆದರೂ ಕೆಳಗಿನ ದೃಶ್ಯ ವೈಭವಕ್ಕೆ ಮೆರಗು, ಲೋಕದ ಸಮಸ್ತದ ಅನಾವರಣವೆನಿಸುತ್ತಿದ್ದುಂಟು.

ಇಂದು ಶಾಲಿನಿಯೊಂದಿಗೆ ಜಗಳವಾಡಿಯೇ ಮನೆ ಬಿಟ್ಟಿದ್ದು. ತಟ್ಟೆಯ ಮುಂದೆ ಕೂತವನು ಎದ್ದು ಬಂದಿದ್ದ. 'ನಿನ್ನ ಆಸೆಗಳ ಪೂರೈಕೆಯಲ್ಲಿ ನನ್ನ ಹೆಣ ಬಿದ್ದುಹೋಗುತ್ತೆ. ಇದೆಲ್ಲ ಬೇಕಿತ್ತಾ?' ಜೋರಾಗಿ ಗೋಣಗಿ ಕಣ್ಣೀರು ತರಿಸಿ ಮನೆ ಬಿಟ್ಟಿದ್ದೆ. ಬಂದವನು ಆಫೀಸ್ ಕೂಡ ಪ್ರವೇಶ ಮಾಡದೇ ನಿಂತು ನೋಡತೊಡಗಿದೆ.

ದಿನ ನಿತ್ಯದ ಸೀನ್. ಒಂಬತ್ತು ಮುಕ್ಕಾಲಿಗೆ ಸರಿಯಾಗಿ ನಂಜುಂಡಯ್ಯನ ಸ್ಕೂಟರ್ ಬಂದು ನಿಲ್ಲುತ್ತದೆ. ಸದ್ದು ನೋಡಿಯೇ ನಂಜುಂಡಯ್ಯನ ಸ್ಕೂಟರ್, ಅದರಿಂದ ಇಳಿದವಳು ಕಾತ್ಯಾಯಿನಿಯೆ ಎಂದು ಯಾರು ಬೇಕಾದರು ಹೇಳುತ್ತಿದ್ದರು. ಅಂಥ ಪಂಕ್ಚ್ಯುಯಾಲಿಟಿ ಆ ಸ್ಕೂಟರ್‌ದು.

ಎಂದಾದರೂ ಒಂದು ಐದು ನಿಮಿಷ ತಡವಾಗಿ, ಅಥವಾ ಬೇಗ ಬಂದ ದಿನಗಳನ್ನು ಲೆಕ್ಕ ಹಾಕಿಡಬಹುದಿತ್ತು. ಆಫೀಸ್‌ನ ಕೆಲವರು ಅಂಥ ಪ್ರಯತ್ನಗಳನ್ನ ಮಾಡಿ ಬೇಸತ್ತು ಸುಮ್ಮನಾಗಿದ್ದರು.

ಕೆಲವರಂತು ಅವಳ ಬರುವನ್ನ ನೋಡಿ ತಮ್ಮ ಕೈಗಳಲ್ಲಿನ ವಾಚ್‌ಗಳನ್ನು ನೋಡಿ ಟೈಮ್ ಹೊಂದಿಸುತ್ತಿದ್ದರು. ಇದು ನಾಲ್ಕಾರು ವರ್ಷದ್ದು. ಕೇಳಿದವರಿಗೆಲ್ಲ ಅವಳ ಮುದ್ದಾದ ಮುಗುಳ್ನಗು ಉತ್ತರ.

ಇಂದು ಇಂದಿರಾ ರಂಗನಾಥ್ ಕಿರುನಗೆ ಬೀರಿದರು.

"ಗಿನ್ನಿಸ್ ದಾಖಲೆಯಲ್ಲಿ ಇಂಥದಕ್ಕೇನಾದ್ರೂ ಅವಕಾಶವಿದ್ಯಾಂತ ವಿಚಾರಿಸ್ಬೇಕು. ಇಷ್ಟು ಸರ್ಯಾಗಿ ನಿಮ್ಗೇ ಬರೋಕೆ ಹೇಗೆ ಸಾಧ್ಯವಾಗುತ್ತೆ ಹೇಳಿ."

ಇಂದು ಕೂಡ ಅದೇ ಮೌನದ ಮುದ್ದು ನಗು. ಅವಳು ಮೂಗಿಯಲ್ಲಾ, ಆದರೂ ಇಷ್ಟು ಮಾತು ಕಡಿಮೆ ಆಡುವುದಕ್ಕೆ ಕಾರಣವೇನು? ಆಫೀಸ್‌ನಲ್ಲಿ ಇದು ಆಗಾಗ ಚರ್ಚೆಯ ವಿಷಯವಾಗುತ್ತಿತ್ತು. ಆದರೆ ಕಾರಣವಂತು ಯಾರಿಗೂ ಗೊತ್ತಿಲ್ಲ!

ಫೈಲ್ ನೋಡುತ್ತ ಮಣಿ ಮೈಕೇಲ್ "ಬರೋದು ಸರೀ, ಆದರೆ ಆಫೀಸ್ ಮುಗ್ಯೋ ವೇಳೆಗೆ ಕೆಳ್ಗೇ ಸ್ಕೂಟರ್ ರೆಡಿಯಾಗಿರುತ್ತೆ. ಇದು ಹೇಗೆ ಸಾಧ್ಯ? ರಿಯಲಿ! ಫೆಂಟಾಸ್ಟಿಕ್. ಡ್ರೈವರ್-ಕಂ-ಬಾಡಿಗಾರ್ಡ್... ಎಷ್ಟು ಎಚ್ಚರ ಹೆಂಡತಿಯ ಬಗ್ಗೆ!" ಹುಬ್ಬು ಕುಣಿಸಿ ನಗೆ ಬೀರಿದರು. ಅದಕ್ಕೂ ಕಾತ್ಯಾಯಿನಿಯ ಪ್ರತಿಕ್ರಿಯೆ ಇಲ್ಲ.

ಆಫೀಸರ್‌ಗೆ ಒಂದು ಛೇಂಬರ್ ಬಿಟ್ಟರೇ ಮುಂದಿನ ದೊಡ್ಡ ಹಾಲ್ ಹನ್ನೆರಡು ಜನರನ್ನು ತನ್ನಲ್ಲಿ ಅಡಗಿಸಿಕೊಂಡಿತ್ತು. ನಾಲ್ಕು ಕಡೆ ಪ್ರತ್ಯೇಕವಾದ ಛೇಂಬರ್‌ಗಳನ್ನು ಹುದ್ದೆ, ಸಿನಿಯಾರಿಟಿಗೆ ಅನುಗುಣವಾಗಿ ಕೊಡಲಾಗಿತ್ತು. ಮಿಕ್ಕವರದು ಕಾಮನ್ ಸೀಟುಗಳು, ಮುಂದೆ ಫೈಲುಗಳ ಗುಡ್ಡೆಗಳು, ಆರು ಫ್ಯಾನ್‌ಗಳು ಸತತವಾಗಿ ಕೆಲಸ ಮಾಡುತ್ತ ಎಲ್ಲರಿಗೂ ಕಾಮನ್ನಾಗಿ ಗಾಳಿಯನ್ನು ಒದಗಿಸುತ್ತಿತ್ತು. ಜೊತೆಗೆ ತಲೆ ಬಿಸಿ ಕಡಿಮೆ ಮಾಡುತ್ತಿತ್ತು.

ಲಂಚ್‌ವರೆಗೂ ಉಸಿರು ಬಿಗಿಹಿಡಿದು ಕೆಲಸ ಮಾಡುವವರು ನಂತರ ಹಕ್ಕಿಗಳಾಗಿ ಬಿಡುತ್ತಿದ್ದರು. ಆರು ಜನ ಮಹಿಳೆಯರು, ಅದರಲ್ಲಿ ಕಾತ್ಯಾಯಿನಿ

ವಯಸ್ಸಿನವರು ಇಬ್ಬರು, ಇನ್ನಿಬ್ಬರು ಸ್ವಲ್ಪ ಹಿರಿಯರು, ಈಚೆಗೆ ಜಾಯಿನ್ ಆದ ಒಂದು ಹುಡುಗಿ.

ತಾವು ತಂದ ಲಂಚ್ ಬಾಕ್ಸ್‌ಗಳನ್ನು ಓಪನ್ ಮಾಡಿ ಕೂತರೆಂದರೆ, ಮಾತೋ... ಮಾತು, ಅದು ಒಂದು ವಿಷಯಕ್ಕೆ ಸಂಬಂಧಿಸಿದಲ್ಲ. ರಾಜಕೀಯ ಸುದ್ದಿ ಬರುತ್ತಿದ್ದುದ್ದು ಅಪರೂಪ. ಯಾರಿಗೂ ಸಾಮಾಜಿಕ ಸಮಸ್ಯೆಗಳ ಬಗ್ಗೆ ಆಸಕ್ತಿ ಇಲ್ಲದಿದ್ದರಿಂದ ರಾಜಕೀಯ ಇವರ ಮಾತುಕತೆಯಿಂದ ದೂರವಾಗಿ ಉಳಿಯುತ್ತಿತ್ತು. ಹೆಚ್ಚು ಕಡಿಮೆ ವಿಷಯ ಶುರುವಾಗುತ್ತಿದ್ದುದು. ಮಾರುಕಟ್ಟೆಗೆ ಬಂದು ಬರುತ್ತಿರುವ ಸೀರೆಗಳ ಬಗ್ಗೆಯೇ. ಆಮೇಲೆ ಕತೆ, ಕಾದಂಬರಿ, ಸಿನಿಮಾ, ಟಿ.ವಿ. ಧಾರಾವಾಹಿ ಸುತ್ತೆಡೆದು ಬಿಡುತ್ತಿತ್ತು. ಅಲ್ಲೂ ಕೂಡ ಕಾತ್ಯಾಯಿನಿ ಮೌನಿ.

ಕಾತ್ಯಾಯಿನಿ ಈ ಆಫೀಸ್‌ಗೆ ಜಾಯಿನ್ ಆಗಿ ಬರೋಬ್ಬರಿ ಐದು ವರ್ಷಕ್ಕೆ ಒಂದೆರಡು ತಿಂಗಳು ಉಳಿದಿದೆಯೆನೋ? ಆಗಿನಿಂದಲೂ ಅವಳ ದಿನಚರಿಯಲ್ಲಾಗಲೀ, ನಡವಳಿಕೆಯಲ್ಲಾಗಲೀ, ಒಂದಿಷ್ಟು ಬದಲಾವಣೆ ಇಲ್ಲ. ಅವಳನ್ನು ಬದಲಾಯಿಸಲು ಬೆಟ್ಸ್ ಕಟ್ಟಿ ಸೋತವರೆಷ್ಟೋ?

ಜಗದೀಶನಿಗೆ ಅವಳ ಬಗ್ಗೆ ಮೆಚ್ಚಿಗೆಯ ಜೊತೆ ಒಂದು ರೀತಿ ಈರ್ಷ್ಯೆ ಕೂಡ. ಅದಕ್ಕೆ ಖಂಡಿತ ಕಾರಣ ಗೊತ್ತಿಲ್ಲ. "ನಾಲ್ಕು ದಿನ ಹೋದರೆ ಸರಿ ಹೋಗ್ತಾಳೆ" ಎಂದು ಉಡಾಫೆಯೊಡೆದಿದ್ದ. ಆದರೆ ನಾಲ್ಕು ವರ್ಷ ಮುಗಿದರೂ, ಅದೇ ಕಾತ್ಯಾಯಿನಿಯೆ.

ಶಾಲಿನಿಯೊಡನೆ ಜಗಳವಾಡಿ ಮನೆ ಬಿಟ್ಟವನು ಲಂಚ್ ಸಮಯದಲ್ಲಿಯೇ ಒಂದಿಷ್ಟು ತಿಂದ ಜಗದೀಶ, ಒಂದರ ಮೇಲೊಂದು ಸಿಗರೇಟು ಹಚ್ಚಿದ. "ಇವತ್ತು ಬೇಗ್ಬನ್ನಿ, ಸಿನಿಮಾಗೆ ಹೋಗಬೇಕು" ತಟ್ಟೆಯ ಕೊನೆಗೆ ಉಪ್ಪಿನಕಾಯಿ ಬಡಿಸುತ್ತ ಕೇಳಿದಾಗ ತಟ್ಟೆ ತೆಗೆದು ಅವಳಿಗೆ ಅಪ್ಪಳಿಸಿ ಬಿಡಬೇಕೆನಿಸಿತು. "ಸಾಧ್ಯನೇ ಇಲ್ಲ! ನಿಂಗೆ ಬೇರೆ ಕೆಲ್ಸ ಇಲ್ವಾ? ನೂರು ಸಮಸ್ಯೆಗಳು ಇದೆ, ನಿಂಗೆ ಸಿನಿಮಾ, ಸೀರೇದೇ ಜಪ." ರೇಗಾಡಿದ್ದ. ದೊಡ್ಡ ಕುಟುಂಬದ ಹಿರಿಯ ಮಗ. ಹಳ್ಳಿಯಲ್ಲಿರುವ ಕುಟುಂಬಕ್ಕೆ ಇವನ ಸಹಾಯದ ಅಗತ್ಯವಿತ್ತು. ಸದ್ಯಕ್ಕೆ ಮಕ್ಕಳಿಲ್ಲ ಎನ್ನುವುದೇ ಅವನಿಗೆ ಸಮಾಧಾನದ ಸಂಗತಿ. ಸಾಧಾರಣ ರೂಪಿನ ಶಾಲಿನಿ ಸದಾ ಕಲರ್‌ಫುಲ್ ಆಗಿರೋ ಪ್ರಯತ್ನ ಮಾಡೋದು ಅದೇ ಕಾತ್ಯಾಯಿನಿ ಎಷ್ಟೊಂದು ಸಿಂಪಲ್.

ಸದಾ ಅದೊಂದು ವಿಷಯ ಅವನನ್ನು ಕಾಡುತ್ತಿತ್ತು.

ನಾಲ್ಕಕ್ಕೆ ಐದು ಇದೆಯೆನ್ನುವಾಗ ಹೊರಗೆ ಬಂದು ಎಂದಿನಂತೆ ಕೆಳಗೆ ನೋಡಿದ. ಕಾತ್ಯಾಯಿನಿ ಒಬ್ಬಳೇ ಬಿರಬಿರನೆ ನಡೆಯುತ್ತಿದ್ದುದ್ದನ್ನು ನೋಡಿ ಅಚ್ಚರಿಗೊಂಡು ಕೆಳಗಿಳಿದು ಬಂದ.

ದೂರದ ಆಟೋ ನಿಲ್ದಾಣದ ಬಳಿ ಕಾಣಸಿಕ್ಕಾಗ ಅಲ್ಲಿಂದಲೇ ಆಟೋ ಹತ್ತಿದ. ತೀರದ ಕುತೂಹಲ. ಬೇರೆ ಲೇಡಿ ಕೊಲೀಗ್ಸ್ ಈ ರೀತಿ ಹೋಗಿದ್ದರೆ ಅವನು ತಲೆ ಕೆಡಿಸಿಕೊಳ್ಳುತ್ತಿರಲಿಲ್ಲ. ಆದರೆ, ಕಾತ್ಯಾಯಿನಿ... ಹತ್ತಿಕ್ಕಲಾರದ ಕುತೂಹಲ.

ವತ್ಸಲ ಥಿಯೇಟರ್ ಸ್ವಲ್ಪ ಹಿಂದೆಯೇ ಆಟೋ ಇಳಿದು ಬೆವರೊರೆಸಿಕೊಂಡು ಆಟೋದವನಿಗೆ ಪರ್ಸ್‌ನಿಂದ ಹಣ ತೆಗೆದುಕೊಟ್ಟು ಬಿರಬಿರನೆ ನಡೆಯತೊಡಗಿದಾಗ ಆಟೋ ನಿಲ್ಲಿಸಿ ಜಗದೀಶ ಕೆಳಗಿಳಿದ. ಇದು ಬೇಕಿತ್ತಾ? ವಿವೇಕ ಪ್ರಶ್ನಿಸಿದಾಗ ಕುತೂಹಲ 'ಹೌದು' ಎಂದಿತು.

ವನಿತಾ ಥಿಯೇಟರ್‌ನ ಮುಂದೆ ಕಾದಿದ್ದ ಯುವಕ ಇವಳನ್ನು ನೋಡಿದ ಕೂಡಲೇ ಹರ್ಷದಿಂದ ಮುಂದಕ್ಕೆ ಬಂದ. ಇಬ್ಬರು ಫುಟ್‌ಪಾತ್‌ಗೆ ನಡೆದರು. ಅವನ ತೋಳಿನ ಮೇಲೆ ಕೈಇಟ್ಟು ಕನಿಷ್ಠ ಹತ್ತು ನಿಮಿಷವಾದರೂ ಮಾತಾಡಿದಳು.

ದೂರದಿಂದಲೇ ಗಮನಿಸಿದ ಜಗದೀಶ ಕಾತ್ಯಾಯಿನಿ ಗಂಡನ ಬಗೆಗಿನ ತನ್ನ ಭಾವನೆಯನ್ನು ಬದಲಾಯಿಸಿಕೊಂಡ. ಇಂಥ ಹೆಣ್ಣಿನೊಂದಿಗೆ ಸಂಸಾರ ಮಾಡುವುದು ಅವನ ಹಣೆಬರಹ! ಛೆ.... ಎಂದುಕೊಂಡು ಆಟೋ ಹತ್ತಿದ. ತುಂಬು ಗೌರವದಿಂದ ಕಾತ್ಯಾಯಿನಿಯನ್ನು ಮಾತನಾಡಿಸಲು ಹೆದರುತ್ತಿದ್ದ ಅವನು ಉದಾಸಭಾವದಿಂದ ಅವಳ ಸೀಟಿನ ಕಡೆ ನೋಡಿ ನಗೆ ಬೀರಿದ. 'ಒಂದು ಕೈ ನೋಡೇಬಿಡುವ' ಎನ್ನುವ ಹುಮ್ಮಸ್ಸಿನಿಂದ ಸಿನಿಮಾ ಹಾಡು ಗುನುಗಿದ.

ಇವನ ಎದುರು ಟೇಬಲ್ಲೇ ಅವಳದು. ಇಂದು ಜಗದೀಶ ಭರ್ಜರಿ ಡ್ರೆಸ್‌ನೊಂದಿಗೆ ಬಂದಿದ್ದ. ನೇವಿ ಬ್ಲೂ ಪ್ಯಾಂಟ್, ಆಕಾಶ ನೀಲಿಯ ಷರ್ಟ್ ಅವರಿಗೆ ತುಂಬ ಒಪ್ಪುತ್ತದೆಯೆಂದು ಗೆಳೆಯರು ಹೇಳಿದ್ದರು. ಅದು ಶಾಲಿನಿಯ ಪ್ರಶಂಸೆಗೂ ಪಾತ್ರವಾಗಿದ್ದುದರಿಂದ ಆ ಡ್ರೆಸ್‌ನಲ್ಲಿ ಬಂದಿದ್ದವನ ಯೋಚನೆ ಬೇರೆಯೆ ಇತ್ತು.

ಒಮ್ಮೆ ಕಾತ್ಯಾಯಿನಿ ಕಡೆ ನೋಟ ಹರಿಸಿದ. ಎಂದಿನಂತೆ ಕೆಲಸದಲ್ಲಿ ಮಗ್ನೆ ಅವನ ತುಟಿಯಂಚಿನಲ್ಲಿ ಪರಿಹಾಸ್ಯದ ನಗು ಮಿನುಗಿತು. ಇಷ್ಟು ದಿನ ಕಾತ್ಯಾಯಿನಿ ಬಗ್ಗೆ ಇದ್ದ ಗೌರವಾದರಗಳು ಒಮ್ಮೆಗೆ ಕುಸಿದು ಬಿದ್ದಿತ್ತು.

ಅವನ ನಾಲ್ಕು ವರ್ಷದ ಪ್ರಶ್ನೆಗೆ ಹಿಂದಿನ ದಿನ ಉತ್ತರ ಸಿಕ್ಕಿತ್ತು. ಅವಳ ಗಂಡ ನಿರುಪದ್ರವಿ ಪ್ರಾಣಿಯಾಗಿ ಕಂಡ. ಇಂಥ ಹೆಣ್ಣನ್ನ ಕಾಯೋಕ್ಕಿಂತ ಕತ್ತೆನ ಕಾಯಬಹುದು. ಮನಸ್ಸಿನಲ್ಲೇ ಅಂದುಕೊಂಡ ಜೊತೆಗೆ ಆಫೀಸ್ ಸ್ಟಾಫ್‌ಗೆ ಹೇಳಿ ಅವಳ ಬಣ್ಣವನ್ನಾಕೆ ಬಯಲು ಮಾಡಬಾರದೆಂದುಕೊಂಡರೂ ಸುಮ್ಮನಾದ. ಅವನ ಯೋಜನೆಯ ರೂಪುರೇಶೆಗಳು ಬೇರೆಯದಿತ್ತು. ಲಂಚ್ ಬ್ರೇಕ್‌ವರೆಗೂ ಸಹನೆಯಿಂದ ಕಾದ.

"ಬನ್ನಿ.... ಕಾಫಿಗೇ ಹೋಗೋಣ"ಸೀಟು ಬಿಟ್ಟು ಏಳುತ್ತ ಕರೆದ. ಅವಳಿಗೆ ಗಲಿಬಿಲಿ. ಸುತ್ತಲಿನವರಿಗೆ ಅಚ್ಚರಿ. ಮಿಸಸ್ ಮೈಕಲ್ "ಇದೇನು ಹೊಸ್ದಾಗಿ ಕರೀತಾ, ಇದ್ದೀರಾ? ಕಾತ್ಯಾಯಿನಿ ಎಂದಾದ್ರೂ ನಮ್ಮಗಳ ಜೊತೆಗೆ ಕಾಫೀಗೆ ಬಂದಿದ್ದುಂಟಾ? ನೀವು ಕಾಫೀ ಕೊಡ್ಸೋದಾದರೇ... ನಾವೆಲ್ಲ ರೆಡಿ. ಕಾತ್ಯಾಯಿನಿಯನ್ನ ಕರ್ಯೋಕೆ ಬೇರೆ ಏನಾದ್ರೂ ವಿಶೇಷವುಂಟಾ?" ಕೇಳಿದಳು ತನ್ನ ಹ್ಯಾಂಡ್ ಬ್ಯಾಗ್ ಎತ್ತಿಕೊಳ್ಳುತ್ತ.

"ಅದೇನು, ಇವ್ರಿಗೆ ತಲೆಯ ಮೇಲೆ ಕೊಂಬು ಇದ್ಯಾ? ಬನ್ನಿ... ಕಾತ್ಯಾಯಿನಿ" ಒತ್ತಾಯಪೂರ್ವಕವಾಗಿ ಕರೆದ. ಅವಳು ಗಲಿಬಿಲಿಯ ನೋಟ ಹರಿಸಿ "ನಂಗೆ ಕಾಫೀ ಕುಡ್ದು ಅಭ್ಯಾಸವಿಲ್ಲ" ಎಂದಳು ಭಯ ಮಿಶ್ರಿತ ನೋಟ ಬೀರುತ್ತಾ.

ಮಿಕ್ಕವರು ಅವಳತ್ತ ನೋಟ ಹರಿಸಿ "ಬೇರೇನೋ ಪ್ಲಾನ್ ಇದೇ, ಬಿಡಿ" ಎಂದುಕೊಳ್ಳುತ್ತ ಹೊರಟರು.

"ನಿಮ್ಗೇ ಕಾಫೀ ಬೇಡವಾಗಿದ್ರೆ, ಕೋಲ್ಡ್ ಮಿಲ್ಕ್‌ಗೆ ಆರ್ಡರ್ ಮಾಡ್ತೀನಿ" ಒಂದು ತರಹ ನೋಡಿದ "ನಂಗೆ ಯಾವ್ದೂ ಬೇಡ" ಎದ್ದವಳು ಕೂತಳು. ಅವಳಿಗೆ ಸ್ವಲ್ಪ ಮಟ್ಟಿಗೆ ಅರ್ಥವಾಯಿತು. "ಪ್ಲೀಸ್, ನಂಗೇನು ಬೇಡ" ಎಂದಳು ಮೆಲ್ಲನೆ.

ಅಷ್ಟಕ್ಕೆ ಬಿಡಲು ಜಗದೀಶನಿಗೆ ಇಷ್ಟವಿಲ್ಲ. ಇಷ್ಟು ದಿನದ ಗಾಂಭೀರ್ಯವನ್ನು ಅನಾವರಣಗೊಳಿಸಿ ಬಿಡಬೇಕೆಂಬ ಹಟ. ಲಂಚ್ ಮುಗಿಸಿ ಬೀಡಾ ಜಗಿಯುತ್ತ ಅವಳನ್ನು ಇರಿಯುವಂತೆ ನೋಡುತ್ತ ತನ್ನ ಸೀಟಿನಲ್ಲಿ ಕೂತ. ಇನ್ನು ಹೆಂಗೆಳೆಯರ ದಂಡು ಬಂದಿರಲಿಲ್ಲ.

"ವತ್ಸಲ ಥಿಯೇಟರ್‌ನಲ್ಲಿ ಯಾವ ಮೂವೀ" ಕೇಳಿದ.

ಅವಳು ಉತ್ತರಿಸಲು ಹೋಗಲಿಲ್ಲ, ಪೂರ್ತಿಯಾಗಿ ಅರ್ಥವಾಗಿತ್ತು. ನಂಜುಂಡಯ್ಯನ ಮುಖ ಬಂದು ಎದುರು ನಿಂತಿತು. ಯಾವುದೇ ಅನಾಹುತವಾಗುವುದು ಅವಳಿಗೆ ಬೇಕಿರಲಿಲ್ಲ. ಕಣ್ಣಂಚು ತೇವವಾಯಿತು.

"ನನ್ನ ಪ್ರಶ್ನೆಗೆ ಉತ್ತರ ಸಿಗ್ಲಿಲ್ಲ" ಕುಟುಕಿದ.

ಜಗದೀಶನ ಪ್ರಶ್ನೆಗೆ ಉತ್ತರಿಸದಿದ್ದರೂ, ಹೆಚ್ಚು ಹೊತ್ತು ಸೀಟಿನಲ್ಲಿ ಕೂಡಲಿಲ್ಲ. ಪರ್ಮಿಷನ್ ಪಡೆದು ಒಂದು ಪುಟ್ಟ ಚೀಟಿಯಲ್ಲಿ ಏನೋ ಬರೆದು ಜಗದೀಶನಿಗೆ ತಲುಪಿಸಿ ಹೊರಗೆ ಹೋದಳು.

'ಹುರ್ರೆ' ಎಂದು ಕೂಗಬೇಕೆನಿಸಿತು. ಈ ಛಾನ್ಸ್‌ನ ಖಂಡಿತ ಬಳಸಿಕೊಳ್ಳಬೇಕೆಂದುಕೊಂಡು ಮೇಲೆದ್ದ. ಆ ವೇಳೆಗೆ ಪಕ್ಕದ ಸೀಟಿನ ಪೂರ್ಣಿಮಾ "ಜಗದೀಶ್ ಏನು ವಿಶೇಷ? ಕಾತ್ಯಾಯಿನಿನ ಕರೆಯೋ ಧೈರ್ಯ ಮಾಡಿದ್ದೀರಲ್ಲ" ನಗೆಯಾಡಿದಳು.

"ನೋಡ್ತಾ ಇರೀ" ಎಂದಷ್ಟೆ ಅಂದ.

ಚೀಟಿಯಲ್ಲಿ ಬರೆದು ಕಳಿಸಿದಂಗೆ ಬಸ್‌ಸ್ಟಾಪ್‌ನಲ್ಲಿ ಕಾಯುತ್ತಿದ್ದ ಕಾತ್ಯಾಯಿನಿ "ಬನ್ನಿ..." ಎಂದು ಆಟೋ ನಿಲ್ಲಿಸಿ ತಾನು ಹತ್ತಿ "ಬನ್ನಿ... ಜಗದೀಶ್" ಎಂದವಳು "ವತ್ಸಲ ಥಿಯೆಟೇರ್" ಅಂತ ಆಟೋದವನಿಗೆ ಹೇಳಿದಳು ಅರ್ಥವಾಗದಿದ್ದರು ಕಾತ್ಯಾಯಿನಿಯೊಂದಿಗೆ ಸಿನಿಮಾ ನೋಡುವುದು ಖುಷಿಯ ವಿಚಾರವೆನಿಸಿತು. ಆದರೆ ಭಯ ಕಾಡದೆ ಹೋಗಲಿಲ್ಲ. ಅವಳ ಪ್ರಿಯಕರನಿಂದ ಮೈ ರಿಪೇರಿ ಮಾಡಿಸಿದರೇ?

"ಎಲ್ಲಿಗೆ ಹೋಗ್ತಾ ಇರೋದು?" ಕೇಳಿದ.

ಅದಕ್ಕೆ ಉತ್ತರಿಸಿದವನು ಆಟೋದವನು

"ವತ್ಸಲ ಥಿಯೇಟರ್‌ಗೆ ಅಂತ ಹೇಳಿದ್ದು ಕೇಳಿಸಲಿಲ್ವಾ, ಸಾರ್"

ಸ್ವಲ್ಪ ಮುಜುಗರಗೊಂಡ. ಕಾಫಿಗೆ ಕರೆದ ಮಾತ್ರಕ್ಕೆ 'ತನ್ನನ್ನು ವತ್ಸಲ ಥಿಯೇಟರ್ ಕರೆದೊಯ್ಯುವಷ್ಟು ಪೊಗರು' ಎಂದುಕೊಂಡ ಮನದಲ್ಲೇ. ಹರಳೆಣ್ಣೆ ಮುಖದ ನಂಜುಂಡಯ್ಯನಿಗೆ ಮಲೆನಾಡಿನ ಸೊಬಗನ್ನು ಮೈ ತುಂಬಿಕೊಂಡ ಕಾತ್ಯಾಯಿನಿ ಅವನಿಗೆ ಮಡದಿ. 'ಐ ಈಡಿಯಟ್‌ಗೆ ಸೌಂದರ್ಯ ಪ್ರಜ್ಞೆ ಇಲ್ಲ' ಇಂಥದೊಂದು ಭಾವ ಅವನಲ್ಲಿ ಎಂದಿನಿಂದಲೋ ಹೊಯ್ದಾಡುತ್ತಿತ್ತು.

ಥಿಯೇಟರ್‌ಗೆ ಸ್ವಲ್ಪ ದೂರದಲ್ಲಿಯೇ ಆಟೋ ನಿಂತಿತು. ಇಳಿದ ಕಾತ್ಯಾಯಿನಿ ತಾನೇ ಹಣ ಕೊಟ್ಟು "ಸ್ವಲ್ಪ ಇಲ್ಲೇ... ಇರೀ ಈಗ್ಬಂದೆ" ಎಂದು ಥಿಯೇಟರ್ ಕಡೆ ಹೊರಟವಳು ಅದೇ ಯುವಕ ಹಿಂದಟ್ಟಿಕೊಂಡು ಬಂದು "ಇವ್ನು, ನನ್ನ ತಮ್ಮ ಅರುಣ, ಇಂಜಿನಿಯರಿಂಗ್ ಸೇರ್ಕೊಂಡಿದ್ದಾನೆ. ಜೊತೆಗೆ ಪಾರ್ಟ್‌ಟೈಮ್ ಗೇಟ್‌ಕೀಪರ್. ಆಗಾಗ ನಾನು ಇವನನ್ನು ನೋಡೋಕೆ ಇಲ್ಲಿಗೆ ಬರ್ತೀನಿ" ಪರಿಚಯಿಸಿದಳು. ಅಲ್ಲೇ ಪಕ್ಕದಲ್ಲಿದ್ದ 'ಕೂಲ್ಡ್ ಮಿಲ್ಕ್' ಸೆಂಟರ್‌ಗೆ ಹೋಗಿ ಮೂವರು ಹಾಲು ಕುಡಿದನಂತರ, ಅವಳೇ ಬಿಲ್ ಕೊಟ್ಟಳು.

"ಬಂದು ಹೋಗಿದ್ದೇಯಲ್ಲ, ಮತ್ಯಾಕೆ ಬಂದೆ? ನಿನ್ನ ಪಾಕೆಟ್ ಮನೀನ ನಂಗಾಗಿ ಖರ್ಚು ಮಾಡಿ, ಆಮೇಲೆ ನೀನು ಉಪವಾಸಂತ ಹೆಣಗಬೇಕಾಗುತ್ತೆ. ಭಾವನಿಗೆ.... ನಿನ್ನ ಅತ್ತೆ ಮನೆಯವರಿಗೆ ಗೊತ್ತಾದರೆ, ರಂಪ, ರಾಮಾಯಣ ಮಾಡಿಬಿಡ್ತಾರೆ. ನಂಗೆ ತುಂಬ... ಭಯ ಕಣೇ" ಅವಳಿಗಿಂತ ಎತ್ತರ ಬೆಳೆದ ಅರವಿಂದ ಹಸುಗೂಸಿನಂತೆ ಕಂಡ.

ಜಗದೀಶ ಚಡಪಡಿಸಿದ. ನಾಲ್ಕು ವರ್ಷದಿಂದ ನೋಡಿದ ಕಾತ್ಯಾಯಿನಿಯ ಬಗ್ಗೆ ಅಷ್ಟು ಕೆಟ್ಟದಾಗಿ ಊಹಿಸಲು ಹೇಗೆ ಸಾಧ್ಯವಾಯಿತು? ತನ್ನ ಮನಸತ್ವವನ್ನು ಧಿಕ್ಕರಿಸಿದ.

ತಮ್ಮನ ಕೈಹಿಡಿದ ಕಾತ್ಯಾಯಿನಿ "ನಾನು ಮ್ಯಾನೇಜ್ ಮಾಡ್ಕೋತೀನಿ. ಲಂಚ್ ಬ್ರೇಕ್ ಸಮಯಕ್ಕೆ ಆಫೀಸ್ ಹತ್ರ ಬಾ. ಅತ್ತೆ ನುಚ್ಚಿನುಂಡೆ ಮಾಡ್ತಾರಂತೆ. ನಂಗೂ ಒಂದು ನಾಲ್ಕು ಡಬ್ಬಿಗೆ ಹಾಕಿಕೊಡ್ತಾರೆ. ನಿಂಗೆ ಕೊಡ್ತೀನಿ." ಅಂದಾಗ ಅವನ ಕಣ್ಣುಗಳಲ್ಲಿ ಹರ್ಷದ ಕಣ್ಣೀರು "ಬರ್ತೀನಿ... ಬರ್ತೀನಿ ಸಾರ್." ಎಂದವ ಥಿಯೇಟರ್ ಮುಂದೆ ಜಮಾಯಿಸಲು ಸಿದ್ಧವಾದ ಜನ ಮಧ್ಯೆ ಅದೃಶ್ಯನಾದ.

ಜಗದೀಶನಿಗೆ ಕೆಡುಕೆನಿಸಿತು.

"ವತ್ಸಲಾ ಥಿಯೇಟರ್‌ನಲ್ಲಿ ಯಾವ ಸಿನಿಮಾಂತ ಗೊತ್ತಾಯಿತ್ತಲ್ಲ, ಸಾರ್? ನಂಗೆ ಯಾವುದನ್ನು ಯಾರ್ಗೂ ಹೇಳಿ ಅಭ್ಯಾಸವಿಲ್ಲ. ಇವತ್ತು ನಿಮ್ಹತ್ರ ನಾಲ್ಕು ಮಾತು ಆಡ್ಬೇಕೂಂತ ಅನ್ನಿಸಿದೆ, ಇಲ್ಲೇ ಪಾರ್ಕ್‌ನಲ್ಲಿ ಕೂಡೋಣ" ಕರೆದೊಯ್ದಳು.

"ನಮ್ದು ತೀರ್ಥಹಳ್ಳಿಯ ಬಿಳಿಯ ಮಲ್ಲಿಗೆ ಮನೆ, ವೃತ್ತಿಯಲ್ಲಿ ಬೇಸಾಯಗಾರರಾದ ನನ್ತಂದೆಗೆ ಏಳು ಹೆಣ್ಣು ಮಕ್ಕಳು, ಇವನೊಬ್ಬನೇ ಗಂಡು. ನಾನು ಆರನೆಯವಳು. ಹೆಣ್ಣು ಮಕ್ಕಳ ವಿವಾಹ ಬಾಣಂತನಕ್ಕೆ... ಬಂದಿದ್ದೆಲ್ಲ ಖರ್ಚಾಗ್ತ ಇತ್ತು. ನನ್ನ ವಿವಾಹದ ವೇಳೆಗೆ ಪೂರ್ತಿ ಸೋತು ಹೋಗಿದ್ರು. ಸಿಟಿಯ ಜನರಷ್ಟು

ಚುರುಕಿನವರಲ್ಲ, ಹೇಗೋ ಈ ಸಂಬಂಧ ಬಂತು. ಆಯ್ಕೆಯ ಪ್ರಶ್ನೆಯೇನು ಇರ್ಲಿಲ್ಲ. ನಂಗೆ ಡಿಗ್ರಿ ಆಗಿತ್ತು. ಅವ್ರೆ ಕೆಲ್ಸ ಕೊಡಿಸಿದ್ರು. ಇಲ್ಲಿಂದ ನನ್ನ ತವರಿಗೆ ಒಂದ್ರೂಪಾಯಿ ಸಹಾಯವಾಗಬಾರ್ದು. ಅದೊಂದು ಕಂಡೀಷನ್. ಇಲ್ಲಿ ನನ್ನ ಸ್ವಂತ ಖರ್ಚು ಅನ್ನೋದೇನಿಲ್ಲ. ಆದ್ರೆ ಕರ್ಕೊಂಡ್ ಬರ್ತಾರೆ. ಮತ್ತೆ ಬಂದು, ಕರ್ಕೊಂಡ್ಹೋಗ್ತಾರೆ. ನನ್ನ ಮಧ್ಯಾಹ್ನದ ಕಾಫಿ ಖರ್ಚಿಗೇಂತ ಒಂದಿಷ್ಟು ಹಣ ಕೊಡ್ತಾರೆ, ಸಂಬಳದಲ್ಲಿ ಅದ್ರಲ್ಲಿ ಒಂದ್ನಾಲ್ಕು ದಿನ ಕಾಫೀ ಕಟ್ ಮಾಡಿ, ಒಂದು ದಿನ ಹೋಗಿ ಅವ್ನ ಜೊತೆ 'ಕೋಲ್ಡ್ ಮಿಲ್ಕ್' ಕುಡೀತೀನಿ. ಅವ್ನಿಗೆ ಅದು ತುಂಬ ಇಷ್ಟ. ಹೇಗೋ ಕಷ್ಟಪಟ್ಟು ಓದ್ಕೋತಾ ಇದ್ದಾನೆ. ನಾನೇನು ಅವ್ನಿಗೆ ಸಹಾಯ ಮಾಡೋಕೆ ಆಗ್ತಾ ಇಲ್ಲ" ಎಂದು ಬಿಕ್ಕಿಬಿಕ್ಕಿ ಅತ್ತಳು. ಹೇಗೆ ಸಂತೈಯಿಸಬೇಕೋ ಜಗದೀಶನಿಗೆ ಗೊತ್ತಾಗಲಿಲ್ಲ.

ನಂತರ ಕಾತ್ಯಾಯಿನಿ ಆಫೀಸ್‌ಗೆ ಬರಲೇ ಇಲ್ಲ. ಪಾರ್ಕ್‌ನಲ್ಲಿ ಕೂತು ಹೆಂಡತಿ ಜಗದೀಶನೊಂದಿಗೆ ಮಾತಾಡಿದ್ದನ್ನ ಸ್ವತಃ ನಂಜುಂಡಯ್ಯ ನೋಡಿದ್ದ. ಅದು ಇವರಿಬ್ಬರಿಗೂ ಗೊತ್ತಾಗಲಿಲ್ಲ.

ಆದಾದ ನಾಲ್ಕು ವರ್ಷಗಳೆ ಉರುಳಿ ಹೋಗಿದೆ. ಹೆಂಡತಿ ಹಾಲು ತಂದು ಕೊಟ್ಟಾಗಲೆಲ್ಲ 'ಕೋಲ್ಡ್ ಮಿಲ್ಸ್" ನೆನಪಾಗುತ್ತಿತ್ತು. ಆಮೇಲೆ ಅರವಿಂದ ಕೂಡ ಗೇಟ್ ಕೀಪರ್ ಕೆಲಸ ಬಿಟ್ಟಿದ್ದ.

ಅಂಥ ಅಕ್ಕ ತಮ್ಮಂದಿರೆಷ್ಟೋ ಮಂದಿ? ದಯವಿಟ್ಟು ನೀವುಗಳು ಏನಾದರೂ ನೋಡಿದರೆ ದಯವಿಟ್ಟು ತಿಳಿಸಿ. ನನ್ನ ತಪ್ಪಿಗೆ ಕ್ಷಮೆ ಕೇಳಬೇಕಾಗಿದೆ.

●

20. ಸ್ವಾಭಿಮಾನ

ಆಕಾಶದಲ್ಲಿ ಮೋಡಗಳಿದ್ದವು. ಮಳೆ ಬರುತ್ತಿರಲಿಲ್ಲ. ಗಾಳಿ ನಿಂತುಹೋದಂತಿತ್ತು. ರೂಮಿನಲ್ಲಿ ಸೆಕೆ. ಹೊರಗೆದ್ದು ಬಂದೆ. ಕಮಲ ಸೂಜಿ, ದಾರ ಹಿಡಿದು ಕೂತಿದ್ದಳು. ಷರಟಿಗೆ ಗುಂಡಿ ಹಾಕುವ ತಯಾರಿ ನಡೆದಿತ್ತು. ಹಣೆಯ ಮೇಲಿನ ಬೆವರನ್ನ ಟವಲಿನಿಂದ ಒರೆಸಿದೆ. ನನ್ನವಳಿಗೆ ಬೇಗ ಬೆವರು ಬರುತ್ತಿರಲಿಲ್ಲ. ಆದರೆ ಇಂದು ಅವಳ ಮಿಣುಗುಟ್ಟುವ ಸ್ನಿಗ್ಧ ಮುಖದಲ್ಲಿ ಅಲ್ಲಲ್ಲಿ ಬೆವರಿನ ಹನಿಗಳು ಮಿರುಗುತ್ತಿದ್ದವು. 'ಕೊಕ್' ಎಂದು ಕೆಮ್ಮಿ ಗಂಟಲು ಸರಿಪಡಿಸಿಕೊಂಡೆ. ಮೆಲ್ಲಗೆ ತಲೆ ಎತ್ತಿದಳು. ಎಂದಿನಂತೆ ಶಾಂತವದನಳಾಗಿದ್ದಳು. "ತುಂಬ ಸೆಕೆ, ಹೊರಗೆ ಹೋಗೋಣ ನಡೆ" ಎಂದಾಗ, ಷರಟು, ಸೂಜಿ ದಾರವನ್ನು ಬದಿಗಿರಿಸಿ "ನಡೆಯಿರಿ" ಎಂದಳು.

ಹೊರಗೆ ಬಂದು ಕೂತೆವು. ಅಲ್ಲೂ ಗಾಳಿ ಇಲ್ಲ. ಆಕಾಶ ನೋಡಿ ಮನಸ್ಸಿಗೆ ಕಸಿವಿಸಿಯಾಯಿತು. ಪರಿಸ್ಥಿತಿ ಜ್ಞಾಪಕ ಬಂದಾಗ ಉದ್ವೇಗಗೊಂಡೆ. ಉದ್ವಿಗ್ನನಾಗದಿರಲು ಸಾಧ್ಯವೇ ಇಲ್ಲ. ಮನಸ್ಸು ತೀರಾ ಬೇಸರಗೊಂಡಿತ್ತು. ವಿಷಯ ಹೇಳುವುದು ಅನಿವಾರ್ಯವಾಗಿತ್ತು. ಚರ್ಚೆ, ವಿಚಾರ, ವಿನಿಮಯ ನಡೆಸಬೇಕಿತ್ತು. ಇಬ್ಬರ ನಡುವೆ ಮೌನ ವ್ಯಾಪಿಸಿತ್ತು.

ತೀಕ್ಷ್ಣವಾಗಿ ಅವಳನ್ನೇ ನೋಡುತ್ತ "ಎಲ್ಲಿಗೆ ಬಂತು?" ಎಂದೆ. ಕಮಲ ಹುಬ್ಬೇರಿಸಿದಳು. ಪ್ರಶ್ನಾರ್ಥಕವೋ, ಆಶ್ಚರ್ಯಸೂಚಕವೋ ತಿಳಿಯಲಿಲ್ಲ. ಅರಿತು ಅರಿಯದಂತೆ ನಟಿಸುವ ಅವಳ ಸ್ವಭಾವ ನೋಡಿ ಕೋಪಬಂತು. ಗಡುಸಾಗಿಯೇ. "ಇನ್ಮುಂದೆ ಪಗಾರ ಬಂದ ಕೂಡ್ಲೇ ಬಾಡ್ಗೆ ಹಣ ಕೊಡಲಿಕ್ಕೆ ನನ್ನಿಂದ ಸಾಧ್ಯವಿಲ್ಲ!" ಅದುವರೆಗೂ ನಗುನಗುತ್ತಿದ್ದ ಅವಳ ಕಣ್ಣುಗಳು ಮಂಕಾದವು. ಮುಖದಲ್ಲಿ ಸ್ವಾಭಿಮಾನ ಪುಟಿಯಿತು. 'ಸಾಧ್ಯವೇ ಇಲ್ಲ' ಎಂದು ಸ್ಪಷ್ಟವಾಗಿ ಹೇಳಿಬಿಟ್ಟಳು. ಅವಳ ಬಿಚ್ಚುನುಡಿ ಮೆಚ್ಚುವಂಥದೇ...! ಮೆಚ್ಚಲಿಲ್ಲ. ಕೋಪದಿಂದ ಧುಮುಗುಟ್ಟಿದೆ. ಸ್ವಂತ ಮನೆ, ಕಾರು-ತಲೆಯಲ್ಲಿ ಗುಯ್‌ಗುಟ್ಟಿತು. ಬಿರುಸಿನ ಕೋಪದಿಂದ ಕೆಂಪಾದೆ. ಕಮಲಳ ಮುಸುಡಿಗೆ ಗುದ್ದುವ ಮನಸ್ಸಾಯಿತು.

'ಅಯ್ಯೋ!' ಇವಳ ಮುದ್ದು ಮುಗುಳ್ನಗೆಗೆ ಮರುಳಾಗಿ ಅಂದು ತಾಳಿ ಕಟ್ಟಬಾರದಿತ್ತು. ಪಟ್ಟು ಹಿಡಿದು ಕೂತಿದ್ದರೇ 'ಅಂದೇ' ಅವರಪ್ಪ ವರದಕ್ಷಿಣೆ ಹಣ ಎಣಿಸಿಬಿಡುತ್ತಿದ್ದ!... ಶಾಂತಳನ್ನಾದರೂ ಮದುವೆಯಾಗಿದ್ದರೇ... ಇಬ್ಬರೂ ಸಂಪಾದನೆ ಮಾಡಿ ಸ್ವಂತ ಮನೆ, ಕಾರು ಇಟ್ಟುಕೊಂಡು ಮಜವಾಗಿರಬಹುದಿತ್ತು. ಆದರೆ ಕಮಲಳ ಮುಖದಲ್ಲಿ ಯಾವ ಭಾವನೆಗಳ ತಾಕಲಾಟವೂ ಇರಲಿಲ್ಲ. ಸರಳ ಸಹಜತೆ ಹಾಗೆ ಇತ್ತು.

ಅಪ್ಪನ ಕರೆಗೆ ಬೇಸರದಿಂದಲೇ ಹೋದ ನಾನು ಕಮಲಳನ್ನು ಮದುವೆಯಾಗಲು ಸಂತೋಷದಿಂದಲೇ ಒಪ್ಪಿಕೊಂಡೆ. ಅದರಲ್ಲಿ ಅಂಥಾ ಅಸ್ವಾಭಾವಿಕವಾದುದೇನೂ ಇರಲಿಲ್ಲ ಕಮಲಳ ಅಪ್ಪ ನನ್ನಪ್ಪನ ಸಹಪಾಠಿಯಂತೆ. ಅಷ್ಟಿಷ್ಟು ಹಣವನ್ನು ವರದಕ್ಷಿಣೆಯಾಗಿ ಕೊಡಲು ಒಪ್ಪಿದ ಮುದುಕ, ವಿವಾಹ ಸಮಯಕ್ಕೆ ಹೊಂದಿಸಲು ಆಗದೇ ತೇಲುಗಣ್ಣು, ಮೇಲುಗಣ್ಣು ಮಾಡಿದ. ದೊಡ್ಡ ಮನಸ್ಸು ಮಾಡಿ ತಾಳಿ ಬಿಗಿದು ಕರೆತಂದಿದ್ದೆ.

ನನ್ನ, ಕಮಲಳ ನಡುವೇ ಅಪಾರ 'ಪ್ರೇಮ'ವಿತ್ತು. ಅವಳ ಪ್ರೇಮದ ಬಣ್ಣ ನಾನಾ ತರಹದ್ದು. ನಿರಾಳವಾಗಿ ಬರಬೇಕಾದ ವರದಕ್ಷಿಣೆಯ ಬಗೆಗೆ ಯೋಚಿಸಲು ಕೂಡ ಬಿಡಲಿಲ್ಲ. ಇಲ್ಲೇ ನಾನು ಎಡವಿದ್ದು. ಮೃದುವಾದ ಮುಗುಳ್ನಗೆಯಲ್ಲಿ ಕುಸಿದುಹೋದೆ. ಗೆಳೆಯರ ಮೋಜಿನ ಜೀವನ ಕಂಡಾಗ ಎಚ್ಚೆತ್ತೆ. ಮೊದಲನೆಯದಾಗಿ ಅವಳಲ್ಲಿ ಪ್ರಸ್ತಾಪಿಸಿದೆ. "ಬಾಡಿಗೆ ತೆತ್ತು ಮಿಕ್ಕ ಹಣದಲ್ಲಿ ಜೀವನ ನಡೆಸೋದು ಕಷ್ಟ.... ನಿಮ್ಮಪ್ಪ ಕೊಡಬೇಕಾದ ಹಣಕ್ಕೆ ಮತ್ತಷ್ಟು ಸೇರಿಸಿ ಸ್ವಂತ ಮನೆ ಕೊಡ್ಸಿ ಕೊಡಲು ಹೇಳು" ಎಂದೆ. ಅವಳ ಮುಖದ ಬಣ್ಣ ಬದಲಾಯಿತು. ಆದರೆ ಎಂದಿನ ಸಮಾಧಾನದಿಂದಲೇ "ನಮ್ಮಪ್ಪ ಹಣ ಕೊಡುವಷ್ಟು ಶ್ರೀಮಂತರಲ್ಲ. ಸ್ವಂತ ಮನೆಯ ದುರಾಸೆಗಾಗಿ ಅವರನ್ನ ಮಾನಸಿಕ ಹಿಂಸೆಗೆ ಗುರಿ ಮಾಡುವುದು ಸರಿಯಲ್ಲ!" ಎಂದು ಹೇಳಿದಾಗ ನನ್ನೆದೆಯ ಕೋಪ ಭುಗಿಲೆಂದಿತು. ಬಲವಾಗಿ ಕೆನ್ನೆಗೊಂದು ಬಾರಿಸಿದೆ. ಅವಳ ಕಣ್ಣುಗಳಲ್ಲಿನ ತಿರಸ್ಕಾರ ಕಂಡು ಭಯಗೊಂಡೆ. ಈಗಲೂ... ಅಂದಿನ ಕಣ್ಣುಗಳ ತಿರಸ್ಕಾರ ನೆನಪಿಗೆ ಬಂದರೇ ಒಂದು ವಿಧವಾದ ಎದೆಗುದಿ ಪ್ರಾರಂಭವಾಗುತ್ತದೆ.

ದಿನದಿನಕ್ಕೆ ನನ್ನ, ಅವಳ ಮಧ್ಯದ ಅಂತರ ಹೆಚ್ಚಾಯಿತು. ಆ ಘಟನೆಯನ್ನೇ ಮರೆತವಳಂತೆ ಸಹಜವಾಗಿರುವ ಪ್ರಯತ್ನ ಮಾಡುತ್ತಿದ್ದಳು. ಜಯಶೀಲಳಾಗುತ್ತಿದ್ದಳು. ಆಕರ್ಷಣೆ ಒಂದುಗೂಡಿಸಿದರೂ ಆಸೆ, ಆಕಾಂಕ್ಷೆ ಪ್ರಬಲವಾಗುತ್ತಿತ್ತು. ಹಟಮಾರಿಯಾದೆ. ಪದೇ ಪದೇ ಚುಚ್ಚುನುಡಿಗಳಿಂದ ಹಿಂಸಿಸತೊಡಗಿದೆ. ಅವಳು ಅಳುಕಲಿಲ್ಲ. ಉದಾಸಭಾವ ನನ್ನನ್ನು ರೊಚ್ಚಿಗೆಬ್ಬಿಸುತ್ತಿತ್ತು. "ನಿಮ್ಮಪ್ಪನತ್ರ ಹಣ ತರದಿದ್ರೆ ಒದ್ದು ಹೊರಗೆ ಹಾಕ್ತೀನಿ" ಬೆದರಿಸಿದೆ. ಭಯ, ಅಳುವನ್ನು ನಿರೀಕ್ಷಿಸಿದ್ದವನಿಗೆ ನಿರಾಶೆಯಾಯಿತು. ನಾಲ್ಕಾರು ದಿನ ಮಾತಾಡಲಿಲ್ಲ. ಭಯಂಕರ ಮೌನ ಸಹಿಸದಾದೆ. ಅಂದು ಬರುವಾಗ ಒಬ್ಬನೇ ಬರಲಿಲ್ಲ. ಟೈಪಿಸ್ಟ್ ಲತಾನೂ ಜೊತೆಗೆ ಕರೆತಂದೆ. ಆಗಾದರೂ.... ತಗ್ಗಬಹುದೆಂದು ಭಾವಿಸಿದ್ದೆ...! 'ತನ್ನ ಗಂಡನ ಗೆಳತಿ ತನಗಿಂತಲೂ ಚೆಲುವೆ'ಯೆಂದು ಮತ್ಸರಪಡಲಿ - ನನ್ನನ್ನು ಸಂತೃಪ್ತಗೊಳಿಸುವ ಪ್ರಯತ್ನವನ್ನು ಮಾಡಿಯಾಳು! ಇಲ್ಲೂ... ಸೋತೆ. ಅದರತ್ತ ಗಮನ ಕೊಟ್ಟವಳಂತೆ ಕಾಣಲಿಲ್ಲ. ವರದಕ್ಷಿಣೆ ಹಣ ತರುವ ಸುದ್ದಿಯನ್ನು ಎತ್ತಲಿಲ್ಲ. ಇಂಚು ಇಂಚಾಗಿ ಇಳಿಯುತ್ತಿದ್ದ ಅನುಭವವಾಗುತ್ತಿತ್ತು.

ಕೆಲಸ ಮಾಡುತ್ತಿದ್ದದ್ದು ವಾಣಿಜ್ಯ ಸಂಸ್ಥೆಯ ಶಾಖೆಯಲ್ಲಿ. ಅಂದು ಬೆಳಿಗ್ಗೆ ಕಣ್ಣುಬಿಟ್ಟಾಗಲೇ ಎಂಟು ತೋರಿಸುತ್ತಿತ್ತು. ಎದ್ದವನೇ ಮುಖ ತೊಳೆದು ಹೊರಬಂದೆ.

"ನೀರು ಕಾದಿದೆ ಸ್ನಾನ ಮಾಡಿ" ಎಂದಳು. ಉದಾಸೀನವಾಗಿ ಅವಳ ಕಡೆ ನೋಡಿ, ಕೈಗೆ ಸಿಕ್ಕಿದ ಪ್ಯಾಂಟು, ಷರಟನ್ನ ಹಾಕ್ಕೊಂಡು ಮೂಲೆಯಲ್ಲಿದ್ದ ಚಪ್ಪಲಿ ಮೆಟ್ಟಿ ತಂದಿಟ್ಟ ಹೊಗೆಯಾಡುತ್ತಿದ್ದ ಕಾಫಿಯ ಕಡೆ ಕೂಡ ನೋಡದೆ ಹೊರಬಿದ್ದೆ. ತಲೆ ಭಾರವೆನಿಸಿತು. ತುಟಿಗಳ ಮಧ್ಯೆ ಸಿಗರೇಟು ಇಟ್ಟು ಬೆಂಕಿಕಡ್ಡಿ ಗೀರಿ ಒಂದು 'ದಂ' ಎಳೆದು ಹೊಗೆಯನ್ನು ಉಗುಳಿದೆ. ಬೇಸರದಿಂದ ಸಿಗರೇಟನ್ನು ಕಾಲಿನ ಬುಡಕ್ಕೆ ಒಗೆದು, ಹೊಸೆದು ಬೇಗ ಬೇಗ ಹೆಜ್ಜೆ ಹಾಕಿದೆ. ಆಫೀಸಿನ ಗಡಿಯಾರ ಒಂಭತ್ತು ಐದು ತೋರಿಸುತ್ತಿತ್ತು. ಮೇಜು, ಕುರ್ಚಿಯ ಧೂಳು ಕೊಡವಿ, ಫ್ಯಾನ್ ಹಾಕಿ ಕೂತು ಸಿಗರೇಟು ಹಚ್ಚಿದೆ. ಮ್ಯಾನೇಜರ್ ಮಲೋನಿಯವರ ಬೈಕ್ ಸದ್ದಾದಾಗ ಮೇಜಿನ ಮೇಲಿನ ಕಾಲನ್ನು ಕೆಳಗೆ ಹಾಕಿ ನೇರವಾಗಿ ಕುಳಿತೆ.

ಇಲ್ಲಿನ ವ್ಯಕ್ತಿಗಳನ್ನು ಗಡಿಯಾರ ನಿಯಂತ್ರಿಸುತ್ತದೆ. ಅದರಿಂದ ಪರಾದ್ದುದ್ದೇ ಇಲ್ಲ. ಅದರ ಸರ್ಕಲ್‌ನಲ್ಲಿಯೇ ಸವೆಸಬೇಕು. ಲತಾ "ಹಲೋ" ಎಂದು ವೈಯಾರ ಬೀರುತ್ತ ದೊಡ್ಡ ತೂಗು ಚೀಲದೊಂದಿಗೆ ಬಂದವಳು ತನ್ನ ಸೀಟಿನೆಡೆಗೆ ಹೋಗುತ್ತಾಳೆ. ನಿಧಾನವಾಗಿ ಫೈಲ್ ತೆರೆಯುತ್ತಾನೆ. ಎಲ್ಲಾ ಗೊಂಡಾರಣ್ಯ. ಎತ್ತಿ ಎಸೆಯುವ ಮನಸ್ಸಾಗುತ್ತೆ. ಒಂದು ದಿನದ ರಜಾ ಬರೆದಿಟ್ಟು ಹೊರಬಿದ್ದೆ. ಮೈಯ್ಯಿನ ನರಗಳೆಲ್ಲ ಸಿಡಿಯುತ್ತಿದ್ದವು. ದಾಪುಗಾಲು ಹಾಕಿ ಮನೆ ಬಾಗಿಲಿಗೆ ಬಂದೆ. ಬೀಗ ನನ್ನನ್ನು ಅಣಕಿಸಿತು. 'ಎಲ್ಲಿಗೆ ಹೋಗಿರಬಹುದು?' ಎಲ್ಲರೂ ಹೇಳುವ ಪ್ರಕಾರ ಕಮಲ 'ಚಿನ್ನದಂಥ ಹುಡುಗಿಯೇ' ಎದೆ ಡವಗುಟ್ಟಿತು. ಅಲೆದಾಟದವಳಲ್ಲ. ಕೆಟ್ಟ ಆಲೋಚನೆಗಳೆಲ್ಲ ಬಂದು ಹೋದುವು. ಪ್ರಥಮ ನೋಟದಲ್ಲಿಯೆ ಮನಸ್ಸು ಮನದನ್ನೆಯಾಗುವ ಕನಸನ್ನು ಕಂಡಿತು. ಆಗಲೇ ಸಿನಿಮಾ, ಪಾರ್ಕುಗಳಲ್ಲಿ ಓಡಾಡಿ ಆನಂದಿಸಿತ್ತು. ಬಳುಕಿ ನಿಲ್ಲುವ ಭಂಗಿ ಕಣ್ಣಿಗೆ ಕಟ್ಟಿತ್ತು. ಕಾಲುಗಳು ಕುಸಿಯತೊಡಗಿತು. ನಿಲ್ಲಲಾರದೆ ಹೋದೆ. ಅರಿವಿಲ್ಲದೆ ಹೋಗಿ ಪಕ್ಕದ ಮನೆಯ ಚಿಲಕವನ್ನು ಸದ್ದುಮಾಡಿದೆ. ವಿಶ್ರಾಂತಿಗಾಗಿ ಪವಡಿಸಿದ್ದ ಲಲನೆ ದುಮುಗುಟ್ಟುತ್ತಲೇ ಹೊರಬಂದಳು. ನಾಚಿ ಕೆಂಪಾಗಿ, ಸೆರಗು ಸರಿಮಾಡಿಕೊಂಡು ಕಣ್ಣುಗಳಲ್ಲಿ 'ಏನು?' ಎನ್ನುವಂತೆ ಪ್ರಶ್ನಿಸಿದಳು. ಸುಸ್ತಾದೆ. ನಾಲಿಗೆ ನಿಧಾನವಾಗಿ ಹೊರಳಿತು. "ನಮ್ಮ ಕಮಲಾ ಏನಾದ್ರೂ ಬೀಗದ ಕೈ ಕೊಟ್ಟಿದ್ದಾಳಾ?" ಮುಖ ಬಿಗಿದುಕೊಂಡಿತು. ಕೈ ಬಾಯಿ ಆಡಿಸುತ್ತಾ, "ನೀವ್ ಹೊರಟ ಕೂಡಲೇ ಎಲ್ಲೋ ಹೊರ್ಟುಬಿಡ್ತಾರೆ- ಸಂಜೆಗೆ ಬರೋದು. ಅಪರೂಪಕ್ಕಾದ್ರೆ ಕೊಟ್ಟು ಹೋದಾರು!" ಅಣಕಿಸಿ ನಕ್ಕಂತಾಯಿತು. ಸೋತವನಂತೆ ಕಾಲೆಳೆಯುತ್ತಾ ಅಷ್ಟು ದೂರ ನಡೆದೆ. ಕೋಪದಿಂದ ಮೈಯ್ಯಿನ ನರಗಳೆಲ್ಲ ಬಿಗಿದವು. ಆಗ ನನ್ನ ಕೈಗೆ ಕಮಲ ಸಿಕ್ಕಿದರೆ ಖಂಡಿತ ಜೀವಂತವಾಗಿ ಉಳಿಸುತ್ತಾ ಇರಲಿಲ್ಲ. ನಿಸ್ಸಹಾಯಕನಂತೆ ಕೈ ಕೈ ಹೊಸೆದುಕೊಂಡೆ. ಹತ್ತಿರದಲ್ಲಿದ್ದ ಹೋಟೆಲಿಗೆ ಹೋಗಿ ಕುಳಿತೆ. ಸಿಗರೇಟು ಪ್ಯಾಕನ್ನು ಬರಿದು ಮಾಡಿದೆ. ಸಿಡಿದ ತಲೆ ಸಮಾಧಾನವಾಗದು. ಅಷ್ಟರ ನಡುವೆಯೂ ಲತಾಳ ಮುಖದ ಮಂದಹಾಸ ತೇಲಿ ಬಂತು. ಕೈತುಂಬಾ ಸಂಬಳ ತರುವವಳು... ಜೀವನ... ಎಂಥಾ

ಮಜಾ! ಅಂದು ಕಬ್ಬನ್ ಪಾರ್ಕ್‌ನಲ್ಲಿ ಕುಳಿತು ಕಡ್ಲೆಕಾಯಿ ತಿನ್ನುತ್ತಿದ್ದಾಗ ಲತಾ ತನ್ನ ಬಗ್ಗೆ ಹೇಳಿಕೊಳ್ಳುತ್ತ, "ಅಮ್ಮ ಕೆಲ್ಸ ಬಿಟ್ಟುಬಿಡುತ್ತಾಳೆ. ನಂಗೇನೋ ಕೆಲ್ಸ ಬಿಡುವ ಇಷ್ಟವೇ ಇಲ್ಲ" ಎಂದಿದ್ದಳು. ಆಗ ತಾನು, "ಮದ್ವೆಯಾದ್ಮೇಲೆ ಬಿಟ್ಟರಾಯಿತು. ಮಜಾ ಮಾಡೋ ಕಾಲದಲ್ಲಿ ಮನೆಯಲ್ಲಿ ಮುದುರಿ ಕೂಡೋಕೆ ಸಾಧ್ಯವೇ?" ಕಣ್ಣು ಹೊಡೆದಿದ್ದೆ ಉತ್ತೇಜಿತಳಾದ ಅವಳು ಕೈಯನ್ನು ಬಲವಾಗಿ ಒತ್ತಿ, "ನಾನು ನಿನ್ನ ತುಂಬಾ ಪ್ರೀತಿಸ್ತೀನಿ. ನಾನೂ-ನೀನೂ ಮದುವೆಯಾಗಬಹುದಿತ್ತು" ರಾಗವಾಗಿ ಹಾಡಿದ್ದಳು. ಕ್ಷಣಕಾಲ ಮೈ ಬಿಸಿಯಾಯಿತು. ನಾಲ್ಕಾರು ಜನ ನೋಡುತ್ತಾ ಓಡಿಯಾಡಿದಾಗ ಅಲ್ಲಿ ಕೂಡುವುದು ಸರಿಯೆನಿಸಲಿಲ್ಲ. ಎದ್ದು ಹೊರಗೆ ಬಂದೆ. ಕಮಲ ಎಲ್ಲಿ ಹೋಗಿರಬಹುದು? ದಿನವೂ ಹೋಗುವ ಕಾರಣವಾದರೂ ಏನು? ಈ ಊರಿನಲ್ಲಿ ಅವಳ ಕಡೆಯ ನೆಂಟರು ಇರಲಿಲ್ಲ. ಅಷ್ಟಿಷ್ಟು ಪರಿಚಯವಿದ್ದರೂ ದೂರ ಇದ್ದರು. ಅವರನ್ನು ಹುಡುಕಿಕೊಂಡು ಹೋಗಿ ಕೂಡುವಂಥ ಆತ್ಮೀಯತೆ ಇಲ್ಲ. ಹಣೆಯ ಮೇಲೆ ಇಳಿಬಿದ್ದ ಕೂದಲನ್ನು ಬೇಸರದಿಂದ ಹಿಂದಕ್ಕೆ ತಳ್ಳಿದೆ.

ಸಂಜೆಯವರೆಗೂ ಅಲ್ಲಲ್ಲಿ ಅಲೆದಾಡಿ ಮನೆ ಸೇರಿದೆ. ಎಂದಿನಂತೆ ಇತ್ತು. ಕಮಲಳ ಮುಖಭಾವದಲ್ಲಿ ಏರುಪೇರಿರಲಿಲ್ಲ. ಕಾಫಿ ಮಾಡಿ ತಂದಿತ್ತಳು. "ಕಮಲ ನಿಂತ್ಕೋ!" ಅರಚಿದೆ. ನಿಂತು ತಿರುಗಿದ್ದಳು. ಬೆಚ್ಚಿರಲಿಲ್ಲ. ಭಯಗೊಂಡ ಮುಖಭಾವವಂತೂ ಇಲ್ಲ. ಅರ್ಧ ತಿರುಗಿದವಳಂತೆ ನಿಂತವಳು. ನೇರವಾಗಿ ನನ್ನೆಡೆ ತಿರುಗಿದಳು. "ಎಲ್ಲಿಗೆ ಹೋಗಿದ್ದೆ?" ಗದರಿ ಕೇಳಿದೆ. ಕಮಲ ನಕ್ಕಳು. ಸುಂದರ ಸಹಜವಾದ ನಗೆ ಅದು. ನಗೆಯಲ್ಲಿ ಪೆಚ್ಚುತನವಿರಲಿಲ್ಲ. ತಾಳ್ಮೆ ಕಳೆದುಕೊಂಡವನಂತೆ ಅರಚಿದೆ. "ನೀನು ನನ್ನ ಸಹನೇನ ಪರೀಕ್ಷಿಸುತ್ತಾ ಇದ್ದೀ! ಬೆಕ್ಕು ಕಣ್ಣು ಮುಚ್ಕೊಂಡು ಹಾಲು ಕುಡಿದ್ರೆ ಲೋಕಕ್ಕೆ ಗೊತ್ತಾಗೋಲ್ಲಾಂತ ತಿಳಿದಿದ್ದೀಯೇನು!" ಮೂಗು ಉಜ್ಜಿದೆ, ಅರೆ ನಕ್ಕ ಕಮಲ, "ಎಲ್ಲಿಗೆ ಹೋಗ್ತೀನಿ? ನೀವು ಒದ್ದು ಹೊರಹಾಕಿದಾಗ ಹೋಗಿ ನಿಲ್ಲಲು ತಾಣಬೇಡವೆ? ಅದರ ವ್ಯವಸ್ಥೆ ಮಾಡಿಕೊಳ್ಳಬೇಡ್ವೆ?" ಸವಾಲು ಎಸೆದವಳಂತೆ ಕಂಡಳು. ಕಟಕಟನೆ ಹಲ್ಲು ಕಡಿದೆ. ಏನು ಮಾಡಿದರೆ ಸರಿಹೋಗುತ್ತೆ? ಉದಾರ ಮನಸ್ಸಿನಿಂದ ಹಣವನ್ನು ಬಿಡಲು ಸಿದ್ಧ. ಯಾಕೋ ಈ ನಿರ್ಧಾರ ಸೋಲಿನ ಅಂಚಿಗೆ ಕೊಂಡೊಯ್ದಂತೆ ಭಾಸವಾಯಿತು. ಅತ್ತು-ಕರೆದು ಗೋಳಾಡಿದ್ದರೆ ಇನ್ನು ಪೀಡಿಸುತ್ತಿದ್ದೇನೋ?!" ನೀನೇನು ಹೇಳ್ತಾ ಇದ್ದೀಯಾ?" ಎದುರಿನಲ್ಲಿದ್ದ ಮೇಜನ್ನು ಗುದ್ದಿದೆ. ನನ್ನ ಧ್ವನಿಯಲ್ಲಿ ಕಂಪನವಿತ್ತು. ಉದ್ವೇಗವನ್ನು ಹತ್ತಿಕ್ಕುವ ಪ್ರಯತ್ನ ಮಾಡುತ್ತಿರುವಂತೆ ಅವಳಿಗೆ ಕಂಡಿರಬೇಕು. "ಸಮಾಧಾನ ಮಾಡ್ಕೊಳ್ಳಿ, ವ್ಯಕ್ತಿತ್ವವಿಲ್ಲದ್ದ ದುರಾಶೆಯ ಮನುಷ್ಯನೊಂದಿಗೆ ಬಾಳ್ವೆ ಮಾಡುವ ಇಷ್ಟ ನನಗೂ ಇಲ್ಲ." ಮೃದು ಸ್ವರದಲ್ಲಿ ಹೇಳಿದಳು. ದ್ವಂದ್ವ ಕಂಪನವಿಲ್ಲದ ಸಹಜ ಸರಳ ನುಡಿ. ಕೈಕೈ ಹಿಸುಕಿಕೊಂಡೆ. ಅವಳು ಪೂರ್ಣವಾಗಿ ಬೆಳೆದು ನಿಂತವಳಂತೆ ಕಂಡಳು. ಇಷ್ಟು ದಿನಗಳಿದ್ದ ಆಸೆ, ವಿಚಾರಗಳು ಪಲಾಯನಗೈದಂತೆ ಕಂಡಿತು. ನಿಯಮಗಳೆಲ್ಲ ಮುರಿದು ಬೀಳುವ

ಹಂತದಲ್ಲಿದ್ದವು. ತಲೆ ಎತ್ತಿ ಅವಳೆಡೆ ನೋಡಿದೆ ಮುಖದಲ್ಲಿ ಸ್ಥಿರ ಶಾಂತಿ ಇತ್ತು. ಕಿಂಚಿತ್ತು ಅಪರಾಧವು ಕಣ್ಣುಗಳಲ್ಲಿ ಗೋಚರಿಸಲಿಲ್ಲ. ಸಮಾಜದ ಕಡೆ ದೃಷ್ಟಿ ಹೊರಳಿಸಿದೆ! ಅಪಹಾಸ್ಯಗೈದು ಹಾಸ್ಯ ಮಾಡುವ ದೊಡ್ಡ ಸಮೂಹ! ಕಮಲ ಇಲ್ಲದೆ ಬದುಕುವುದುಂಟೆ! ಮಧುರ ಕ್ಷಣಗಳೆಲ್ಲ ಮನದಲ್ಲಿ ಹಾದುಹೋದುವು. ಆ ವೇಗಕ್ಕೆ ಯಾವೊಂದು ತಡೆ ಹಾಕುವುದು ನನ್ನಿಂದಾಗಲಿಲ್ಲ. ಎಳೆದು ಭದ್ರವಾಗಿ ಅವಳ ಕೈಗಳನ್ನು ಹಿಡಿದುಕೊಂಡೆ. ಅವಳು ಏನೊಂದು ಮಾತನ್ನೂ ಆಡಲಿಲ್ಲ. ಕಣ್ಣಿನ ಸುತ್ತ ಕಪ್ಪು ಅಡರಿತ್ತು. ಕೈಗಳನ್ನು ಅಗಲಿಸಿ ನೋಡಿದೆ. ಅಂಗೈಯಲ್ಲಿ ಸಣ್ಣ ಸಣ್ಣ ಬಿರುಕುಗಳು ಕಂಡವು. ಹೊಲಿಗೆ ಕಲಿತು ಮಿಷನ್ ತುಳಿಯಲು ಶುರುವಾದ ದಿನಗಳಲ್ಲಿ, ಇದೇ ಬಗೆಯ ಬಿರುಕುಗಳನ್ನು ಕಂಡು ಹೊಲಿಗೆ ಯಂತ್ರ ಮಾರಿದ್ದೆ. ಬೆರಳುಗಳನ್ನು ಮಡಚಿ ಭದ್ರವಾಗಿ ಹಿಡಿದೆ, ಕೈ ಸಾಕಷ್ಟು ಬಿಸಿಯೇರಿತ್ತು. ಆ ಕೈನ ಬಿಸಿ ಹಿತಕರವಾಗಿತ್ತು. ಅವಳನ್ನು ಎಳೆದುಕೊಂಡು ಬಾಹುಗಳಲ್ಲಿ ಬಂಧಿಸಿದೆ. ಸೋಲಿನಲ್ಲೂ ಹಿತ ಕಂಡಿತು.

●

21. ಹರೆಯದ ಪ್ರೀತಿ

ನನ್ನ ಕತೆ ಇಲ್ಲಿ ಬರೆಯುವ ಅಗತ್ಯವಿದೆಯೆಂದು ನನಗೆ ಅನಿಸಲಿಲ್ಲ. ಆದರೆ ನನ್ನ ಕತೆ ನಿಮಗೆ ಹೇಳಲೇಬೇಕೆಂಬ ಯಾವುದೋ ಒತ್ತಡ ನನ್ನನ್ನು ಹಿಡಿದು ಜಗ್ಗುತ್ತಿದೆ. ಒತ್ತಡದ ಭಾರದಿಂದ ಉಸಿರು ನಿಲ್ಲಬಹುದೆಂಬ ಭಯದಿಂದ ಒಂದು ನಿರ್ಧಾರಕ್ಕೆ ಬಂದೆ.

ಮೌನಿಯಾಗಿ ಹೊಳೆಯ ದಂಡೆಯಲ್ಲಿ ಕೂತಿದ್ದ ಅವಳು ನನ್ನನ್ನು ಕೂಗಿ ಎಚ್ಚರಿಸದಿದ್ದರೆ ಕತೆಗೆ ಅಂಥ ಸ್ವಾರಸ್ಯ ಬರುತ್ತಿರಲಿಲ್ಲ. ನಾನು ರಾಧನ ನೋಡಿ ಹದಿನೈದು ವರ್ಷಗಳೇ ಆಗಿತ್ತು.

"ನನಗೆ ಅನುಮಾನ ಇತ್ತು ಕೃಷ್ಣ, ನೀನೇ ಹೌದೋ ಅಲ್ಲೋ ಅಂತ, ಧೈರ್ಯ ಮಾಡಿ ಕೂಗಿಬಿಟ್ಟೆ" ಕಣ್ಣರಳಿಸಿ ನೋಡಿದಳು. ಎರಡು ನಿಮಿಷ ತುಟಿ ಬಿಚ್ಚಿ ಮಾತಾಡಲೇ ಅವನಿಂದಾಗಲಿಲ್ಲ.

ಹದಿನೈದು ವರ್ಷಗಳ ನಂತರವು ನನ್ನ ದೇಹದಲ್ಲಿ ಏನು ಬದಲಾವಣೆಯಾಗಿಲ್ಲವಲ್ಲ, ರಾಧ ಸುಲಭವಾಗಿ ಗುರ್ತಿಸಿಬಿಟ್ಟಳಲ್ಲ ಎನ್ನುವ ಆಶ್ಚರ್ಯದ ಜೊತೆ ಸಂತೋಷವು ಆಯಿತು.

ಹಿಂದಿನಂತೆ ಪಕಪಕನೆ ನಗದೆ ಗಂಭೀರ ನಗು ತೂರಿದಳು. ಸ್ವಲ್ಪ ಕೂಡ ಬದಲಾಗಿಲ್ಲ. ಈಗ ತೂಕ ಇನ್ನು ಐದು ಹತ್ತು ಕೆ.ಜಿ. ಹೆಚ್ಚಿರಬಹುದು. ಅಷ್ಟೇ. "ಈಗ ಹೇಗಿದ್ದಿ?" ಎಂದವಳು ಹೊಳೆಯ ಕಲ್ಲು ಬಂಡೆಯ ಮೇಲೆ ಬಟ್ಟೆ ಒಗೆಯುತ್ತಿದ್ದವರ ಕಡೆ ನೋಡಿ "ಸಾವಿತ್ರತ್ತೆ ಗುರುತುನವ್ರು ಸಿಕ್ಕಿದ್ದಾರೆ. ಒಂದಿಷ್ಟು ಮಾತಾಡಿ ಬರ್ತೀನಿ" ಕೂಗಿ ಹೇಳಿದಳು.

ರಾಧಳನ್ನೇ ದಿಟ್ಟಿಸಿದ. ಈಗ ಅವಳ ವಯಸ್ಸು ಮುವತ್ತನಾಲ್ಕೋ ಮುವತ್ತೈದೋ ಇರಬಹುದು. ಮುಖದ ಬಣ್ಣ ಸ್ವಲ್ಪವು ಮಾಸಿರಲಿಲ್ಲ. ಕಣ್ಣುಗಳಲ್ಲಿ ಅದೇ ಕಾಂತಿ. ಹುಡುಗಿಯಾಗಿದ್ದವಳು ಹೆಂಗಸಾಗಿದ್ದಳು. ಮುಖದಲ್ಲಿ ಅಂದಿನ ತುಂಟತನದ ಬದಲು ಗಾಂಭೀರ್ಯ. ಅರಳು ಹುರಿದಂತೆ ಮಾತಾಡುತ್ತಿದ್ದ ಅವಳ ತುಟಿಗಳಿಗೆ ಕಡಿವಾಣ ಹಾಕಿದಂತಿತ್ತು. ಅವಳು ಕೂಡ ಒಂದೈದು ಕೆ.ಜಿ. ತೂಕ ಹೆಚ್ಚಿರಬಹುದೆಂದುಕೊಂಡ.

ಇಬ್ಬರು ಹೋಗಿ ಹೊಳೆಯ ದಂಡೆಗೆ ಇಳಿಬಿದ್ದಂತೆ ಇದ್ದ ಮರದ ಬೊಂಡೆಯ ಮೇಲೆ ಕೂತರು. ಯಾರಿಗೂ ಇಷ್ಟು ವರ್ಷದ ನಂತರ ಒಬ್ಬರನ್ನೊಬ್ಬರು ಭೇಟಿಯಾಗುತ್ತೇವೆಂಬ ಕಲ್ಪನೆ ಕೂಡ ಇರಲಿಲ್ಲ.

"ಹೇಗಿದ್ದಿ? ಇಲ್ಲಿಗೆ ಬಂದ ವಿಶೇಷವೇನು?" ಅವಳ ಕಣ್ಣಲ್ಲಿ ದೃಷ್ಟಿ ನೆಟ್ಟು ಪ್ರಶ್ನಿಸಿದಾಗ ಅವಳ ಕತ್ತು ಬಾಗಿತು. ನೆತ್ತಿಯ ಒತ್ತು ಕೂದಲಿನಲ್ಲಿದ್ದ ನಾಲ್ಕಾರು ಬಿಳಿಕೂದಲೂ ಅವನ ಕಣ್ಣಿಗೆ ಬಿತ್ತು. "ರಾಧ ನಿನ್ನ ತಲೆಯಲ್ಲಿ ಬಿಳಿ ಕೂದಲು" ಎಂದಾಗ ಅವನ ದನಿಗೆ ಎಚ್ಚೆತ್ತವಳು ನಕ್ಕುಬಿಟ್ಟಳು "ನನ್ನ ನೀನು ಇನ್ನು ಹುಡ್ಗೀ ಅಂತ ತಿಳಿದಿದ್ದೀಯ! ಹೆಂಗಸರ ವಯಸ್ಸು ಬೇಗ ಜಾರಿ ಹೋಗುತ್ತೆ. ಅದೆಲ್ಲ ಇರಲೀ..... ನಿನ್ನ ವಿಷ್ಯ ಹೇಳು "ಒದ್ದೆಯಾದ ಸೀರೆಯ ನೆರಿಗೆಗಳನ್ನು ಸ್ವಲ್ಪ ಮೇಲಕ್ಕೆ ಎಳೆದುಕೊಂಡಳು. ನುಣುಪಾದ ಬಿಳಿಯ ಪಾದಗಳನ್ನು ಹಿಂದಿನಂತೆಯೇ ಮುಟ್ಟಬೇಕೆನಿಸಿತು. ಅವುಗಳನ್ನು ಸವರಿದ್ದ. ಚುಂಬಿಸಿದ್ದ. ಕೆನ್ನೆ ಹಚ್ಚಿ ಅದರ ನುಣುಪನ್ನು ಅನುಭವಿಸಿದ್ದ.

ತಟ್ಟನೆ ಅರಿತು ಎಚ್ಚೆತ್ತವಳು ನೆರಿಗೆಗಳನ್ನು ಪಾದದ ಕೆಳಕ್ಕೆ ಸರಿಸಿದಳು, ಹಿಂದಿನ ನೆನಪುಗಳಿಂದ ರಂಗೇರಿದ ಅವಳ ಕೆನ್ನೆಗಳನ್ನು ಗಮನಿಸಿದ. ಒಂದೇ ಒಂದು ಸಲ ಅವಳ ದುಂಡು ಕೆನ್ನೆಗಳಿಗೆ ಹತ್ತಾರು ಮುತ್ತುಗಳನ್ನು ಇಟ್ಟಿದ್ದ. ಅದೇ ಕೊನೆ. ಅವಳಪ್ಪ ಇಂಜಿನಿಯರ್ ಪರಮೇಶ್ವರ ಭಟ್ಟರು ನಖಶಿಖಾಂತ ಉರಿದು ಬಿದ್ದಿದ್ದರು. "ನೀನು ನಮ್ಮ ಕಮ್ಯುನಿಟಿ ಅಲ್ಲ. ಇನ್ನೊಂದ್ಸಲ ನನ್ಮಗಳನ್ನು ಭೇಟಿಯಾದ್ರೆ ಕೈಕಾಲು ಮುರ್ಸೀ ಆಸ್ಪತ್ರೆ ಸೇರಿಸಿಬಿಡ್ತೀನಿ" ಅಂದಿನ ಹುಡುಗಾಟವನ್ನ ಆತನಿಗೆಂದಿಗೂ ಮರೆಯಲು ಸಾಧ್ಯವಾಗಿರಲಿಲ್ಲ. ಆದರೆ ಅಂದು ಮುತ್ತಿಟ್ಟ ಹುರುಪು! ಮತ್ತೆಂದು ಅವನಲ್ಲಿ ಮೂಡಿಬಂದಿರಲಿಲ್ಲ.

"ಕೃಷ್ಣ ನನ್ನ ಪ್ರಶ್ನೆಗಳಿಗೆ ನಿನ್ನಿಂದ ಉತ್ತರ ಸಿಕ್ಲೇ ಇಲ್ಲ" ಅವನನ್ನ ನೆನಪಿನಾಳದಿಂದ ಹೊರ ಎಳೆದು ತಂದಳು. ಮುಗುಳ್ನಕ್ಕ. "ನೋಡಿದ ಕೂಡ್ಲೇ ಗೊತ್ತಾಗಿರಬೇಕಲ್ಲ. ಮೈ ಚೆನ್ನಾಗೇ ಇದೆ. ಹೃದಯಕ್ಕೆ ಮಾತ್ರ ಗೆದ್ದಲು." ದೂರಕ್ಕೆ ಹರಿಸಿದ ನೋಟವನ್ನು ಅವಳೆಡೆ ಹರಿದು ತಂದ. ರಾಧ ಹೊಳೆಯ ಕಡೆ ಹರಿಸಿದಳು ನೋಟ. ತೀರಾ ಮೌನಿ.

ಸಾವಿತ್ರತ್ತೆ ಒಗೆಯುತ್ತಿದ್ದ ಬಟ್ಟೆಗಳ ಸದ್ದು ಲಯಬದ್ಧವಾಗಿ ಕೇಳುತ್ತಿತ್ತು. ದೂರದಲ್ಲಿ ಊರ ಅಗಸರು ಬಟ್ಟೆ ಒಗೆಯುತ್ತಿದ್ದುದ್ದು ಬಿಟ್ಟರೆ ಇಡೀ ಹೊಳಗೆ ಇದ್ದಿದ್ದು ಇವರಿಬ್ಬರೇ. ಕೃಷ್ಣ ಬಂದು ಮೂರನೆಯವನಾಗಿದ್ದ.

ಐದು ನಿಮಿಷಗಳ ನಂತರ ದೀರ್ಘಮೌನವನ್ನು ಮುರಿದು ಪ್ರಶ್ನಿಸಿದ. "ನೀನು ಹೇಗಿದ್ದಿ? ಸ್ವಲ್ಪ ಗುಂಡ ಗುಂಡಗೆ ಆಗಿದ್ದೀ. ಎಷ್ಟು ಮಕ್ಳು? ನಿಮ್ಮವರು ಏನಾಗ್ತಾರೆ?" ಅವಳ ಮೈಮೇಲಿನ ಚಿನ್ನ ಮತ್ತು ಬೆಂಡೋಲೆ, ಮೂಗು ಬೊಟ್ಟಿನಲ್ಲಿ ಹೊಳೆಯುತ್ತ ಇದ್ದ ವಜ್ರಗಳನ್ನೇ ನೋಡಿದ. ಅಂತು ಗಟ್ಟಿ ಕುಳವೇ ಇರಬೇಕು. ಕ್ಷಣ ಅವನೆದೆಯನ್ನು ಹಿಡಿದೊತ್ತಿದಂಥ ನೋವು.

ಬಹಳ ನಿಧಾನವಾಗಿ ನೆಲದಲ್ಲಿದ್ದ ನೋಟವನ್ನು ಮೇಲಕ್ಕೆತ್ತಿದಳು "ಚೆನ್ನಾಗಿದ್ದೀನೀಂತ ಎಲ್ಲಾ ಅಂದ್ಕೊಂಡಿದ್ದಾರೆ. ಅದೇ ಭ್ರಮೆ ಕೂಡ ನಂಗೆ. ಎರ್ಡು ಮಕ್ಳು. ಅವ್ರು ಇಂಜಿನಿಯರ್" ಅತೃಪ್ತಿಯ ಹೊಗೆಯಾಡಿದ್ದು ಅವನ ಅನುಭವಕ್ಕೆ ಬಂತು. ಹದಿನೈದು ವರ್ಷದ ನಂತರವೂ ರಾಧ ಅಸುಖಿ!

ತಾನು ಸುಖಿ! ಅವನಿಗೆ ಜೋರಾಗಿ ನಗಬೇಕೆನಿಸಿತು. ತಾನು ಕೂಡ ಅಂಥ ಭ್ರಮೆಯಲ್ಲಿದ್ದೇನೆ. ಇದು ತನಗೆ ತಾನೇ ಮಾಡಿಕೊಂಡ ನೋವು. ಬೇರೆ ದಾರಿ ಎಲ್ಲಿತ್ತು? ಅವನಪ್ಪ ವಿರೂಪಾಕ್ಷ ಕೂಡ ಮಗನಿಗೆ ತಾಕೀತು ಮಾಡಿದ್ದರು. "ಆ ಹುಡ್ಗೀ ಜೊತೆ ನಿನ್ನ ಸ್ನೇಹ ಬೇಡ. ಹೆಣ್ಣು ಬೇಕೂಂದರೆ ನಮ್ಮವರಲ್ಲೇ ಮಾಡು. ನಿನ್ನತ್ತೆ ಮಗಳು ಕಾವೇರಿ ನಿನ್ನಂಡ್ರೆ ಸಾಯ್ತಾಳೆ'

ಆಗ ಎದುರು ನಿಂತು ವಾದಿಸಿದ್ದ "ಇಲ್ಲ... ಇಲ್ಲ... ಇಲ್ಲ ನನ್ನ ಯಾರಾದ್ರೂ ರಾಧಳಿಂದ ಅಗಲಿಸೋಕೆ ನೋಡಿದ್ರೆ... ಹೊಳೆಗೆ ಬಿದ್ದು ಸತ್ತು ಹೋಗ್ತಿನಿ" ರೋಪ್ ಹಾಕಿದ್ದ. ಅವನಿಗೆ ಅಂಥ ಧೈರ್ಯವಿತ್ತೆ? ಹೊಳಗೆ ಬಿದ್ದು ಈಜಲೇ ಹೆದರುತ್ತಿದ್ದ.

ಹಾಲು ತುಂಬಿದ ಬೆಳದಿಂಗಳಿನಲ್ಲಿ ರಾಧಳ ತೊಡೆಯ ಮೇಲೆ ಮಲಗಿ ಮಜನುವಂತೆ ಮಾತಾಡಿದ್ದ." ಯಾರನ್ನು ಕೇರ್ ಮಾಡೋದು ಬೇಡ. ಪ್ರೇಮಿಗಳದೇ ಒಂದು ಕಮ್ಯುನಿಟಿ. ಎಲ್ಲಾದ್ರೂ ದೂರ ಓಡಿ ಹೋಗೋಣ. ಬಹಳ ದೂರ" ಅವನ ಹಣೆ ಸವರುತ್ತಿದ್ದ ರಾಧಳ ಕೈ ಸ್ತಬ್ಧವಾಯಿತು. "ಎಲ್ಲಿಗೆ ಹೋಗೋದು? ದೂರ ಹೋಗೋಕ್ಕಾದ್ರೂ..." ಅತ್ತಿತ್ತ ನೋಡಿದ್ದಳು. ಗಾಳಿ ಗಿಡಗಳ ಮೇಲ ಹಾದು ಶಬ್ದ ಮಾಡಿತ್ತು. ಆದರೆ ಏಕಾಗ್ರತೆಯನ್ನು ಭಂಗಗೊಳಿಸುವ ಮನಸ್ಸಿರಲಿಲ್ಲ ಅದಕ್ಕೆ.

ಆದರೆ ಅವಳಪ್ಪ, ಇವನಪ್ಪ, ಪ್ರತ್ಯಕ್ಷರಾಗಿದ್ದರು. ಮುಖ, ಮೂತಿಯೆನ್ನದೆ ಬಿದ್ದಿತ್ತು. ಏಟುಗಳು ಕೃಷ್ಣನಿಗೆ. ಕ್ರೂರಿಗಳು. ಇಡೀ ಮೂರು ದಿನ ಅವನನ್ನು ಕೂಡಿ ಹಾಕಿ ಮಾವನ ಮನೆಗೆ ಬಸ್ಸು ಹತ್ತಿಸಿದ್ದರು. ಅವನ ಪುಕ್ಕಲುತನ ಇತ್ತ ತಲೆ ಹಾಕಲು ಬಿಟ್ಟಿರಲಿಲ್ಲ. ಓದು, ಕೆಲಸ, ಮದುವೆಯ ಕಾವೇರಿಯೊಂದಿಗೆ ಆದ ನಂತರವೇ ಜೊತೆಯಾಗಿ ಊರಿಗೆ ಬಂದಿದ್ದು.

ನಾನು ತುಂಬ ಬದಲಾಗಿದ್ದೆ. ಇದು ಅಪ್ಪ, ಅಮ್ಮ ಇತರರು ಹೇಳುತ್ತಿದ್ದ ಮಾತುಗಳು. ಬದಲಾವಣೆ ಒಂದು ಜೀವಂತ ಕುರುಹು. ಯೌವನದಲ್ಲಿದ್ದಾಗ ಉತ್ಸಾಹ, ಬದಲಾಗುವ ಪರಿಸ್ಥಿತಿಗೆ ಹೊಂದಿಕೊಳ್ಳುವ ಆತ್ಮವಿಶ್ವಾಸ. ಒಂದು ರೀತಿಯ ಹಮ್ಮು. ನನಗೆ ಏನೇನು ಅನ್ನಿಸಲಿಲ್ಲ.

ಎದುರು ಮನೆಯ ಜಾಜಿಯ ಗಿಡ ನೋಡುತ್ತಾ ನಿಲ್ಲುತ್ತಿದ್ದೆ. ಈಗ ಹೂಗಳು ಕಡಿಮೆ. ಮೊದಲಿನ ಆಕರ್ಷಣೆ ಗಿಡ ಕಳೆದುಕೊಂಡಿದೆಯೆನಿಸಿತು. ಜಾಜಿಯ ಪಕ್ಕದಲ್ಲಿ ನಿಲ್ಲುತ್ತಿದ್ದ ಬೆಡಗಿ ಈಗಿಲ್ಲ. ಇನ್ನೆಲ್ಲಿಯ ಆಕರ್ಷಣೆ.

ನನ್ನ ಪುಟ್ಟ ತಂಗಿ ಬಂದು ಹಲ್ಲು ಕಿರಿಯುತ್ತ "ರಾಧಕ್ಕನಿಗೆ ಮದ್ವೆ ಆಯ್ತು. ದೊಡ್ಡ ಇಂಜಿನಿಯರ್, ಶ್ಯಾನುಭೋಗರ ಛತ್ರದಲ್ಲಿ ಮಾಡಿದ್ರು ಮದ್ವೆ" ಎಂದಳು. ಆ ಛತ್ರದಲ್ಲಿ ಮಾಡುವುದು ಪ್ರತಿಷ್ಠೆಯ ವಿಷಯ.

ಪರಮೇಶ ಭಟ್ಟರಿಗೆ ಏನು ಕಡಿಮೆ. ಹುಟ್ಟಿದ್ದು ಉತ್ತಮ ಕುಲದಲ್ಲಿ. ಜ್ಞಾನಾರ್ಜನೆಯ ಜೊತೆಯಲ್ಲಿ ಅಪಾರವಾದ ಐಶ್ವರ್ಯವನ್ನು ಗಳಿಸಿಟ್ಟು ಹೋಗಿದ್ದರು. ಹಿರಿಯರು ಊರಿಗೆ ಗಟ್ಟಿ ಕುಳ ಅಪ್ಪ, ಅವರ ಸ್ನೇಹ ಲಿಮಿಟ್‌ನಲ್ಲಿದೆಯೆಂದು ಅವನಿಗೆ ಗೊತ್ತು.

"ಕೃಷ್ಣ..." ಅವಳೇ ಎಚ್ಚರಿಸಿದಳು. ಈಗಲೂ ಹದಿಹರೆಯದ ಪುಳಕ. "ಏನೇನೋ ನೆನಪಾಯ್ತು. ಇಲ್ಲಿ ಯಾರ ಮನೆಗೆ ಬಂದೆ?" ಕೇಳುತ್ತ ಕೈಗೆ ಸಿಕ್ಕ ಕಲ್ಲನ್ನು ಪುಟ್ಟ ಹುಡುಗನಂತೆ ದೂರಕ್ಕೆ ಎಸೆದ. ಈ ಊರಂತು ಅವನಿಗೆ ಅಪರಿಚಿತ.

ಇನ್ನು ಮಾತಾಡುವುದೇ ಇಲ್ಲವೆನ್ನುವಂತೆ ಮೇಲಕ್ಕೆದ್ದಳು. "ರಾಮಭಟ್ಟರ ಮನೆ ಮದ್ವೆಗೆ ದೂರದ ನೆಂಟಸ್ಥಿಕೆ ಈಚೆಗೆ ಬೆಸೆದುಕೊಂಡಿದೆ. ನಮ್ಮ ಸಾವಿತ್ರತ್ತೆದೆ ಮದ್ವೆಯ ಮುಂದಾಳುತನ. ಬಲವಂತದಿಂದ ಎಳ್ದುಕೊಂಡು ಬಂದ್ರು. ಹೊಳೆಯ ವ್ಯಾಮೋಹ. ಅದ್ಕೇ... ಬಂದೇ. ನಮ್ಮವರಿಗೆ ತಿಳಿದ್ರೆ ಕೋಪಿಸ್ಕೋತಾರೆ' ಕನಸಿನ ಪ್ರಪಂಚದಿಂದ ವಾಸ್ತವ ಜಗತ್ತಿಗೆ ಹಾರಿಬಿಟ್ಟಳು ಏಕಾಏಕಿ. ತಾನಾಗಿ ಅವನಿಗೆ ಅವಕಾಶ ಕಲ್ಪಿಸಿ ಕೊಟ್ಟಂತಾಯಿತು. "ಅಂತು ನಿನ್ನ ಕೈ ಹಿಡ್ದ ಭಾಗ್ಯಶಾಲಿಯನ್ನ ಕಾಣೋ ಅವಕಾಶ ಮಾತ್ರವಲ್ಲ ಅಸೂಯೆ ಕೂಡ ಪಡೋ ಮಹಾನ್ ಸಮಯ" ಅವನೆದೆ ನೋವು ಗಾಳಿಯಲ್ಲಿ ಬೆರೆತು ಬಂದು ಅವಳ ಕೆನ್ನೆಗೆ ಮುತ್ತಿಕ್ಕಿದಂತಾಯಿತು. ಬೆಚ್ಚಿ ಬಿದ್ದಳು.

"ಬರ್ತಿನಿ... ಕೃಷ್ಣ" ಓಡಿಯೇಬಿಟ್ಟಳು. ಇಂದು ಅವಳಿಗೆ ವಯಸ್ಸು ಮರೆತಿರಬೇಕು. ಓಡಿ ಹಿಡಿಯಲು ಸಾಧ್ಯವಾಗಿದ್ದರೆ? ಓಡಬಲ್ಲ... ಹಿಡಿಯಲು ಬಲ್ಲ. ಆದರೆ ಅವನೆದೆ ಬಿಸಿಯಲ್ಲಿ ಕರಗಿಯಾಳೆಂಬ ನಂಬಿಕೆ ಇರಲಿಲ್ಲ.

ಮರದ ಬೊಡ್ಡೆಯನ್ನು ಬಿಟ್ಟು ಕೆಳಗಿಳಿದು ತೀರಾ ಹೊಳೆಯ ಸಮೀಪ ಬಂದ. ಸಾವಿತ್ರತ್ತೆಯ ಬಟ್ಟೆ ಒಗೆದಿದ್ದು ಮುಗಿದಿರಬಹುದು. ಕುಕ್ಕೆಗೆ ತುಂಬುತ್ತಿದ್ದಳು. ಮನೆಗೆ ಹೋಗುವ ಸನ್ನಾಹ. ಮತ್ತೆ ಒಂಟಿಯಾಗಿ ರಾಧನ ಭೇಟಿಯಾಗುವಂತಿಲ್ಲ. ಕತ್ತಲಲ್ಲಿ ಮುಳುಗಿದಂತಾಯಿತು.

ಕಾಲುಗಳನ್ನೆಳೆಯುತ್ತ ಇನ್ನಷ್ಟು ಓಡಿಯಾಡಿದ.

"ಸಾವಿತ್ರತ್ತೆ ನಾನು ತಗೋತೀನಿ ಬಿಡಿ" ರಾಧ ಅಂದಿದ್ದು ಅವನಿಗೆ ಕೇಳಿಸಿತು. "ಅಯ್ಯೋ ಬೇಡ ಕಣೆ, ಸದಾನಂದ ಸುಮ್ನೇ ಇದ್ದಾನಾ? ಹೂವಿನಂತೆ ಜೋಪಾನ ಮಾಡೋ ಗಂಡ. ನಿಂಗ್ಯಾಕೆ ಈ ತ್ರಾಸ ನಡೀ" ಎಂದರು.

ಅವನೆದೆಯಲ್ಲಿ ಛಳಕ್ ಎಂದಿತು. ಅಷ್ಟು ಅಪರೂಪದಿಂದ ನೋಡಿಕೊಳ್ಳುವ ಗಂಡ ರಾಧಳಿಗೆ ಇದ್ದಾನೆ. ಆದರೆ ಹರೆಯದ ತುಂಬು ಪ್ರೀತಿಯ ಬೆಚ್ಚನೆಯ ಭಾವನೆಗಳು ಅವಳಲ್ಲಿ ಸತ್ತಿಲ್ಲ. ಅವನೆದೆ ಉಬ್ಬಿತು. ಕಾವೇರಿಯ ಮುಂದೆ ಎದೆ ತಟ್ಟಿ ನಿಲ್ಲುವ ಆಸೆ.

ಹೊರಟ ಅವರಿಬ್ಬರ ಮಧ್ಯೆ ಅಂತರವಿರಿಸಿ ಕೃಷ್ಣ ಹಿಂದೆಯೇ ಹೆಜ್ಜೆ ಹಾಕಿದ. "ಉಂಡೆ ಇರೋದು ಒಂದೇ. ಕಾಗೆ ಎಂಜಲು ಮಾಡಿಕೊಡ್ಲಾ?" ಲಂಗದ ತುದಿಯಲ್ಲಿಟ್ಟು ಕಚ್ಚುತ್ತಿದ್ದ ಮುದ್ದು ರಾಧಳ ನೆನಪಾಯಿತು ಎಂತಹ ಸುಂದರ ರೂಪು. ಎದುರು ಬದುರು ಮನೆಗಳು. ಸದಾ ನೋಡುತ್ತ ನೋಡುತ್ತಲೇ ಬೆಳೆದವರು.

"ರಾಧ ನನ್ನ ಪ್ರೀತಿಸ್ತೀಯಾ?" ಮೊದಲ ಸಲ ಕೇಳಿದ್ದ.

ಅವಳ ಕಣ್ಣುಗಳಲ್ಲಿ ಕೋಟಿ ಮಿಂಚುಗಳ ಪ್ರಖರತೆ. ಕನಸುಗಣ್ಣಲ್ಲಿ ಉಸುರಿದ್ದಳು. "ಖಂಡಿತ, ಭೂಮಿ ನಕ್ಷತ್ರ ಆಕಾಶದ ಆಣೆಗೂ" ಒಂದು ಕನಸಿನ ಮಹಲನ್ನೆ ಕಟ್ಟಿದಂತಾಗಿತ್ತು. ಆಗ ವಾಸ್ತವ ಬದುಕಿನ ಕಟುಸತ್ಯಕ್ಕೆ ಅಡ್ಡಪರದೆ.

ಪರಮೇಶ ಭಟ್ಟರು ತಮ್ಮ ಮಗಳನ್ನು ಬೇರೆಯ ಜಾತಿಯ ಹುಡುಗನಿಗೆ ಕೊಟ್ಟು ಮದುವೆ ಮಾಡುವುದು ಭೂಮಿ ಆಕಾಶ ಒಂದಾಗದಷ್ಟು ಕಟುಸತ್ಯ. ತುಂಬ ಜಾತಿವಾದಿ, ಧರ್ಮಾಭಿಮಾನಿಯೆಂದು ಹೇಳಿಕೊಳ್ಳುವ ಚಟದ ಮನುಷ್ಯ. ಜಾತಿಯ ಆಧಾರದ ಮೇಲೆಯೇ ಜನರನ್ನು ಅಳೆಯುವ ವ್ಯಕ್ತಿ. ಇದೆಲ್ಲ ಕೃಷ್ಣನಿಗೆ ಗೊತ್ತಿದ್ದುದ್ದೇ. ಆದರೆ ಹರೆಯದ ಪ್ರೀತಿಯ ಅಮಲು ಮುಂದೆ ವಾಸ್ತವ ಸತ್ಯವೇ ಕೊಚ್ಚಿಕೊಂಡು ಹೋಗಿತ್ತು.

ಅರಿವಾಗದಂತೆ ಇವನ ಹೆಜ್ಜೆಗಳು ನಿಧಾನವಾಗಿರಬಹುದು. ರಾಧ, ಸಾವಿತ್ರತ್ತೆ ಕಣ್ಮರೆಯಾಗಿದ್ದರು. ಅವನು ಬಂದಿದ್ದು ಕೂಡ ಆ ಮನೆಯ ಮದುವೆಗೆನೇ. ಹುಡುಗಿ ತಂದೆ ಅವನ ಸ್ನೇಹಿತ. ಅವನು ರಾಮಭಟ್ಟರ ಮಗ.

ಮನೆ ಸಮೀಪಿಸುತ್ತಿದ್ದಂತೆ ಇವನ ಸ್ನೇಹಿತ ಅಲ್ಲಿಂದಲೇ ಕೈ ಬೀಸಿದ "ಎಲ್ಲಿ ಹೋಗಿಬಿಟ್ಟಿದ್ದೆ? ನಾನು ಆಗಿನಿಂದ ಹುಡ್ಕೀ ಸಾಕಾದೆ. ಪಟ್ಟಣದ ಜನಕ್ಕೆ ಕಾಡು, ಬೈಲು, ಹೊಳೆ ಅಪರೂಪ. ಎಲ್ಲಿ ಹೋದ್ಯೋಂತ ನನ್ನ ಭಯ" ತೋಡಿಕೊಂಡ.

"ಸುಮ್ನೇ ಸುತ್ತಾಡಿ ಬರೋಕೆ" ಎಂದ. ಅವನಿಗೆ ದೊಡ್ಡ ಲಾಭವಾಗಿತ್ತು. ಅದನ್ನು ಬಾಯಿಬಿಟ್ಟು ಹೇಳಲು ಸಾಧ್ಯವೇ. ಅವನೆದೆಯ ಹರೆಯದ ಬೆಚ್ಚನೆಯ ಪ್ರೇಮದ ಹೆಣ್ಣಿನ ದರ್ಶನ. ಬೇರೆಯವರಿಗೆ ಹೇಗೆಯೋ, ಅವನ ಪಾಲಿಗಂತೂ ಸೌಭಾಗ್ಯ. "ನಡೀ ನಡೀ" ಭುಜದ ಮೇಲೆ ಕೈಹಾಕಿ ಒಳಗೆ ಕರೆದೊಯ್ದ.

ಅವನ ನಿರೀಕ್ಷೆಯ 'ಸದಾನಂದ' ಕಾಣಸಿಕ್ಕ. ಇವರ ಸ್ನೇಹಿತ ಪರಿಚಯಿಸಿದ "ಇವ್ನು ನನ್ನ ಸ್ನೇಹಿತ ಕೃಷ್ಣ. ಇವ್ರು ಸದಾನಂದ ಅಂಥ ಇಂಜಿನಿಯರ್. ಒಳ್ಳೆ ಪುಣ್ಯಾತ್ಮರು. ಒಳ್ಳೆ ಹೆಂಡ್ತಿ, ಸಂಪಾದನೆ ಮಕ್ಳು ಎಲ್ಲರಿಗೂ ಕೂಡಿ ಬರೋಲ್ಲ"ಹೊಗಳಿದರು.

ಸದಾನಂದ ಬರೀ ಮುಗುಳ್ನಕ್ಕರು. ಮುಖದಲ್ಲಿ ಹೆಮ್ಮೆಯ ಜೊತೆ ಬಿಗುಮಾನವಿತ್ತು. ಒಂದು ಜೊತೆಯ ಕಣ್ಣುಗಳು ಅವನನ್ನೆ ದಿಟ್ಟಿಸಿತು. ರಾಧಳ ಬೆಚ್ಚನೆಯ ಎದೆಯಲ್ಲಿ ಇನ್ನು ಅವನಿಗೆ ಜಾಗವಿತ್ತು.

"ಗ್ಲಾಡ್ ಟು ಮೀಟ್ ಯು" ಕೈ ಕುಲುಕಿದ.

ಹರೆಯದ ಪ್ರೀತಿ ಅವಸಾನಗೊಳ್ಳದು; ಕಾಡು ಹಕ್ಕಿಗಳು ಕೂಗಿ ಹೇಳಿದಂತಾಯಿತು. ಪರಮೇಶ ಭಟ್ಟರನ್ನು ನೋಡಿ ನಗಬೇಕೆನಿಸಿತು ಅವನಿಗೆ. ನಿನ್ನ ಕಮ್ಯುನಿಟಿಯೇನು ನಮ್ಮ ಪ್ರೀತಿನ ಕೊಲೆ ಮಾಡಲಿಲ್ಲ-ಕೂಗಿ ಸಾರಬೇಕೆನಿಸಿತು.

●

22. ಈ ಕ್ಷಣಕ್ಕಾಗಿ ಕಾದೆ!

ಬಸ್ ಸ್ಟ್ಯಾಂಡಿನಿಂದ ಹೊರಗೆ ಬಂದಾಗ ಮಳೆಯ ರಭಸ ಕಡಿಮೆಯಾಗಿತ್ತು. ಭಟ್ಟರ ಹೋಟೆಲ್‌ನಲ್ಲಿ ಮೂರು ಕಪ್ ಕಾಫಿ ಕುಡಿದಿದ್ದರಿಂದ ಚಳಿ ಅಷ್ಟಾಗಿ ತಟ್ಟುತ್ತಿರಲಿಲ್ಲ. ರಸ್ತೆಯ ಎರಡು ಬದಿಗೂ ದೃಷ್ಟಿ ಹಾಯಿಸಿದೆ. ಇಡೀ ದಿನ ಮಳೆ ಸುರಿದು ಆಗ ತಾನೇ ನಿಂತ ವಾತಾವರಣ. ಜನ ಗಿಜಿಗಿಜಿ ಎನ್ನುತ್ತಿತ್ತು. ನಡೆದೆ ಹೊರಟರೆ ಹೇಗೆಂತ ಕ್ಷಣ ಯೋಚಿಸಿದೆ. ಕುಂದಾಪುರದಿಂದ ಹಾಲಾಡಿಗೆ ಹೋಗುವ ರಸ್ತೆ ಹತ್ತು ವರ್ಷದ ಹಿಂದೆ ರಸ್ತೆಯಲ್ಲಿ ಹಲವು ಬಾರಿ ನಡೆದು ಹೊರಟಿದ್ದು ಇದೆ. ಅಲ್ಲಲ್ಲಿ ವಿರಳವಾದ ಮನೆಗಳು ಆ ಮನೆಗಳಲ್ಲಿ ಒಂದಾದ 'ಪುಟ್ಮನೆ'ಗೆ ತಾನು ಹಲವು ಸಲ ಹೋದದ್ದುಂಟು. ಆ ಜನರೆಲ್ಲರ ಪರಿಚಯವುಂಟು. ಅವರದೇ ಹೆದ್ದಾರಿಯ ಪಕ್ಕದಲ್ಲಿನ ಪುಟ್ಟ ಹೋಟೆಲ್. ಹಾಗೆಂದು ಬರೆದು ತೂಗಿ ಹಾಕಿದ್ದರಿಂದ ಹೋಟೆಲ್ ಅಂದುಕೊಳ್ಳಬಹುದು. ಒಳಗೆ ಅಂಥ ದೊಡ್ಡದಾದ ಅನುಕೂಲಗಳೇನು ಇರಲಿಲ್ಲ. ಎತ್ತರಕ್ಕೆ ಮಣ್ಣಿನಲ್ಲಿ ಗೋಡೆಗಳನ್ನು ಎಬ್ಬಿಸಿದ ಗರಿಗಳನ್ನು ಹೊದೆಸಿದ ಈ 'ಮೂಕಾಂಬಿಕಾ ಹೋಟೆಲ್'ಗೆ 'ಪುಟ್ಮನೆ' ಸಾಹುಕಾರರೆ ಯಜಮಾನರು. ಹಾಗಂತ ನೀವುಗಳು ಅವರನ್ನು ಶ್ರೀಮಂತರೆಂದು ತಿಳಿಯುವುದು ಬೇಡ. ಆ ಹೋಟೆಲ್‌ನಲ್ಲಿ ಕೆಲಸ ಮಾಡುವ ಒಂದಿಬ್ಬರು ಹುಡುಗರು ಮಾತ್ರ 'ಯಜಮಾನರೇ' ಅಂತ ಕರೆಯುತ್ತಿದ್ದರು. ಸಾಲ ಹೇಳಿ ತಿಂದು ಹೋಗುವ ಕೂಲಿಯವರು ಮಾತ್ರ ಸಾಹುಕಾರರೆಂದು ಭಾವಿಸಿ ಮರ್ಯಾದೆ ಕೊಡುತ್ತಿದ್ದರು.

ಬೇರೆಯವರ ಪ್ರಕಾರ ಹೋಟೆಲ್ ಭರಾಟೆಯಾಗಿ ನಡೆಯುತ್ತೆ ಎನ್ನುವ ಮಾತು. ಆ ಸಂಪಾದನೆಯಲ್ಲೇ ಹದಿಮೂರು ಹೊಟ್ಟೆಗಳು ತುಂಬಬೇಕಿತ್ತು. ಜೊತೆಗೆ ಎರಡು ನಾಯಿ, ಅನಾಥೆಯಾಗಿ ಬಂದು ಸೇರಿಕೊಂಡಿದ್ದ ಮುದುಕಿ. ಒಮ್ಮೆ ಕೂಡ ಈ ಜನಸಂಖ್ಯೆ ನೋಡಿ ಬೇಸರಿಸಿದವರೇ ಅಲ್ಲ. ಇಲ್ಲಿನ ತಿಂಡಿಯ ರುಚಿಯನ್ನ ತಿಂದು ಬಲ್ಲವರು ತಮ್ಮ ವಾಹನಗಳನ್ನು ಅಲ್ಲಿ ನಿಲ್ಲಿಸಿ ಬರುತ್ತಿದ್ದರು. ಕಮ್ತಿಯವರದು ಎಲ್ಲರಲ್ಲೂ ಒಂದೇ ವಿಶ್ವಾಸ. ಕೆಲವರು ಕಾಸು ಕೊಡದೆ ಟೋಪಿ ಹಾಕಿದರು. ಗೊಣಗದ ಪುರುಷನೆಂದರೆ ಈ ಮಹಾಶಯನೊಬ್ಬನೆ ಇರಬೇಕು.

ಹತ್ತು ವರ್ಷದ ಹಿಂದಿನ ಮಾತು. ನಾರಾಯಣ ಕಮ್ತಿಯವರ ಹೋಟೆಲ್‌ಗೆ ಒಬ್ಬ ಚಿಕ್ಕ ಹುಡುಗನನ್ನು ಹಿಂದಿಟ್ಟುಕೊಂಡು ಬಂದ ಬಿದಿರು ಮಳೆ ಸಂಕಪ್ಪ. 'ಯಜಮಾನರೇ, ಬೋ ಕಷ್ಟದಲ್ಲಿ ಸಿಕ್ಕಿ ಹಾಕಿಕೊಂಡಿವ್ನಿ. ನನ್ಮಗ ತುಕ್ರಾನ ಮಡಗಿಕೊಂಡು ಒಂದೈದು ಸಾವಿರ ರೂಪಾಯಿ ಕೊಡಿ. ಹಣ ವಟ್ಟಾದ ಕೂಡ್ಲೆ ಬಂದು

ಈ ಹೈದನ್ನ ಬಿಡ್ಸಿಕೊಂಡು ಹೋಗ್ತೀನಿ' ಎಂದು ಅವರ ಕಾಲುಗಳನ್ನು ಹಿಡಿದುಕೊಂಡು ಬಿಟ್ಟ. "ತೆಗೀತೆಗೀ, ವ್ಯಾಪಾರ ಛಲೋ ಇಲ್ಲ ಸಂಗಪ್ಪ. ಐದು ಸಾವಿರ ನಾನು ಎಲ್ಲಿಂದ ತರ್ಲಿ?" ಕೊಸರಿಕೊಂಡ. ಆದರೆ ಸಂಗಪ್ಪ ಬಿಟ್ಟು ಅಲ್ಲಾಡಲಿಲ್ಲ. ಅಂದು ಕೂಡ ಇಂಥದ್ದೇ ವಾತಾವರಣ. ಹೆಚ್ಚು ಅಂದರೆ ಎಂಟು-ಎಂಟೂವರೆಯ ಸಮಯ. ಕೀವ್ ಅನ್ನುವ ಕತ್ತಲು. ಈಗಿನಷ್ಟು ವಾಹನ ಸಂಚಾರವಿಲ್ಲ. ಈ ಕೊಸರಾಟ ಗಂಟೆಗಟ್ಟಲೆ ನಡೆಯಿತು. "ಥೂ ನಡೀ, ಎಲ್ಲಾದ್ರೂ ಸಾಯಿರಿ, ನನ್ಹತ್ರ ಬಿಡಿಗಾಸಿಲ್ಲ" ಅಂದವರೆ ಹಿತ್ತಲ ಬಾಗಿಲಿನಿಂದ ತಮ್ಮ ಮನೆಗೆ ನಡೆದುಬಿಟ್ಟರು. ಅದೇನು ಅಂಥ ದೂರವಿರಲಿಲ್ಲ. ಅಲ್ಲಿಂದ ಕೂಗಿದರೆ ಇಲ್ಲಿಗೆ ಕೇಳಿಸುತ್ತಿತ್ತು. ಇಲ್ಲಿ ನಿಂತು ಸನ್ನೆ ಮಾಡಿದರೆ ಮುಂಬಾಗಿಲಿನಲ್ಲಿ ನಿಂತ ಜನಕ್ಕೆ ಕಾಣಿಸುತ್ತಿತ್ತು.

ನಾರಾಯಣ ಕಮ್ತಿಯವರು ಲಕ್ಷಣವಾಗಿ ಉಂಡು, ತಮ್ಮ ಉಬ್ಬಿದ ಹೊಟ್ಟೆಯ ಮೇಲೆ ಕೈಯಾಡಿಸಿಕೊಳ್ಳುತ್ತ ಬಂದರು. ಹನ್ನೊಂದು ಮಕ್ಕಳ ತಂದೆಯಾದರೂ ಚಪಲ ಸತ್ತಿರಲಿಲ್ಲ. ಮನೆ ಸ್ವಲ್ಪ ಇಕ್ಕಟ್ಟಾದುದರಿಂದ ಇಲ್ಲಿ ಬಂದು ಮಲಗೋರು. ಸಿಮೆಂಟ್ ಜಗುಲಿಯ ಮೇಲೆ ಹಾಸಿಕೊಂಡು ಮಲಗಿದರೆ, ಕೆಲಸದ ಹುಡುಗ ಗೋಣಿಚೀಲ ಹಾಸಿಕೊಂಡು ಮಲಗುತ್ತಿದ್ದ. ಕಮ್ತಿಯವರ ಗೊರಕೆಯ ಸದ್ದು ಕೇಳಿಯೇ ಅವರು ಊರಿನಲ್ಲಿದ್ದಾರೆಂದು ಆಸುಪಾಸಿನಲ್ಲಿದ್ದ ಮನೆಯವರಿಗೆಲ್ಲ ಗೊತ್ತಾಗುತ್ತ ಇತ್ತು. ಆ ಪಾಟಿ ಗೊರಕೆಯೊಡೆಯುವ ಸ್ಪೆಷಾಲಿಟಿ ಆತನದು. ಬಹುಶಃ ಕೆಲಸದ ಹುಡುಗರು ಈ ಗೊರಕೆಯ ಸದ್ದು ಕೇಳಲಾರದೆಯೇ ಓಡಿ ಹೋಗುತ್ತಿದ್ದರು. ನಂತರ ಆಳಿಗಾಗಿ ಪರದಾಟ. ಆಗ ಶಾಲೆಗೆ ಹೋಗೋ ಹುಡುಗರನ್ನು ಹೋಟೆಲ್‌ನ ಕೆಲಸಕ್ಕೆ ಹಾಕಿಕೊಂಡರೆ ನೂರೆಂಟು ಯಡವಟ್ಟುಗಳು. ಅವರಿಗೆ ಸಾಕಾಗಿ ಹೋಗಿತ್ತು. ಒಬ್ಬರಿಂದ ಎಲ್ಲಾ ಕೆಲಸಗಳು ಸಾಗುತ್ತಿರಲಿಲ್ಲ. ಕೆಲವೊಮ್ಮೆ ಹೋಟೆಲ್ ಮುಚ್ಚಿಬಿಡುವಷ್ಟು ಸಿಟ್ಟುಬರುತ್ತಿತ್ತು. ಆದರೆ ಹೊಟ್ಟೆಪಾಡು. ಅದರಿಂದ ಬಂದವರಿಗೆಲ್ಲ ಹೋಟೆಲ್ ಕೆಲಸಕ್ಕೆ ಹುಡುಗರು ಬೇಕೆಂದು ಹೇಳುತ್ತಿದ್ದರು. ಗಿರಾಕಿಗಳು ಕೂಡ ಈ ವಿಷಯದಲ್ಲಿ ಸಹಕಾರ ನೀಡಿದ್ದುಂಟು. ಆದರೆ ಒಂದೆರಡು ತಿಂಗಳಲ್ಲಿ ಕೆಲಸದ ಹುಡುಗರು ಜಾಗ ಖಾಲಿ ಮಾಡುತ್ತಿದ್ದರು.

ಅಂತು ನಾರಾಯಣ ಕಮ್ತಿಯವರು ನಿರಂತರ ಅನ್ವೇಷಣೆಯೊಂದಿಗೆ ಹೋಟೆಲ್ ನಡೆಸುತ್ತಿದ್ದರು. ಕೆಲವರಿಗೆ ಅವರ ಪಾಡು ನಗು. ಅಂತು ತಿಂಡಿ, ಊಟ ಮಿಕ್ಕರೆ ಹಾಳಾಗುತ್ತಿರಲಿಲ್ಲ. ಹಳಸಿದರೆ ಕೆಲಸದ ಹುಡುಗರಿಗೆ ಅದೇ ಊಟ. ಬಿಸಾಡುವ ಪೈಕಿಯಲ್ಲ. ಅದಕ್ಕೆ ಅವರದೇ ಆದ ಕಾರಣಗಳು ಉಂಟು.

"ಇದೇನೋ ಸಂಕಪ್ಪ? ನನ್ನಲ್ಲಿ ಮಂಜುನಾಥನ ಆಣೆ, ಇಲ್ಲ ಕಣೋ, ಸುಮ್ನೆ ಯಾಕೆ ತಾಪತ್ರಯ ಮಾಡ್ತಿ?" ಡರ್ರೆಂದು ತೇಗಿದರು. ಏನನ್ನಿಸಿತೋ ಹಿತ್ತಲ ಮುಖಕ್ಕೆ ಹೋಗಿ ನಿಂತು "ಏನೇ, ಇವಳೇ..." ಕೂಗಿದರು. ಕೇಳಿದ್ದು ಮುಟ್ಟಿ ಗೊಣಗುತ್ತಲೆ ಹುಡುಗರನ್ನ ಅಟ್ಟಿದರು. "ಏನಪ್ಪಯ್ಯ?" ಮೂರನೇ ಮಗ ಮಂಜುನಾಥ ಕಮ್ತಿ ಕಣ್ಣೊರೆಸುಕುತ್ತ ಬಂದು ನಿಂತವನಿಗೆ ಎರಡು ಬಿಗಿದು "ದಂಡ ಪಿಂಡಕ್ಕೆ ಹುಟ್ಟಿದ್ದೀ

ಇಲ್ಲಾದ್ರೂ ಬಂದು ಕೆಲ್ಸ ಮಾಡಿ ಸಾಯೋಕೇನು? ಏನಾದ್ರೂ ಉಳಿದಿದ್ದರೇ ಕಳಿಸೋಕೆ ಹೇಳು, ನಿನ್ನಮ್ಮನಿಗೆ. ತಿಂದು ತಿಂದು ದೇಹ ಬೆಳಸ್ತಾ ಇದ್ದೀ" ಮಗನಿಗೆ ಹಿಡಿಶಾಪ ಹಾಕಿಯೇ ಕಳಿಸಿದ್ರು. ಆಕೆ ಒಳ್ಳೆಯ ಹೆಂಗಸು. ಉಳಿದಿದ್ದನ್ನು ತಂದು ಎಲೆ ಹಾಕಿ ಬಡಿಸಿ, "ಸಂಕಪ್ಪ ಇವ ನಿನ್ನ ಮಗನಾ?" ಆಕೆ ಅಷ್ಟು ಕೇಳಿದ್ದು ಸಾಕಾಯಿತು. ಕಣ್ಣೀರು ಹಾಕಿಕೊಂಡು, ದುಃಖ ತೋಡಿಕೊಂಡು, "ಅಮ್ಮ..." ಎಂದು ಶುರು ಹಚ್ಚಿದವನು ಮಗನನ್ನು ತೋರಿಸಿ ಐದು ಸಾವಿರ ಬೇಡಿದ. ಫಕ್ಕೆಂದು ಆಕೆಯ ಮಿದುಳಲ್ಲಿ ಒಂದು ಯೋಚನೆ ಮಿನುಗಿತು. ಗಂಡನನ್ನು ಕರೆದೊಯ್ದು ಪಿಸು ಪಿಸು ನುಡಿದ ಕೊನೆಗೆ ಒಪ್ಪಿಸಿಯೇಬಿಟ್ಟಳು.

"ಇದು ಹೇಗೆ ಸಾಧ್ಯ ಅಂತೀನಿ? ನಾನು ಮಂಜುನಾಥನ ಮೇಲೆ ಆಣೆ ಇಟ್ಟೆ" ಯೋಚಿಸುವಂತೆ ಮುಖ ಮಾಡಿದ ಕಮ್ತಿಯವರಿಗೆ "ನಿಮ್ಮಲ್ಲಿ ತಾನೇ ಎಲ್ಲುಂಟು ಹಣ? ನನ್ನ ತಿಜೋರಿಯಿಂದ ತಾನೇ ಕೊಡುವುದು, ಸುಮ್ಮನಿರಿ" ಗಂಡನ ಬಾಯಿ ಮುಚ್ಚಿಸಿ ಐದು ಸಾವಿರದಷ್ಟು ಹಣವನ್ನು ಕೊಟ್ಟು ತುಕ್ರಾನನ್ನು ಉಳಿಸಿಕೊಂಡಿದ್ದು ಒಂದು ಕತೆ.

ಅತ್ತುಕೊಂಡು ಹಿಂದೆ ಬಿದ್ದ ತುಕ್ರಾನಿಗೆ ಎರಡು ಏಟು ಹಾಕಿ ಬಿಟ್ಟು ಹೋಗಿದ್ದ ಸಂಕಪ್ಪ. ಒಂದೆರಡು ಸಲ ಬಂದಿದ್ದು ಬರಿಗೈಯಲ್ಲಿ. ಅದೂ, ಇದೂ ಹೇಳಿಕೊಂಡು ನೂರು, ಇನ್ನೂರು ಪಡೆದುಕೊಂಡು ಹೋಗಿದ್ದುಂಟೇ ವಿನಃ ಒಮ್ಮೆ ಕೂಡ ಕರೆದೊಯ್ಯುವ ಮಾತಾಡಲಿಲ್ಲ.

ಹೋಟೆಲ್ ಅಂದಮೇಲೆ ಹತ್ತು ಜನ ಬರುವುದುಂಟು. ತೀರಾ ಕೆಲಸವಿಲ್ಲದ ಜನ ಬಂದು ಕಮ್ತಿಯವರ ಹೋಟೆಲ್‌ನಲ್ಲಿ ಕೂತು ಹತ್ತು ಸುದ್ದಿ ಮಾತಾಡುವಾಗೆಲ್ಲ ತುಕ್ರಾನ ಕಿವಿ ನೆಟ್ಟಗಾಗುತ್ತಿತ್ತು. ಪ್ಯಾಟೆಯ ಬಗ್ಗೆ ರಂಗುರಂಗಿನ ಮಾತುಗಳು-ಅವು ಕನಸುಗಳನ್ನು ತುಂಬತೊಡಗಿತು. ಪ್ಯಾಂಟು, ಷರಟು ತೊಟ್ಟು ಬರೋ ಜನರನ್ನ ಕಂಡರೆ ಬೋ ಇಷ್ಟ. ಅವರನ್ನೇ ನೋಡುತ್ತ ನಿಂತು ಕಮ್ತಿಯವರ ಕೋಪಕ್ಕೆ ಗುರಿಯಾಗುತ್ತಿದ್ದ. ಕೆಲವೊಮ್ಮೆ ಏಟುಗಳು ಬೀಳುತ್ತಿತ್ತು.

ಸೂರ್ಯ ಮೇಲೇರಿ ಧಗಧಗ ಉರಿಯೋ ಹೊತ್ತಿಗೆ ಸಂಕಪ್ಪ ಬಂದವನು ನೆತ್ತಿಯ ಮೇಲಿನ ಮುಂಡಾಸನ್ನು ತೆಗೆದು ಮುಖದ ಬೆವರನ್ನೊರೆಸಿಕೊಂಡು ಗಲ್ಲಾ ಮೇಲೆ ಕೂತಿದ್ದ ಕಮ್ತಿಯವರ ಮುಂದೆ ನಿಂತ ನಮ್ರತೆಯಿಂದ. ಒಂದು ಕ್ಷಣ ಛಳ್ಳೆಂದಿತು ಕಮ್ತಿಯವರ ಎದೆ. ಮಗನನ್ನು ಹಣ ಕೊಟ್ಟು ಕರೆದೊಯ್ಯಲು ಬಂದಿದ್ದರೆ... ಹೇಗೆ? ತುಕ್ರಾನಂಥ ಕೆಲಸದ ಹುಡುಗ ಇನ್ನೊಬ್ಬ ಸಿಗುವುದಿಲ್ಲ ಎನ್ನುವ ತೀರ್ಮಾನಕ್ಕೆ ಬಂದಾಗಿತ್ತು. ಹೆಂಡತಿ ಸಾಕಷ್ಟು ಸಲ ಈ ಮಾತು ಕೇಳಿ ಆಗಿತ್ತು. ಹೇಗೆ ಇವನನ್ನು ಉಳಿಸಿಕೊಳ್ಳುವುದು? ಧರ್ಮಸ್ಥಳದ ಮಂಜುನಾಥನಿಗೆ ಮನದಲ್ಲೇ ಹರಕೆ ಹೊತ್ತು ಕಾಣಿಕೆಯನ್ನು ತೆಗೆದಿಟ್ಟು ನಂತರ ಬಿಗುಮಾನ ಬಿಡದ ಮಾತಾಡಿಸಿದ್ದು.

"ಏನೋ ಸಂಕಯ್ಯ ಬಂದಿದ್ದು? ಎತ್ಲಾಗೆ ಹೋಗಿದ್ದೆ? ನಿನ್ನ ಸಮಯಕ್ಕೆ ನಾನು ಕಾಸು ಕೊಟ್ರೆ? ಈಗ ನನ್ನ ದುಡ್ಡೆಲ್ಲಿ? ನಿನ್ನ ಮಗನ ಊಟ, ತಿಂಡಿಗೆ ಎಷ್ಟು ಖರ್ಚು

ಬರ್ತದೆ ಗೊತ್ತಲ್ಲೋ" ಅಂದವರು ಗಲ್ಲಾ ಬಿಟ್ಟು ಹೊರಗೆ ಹೋಗಿ ತಾಂಬೂಲ ಉಗಿದು ಬಂದರು. ಮೂರು ಹೊತ್ತು ತಾಂಬೂಲ ಮೆಲ್ಲುವ ಕಮ್ತಿಯವರಿಗೆ ಹೊಗೆಸೊಪ್ಪಿನ ಹದವಾದ ಪರಿಮಳವು ಬೇರು ನಾಲಿಗೆ ರುಚಿಗೆ, 'ನಿಮ್ಮ ತಾಂಬೂಲ, ಹೊಗೆಸೊಪ್ಪಿನ ಖರ್ಚಿಗೆ ಸಮ... ಮನೆ ಊಟ ತಿಂಡಿಯ ಖರ್ಚು!' ಎಂದು ಕೈ ಹಿಡಿದವಳು ಆಗಾಗ ಮುಖದ ನೀರಿಳಿಸುವುದುಂಟು.

ಸಂಕಪ್ಪ ಕಮ್ತಿಯವರು ಬಂದು ಗಲ್ಲಾ ಮೇಲೆ ಕೂಡುವವರೆಗೂ ನಿಂತೆ ಇದ್ದ. 'ಎಲ್ಲಿ ತೆಗೀ ರೊಕ್ಕ' ಎನ್ನುವಂತೆ ನೋಡಿದರು. ಐದು ಸಾವಿರ ಇರಲಿ, ಐದು ದಮಡಿಯು ಅವನಲ್ಲಿ ಇರಲಿಲ್ಲ. ಆರು ತಿಂಗಳ ಕೆಳಗೆ ಅವನ ಹೆಂಡತಿ ತೀರಿಕೊಂಡಿದ್ದಳು. ಅವಳು ಇರುವವರೆಗೂ ಮಗನನ್ನು ಕರೆತರುವಂತೆ ವರಾತ ಹಚ್ಚುತ್ತಿದ್ದಳು. ಈಗ ಆ ಸುದ್ದಿ ಇಲ್ಲ. ಅಷ್ಟು ಹಣ ಹೊಂಚೋಕು ಇವನಿಂದ ಸಾಧ್ಯವಿಲ್ಲ. ಅಂಥ ಉದ್ದೇಶವು ಅವನಿಗೆ ಇರಲಿಲ್ಲ. ಈಗ ಅಷ್ಟಿಷ್ಟು ಕಾಸು ಬೇಡೋ ಸಲುವಾಗಿ ಬಂದಿದ್ದ. ಅತ್ಯಂತ ಕರುಣಾಜನಕವಾಗಿ ತೋಡಿಕೊಂಡು ಅತ್ತ, ಕಮ್ತಿಯವರಿಗೆ ಬೇಕಿದ್ದು ಅಷ್ಟೆ. ಒಂದು ನಾಲ್ಕು ಮಾತು ಬೈಯ್ದರು.

"ಮೊದ್ಲು ಕುಂತು ಏನಾದ್ರೂ ತಿನ್ನು" ಕಮ್ತಿಯವರಿಂದ ಬಂದ ಇಂಥದೊಂದು ಮಾತು ಸಾಕಿತ್ತು. ಬೆಂಚಿನ ಮೂಲೆಗೆ ಹೋಗಿ ಕೂತ. ಕ್ಲೀನರ್, ಸಪ್ಲೈಯರ್ ಆದ ತುಕ್ರಾ ಸಂಕಯ್ಯನ ಮುಖವನ್ನು ಆಸೆಗಣ್ಣುಗಳಿಂದ ನೋಡುತ್ತ ಓಡಾಡುತ್ತಿದ್ದವನು ಆಗಾಗ ತನ್ನ ದೊಗಲೆ ಷರ್ಟಿಗೆ ಕೈಯೊರೆಸಿಕೊಳ್ಳುತ್ತಿದ್ದ. ಆ ಭಾಗದ ಷರಟು ಸಾರಿಸುವ ಬಟ್ಟೆಯಂತಾಗಿತ್ತು. ತಂದೆ, ಕಮ್ತಿಯವರೊಂದಿಗೆ ಮಾತಾಡಿದ್ದು ನೋಡಿದ್ದ. ಇಂದು ತನ್ನನ್ನು ಜೊತೆಯಲ್ಲಿ ಕರೆದೊಯ್ಯಬಹುದು. 'ಅವ್ವ, ತಂಗಿ'ಯನ್ನು ನೆನಪಿಸಿಕೊಂಡ. ಕೊನೆ ಸಲ ಇವರು ಬರುವಾಗ ಬಿಕ್ಕಿ ಬಿಕ್ಕಿ ಅತ್ತಿದ್ದು ನೋಡಿದ್ದ. ಅದೆಲ್ಲ ನೆನಪಾಗಿ ಹಿತ್ತಲಿಗೆ ಹೋಗಿ ಬಿಕ್ಕತೊಡಗಿದಾಗ ಹಿಂದಿನಿಂದ ಬಂದ ಕಮ್ತಿ ಒಂದು ಸೋಗೆ ಕಸಿದುಕೊಂಡು ನಾಲ್ಕು ಬಾರಿಸಿ "ಹಡಬೆಗೆ ಹುಟ್ಟಿದೋನ, ನಿನ್ನಪ್ಪ ಬರೀ ಕೈ ಅಲ್ಲಾಡಿಸಿಕೊಂಡು ಬಂದಿದ್ದಾನೆ. ಜೀವನಪೂರ್ತಿ ತಟ್ಟೆ, ಲೋಟ ತೊಳೆದರೂ ಸಾಲ ತೀರುವುದಿಲ್ಲ" ಎಂದು ರಟ್ಟೆ ಹಿಡಿದು ಅಷ್ಟು ದೂರಕ್ಕೆ ತಳ್ಳಿ, ಮತ್ತೆ ನಾಲ್ಕು ಏಟು ಹಾಕಿ ಸಮಾಧಾನವಾಗಿ "ಹೋಗಿ, ಕೆಲ್ಸ ನೋಡ್ಕೋಗು" ಅಬ್ಬರಿಸಿದರು. ಉದ್ದನೆಯ ಷರಟು ತುದಿಯಿಂದ ಮುಖವನ್ನೊರೆಸಿಕೊಳ್ಳುತ್ತ ಒಳಗೆ ಹೋದ. ಏಟುಗಳಿಗಿಂತ ತನ್ನನ್ನು ಅಪ್ಪಯ್ಯ ಕರೆದೊಯ್ಯಲು ಬಂದಿಲ್ಲ ಎನ್ನುವುದು ತಿಳಿದು ದಿಕ್ಕೆಟ್ಟು ಹೋಗಿದ್ದ. ಕಾಲುಗಳು ಸೆಳೆಯುತ್ತಿದ್ದವು. ಅಂದರೆ ಜೀವನಪೂರ್ತಿ ಈ ನರಕದಲ್ಲಿ ಉಳಿಯುವಂಥವನೇ? ಕಣ್ಣೊರೆಸಿಕೊಳ್ಳುತ್ತಲೇ ಗಿರಾಕಿಗಳು ತಿಂದು ಹೋದ ತಟ್ಟೆ, ಲೋಟಗಳನ್ನು ತೆಗೆಯತೊಡಗಿದಾಗ ಕಮ್ತಿ ಗಿರಾಕಿಗಳ ಮುಂದೆಯೆ ಗಲಾಟೆ ಶುರು ಮಾಡಿದ.

"ಸಂಕಪ್ಪ, ನಿನ್ನ ಮಗ್ನ ಕರ್ಕಂಡ್ ಹೋಗು. ಒಪ್ಪತ್ತಿಗೆ ತಪ್ಪಲೆ ಅನ್ನ ಉಣ್ಣೋ ಇವನಿಗೆ ನೆಟ್ಟಗೆ ಕೆಲ್ಸ ಮಾಡಲಿಕ್ಕಾಗೋಲ್ಲ" ಬಡಬಡಿಸಿದ, ಕೆಲವು ಗಿರಾಕಿಗಳು

ಯಜಮಾನನ ಮಾತಿಗೆ ತಾಳ ಹಾಕಿದರು. ಅವರಲ್ಲಿ ಕೆಲವರು ಸಾಲ ಹೇಳಿ ಉಂಡು ಹೋದ ಜನ. ಕಮ್ತಿ ಮಾತಿಗೆ ತಾಳ ಹಾಕಬೇಕು. ಅವರ ನಗು,ಮಾತುಗಳು ಗರಗಸದಂತೆ ಅವನ ಹೊಟ್ಟೆಯಲ್ಲಿನ ಕರುಳುಗಳ ಮೇಲಾಡಿತು. ಹಿತ್ತಲ ಬಾಗಿಲಿನಿಂದ ಹೊರಕ್ಕೆ ಹೋಗಿ "ಬಡ್ಡಿ ಮಕ್ಳು, ಸೂಳೆ ಮಕ್ಳು, ಬೇವರ್ಸಿಗಳು' ಎಂದು ಬೈಯ್ದುಕೊಂಡು ಷರಟಿನ ತೋಳಿಗೆ ಮೂಗು ಉಜ್ಜಿದ.

ಕೆಲಸದ ಒತ್ತಡದಿಂದ ಅವನಿಗೆ ತಂದೆಯನ್ನು ಮಾತನಾಡಿಸಲಾಗಲಿಲ್ಲ. ಮಧ್ಯಾಹ್ನದ ಊಟದ ಟೈಮ್ ಮುಗಿದ ಮೇಲೆ ವಿರಾಮ ಅನ್ನೋದೇನಿಲ್ಲ. ಊಟಕ್ಕೇಂತ ಒಂದಿಷ್ಟು ಸಮಯ ಇತ್ತು. ಹಾ ಹೂ ಅನ್ನದೇ ಬಟ್ಟಲಿಟ್ಟುಕೊಂಡು ಕೂತ. ಮತ್ತೆ ಯಾರಾದರೂ ಗಿರಾಕಿಗಳು ಬಂದು ಉಳಿದ ತಿಂಡಿ, ಅನ್ನ, ಸಾರುಗಳು ಖಾಲಿಯಾದರೆ, ಹಿಂದಿನ ರಾತ್ರಿ ಉಳಿದ ಇನ್ನು ಮುಗಿಯದ ಹಳಸಿದನ್ನು ತಿನ್ನಬೇಕು. ಕೆಲವೊಮ್ಮೆ ಮೂಗಿಗೆ ವಾಸನೆ ಹತ್ತಿದರೂ ಎಸೆಯಲಾರದ ಸ್ಥಿತಿ.

ದೋಸೆ ಗಣೇಶ ಕೆಲವೊಮ್ಮೆ ಕದ್ದುಮುಚ್ಚಿ ದೋಸೆ ತಿಂಡಿ ಅಂಥದ್ದು ಮುಚ್ಚಿಕೊಟ್ಟು "ತಿನ್ನು ಹೋಗು. ಕಮ್ತಿ ನೋಡಿದ್ರೆ ಸಾಯ್ತಾನೆ. ಏಯ್ ತುಕ್ರಾ.... ನೀನು ಇಲ್ಲೇ ಕೊಳೆತು ಹೋಗ್ತೀಯ. ನಿನ್ನ ಕಾಲುಗಳ್ನ ನೋಡಿಕೊಂಡಿದ್ದೀಯಾ? ನಿನ್ನ ಅಪ್ಪಯ್ಯ ಬಂದರೆ ಹೊರಟು ಬಿಡೋ. ಅನ್ಯಾಯವಾಗಿ ಸತ್ತು ಹೋಗ್ಬೇಡ. ನೀನು ಸತ್ತರೆ ನಿನ್ನವ್ವ, ತಂಗಿ ಅಳ್ತಾರೆ. ನಂಗ್ಯಾರು ಇಲ್ಲ ಕಣೋ ಅಳೋಕೆ" ಎಂದು ಸೇದುತ್ತಿದ್ದ ಮೋಟು ಬೀಡಿಯನ್ನು ಎಸೆದು ಹೇಳುತ್ತಿದ್ದ. ಆಗ ಅವನ ಕಣ್ಣುಗಳು ಕೆಂಪಗೆ ನಿಗಿನಿಗಿ ಎಂದು ಹೊಳೆಯುತ್ತಿದ್ದವು. ತುಕ್ರಾ ಬರೋಕೆ ಒಂದೆರಡು ವರ್ಷ ಮೊದಲಿನಿಂದಲೂ ಅಲ್ಲಿ ಕೆಲಸ ಮಾಡಿಕೊಂಡಿದ್ದ. ಕಮ್ತಿ ಇವನನ್ನ ಬೈಯಲು ಹೆದರುತ್ತಿದ್ದ. ಯಾಕೆ ಅನ್ನೋ ರಹಸ್ಯ ಯಾರಿಗೂ ಗೊತ್ತಿಲ್ಲ. ಒಬ್ಬೊಬ್ಬರು ಒಂದೊಂದು ರೀತಿಯಲ್ಲಿ ಮಾತಾಡಿಕೊಳ್ಳುತ್ತಿದ್ದರು. ಅವನು ಇಡೀ ದಿನ ಕೊಡುತ್ತಿದ್ದುದು ಒಂದು ಪಟ್ಟೆ ಪಟ್ಟೆ ನಿಕ್ಕರ್, ಮೇಲೊಂದು ಬನೀನು. ಅವನ ಕೈನ ದೋಸೆಯಿಂದಲೇ 'ಮೂಕಾಂಬಿಕ ಭವನ' ಪ್ರಸಿದ್ಧಿಗೆ ಬಂದಿದ್ದು ಅಂತ ಗಿರಾಕಿಗಳು ಆಡಿಕೊಳ್ಳುವುದನ್ನು ಕೇಳಿದ್ದ. ಅವನು ಕೊಡೋದನ್ನ ಕದ್ದು ಮುಚ್ಚಿ ತಿನ್ನೋ ಬದಲು ಟೇಬಲ್ ಮುಂದೆ ಕೂತು ಬಿಸಿಬಿಸಿ ಮಸಾಲೆದೋಸೆಯನ್ನು ಬೆಣ್ಣೆ ಸವರಿಕೊಂಡು ತಿನ್ನುವ ಆಸೆ ಇನ್ನು ಕೈಗೂಡಿರಲಿಲ್ಲ.

ಕಮ್ತಿ ಊಟಕ್ಕೆ ಹೋಗಿದ್ದರಿಂದ ಬಟ್ಟಲು ಇಟ್ಟುಕೊಂಡು ಕೂತ ತುಕ್ರನಿಗೆ ಗಣೇಶ ಉಳಿದ ರಾತ್ರಿಯ ಅನ್ನ ಹಾಕಿದರೂ ಅದರ ಮೇಲೆ ಬಿಸಿ ಸಾರು ಸುರಿದ. "ಬಿಸಿ ಇರೋದೆಲ್ಲ ಖಾಲಿಯಾದ ಮೇಲೆನೆ ಕಮ್ತಿ ಮನೆಗೆ ಉಂಬೋಕೆ ಹೋಗುದು. ಥೂ! ಏಯ್ ಹೆಂಗೂ ನಿನ್ನಪ್ಪಯ್ಯ ಬಂದಿದ್ದಾನೆ. ತೆಪ್ಪಗೆ ಊರಿಗೆ ಹೋಗ್ಬಿಡು. ಇಲ್ಲಿ ಈ ಮಳೆಗಾಲಕ್ಕೆ ಸತ್ತು ಹೋಗ್ತೀಯ" ಎಚ್ಚರಿಸಿದ. ಹೊರಗೆ ನಿಂತು ಬೀಡಿ ಸೇದುತ್ತಿದ್ದ ಸಂಗಪ್ಪನಿಗೆ ಈ ಮಾತು ಕೇಳಿಸಿತು. ಅವನು ಕರೆದೊಯ್ಯುವ ಸ್ಥಿತಿಯಲ್ಲಿ ಇರಲಿಲ್ಲ. ಇನ್ನೂ ಎರಡು ಸಾವಿರ ಕೊಡ್ತೀನೀಂತ ಕಮ್ತಿ ನಾಲ್ಕಾರು ಪೇಪರ್‌ಗಳಿಗ ಸಹಿ

ಹಾಕಿಸಿಕೊಂಡಿದ್ದ. ಅವನ ಮನಸ್ಸು ಭಲ್ ಅನ್ನುತ್ತಿತ್ತು. ಅದಕ್ಕಿಂತ ಹೊಟ್ಟೆಪಾಡು ಮುಖ್ಯವಾಗಿತ್ತು.

ಬಟ್ಟಲು ತೆಗೆದಿಟ್ಟವನು ಸಂಕಪ್ಪನ ಮುಂದೆ ಬಂದು ನಿಂತ. "ಅಪ್ಪಯ್ಯ, ನಾನು ಊರಿಗೆ ಬರ್ತೀನಿ, ಅವ್ವನ್ನ ತಂಗಿನ ನೋಡ್ಬೇಕು" ಹೇಳಿದ ಮೆಲ್ಲನೆ ದನಿಯಲ್ಲಿ. ಆಗ ಸಂಕಪ್ಪನಿಗೂ ಹೆಂಡತಿಯ ನೆನಪಾಯಿತು. "ಎಲ್ಲಿದ್ದಾಳೋ ನಿನ್ನವ್ವ? ಅವಳ್ನ ಮಣ್ಣಿಗೆ ಹಾಕಾಯ್ತು" ಅಂತ ಮಗನನ್ನು ತಬ್ಬಿಕೊಂಡು ಅತ್ತ. "ಮಗಾ, ತಿಂಗ್ಳೂ ಎರಡೂ ತಿಂಗ್ಳೂ ಸುಧಾರಿಸ್ಕೋ. ನಾನು ಹಣನ ಜೊತೆ ಮಾಡಿ ತಂದುಕೊಟ್ಟು ನಿನ್ನ ಕರ್ಕಂಡ್ ಹೋಗ್ತಿ" ಭರವಸೆ ಕೊಟ್ಟು ಮೈದಡವಿದ. ಅದನ್ನು ಈಡೇರಿಸುತ್ತೇನೆಂಬ ನಂಬಿಕೆ ಸಂಗಪ್ಪನಿಗೂ ಇಲ್ಲ, ತುಕ್ರಾನಿಗೂ ಇಲ್ಲ. ಒಬ್ಬನೇ ತಡಿಕೆಯ ಮನೆಗೆ ಹೋಗಿ ಬಿಕ್ಕಿ ಬಿಕ್ಕಿ ಅತ್ತ.

ಅದೇ ರೋಟೀನ್ ವರ್ಕ್. ಹೆದ್ದಾರಿಯಲ್ಲಿ ಹೋಗುವ ಬಸ್ಸುಗಳಂತು ಬಂದು ನಿಂತರೆ ಕೈ ಕಾಲು ಆಡಿಸಲು ತುಕ್ರಾನಿಗೆ ಪುರಸೊತ್ತು ಇರುತ್ತಿರಲಿಲ್ಲ. ಕಮ್ತಿಯವರಿಗೆ 'ತುಕ್ರಾ... ತುಕ್ರಾ..." ಎನ್ನುವ ಜಪವೇ. ಮಕ್ಕಳ ಹೆಸರುಗಳು ಮರೆತು ಹೋಗಿತ್ತು. ಆದರೆ... ತುಕ್ರಾ... ಅದೊಂದು ಪಠಣೆಯಾಗಿತ್ತು ಅವರ ಪಾಲಿಗೆ.

ಈ ಸಲ ಮಳೆಗಾಲ ಬೇಗ ಶುರುವಾಯಿತು. ಗಣೇಶನ ಕೈರುಚಿಯಿಂದ ವ್ಯಾಪಾರ ಕುದುರಿತ್ತು. ಆ ದಾರಿಯಲ್ಲಿ ಬಂದು ಹೋಗುವ ವಾಹನಗಳು ಹೆದ್ದಾರಿಯ ಪಕ್ಕ ನಿಲ್ಲಿಸಿ ನಡೆದು ಬರುತ್ತಿದ್ದರು. ಬೆಳಗಿನ ಜಾವ ನಾಲ್ಕಕ್ಕೆ ಎದ್ದು ಕಾಯಿ ತುರಿದು ಚಟ್ನಿ ರುಬ್ಬಲು ಕುಳಿತನೆಂದರೆ ಏಳುವ ವೇಳೆಗ ಗಣೇಶನಿಗೆ ನಾಲ್ಕಾರು ಕೆಲಸಗಳನ್ನು ಮಾಡುವುದರ ಜೊತೆ ಕಮ್ತಿಯವರ ಕೂಗಿಗೆ ಹೂಗೊಡಬೇಕಿತ್ತು. ಗಾಣದೆತ್ತಿನ ದುಡಿತ ನಿಲ್ಲುತ್ತಿದ್ದುದು ರಾತ್ರಿ ಹನ್ನೊಂದು ಗಂಟೆಗೆ. ದಿನವಿಡೀ ಅಲ್ಲಿಂದ ಇಲ್ಲಿಗೆ, ಇಲ್ಲಿಂದ ಅಲ್ಲಿಗೆ ಓಡಾಡುವ ವೇಳೆಗ ಸೋತು ಹೋಗುತ್ತಿದ್ದ. 'ಅಲ್ಲಿ ತಿಂಡಿ ಕೊಡು, ನೀರು ತಂದಿಡು, ಈ ಪ್ಲೇಟು ತೆಗಿ' ಒಂದೇ... ಎರಡೇ. 'ಅದೇನು ಸೋಮಾರಿ, ದಡಬಡ ಓಡಾಡು' ರೇಗುತ್ತಿದ್ದರು. ಗಲ್ಲದ ಹತ್ತಿರ ಯಜಮಾನರು ಹಣ ವಸೂಲು ಮಾಡುತ್ತಿದ್ದರಿಂದ 'ಟಿಪ್ಸ್' ಅನ್ನೋ ಚಿಲ್ಲರೆ ಅವನಿಗೇನು ಸಿಗುತ್ತಿರಲಿಲ್ಲ. ಗ್ಲಾಸ್, ತಟ್ಟೆಗಳನ್ನು ಫಳಫಳ ತೊಳೆದು ಹಿಡಿದು ಬರುವಾಗ ಅಕಸ್ಮಾತ್ ಬಿದ್ದು 'ಫಳ್' ಎಂದರೆ ಗಿರಾಕಿಗಳ ಮುಂದೆ ಸುಮ್ಮನಿದ್ದ ಕಮ್ತಿ ರಾತ್ರಿಯಾಗುತ್ತಿದ್ದಂಗೆ ಸೌದೆ ಹಿಡಿದು ಮುಖ, ಮೂತಿ ನೋಡದೇ ಬಾರಿಸುತ್ತಿದ್ದರು. ಆಗ ಗಣೇಶ ಬಂದು ತಡೆಯದಿದ್ದರೆ ಎಂದೋ ಮಂಜುನಾಥರ ಪಾದ ಸೇರಬೇಕಿತ್ತು.

ಸುರಿಯೋ ಗಿಜಿಗಿಜಿ ಮಳೆಯಲ್ಲಿ ಪ್ಲೇಟ್, ಲೋಟ, ಗ್ಲಾಸ್‌ಗಳನ್ನು ತೊಳೆದು ಓಡಾಡಿ... ಅವನ ಕೈ ಕಾಲು ಸಂಧಿಯೆಲ್ಲ ಕೊಳೆತಂತಾಗಿ ನೋವು, ತುರಿಕೆ, ಉರಿ ತಡೆಯಲಾರದೆ ಅಳುತ್ತ ಒಂದು ಕಡೆ ಕೂತುಬಿಟ್ಟ.

"ನೋವು ತುಂಬಾ ಕಮ್ತಿಯವರೇ" ಹರಿಯುತ್ತಿದ್ದ ಕಣ್ಣೀರನ್ನು ದೊಗಲು ಷರಟಿನ ತುದಿಯಿಂದ ತೊಡೆದುಕೊಂಡ. "ಏಳೋ ಸೂ..." ಶುರು ಮಾಡೋ ವೇಳೆಗೆ ಗಣೇಶ 'ಸ್ವಲ್ಪ ಸುಮ್ನೀರಿ, ಬಾಲ ಕಾರ್ಮಿಕರಿಗೆ ಕಾಯಿದೆ, ಕಟ್ಟಲೇ ಅಂತ ಮಾಡಿದ್ದಾರೆ.

ಗಿರಾಕಿಗಳು ಇರೋವಾಗ ಗಲಾಟೆ ಮಾಡಿಕೋಬೇಡಿ' ಬುದ್ಧಿ ಹೇಳಿದ. ಹಿಂದೆಯೇ ಬಿಸಿ ಬಿಸಿ ಲೋಟ ಕಾಫಿ ತಂದು ಅವನ ಮುಂದಿಟ್ಟು 'ಕುಡಿದು ಸುಧಾರಿಸ್ಕೋ. ನಿನ್ನ ಅಪ್ಪಯ್ಯ ಕರ್ಕಂಡ್ ಹೋಗೋ ಹಂಗಿಲ್ಲ. ನೀನು ಪೂರ್ತಿ ಕೊಳೆತು ಹೋಗ್ತಿ" ಅತ್ತಿತ್ತ ನೋಡಿ ಗದರಿಕೊಂಡ ಗಣೇಶ. ರಾತ್ರಿ ಗೋಣಿತಾಟು ಮೇಲೆ ಮಲಗಿದವನಿಗೆ ಚಾದರು ಹೊದಿಸಿ 'ನಿಂಗಂತೂ ಕಮ್ತಿಯಿಂದ ಬಿಡುಗಡೆ ಸಿಗೋಲ್ಲ. ಮಲಗಿದ ಅಂದರೆ ಆ ಮನುಷ್ಯನಿಗೆ ಯಮ ನಿದ್ದೆ. ಬೆಳಗಿನ ಜಾವ ನಾಲ್ಕಕ್ಕೆ ಒಂದು ಬಸ್ಸು ಇದೆ. ತೆಪ್ಪಗೆದ್ದು ನಡೆದುಬಿಡು. ಇಲ್ಲಿಂದ ತುಂಬ ದೂರ ಹೋದಮೇಲೆ ಇಳ್ಕೋ. ಆಮೇಲೆ ಬೆಂಗ್ಳೂರು ಬಸ್ಸು ಹಿಡಿ. ಅಲ್ಲೇ ನಿಂಗೆ ಬದುಕೋಕೆ ಒಂದು ದಾರಿ ಸಿಗುತ್ತೆ. ಆಮೇಲೆ ಪ್ಯಾಂಟ್, ಷರಟು ಹಾಕ್ಕೊಂಡ್ ಭರ್ಜರಿಯಾಗಿ ವಾಚ್ ಕಟ್ಕೊಂಡ್ ಸ್ಟೈಲಾಗಿ ಬಾ. ಇದೇ ಕಮ್ತಿ ಹೋಟೆಲ್‌ಗೆ ಬಂದು ಮೇಜು ಮುಂದೆ ಕೂತು ತಿಂಡಿಗೆ ಆರ್ಡರ್ ಮಾಡು. ಜಬರ್ದಸ್ತಾಗಿ ತಿನ್ನು" ಅಂಥದೊಂದು ಕನಸನ್ನು ಬಿತ್ತಿ ಒಂದಿಷ್ಟು ನೋಟುಗಳನ್ನು ಅವನ ಕೈಯಲ್ಲಿ ತುರುಕಿದ್ದು ಮಾತ್ರವಲ್ಲ ಬಟ್ಟೆ, ಬರೆಗಳನ್ನು ಬ್ಯಾಗ್‌ಗೆ ಹಾಕಿ ಮೂರರ ಸುಮಾರಿಗೆ ಎಬ್ಬಿಸಿ ಕಳುಹಿಸಿಕೊಟ್ಟಿದ್ದ.

"ಗಣೇಶಣ್ಣ, ಅಪ್ಪ ಇಸ್ಕಂಡ್ ಹಣ" ಮುಗ್ಧನಾಗಿ ಕೇಳಿದ ದಿನವೊಂದಿತ್ತು. "ಅದೆಂದೋ ತೀರಿ ಹೋಗಿದೆ ಗಡಣಾ... ನಡೀ" ಎಂದು ಕತ್ತಲಲ್ಲಿ ದಬ್ಬಿದ.

ಹೆದ್ದಾರಿಯವರೆಗೂ ಬಂದು ಹಿಂದಿರುಗಿ ನೋಡಿದಾಗ, ಗಣೇಶ ಅದೇ ಪಟ್ಟೆ ಪಟ್ಟೆ ಉದ್ದ ನಿಕ್ಕರ್ ಬನೀನು ತೊಟ್ಟು ನಿಂತವನು ಮಂಕಾಗಿದ್ದ.

ಇದು ಹತ್ತು ವರ್ಷದ ಹಿಂದಿನ ಕತೆ.

ದಾರಿಯುದ್ದಕ್ಕೂ ನಡೆದು ಬಂದೆ. ಹೆದ್ದಾರಿಯನ್ನು ಅಗಲಿಸಿದ್ದರು. ತೀರಾ ಅಲ್ಲಲ್ಲಿ ವಿರಳವಾಗಿದ್ದ ಮನೆಗಳು ಅಲ್ಲಲ್ಲಿ ನಾಯಿ ಕೊಡೆಗಳಂತೆ ಮೇಲಿದಿದ್ದವು. ಅವುಗಳಲ್ಲಿ ಕೆಲವು ತಾರಸಿಯ ಮನೆಗಳಾಗಿದ್ದರೂ ಮಾಡಿಗೆ ಮಾತ್ರ ಹೆಂಚುಗಳನ್ನು ಹೊದಿಸಿ ಮಲೆನಾಡಿನ ಪರಿಸರದ ಸಾಂಸ್ಕೃತಿಕ ಸೊಬಗನ್ನು ಕಾಪಾಡಿಕೊಂಡಿತ್ತು. 'ಮೂಕಾಂಬಿಕ ಭವನ'ದತ್ತ ನೋಟ ಹರಿಸಿದೆ. ಸ್ವಲ್ಪ ವಿಸ್ತಾರಗೊಳ್ಳುವುದರ ಜೊತೆಗೆ ಸುಣ್ಣಬಣ್ಣ ಕಂಡಿತ್ತು. ನಿಧಾನವಾಗಿ ಹೆಜ್ಜೆಗಳನ್ನು ಎಳೆದು ಹಾಕಿದೆ. ಹಿಂದಿನ ತುಕ್ರಾನ ನೆನಪಾಯಿತು. ಪಟ್ಟೆ ಪಟ್ಟೆ ದೊಗಲು ನೀಲಿ ಅಂಗಿ, ಉದ್ದದ ಪಟ್ಟಪಟ್ಟಿ ನಿಕ್ಕರ್, ನನ್ನ ತುಟಿಯಂಚಿನಲ್ಲಿ ಮುಗುಳ್ನಗೆ ಮೂಡಿತು.

'ತುಕ್ರಾ, ನೀನು ಇಲ್ಲೇ ಇದ್ದು ಇನ್ನೊಂದು ಮಳೆಗಾಲ ಕಳೆದರೆ ಕೊಳೆತು ಹೋಗ್ತೀಯೋ. ದೂರ ಹೋಗಿ ನಿನ್ನ ಬದುಕನ್ನು ಹುಡುಕ್ಕೋ' ಎಂದ ಗಣೇಶ ಇಂದು ಗಲ್ಲಾ ಮೇಲೆ ಕೂತಿದ್ದ. ನಾಲ್ಕಾರು ಹುಡುಗರು ಸಪ್ಲೈ ಮಾಡುತ್ತ, ತಟ್ಟೆ, ಗ್ಲಾಸ್‌ಗಳನ್ನು ಎತ್ತುತ್ತ ಓಡಾಡುತ್ತಿದ್ದರು.

ಕೂತು ದೋಸೆಗೆ ಆರ್ಡರ್ ಮಾಡಿದೆ. ಗಣೇಶ ಗಲ್ಲಾಗೆ ಜಂಪ್ ಆದ ಮೇಲೆ ಅಡಿಗೆ ಮನೆ ಕಾರುಬಾರು ಬೇರೆಯವರಿಗೆ ವಹಿಸಿರಬೇಕು. ಸಪ್ಲೈಯರ್ ತಂದಿಟ್ಟ

ದೋಸೆಗೆ ನಿಧಾನವಾಗಿ ಬೆಣ್ಣೆ ಸವರಿಕೊಂಡು, ತಿಂಡಿ, ಕಾಫಿ ಕುಡಿದು ಬಿಲ್ ಕೊಡಲು ಹೋದೆ.

"ಕಮ್ತಿಯವರು ಎಲ್ಲಿ?" ಕೇಳಿದೆ.

ಚಿಲ್ಲರೆಯನ್ನು ಬೇರೆ ಗಿರಾಕಿಗೆ ಕೊಡುತ್ತಿದ್ದ ಗಲ್ಲಾದ ಮೇಲಿನ ಯಜಮಾನ "ನಿಮ್ಗೆ ಅವರ ಪರಿಚಯವಾ? ಅವ್ರು ತೀರಿಕೊಂಡು ಐದು ವರ್ಷಗಳು ಆಯ್ತು" ಎಂದು ಒಂದೇ ಸಮನೆ ನೋಡಿ. "ಕ್ಷಮಿಸಿ, ನಿಮ್ಮನ್ನ ನಾನು ಎಲ್ಲೋ ನೋಡಿದಂಗಿದೆ. ನೀವು ಹೊಸಬರ ಸಾರ್?" ಅನ್ನುತ್ತ ಗಲ್ಲಾದಿಂದ ಹೊರಗೆ ಬಂದ ಗಣೇಶ. ಕಣ್ಣು ಅಗಲಿಸಿ, 'ಏಯ್, ನೀನು ತುಕ್ರಾ ಅಲ್ವಾ? ನಿಂಗೋಸ್ಕರ ನಾನು ಕಾಯ್ತಾನೆ ಇದ್ದೆ. ನಾನು ಇವತ್ತು ನಿಂಗೆ ದೋಸೆ ಹಾಕಿಕೊಡ್ತೀನಿ. ಜರ್ಬಾಗಿ ಕೂತು ತಿನ್ನು.... ನಾನು ಈ ಕ್ಷಣಕ್ಕಾಗಿ ಕಾದೆ ತುಕ್ರಾ" ಎಂದು ಅಪ್ಪಿಕೊಂಡ.

ಹೌದು, ಈ ಕ್ಷಣಕ್ಕಾಗಿ ಇಬ್ಬರೂ ಕಾದಿದ್ದರು.

●

23. ಬದಲಾದವಳು

ಮಿಲಿಟರಿಗೆ ಸೇರಿದ ಮೇಲೆ ಮೊದಲ ಬಾರಿ ವಿಶು ಊರಿಗೆ ಬಂದಿದ್ದ. ರೆಕ್ಕೆ ಕಟ್ಟಿಕೊಂಡು ಹಾರುವಂಥ ಸಂಭ್ರಮ ಅವನದು. ಮನೆ, ಹಿತ್ತಲು, ತೋಟಗಳಲ್ಲಿ ಅಡ್ಡಾಡಿದ್ದೇ ಅಡ್ಡಾಡಿದ್ದು. ಸಿಕ್ಕ ಮಂದಿಯನ್ನೆಲ್ಲ ಬಾಯಿ ತುಂಬ ಮಾತಾಡಿಸಿದ. ತನ್ನ ಅನುಭವಗಳನ್ನು ಗೆಳೆಯರೊಂದಿಗೆ ಹಂಚಿಕೊಂಡ.

"ವಿಶು... ಇಡ್ಲಿ ಆರಿ ಹೋಗ್ತಾ ಇದೆ" ಸತ್ಯಭಾಮ ಚಟ್ನಿ ಪಾತ್ರೆ ಹಿಡಿದು ಕೂಗಿಕೊಂಡಾಗ ಕರಿಬೇವಿನ ಗಿಡದ ಕೆಳಗೆ ನಿಂತಿದ್ದವನು ಬಾಯಿಗೆ ಬಂದ ಹಾಡನ್ನು ಗೊಣಗುತ್ತ ಒಳಗೆ ಬಂದ.

ಬಿಸಿ ಇಡ್ಲಿ, ಪಲ್ಯ, ಚಟ್ನಿ ಜೊತೆ ನಿಂಬೆ ಗಾತ್ರದ ಬೆಣ್ಣೆ ಅವನ ಬಾಯಲ್ಲಿ ನೀರೂರಿತು. ಲೊಟ್ಟೆ ಹಾಕಿ ಇಳಿಸತೊಡಗಿದ. ತಟ್ಟನೆ ನೆನಪಾದಳು ಧಾರಿಣಿ.

"ಅಮ್ಮ, ಧಾರಿಣಿ ಹೇಗಿದ್ದಾಳೆ?" ಬಾಯಲ್ಲಿದ್ದುದನ್ನು ನುಂಗಿ ಕೇಳಿದ. ಆಕೆಯ ಮುಖದಲ್ಲಿ ಉತ್ಸಾಹ ಇಣಕಲಿಲ್ಲ. ಸಪ್ಪೆಯ ಸ್ವರದಲ್ಲಿ ಅಂದರು "ಚೆನ್ನಾಗಿ ಇದ್ದಾಳೆ! ಆದ್ರೆ... ಮೊದ್ಲಿನ ಧಾರಿಣಿಯಲ್ಲ! ಸಾಕಷ್ಟು ಬದಲಾಗಿದ್ದಾಳೆ." ಅನಾಯಾಸವಾಗಿ ಅವನ ಕೈಯಲ್ಲಿದ್ದ ಇಡ್ಲಿಯ ಚೂರು ಕೆಳಗೆ ಬಿತ್ತು. ಕೈ ಸ್ತಬ್ಧವಾಯಿತು. 'ಧಾರಿಣಿ ಬದಲಾಗಿದ್ದಾಳೆ' ನಂಬಿ ಬಿಡಲು ಅವನ ಮನ ಸಿದ್ಧವಾಗಲಿಲ್ಲ. ನುಂಗಿದ್ದು ಕೂಡ ಒಳಗೆ ಇಳಿಯದೆ ಗಂಟಲಲ್ಲೇ ಒದ್ದಾಡಿತು.

"ಸಾಕು..." ಎದ್ದುಬಿಟ್ಟ.

ಸತ್ಯಭಾಮ ಕಣ್ಣರಳಿಸಿದರೂ ಆಶ್ಚರ್ಯಪಡಲಿಲ್ಲ. ಆ ಹೆಣ್ಣು ಇಲ್ಲೇ ಆಡಿ ಬೆಳೆದವಳು. ನೇರಳೆಹಣ್ಣು, ಸೀಬೆಹಣ್ಣು ಅಕ್ಕರೆಯಿಂದ ತಿನ್ನಿಸಿದ್ದ ವಿಶು. ಅಂದಿನ ನೆನಪುಗಳು ಇಂದಿಗೂ ಅಚ್ಚ ಹಸಿರು.

ಎದೆಯಾಳದಲ್ಲಿ ನೋವು, ಧಾರಿಣಿ ರೂಪ ತೇಲಿತು. ಸದಾ ಸ್ನಿಗ್ಧವದನೆ, ಮಾತು ಕೂಡ ಸಂಗೀತದಂತೆ, ಪ್ರತಿಯೊಂದರಲ್ಲೂ ಅಚ್ಚುಕಟ್ಟು, ಯಾರ ನೆನಪಿನಲ್ಲಾದರೂ ಉಳಿಯುವಂಥವಳು.

ಎಂಥ ಬದಲಾವಣೆ? ಅವನ ಮಿದುಳು ಕೆಲಸ ಮಾಡಲಿಲ್ಲ. ಬಂದು ತಾಯಿಯ ಮುಂದೆ ಕೂತ.

"ಎಂಥ ಬದಲಾವಣೆ?" ಕೇಳಿದಾಗ ಆಕೆ ನಕ್ಕುಬಿಟ್ಟರು. "ಅಯ್ಯೋ, ಮಾರಾಯ! ಅದೇನು ತಲೆಗೆ ಹಚ್ಚಿಕೊಳ್ಳುವಂಥ ವಿಷಯವಲ್ಲ! ನಾನು, ಅವ್ರು

ಈಗೆರಡು ತಿಂಗ್ಳು ಮೊದ್ಲು ಹೋಗಿದ್ವಿ. ನಾವು ಸಾಕಿದ ಮಗು. ನಮ್ಮ ಮುಂದೆ ಬೆಳ್ದ ಕೂಸು. ನೋಡಿ ಬರೋ ಆಸೆ" ವಿಶು ಕಿವಿಗಳು ನಿಮಿರಿದವು. ಮುಂದೇನು ಹೇಳಬಹುದು?

"ನಯ, ವಿನಯ ಒಂದೂ ಇಲ್ಲ. ಸದಾ ಸಿಡುಕಾಟ ಇವಳೇನಾ ಧಾರಿಣೀಂತ ಆಶ್ಚರ್ಯವಾಯ್ತು. ಯಾಕೆ ಬದಲಾದ್ಲೊ? ನಂಗಂತೂ... ಗೊತ್ತಾಗ್ಲಿಲ್ಲ. ಅವ್ಳ ಬಾಯಿಗೆ ಮನೆಯಲ್ಲಿರೋ ಜನವೆಲ್ಲ ಆಹಾರ!" ಅಚ್ಚರಿ ಮಿನುಗಿತು ಅವನ ಕಣ್ಣುಗಳಲ್ಲಿ, ಅವನ ಪಾಲಿಗೆ ನಂಬಲಾರದ ವಿಷಯ.

"ನಾನಂತು ನಂಬೋಲ್ಲ! ಕಡ್ಡಿ ತುಂಡು ಮಾಡಿದಂತೆ ಹೇಳಿದ. ನಕ್ಕುಬಿಟ್ಟರು ಸತ್ಯಭಾಮ "ನಿಂಗೊಂದು ಹುಚ್ಚು! ಆ ಮಗು ಮೇಲೆ ನಾನ್ಯಾಕೆ ಕತೆ ಕಟ್ಲಿ? ಅವ್ಳ ಮದುವೆಯಾದಾಗ ಎಲ್ಲರಿಗಿಂತ ಹೆಚ್ಚಾಗಿ ನೊಂದೋಳು ನಾನು" ಆಕೆಯ ಸ್ವರ ಭಾರವಾಗಿತ್ತು. ಅದು ಅರ್ಥವಾಗದ ವಿಷಯವೇನಲ್ಲ ವಿಶುಗೆ. ಆದರೆ ಅತ್ತ ಮಾತ್ರ ತಲೆಯನ್ನು ಹರಿಯಬಿಡಲೊಲ್ಲ.

ಇಡೀ ದಿನ ಯೋಚಿಸಿದ, ಧಾರಿಣಿ ಮೃದು ಮನಸ್ಸಿನ ಹುಡುಗಿ. ಎಂದೂ ಅವರ ಸುಂದರ ಭಾವನಾತ್ಮಕ ಮುಖದ ಮೇಲೆ ಕಠಿಣತೆ ಮಿನುಗಿದ್ದೆ ಇಲ್ಲ.

"ನಾಳೆ ಧಾರಿಣಿ ಊರ್ಗೆ ಹೋಗ್ಬರ್ತೀನಿ" ನಿರ್ಧಾರ ಮಾಡಿದಂತೆ ಹೇಳಿದಾಗ "ಹಾಗೇ... ಮಾಡು" ಎಂದರು.

ಮೊದಲ ಬಸ್ಸಿಗೆ ಹೋಗಿ ಇಳಿದಾಗ ನಡು ಮಧ್ಯಾಹ್ನದ ಬಿಸಿಲು. ಪ್ರಥಮ ಬಾರಿ ಆ ಊರಿನಲ್ಲಿ ಕಾಲಿಡುತ್ತಿದ್ದುದ್ದು. ಮುಜುಗರ ಅನ್ನಿಸದಿದ್ದರೂ ಉತ್ಸಾಹ ಮೂಡಲಿಲ್ಲ.

ಒಂದಿಷ್ಟು ಹಣ್ಣು, ಹೂ ಖರೀದಿಸಿ ಬ್ಯಾಗಿಗೆ ತುಂಬಿದ, ವಿಳಾಸ ಹಿಡಿದು ಹೊರಟ. ಕೊನೆಗೆ ಮನೆ ಸಿಕ್ಕಾಗ ಅವನಿಗೆ ಖುಷಿಯಾಯಿತು. ಉತ್ತಮ ಅಭಿರುಚಿಯ ಗಿಡಗಳು, ಅರಳಿ ನಿಂತ ಗುಲಾಬಿಗಳು ಅವನ ಮನ ಮುದಗೊಂಡಿತು.

ಗೇಟ್ ತೆರೆಯುವ ಮುನ್ನ ಅತ್ತಿತ್ತ ನೋಡಿದ, ಪ್ರಶಾಂತವಾಗಿತ್ತು. ಸುತ್ತಲ ಪರಿಸರ, ಮೆಲ್ಲಗೆ ತೆರೆದು ಒಳಗಡಿ ಇಟ್ಟ.

"ಯಾರು ಬೇಕು?" ಬಾಬ್ ಕೂದಲಿನ ಪುಟ್ಟ ಹುಡುಗಿಯ ಪ್ರಶ್ನೆ. ಪೂರ್ತಿ ಧಾರಿಣಿಯ ಹೋಲಿಕೆಯೆ. ಕಣ್ಣರಳಿಸಿದ "ಧಾರಿಣಿಯವ್ರು ಬೇಕಿತ್ತು" ನೆಟ್ಟ ನೋಟ ಕದಲಿಸದೆ ಕೇಳಿದ. ಆ ಹುಡುಗಿಯ ರೆಪ್ಪೆಗಳು ಪಟಪಟನೆ ಬಡಿದುಕೊಂಡವು. ಒರಟಾಗಿ ಕೂದಲನ್ನು ಹಿಂದಕ್ಕೆ ದೂಡಿದಳು.

"ಅಮ್ಮ..." ಒಳಕ್ಕೆ ಓಡಿದಳು.

ವಿಶು ಕಾಲುಗಳು ಸ್ತಬ್ಧವಾದವು. ಚೆಂದದ ಮನೆ, ಪುಟ್ಟ ತೋಟ, ಮುದ್ದಾದ ಮಗು-ಸ್ವರ್ಗಕ್ಕೆ ಕಿಚ್ಚು ಹಚ್ಚುವಂಥ ಜೀವನ ಎಂದುಕೊಂಡ.

'ಆ ಮನೆಯವರೆಲ್ಲ ಅವಳ ಹರಿತವಾದ ನಾಲಿಗೆಗೆ ಆಹಾರ' ತಾಯಿಯ ಮಾತು ನೆನಪಾದಾಗ ಒಂದು ನಿಮಿಷ ಮಿದುಳಿನಲ್ಲಿ ಗದ್ದಲ ಶುರುವಾಯಿತು.

ಬಾಗಿಲ ಬಳಿ ಬಂದ ವ್ಯಕ್ತಿಯ ಮುಂದೆ ಕೈ ಜೋಡಿಸಿದ.

"ನಮಸ್ಕಾರ, ನಾನು, ಧಾರಿಣಿ ಒಂದೇ ಊರಿನವ್ರು. ಈಗ ಅವ್ರ ತಾಯ್ತಂದೆ ಮಗನ ಮನೆಯಲ್ಲಿದ್ದಾರೆ" ಪೂರ್ತಿ ಚಿತ್ರ ಬಿಡಿಸಿಟ್ಟಾಗ ಅವರ ತುಟಿಯಂಚಿನಲ್ಲಿ ನಗು ಮಿನುಗಿತು.

"ಬಹಳ ಸಂತೋಷ, ಒಳಗಡೆ ಬನ್ನಿ" ಮುಕ್ತ ಮನಸ್ಸಿನಿಂದ ಆಹ್ವಾನಿಸಿದಂತೆ ಕಂಡಿತು. ಆದರೂ, ಒಂದು ರೀತಿಯ ಹಿಂಜರಿಕೆ. ಕನ್ನಡಕದ ಹಿಂದಿನ ಕಣ್ಣುಗಳು ಗುರ್ತಿಸಿದಂತೆ ಕಂಡಿತು. "ಬನ್ನಿ.... ಬನ್ನಿ... ಯಾಕೆ ಸಂಕೋಚ!" ಆತ ಹಿಂದಕ್ಕೆ ಅಡಿಯಿಟ್ಟಾಗ ಪಾದವೆತ್ತಿ ಮುಂದಕ್ಕೆ ಊರಿದ.

ಚೆಂದವಾದ ಸೋಫಾ, ವಯಸ್ಸಾದ ಹಿರಿಯಾಕೆ ಕಾಲು ನೀಡಿಕೊಂಡು ಮಲಗಿದ್ದರು. ಒದ್ದೆಯಾದ ಟವಲು ಅಲ್ಲೇ ಮುದುರಿ ಬಿದ್ದಿತ್ತು.

"ಕೂತ್ಕೊಳ್ಳಿ.... ಈಗ ಬರ್ತಾಳೆ" ಕೈಯಲ್ಲಿಡಿದ ಪೇಪರ್ ಕೆಳಗೆ ಹಾಕಿ ಅಡಿಗೆ ಮನೆಯತ್ತ ನಡೆದಾಗ ಉರಿಯುತ್ತಿದ್ದ ಟ್ಯೂಬ್‌ಲೈಟ್ ಅವನ ಗಮನಕ್ಕೆ ಬಂತು. 'ವಿಚಿತ್ರದ ಜನ. ಹೊರಗೆ ಧಗಧಗಿಸುವ ಬಿಸಿಲು, ಒಳ್ಗೆ ಟ್ಯೂಬ್‌ಲೈಟ್‌ನ ಪ್ರಖರತೆ' ಕೂತು ಕೆಳಗೆ ಬಿದ್ದ ಪೇಪರ್‌ನಿಂದ ಗಾಳಿ ಹಾಕಿಕೊಂಡ.

ಆತ ಸಪ್ಪೆ ಮುಖ ಹಾಕಿಕೊಂಡು ಬಂದರು.

"ಷಾಪ್‌ಗೆ ಹೋಗಿದ್ದಾಳಂತೆ, ಇನ್ನೇನು... ಬರ್ತಾಳೆ, ಏನು ತಗೋತೀರಾ?" ಅಲ್ಲೇ ಕೂತರು,ಕನ್ನಡಕ ತೆಗೆದು ಟೀಪಾಯಿ ಮೇಲಿಟ್ಟು ಕಣ್ಣುಜ್ಜತೊಡಗಿದರು.

"ನಾನು ನಿಮ್ಮ ಮದ್ವೆಗೆ ಬಂದಿರಲಿಲ್ಲ" ವಿಶು ಸಂಕೋಚಿಸುತ್ತಲೇ ಕೇಳಿದಾಗ ಆತ ಮುಖ ಮೇಲೆತ್ತಿ ನಕ್ಕರು "ಹೌದೌದು.... ಒಂದೆರಡು ಬಾರಿ ಧಾರಿಣಿ ಹೇಳಿದ್ದು ಜ್ಞಾಪ್ಕ. ಬೈ ದಿ ಬೈ.... ಈಗೇನ್ಮಾಡ್ತಾ ಇದ್ದೀರ" ಅವರ ಮಾತು ಮುಗಿಯೋ ವೇಳೆಗೆ ಎರಡು ಮಕ್ಕಳು ಕಿತ್ತಾಡಿಕೊಂಡು ಬಂದು ಟೀಪಾಯಿ ಮೇಲೆ ಬಿದ್ದರು, ಕನ್ನಡಕ ಕೆಳಗೆ ಬಿತ್ತು.

"ಅಯ್ಯೋ... ಹಾಳಾಯ್ತು!" ಎದ್ದ ವಯಸ್ಸಾದಾಕೆ ಮಕ್ಕಳಿಗೆ ಹಿಡಿ ಶಾಪ ಹಾಕಿದಳು. ಬಗ್ಗಿ ಕನ್ನಡಕ ಹೆಕ್ಕಿಕೊಂಡ ವಿಶು, ಒಂದು ಕಣ್ಣು ಸೀಳಿದ್ದರೆ ಇನ್ನೊಂದರ ಚೂರು ಎಗರಿ ಹೋಗಿತ್ತು.

"ಈಗೇನ್ಮಾಡೋದು?" ಆತ ತನ್ನನ್ನು ತಾನೇ ಪ್ರಶ್ನಿಸಿಕೊಳ್ಳುವಂತೆ ಕಂಡ. ಮಕ್ಕಳು ಆ ವಿಷಯ ತಮಗೆ ಸಂಬಂಧವೇ ಇಲ್ಲವೆನ್ನುವಂತೆ ಕಿತ್ತಾಡತೊಡಗಿದವು. ಮೂತಿ, ಮುಖ, ಕೂದಲು ಕಿತ್ತುಕೊಂಡು ಹೋರಾಡತೊಡಗಿದರೂ ಆತ ಕೂತೆ ಇದ್ದ.

ಕಡೆಗೆ ವಿಶುನೆ ಎದ್ದು ಸಮಾಧಾನಿಸಬೇಕಾಯಿತು. ಹೊರಗೆ ನೀಟಾಗಿ ಕಂಡ ಧಾರಿಣಿಯ ಪ್ರತಿರೂಪ ಇಲ್ಲಿ ಚಂಡಿ ಆಗಿದ್ದಳು.

"ಕನ್ನಡಕ ಇಲ್ದಿದ್ರೆ... ಸ್ವಲ್ಪ ಟ್ರಬಲ್! ಓದು, ಬರಹಕ್ಕೆ ತೊಂದರೆಯಾದ್ರೂ... ಓಡಾಡೋಕೇನೂ ತಕರಾರಿಲ್ಲ!" ತಾವೇ ಹೇಳಿಕೊಂಡರು, ಪೆಚ್ಚಾಗಿ ನಕ್ಕ ವಿಶು.

ಎಲ್ಲೋ ಸಿಡಿದ ಗಾಜು ಚೂರಿನ ಬಗ್ಗೆ ಇವನಿಗೆ ಆತಂಕವಿದ್ದರೂ ಅವರೇನು ತಲೆ ಕೆಡಿಸಿಕೊಂಡಂತೆ ಕಾಣಲಿಲ್ಲ.

"ಏನು ತಗೋತೀರಾ?" ಪ್ರಶ್ನೆ ಮತ್ತೆ ಎದುರಾದಾಗ ಅವನ ಸ್ವರ ಒಣಗಿತು. "ಏನು ಬೇಡ, ಸದ್ಯಕ್ಕೆ ಒಂದ್ಲೋಟ ನೀರು ತರ್ಸಿ ಕೊಡಿ" ಎಂದವನು ಕರ್ಚೀಫ್‌ನಿಂದ ಮುಖದ ಬೆವರನ್ನೊತ್ತಿದ.

"ಅಣ್ಣ" ಒಳಗೆ ಬಂದ ಲಲನೆ ಯಾವ ಎಗ್ಗು ಇಲ್ಲದೆ ಆತನ ಜೇಬಿಗೆ ಕೈ ಹಾಕಿದಳು "ಸದ್ಯ ಅತ್ಗೇ ಇಲ್ಲ, ಬೈ... ಬೈ..." ನೋಟುಗಳನ್ನು ಹಿಡಿದು ಬಂದ ವೇಗದಲ್ಲೇ ಹಿಂದಿರುಗಿದಾಗ ಬಿಟ್ಟ ಕಣ್ಣಲ್ಲೇ ಕೂತ ವಿಶು.

"ನನ್ನ ತಂಗಿ, ಮಾಡ್ರನ್ ಸೊಸೈಟಿಯಲ್ಲಿ ಮೂವ್ ಆಗ್ತಾ ಇರೋ ಹೆಣ್ಣು, ತುಂಬಾ ಸೋಷಿಯಲ್, ಆದ್ರೆ.... ಅವ್ಳ ಅತ್ಗೇ ಬಾಯಿಗೆ ತುಂಬ ಹೆದರ್ತಾಳೆ" ಆತ ಬಾಯಿ ಹೇಳಿಕೊಂಡು ನಕ್ಕಾಗ ನಿಬ್ಬೆರಗಾದ ವಿಶು.

'ಅಯ್ಯೋ... ಧಾರಿಣಿ' ಅವನ ಮನಸ್ಸು ಮಮ್ಮಲ ಮರುಗಿತು. ಅವಳ ಬದಲಾವಣೆಗೆ ವಿಶಾಲಾರ್ಥ ಗ್ರಹಿಸಿಕೊಂಡಾಗ ಅವನೆದೆ ತೋಯ್ದು ಹೋಯಿತು.

ಸುಂದರ, ಸೌಮ್ಯ, ಸುಸ್ವರದ ಧಾರಿಣಿಯ ನೆನಪು ಅವನೆದೆಯಲ್ಲಿ ಅಚ್ಚಹಸಿರು, ಹಾಗೆಯೇ ಉಳಿದು ಹೋಗಲೆಂಬ ಹಂಬಲಿಕೆ.

"ಲೇ ಶ್ಯಾಮ್ಲಿ... ಇಲ್ಲೇ ಊಟ ತಗೊಂಡ್ಬಾ" ವಯಸ್ಸಾದಾಕೆ ಕೂಗಿಕೊಂಡು ಇವನತ್ತ ತಿರುಗಿದಳು. "ಧಾರಿಣಿ ನಮ್ಮ ಮನೆಗೆ ಕಾಲಿಟ್ಟ ಎರಡ್ವರ್ಷದ ಮೇಲೆ ನಮ್ಮ ಸ್ವತಂತ್ರನೇ ಆರಿಹೋಯ್ತು. ಮಳ್ಳಿ ಆಗಿದ್ದೋಳು ಮಹಾಚಂಡಿಯಾದ್ಲು ಪ್ರತಿಯೊಂದಕ್ಕೂ ಆರ್ಭಟ, ಅವ್ಳು ಇಲ್ದೆ ಇದ್ದಾಗ್ಲೇ ನೆಮ್ದೀ!" ಹೇಳಿದಾಗ ವರ್ಷಾಂತರದ ಪುಟಗಳೆಲ್ಲ ಅವನ ಮುಂದು ಮೊಗಚಿದವು. ಒಂದೊಂದು ಪುಟವನ್ನೇ ಶ್ರದ್ಧೆಯಿಟ್ಟು ಓದಬೇಕಾಗಿರಲಿಲ್ಲ. ಒಂದೇ ಒಂದು ಪುಟವೇ ಇಡೀ ಕಾದಂಬರಿಯ ಸಾರವನ್ನು ಹೆಕ್ಕಿಕೊಡುವಷ್ಟು ಸಮರ್ಥವಾಗಿದ್ದವು.

"ಇನ್ನೊಮ್ಮೆ.... ಬರ್ತೀನಿ" ಬ್ಯಾಗಿನಲ್ಲಿದ್ದ ಹೂ, ಹಣ್ಣನ್ನು ತೆಗೆದಿಟ್ಟು ಮೇಲಕ್ಕೆದ್ದು ಗಟ್ಟಿಯಾಗಿ ಕಾಲೂರಿದ, ಚುರುಕ್ ಎಂದಿತು. ಬಗ್ಗಿದ, ಕೈಗೆ ಸಿಕ್ಕಿದ್ದು ಕನ್ನಡಕದ ಒಡೆದ ಚೂರು.

"ಚುಚ್ಚಿತಾ..." ಆತ ಪ್ರಶ್ನಿಸಿದಾಗ ನೋವಿನ ನಗೆ ನಕ್ಕ. "ಚುಚ್ಚಿದ್ದು ಸತ್ಯ, ನೋವಾಗಿದ್ದು ಕೂಡ ನಿಜ, ಆದ್ರೂ ಬಾಯಿಬಿಟ್ಟು ಹೇಳೋಕೆ ಸಂಕೋಚ" ಆತನಿಗೇನು ಅರ್ಥವಾದಂತೆ ಕಾಣಲಿಲ್ಲ, ಪೆಚ್ಚು ಪೆಚ್ಚಾಗಿ ನಿಂತ.

"ಇನ್ನರ್ಧ ಗಂಟೆ ಇದ್ದೇ ಹೋಗ್ಬಹುದಾಗಿತ್ತು" ಔಪಚಾರಿಕತೆಯಿಂದ ಮಾತೇ ವಿನಹ ಯಾವ ಒತ್ತಾಯವೂ ಇರಲಿಲ್ಲ, ಸಣ್ಣಗೆ ನಕ್ಕ ವಿಶು, ಆ ನಗುವನ್ನು ನೋಡಿ ಅವನ ಹೃದಯ ಹೊರಳಾಡಿ ಅತ್ತಿತು.

"ಬರ್ತೀನಿ..." ಮತ್ತೊಮ್ಮೆ ಹೇಳಿದ, ಹೊರಗೆ ಬಂದವನೆ ಗಾಬರಿಯಾಗಿ ನಿಂತ. ಒಂದೆರಡು, ಮೂರು ಮೇಕೆಗಳು ಬಂದು ಸ್ವಚ್ಛಂದವಾಗಿ ಮೇಯುತ್ತಿದ್ದವು.

"ಅರರೇ, ಎಂಥ ಕೆಲ್ಸವಾಯ್ತು! ಅವ್ಳು ಬಂದ್ರೆ ಸುಮ್ನೇ ಬಾಯಿ ಮಾಡ್ತಾಳೆ" ಆತ ಗಾಬರಿಯಿಂದಲೇ ಹೊರಕ್ಕೆ ಅಟ್ಟಿದಾಗ ಧಾರಿಣಿಯ ರೂಪ ಅವನ ಕಣ್ಮುಂದೆ ಸುಳಿಯಿತು.

'ವಿಶು ನಾನು ಕಳೆದು ಹೋದೆ, ನಾನು ಕಳೆದುಹೋದೆ' ಕಣ್ಣೀರಿಟ್ಟಂತೆ ಭಾಸವಾಯಿತು. ಸಹಾನುಭೂತಿಯಿಂದ ಅವನೆದೆ ತೊಯ್ದು ಹೋಯಿತು.

ಇವನು ಬಂದಾಗ ನಗುನಗುತ್ತಿದ್ದ ಗುಲಾಬಿಗಳು ಮೇಕೆಗಳ ಹೊಟ್ಟೆಯಲ್ಲಿ ಪಚನವಾಗಿ ಹೋಗಿದ್ದವು. ಹೂಗಳು, ಎಲೆಗಳನ್ನು ಕಳೆದುಕೊಂಡ ಕೊಂಬೆಗಳು ರೋದಿಸುವಂತೆ ಕಂಡಿತು.

ಮುಖ ಮೇಲೆತ್ತಿ ನಿಟ್ಟುಸಿರು ದಬ್ಬಿದ.

"ಎಲ್ಲೋ ಮರ್ತು ಗೇಟು ಹಾಕ್ದೇ ಹೋಗಿದ್ದಾಳೆ ನನ್ತಂಗಿ" ಎಂದ. ಆತನ ಸ್ವರದಲ್ಲಿ ಯಾವುದೇ ಅಸಮಾಧಾನ, ನೋವು ಇರಲಿಲ್ಲ.

ಸರಸರನೆ ವಿಶು ಹೊರಗೆ ನಡೆದ. ಬದಲಾದ ಧಾರಿಣಿಯನ್ನು ನೋಡಲು ಅವನಿಗಿಷ್ಟವಿರಲಿಲ್ಲ. ಕೈಯಲ್ಲಿದ್ದ ಗಾಜಿನ ಚೂರನ್ನು ಪಕ್ಕಕ್ಕೆಸೆದು ಬಸ್‌ಸ್ಟ್ಯಾಂಡ್ ಕಡೆ ದಾಪುಗಾಲು ಹಾಕಿದ.

24. ಮುಗ್ಧೆ!

ಬಸ್ಸಿನಿಂದ ಇಳಿದೆ. ನಿಲ್ದಾಣ ಪೂರ್ತಿ ಕೆಸರು. ಸೀರೆಯ ನೆರಿಗೆಗಳನ್ನು ಎತ್ತಿಡಿದು ಹೆಜ್ಜೆಯೂರಬೇಕಾಯಿತು. ಸಾಲದಕ್ಕೆ ಮೇಲಿಂದ ಮಳೆಯ ಹನಿಗಳು. ನಡು ಮಧ್ಯಾಹ್ನದಲ್ಲಿ ಕತ್ತಲೆಯಾದಂಥ ಅನುಭವ. ವಾತಾವರಣ ಉಸಿರು ಗಟ್ಟಿಸಿದಂತಾಯಿತು. ಹದಿನೈದು ವರ್ಷಗಳ ನಂತರ ಈ ಊರಿಗೆ ಕಾಲಿಡುತ್ತಿದ್ದೇನೆ. ಅಂಥ ದೊಡ್ಡದಾದ ಬದಲಾವಣೆಯೇನು ಕಾಣಲಿಲ್ಲ. ಇಲ್ಲಿನ ದೇವಸ್ಥಾನ, ಕೊಳ, ತೋಟ, ಗದ್ದೆಗಳು ಒಂದು ಕಾಲಕ್ಕೆ ಇಷ್ಟವಾಗಿತ್ತು. ಈಗ ಅಂಥ ಭಾವನೆಗಳೇನು ಇರಲಿಲ್ಲ. ಸುಸ್ತೆನಿಸಿತು. ನಾಲ್ಕು ಮೆಟ್ಟಿಲು ಹತ್ತಿ ಜಗುಲಿಯ ಮೇಲೆ ಕೂತು ಸುಧಾರಿಸಿಕೊಂಡು ಮತ್ತೆ ನಡೆಯತೊಡಗಿದೆ. ಬಹಳ ದೂರವೇನು ಅಲ್ಲ. ಅಗ್ರಹಾರದ ಮೊದಲನೆ ಜಗುಲಿಯ ಮನೆ. ಅದರ ವಾಸ್ತುಶಿಲ್ಪವೆ ವೈಭವಿಕೃತವಾಗಿತ್ತು. ಆ ಬಗ್ಗೆ ಮನೆಯವರಿಗೆ ಅಂದರೆ ವಾಸವಾಗಿದ್ದವರಿಗೆ ಹೆಮ್ಮೆ ಇತ್ತು. ಆ ಬಗ್ಗೆ ಡೌಲು ಬಾರಿಸುವುದು ಕೆಲವೊಮ್ಮೆ ಹುಚ್ಚೆನಿಸಿದ್ದುಂಟು. ಇಲ್ಲಿ ಇದ್ದಿದ್ದಕ್ಕೆ ನೆನಪಷ್ಟೆ.

ಮಳೆ ಹನಿಯುತ್ತಿದ್ದರಿಂದ ರಸ್ತೆಯಲ್ಲಿ ಜನ ಸಂಚಾರ ಕಮ್ಮಿ. ಓಡಾಡುತ್ತಿದ್ದವರಿಗೆ ಪರಿಚಯ ಹತ್ತಲು ಸಾಧ್ಯವಿರಲಿಲ್ಲ. ಅದೇ ಜಗುಲಿಯ ಮನೆ. ನೆನಪುಗಳಿಗೆ ಸಾಕ್ಷಿಯೆನಿಸಿತು. ಮುಂದಕ್ಕೆ ಹಾಕಿದ್ದ ಬಾಗಿಲ ಮೇಲೆ ಕೈ ಇಟ್ಟ ಕೂಡಲೆ ತಾನಾಗಿ ತೆರೆದುಕೊಂಡಿತು. ಎದುರಿಗಿದ್ದವ ಶಂಕರ. ಸರಿದು ಹೋದ ವಯಸ್ಸು ಮುಖದ ಮೇಲೆ ಕೆಲವು ಚಿಹ್ನೆಗಳನ್ನು ದಾಖಲಿಸಿದ್ದರೂ ಅದೇ ಅಜಾನುಬಾಹು. ಒಂದು ಕಾಲಕ್ಕೆ ಬಾಹುಗಳ ನಡುವೆ ನಲಗಿದವಳು. ನಂತರದ ವಿದ್ಯಮಾನಗಳು ಸವಿಯನ್ನು ಅಳಿಸಿಹಾಕಿತ್ತು.

ಅವನ ಕಣ್ಣುಗಳಲ್ಲಿ ನೂರೆಂಟು ಭಾವ. ರೋಹಿಣಿ ಬರಬಹುದೆನ್ನುವ ಆಸೆ ಇದ್ದರೂ ಮನ ಅನುಮಾನಿಸಿ ಸಾಧ್ಯವಿಲ್ಲವೆಂದು ತಳ್ಳಿ ಹಾಕುತ್ತಿತ್ತು. ಅದು ಸಹಜವೆ. ಅಂಥ ಅರ್ಹತೆ ತನಗಿದೆಯೇ?

"ಬಾ... ರೋಹಿಣಿ?" ದಿಢೀರ್ ಸಂಭ್ರಮ ದನಿಯಲ್ಲಿ ಅದನ್ನು ಅರಗಿಸಿಕೊಂಡರು, ಮನವೇನು ಮುದಗೊಳ್ಳಲಿಲ್ಲ. ನಿಧಾನವಾಗಿ ಬ್ಯಾಗ್ ಹಿಡಿದು ಒಳಗೆ ಹೆಜ್ಜೆ ಇಟ್ಟವಳಿಗೆ ಕೆಲವು ಕ್ಷಣ ಸುಧಾರಿಸಿಕೊಳ್ಳಬೇಕೆನಿಸಿತು. ಹೊರ ಹಜಾರದಲ್ಲಿದ್ದ ಛೇರ್ ಮೇಲೆ ಕೂತಳು. ಅಂದ ಚೆಂದಕ್ಕಾಗಿ ಅಷ್ಟಿಷ್ಟು ಬದಲಾವಣೆ ಕಂಡು ಬಂದರೂ ಅಂದಿನ ಚಿತ್ರ ಕಣ್ಮುಂದೆ ಸುಳಿಯಿತು. ಎದೆಯೊತ್ತಿಕೊಂಡು ಕಣ್ಣು

ಮಂಜಾದರು ಸಾವರಿಸಿಕೊಂಡಿದ್ದು ಪ್ರಯತ್ನಪೂರ್ವಕವಾಗಿ ನೋವಾಗಿ ಕಾಡಿತ್ತು ವರ್ಷಗಳು.

ಬಂದ ಶಂಕರ "ಇದ್ಯಾಕೆ, ಇಲ್ಲಿ ಕೂತೆ?" ಅವನ ವಿಚಿತ್ರವಾದ ಪ್ರಶ್ನೆಗೆ ತುಟಿಯಂಚು ಒರೆಯಾಗಿ ಸಣ್ಣ ನಗೆ ಇಣಕಿತು. ಸುತ್ತಲು ನೋಟಹರಿಸಿ "ಮನೆಯಲ್ಲಿ ಯಾರು ಕಾಣ್ತಾ ಇಲ್ಲ" ಪ್ರಶ್ನೆಗೆ ಸಣ್ಣ ಮೌನದ ನಂತರ ಭಾರವಾದ ದನಿಯಲ್ಲಿ ಉತ್ತರ "ಅಮ್ಮ ತೀರಿಕೊಂಡು ಏಳು ವರ್ಷ ಆಯ್ತು. ಈಗ ಅಪ್ಪ ಮಗಳ ಮನೆಗೆ ಅಂಟಿಕೊಂಡಿದ್ದಾರೆ. ಹುಡುಗರು ಸ್ಕೂಲಿಗೆ ಹೋಗಿದ್ದಾರೆ, ಅವಳು ಅಡಿಗೆ ಮನೆಯಲ್ಲಿ ಇದ್ದಾಳೆ."

ರೋಹಿಣಿಯ ಬಾಯಿಂದ ಮಾತೇ ಹೊರಡಲಿಲ್ಲ. ಅವನಿಗೂ ಏನೂ ತೋಚಲಿಲ್ಲ. ಎಷ್ಟೋ ಸಲ ಇಬ್ಬರ ಮನಸ್ಸುಗಳು ಇಂಥ ಭೇಟಿಯನ್ನು ಅಪೇಕ್ಷಿಸಿದ್ದವು. ಆಗ ಆಡಬೇಕಾದ ಮಾತುಗಳು, ವರ್ತಿಸಬೇಕಾದ ರೀತಿಯ ಬಗ್ಗೆ ಗುಣಾಕಾರ, ಭಾಗಾಕಾರ ಹಾಕಿದ್ದು ಹಲವು ನೂರು ಸಲ. ಆದರೆ ಅದರಿಂದೇನು ಪ್ರಯೋಜನವಾಗಲಿಲ್ಲ. ಈಗ ಪತ್ರ ಬರೆದು ಕರೆಸಿಕೊಂಡ ಶಂಕರನೆ ಮಾತು ಷುರು ಮಾಡಬೇಕಿತ್ತು. ಆದರೆ ತಪ್ಪುಗಳ ದೊಡ್ಡ ಸರಮಾಲೆ ಅವನನ್ನು ಅಪ್ಪಿ ಭೇದಿಸುತ್ತಿತ್ತು, ಅಣಕಿಸುತ್ತಿತ್ತು, ನಿಂದಿಸುತ್ತಿತ್ತು ಛಿ, ಥೂ ಎನ್ನುತ್ತಿತ್ತು.

"ಕುಡಿಯಲಿಕ್ಕೆ ಏನಾದ್ರೂ ತರಿಸ್ಲಾ?" ತೋಚದೆ ಕೇಳಿದಂತಿತ್ತು. "ಈಗೇನು ಬೇಡ. ನೀನು ಕರೆಸಿದ ಉದ್ದೇಶ ತಿಳಿಸಿದರೇ ರಾತ್ರಿ ಬಸ್ಸಿಗೆ ಹೊರಟು ಬಿಡಬೇಕು" ನಿರ್ವಿಕಾರ ಚಿತ್ತಳಾಗಿ ನುಡಿದು, ಬ್ಯಾಗ್‌ನ ಜಿಪ್ ಸರಿಸಿ ಟವಲನ್ನು ಹೊರ ತೆಗೆದು "ಒಂದಿಷ್ಟು ಮುಖ ತೊಳ್ದು ಬರ್ತೀನಿ" ಅಂದು ಹೊರಟವಳು "ಈಗ್ಲೂ ಮಡಿ ಅಂಥದೇನಾದ್ರೂ... ಉಂಟಾ? ಬಾವಿ ಕಟ್ಟೆ ಹತ್ರ ಮುಖ ತೊಳ್ಕೋತೀನಿ"

"ಬೇಡ, ಈಗ ಕಾಲ ಬದಲಾಗಿದೆ, ಅಂಥದೇನಿಲ್ಲ" ಎಂದ ಹಿಂದಿನ ನೆನಪುಗಳು ಮುಗ್ಗರಿಸಿ ಅದರಲ್ಲಿ ಒದ್ದಾಡಿದ. ವಿವಾಹವಾಗಿ ರೋಹಿಣಿಯನ್ನ ಕರೆತಂದಾಗ ಅವನಮ್ಮ ಬಚ್ಚಲ ಮನೆಯ ಹಂಡೆ ಕೂಡ ಉಪಯೋಗಿಸಕೂಡದೆನ್ನುವ ಕಟ್ಟಲೆ ವಿಧಿಸಿದ್ದನ್ನು, ಆ ದಿನಗಳಲ್ಲಿ ಅಕ್ಷರಶಃ ಪಾಲಿಸಿದ್ದವಳಿಗೆ ಆ ನೋವು ಇಂದಿಗೂ ಕಾಡುತ್ತಿತ್ತು. 'ಅಮ್ಮ ಮಾತ್ರ ತಪ್ಪು ಮಾಡಲಿಲ್ಲ. ನಾನು ಕೂಡ ಅಪರಾಧಿ' ಇಂದಿಗೂ ಚುಚ್ಚುತ್ತಿತ್ತು.

ಆರಾಮಾಗಿ ರೋಹಿಣಿ ಬಾವಿ ಕಟ್ಟೆಯ ಬಳಿಗೆ ಹೋದವಳು ಒಯ್ದ ಸೋಪು ಹಚ್ಚಿ ಮುಖ ತೊಳೆದು, ಸುತ್ತಲು ನೋಡಿದಳು. ಕೆಲವು ಆಧುನಿಕ ಸಲಕರಣೆಗಳು ಬಂದು ವಕ್ಕರಿಸಿದ್ದರು, ಅಂದಿನಂತೆ ವ್ಯವಸ್ಥಿತವಾಗಿ ಇರಲಿಲ್ಲ. ಆಕೆ ಶಂಕರನ ತಾಯಿ ಇಲ್ಲೆಲ್ಲೋ ಓಡಾಡುತ್ತಿದ್ದಳೆನಿಸಿತು.

ಒದ್ದೆ ಮುಖವನ್ನು ಒತ್ತುತ್ತ ಒಳ ಬಂದವಳು ನಡು ಹಜಾರದಲ್ಲಿನ ಛೇರ್ ಮೇಲೆ ಕೂತಳು. ಅವಳಿಗೇನು ಅಡ್ಡಾಡಿ ಮನೆ ಪೂರ್ತ ನೋಡಬೇಕೆನಿಸಲಿಲ್ಲ. ಅವನ ಪತ್ರಕ್ಕೆ

ಬೆಲೆ ಕೊಟ್ಟು ಬಂದಿದ್ದು ಯಾವ ಕಾರಣಕ್ಕೋ ಗೊತ್ತಾಗಲಿಲ್ಲ. ಹೊರಡುವ ಮುನ್ನ ಹತ್ತು ಸಲವಾದರೂ ಚಿಂತಿಸಿದ್ದಳು.

ಉಂಡೆ, ಹುಳಿ ಅವಲಕ್ಕಿ ಅಂಥ ತಿಂಡಿಗಳ ತಟ್ಟೆ ಹಿಡಿದು ಬಂದ ಹೆಂಗಸನ್ನು ಪರಿಚಯಿಸಿದ "ಇವ್ಳು ಜಾನಕಿ" ಆತ್ಮೀಯ ನಗೆ ಬೀರಿ ಕೈ ಜೋಡಿಸಿದ ರೋಹಿಣಿಗೆ ಏನು ಮಾತಾಡಬೇಕೆಂದು ಗೊತ್ತಾಗಲಿಲ್ಲ.

"ಅತ್ತೆ, ನಿಮ್ಮ ಬಗ್ಗೆ ಹೇಳಿದ್ರು. ಬಂದದ್ದು ಮಾತ್ರ ಆಶ್ಚರ್ಯ" ನಿಭೀಡೆಯಿಂದ ಮಾತಾಡಿದವಳಿಗೆ ಕಣ್ಣಲ್ಲಿಯ ಸನ್ನೆ ಮಾಡಿ ಹೋಗುವಂತೆ ಗದರಿಸಿದಾಗ, ತಟ್ಟೆ ಅಲ್ಲಿಟ್ಟು ಒಳಹೋದವಳ ಹಿಂದೆಯೇ "ಬೇಜಾರು ಮಾಡಿ ಕೊಂಡ್ರೂಂತ ಕಾಣಿಸುತ್ತೆ. ನಂಗೆ ತಿಂಡಿ ಅಂಥದೆಲ್ಲ ಬೇಡ. ಬರೀ ಕಾಫೀ ಕೊಟ್ಟರೆ ಸಾಕು." ನಿಶ್ಚಿಂತೆ ನುಡಿದವಳ ಮುಖದಲ್ಲಿ, ರಾಗ ದ್ವೇಷಗಳನ್ನು ಗೆದ್ದಂಥ ನಿರ್ಲಿಪ್ತ ಭಾವವಿತ್ತು. "ಸಾರಿ ರೋಹಿಣಿ, ಅವ್ಳು ಮುಗ್ಧೆ, ಸ್ವಲ್ಪ ಮಾತು ಜಾಸ್ತಿ" ಅದಕ್ಕೆ ಅವಳೇನು ಪ್ರತಿಕ್ರಿಯಿಸಲಿಲ್ಲ.

"ಸ್ವಲ್ಪ ತಗೋ" ಹೇಳಿದ.

"ಬೇಡ, ಇದಲ್ಲ ತಿಂದರೆ... ರಾತ್ರಿ ಊಟ ಬೇಡಾಂತ ಅನಿಸುತ್ತೆ. ಪತ್ರ ಬರೆದಿದ್ದು ಯಾಕೆ?" ಕೇಳಿದಳು. ಆ ವೇಳೆಗೆ ಇವರಿಬ್ಬರ ನಡುವೆ ನಡೆಯುವ ಮಾತುಗಳನ್ನು ಕೇಳಿಸಿಕೊಳ್ಳಲು ಅಡ್ಡಾಡಿದ ಜಾನಕಿ ಕಾಫೀ ತಂದಿಟ್ಟು "ಕಾಫೀ ತುಂಬ ಚೆನ್ನಾಗಿ ಮಾಡ್ತೀನಿ. ನಂಗೆ ಮದ್ವೆಯಾದ ಹೊಸದರಲ್ಲಿ ತುಂಬ ಭಯ ಇತ್ತು. ನೀವು ಹಿಂದಕ್ಕೆ ಬಂದು ಜಗಳ ಆಡಬಹುದು. ಅಂಥದೆಲ್ಲ ನಡೆಯುತ್ತೆ ಅಂದುಕೊಂಡಿದ್ದನ್ನ ಸುಳ್ಳು ಮಾಡಿದ್ರಿ" ಮತ್ತೆ ತುಟಿ ಬಿಚ್ಚಿದಾಗ ಹಲ್ಮುಡಿ ಕಚ್ಚಿ "ಜಾನಕಿ ನೀನು ಒಳ್ಗಡೆ ಹೋಗು" ಗದರಿಸಿದ. ಒಮ್ಮೆ ಅವನತ್ತ ಕೋಪದ ನೋಟ ಹರಿಸಿ ಹೋದ ಜಾನಕಿಯನ್ನು ನೋಡಿ ರೋಹಿಣಿಗೆ ನಗು ಬಂತು. ನಗದಿದ್ದರೂ ಅದರ ಛಾಯೆ ಅವಳ ಮುಖದ ಮೇಲೆ ಮೂಡಿತು. ಕಾಫೀ ಕುಡಿದು ಲೋಟಬಂದು ಮಾಡಿ ಅವನತ್ತ ನೋಡಿದಳು. ಏನು ಎಂದು ಪ್ರಶ್ನಿಸಿದಂತಿತ್ತು ಅವಳ ಕಣ್ಣುಗಳು.

"ನೀವು ನಂಗೆ ಪತ್ರ ಬರೆದಿದ್ದು ಯಾಕೇಂತ ತಿಳಿಸಿದರೇ, ಒಳ್ಳೇದು. ನಾನು ರಾತ್ರಿ ಬಸ್ಸಿಗೆ ಹೊರಡೋ ತೀರ್ಮಾನದೊಂದಿಗೆ ಬಂದಿದ್ದೀನಿ"ಮತ್ತೆ ಅದನ್ನ ಹೇಳಿದಳು. "ಯಾಕೆ ಒಂದೆರಡು ದಿನ ಉಳಿದು ಹೋಗಬಹುದಲ್ಲ" ಅಂದಿದ್ದಕ್ಕೆ ಅವಳ ಉತ್ತರ ಸ್ಪಷ್ಟವಾಗಿತ್ತು" "ಇಲ್ಲ ಆಗೋಲ್ಲ. ನಾನು ಕಾಲೇಜಿಗೆ ರಜೆ ಹಾಕಿ ಬಂದಿಲ್ಲ. ಅಂಥ ಅಗತ್ಯ ತಾನೇ, ಏನಿದೆ? ನಾನು ಹೊರಟು ಬಸ್ಸು ಹತ್ತೋವರೆಗೂ ಇಲ್ಲಿಗೆ ಬರೋ ತೀರ್ಮಾನ ಮಾಡಿರಲಿಲ್ಲ" ನೇರವಾಗಿತ್ತು ಅವಳ ಮಾತುಗಳು. ಬಲವಂತವಾಗಿ ಉಳಿಸಿಕೊಳ್ಳುವುದು ತನ್ನಿಂದ ಸಾಧ್ಯವಿಲ್ಲವೆನಿಸುವುದರ ಜೊತೆಗೆ, ಜಾನಕಿ ತಮ್ಮಗಳ ಮಾತಿನ ನಡುವೆ ಬರುವುದು ತೀರಾ ಸಂಕೋಚದ ವಿಷಯವಾಗಿ ಕಂಡಿದ್ದರಿಂದ "ದೇವಸ್ಥಾನದವರ್ಗೂ ಹೋಗಿ ಬರೋಣ" ಮೇಲೆದ್ದ ಅದು ಅವಳಿಗೂ ಸರಿಯೆನಿಸಿತು. ಈ ಉಸಿರುಗಟ್ಟುವ ವಾತಾವರಣ ಹಿಂಸೆಯೇ.

"ಜಾನಕಿ, ಒಂದಿಷ್ಟು ಹೊರ್ಗೆ ಹೋಗಿಬರ್ತೀನಿ" ಕೂಗುವ ವೇಳೆಗೆ ಪ್ರತ್ಯಕ್ಷ "ಅದೇನು ಹೊರ್ಗೇ ಹೋಗೋದು ಇಲ್ಲೇ. ಮಾತಾಡಬಹುದಿತ್ತಲ್ಲ" ಕಣ್ಣಗಲಿಸಿ ಗದರಿದ. "ಸ್ವಲ್ಪ ಒಳ್ಗಡೆ ಹೋಗು. ಹುಡುಗ್ರು ಬರೋ ವೇಳೆ ಆಯ್ತು. ತಿಂಡಿ ಏರ್ಪಾಟು ನೋಡ್ಕೋಗು" ಏನೋ ಗೊಣಗಿಕೊಂಡು ಒಳಹೋದಳು. 'ಮುಗ್ಧೆ' ಅಂದಿದ್ದ. ಅದನ್ನು ಯಾವ ಮಟ್ಟದಲ್ಲಿ ಯಾವ ರೀತಿಯಲ್ಲಿ ವಿಶ್ಲೇಷಿಸಬೇಕೋ ಅವಳಿಗೆ ಅರ್ಥವಾಗಲಿಲ್ಲ. ಉಟ್ಟ ಸೀರೆಯಲ್ಲಿಯೇ ಅವನೊಂದಿಗೆ ಹೊರಟಿದ್ದು ಎಲ್ಲಾ ಬೇಗ ಮುಗಿಯಲೀಯೆಂದು.

ಉದುರುತ್ತಿದ್ದ ಹನಿಗಳ ಸಂಖ್ಯೆ ಕಡಿಮೆಯಾಗಿದ್ದರು ಪೂರ್ತಿಯಾಗಿ ನಿಂತಿರಲಿಲ್ಲ. ಹದಿನೈದು ವರ್ಷಗಳ ನಂತರ ಭೇಟಿ ಅವನಲ್ಲಿ ಭಾವತೀವ್ರತೆಯನ್ನು ಉಂಟು ಮಾಡಿತೇನೋ, ಅವಳಂತು ತುಂಬ ಸ್ವಾಭಾವಿಕವಾಗಿ ಸರಳವಾಗಿದ್ದಳು. ಅಸ್ತವ್ಯಸ್ತಗೊಂಡ ಕೂದಲನ್ನು ಕೈಬೆರಳುಗಳಿಂದ ಸರಿಪಡಿಸಿಕೊಂಡಿದ್ದಳೇ ವಿನಹ ಬಾಚಣಿಗೆ ಕೂಡ ಆಡಿಸಿರಲಿಲ್ಲ.

"ದೊಡ್ಡದಾಗಿ ನಿನ್ನಲ್ಲಿ ಬದಲಾವಣೆ ಮೇಲ್ನುಖಕ್ಕೆ ಕಾಣದಿದ್ದರೂ, ಬೌದ್ಧಿಕವಾಗಿ ಸಾಕಷ್ಟು ಬದಲಾಗಿದ್ದಿ ಅಂತರಂಗಿಕವಾಗಿ" ಅಂದ ಮೆಲ್ಲಗೆ "ಸಹಜ ಅಲ್ವಾ? ಸರಿಯುವ ವಯಸ್ಸು ಅನುಭವಗಳನ್ನು ಕಟ್ಟಿಕೊಡುತ್ತ ಗಟ್ಟಿ ಮಾಡುತ್ತೆ. ಏನು ವಿಷ್ಯ?" ಅವಳು ವಿಚಾರಕ್ಕೆ ಬಂದಳು. ಅವನೆದೆಯಲ್ಲಿ ಮುಖವಿಟ್ಟು ಪಿಸುಗುಟ್ಟುತ್ತಿದ್ದ ರೋಹಿಣಿ ಇವಳಲ್ಲವೆನಿಸಿತು. ಕೆಲವು ಕ್ಷಣಗಳು, ಪದಗಳಿಗಾಗಿ ಹುಡುಕಾಡಿ 'ರೋಹಿಣಿ ನಾನು ತಪ್ಪು ಮಾಡಿದೆ. ನನ್ನ ಕ್ಷಮ್ಸಿ ಬಿಡು' ಎಂದು ಕೇಳಬೇಕೆನಿಸಿತು.

ಇಬ್ಬರು ದೇವಸ್ಥಾನದ ಮೆಟ್ಟಲುಗಳನ್ನೇರಿ ಒಳ ಅಂಗಳದ ಆವರಣದಲ್ಲಿ ಹೋಗಿ ಕೂತರು. ರೋಹಿಣಿ ಸುರದ್ರೂಪಿ. ಅಚ್ಚ ಕಪ್ಪು ಕೂದಲಲ್ಲಿ ನಾಲ್ಕಾರು ಬಿಳಿ ಕೂದಲು ಇಣುಕಿ ಪ್ರೌಢಿಮೆಯನ್ನು ಹೆಚ್ಚಿಸಿತ್ತು.

"ಹೇಗಿದ್ದಿ?" ಕೇಳಿದ. ಹದಿನೈದು ವರ್ಷಗಳ ನಂತರ ವಿಚಾರಿಸಿದ್ದು "ಚೆನ್ನಾಗಿದ್ದೀನಿ. ಇಂಥ ಔಪಚಾರಿಕ ಈಗೇನು ಬೇಕೂಂತ ಅನ್ನಿಸೋಲ್ವಾ? ಪತ್ರ ಬರೆದ ಕಾರಣವೇನು?" ಮತ್ತೆ ನೇರ ಪ್ರಶ್ನೆ.

ಶಂಕರ್‌ನ ಬಾಯಿಂದ ಮಾತುಗಳೇ ಹೊರಡಲಿಲ್ಲ. ಎರಡು ವರ್ಷಗಳ ದಾಂಪತ್ಯ ಎಷ್ಟೊಂದು ಸೊಗಸಾಗಿತ್ತು. ಪ್ರೀತಿ, ಸರಸ, ವಿರಸ, ಜಗಳ ಪ್ರತಿಯೊಂದರಲ್ಲೂ ಅನನ್ಯತೆ ಇತ್ತು.

"ಈಚೆಗೆ ದೀಪಾವಳಿ ಸಂಚಿಕೆಯಲ್ಲಿ ಬಂದ ನಿನ್ನ ಕತೆ 'ನಿಯತಿ' ತುಂಬ ಅರ್ಥ ಪೂರ್ಣವಾಗಿತ್ತು. ಆದರೆ ವಸ್ತುವಿನ ವಿವರ ಹೆಚ್ಚು ನಿಖರವಾಗಿಲ್ಲವೆನಿಸಿತು. ಜೊತೆಗೆ ಇನ್ನಷ್ಟು ವಿವರ ಬೇಕೆನಿಸಿತು" ಹೇಳಿದ. ನೆಲದತ್ತ ಇದ್ದ ನೋಟವನ್ನು ಮೇಲೆತ್ತಿ, ಸಾಹಿತ್ಯ ಒಂದು ಕಲಾ ಪ್ರಕಾರ. ಅದು ವಿಜ್ಞಾನವೋ, ಮನೋವಿಜ್ಞಾನವೋ ಪ್ರವಾಸದ ವರದಿಯೋ ಅಲ್ಲ. ಹೆಚ್ಚೆಚ್ಚು ವಿವರಗಳನ್ನು ತುರುಕಿದಾಗ ಕೃತಿ ತನ್ನ ಪರಿಣಾಮವನ್ನು ಕಳೆದುಕೊಳ್ಳುತ್ತೆ. ಆ ವಿಷ್ಯ ಬಿಡು. ನೀನು ಪತ್ರ ಬರೆದ ಕಾರಣ ತಿಳ್ಸು. ಮಳೆ ಹೆಚ್ಚಾಗುವ

ಸಾಧ್ಯತೇ ಇದೆ. ಬಂದ ಕೆಲ್ಸ ಮುಗಿದರೆ, ಯಾವುದಾದ್ರೂ ಟ್ಯಾಕ್ಸಿ ಸಿಕ್ಕರೂ ಹೋಗಿಬಿಡುತ್ತೇನೆ" ಅವಸರಿಸಿದಳು. ನಿರಂತರವಾಗಿ ಇವನ ಸಾಂಗತ್ಯಕ್ಕಾಗಿ ಕಾತರಿಸುತ್ತಿದ್ದ ರೋಹಿಣಿ ಇವಳೇನಾ, ಅನಿಸಿತು. ಕೆಲವು ಕ್ಷಣಗಳು ಎದೆಯಾಳದಲ್ಲಿ ನೋವಿನ ಅಲೆಗಳು ಹುಚ್ಚೆದ್ದು ಭೋರ್ಗರಿಸಿದಂತೆ ಅದುಮಿಡಬೇಕಿತ್ತು. ಅದು ಅನಿವಾರ್ಯ ಕೂಡ.

ನಿಮಿಷಗಳ ನಂತರ ಬಾಯ್ತೆರೆದ,

"ರೋಹಿಣಿ ಕ್ಷಮ್ಸಿ ಬಿಡು. ನಿನ್ನ ವಿಷಯದಲ್ಲಿ ಬಹಳ ದೊಡ್ಡ ತಪ್ಪು ಮಾಡಿದೀನಿ. ನನ್ಮೇಲೆ ನಿಂಗೆ ತುಂಬ ಕೋಪ ಇರಬಹುದು"

ದೂರದ ಗುಡ್ಡದ ಮೇಲೆ ನೆಟ್ಟ ರೋಹಿಣಿಯ ನೋಟ ಅಲ್ಲಿಂದ ಅತ್ತಿತ್ತ ಚಲಿಸಲಿಲ್ಲ "ಆಗ ಎಲ್ಲಾ ಇತ್ತು. ಇರಲಿಲ್ಲ ಅಂದರೆ ಸುಳ್ಳು ಹೇಳಿದಂತಾಗುತ್ತೆ. ಈಗ ಅಂಥದೇನು ಇಲ್ಲ" ಸ್ಪಷ್ಟವಾಗಿತ್ತು ಅವಳ ದನಿ. ಅಡಿಯಿಂದ ಮುಡಿಯವರೆಗೂ ನೋಟ ಹರಿಸಿ "ನಿನ್ನ ವಿಳಾಸ ಪತ್ರಿಕೆಯಲ್ಲಿ ಸಿಕ್ತು. ನೀನು ಮದ್ವೆ ಮಾಡಿಕೊಂಡ್ಯಾ?" ತಡವರಿಸುತ್ತ ಪ್ರಶ್ನಿಸಿದ.

ಅವಳಿಗೆ ನಗು ಬಂತು "ಯಾಕೆ ಈ ಪ್ರಶ್ನೆ? ನಾನು ಅಷ್ಟೊಂದು ಬುದ್ಧಿಗೇಡಿಯಲ್ಲ. ಪ್ಲೀಸ್, ಶಂಕರ್ ಸುಮ್ನೇ ಸಮಯ ಹಾಳು ಮಾಡೋದು ಬೇಡ. ನನ್ನ ಕರೆಸಿಕೊಂಡ ವಿಚಾರ ತಿಳ್ಸಿ. ನಿಮ್ಮ ಬಗ್ಗೆ ಏನಾದ್ರೂ ಇದ್ದರೇ ಹೇಳಿ" ಅದೇ ಒತ್ತಾಯ. ತನ್ನ ಬಗ್ಗೆ ಕೆದಕುವುದು ಅವಳಿಗೆ ಬೇಡ.

ಕೈಗೆ ಸಿಕ್ಕ ಹುಲ್ಲನ್ನು ಕಿತ್ತೆಸೆಯುತ್ತ "ಎಷ್ಟು ವಿಚಿತ್ರ ನೋಡು. ನಾವು ಪ್ರೇಮಿಸಿ ಮದ್ವೆ ಮಾಡಿಕೊಂಡೋರು. ನಿನ್ನ ಕವನ, ಕತೆ, ಬರವಣಿಗೆ ನಂಗೆ ಮೆಚ್ಚಿಗೆಯಾಗಿತ್ತು. ನನ್ನ ಭಾಷಣ, ಚರ್ಚೆ, ತರ್ಕ, ನಿಂಗೆ ಇಷ್ಟವಾಯ್ತು. ಇಬ್ರೂ ಒಬ್ಬರನ್ನೊಬ್ಬರು ಇಷ್ಟಪಟ್ವೆ. ಮದ್ವೆಯಾದ್ವಿ. ಅಮ್ಮ ಪೂರ್ತಿಯಾಗಿ ವಿರೋಧಿಸಿದ್ಲು. ನಿರಂತರವಾಗಿ ಕಾಡಿದ್ಲು. 'ಅವಳು ಇರಲೀ, ಇವಳನ್ನು ಮದ್ವೆಯಾಗದಿದ್ದರೇ ಆತ್ಮಹತ್ಯೆ ಮಾಡಿಕೋತಾಳಂತ ಮದ್ವೆ ಮಾಡಿಸಿದ್ಲು. ಆದರೆ ಆಮೇಲೆ ನಿನ್ಮುಂದೆ ಆ ಮಾತು ಹೇಳೋಕೆ ಧೈರ್ಯವಾಗಲಿಲ್ಲ. ಆದರೆ ನೀನು ನಂಗೋಸ್ಕರ ಹಿಂದಿರುಗಿ ಬರ್ತೀಯಾಂತ ಕಾದೆ" ಎಂದ ದೂರದಲ್ಲಿ ನೋಟ ನೆಟ್ಟು.

ಆರಾಮಾಗಿ ನಕ್ಕುಬಿಟ್ಟಳು. ವಿವರ ಕೆದಕಲು ಇಷ್ಟವೆನಿಸಲಿಲ್ಲ. ಆದರೂ ಆತ್ಮಗೌರವದ ವಿಷಯ. "ಯಾಕೆ, ಹಾಗೆ ಅಂದ್ಕೊಂಡೇ? ಎಷ್ಟು ಚೀಪಾಗಿ ನನ್ನ ಅರ್ಥ ಮಾಡ್ಕೊಂಡೇ ತುಂಬ ಬೇಸರವಾಗುತ್ತೆ. ನಿನ್ನ ಜಾನಕಿಯ ವಿವಾಹಕ್ಕೆ ಅಮ್ಮನ ಒತ್ತಾಯ ಮಾತ್ರ ಕಾರಣವಲ್ಲ. ಎರಡು ಹೆಣ್ಣುಗಳಿಗೆ ಹಂಚುವಷ್ಟು ಪ್ರೀತಿ ನಿನ್ನಲ್ಲಿದೇಂತ ಅಂದ್ಕೊಂಡೇ. ಒಂದು ನಾಲ್ಕು ತಿಂಗಳು ಕಳೆಯುತ್ತಿದ್ದಂಗೆ ಓಡಿ ಬಂದ್, ನಿನ್ನ ಆಸರೆ ಬೇಡ್ತೀನಿ. ಅನ್ನೋ ಅಹಂ. ಅದು ಯಾಕೆ ಹಾಗೇ ಅಂದ್ಕೊಂಡೇ? ಛಿ...." ರೋಹಿಣಿ ಮುಖ ಪಕ್ಕಕ್ಕೆ ತಿರುಗಿಸಿದಳು. ಒಂದು ಮುಖ ಮುಖಿ ಕೇಳದಿದ್ದರೇ ಚೆನ್ನಿತ್ತು ಅಂದುಕೊಂಡಳು.

"ನೀನು ಕೋಪ ಮಾಡಿಕೊಂಡರೇ ಈಗ್ಲೂ ಚೆನ್ನಾಗಿ ಕಾಣ್ತೆ? ನಂದು ಅಪರಾಧಂಥ ಒಪ್ಕೋತೀನಿ. ಇಂದಿಗೂ ನಾವು ಪತಿ-ಪತ್ನಿಯರೇ ಡೈವೋರ್ಸ್ ತಗೊಂಡ್... ಕಾನೂನಿನ ರೀತಿ ಬೇರೆಯಾಗಿಲ್ಲ. ಈಗ್ಲೂ ಜೊತೆಯಾಗಿ ಇರಬಹುದು. ಬೌದ್ಧಿಕ ಸಹಚರ್ಯೆವಿಲ್ಲದ ಸಾಂಗತ್ಯ ಹಿತವೆನಿಸೋಲ್ಲ. ಇಂದಿಗೂ ನನ್ನ ಭಾವನೆಗಳಲ್ಲಿ ಬೆರೆತು ಹೋಗಿರೋಳು ನೀನೇ. ಅವಳ ಬಗ್ಗೆ ನಂಗೆ ಮೆಚ್ಚಿಗೆ ಇಲ್ಲ. ನಿರಂತರವಾಗಿ ನನ್ನಲ್ಲಿ ಅಸಹನೆ ಬೆಳೆಯುತ್ತಲೇ ಇದೆ. ಇಲ್ಲಿನ ಮನೆ, ಆಸ್ತಿ, ಮಕ್ಕಳನ್ನು ಅವಳಿಗೆ ಕೊಟ್ಟು ನಿನ್ನೊತೆ ಬಂದ್ ಬಿಡ್ತೀನಿ" ಎರಡು ಕೈಗಳನ್ನು ಹಿಡಿದುಕೊಂಡ. ಸ್ತಬ್ಧಳಾದಳು. ಅಂಥ ಒಂದು ಗಳಿಗೆಗೆ ಹಿಂದೆ ಕಾದಿದ್ದಿತ್ತು. ಈಗ... ಮೆಲ್ಲಗೆ ಕೈಗಳನ್ನು ಬಿಡಿಸಿಕೊಂಡು ಮೇಲೆದ್ದು "ಕ್ಷಮೆ ಕೇಳೋ ಅಗತ್ಯವಿಲ್ಲ. ಕಾನೂನು ನನ್ನ ಪ್ರಕಾರ ಯಾವ್ದೋ ಸಂಬಂಧಗಳನ್ನು ಕಟ್ಟಿ ಹಾಕೋಕ್ಕಾಗೋಲ್ಲ. ಈಗ ನಂಗೆ ಅಂಥ ಅನಿವಾರ್ಯ ಇಲ್ಲ. ಸಮಯ ಕಳೆಯೋಕೆ ಹೊಟ್ಟೆಪಾಡಿಗೆ ಒಂದು ಕೆಲ್ಸ ಇದೆ. ಭಾವನಾತ್ಮಕವಾಗಿದ್ದ ಸಂಬಂಧನ ಎಂದೋ ಬಿಟ್ಟು ಆಗೋಗಿದೆ. ಈಗ ಮತ್ತೆ ಅದನ್ನೆಲ್ಲ ಗಂಟು ಹಾಕೋ ಪ್ರಯತ್ನ ಬೇಡ. ಈಗ ಹೋಗೋಣ. ಮಳೆ ದಟ್ಟವಾಗಿ ಬರೋ ಸೂಚನೆ ಇದೆ" ಮಾತು ಸಾಕೆನಿಸಿತ್ತು. ಎರಡು ಹೆಜ್ಜೆ ಮುಂದಕ್ಕೆ ಹೋಗಿ ಇನ್ನು ಕೂತೆ ಇದ್ದ ಅವನತ್ತ ನೋಟ ಹರಿಸಿ "ಇದ್ನ ಕೇಳೋಕೆ ಹದಿನೈದು ವರ್ಷಗಳನಂತರ ಪತ್ರ ಬರೆದ್ಯಾ? ಕಳೆದುಹೋಗಿದ್ದು ಮತ್ತೆ ಮರಳಿ ಬರೋಲ್ಲ. ಇಲ್ಲಿನ ಬದ್ಕಿಗೆ ಹೊಂದಿಕೊಂಡಿದ್ದೀಯ. ಅಷ್ಟು ಸಾಕೂಂತ ಕಾಣಿಸುತ್ತೆ." ಹೇಳಬೇಕೆನಿಸಿದ್ದು ಹೇಳಿ ಮುಗಿಸಿದ್ದು ತೀಕ್ಷ್ಣವಾಗಿ ಶಂಕರ ಅವಳ ದೃಷ್ಟಿಯಲ್ಲಿ ಇನ್ನಷ್ಟು ಕೆಳಗೆ ಇಳಿದಿದ್ದ.

ಶಂಕರ್ ಬಹಳ ಪ್ರಯಾಸದಿಂದ ಮೇಲೆದ್ದ.

"ಬಹುಶಃ ನನ್ನ ಕರೆಸಿದ ಉದ್ದೇಶ ಬೇರೇನೆ ಇದೇಂತ ಅನ್ನಿಸ್ತ ಇದೆ. ಹಿಂಜರಿಕೆ ಅಂಥದೇನು ಬೇಡ. ಈ ವಿಷ್ಯದಲ್ಲಿ ಜಾನಕೀನೇ ವಾಸೀಂತ ಅನ್ನಿಸುತ್ತೆ. ಬಾ... ಹೋಗೋಣ" ಅವಳು ಬರಬರ ಹೆಜ್ಜೆ ಹಾಕಿ ಮನೆ ತಲುಪುವ ವೇಳೆಗೆ ಮಳೆ ಜೋರಾಯಿತು. ಜಗುಲಿಯ ಮೇಲೆ ನಿಂತು ಒದ್ದೆಯಾದ ಕೈಗಳ ಮೇಲೆ ಕರ್ಚೀಫ್‌ನಿಂದ ಕೈಯಾಡಿಸಿ ಮುಗಿಲತ್ತ ನೋಟ ಹರಿಸಿದ್ದು ಇಂಥ ಒಂದು ಮಳೆ ದಿನದ ಸಂಜೆ ತಾನು, ಶಂಕರ್ ಇದೇ ಜಗುಲಿಯ ಮೇಲೆ ನಿಂತು ಬೊಗಸೆಯೊಡ್ಡಿ ಮಳೆ ನೀರಿಗೆ, ಅದನ್ನು ಒಬ್ಬರ ಮೇಲೆ ಒಬ್ಬರು ಎರಚಾಡಿದ್ದುಂಟು. ಎಂಥ ಸೊಗಸಾದ ಸಂಜೆ ನನ್ನ ಸಮಸ್ತವು ನೀನೇ ಎಂದಿದ್ದ ಶಂಕರ ಮೂರು ತಿಂಗಳು ಮುಗಿಯುವ ಮುನ್ನ ಇನ್ನೊಂದು ಹೆಣ್ಣಿನ ಕುತ್ತಿಗೆಗೆ ತಾಳಿ ಕಟ್ಟಿದವನು ಹದಿನೈದು ವರ್ಷಗಳ ನಂತರ ಸಬೂಬು ಹೇಳಲು ಹೊರಟಿದ್ದ. ಅಗತ್ಯವಾ? ಅನಿಸಿತು ಮತ್ತೆ ಒಂದು ಪತ್ರ ಬಂದಿದ್ದು ಯಾಕೇ, ಪ್ರಶ್ನೆ ಎದುರು ನಿಂತಾಗ ಅವಳಲ್ಲಿ ಉತ್ತರವಿಲ್ಲ. ಎಷ್ಟೋ ಪ್ರಶ್ನೆಗಳಿಗೆ ಉತ್ತರವಿಲ್ಲವೆನಿಸಿದ್ದುಂಟು.

"ಮಳೆಯಲ್ಲಿ ನೆಂದರಾ? ಟವಲು ಕೊಡ್ಲಾ? ಅವರೆಲ್ಲಿ?" ದನಿ ಬಂದತ್ತ ತಿರುಗಿಸಿದಳು. ಅಚ್ಚುಕಟ್ಟಾಗಿ ಸಂಸಾರ ಮಾಡಿಕೊಂಡು ಎರಡು ಮಕ್ಕಳನ್ನು ಹಡೆದು

ಶಂಕರನಿಗೆ ಒಪ್ಪಿಸಿದಾಕೆ "ಟವಲೇನು ಬೇಡ. ಶಂಕರ ಹಿಂದಿನಿಂದ ಬರಬಹುದು" ಅನ್ನುತ್ತಲೆ ಒಳಗೆ ಹೋಗಿ ತನ್ನ ಬ್ಯಾಗ್‌ನಿಂದ ಟವಲು ತೆಗೆದು ತಲೆ, ಮುಖ, ಕೈಗಳನ್ನೊರೆಸಿಕೊಂಡು ಅಲ್ಲೇ ಕೂತಳು.

ಬಂದು ಎದುರು ನಿಂತ ಜಾನಕಿ "ನಾನು ನಿಮ್ಮೊಂದಿಗೆ ಮಾತಾಡಬಹುದು? ನೀವು. ಇವರ್ಗಿಂತ ಬುದ್ಧಿವಂತೆಯಂತೆ. ಆಗಾಗ ಹೇಳ್ತಾರೆ. ಮದ್ವೆಯಾದಾಗ ನಿಮ್ಮಿಂದ ಏನಾದ್ರೂ ತೊಂದರೆ ಆಗಬಹುದೂಂತ ನಮ್ಮ ತಂದೆ ಹೇಳೋರು ಹಾಗೇನು ಮಾಡ್ಲಿಲ್ಲ. ಅದಕ್ಕೆ ನೌಕರಿ ಉಸಾಬರೀ ಬಿಟ್ಟು ಊರಿನಲ್ಲಿ ನಿಂತಿದ್ದು. ಇಷ್ಟಕ್ಕೆ ಎಂ.ಎ. ಮಾಡಬೇಕಿತ್ತಾ? ಇವ್ರು ಕೆಲ್ಸದಲ್ಲಿ ಇರಲೀ ಅನ್ನೋ ಅಪೇಕ್ಷೆ ನನ್ನದಾಗಿತ್ತು... ನಿಮ್ಗೆ ಒಳ್ಳೆ ಕೆಲ್ಸ ಇದೇಯಂತೆ. ಕೈ ತುಂಬ ಸಂಬಳ ಕೂಡ. ನೀವು ಯಾಕೆ ಮತ್ತೆ ಮದ್ವೆ ಮಾಡಿಕೊಳ್ಲಿಲ್ಲ? ಇವರನ್ನ ತುಂಬ ಪ್ರೀತಿಸ್ತಾ ಇದ್ರಾ?" ಬರೀ ಪ್ರಶ್ನೆಗಳ ಸುರಿಮಳೆ. ಬರೀ ನಸುನಗೆ ಬೀರಿದಳು.

"ನೀವು ಮದ್ವೆ ಮಾಡ್ಕೋಬೇಕೂಂತ ಅಂದುಕೊಂಡಿದ್ದರೇ ಗಂಡು ಸಿಗೋದು ಕಷ್ಟವಾಗ್ತ ಇರ್ಲಿಲ್ಲ. ತುಂಬ ಚೆನ್ನಾಗಿದ್ದೀರಿ. ಓದ್ದಿದ್ರಿ. ಬುದ್ಧಿವಂತೆ. ಇವರು ನೀವು ಮದ್ವೆ ಆಗಿರಬಹುದೂ ಅಂದುಕೊಂಡಿದ್ರು. ಆದರೆ ನಿಮ್ಗೆ ತುಂಬ ಹೆದ್ರಿಕೋತಾರೆ" ಜಾನಕಿ ಹೇಳಿದ ರೀತಿಗೆ ಪಕ್ಕನೆ ನಕ್ಕುಬಿಟ್ಟಳು. ನಂಗೆ ಇಷ್ಟವಾಗ್ಲಿಲ್ಲ. ಶಂಕರ ಹೆದರೋಕೆ, ನಾನೇನು ಹುಲೀನಾ ಕರಡೀನಾ? ಆ ಮಾತೆಲ್ಲ ಯಾಕೆ ಬಿಡಿ. ಈಗ ನಂಗೆ ಪತ್ರ ಬರೆದು ಕರೆಸಿದ್ದು ಯಾಕೆ? ಹೇಳೋಕೆ ಶಂಕರನಿಗೆ ಹಿಂಜರಿಕೆ. ನೀವಾದ್ರು... ಹೇಳಿ" ಅವಳನ್ನ ಕೇಳಿದಳು.

"ಅಯ್ಯಾ, ಈಗ್ಲೂ ಕಾನೂನು ಪ್ರಕಾರ ಅವ್ರ ಹೆಂಡ್ತಿ ನೀವೇನಂತೆ. ನಂಗೂ ಎರಡು ಮಕ್ಳು. ತಕ್ಕಮಟ್ಟಿಗೆ ಆಸ್ತಿ ಇದೆ. ಇವ್ರಿಗಂತು ಕೆಲ್ಸ ಸಂಬಳ ಅಂಥದೇನಿಲ್ಲ. ಹಿರಿಯರು ಸಂಪಾದಿಸಿಟ್ಟ ಆಸ್ತಿ. ನಾಳೆ ಹಕ್ಕುಂತ ನೀವು ಬಂದು ಕೂತರೇ, ನನ್ನ ಮಕ್ಳ ಗತಿಯೇನು? ನಿಮ್ಗೂ ಗಂಡ ಮಕ್ಳುಂತ ಏನಿಲ್ಲ. ರಾಮನಿಗೆ ಮಾತ್ರ ಒಬ್ಬ ಹೆಂಡ್ತಿ ಅಷ್ಟೆ. ಶಿವನಿಗೆ ಇಬ್ರೂ ಹೆಂಡತಿಯರು. ಕೃಷ್ಣನಿಗೆ.... "ಬಾಯಿ ಮೇಲೆ ಕೈ ಇಟ್ಟುಕೊಂಡು" ಅದಕ್ಕೆ ನೀವೂ ಹೇಗೂ ಇವ್ರಿಗಾಗಿ ಕಾದುಕೊಂಡಿದ್ದೀರಾ. ನಾನೇನು ಅಡ್ಡಿ ಮಾಡೋಲ್ಲ. ನೀವು ಹೆಂಡ್ತಿಯಾಗೇ ಇರೀ. ಆಗಾಗ ಅಲ್ಲಿಗೆ ಬರ್ತಾರೆ, ನೀವು ಅಪರೂಪಕ್ಕೆ ಬಂದು ಹೋಗಿ ಮಾಡಿ. ನಾನೇನು ಅಡ್ಡಿಪಡಿಸೋಲ್ಲ. ನಿಮ್ಮ ಸಂಬಳ, ದುಡಿಮೆಯೆಲ್ಲ ನನ್ನ ಮಕ್ಕಳಿಗೆ ತಾನೇ? ಇದಕ್ಕೆ ನೀವು ಒಪ್ಪಿಯೇ, ಒಪ್ತೀರಾಂತ ನಂಗೆ ಅನ್ನಿಸ್ತು. ನಾನೇ ಇವ್ರಿಗೆ ಬಲವಂತ ಮಾಡಿ ಪತ್ರ ಬರೆಸ್ದೇ"

ಈ 'ಮುಗ್ಧೆಯ' ಮಾತುಗಳನ್ನು ಕೇಳಿ ಅವಳು ಸುಸ್ತಾದಳು.

"ನನ್ನ ಮಕ್ಕಳು ನಿಮ್ಗೂ ಮಕ್ಕಳೇನೇ! ಬೇಕಾದರೆ ಅಲ್ಲೇ ಕರ್ದುಕೊಂಡು ಹೋಗಿ ಶಾಲೆಗೆ ಸೇರ್ಸಿಕೊಳ್ಳಿ. ಅವಕ್ಕೂ ಒಳ್ಳೆ ವಿದ್ಯೆ ಸಿಕ್ಕಂಗೆ ಆಗುತ್ತೆ. ನಾನು ಆಗಾಗ ಅವರ ಜೊತೆ ಬರ್ತೀನಿ. ನಿಮ್ಗೇ ಗಂಡನ ಜೊತೆ ಇದ್ದ ಮರ್ಯಾದೆ. ಇದಕ್ಕೆ ನೀವು

ದಮ್ಮಯ್ಯಂತ ಒಪ್ಕೋತೀರಾಂತ ನಾನೇ ಹೇಳ್ದೇ. ಆದರೆ ಅವರಿಗೆ ಅನುಮಾನ" ಹೇಳುತ್ತಲೆ ಸಾಗಿದಳು. ಮುಗ್ದೇಯ ಮಾತುಗಳಿಗೆ ಬೆಚ್ಚಿದಳು.

ಟವಲನ್ನು ಬ್ಯಾಗ್‌ಗೆ ತುರುಕಿ "ಶಂಕರನ ಅನುಮಾನ ಸರಿಯಾಗಿಯೇ ಇದೆ. ಇದಕ್ಕೆ ನಾನು ಒಪ್ಕೋತ್ತೀನಂತ ಹೇಗೆ ಅಂದುಕೊಂಡೀರಿ? ಎಂದೋ ಬಿಟ್ಟ ಸಂಬಂಧ. ಜೊತೆಗೆ ಹದಿನೈದು ವರ್ಷಗಳ ನಂತರ ನೀವು, ನಿಮ್ಮ ಮಕ್ಳು ಥಳಕು ಹಾಕಿಕೊಳ್ಳೋಕೆ ಸಾಧ್ಯನಾ? ನಂಗೆ ಅದೆಲ್ಲ ಇಷ್ಟವಿಲ್ಲ. ಕರೆಸಿದ ಕಾರಣ ತಿಳಿಸಿದರಲ್ಲ, ನಾನು ಬರ್ತೀನಿ" ಬ್ಯಾಗ್‌ನ ಎತ್ತಿಕೊಂಡು ಬಾಗಿಲತ್ತ ಹೊರಟವಳನ್ನು ಅವಳ ಕೂಗು ನಿಲ್ಲಿಸಲಾಗಲಿಲ್ಲ.

ಕಾಂಪೌಂಡ್ ದಾಟುವಾಗ ಎದುರಾದ ಶಂಕರ್‌ಗೆ ಹೇಳಿದಳು. "ನಿನ್ನ ಹೆಂಡ್ತಿ ತೀರಾ ಮುಗ್ಧ! ಕಾನೂನು ರೀತ್ಯಾ ಬೇರೆ ಆಗುವುದು ನಿನ್ನ ಹೆಂಡ್ತಿ ಮಕ್ಳು ಭವಿಷ್ಯದ ದೃಷ್ಟಿಯಲ್ಲಿ ಒಳ್ಳೆಯದು. ಪೇಪರ್ ಕಳುಸ್ತೀನಿ. ಸಹಿ ಹಾಕಿ ಕಳ್ಸು."

ಬಂದ ಕೆಲಸ ಮುಗಿಯಿತು ಎನ್ನುವಂತೆ ನಡೆದವಳನ್ನು ತಡೆದು ನಿಲ್ಲಿಸುವುದು ಸಾಧ್ಯವಿಲ್ಲವೆನಿಸಿತು. ಅಮ್ಮನ ಮಾತು ನೆನಪಿಗೆ ಬಂತು. 'ನಾನು ಅವಳನ್ನು ಬಿಡು ಅನ್ನೋಲ್ಲ. ಅವಳು ಇದ್ಕೊಳ್ಳಿ' ಬುದ್ಧಿ ಹೇಳಿದ್ದರು. ಈಗ ಹೆಂಡತಿ ಜಾನಕಿ ಕೂಡ" ನಿಮ್ಮ ಜೀವನದಲ್ಲಿ ರೋಹಿಣಿ ಕೂಡ ಇರಲೀ. ನಾನೇನು ಬೇಡಾಂತ ಅನ್ನೋಲ್ಲ. ನಿಮ್ಮಿಂದ ಸಿಗಬೇಕಾಗಿದ್ದೆಲ್ಲ ನಂಗೆ ಸಿಕ್ಕಿದೆ. ನಾನೇನು ಜಗಳಕ್ಕ ಬಿಳೋಲ್ಲ. ಅವ್ರನ್ನ ಕರೆಸಿ ಇಂಥ ಅದ್ಭುತವಾದ ಅಮೋಘವಾದ ಸಲಹೆಯನ್ನು ಇತ್ತಿದ್ದಳು.

ಒಂದು ಹೆಣ್ಣಿನ ಬಗ್ಗೆ ಇಬ್ಬರು ಹೆಣ್ಣುಗಳ ವ್ಯಾಖ್ಯಾನ.

ಶಂಕರ ನಾಚಿದ. ಅಂದು ಜಾನಕಿಯನ್ನು ವಿವಾಹವಾಗಿ ರೋಹಿಣಿಗೆ ಕೊಟ್ಟ ಪೆಟ್ಟಿಗಿಂತ, ಇಂದು ಕೊಟ್ಟ ಪೆಟ್ಟು ಪ್ರಬಲವಾಯಿತೆಂದು ಅಂದುಕೊಂಡ. ತನ್ನ ಬಗ್ಗೆ ಇದ್ದ.

ಪಾಪ ಜಾನಕಿ ಮುಗ್ದೇಯೇ!

25. ಪಾರ್ವತಕ್ಕನ ಸಹಪಾಠಿ

ಗುಲ್‌ಮೊಹರ್, ದೇವದಾರು, ಬೋಗನ್‌ವಿಲ್ಲಾ-ಇನ್ನು ಹೂಬಿಡುವ ಪ್ರಾಯವಲ್ಲದಿದ್ದರೂ ಲಕಲಕಿಸುವ ತಾಜಾ ಹಸಿರನ್ನು ತುಂಬಿ ಕಣ್ಣುಗಳಿಗೆ ತಂಪಿನ ಜೊತೆಗೆ ಮನಕ್ಕೆ ಚೇತೋಹಾರಿಯಾಗಿ ಆಳೆತ್ತರ ಬೆಳೆದು ನಿಂತಿದೆ. ಇವನ್ನು ಅತ್ಯಂತ ಅಕ್ಕರೆಯೆಂದು ನೆಟ್ಟು ಬೆಳೆಸಿದವನು ಪರಿಸರ ಪ್ರೇಮಿ ಶ್ರೀಕಾಂತ್. ಅವನಿಗೆ ಇನ್ನೊಂದು ಹೆಸರು ಸದಾನಂದ್. ಅವನ ವಯಸ್ಸು ಈಗ ಇಪ್ಪತ್ತಾರು. ಆದರೆ ಅವನಪ್ಪ ಭಟ್ಟರ ಪ್ರಕಾರ ಮುವತ್ತು ತುಂಬಿದೆ ಎನ್ನುವ ಮಾತು. ಇದು ಹೇಗೆ? ಶಾಲೆಯ ಅವನ ದಾಖಲಾತಿಯ ಪ್ರಕಾರವು ಇಪ್ಪತ್ತಾರೇ. ಜಾತಕದಲ್ಲೂ ಅಷ್ಟೇ. ಆದರೂ ಬಯ್ಯುವಾಗ, ಟೀಕಿಸುವಾಗ ಮಗನ ವಯಸ್ಸನ್ನು ಮೂವತ್ತಕ್ಕೆ ಏರಿಸಿಬಿಡುತ್ತಿದ್ದರು. ಇದನ್ನು ಅಭ್ಯಾಸಬಲ ಎಂದು ಇಟ್ಟುಕೊಂಡವರು, ಹೊಸಬರ ಪಾಲಿಗೆ ಅವನ ವಯಸ್ಸು ಮುವತ್ತು! ಈ ಬಗ್ಗೆ ನಮ್ಮ ಸದಾನಂದನಿಗೆ ಬೇಸರವೇ. ಅವನಪ್ಪನಿಗೆ ಪ್ರಿಯನಾದ ಸದಾನಂದ ಎಂಬ ಹೆಸರಿನಿಂದಲೇ ಸಂಬೋಧಿಸೋಣ.

ನಮ್ಮ ಸದಾನಂದನಿಗೆ ಅಪ್ಪ, ಅಮ್ಮನ ಜೊತೆ ತಂಗಿ, ಕೂಡ ಇದ್ದಾರೆ.ವರ್ಷದ ಹಿಂದೆ ವಿವಾಹವಾಗಿ ಸಂಗಾತಿ ಎನ್ನಿಸಿಕೊಂಡ ಗಿರಿಜೆ ಕೂಡ ಬಂದಿದ್ದಾಳೆ.

ಕತೆ ಹೇಳಬೇಕಾದರೆ ಇಷ್ಟು ಹಿನ್ನೆಲೆಯ ಅಗತ್ಯವಿದೆ.

ಎಲ್ಲರ ಜೀವನದಂತೆ ಸಾಧಾರಣವಾಗಿ ಅವನ ಜೀವನ ಕೂಡ ಸಾಗುತ್ತಿತ್ತು. ವಿವಾಹದ ನಂತರವು ಅವನಪ್ಪ ಬಯ್ಯುವಾಗ 'ನಿಂಗೆ ಮುವತ್ತು ತುಂಬಿದೆ' ಎನ್ನುವ ಡೈಲಾಗ್ ಹೊಡೆಯುತ್ತಿದ್ದರು. ಇದು ಹಳೆಯದಾಗಿ ಹೋಗಿದ್ದರಿಂದ ಯಾರು ತಲೆ ಕೆಡಿಸಿಕೊಳ್ಳುತ್ತಿರಲಿಲ್ಲ.

ಅಂದು ಆಡಾಡಿ ಬರಲು ಹೋಗಿದ್ದ ಅವನ ತಂಗಿ ಅವನ ಹೊಚ್ಚ ಹೊಸ ವಿಷಯ ತಂದಳು. "ಅಮ್ಮ, ಪಾರ್ವತಕ್ಕ ಬಂದಿದ್ದಾಳೆ. ಇನ್ನಷ್ಟು ತೆಳ್ಳಗೆ, ಬೆಳ್ಳಗೆ ಚೆಂದ ಕಾಣಿಸ್ತಾಳೆ" ಎಂದ ಕೂಡಲೇ ಅವಳಮ್ಮ ಮಾಡುತ್ತಿದ್ದ ಕೆಲಸ ನಿಲ್ಲಿಸಿ ಹಿಂದಕ್ಕೆ ತಿರುಗಿದಳು. ಆ ಮನೆಯ ಯಾಂತ್ರಿಕ ಬದುಕಿನಲ್ಲಿ ಇದು ತುಂಬ ಸಂತೋಷದ ವಿಷಯವೇ.

"ಯಾವಾಗ ಬಂದಳಂತೆ? ಬರೋದಿಕ್ಕೆ ಹೇಳ್ಬೇಕಿತ್ತು" ಎಂದರು. ಅವಳ ವಿವಾಹದನಂತರ ನೋಡಿಯೇ ಇರಲಿಲ್ಲ. ಶಾಲೆಯ ಬೇಸಿಗೆ, ಮತ್ತಿತರ ರಜಾ ದಿನಗಳಲ್ಲಿ ಅವಳು ಇಲ್ಲಿಗೆ ಬರುವ ವಾಡಿಕೆ. ಇದು ಅವಳ ಕಕ್ಕಿಯ ಮನೆ.

ಸುಬ್ಬಾಭಟ್ಟರು ಅವರ ಕಕ್ಕಾ. ಅಂದರೆ ಸುಬ್ಬಾಭಟ್ಟರ ಹೆಂಡತಿಯ ತವರು ಮನೆಯ ಕಡೆಯ ಸಂಬಂಧ ಪಾರ್ವತಿ.

ಧಾವಣಿಯ ಕೊಡವಿಕೊಂಡ ಗಾಯತ್ರಿ "ಅಯ್ಯೋ ಅವಳು ಆಗ್ಲೇ, ನನ್ನೊತೆ ಹೊರಟು ನಿಂತಿದ್ಲು. ಇನ್ನು ಸ್ವಲ್ಪ ಹೊತ್ತಿಗೆ ಬಂದಾಳು. ಮೊದ್ಲಿನ ಹಾಗೆ ತುಂಬ.... ತುಂಬ... ಮಾತಾಡ್ತಾಳೆ" ಕಣ್ಣಗಲಿಸಿ ಹೇಳಿದಾಗ ಅವಳ ಚೆಂದದ ಅರಳುಗಣ್ಣುಗಳು ಮತ್ತಷ್ಟು ಅರಳಿದವು. ಗಾಯತ್ರಿ ಸುಂದರ ಗುಲಾಬಿ ಮೊಗ್ಗಿನಂಥ ಹುಡುಗಿ.

ಸದಾನಂದನಿಗಿಂತ ಮೂರು ವರ್ಷ ಚಿಕ್ಕವಳು. ಊರಿನಲ್ಲಿ ಎಸ್‌ಎಸ್‌ಎಲ್‌ಸಿ ಮುಗಿಸಿದ ಮೇಲೆ ಒಂದಾರು ತಿಂಗಳು ಹಾಗೂ ಹೀಗೂ ಶಿವಮೊಗ್ಗ ಕಾಲೇಜಿನಲ್ಲಿ ಓದಿ, ಈಗ ತೆಪ್ಪಗೆ ಅಮ್ಮನಿಗೆ ಸಹಾಯಕಳಾಗಿ ಮನೆಯಲ್ಲಿ ಇದ್ದಳು. ಅವಳಿಗೂ ಕೂಡ ಸದಾನಂದನ ಹಾಗೆ ವಿಪರೀತ ಓದೋ ಹುಚ್ಚು. ಆದರೆ ಅವನಿಗೆ ಓದುವುದರ ಜೊತೆ ಬರವಣಿಗೆಯ ಹುಚ್ಚು. ಅದನ್ನು ಹವ್ಯಾಸವಾಗಿ ಬೆಳೆಸಿಕೊಂಡಿದ್ದ. ಅವನಪ್ಪನ ಹಾಗೇ ಜೋರಲ್ಲ, ವಿವೇಕಿ. ಇದನ್ನು ನೋಡಿ ಗಾಯತ್ರಿ ಆಗಾಗ ಹೇಳುತ್ತಿದ್ದಳು.

"ಅಣ್ಣ, ನಾನು ಮದ್ವೆ ಅಂತಾದರೇ ಕತೆ, ಕಾದಂಬರಿ ಬರೆಯೋರನ್ನೆ" ಅಂತ ಹೇಳಿಕೊಂಡಾಗ ಅವಳಮ್ಮ ಕಲ್ಯಾಣಿ ಒಂದು ತರಹ ನಕ್ಕು "ನೀನು ಸದಾನಂದನ ಹಾಗಲ್ಲ, ಅವರಪ್ಪ ಬದ್ಕೀನ ನಿರ್ಧಾರಗಳನ್ನು ಅವರಪ್ಪೇ ತಗೋಬೇಕು. ಒಂದಿಷ್ಟು ದಿಟ್ಟತನ ಬೇಕು, ಕಣೇ" ಎಂದು ಮಗಳ ಗಲ್ಲ ಸವರಿದಾಗ ನೋವೊಂದು ಅವರನ್ನು ಬಾಧಿಸುತ್ತಿತ್ತು. ಇಂಥ ಮನಸ್ಸಿನ ಮಾತುಗಳನ್ನು ಗಂಡನ ಮುಂದೆ ಹೇಳುವಷ್ಟು ಸಮರ್ಥಳಲ್ಲ. ಪ್ರಬುದ್ಧತನವಿದ್ದರೂ ಬಾಯಿ ಬಿಡಲಾರದ ಅಸಮರ್ಥತೆ. ಬಹುಶಃ ಎಷ್ಟೋ ಗೃಹಿಣಿಯರ ಹಣೆಬರಹ ಇದೊಂತ ಅಂದಕೋ ಬೇಕು.

ಮುಂಬಾಗಿಲು ದಾಟಿ ಜಗುಲಿಯ ಮೇಲೆ ನಿಂತ ಗಾಯತ್ರಿ "ಪಾರ್ವತಕ್ಕ ಬರ್ತಾ ಇದ್ದಾಳೆ" ಕೂಗಿದಳು. ಪಾರ್ವತಿ ಸದಾನಂದನಿಗಿಂತ ನಾಲ್ಕು ವರ್ಷ ಹಿರಿಯರು, ಅಂದರೆ ಗಾಯಿತ್ರಿಗಿಂತ ಏಳು ವರ್ಷ ದೊಡ್ಡೋಳು. ಹಿರಿಯತನದ ದೊಡ್ಡಸ್ತಿಕೆಯೇನು ಇರಲಿಲ್ಲ. ಜೊತೆಯಲ್ಲಿ ಕೂಡಿ ಆಡಿದವರು. ಆದ್ದರಿಂದ ಸ್ನೇಹ, ಸಲಿಗೆ ಇತ್ತು.

ರಜಾ ದಿನಗಳಲ್ಲಿ ಕಾಕಿಯ ಮನೆಗೆ ಬಂದರೆ ಅವಳು ಹೆಚ್ಚು ಕಡಿಮೆ ಇರುತ್ತಿದ್ದುದ್ದು ಇವರಲ್ಲಿಯೇ. ಬೆಳಿಗ್ಗೆ ಬಂದರೆ ರಾತ್ರಿಯೇ ಹಿಂದಿರುಗುತ್ತಿದ್ದುದ್ದು. ಮೂವರು ಕೂಡಿ ಅಲೆದದ್ದು... ಅಲೆದದ್ದೆ ಚಿಕ್ಕಂದಿನಿಂದಲೂ ಸದಾನಂದ ಭಾವಜೀವಿ. ಮಾತುಗಳೆಲ್ಲ ಇವರದ್ದೆ. ಓಡಾಟಕ್ಕೆ ಅವರು ಜೊತೆಗಾರ. ಎಲ್ಲಾದರೂ ಯಕ್ಷಗಾನವಾದರೇ ಇಡೀ ರಾತ್ರಿ ಅಲ್ಲಿ ಹೋಗಿ ಕೂಡುತ್ತಿದ್ದೆ. ಶಿವರಾಮ ಕಾರಂತರು ಬಂದರೆಂದರೆ ಅಲ್ಲಿ ಹಾಜರು! ಪುಸ್ತಕಗಳು, ಸಾಹಿತಿಗಳೆಂದರೆ ಅಭಿಮಾನ ಬೆಳೆಸಿಕೊಂಡಿದ್ದ ಇವನು ಒಂದು ತರಹ ಡಿಸೆಂಟ್.

ಅದು ಅವನಪ್ಪನಿಗೆ ಇಷ್ಟವಾಗದು!

ಮತ್ತೆ ಇಣುಕಿ ಬಂದ ಗಾಯತ್ರಿ "ಬಂದೇ... ಬಿಟ್ಲು" ಅನ್ನೋ ವೇಳೆಗೆ ಪಾರ್ವತಿ ಬಂದಾಗಿತ್ತು. ಕಲ್ಯಾಣಿಯನ್ನು ತಬ್ಬಿಕೊಂಡು ಕಣ್ಣೀರು ಸುರಿಸುತ್ತ "ಕಾಕಿ, ನಿಮ್ಮನ್ನ

ನೋಡಿ ಯಾವ ಕಾಲ ಆಯ್ತು" ಎಂದಳು. ಭಾವೋದ್ವೇಗದಿಂದ ಇದು ಒಂದು ಹಂತಕ್ಕೆ ಬಂದ ಮೇಲೆ ಕೇಳಿದಳು.

"ಕಾಕ ಎಲ್ಲಿ? ಈಗ್ಲೂ ಸದಾನಂದ ಕವಿತೆ ಬರೀತಾನಾ? ದೀಪಾವಳಿ ಸಂಚಿಕೆಯಲ್ಲಿ ಪ್ರಕಟಗೊಂಡ ಅವ್ನ ಕವನ ಛಲೋ ಇತ್ತು. ನನ್ನ ಮಿಸ್ಟರ್‌ಗೆ ತೋರಿಸ್ದೇ. ಅವ್ರು ಚಲೋ ಇದೇಂತ. ಅಂದ್ರು ಯಶವಂತ ಚಿತ್ತಾಲ, ವ್ಯಾಸರಾಯ ಬಲ್ಲಾಳರಂಥ ಸಾಹಿತಿಗಳ ಪರಿಚಯ ಉಂಟು. ಅವ್ರು ಕೂಡ ಕೆಲವು ಸಮಾರಂಭಗಳಿಗೆ ಹೋಗಿದ್ದೆ" ಬಡಬಡ ಮಾತಾಡಿದಳು. ಮುಂಬಯಿ ಜೀವನ ಕೂಡ ಅವಳನ್ನು ಬದಲಾಯಿಸಿರಲಿಲ್ಲ.

ಕಲ್ಯಾಣಿ ಕಣ್ಣರಳಿಸಿ ನೋಡಿದರು. ಅವಳು ಮೊದಲಿಗಿಂತ ಚೆಂದ ಕಾಣುತ್ತಿದ್ದಳು. ಮೈಮೇಲೆ ಬೆಲೆಬಾಳುವ ಚಿನ್ನಾಭರಣಗಳು. ಮುಖದಲ್ಲಿ ಸಂತೃಪ್ತಿ ಬೆರೆತ ಶ್ರೀಮಂತಿಕೆಯ ಕಳೆ.

"ನಿನ್ನ ಕಾಕ ಮನೆಯಲ್ಲಿ ಎಲ್ಲಿ ಇರ್ತಾರೆ? ಹೊರಗೆ ಹೋಗಿದ್ದಾರೆ. ಸದಾ, ಅದೂ, ಇದೂ.... ಬರ್ಕೋತಾನೆ. ನೀನು ತುಂಬ ಪುಣ್ಯವಂತೆ ಕಣೋ, ಪಾರ್ವತಿ. ಒಳ್ಳೆ ಗಂಡ ಸಿಕ್ಕಿದ್ದಾನೇಂತ ನಿನ್ನ ಮುಖದ ಸಂತೃಪ್ತಿನೆ ಹೇಳ್ತಾ ಇದೆ. ನಮ್ಮ ಗಾಯತ್ರಿಗೂ ಅಂಥ ಪುಣ್ಯವುಂಟಾ?" ಮೆಚ್ಚಿಗೆಯ ಜೊತೆ ಮಗಳ ಭವಿಷ್ಯದ ಮಾತು ಕೂಡ ಆಡಿದರು.

"ಸಿಕ್ತಾನೇ, ಬಿಡು" ಎಂದ ಪಾರ್ವತಿ ಮುಂಬಯಿನ ಮಹಿಮ್‌ನಿಂದ ಬಾಂದ್ರಾವರೆಗೂ ವರ್ಣಿಸಿದಳು ತಾಯಿ, ಮಗಳಿಗೆ. ಕಣ್ಣರಳಿಸಿ ಕೇಳಿದರು. ಕೊನೆಯಲ್ಲಿ ಸದಾನಂದನ ವಿವಾಹದ ಬಗ್ಗೆ ಮಾತು ಬಂತು. "ಈಗ ಹೇಗಿದ್ದಾನೆ? ಹುಡ್ಗೀ ಈ ಕಡೇದೇಂತ ಕಾಕಿ ಹೇಳಿದ್ಲು" ಅಂದ ಕೂಡಲೆ ತಾಯಿ, ಮಗಳು ಮುಖಮುಖ ನೋಡಿಕೊಂಡರು. ಅವರಲ್ಲಿ ಉತ್ಸಾಹ ಇಣಕಲಿಲ್ಲ.

"ನೀನು ಕೂತು ಗಾಯಿತ್ರಿ ಹತ್ರ ಮಾತಾಡು. ಒಂದಿಷ್ಟು ಅಡ್ಗೇ ಕೆಲ್ಸ ಇದೆ, ಮುಗ್ಸೀ.... ಬರ್ತೀನಿ" ಕಲ್ಯಾಣಿ ಎದ್ದು ಹೋದಳು.

ಪಾರ್ವತಿಯ ಕೈ ಹಿಡಿದೇ ಇದ್ದ ಗಾಯಿತ್ರಿ ನಡು ಮನೆಗೆ ಕರೆದೊಯ್ದು "ಸದಾಣ್ಣ, ಅತ್ತಿಗೆ ಸಮ ಇಲ್ಲ" ಎಂದವಳ ಕಣ್ಣುಗಳಲ್ಲಿ ವ್ಯಥೆ ಇತ್ತು. ಅವಳೇನು ಪುಟ್ಟವಳಲ್ಲ. ಭಟ್ಟರು ಅವಳ ವಿವಾಹದ ಪ್ರಯತ್ನದಲ್ಲಿ ಇದ್ದರು.

ಪಾರ್ವತಿಯ ಮುಖ ಒಂದು ತರಹ ಆಯಿತು. ಕವಿ ಹೃದಯದ ಸದಾನಂದನೆಂದರೆ ಅವಳಿಗೆ ವಿಪರೀತ ಮೆಚ್ಚು.

"ನಂಗೆ ಅರ್ಥವಾಗ್ಲಿಲ್ಲ, ಗಾಯಿತ್ರಿ" ಎಂದಳು.

ಗಾಯತ್ರಿ ಹಿಂಜರಿಯಂತಲೇ ಒಂದಿಷ್ಟು ಬಿಡಿಸಿ ಹೇಳಿದಳು.

ಸದಾನಂದ ಕಮರ್ಷಿಯಲ್ ಓದಿಗೆ ಅಂಟಿಕೊಳ್ಳಲಿಲ್ಲ. ಪುಸ್ತಕ ಪ್ರೇಮಿ, ಪ್ರಕೃತಿ ಪ್ರೇಮಿ. ಪುಸ್ತಕ ಹಿಡಿದು ಕೂತನೆಂದರೆ ಅವನಿಗೆ ಜಗತ್ತಿನ ಪರಿವೆ ಇರುತ್ತಿರಲಿಲ್ಲ.

ಸಸ್ಯರಾಶಿಯ ಮಧ್ಯೆ ಏಕಾಂತವಾಗಿ ಕಳೆಯುವುದು ಅವನಿಗೆ ಇಷ್ಟ. ಅದೂ ಇದೂ ಬರೆದು ಒಂದಿಷ್ಟು ಹೆಸರು ಸಂಪಾದಿಸಿದ್ದ. ಆದರೂ ಹೆಚ್ಚೆಚ್ಚು ಅಂತರ್ಮುಖಿಯಾಗಿದ್ದು ಅಮ್ಮ, ತಂಗಿಯನ್ನು ಕೂಡಿಸಿಕೊಂಡು ತಾನು ಬರೆದಿದ್ದನ್ನು ಓದಿ ಹೇಳುತ್ತಿದ್ದ.

ಆದರೆ ಇದು ಭಟ್ಟರಿಗೆ ಇಷ್ಟವಾಗುತ್ತಿರಲಿಲ್ಲ. ಮೆಚ್ಚುಗೆ ಇರಲೀ. ಮಗನಿಗೆ ಛೀಮಾರಿ ಹಾಕುತ್ತಿದ್ದರು. 'ಇಂಥ ಮುಗ್ಧತೆ ಕೆಲಸಕ್ಕೆ ಬರದೆಂದು ಮಗನಿಗೆ ಬುದ್ಧಿ ಹೇಳುತ್ತಿದ್ದರು. ಮಗನ ಕೆಲಸಕ್ಕೆ ಬಾರದ ಓದು, ಬರವಣಿಗೆಗೆ ಹೆಂಡತಿ ಶಾಮೀಲು ಆಗಿದ್ದಾಳೆಂದು ಕೆಟ್ಟ ಕೋಪ. ಆಗಾಗ ಹೂಂಕರಿಸುತ್ತಿದ್ದರು.

"ಅವ್ನಿಗೆ ಬುದ್ಧಿ ಇಲ್ಲಾಂದರೇ, ನಿಂಗೆ ಇರಬೇಡ್ವಾ? ಚೆನ್ನಾಗಿ ಓದಿ ನೌಕರಿ ಹಿಡೀತಾನೇಂತ ಅಂದುಕೊಂಡಿದ್ದೆ. ಈಗ ಅಲ್ಲಿ ಇಲ್ಲಿ... ಕೂತು.... ತಿರ್ಗೀ ಉಂಬಳ ಕತ್ತರಿಸೋಕೆ ಮನೆಗೆ ಬರ್ತಾನೆ. ಮುಂದೇನು ಇವನ ಗತೀ? ಒಂದಿಷ್ಟು ಸಂಪಾದ್ನೇಯ ದಾರ ನೋಡ್ಲಿ" ಇಂಥ ಮಾತುಗಳಿಂದ ಎಲ್ಲರೂ ನೋಯಬೇಕಿತ್ತು.

ಒಮ್ಮೆ ಕೊಪ್ಪಳಕ್ಕೆ ಹೋದ ಭಟ್ಟರು ಕಿರಾಣಿ ಅಂಗಡಿ ಮಾಲೀಕರ ಮಗಳನ್ನು ನೋಡಿಕೊಂಡು ಬಂದವರೇ ಆತುರಾತುರವಾಗಿ ಜಾತಕ ತೋರಿಸಿ, ಅವರಿಗೆ ಪತ್ರ ಬರದೆ ಬಿಟ್ಟರು. "ನಿಮ್ಮ ಮಗ್ಳು.... ನಮ್ಮ ಸೊಸೆ" ಇದಕ್ಕೆ ಸೆರೆಗಾರ ಕಪಿನಿಯ ಕುಮ್ಮಕ್ಕು. ಅವನ ಹೊಗಳಿಕೆಗೆ ಭಟ್ಟರು ಉಬ್ಬಿ ಹೋಗುತ್ತಿದ್ದರು.

"ಯಂಥಾ ಛಲೋ ಹುಡ್ಗೀ, ಭಟ್ಟರೇ, ಸಿನಿಮಾದಲ್ಲಿ ಕೂಡ ಕಂಡಿದ್ದಿಲ್ಲ. ನಿಮ್ಮ ಮನೀತನಕ್ಕೆ ಹೇಳಿ ಮಾಡ್ಸಿದಂಥ ಹುಡ್ಗೀ... ಓಲ್ಗ!... ಊದ್ಸಿ ಬಿಡಿ!"

ಸೆರೆಗಾರ ಕಪಿನೀ ಎರಡು ಮನೆತನಗಳನ್ನು ಹೊಗಳಿ ಅಟ್ಟಕ್ಕೇರಿಸಿಬಿಟ್ಟ. ಇಷ್ಟು ಭಟ್ಟರಿಗೂ ಸಾಕಿತ್ತು. ಹೆಣ್ಣಿನ ಕಡೆಯವರಿಂದ ಸೆರೆಗಾರ ಕಮೀಷನ್ ಪಡೆದ ಸುದ್ದಿ ಅವರಿಗೆ ಗೊತ್ತಾಗಲಿಲ್ಲ. ತಟ್ಟನೇ ನಂಬಿಬಿಡುವ, ನಂಬಿದನ್ನ ಸರಿಯೆಂದು ಸಾಧಿಸುವ ಗುಣ ಭಟ್ಟರದು. ಅದನ್ನು ಸೆರೆಗಾರ ಉಪಯೋಗಿಸಿಕೊಂಡ.

ಭಟ್ಟರು ಊಟಕ್ಕೆ ಕೂತಾಗ ಹೆಂಡತಿಯ ಕಿವಿ ಮೇಲೆ ಈ ಮಾತು ಹಾಕಿದರು.

"ಸದಾನಂದನಿಗೆ ಹೆಣ್ಣು ಗೊತ್ತು ಮಾಡ್ಕೊಂಡ್.... ಬಂದಿದ್ದೀನಿ ಹೆಂಡ್ತಿ ಬಂದ ಮೇಲಾದ್ರೂ ಸರ್ಯೋಗ್ತಾನೆ"

ಆಕೆಯ ಕೈಯಲ್ಲಿನ ಹುಳಿ ಪಾತ್ರೆ ಜಾರಿತು. ಇದು ಸಣ್ಣ ತಪ್ಪಾದರೂ ಭಟ್ಟರು ಕ್ಷಮಿಸರು. ಅರ್ಧ ಊಟದಲ್ಲಿಯೆ ಮೇಲೆದ್ದವರು ಒಂದು ಗಂಟೆ ಹೆಂಡತಿಯ ಜನ್ಮ ಜಾಲಾಡಿಬಿಟ್ಟರು.

"ಸೊಸೆ ಬಂದ್ಮೇಲಾದ್ರೂ ಬುದ್ಧಿ ಕಲೀ.... ಒಮ್ಮೆ ಆಕೀ ಕೈಯಲ್ಲಿ ಊಟ ಮಾಡಿದರೆ, ಮತ್ತೊಮ್ಮೆ ನನ್ನ ಕೈ ಊಟ ಬೇಕೂಂತ ಅನ್ನಿಸೋಲ್ಲ. ಸಾಕ್ಷಾತ್ ಅನ್ನಪೂರ್ಣೇಶ್ವರಿ" ಇನ್ನು ಬಾರದ ಸೊಸೆಯನ್ನು ಹೊಗಳಿ, ಹೆಂಡತಿಗೆ ಛೀಮಾರಿ ಹಾಕಿ ಕಣ್ಣೀರು ತರಿಸಿದರು.

ಹೆಣ್ಣು ತೋರಿಸುವ ಶಾಸ್ತ್ರ ಆಯಿತು. ಕಲ್ಯಾಣಿಗೆ ಆ ಮನೆತನವೆ ಇಷ್ಟವಾಗಲಿಲ್ಲ. ಸ್ವಲ್ಪ ಧೈರ್ಯದಿಂದ ಗಂಡನ ಬಳಿ ಪ್ರಸ್ತಾಪಿಸಿದರು.

"ಸದಾ ತುಂಬು ಮೃದು, ಭಾವ ಜೀವಿ, ಕಣ್ರೀ, ಹೆಂಗಸರು, ಮಕ್ಕಳಾದಿಯಾಗಿ ಬರೀ ಲಾಭ-ನಷ್ಟದ ಮಾತುಗಳ್ನ ಆಡ್ತಾರೆ. ಚಿನ್ನದ ಬಗ್ಗೆ ಎಲ್ಲರ ಪ್ರಸ್ತಾಪ., ಇಂಥವರ ನಡ್ವೇ ಬೆಳೆದ ಹುಡ್ಗಿ ಸ್ವಲ್ಪ ಓದಿರೋ ಹುಡ್ಗೀನ ನೋಡೋಣ."

ಹೆಂಡತಿಯ ಸಲಹೆಯನ್ನು ಪುರಸ್ಕರಿಸುವಂಥ ಮನುಷ್ಯರಲ್ಲ ಭಟ್ಟರು. ಉಗ್ರ ನರಸಿಂಹನ ಅವತಾರ ತಾಳಿದರು.

"ನೀನು ಹೆಣ್ಣು... ಹೆಂಗ್ಸು. ಅವ್ನ ಭವಿಷ್ಯದ ಬಗ್ಗೆ ಯೋಚ್ನೇ ಇದ್ಯಾ? ಅವನೊಬ್ಬ ಮೂಳ, ಇನ್ನೆಂಥ ಕಡೆಯಿಂದ ಹುಡ್ಗೀನ ತರೋದು, ತೆಪ್ಪಗಿದ್ದು ಬಿಡು. ಹುಡ್ಗೀ ಎಸ್‌ಎಸ್‌ಎಲ್‌ಸಿವರ್ಗೂ ಹೋಗಿದ್ದಾಳೆ. ಅಂಗ್ಡೀಯ ಕಾರುಬಾರೆಲ್ಲ ಅವಳದೇ. ಇವ್ನು ಮೂರು ಕಾಸುಗೆ ಪ್ರಯೋಜನವಿಲ್ಲ. ಆ ಹುಡ್ಗೀ ಇವನ ಕೈ ಹಿಡಿಯೋದು ಪುಣ್ಯ. ಎಲ್ಲಾ ಅವಳು ಸಮಾಳಿಸ್ಕೊಂಡ್ ಹೋಗ್ತಾಳೆ. ನಿನ್ನ, ನಿನ್ನ ಮಗನ್ನ ನಂಬ್ಕೊಂಡರೇ, ಇದ್ದಿದ್ದು ಮಾರೀಕೊಂಡು ಬೀದಿಗೆ ಬೀಳಬೇಕಾಗುತ್ತೆ" ಎಂದು ದಬಾಯಿಸಿ ಸುಮ್ಮನಾಗಿಸಿಬಿಟ್ಟಳು.

ಸದಾನಂದ ಕೂಡ ಧೈರ್ಯವಾಗಿ "ನಂಗೆ ಮದ್ವೆ ಬೇಡ" ಅಂದ, ಭಟ್ಟರು ಉಗ್ರನರಸಿಂಹನ ರೂಪ ತಾಳಿದರು. ತಮ್ಮ ಮಾನ, ಮರ್ಯಾದೆ ಮಣ್ಣು ಪಾಲಾದಂತೆ ಕಿರುಚಾಡಿದರು.

"ಮುವತ್ತು ಆಯ್ತು, ಕೋಲು ಹಿಡಿಯೋ ಕಾಲಕ್ಕೆ ಮದ್ವೇ ಆಗ್ತೀಯಾ? ನನ್ಮಗನಾಗಿದ್ರೆ... ಒಪ್ಕೋ... ಇಲ್ಲ ನಾನೇ ಮನೆ ಬಿಟ್ಟು ಹೋಗ್ತೀನಿ" ಬೆದರಿಕೆ ಹಾಕಿದರು.

ಕಲ್ಯಾಣಿಯ ಕಣ್ಣೀರು ಕೋಡಿಯಾಯಿತು. ಭಟ್ಟರು ಕರಗಲಿಲ್ಲ. ಕಿರಾಣಿ ಅಂಗಡಿಯ ಮಾಲೀಕನ ಮೇಲಿನ ಪ್ರೀತಿಯೋ ಇಲ್ಲ, ಸೆರೆಗಾರ ಕಪಿನಿಯ ಉಬ್ಬಿಸುವಿಕೆಗೆ ಮರಳಾದರೋ, ಅಂತು ಮಗನ ಮದುವೆ ಮಾಡಿ ಮುಗಿಸಿಬಿಟ್ಟರು.

ಬುದ್ಧಿ ಬಂದಾಗಿನಿಂದ ಕಿರಾಣಿ ಅಂಗಡಿಯ ಗಲ್ಲದ ಮೇಲೆ ಕೂಡುತ್ತಿದ್ದ ಗಿರಿಜ ಧಾರಾಳವಾಗಿ ಬೆಲ್ಲ, ಹುರಿಗಡಲೆ, ಕಳ್ಳೆಬೀಜ, ಪೆಪ್ಪರಮೆಂಟ್, ಲಾಲಿಪಪ್ಪು ತಿನ್ನುವ ಅಭ್ಯಾಸ ಬೆಳೆಸಿಕೊಂಡಿದ್ದಳು. ಅದು ಇಲ್ಲಿಗೆ ಬಂದ ಮೇಲೆ ಹಾಗೇ ಮುಂದುವರಿಯಿತು. ಸಿಕ್ಕ ಬೆಲ್ಲ, ಹುರಿಗಡಲೆ, ಕೊಬ್ಬರಿ ಗಿಟಕು ಖಾಲಿಯಾಗುತ್ತಿತ್ತು. ಭಟ್ಟರು ಇಷ್ಟಪಟ್ಟು ಮಾಡಿಕೊಂಡ ಸೊಸೆಯನ್ನು ಯಾರಾದರೂ ತಿದ್ದಲು ಸಾಧ್ಯವೇ? ಅವಳನ್ನು ಮುಂದಿಟ್ಟುಕೊಂಡು ಮಿಕ್ಕವರನ್ನು ಬೈಯ್ದು ಸಾಕಾದರು. ಅವಳ ವಿಪರೀತಗಳನ್ನು ಸೈರಿಸಿಕೊಳ್ಳಲಾರದೆ ಹೆಂಡತಿಗೆ ಅಪ್ಪಣೆ ಮಾಡಿದರು.

"ಅವಳನ್ನ ಅಡ್ಗೇ ಮನೆಗೆ ಬಿಡ್ಬೇಡ. ನಿನ್ಮಗ ಸರಿಯಾಗಿದ್ದರೆ, ಇಂಥ ಮೂದೇವಿನ ತಂದ್ಕೋಬೇಕಿತ್ತಾ? ಎಲ್ಲಾ ಹಾಳು ಮಾಡ್ಬಿಟ್ಟ, ನಿನ್ಮಗ! ಒಂದು ಐಎಎಸ್, ಐಪಿಎಸೋ? ಮಾಡಿಕೊಂಡಿದ್ದರೇ ಒಳ್ಳೆ ಕಡೆ ಹುಡ್ಗೀನ ತರಬಹುದಿತ್ತು. ಈ ಕಿರಾಣಿ

ಅಂಗ್ಡೀ ಹುಡ್ಗೀನ ತಂದ್ಕೊಂಡ್ ಅನುಭವಿಸಬೇಕಿರಲಿಲ್ಲ” ಮಗನನ್ನು ಬಾಯಿಗೆ ಬಂದಂತೆ ಬೈಯ್ದರು. ತಾವು ಅವಿವೇಕದಿಂದ ಮಾಡಿದ ತಪ್ಪಿಗೆ ಮಗನನ್ನು ಹೊಣೆಯಾಗಿಸಿದರು. ತಾವು ತಪ್ಪು ಮಾಡಿ ಬೇರೆಯವರತ್ತ ಕೈ ತೋರುವುದು ಅವರ ಸ್ವಭಾವ.

ಕಲ್ಯಾಣಿ ಮೌನವಹಿಸಿದರು. ಸದ್ಯಕ್ಕೆ ಮಗ ಸೊಸೆ ಅನ್ಯೋನ್ಯವಾಗಿದ್ದರೇ ಸಾಕಿತ್ತು. ಅವರಿಗೆ ಸೊಸೆ ನಡವಳಿಕೆ ಸಂದೇಹ ತಂದಿತು.

“ಅಲ್ಲೇ ತಿಂಡಿ ತಗಂಡ್ ಹೋಗ್” ಸೊಸೆಯ ಕೈಯಲ್ಲಿ ತಿಂಡಿ ಕಳಿಸಿದರೆ “ಅವ್ರು... ಬೇಡಾಂದ್ರು... ನಾನೇ ತಂದೇ” ಎರಡು ತಟ್ಟೆಗಳನ್ನು ಖಾಲಿ ಮಾಡಿಕೊಂಡು ಬರುತ್ತಿದ್ದಳು.

“ತೋಟ, ಗದ್ದೇಂತ ಓಡಾಡುತ್ತೀಯಲ್ಲ, ಗಿರಾಜನು ಕರ್ಕೊಂಡ್ ಹಗ್” ಸೊಸೆಯನ್ನು ಮಗನ ಜೊತೆ ಕಳಿಸಿದರೆ ಗಿರಿಜ ಹೆಣ್ಣಾಳುಗಳ ಜೊತೆ ಹರಟೆಯೊಡೆದು ಹಿಂದಿರುಗುತ್ತಿದ್ದ ಸುದ್ದಿ ಅವರಿಗೆ ಮುಟ್ಟಿದಾಗ ಗಾಬರಿಯಾದರು. ಸದಾನಂದನ ನಡವಳಿಕೆಯಲ್ಲಿ ಯಾವ ವ್ಯತ್ಯಾಸವಿಲ್ಲ, ಮತ್ತಷ್ಟು ಮೌನಿ ಆದ. ಅವರಿಬ್ಬರ ಮಧ್ಯೆ ಮಾತುಕತೆಯೆ ಇಲ್ಲ. ರಾತ್ರಿಯ ಬಗ್ಗೆ ಅವರಿಗೇನು ಗೊತ್ತಿಲ್ಲ.

ಇನ್ನು ಗಿರಿಜನ ಅಪ್ಪ ವಾರಕ್ಕೆರಡು ಸಲ ವ್ಯಾಪಾರದ ಸಲುವಾಗಿ ಬರುತ್ತಿದ್ದ. ಒಪ್ಪ, ಓರಣವಿಲ್ಲದ ಮನುಷ್ಯ. ಮನೆಯವರಿಗೆ ಮುಜುಗರವಾಗುವಂತೆ ನಡೆದುಕೊಳ್ಳುತ್ತಿದ್ದ. ಭಾಷಾಜ್ಞಾನವಿಲ್ಲದ ಬಡಬಡಿಕೆ ಮನೆಯವರಿಗೆ ನಗು ತರಿಸುತ್ತಿತ್ತು. ಕೆಲವೊಮ್ಮೆ ತಲೆ ಕೆಡುತ್ತಿತ್ತು.

ಮೊದಮೊದಲು ಭಟ್ಟರಿಂದ ಅವರಿಗೆ ರಾಜೋಪಚಾರ, ಅದಕ್ಕಾಗಿ ಮನೆಯವರೆಲ್ಲ ಬೈಗಳನ್ನು ತಿನ್ನಬೇಕಿತ್ತು. ಕ್ರಮೇಣ ಅವರು ಬೇಸತ್ತರು. ಅವರಿಗೆ ತಮ್ಮ ತಪ್ಪಿನ ಅರಿವಾಗಿತ್ತು. ಅದಕ್ಕೂ ಸದಾನಂದನೆ ಕಾರಣ ಎನ್ನುವ ವಾದ.

ಇದನ್ನೆಲ್ಲ ಗಾಯತ್ರಿ ಹೇಳಿ ಮುಗಿಸುವ ವೇಳೆಗೆ ಭಟ್ಟರು ಬಂದರು. ಕಣ್ಣಗಲಿಸಿ ಬಾಯಿಬಿಟ್ಟರು. “ಪಾರ್ವತಿ ಅ[illegible]. ಮುಂಬಯಿಯ ಹವಾ ಚೆನ್ನಾಗಿ ಒಗ್ಗಿದೆ. ನಿನ್ನ ಕಾಕೀ ಸರ್ಯಾಗಿ ಮಾತಾಡಿಸಿದ್ಲಾ. ಅವಳಿಗೆ ಮೂರ್ಹೊತ್ತು ಅಡ್ಗೇ ಮನೆನೇ ಸಮಸ್ತ. ಸ್ವಲ್ಪ ಸದಾನಂದನ ಕಡೆ ಗಮನ ಕೊಟ್ಟಿದ್ದರೆ....” ಈಗಲೂ ಹೆಂಡತಿಯನ್ನ ದೂರಿದರು. ಇದು ಅವಿವೇಕವೋ, ಅಭ್ಯಾಸವೋ ಗೊತ್ತಿಲ್ಲ.

ಪಾರ್ವತಿ ಮುಗುಳ್ನಕ್ಕಳು. ಮಾತು ಬೇಡವೆನಿಸಿತು. ತನ್ನ ಮೂರ್ಖತನದಿಂದ ಇಡೀ ಮನೆಯ ನಗುವನ್ನ ಅಳಿಸಿ ಹಾಕಿದ ಆಯೋಗ್ಯರಾಗಿ ಕಂಡರು. ತನ್ನ ಗಂಡ, ಮಕ್ಕಳಿಗಾಗಿ ಜೀವ ತೇಯುವ ಕಲ್ಯಾಣಿಗೆ ಸಿಕ್ಕಿದಾದರೂ ಏನು?

ಎಲೆ ಹಾಕುವ ವೇಳೆಗೆ ಬಂದ ಸದಾನಂದನ ಮುಖದಲ್ಲಿ ಉತ್ಸಾಹವೇ ಇರಲಿಲ್ಲ. ಬಲವಂತದ ನಗೆ ಬೀರಿ “ನೀನು ಬಂದಿದ್ದು ಗೊತ್ತಾಗಿಯೆ ಬಂದಿದ್ದು. ಹೇಗಿದ್ದಿ?” ವಿಚಾರಿಸಿದ. ಆಮೇಲೆ ಊಟ ಮುಗಿಯುವವರೆಗೂ ಮಾತೇ ಇಲ್ಲ. ಅವನ ರೂಮಿಗೆ ಹೋಗಿ “ಈಚೆಗೆ ಏನು ಬರ್ದೇ? ಬರ್ಯೋ ಅಭ್ಯಾಸ ನಿಲ್ಲಿಸ್ಬೇಡ. ನೀನು ವಿಶೇಷ

ಸಂಚಿಕೆಗೆ ಬರ್ದ ಕವನಾನ ಓದಿದೆ." ಅಂದಳು. ಹಿಂದೆ ಬಂದಾಗಲೆಲ್ಲ ಚರ್ಚೆಯಾಗುತ್ತಿದ್ದುದ್ದು ಬರವಣಿಗೆಯ ಬಗ್ಗೆಯೇ.

"ಬರ್ಯೋಕೆ ಮನಸ್ಸಿಲ್ಲ. ಬರೆದಿದ್ದು ಇಷ್ಟವೆನಿಸೋಲ್ಲ" ಹೇಳಿದ ಕ್ಷೀಣವಾದ ದನಿಯಲ್ಲಿ. ಅದರ ಹಿಂದಿನ ಕಾರಣವನ್ನು ಗಾಯತ್ರಿ ಬಾಯಿಬಿಟ್ಟಳು. ಬರೆದು ಪೇರಿಸಿಟ್ಟಿದ್ದನ್ನೆಲ್ಲ ಗಿರಿಜೆ ಅವಳ ತಂದೆ ಬಂದಾಗ ಬ್ಯಾಗಿಗೆ ತುರುಕಿ "ಅಂಗ್ಡೀಯಲ್ಲಿ ಪೊಟ್ಟಣ ಕಟ್ಟೋಕ್ಕಾದ್ರೂ... ಉಪಯೋಗಕ್ಕೆ ಬರುತ್ತೆ" ಗೋಣಿಗಿ ಕಳಿಸಿದ್ದಳು. ಅವನಿಗೆ ಅಮೂಲ್ಯವಾಗಿ ಕಂಡದ್ದು ಅವಳಿಗೆ ಕಸ.

ಪಾರ್ವತಿಯ ಕಣ್ಣಲ್ಲಿ ನೀರಾಡಿತು. ಅವನಲ್ಲಿನ ಕ್ರಿಯಶೀಲತೆಯನ್ನು ಅರಿವಾಗದಂತೆ ಕೊಂದಿದ್ದಳು. ಇದಕ್ಕೆ ಯಾವ ಶಿಕ್ಷೆ? ಸದಾನಂದನ ಹೆಂಡತಿಯ ಬಗೆಗಿನ ಕುತೂಹಲ ಕಮ್ಮಿ ಆಯಿತು.

"ಎಲ್ಲಿ ನಿನ್ನ ಅತ್ತಿಗೆ?" ಹೊರಡಲು ಮೇಲೆದ್ದಳು.

"ಬಟ್ಟೆ ತಗೊಂಡ್ ಹೋಗಿದ್ದಾಳೆ, ತೋಟಕ್ಕೆ. ಜೊತೆಗೆ ಬೆಲ್ಲ, ಕೊಬ್ಬರಿ, ಹುರಿಗಡಲೆ ಒಯ್ದಿರೋದರಿಂದ ಬರೋದು ಲೇಟೇ" ಎಂದಳು ಗಾಯತ್ರಿ ಕಿಸಕ್ಕನೆ. ಕಲ್ಯಾಣಿ ಮಗಳನ್ನು ಕಣ್ಣಲ್ಲಿಯೇ ಸುಮ್ಮನಾಗಿಸಿದರು. "ಬರ್ತೀನಿ....." ಹೊರಟವಳ ಎದುರಿಗೆ ಪ್ರತ್ಯಕ್ಷಳಾದಳು ಗಿರಿಜ, ಅವಳಿಗೆ ಆಶ್ಚರ್ಯ! ಅವಳು ಇವಳೂ ಕೂಡಿಯೇ ಎಸ್‌ಎಸ್‌ಎಲ್‌ಸಿ ಪರೀಕ್ಷೆಗೆ ಬರೆದಿದ್ದರು ಶಿವಮೊಗ್ಗದಲ್ಲಿ. ಅವಳು ಆಗಲೇ ನಾಲ್ಕು ಬಾರಿ ಪರೀಕ್ಷೆಗೆ ಕೂತು ಅನುತ್ತೀರ್ಣಳಾಗಿದ್ದಳು. ಅಂದರೆ ಪಾರ್ವತಿಗಿಂತ ಹಿರಿಯಳು.

ಮುಖ ಚಿಕ್ಕದು ಮಾಡಿಕೊಂಡು ಹೊರಗೆ ಬಂದವಳಿಗೆ ಜೊತೆಯಾದವಳು ಗಾಯತ್ರಿ "ನಂಗೆ ನಿನ್ನ ಅತ್ತಿಗೆಯ ಪರಿಚಯವುಂಟು. ಇಬ್ಬರು ಕೂಡಿಯೆ ಪರೀಕ್ಷೆ ಬರೆದಿದ್ದೀವಿ" ಎಂದು ಅವಳ ಕೆನ್ನೆ ಸವರಿ "ಹೋಗೋಕೆ ಮುನ್ನ ಮತ್ತೊಮ್ಮೆ ಬರ್ತೀನಿ" ಎಂದು ನಡೆದವರಲ್ಲಿ ಹತ್ತಾರು ಪ್ರಶ್ನೆಗಳು.

ಸದಾನಂದ ಅವಳಿಗಿಂತ ನಾಲ್ಕು ವರ್ಷ ಕಿರಿಯವ ಗಿರಿಜ ಅವಳಿಗಿಂತ ಒಂದೆರಡು ವರ್ಷ ಹಿರಿಯಳು. ಅಂಥದ್ದರಲ್ಲಿ ಶಾಸ್ತ್ರಿ, ಸಂಪ್ರದಾಯವೆಂದು ಹಾರಾಡುವ ಭಟ್ಟರು ಈ ವಿವಾಹಕ್ಕೆ ಒಪ್ಪಿಕೊಂಡರು?

ಸದಾನಂದನಿಗೆ ಆದ ಅನ್ಯಾಯಕ್ಕೆ ಲೆಕ್ಕವಿಡದಾದಳು.

ಅಡಿಗೆ ಮನೆಗೆ ಬಂದ ಗಾಯತ್ರಿ ಊಟಕ್ಕೆ ಕೂತ ತಾಯಿಯ ಬಳಿ ಪಿಸುಗುಟ್ಟಿದಳು.

"ಅಮ್ಮ, ಅತ್ತಿಗೆ ಪಾರ್ವತಕ್ಕನ ಸಹಪಾಠಿಯಂತೆ. ಇಬ್ಬರು ಒಟ್ಟಿಗೆ ಪರೀಕ್ಷೆಗೆ ಬರೆದರಂತೆ"

ಕಲ್ಯಾಣಿಯ ಕೈಯಲ್ಲಿನ ತುತ್ತು ಎಲೆಗೆ ಬಿತ್ತು.

26. ಅನಿರುದ್ಧನ ಅಮ್ಮ

ವೈದೇಹಿ ಸಂಜೆ ನಾಲ್ಕರ ಹೊತ್ತಿಗೆ ಒಂದು ನಾಲ್ಕು ಸಲವಾದರೂ ಮುಂಬಾಗಿಲಿನ ಪಕ್ಕದಲ್ಲಿದ್ದ ಕಿಟಕಿಯನ್ನು ಸರಿಸಿ ನೋಡಿ ಹಿಂದಿರುಗಿದ್ದೇ ಅನಿರುದ್ಧನಿಗಾಗಿ. 'ಸಂಜೆ ನಾಲ್ಕಕ್ಕೆ ಹಾಜರ್' ಎಂದು ಫೋನಾಯಿಸಿದವನು ನಾಲ್ಕು ಹತ್ತಾದರೂ ಪತ್ತೆ ಇರಲಿಲ್ಲ. ಹೇಳಿದ ಸಮಯಕ್ಕೆ ಒಂದು ಹತ್ತು ನಿಮಿಷಕ್ಕೆ ಮೊದಲು ಬರುವುದು ಅವನ ಸ್ವಭಾವ. ಇಂದು ನಾಲ್ಕು ಹದಿನೈದಾದರೂ ಪತ್ತೆ ಇಲ್ಲ.

ಆ ವೇಳೆಗೆ ಅಜ್ಜಯ್ಯ ಒಂದು ಸಲ ಫೋನ್ ಮಾಡಿದ್ದರು. ಇದು ಅವರ ಅಭ್ಯಾಸ. ಯೋಗಕ್ಷೇಮ ವಿಚಾರಿಸುವುದರ ಜೊತೆಗೆ ಅದೂ ಇದೂ ಮಾತಾಡಿ ವಿಚಾರ ವಿನಿಮಯ ಮಾಡಿಕೊಳ್ಳುವುದು ಅವರ ಪದ್ಧತಿ. ಅವರ ವಯಸ್ಸು ಈಗ ಬರಾಬರೀ ತೊಂಬತ್ತಾರು. ಹಾಗೆಂದು ಅವರು ನಿಶ್ಶಕ್ತರಾಗಿ ಮೂಲೆಯಲ್ಲಿ ಕೂತದ್ದಿಲ್ಲ. ಚಟುವಟಿಕೆಯ ಅಸಾಮಿ. ತೋಟಕ್ಕೂ ಮನೆಗೂ ಓಡಾಟವುಂಟು. ಹೊರಟಾಗ ಯಾರಾದರೂ ಒಬ್ಬರು ಜೊತೆಯಲ್ಲಿ ಹೋಗುತ್ತಿದ್ದುದ್ದು, ಮೂರು ತಿಂಗಳ ಹಿಂದೆ ಜ್ವರ ಬಂದು ಒಂದು ರೀತಿಯ ನಿಶ್ಶಕ್ತಿ ಕಾಣಿಸಿಕೊಂಡನಂತರವೆ. ದಾರಿಯಲ್ಲಿ ಸಿಕ್ಕವರೊಂದಿಗೆ ಮಾತುಕತೆಯಾಡುತ್ತಲೇ ಹೆಜ್ಜೆ ಸವಿಸುತ್ತಿದ್ದರು.

'ಸ್ವರ್ಣ ಮಲ್ಲಿಗೆ' ತೀರ್ಥಹಳ್ಳಿಯ ಜಾಡಿನ ಒಂದು ಪಕ್ಕದ ಸಸ್ಯಶ್ಯಾಮಲೆಯ ಸಮೃದ್ಧವಾದ ಪುಟ್ಟ ಊರು. ತೋಟ, ಗದ್ದೆ, ಗಿಡಮರಗಳ ನಡುವೆ ಮಲೆನಾಡಿನ ಸಂಸ್ಕೃತಿಯನ್ನು ಬಿಂಬಿಸುವಂಥ ಮನೆಗಳು. ಅಂತೂ ಅತ್ಯಂತ ಸುಂದರವಾದ ಪರಿಸರದಲ್ಲಿ ಹುಟ್ಟಿದವಳು ವೈದೇಹಿ. ಪ್ರಕೃತಿದತ್ತವಾದ ಸಾಂಪ್ರದಾಯಿಕವಾದ ಈ ಹೆಣ್ಣು ಅಜ್ಜಯ್ಯನ ಮೊಮ್ಮಗಳು, ನಾಲ್ಕನೆ ಮಗನ ಮೂರನೆ ಸಂತಾನ. ಏನೋ ಎಂತೋ ಆ ಮನೆಯಲ್ಲಿ ಹೆಣ್ಣಿನ ಸಂತಾನ ಕಡಿಮೆಯೆ. ಅಜ್ಜಯ್ಯನಿಗೆ ಐದು ಗಂಡು ಮಕ್ಕಳ ನಂತರ, ಒಂದು ಹೆಣ್ಣು. ಅದು ಕೂಡ ಬಹಳ ಕಾಲ ಬದುಕಿ ಉಳಿಯಲಿಲ್ಲ. ಐದು ಜನ ಗಂಡು ಮಕ್ಕಳಿಗೆ ಎಂಟು ಸಂತಾನವಾದರೂ, ಅದರಲ್ಲಿ ಎರಡು ಹೆಣ್ಣು. ಈಗಾಗಲೇ ಹಿರಿಯ ಮಗನ ಮಗಳಿಗೆ ಮದುವೆಯಾಗಿ ಮೂರು ಮಕ್ಕಳು. ನಂತರದ ಅಜ್ಜಯ್ಯನ ಕುಟುಂಬಕ್ಕೆ ಅಕ್ಕರೆಯ ಮಗಳು ವೈದೇಹಿ. ಅವಳದ್ದು ಕೂಡ ಹೆಸರಿಗೆ ತಕ್ಕಂತೆ ಸೀತೆಯ ವನವಾಸದ ಕತೆ! ನಿಮಗೆ ಪೂರ್ತಿ ಓದಿದ ನಂತರವೇ ಅರ್ಥವಾದೀತು.

ವೈದೇಹಿ ಮತ್ತೊಮ್ಮೆ ಬಾಗಿಲ ಬಳಿಯ ಕಿಟಕಿ ಸರಿಸುವ ವೇಳೆಗೆ ಗೇಟಿನ ಸದ್ದು. 'ಉಸ್' ಎಂದು ಬಾಗಿಲು ತೆಗೆದಾಗ ಎದುರಿಗೆ ನಿಂತಿದ್ದು, ಹತ್ತೊಂಬತ್ತು ವರ್ಷಗಳ ಹಿಂದೆ ನೋಡಿದ್ದ ವ್ಯಕ್ತಿ ವಿಷ್ಣು. ಸರಿದುಹೋದ ವಯಸ್ಸು ಮುಖದ ಮೇಲಿತ್ತು. ಅಂದು ಕಪ್ಪಗಿದ್ದ ಕೂದಲು ಹಾಗೆಯೇ ಇತ್ತು.

"ಗುರುತು ಸಿಕ್ತಾ?" ಕೇಳಿದ.

"ಮರೆಯೋಕೆ ಸಾಧ್ಯನಾ?" ಅಂದಿದ್ದು ಸರಳವಾಗಿ. ನಟಿಸುವುದು ಅವಳಿಗೆ ಬರೋಲ್ಲ. "ಒಳ್ಗೆ, ಬರಬಹುದಾ?" ಕೇಳಿದ. ಪಕ್ಕಕ್ಕೆ ಸರಿದಳು. ಕ್ಷಣ ಯೋಚಿಸಿದ್ದರೇ ಬೇರೇ ರೀತಿಯ ಪ್ರತಿಕ್ರಿಯೆ ಇರುತ್ತಿತ್ತೇನೋ, ನಾಲ್ಕು ದಿನಕ್ಕೆ ಮೊದಲು ಮಂಜಯ್ಯ ಚಿಕ್ಕಪ್ಪ ಫೋನ್‌ನಲ್ಲಿ "ವಿದೇಶದಿಂದ ವಿಷ್ಣು ಬಂದಿದ್ದವ ಇಲ್ಲಿಗೂ ಬಂದಿದ್ದ. ನಾಚ್ಕೇ ಬಿಟ್ಟವಾ... ನಾಲ್ಕು ಏರಿಸಿ ಬಿಡಬೇಕೆನಿಸ್ತು. ಅಜ್ಜಯ್ಯ ತಡೆದ. ನಾವ್ಯಾರು ಮಾತಾಡಿಸ್ಲಿಲ್ಲ, ಅಜ್ಜಯ್ಯನತ್ರ ಮಾತಾಡಿ ಹೋದ. ನಿನ್ನ ನೋಡಬೇಕೆಂದ, ನಾವ್ ಬೇಡಾಂದ್ವಿ. ಕಡೆಗೆ ಅಜ್ಜಯ್ಯ ನೋಡ್ಕೊಂಡ್ ಹೋಗ್ಲಿಬಿಡು ಅಂದು ಅಡ್ರೆಸ್ ಕೊಟ್ಟಿದ್ದಾರೆ. ಇಷ್ಟವಿಲ್ಲದಿದ್ರೂ.... ಎಂದಾದ್ರೂ ಅವ್ರಿಗೆ ಎದುರು ಹೇಳಿದ್ದುಂಟಾ? ಬಂದರೇ, ಬೇಕೂಂತ ಅನ್ನಿಸಿದರೆ ನಾಲ್ಕು ಮಾತು ಆಡು. ನಿನ್ನ ಇಷ್ಟಕ್ಕೆ ಬಿಟ್ಟಿದ್ದು" ಅಂದಿದ್ದರು.

ಅಜ್ಜಯ್ಯನದು ಒಟ್ಟು ಕುಟುಂಬ. ಐದು ಗಂಡು ಮಕ್ಕಳು, ಅವರ ಸಂಸಾರಗಳು ಒಟ್ಟಿಗೆ ಒಂದೇ ಚಾವಡಿಯ ಕೆಳಗೆ ವಾಸಿಸುತ್ತಿದ್ದರು. ದೊಡ್ಡದಾಗಿ ಗಲಾಟೆ ಇಲ್ಲದಿದ್ದರು, ಸಣ್ಣ ಪುಟ್ಟದ್ದು ಇದ್ದರೂ ಬೇರೆ... ಬೇರೆ ಹೋಗುವ ಮಾತುಗಳನ್ನು ಯಾರು ಆಡಿರಲ್ಲಿಲ್ಲ. ಅಂಥದೊಂದು ಭಾವ ಅವರಲ್ಲಿ ಇರಲಿಕ್ಕಿಲ್ಲ.

ಒಳಗೆ ಬಂದ ವಿಷ್ಣು ಎಲ್ಲೆಡೆ ನೋಟ ಹರಿಸಿ ಕೂತ. ಅವನಿಗಿದ್ದ ಶ್ರೀಮಂತಿಕೆಗೆ ಲೆಕ್ಕ ಹಾಕಿದರೆ, ಇದು ಮನೆಯೇ ಅಲ್ಲ. ಆದರೆ ಮೇಲು ಮಧ್ಯಮ ದರ್ಜೆಗೆ ಹೋಲಿಸಲಾಗದಿದ್ದರೂ ಕೆಳ ಮಧ್ಯಮ ದರ್ಜೆಗೆ ಹೊಲಿಸುವಂತಿರಲಿಲ್ಲ. ತುಂಬ ಅಚ್ಚುಕಟ್ಟಾಗಿದೆ. ಇಂಡಿವಿಜುಯಲ್ ಹೌಸ್. ಕೆಳಭಾಗದ ಮನೆ ಮಾತ್ರ, ಮೇಲಂತಸ್ತು ಇರಲಿಲ್ಲ. ಬಾಡಿಗೆ ಸಲುವಾಗಿ, ಸೆಕ್ಯುರಿಟಿ ಪರ್ಪಸ್ ಸಲುವಾಗಿ ನಿರ್ಮಾಣವಾಗುವಂಥ ಔಟ್‌ಹೌಸ್ ಕೂಡ ಇರಲಿಲ್ಲ.

"ಮನೆ ಚೆನ್ನಾಗಿದೆ!" ಎಂದ. ಏನಾದರೂ ಹೇಳಿ ಮಾತು ಪ್ರಾರಂಭಿಸಬೇಕೆಂದು ಅಡಿದ್ದಷ್ಟೇ. "ಏನು... ತಗೋತೀರಾ?" ಕೇಳಿದಳು. ಅವಳಿಗೆ ಮಾತೇ ಇಲ್ಲವೆನಿಸಿತು. ಮಾತಿಗಾಗಿ, ನೋಟಕ್ಕಾಗಿ ಹಂಬಲಿಸಿದ ದಿನಗಳು ಇತ್ತು. ಈಗ ಅಂಥದೇನು ಇಲ್ಲ!

"ಏನು ಬೇಡ, ಮೂರು ದಿನದಿಂದ ಒಂದೆರಡು ಸಲ ಇದೇ ರೋಡಿನಲ್ಲಿ ಓಡಾಡಿದ್ರೂ... ಧೈರ್ಯವಾಗಲಿಲ್ಲ. ಆದರೆ ಹಂಬಲ ಸಾಯಲಿಲ್ಲ. ನೀನು ಡೈವರ್ಸ್ ಪೇಪರ್‌ಗೆ ಸಹಿ ಹಾಕಿ ಕಳ್ಸೋವಾಗ ನೀನು ಕನ್ಸೀವ್ ಆಗಿದ್ದೇಂತ ಎಷ್ಟೋ ವರ್ಷಗಳ ನಂತರ, ಅಂದರೆ ಇತ್ತೀಚೆಗೆ ತಿಳಿದಿದ್ದು, ನನ್ನ ಹತ್ರ ಮುಚ್ಚಿಟ್ಟಿದ್ರಿ. ಅಕಸ್ಮಾತು

ತಿಳಿಸಿದ್ರೂ... ಹಿಂದಕ್ಕೆ ಬರೋದಿಕ್ಕೆ ಸಾಧ್ಯವಾಗ್ತ ಇರ್ಲಿಲ್ಲ. ಅಂಥ ಪ್ರಯತ್ನ ನಾನು ಕೂಡ ಮಾಡ್ತಾ ಇರ್ಲಿಲ್ಲ. ಅಂಥದೊಂದು ಕನಸ್ಸು ಬುದ್ಧಿ ಬಂದಾಗ್ನಿಂದ ನನ್ನಲ್ಲಿ ಇತ್ತು." ಮನಸ್ಸು ಬಿಚ್ಚಿ ಹೇಳಿದ. ವೈದೇಹಿಗೆ ಅದೆಲ್ಲ ಬೇಡವಾಗಿತ್ತು. ನೇರವಾಗಿ ಕಿಚನ್‌ಗೆ ಹೋದಳು. ಕಣ್ಣಂಚು ತೇವವಾಯಿತು. ಸುರಿಸಿದ ಕಣ್ಣೀರೆಷ್ಟು?

ಅವಳ ಎರಡನೆ ಚಿಕ್ಕಪ್ಪ "ನೀನು ಕಣ್ಣೀರು, ಹಾಕ್ಬೇಡ ಕಂದ. ಅವ್ನು ಎಲ್ಲಾದ್ರೂ ಇರ್ಲಿ, ಒದ್ದು ಎಳ್ಕಂಡ್ ಬರ್ತೀನಿ" ಆವೇಶದಿಂದ ಕೂಗಾಡಿದ್ದರು. ಅಲ್ಲಿನ ನ್ಯಾಯಾಲಯದ ಖಟ್ಲೆಯೇರುವ ಮಾತಾಡಿದ್ದರು.

ಅಜ್ಜಯ್ಯ ಕೂಡ ಸಿಟಿಗೆ ಬಂದು ತಮಗೆ ಗೊತ್ತಿರೋ ವಕೀಲರೊಂದಿಗೆ ಮಾತುಕತೆಯಾಡಿ ಬಂದ ನಂತರ ಹೇಳಿದ್ದರು.

"ಬಿಡುಗಡೆ ಪತ್ರಕ್ಕೆ ಸಹೀ ಹಾಕಿ ಕಳ್ಸಿಬಿಡು. ಇದು ಬೇಕಾ? ಬೇಡ, ಈ ಸಂಬಂಧಕ್ಕೆ ಎಳ್ಳು, ನೀರು ಬಿಟ್ಟುಬಿಡೋಣ. ಗಂಡ-ಹೆಂಡ್ತಿ ಅನ್ನೋ ಸಂಬಂಧನ ಕಟ್ಟಿಹಾಕಿ ಕಾಪಾಡೋಕೆ ಸಾಧ್ಯಾನಾ? ಅದಕ್ಕೊಂದು ಪವಿತ್ರತೆ ಇದೆ, ಮರ್ಯಾದೆ ಇದೆ. ಅಲ್ಲಿ ಪ್ರೀತಿ ಇರ್ಬೇಕು. ಛೇ, ಬೇಡ ಬಿಡು. ಯಾರನ್ನಾದ್ರೂ ಮದ್ವೆ ಮಾಡ್ಕೊಳ್ಲಿ" ಎಂದುಬಿಟ್ಟರು. ಅದನ್ನ ಮನೆಯವರೆಲ್ಲ ವಿರೋಧಿಸಿ ವೈದೇಹಿಗೆ ಬಿಟ್ಟರು.

ಒಮ್ಮೆ ಈ ವಿಷಯವಾಗಿ ಒಂದು ಪತ್ರವಿಡಿದು ಬಂದು ಅಜ್ಜಯ್ಯನ ಮನೆಯ ಅಂಗಳದಲ್ಲಿ ಕೂತರು ವಿಷ್ಣು ಕಡೆಯವರು.

"ನಿಮ್ಮ ಮಗ್ಳ ಜೊತೆ ಸಂಸಾರ ಬೇಡಾಂತ ಇದ್ದಾನೆ. ನೀವ್ ಅವ್ನಿಗೆ ಕೊಟ್ಟ ಹಣಕ್ಕೆ ಎರಡರಷ್ಟು ಹಣ ಕೊಡ್ತಾನಂತೆ." ಇಷ್ಟು ವಿಷ್ಣು ಅಪ್ಪ ಹೇಳಿದ ಕೂಡಲೆ ಹರಿಹಾಯ್ದರು ಮನೆಯವರೆಲ್ಲ. "ಇಲ್ಲ, ನಿಮ್ಮಲ್ಲಿ ವಿವಾಹವಾಗಿದ್ದು ಕೂಡ ನೀವ್ ವಿದೇಶಕ್ಕೆ ಹೋಗಿ ನೆಲೆಯೂರಲು ಕೊಟ್ಟ ಹಣಕ್ಕಾಗಿಯೆ. ಈಗ ಅವ್ನು ಕಲ್ಪಿಸಿಕೊಂಡ. ಜೀವನಕ್ಕೆ ಸಾಕಾಗ್ಲಿಲ್ಲ, ನೀವ್ ಕೇಳಿದಷ್ಟು ಹಣ ಅವ್ನು ಕೊಡೋಕೆ ಸಿದ್ಧ" ಇಂಥ ಮನವೊಲಿಕೆ ಅವರೊಂದಿಗೆ ಬಂದವರು ಶುರು ಮಾಡಿದರು.

ಆಗ ಅಜ್ಜಯ್ಯ ಮೊಮ್ಮಗಳನ್ನು ಹತ್ತಿರ ಕೂಡಿಸಿಕೊಂಡು "ಇಂಥವನೊಂದಿಗೆ ಸಂಸಾರ ಬೇಕಾ, ಕಂದ? ವಕೀಲರ ಹತ್ರ ಮಾತಾಡ್ದೇ, ಏನು ಪ್ರಯೋಜನವಾಗೋಲ್ಲ ಅಂದ್ರು. ವಿಷ್ಣು ಅಲ್ಲಿ ಉಳಿಯೋನೇ. ಆ ಹಣ ನಮ್ಗೆ ಬೇಕಾ? ಎಷ್ಟೋ ಜನಕ್ಕೆ ಈ ಕುಟುಂಬ ನೆರವು ನೀಡಿದೆ. ಇದು ಹಾಗೇ ಅಂದ್ಕೊಂಡ್ ಬಿಡೋಣ" ಎಂದಾಗ ಅವರ ತೊಡೆಯ ಮೇಲೆ ತಲೆ ಇಟ್ಟು ಕಣ್ಣೀರು ಸುರಿಸಿದ್ದಳು. ಅವನ ಸಂತಾನ ಅವಳಲ್ಲಿ ಬೆಳೆಯುತ್ತಿತ್ತು.

ನೆನಪುಗಳು ಬಾಧಿಸಿದಾಗ ಕಣ್ಣೀರು ತೊಡೆದುಕೊಂಡು ನೀರಿಡಿದುಕೊಂಡು ಹೊರಗೆ ಬಂದಾಗ ವಿಷ್ಣು ಕೂತೇ ಇದ್ದ. ಮನಸ್ಸಿನಲ್ಲಿ ಅದು ಪ್ರತಿಷ್ಠಾಪಿಸಿಕೊಂಡ ವಿಗ್ರಹ, ಎಂದೋ ಜೀವಂತಿಕೆ ಇಲ್ಲದ ಬಂಡೆಯೆಂದು ತಿಳಿದು ವರ್ಷಗಳೆ ಆಗಿಹೋಗಿತ್ತು.

"ಕೂತ್ಕೊ ವೈದೇಹಿ" ಎಂದು ತಂದಿಟ್ಟ ನೀರನ್ನು ಕುಡಿದು "ನೀನು ಮದ್ವೇ ಆಗ್ಲಿಲ್ಲಾಂತ ಗೊತ್ತಾಯ್ತು. ಯಾಕೆ? ನೀನು ತುಂಬ ಸುಂದರವಾಗಿದ್ದೆ, ಒಳ್ಳೆ ಮನೆತನದ ಹೆಣ್ಣು. ನಿಂಗೆ ಗಂಡು ಸಿಗೋದು ಕಷ್ಟವಾಗ್ತ ಇರ್ಲಿಲ್ಲ. ಇದು ನನ್ನ ಮನಸ್ಸನ್ನು ನೋಯಿಸ್ತು. ನೀನು ಒಂಟಿಯಾಗಿ ಉಳಿಯಬಾರದಿತ್ತು" ಎಂದ ನಿಧಾನವಾಗಿ ಮೇಲುಸಿರು ದಬ್ಬುತ್ತ. ಎಷ್ಟೋ ವರ್ಷ ಅವನು ವೈದೇಹಿಯ ಬಗ್ಗೆಯಾಗಲೀ, ಅವಳ ಭವಿಷ್ಯದ ಬಗ್ಗೆಯಾಗಲೀ ಚಿಂತಿಸಿರಲಿಲ್ಲ. ಆದರೆ ಕೆಲವು ರಾತ್ರಿಗಳು ಅವಳೊಂದಿಗೆ ಕಳೆದ ಮಧುರವಾದ ಪ್ರಣಯ ನೆನಪಾಗಿ, ಕಳೆದುಕೊಂಡಂಗೆ ಪರಿತಪಿಸಿದ್ದುಂಟು. ಆದರೆ ಶ್ರೀಮಂತಿಕೆ, ಸ್ಮಿತ್ರಾಳೊಂದಿಗಿನ ಮುಕ್ತ ಪ್ರಣಯ ಎಲ್ಲವನ್ನು ಮರೆಸಿಬಿಡುವಷ್ಟು ಪ್ರಬಲವಾಗಿತ್ತು. ಶ್ರೀಮಂತಿಕೆ, ಸುಖದ ಹಿಂದೆ ಬಿದ್ದವ.

ಅವನ ಮಾತಿಗೆ ಅವಳ ತುಟಿಯಂಚಿನಲ್ಲಿ ಒಂದು ತರಹ ನಗು ಮಿನುಗಿತು. "ಆ ಮಾತುಗಳು ಈಗ ಬೇಡ. ಯಾರೋ ಒಬ್ಬರೊಂದಿಗೆ ಇಂಥದೆಲ್ಲ ಮಾತಾಡಲು ನಂಗಿಷ್ಟವಿಲ್ಲ" ಅವಳು ಹೇಳಿದ್ದು ನವಿರಾಗಿಯೇ. ಕಪಾಳಕ್ಕೆ ಬಾರಿಸಿದಂತಿತ್ತು.

ಆ ವೇಳೆಗೆ ಮುಚ್ಚಿದ ಬಾಗಿಲಿನಿಂದ "ಹಾಯ್, ಮಮ್ಮಿ" ಎನ್ನುತ್ತ ಹರಿದು ಬಂದಿದ್ದು ಅವರಿಬ್ಬರ ಸಂತಾನ ಅನಿರುದ್ಧ. ಇಷ್ಟು ವರ್ಷಗಳ ನಂತರ ತಂದೆ, ಮಗನ ಭೇಟಿ, ರೋಮಾಂಚನದ ಸ್ಥಿತಿಯ? ಯಾವುದನ್ನು ವೈದೇಹಿಯಾಗಲೀ, ಮನೆಯವರಾಗಲೀ ಅವನಿಂದ ಮುಚ್ಚಿಟ್ಟಿರಲಿಲ್ಲ.

"ಹಾಯ್... ಡ್ಯಾಡ್! ಹೇಗಿದ್ದೀರಾ?" ಅಷ್ಟು ಮಾತಾಡಿಸಿದವನೇ "ಮಮ್ಮಿ ಐಯಾಮ್ ಸಾರಿ. ಸರ್‍ಯಾಗಿ ಇಪ್ಪತ್ತೊಂಬತ್ತು ನಿಮಿಷ.... ಕೆಲವು ಸೆಕೆಂಡ್‌ಗಳು. ಲೇಟ್... ತಿಂಡಿ ರೆಡಿ ಇದ್ದರೆ ಕೊಟ್ಟುಬಿಡು. ಆಮೇಲೆ... ಹೊರಡೋ ಪ್ರೋಗ್ರಾಂ ಇದೆಯಲ್ಲ" ಷೂ ಬಿಚ್ಚಿಟ್ಟು ಬಾತ್‌ರೂಮಿಗೆ ಹೋದ.

ವಿಷ್ಣುವಿನ ಬಾಯಿಂದ ಮಾತುಗಳೇ ಹೊರಡಲಿಲ್ಲ. ಸೆಂಟಿಮೆಂಟ್ಸ್, ಎಮೋಷನ್‌ಗೆ ಒಳಗಾಗದೆ ಆರಾಮಾಗಿ ವರ್ತಿಸಿದ ಅನಿರುದ್ಧ ತೀರಾ ಚೇತೋಹಾರಿಯಾಗಿ ಕಂಡಿದ್ದ.

"ಅವ್ನು ಹಸಿವು ತಡೆಯೋಲ್ಲ, ನಿಮ್ಗೂ ತಿನ್ನೋಕೆ ಏನಾದ್ರೂ ತರಲಾ?" ಕೇಳುತ್ತಲೇ ಕಿಚನ್‌ಗೆ ಹೋದವಳು, ಹಬೆ ಕಡಬು, ಕಾಯಿ ಚಟ್ನಿಯ ಜೊತೆ ಬಾಳೆಹಣ್ಣು, ಬಿಡಿಸಿದ ಹಲಸಿನ ತೊಳೆಯನ್ನು ತಂದಿಟ್ಟಳು.

"ನಿನ್ನ ಭೇಟಿ ಮಾಡಬೇಕೆಂಬ ಹಂಬಲವಿದ್ರೂ, ಹೆದರಿದ್ದೆ. ನೀನು ವಿವಾಹವಾಗ್ದೇ, ಒಂಟಿಯಾಗಿ ಉಳಿದೇಂತ ತಿಳಿದ ನಂತರ ನನ್ನಲ್ಲಿ ಅಪರಾಧಿಭಾವ ಮೂಡಿತು. ಹಲವು ಸಲ ಭಾರತಕ್ಕೆ ಬಂದದ್ದುಂಟು. ತೀರಾ ಬಡತನದ ಸ್ಥಿತಿಯಲ್ಲಿದ್ದ ನನ್ನಪ್ಪ, ಅಮ್ಮ, ಅಕ್ಕಂದಿರು ಈಗ ಶ್ರೀಮಂತರಾಗೋಕೆ ಕಾರಣ ನಾನು ಅನ್ನೋದರ ಬಗ್ಗೆ ನಂಗೆ ಹೆಮ್ಮೆ ಇದೆ. ಆ ಹೆಮ್ಮೆ ನನ್ನ ತಪ್ಪನ್ನು ಮುಚ್ಚಿ ಹಾಕಿತು. ಈಗ..." ಅನ್ನುವ ವೇಳೆಗೆ ಬಂದ ಅನಿರುದ್ಧ ಅವನ ಎದುರಿನಲ್ಲಿ ಕೂತು ತಿಂಡಿಯ ತಟ್ಟೆ ತಗೊಂಡ.

ಹುಡುಗ ತುಂಬಾ ಸ್ಮಾರ್ಟಾಗಿದ್ದ. “ನಿನ್ನ ತದ್ರೂಪ ಕಣೋ, ವೈದೇಹಿಯ ಮಗ, ಎಷ್ಟು ಎತ್ತರಕ್ಕೆ ಬೆಳೆದಿದ್ದಾನೇ, ಗೊತ್ತಾ? ಎಷ್ಟೋ ಸಲ ಕದ್ದು, ಮುಚ್ಚಿ ಕರೆದುದ್ದುಂಟು. ಒಮ್ಮೆ ನೇರವಾಗಿಯೆ ಪ್ರಸ್ತಾಪಿಸಿ ಹಬ್ಬಕ್ಕೆ ಅವನ ಕಳ್ಸೀಂತ... ಕೇಳಿದಾಗ ಯಾರು ಏನಾದ್ರೂ ಅಂದ್ಕೊಳ್ಳಿ, ಅವ್ನು.... ಅನಿರುದ್ಧ ನಿರಾಕರಿಸ್ದ ಕಣೋ. ಎಂದಾದ್ರೂ ಎದುರಾದಾಗ, ಸಿಕ್ಕಾಗ..... ಮಾತಾಡಿಸುತ್ತಿದ್ದವ ಪೂರ್ತಿ ನಿಲ್ಸಿದ್ದ’ ಅವನಮ್ಮ ಹೇಳಿಕೊಂಡು ಕಣ್ಣೀರು ಸುರಿಸಿದ್ದಳು. ಅಂತು ಪೂರ್ತಿ ವಿಮುಖನಾಗಿದ್ದ.

“ಮಮ್ಮಿ..... ನೀನು ತಗೋ” ಎಂದು ಎದ್ದುಹೋದವ ಇನ್ನೊಂದು ತಟ್ಟೆಗೆ ಬಡಿಸಿಕೊಂಡು ಬಂದವ, “ತಗೋ, ಇವ್ರು ಈಗ ನ್ಯೂಯಾರ್ಕ್‌ನಲ್ಲಿ ಇರ್ಬಹುದು. ಹಿಂದೆ ಇದ್ದಿದ್ದು ತೀರ್ಥಹಳ್ಳಿಯ ಅಸುಪಾಸಿನಲ್ಲೇ ತಾನೇ? ಈ ತಿಂಡಿಗಳ ಪರಿಚಯವಿರುತ್ತೆ ತಗೋ... ತಗೋ” ಬಲವಂತಪಡಿಸಿದ. ತಿನ್ನುತ್ತಲೇ ಅನಿರುದ್ಧ ವಿಷ್ಣುವಿನ ಬಗ್ಗೆ ಎಲ್ಲಾ ವಿಚಾರಿಸಿಕೊಂಡ ಸಂಕೋಚವಿಲ್ಲದೆ.

ಅರ್ಧದಲ್ಲಿಯೇ ಎದ್ದು ಹೋಗಿ ಕಾಫಿ ಮಾಡಿಕೊಂಡು ಬಂದವ ವಿಷ್ಣುಗೆ ಕೊಟ್ಟು “ಥ್ಯಾಂಕ್ಯೂ ವೆರಿಮಚ್, ನಿಮ್ಮನ್ನ ಒಂದೇ ಒಂದ್ಸಲ ನೋಡೋ ಆಸೆ ಇತ್ತು. ಅದ್ನ ತಾವೇ ಬಂದ್ ನೆರವೆರಿಸಿಕೊಟ್ಟಿದ್ದೀರಾ. ಐಯಾಮ್ ಎವ್ವರ್ ಗ್ರೇಟ್‌ಫುಲ್ ಟು ಯು. ರಾಮಾಯಣದ ಸೀತೆ ಕೂಡ ವನವಾಸ ಅನುಭವಿಸಿದ್ಲು, ನನ್ನಮ್ಮ ವೈದೇಹಿಯದು ಕೂಡ ವನವಾಸವೇ. ಮರ್ಯಾದ ಪುರುಷೋತ್ತಮ ಒಂದು ಮಹತ್ತರವಾದ ವಿಚಾರವನ್ನಿಟ್ಕೊಂಡು ಸೀತಾ ಪರಿತ್ಯಾಗ ಮಾಡ್ದ. ನೀವ್ ಕೂಡ ವೈದೇಹಿಯ ಪರಿತ್ಯಾಗಕ್ಕೆ ನಿಮ್ಮದೇ ಆದ ಕಾರಣ ಕೊಟ್ರಿ. ಆಗಿನ ರಾಮ... ಮತ್ತೆ ಸೀತೆಯನ್ನು ಕಾಣುವವರೆಗೂ ಅವಳಿಗೆ ಪತಿಯಾಗಿಯೇ ಇದ್ದ, ಕಾಣದ ಲವಕುಶರಿಗೆ ತಂದೆಯಾಗಿಯೇ ಇದ್ದ.ಇಲ್ಲಿ ಪೂರ್ತಿ ಉಲ್ಟಾ! ನಿಮ್ಗೆ ಹೆಂಡ್ತಿ ಇದ್ದಾಳೆ, ಮಕ್ಳು ಇದ್ದಾರೆ. ಅದರಿಂದ ನಿಮ್ಮನ್ನು ತಂದೆಯಾಗಿ ಗೌರವಿಸೋಕೆ ಸಾಧ್ಯವಿಲ್ಲ, ವೈದೇಹಿ ಒಂಟಿಯಾಗಿ ಉಳಿದರೂ ನಿಮ್ಮನ್ನ ಪತಿಯೆಂದು ಅಭಿಮಾನಿಸಲು ಸಾಧ್ಯವಿಲ್ಲ” ಎಂದ ಅನಿರುದ್ಧ ಅವನಿಗಿಂತ ಅರ್ಧ ಇಂಚು ಎತ್ತರವಿದ್ದ. ಅತ್ಯಂತ ನೇರವಾಗಿತ್ತು ಅವನ ಮಾತು.

“ಈಗ್ಬರ್ತೀನಿ....” ಅನಿರುದ್ಧ ಹೊರಗೆ ನಡೆದ.

“ನೀನ್ಯಾಕೆ, ಮದ್ವೆಯಾಗ್ಲಿಲ್ಲ? ಈ ಪ್ರಶ್ನೆಗೆ ನಂಗೆ ಉತ್ತರ ಬೇಕು. ನಿಮ್ಮ ಮನೆಯವ್ರ ಪ್ರಯತ್ನನು ನಿರಾಕರಿಸ್ದೇಯಂತೆ. ಒಂಟಿ ಜೀವನ ಕಷ್ಟಾಂತ ಅನ್ನಿಸೋಲ್ವಾ?” ಉದ್ವೇಗಗೊಂಡು ಪ್ರಶ್ನಿಸಿದ.

ದೀರ್ಘ ಮೌನದ ನಂತರ ತಿಂಡಿಯ ತಟ್ಟೆಗಳನ್ನು ಒಳಗಿಟ್ಟು ಬಂದು “ನಿಮ್ಗೆ ಹೇಳಲೇಬೇಕೂಂತ ಏನಿಲ್ಲ. ಆದರೆ ಸ್ಪಷ್ಟವಾಗಿ ನಿಮ್ಮೊಂದಿಗೆ ಮಾತ್ರ ಹೇಳ್ಬಹುದೂಂತ ಅನಿಸಿದೆ. ಎಲ್ಲಾ ಸಂಬಂಧಗಳ್ಗಿಂತ ಈ ಸಂಬಂಧ ತೀರಾ ಸೂಕ್ಷ್ಮ ಮತ್ತು ಭಿನ್ನ. ಏಕಾಂತವನ್ನು ಹಂಚಿಕೊಳ್ಳೋದು ಪತಿಪತ್ನಿಯರು ಮಾತ್ರ.

"ಸೃಷ್ಟಿ, ಹೆಣ್ಣು ಗಂಡಿನ ಮಧ್ಯೆ ಮಧುರಭಾವದ ರಸಧಾರೆಯಾಗುತ್ತೆ. ನನ್ನ ಪ್ರಕಾರ ಅದೊಂದು ವಿನೂತನವಾದ, ಪವಿತ್ರವಾದ ಬಂಧನ, ಅದ್ನ ಹೇಗೆ ಅರ್ಥೈಸಿಕೊಳ್ತಿರೋ ಗೊತ್ತಿಲ್ಲ. ನನ್ನ ಕುಟುಂಬ ಸಂಸ್ಕಾರವಂತರ ಗೂಡು. ಅವ್ರು ಬೆಳೆಸಿದ್ದು ಕೂಡ ಹಾಗೇನೇ. ಅದಕ್ಕೆ ನನ್ನ ನಿರ್ಧಾರನ ಒಪ್ಪಿಕೊಂಡ್ರು. ಈಗ ಅನಿ ಇದ್ದಾನೆ. ಅವನದೊಂದು ಕನಸಿದೆ. ದಾಂಪತ್ಯದ ಕನಸು ಸೊಗಸನ್ನ ಅನುಭವಿಸಿದ್ದೀನಿ. ಅಷ್ಟು ಸಾಕು" ಹೇಳಿದ್ದು ಮುಗಿಯಿತೆನ್ನುವಂತೆ ಮೇಲೆದ್ದಳು. ಇದನ್ನು ಯಾರ ಎದುರು ಸ್ಪಷ್ಟವಾಗಿ ಹೇಳಿರಲಿಲ್ಲ.

ವಿಷ್ಣು ವಿಸ್ಮಿತ್ರನಾದ. 'ನಿನ್ನೊಂದಿಗೆ ಹಂಚಿಕೊಂಡ ಏಕಾಂತದ ಸಂಭ್ರಮವನ್ನು ಬೇರೊಂದು ಗಂಡಸಿನೊಂದಿಗೆ ಹಂಚಿಕೊಳ್ಳಲು ಸಾಧ್ಯವಿಲ್ಲ' ಅತ್ಯಂತ ಸ್ಪಷ್ಟವಾಗಿ, ನೇರವಾಗಿ ಹೇಳಿದ ಪರಿಗೆ ದಿಗ್ಮೂಢನಾದ. ಅವನ ಬಾಯಿಂದ ಮಾತುಗಳೇ ಹೊರಡಲಿಲ್ಲ.

ಅಜ್ಜಯ್ಯನ ಕುಟುಂಬದ ಹೆಣ್ಣಿನ ನಿರ್ಧಾರವನ್ನು ಮೆಚ್ಚಬೇಕೋ, ಇಲ್ಲ ಅಜ್ಞಾನವೆಂದು ಅರ್ಥೈಯಿಸಿಕೊಳ್ಳಬೇಕೋ ತಿಳಿಯಲಿಲ್ಲ. ಅವನಿದ್ದದ್ದು ಮುಕ್ತವಾದ ಪರಿಸರವನ್ನೊಳಗೊಂಡ ಅಮೆರಿಕಾದಲ್ಲಿ. ಸ್ಮಿತ್ರಾನ ವಿವಾಹವಾಗಿದ್ದಕ್ಕೆ ಪಶ್ಚಾತ್ತಾಪವಿರಲಿಲ್ಲ. ಅಲ್ಲಿನ ಸಾವಿರ ಶ್ರೀಮಂತರಲ್ಲಿ ಅವರ ಮಾವನೂ ಒಬ್ಬರು. ಅತ್ಯಾಧುನಿಕವಾದ ಎಲ್ಲಾ ಸೌಲಭ್ಯಗಳು ಲಭ್ಯವಾಗಿದ್ದವು. ಕಾರನ್ನು ಕಂಡರಿಯದಂತಿದ್ದ ಅವನು ಹಲವು ಕಾರುಗಳ ಮಾಲೀಕ. ಸ್ಮಿತ್ರಾನ ವೈದೇಹಿಗೆ ಹೋಲಿಸಲು ಸಾಧ್ಯವಿರಲಿಲ್ಲ. ಅಂದರೆ 'ಅವನು ಬಂದಿದ್ದು ಕುತೂಹಲಕ್ಕಾಗಿಯೇ? ಹೀಗೇಂತ ಹೇಳಲಾಗದಿದ್ದರೂ ಏನೋ ಒಂದು ರೀತಿಯ ತುಡಿತ. ಅವನ ಸಂತಾನ ಪ್ರೇಮ ತಣಿಸಲು ಇಬ್ಬರು ಹೆಣ್ಣು ಮಕ್ಕಳಿದ್ದರು. ಎಲ್ಲರ ದೃಷ್ಟಿಯಲ್ಲು ಮಾತ್ರವಲ್ಲ, ಅವನ ಆಲೋಚನಾಲಹರಿಯಲ್ಲಿ ನೋಡಿದರೂ ಕೊರತೆಯೆಂಬುದೇನು ಇರಲಿಲ್ಲ.'

ಕಿಚನ್‌ಗೆ ಹೋದವಳು ಎಲ್ಲಾ ಮುಗಿಸಿ ಹೊರಬಂದಾಗ ವಿಷ್ಣು ಅದೇ ಸ್ಥಿತಿಯಲ್ಲಿ ಕೂತಿದ್ದ. ಪೂರ್ತಿ ಚಿಂತನಾ ಮಗ್ನತೆ.

ಅವನನ್ನು ಎಚ್ಚರಿಸುವ ಸಲುವಾಗಿ "ಅಮೆರಿಕಾದಿಂದ ಒಬ್ರೇ ಬಂದ್ರಾ? ಕುಟುಂಬ ಜೊತೆಯಲ್ಲಿ ಬರ್ಲಿಲ್ವಾ?" ಅವಳ ದನಿಯಲ್ಲಿ ಯಾವ ವ್ಯಂಗ್ಯವು ಇರಲಿಲ್ಲ. ತಟ್ಟನೆ ಮೇಲೆದ್ದು "ಬಂದಿದ್ದಾರೆ, ತೀರ್ಥಹಳ್ಳಿಯಲ್ಲಿ ಉಳ್ಳುಕೊಂಡಿದ್ದಾರೆ, ನಿನ್ನ ತರಹ ನಾನು ಯೋಚಿಸ್ಲಾರೆ, ಹೇಗೂ, ಇನ್ನ... ನನ್ನ ಮಂಪರುನಲ್ಲಿಯೇ ಇದ್ದೀ. ಕರೆದರೆ ನನ್ನೊಂದಿಗೆ ಬರ್‍ತೀಯಾ?" ಅವನ ಕೇಳಿಕೆಗೆ ಬೆಚ್ಚಿಬಿದ್ದಳು.

"ಇಂಥದೊಂದು ಊಹೆ ಮಾಡೋಕೆ ಪ್ರಶ್ನಿಸೋಕೆ ಹೇಗೆ ಧೈರ್ಯ ಮಾಡಿದ್ರಿ? ಎರಡು ಮಕ್ಳು, ಹೆಂಡ್ತಿ ಇರೋ ನೀವು ವೈದೇಹಿನ ಈ ತರಹ ಕೇಳ್ಬಾರ್ದಿತ್ತು. ಸದ್ಯಕ್ಕೆ ಹೊರಡೀ, ಅನಿರುದ್ಧ ಇದ್ದಿದ್ರೆ ನಿಮ್ಮನ್ನು ಕೊಂದುಬಿಡ್ತಾ ಇದ್ದ" ಎಂದು ಅರ್ಧ ತೆರೆದಿದ್ದ ಬಾಗಿಲನ್ನು ಪೂರ್ತಿ ತೆರೆದಿಟ್ಟಳು.

ವಿಷ್ಣು ಕಕ್ಕಾಬಿಕ್ಕಿಯಾದ. ಅಂದಿನ ಸಂಬಂಧಕ್ಕೆ ಪ್ರಾಶಸ್ತ್ಯ ಕೊಟ್ಟ ಹೆಣ್ಣು ನನ್ನೊಂದಿಗೆ ಯಾಕೆ ಬರಬಾರದು? ಆ ದಿನಗಳ ಏಕಾಂತವನ್ನು ಬೇರೆ ಪುರುಷನೊಂದಿಗೆ ಇರಲೀ ತನ್ನೊಂದಿಗೆ ಕೂಡ ಅನುಭವಿಸಲು ಸಿದ್ಧವಿಲ್ಲ!

"ಬಹುಶಃ ನಿನ್ನ ನಿರ್ಧಾರ ಹುಚ್ಚಾಟವಾಗಿ ಕಾಣುತ್ತೆ. ಈಗ್ಲೂ ನಿಂಗೊಂದು ಬದ್ಕು ಕೊಡಬಹುದೆನಿಸಿದೆ." ಪೂರ್ತಿ ಮಾಡುವ ಮುನ್ನವೇ "ಒಮ್ಮೆ ಪರಿತ್ಯಜಿಸಿದ ಹೆಣ್ಣನ್ನು ಶ್ರೀರಾಮಚಂದ್ರ ಸ್ವೀಕರಿಸಲು ಸಿದ್ಧವಾದರೂ, ರಾಮಾಯಣದ ಸೀತೆ ನಿರಾಕರಿಸಿ ಭೂಮಿಯಲ್ಲಿ ಸೇರಿಹೋದಳು. ನಿಮ್ಗೆ ಇದು ಕೂಡ ಅರ್ಥವಾಗಿರಲಿಕ್ಕಿಲ್ಲ. ಆದರೆ ಸೀತೆ ಆ ಮಹಾಮಹಿಮ ಏಕಪತ್ನಿವ್ರತಸ್ಥ ರಾಮನಿಗೆ ತನ್ನ ಮಕ್ಕಳನ್ನು ಒಪ್ಪಿಸಿದಳು. ಆದರೆ ಅನಿರುದ್ಧನನ್ನು ನಿಮ್ಗೆ ಒಪ್ಪಿಸ್ಲಾರೆ. ಮತ್ತೊಮ್ಮೆ ಇಂಥ ಜಿಜ್ಞಾಸೆ ಇಟ್ಕೊಂಡ್ ಇಲ್ಲಿಗೆ ಬರೋದ್ಬೇಡ" ಎಂದು ರೂಮಿಗೆ ಹೋಗಿ ಬಾಗಿಲು ಹಾಕಿಕೊಂಡಳು.

ವಿಷ್ಣು ಹೋದ ಎಷ್ಟೋ ಹೊತ್ತಿನ ನಂತರವೇ ಅವಳು ಹೊರಬಂದದ್ದು.

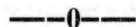

---0---